ಛಂದ ಪುಸ್ತಕ

ಓದಿ ಓದಿ ಮರುಳಾಗಿ!

ದ್ವೀಪವ ಬಯಸಿ

ಕಾದಂಬರಿ

ಸೂರ್ಯನಾರಾಯಣ ಚಡಗ ಪ್ರಶಸ್ತಿ
ಮತ್ತು
ಸೇಡಂನ ಅಮ್ಮ ಪ್ರಶಸ್ತಿ ಪಡೆದ ಕೃತಿ

ಎಂ ಆರ್ ದತ್ತಾತ್ರಿ

Dweepava Bayasi
-A novel in Kannada by
M R Dattathri
Published by Chanda Pustaka,
I-004, Mantri Paradise,
Bannerughatta Road, Bangalore-560 076
ISBN: 978-81-963238-6-8

ಮೊದಲ ಮುದ್ರಣ: 2011
ಎರಡನೆಯ ಮುದ್ರಣ: 2021

ಮುಖಪುಟ: ಅರುಣ್ ಕುಮಾರ್ ಜಿ
ಪುಟಗಳು: 268 ಬೆಲೆ: ₹ 320
ಕಾಗದ: ಎನ್‌ಎಸ್ ಮ್ಯಾಪ್ಲಿತೊ 70 ಜಿಎಸ್‌ಎಂ, 1/8 ಡೆಮಿ

ಪ್ರತಿಗಳಿಗಾಗಿ ಸಂಪರ್ಕಿಸಿ:

ಛಂದ ಪುಸ್ತಕ
ಐ–004, ಮಂತ್ರಿ ಪ್ಯಾರಡೈಸ್
ಬನ್ನೇರುಘಟ್ಟ ರಸ್ತೆ
ಬೆಂಗಳೂರು–560 076
ಸೆಲ್: 98444 22782
me@vasudhendra.com

ಮುದ್ರಣ:

ಟ್ರಿನಿಟಿ ಅಕಾಡೆಮಿ, ಕುಡ್ಲು ಗೇಟ್, ಹೊಸೂರು ರಸ್ತೆ, ಬೆಂಗಳೂರು

ಎಂ. ಆರ್. ದತ್ತಾತ್ರಿ

ಮೂಲದ ಊರು ಚಿಕ್ಕಮಗಳೂರು. ಓದಿದ್ದು ಕಂಪ್ಯೂಟರ್ ಸೈನ್ಸ್‌ನಲ್ಲಿ ಇಂಜಿನಿಯರಿಂಗ್. ಕೆಜಿಎಫ್, ಪುಣೆ, ಬೆಂಗಳೂರು, ಸ್ಯಾನ್ ಫ್ರಾನ್ಸಿಸ್ಕೋ ಮತ್ತು ಲಾಸ್ ಏಂಜಲಿಸ್ ನಗರಗಳಲ್ಲಿ ಕೆಲಸ ಮಾಡಿ ಈಗ ಬೆಂಗಳೂರಿನಲ್ಲಿ ನೆಲಸಿದ್ದಾರೆ. ವಿಶ್ವವಾಣಿ ಮತ್ತು ಕನ್ನಡ ಡಾಟ್ ಒನ್ ಇಂಡಿಯಾ ಪತ್ರಿಕೆಗಳಿಗೆ ಅಂಕಣಕಾರರಾಗಿದ್ದರು. 'ಮಸುಕು ಬೆಟ್ಟದ ದಾರಿ', 'ತಾರಾಬಾಯಿಯ ಪತ್ರ' ಇವರ ಇನ್ನೆರಡು ಕಾದಂಬರಿಗಳು. 'ಅಲೆಮಾರಿ ಕನಸುಗಳು' ಇವರ ಕವನ ಸಂಕಲನ, 'ಪೂರ್ವ–ಪಶ್ಚಿಮ' ಇವರ ಅಂಕಣ ಬರಹ ಮತ್ತು 'ಮಥಿಸಿದಷ್ಟೂ ಮಾತು' ಕೃತಿಯ ಸಹ–ಸಂಪಾದನೆ ಇವರದಾಗಿದೆ. 'ಪಾತ್ರ ವಾತ್ಸಲ್ಯ' ಎಂಬ ಅಂಕಣ ಬರಹವನ್ನು ವಿಶ್ವವಾಣಿ ದಿನಪತ್ರಿಕೆಗೆ ಬರೆದಿದ್ದಾರೆ. ಡಾ. ಹಾ. ಮಾ. ನಾಯಕ ಪ್ರಶಸ್ತಿ, ಡಾ ನರಹಳ್ಳಿ ಪ್ರಶಸ್ತಿ ಮತ್ತು ಮಾಸ್ತಿ ಕಾದಂಬರಿ ಪುರಸ್ಕಾರಗಳು ಇವರಿಗೆ ಸಂದ ಇತರ ಪ್ರಶಸ್ತಿಗಳಾಗಿವೆ. 'ತಾರಾಬಾಯಿಯ ಪತ್ರ' ಕಾದಂಬರಿಯು ತೆಲುಗು ಮತ್ತು ಇಂಗ್ಲಿಷ್ ಭಾಷೆಗಳಿಗೆ ಅನುವಾದಗೊಂಡಿದೆ.

dattathri.ramanna@gmail.com | 96638 16451

ದಿವಂಗತ ಎಸ್.ಕೆ. ಹರಿಹರೇಶ್ವರರಿಗೆ

ಅರಿಕೆ

ಈ ಕಾದಂಬರಿ ಬರಹ ಎನ್ನುವ ಪರಕಾಯ ಪ್ರವೇಶ ಸುಮಾರು ಏಳೆಂಟು ತಿಂಗಳುಗಳ ಕಾಲ ನನ್ನ ಜೀವನದಲ್ಲಿ ಒಂದು ಹೊಸಬಗೆಯ ಸಂಭ್ರಮ, ಕೌತುಕತೆ ಮತ್ತು ಸಂಘರ್ಷಗಳನ್ನು ಮೂಡಿಸಿತ್ತು. ಕಥೆಗೂ ನಿಜಪ್ರಪಂಚಕ್ಕೂ, ಕಲ್ಪನೆಗೂ ವಾಸ್ತವತೆಗೂ ಗೊಂದಲವಾಗುವಷ್ಟು ಈ ಪಾತ್ರಗಳು ಆದಿನಗಳಲ್ಲಿ ನನ್ನೊಂದಿಗಿದ್ದವು. ಮನೆಗೆ ಬಂದ ಹಿಂಡು ನೆಂಟರು ಒಮ್ಮೆಗೇ ಹೊರಟುಹೋದಂತೆ ಕಾದಂಬರಿಯ ಬರಹ ಮುಗಿದೊಡನೆ ಮನಸ್ಸು ಖಾಲಿಖಾಲಿಯಾಗುತ್ತದೆ.

ಈ ಕಾದಂಬರಿಯ ಬೆಳವಣಿಗೆಗೆ ನೆರವಾದ ಇವರೆಲ್ಲರಿಗೂ ನನ್ನ ಕೃತಜ್ಞತೆಗಳು:

– ದಿನವಹೀ ಚಟುವಟಿಕೆಗಳಿಂದ ನನ್ನನ್ನು ಬಹಳಷ್ಟು ಮುಕ್ತಗೊಳಿಸಿ ಬರೆಯಲು ಸಮಯಾವಕಾಶವನ್ನು ಕಲ್ಪಿಸಿಕೊಟ್ಟು ಬರವಣಿಗೆಯ ಜೊತೆಜೊತೆಯಲ್ಲೇ ಓದುಗಳಾಗಿ ಕಾದಂಬರಿಯ ಬೆಳವಣಿಗೆಗೆ ಜೊತೆ ನೀಡಿದ ಪತ್ನಿ ರೂಪಳಿಗೆ.

– ಮೊದಲ ಕರಡು ಪ್ರತಿಯನ್ನು ಓದಿ ತಿದ್ದಲು ನೆರವಾದ ಹಿರಿಯ ಕವಿ ಡಾ. ಎಚ್.ಎಸ್. ವೆಂಕಟೇಶಮೂರ್ತಿಯವರಿಗೆ. ಕಿರಿಯ ಸಹಲೇಖಕರ ಬಗೆಗೆ ಎಚ್‌ಎಸ್‌ವಿಯವರ ತುಂಬು ಪ್ರೀತಿ ನನ್ನನ್ನು ಮೂಕನನ್ನಾಗಿಸಿದೆ.

– ಮೊದಲ ಕರಡು ಪ್ರತಿಯನ್ನು ಓದಿ ಬದಲಾವಣೆಗಳಿಗೆ ನೆರವಾಗುವುದರ ಜೊತೆಗೆ ಕಾಗುಣಿತ ಮತ್ತು ವ್ಯಾಕರಣ ತಪ್ಪುಗಳನ್ನು ತಿದ್ದಿದ ಕವಯಿತ್ರಿ ಶ್ರೀಮತಿ ಜ್ಯೋತಿ ಮಹಾದೇವರಿಗೆ.

– ಮೊದಲ ಕರಡುಪ್ರತಿಯನ್ನು ಓದಿ ತಿದ್ದಲು ನೆರವಾದ ಸ್ನೇಹಿತರಾದ ವಸುಧೇಂದ್ರ, ಡಾ. ಗುರುಪ್ರಸಾದ್ ಕಾಗಿನೆಲೆ ಮತ್ತು ಶ್ರೀಮತಿ ಶಶಿಕಲ ಚಂದ್ರಶೇಖರರಿಗೆ. 'ನೀನು ಕಾದಂಬರಿ ಬರೆದರೆ ಅದನ್ನು ಛಂದ ಪುಸ್ತಕದಿಂದಲೇ ಪ್ರಕಟಿಸುತ್ತೇನೆ' ಎಂದು ವಸುಧೇಂದ್ರ ನಾನು ಬರವಣಿಗೆಯನ್ನು ಪ್ರಾರಂಭಿಸುವ ಮುನ್ನವೇ ಆಶ್ವಾಸನೆ ನೀಡಿದ್ದ!

– ಎರಡನೇ ಕರಡುಪ್ರತಿಯನ್ನು ಓದಿ ತಿದ್ದಲು ನೆರವಾದ ಶ್ರೀ ಎಚ್.ವಿ. ಸುಹಾಸ ಮತ್ತು ನನ್ನ ತಂಗಿ ಶ್ರೀಮತಿ ಶೈಲಜ ಶ್ರೀನಾಥ್‌ಗೆ.

– ಅಂದವಾಗಿ ಮತ್ತು ಅರ್ಥಗರ್ಭಿತವಾಗಿ ಮುಖಪುಟವನ್ನು ರಚಿಸಿಕೊಟ್ಟ ಬಹುಮುಖ ಪ್ರತಿಭೆಯ ಶ್ರೀ ನಾಗರಾಜ ವಸ್ತಾರೆಯವರಿಗೆ, ಒಳಚಿತ್ರಗಳನ್ನು ರಚಿಸಿದ ಕತೆಗಾರ ಮಂಜುನಾಥ್ ವಿ ಎಂ ಮತ್ತು ಕರಡು ತಿದ್ದಿದ ರಮೇಶ ನಾಯಕರಿಗೆ

ಎಂ. ಆರ್. ದತ್ತಾತ್ರಿ

(ಮೊದಲ ಮುದ್ರಣಕ್ಕೆ ಬರೆದ ಮಾತುಗಳು)

ಎರಡನೆ ಮುದ್ರಣಕ್ಕೆ

ಈ ಕಾದಂಬರಿಯನ್ನು ಕನ್ನಡ ಓದುಗರು ಮೆಚ್ಚುಗೆಯಿಂದ ಸ್ವೀಕರಿಸಿದ್ದು ನನಗೆ ಬಹಳ ಸಂತೋಷವನ್ನು ತಂದಿದೆ. ಈಗ ಈ ಪುಸ್ತಕವು ಎರಡನೆಯ ಮುದ್ರಣದಲ್ಲಿದೆ. ಇದನ್ನು ಸಾಧ್ಯವಾಗಿಸಿದ ಪ್ರಕಾಶಕ ಮಿತ್ರ ವಸುಧೇಂದ್ರನಿಗೆ ಮತ್ತು ಮುಖಪುಟವನ್ನು ರಚಿಸಿಕೊಟ್ಟ ಅರುಣಕುಮಾರ್‌ಗೆ ನನ್ನ ವಂದನೆಗಳು.

ಎಂ. ಆರ್. ದತ್ತಾತ್ರಿ

ಅಧ್ಯಾಯ 1

"ಹೆಸರು?"

"ಶ್ರೀಕಾಂತ ಸೂರ್ಯನಾರಾಯಣ ರಾವ್."

"ಡೇಟ್ ಆಫ್ ಬರ್ತ್?"

"ಸೆಪ್ಟೆಂಬರ್ ಹತ್ತೊಂಬತ್ತು ಸಾವಿರದ ಒಂಬೈನೂರ ಎಪ್ಪತ್ತಮೂರು."

"ಇನ್ನೊಂದು ವಾರಕ್ಕೆ ನಿನ್ನ ಹುಟ್ಟಿದಹಬ್ಬ."

"ಹೌದು."

ಲಾಸ್ ಏಂಜಲಿಸ್ ಇಂಟರ್‌ನ್ಯಾಷನಲ್ ಏರ್‌ಪೋರ್ಟಿನ ಇಮಿಗ್ರೇಷನ್ ಆಫೀಸರ್‌ನ ಅಗಲ ಮುಖ ಸ್ವಲ್ಪ ಸಡಿಲವಾಯಿತು.

"ಯಾವ ಕಂಪನಿಯಲ್ಲಿ ಕೆಲಸ ಮಾಡುತ್ತೀಯಾ?"

"ಇನ್ಫೋವಾಯೆಜ್ ಕನ್ಸಲ್ಟಿಂಗ್ ಕಂಪನಿ."

"ನಿನ್ನ ಕಂಪನಿಯ ಎಂಪ್ಲಾಯ್‌ಮೆಂಟ್ ಲೆಟರ್ ತೋರಿಸು."

ನನ್ನ ಬಲ ಭುಜದಲ್ಲಿ ನೇತಾಡುತ್ತಿದ್ದ ಕೆಂಪು ಬ್ಯಾಗಿನಿಂದ ಇನ್ಫೋವಾಯೆಜ್ ಕಂಪನಿ ನನಗೆ ಕೊಟ್ಟಿದ್ದ ಪತ್ರವನ್ನು ತೋರಿಸಿದೆ.

"ಎಷ್ಟು ದಿನ ಇಲ್ಲಿರುತ್ತೀಯ?"

"ವೀಸಾ ಅವಧಿ ಮುಗಿಯುವವರೆಗೆ."

ನಾನು ಭರ್ತಿ ಮಾಡಿದ್ದ ಇಮಿಗ್ರೇಷನ್ ಫಾರ್ಮಿನ ಮೇಲೆ ಜೋರು ಶಬ್ದದಲ್ಲಿ ಸೀಲು ಒತ್ತಿ ಸೀಲಿನ ಮಧ್ಯೆ ಸಹಿ ಮಾಡಿ ಅದನ್ನು ಪಾಸ್‌ಪೋರ್ಟ್‌ಗೆ ಅಂಟಿಸಿ ನನ್ನ ಎದುರು ದೂಡಿದ.

ಬಹಳ ದೊಡ್ಡ ದೇಹದ ಮನುಷ್ಯ ಆತ. ಸಣ್ಣ ಹೇರ್‌ಕಟ್‌ನ ಕೆಂಚು ಕೂದಲು ಮತ್ತು ದಪ್ಪಗಾಜಿನ ಕನ್ನಡಕ.

"ಹೆಸರು?"

"ವಾಣಿ."

"ನಾನು ಕೇಳುತ್ತಿರುವುದು ನಿಮ್ಮ ಪೂರ್ತಿ ಹೆಸರು! ಪಾಸ್‌ಪೋರ್ಟ್‌ನಲ್ಲಿ ಹೇಗಿದೆಯೋ ಹಾಗೆ."

"ವಾಣಿ ರಾಘವೇಂದ್ರ ಕುಲಕರ್ಣಿ."

"ಡೇಟ್ ಆಫ್ ಬರ್ತ್?"

"ಐದು ಡಿಸೆಂಬರ್ ಸಾವಿರದ ಒಂಬೈನೂರ ಎಪ್ಪತ್ತೈದು."

"ನಿಮ್ಮ ಮ್ಯಾರೇಜ್ ಸರ್ಟಿಫಿಕೇಟ್ ತೋರಿಸಿ."

ನನ್ನ ಹ್ಯಾಂಡ್‌ಬ್ಯಾಗ್‌ನಲ್ಲಿನ ಕಾಗದಗಳನ್ನು ಹುಡುಕಿ ಕಂದುಬಣ್ಣದ ಮ್ಯಾರೇಜ್ ಸರ್ಟಿಫಿಕೇಟನ್ನು ಅವನಿಗೆ ನೀಡಿದೆ. ತನ್ನ ದಪ್ಪನೆಯ ಕನ್ನಡಕದ ಸಂದಿಯಿಂದ ದೃಷ್ಟಿಯಿಟ್ಟು ಓದಿದ.

"ಮದುವೆಯಾಗಿ ಬರೇ ಎರಡುವರ್ಷಗಳಾಗಿವೆ. ಆದರೆ ನಿಮ್ಮ ಮ್ಯಾರೇಜ್ ಸರ್ಟಿಫಿಕೇಟ್ ಯಾಕಿಷ್ಟು ಹಣ್ಣಾಗಿದೆ?" ಎಂದು ತನ್ನ ಜೋಕಿಗೆ ತಾನೇ ಜೋರಾಗಿ ನಕ್ಕು ಕಾಗದವನ್ನು ಸೂಕ್ಷ್ಮವಾಗಿ ಮಡಿಸಿ ವಾಪಸ್ಸು ನೀಡಿದ.

ಜನರಿಂದ ತುಂಬಿ ತುಳುಕುತ್ತಿದ್ದ ಆ ವಿಶಾಲ ಏರ್‌ಪೋರ್ಟಿನಲ್ಲಿ ನಾವು ನಮ್ಮ ಬ್ಯಾಗುಗಳನ್ನು ತೆಗೆದುಕೊಂಡಾಗ ಮಧ್ಯಾಹ್ನ ಎರಡು ಗಂಟೆ.

ಇಬ್ಬರಿಗೂ ಅಸಾಧ್ಯ ಸುಸ್ತಾಗಿತ್ತು. "ಎರಡು ದಿನ ತಡವಾದರೂ ಕೊನೆಗೆ ತಲುಪಿದೆವು." ಎಂದಳು ವಾಣಿ.

ಇಲ್ಲಿಗೆ ತಲುಪುವ ಮುನ್ನ ಎರಡು ಪೂರ್ತಿ ದಿನ ಮತ್ತು ರಾತ್ರಿಗಳನ್ನು ಸಿಂಗಪೂರ್ ಏರ್‌ಪೋರ್ಟಿನಲ್ಲಿ ಕಳೆದಿದ್ದೆವು. ಕಾರಣ, ಸೆಪ್ಟೆಂಬರ್ ಹನ್ನೊಂದರ ಬೆಳಗ್ಗೆ ಅಮೆರಿಕದ ಮೇಲೆ ನಡೆದ ಭಯೋತ್ಪಾದಕರ ದಾಳಿ.

ಬೆಂಗಳೂರಿನಿಂದ ಮಧ್ಯರಾತ್ರಿ ಹೊರಡಬೇಕಿದ್ದ ಇಂಡಿಯನ್ ಏರ್‌ಲೈನ್ಸ್ ಒಂದು ಗಂಟೆ ತಡವಾಗಿ ಹೊರಟಾಗ ಬೆಂಗಳೂರಿನಲ್ಲಿ ಸಮಯ ರಾತ್ರಿ ಒಂದೂವರೆ. ವಾಣಿಗೆ ಇದು ಮೊದಲ ವಿಮಾನ ಯಾನ. ನಾನು ಕೆಲಸದ ನಿಮಿತ್ತ ಭಾರತದ ಅನೇಕ ನಗರಗಳಿಗೆ ವಿಮಾನಗಳಲ್ಲಿ ಹೋಗಿಬಂದಿದ್ದೆನಾದರೂ ನನಗಿದು ಮೊದಲ ವಿದೇಶಯಾನ. ಹುಟ್ಟಿ ಬೆಳೆದ ನೆಲವನ್ನು ಬಿಟ್ಟು ದೂರ ಹಾರುವ ಆತಂಕ, ಬರೀ ಪುಸ್ತಕ ಮತ್ತು ಟಿವಿಯಲ್ಲಿ ಕಂಡಿದ್ದ ದೂರದ ನಾಡಿನ ಕುತೂಹಲ, ಅವ್ಯಕ್ತ ದಿಗಿಲು, ಏರೋಪ್ಲೇನಿನ ಅಪರಿಚಿತ ಪರಿಸರಕ್ಕೆ ಹೊಂದಿಕೊಳ್ಳುವ ಸಂಕೋಚ ಎಲ್ಲವೂ ನಮ್ಮನ್ನು ಹೊಕ್ಕಿದ್ದವು. ವಿಮಾನ ಆರ್ಭಟಿಸುತ್ತ ಬೆಂಗಳೂರಿನ ನೆಲವನ್ನು ಬಿಡುವಾಗ ವಾಣಿ ನನ್ನ ಮುಂಗೈಯನ್ನು ಬಲವಾಗಿ ಹಿಡಿದಿದ್ದಳು. ವಿಮಾನ ಮೇಲೇರಿದಂತೆಲ್ಲಾ ಗೊಂಚಲಿನಂತೆ ಹಾಸುಬಿದ್ದ ಬೆಂಗಳೂರಿನ ಬಣ್ಣಬಣ್ಣದ ದೀಪಗಳು ಮಸುಕಾಗುತ್ತಾ ಹೋಗಿ ಕಾರ್ಮೋಡಗಳೊಳಗೆ ಕರಗಿಹೋದವು. ವಿಮಾನ ಮೇಲೇರಿ ಮೋಡಗಳೊಳಗೆ ಸೇರಿದಂತೆಲ್ಲಾ ಹೊರಗೇನೂ ಕಾಣದಂತಾಗಿ ಮಿಣುಕುವ ಬೆಳಕಿನ ಹುಳದಂತೆ ನಮ್ಮ ವಿಮಾನ ಕತ್ತಲೆಯನ್ನು ಸೀಳಿಕೊಂಡು ಹಾರುತ್ತಿತ್ತು. ಭೂಮಿಯ ಪೂರ್ವಕ್ಕೆ ಹಾರುತ್ತಿದ್ದ

ನಮಗೆ ಸಿಂಗಪುರವನ್ನು ತಲುಪುವ ಮುಂಚೆಯೇ ಹೊಂಗಿರಣಗಳು ಮೋಡಗಳ ಅಂಚನ್ನು ಅಲಂಕಾರ ಮಾಡುವ ಸುಂದರ ದೃಶ್ಯವನ್ನು ನೋಡುವಂತಾಯಿತು.

"ಯಾವುದೋ ಆರ್ಟ್ ಗ್ಯಾಲರಿಯಲ್ಲಿನ ಗೋಡೆ ಭರ್ತಿ ಪೈಂಟಿಂಗ್ ಒಂದರ ಮುಂದೆ ನಿಂತಂತಿದೆ." ಎಂದಳು ವಾಣಿ ಕಿಟಕಿಯ ಆಚೆ ನೋಡುತ್ತಾ.

ನಾವು ಸಿಂಗಪುರವನ್ನು ತಲುಪಿದಾಗ ಅಲ್ಲಿನ ಸಮಯ ಬೆಳಗ್ಗೆ ಒಂಬತ್ತೂವರೆ. ಮಧ್ಯಾಹ್ನ ಒಂದೂವರೆಗೆ ಸಿಂಗಪುರ ಏರ್‌ಲೈನ್ಸ್‌ನ ವಿಮಾನದಲ್ಲಿ ಸಿಂಗಪುರದಿಂದ ಲಾಸ್ ಏಂಜಲಿಸ್‌ಗೆ ನಮ್ಮ ಪ್ರಯಾಣ ನಿಗದಿಯಾಗಿತ್ತು. ನಮಗಿನ್ನೂ ನಾಲ್ಕು ಗಂಟೆಗಳ ಸಮಯವಿತ್ತು. ನಿಧಾನವಾಗಿ ನಡೆಯುತ್ತಾ ಏರ್‌ಪೋರ್ಟ್‌ನ ಒಂದು ತುದಿಯಿಂದ ಮತ್ತೊಂದು ತುದಿಗೆ ಬಂದೆವು. ಬಹಳ ದೊಡ್ಡ ಏರ್‌ಪೋರ್ಟ್. ಕೆಂಚು ಕೂದಲಿನ ಮತ್ತು ಕೆಂಪು ಮೈಬಣ್ಣದ ಜನ, ಕಪ್ಪುಗೂದಲಿನ ಕಪ್ಪು ಮೈಬಣ್ಣದ ಜನ, ಕಪ್ಪುಗೂದಲಿನ ಹಳದಿ ಮೈಬಣ್ಣದ ಜನ, ಕಪ್ಪುಗೂದಲಿನ ಕಂದು ಮೈಬಣ್ಣದ ಜನ... ಬಗೆಬಗೆಯ ಜನರು ಎಲ್ಲೆಲ್ಲೂ. ಸುತ್ತಲಿನ ಅಂಗಡಿಗಳಲ್ಲಿ, ಪ್ರಯಾಣಿಕರಿಗಾಗಿ ಇರುವ ಸೌಲಭ್ಯಗಳಲ್ಲಿ, ಸಹಾಯಕ್ಕೆ ನಿಂತ ನೌಕರರಲ್ಲಿ ಎಲ್ಲೆಲ್ಲೂ ಆಧುನಿಕತೆಯ ದರ್ಶನ.

ಟರ್ಮಿನಲ್‌ನ ಅರೈವಲ್ ಮತ್ತು ಡಿಪಾರ್ಚರ್ ಬೋರ್ಡಿನ ಮುಂದೆ ನಿಂತ ನನಗೆ ಆಶ್ಚರ್ಯವೊಂದು ಕಾದಿತ್ತು. ನಾವು ಹೊರಡಬೇಕಿದ್ದ ವಿಮಾನವೂ ಸೇರಿದಂತೆ ಅಮೆರಿಕ ಮತ್ತು ಯುರೋಪಿನೆಡೆಗೆ ಹೊರಟಿದ್ದ ಬಹುತೇಕ ವಿಮಾನಗಳ ಸ್ಟೇಟಸ್ "ಡಿಲೇಡ್" ಎಂದಾಗಿತ್ತು. ವಾಣಿಗೂ ಅದನ್ನು ತೋರಿಸಿದೆ. ಅದನ್ನು ನೋಡಿ ಅವಳು ನಕ್ಕು "ನಮ್ಮ ಹಳ್ಳಿಬಸ್ಸುಗಳಂತೆಯೇ ಇಲ್ಲಿಯೂ." ಎಂದಳು. ಏರ್‌ಲೈನ್ಸ್‌ನ ಎನ್‌ಕ್ವೈರಿ ಕೌಂಟರ್‌ನ್ನು ಹುಡುಕಿ ಸಾಲಿನಲ್ಲಿ ನಿಂತು ಕೌಂಟರ್‌ನಲ್ಲಿದ್ದ ಕಪ್ಪು ಸೂಟಿನ ಸಣ್ಣಕಣ್ಣಿನ ವ್ಯಕ್ತಿಗೆ ನನ್ನ ಚೆಕ್–ಇನ್ ಪಾಸನ್ನು ತೋರಿಸಿ ಯಾವ ಸಮಯಕ್ಕೆ ನನ್ನ ವಿಮಾನ ಹೊರಡುತ್ತದೆ ಎಂದು ಕೇಳಿದೆ.

ಆತ ಒಮ್ಮೆ ತನ್ನ ಕಂಪ್ಯೂಟರ್‌ನಲ್ಲಿ ಪರೀಕ್ಷಿಸಿ "ಲಾಸ್ ಏಂಜಲಿಸ್‌ಗೆ ಅಲ್ಲವೇ? ಯಾವಾಗ ಎಂದು ಹೇಳಲು ಬರುವುದಿಲ್ಲ."

"ಏನು ಹೇಳಲು ಬರುವುದಿಲ್ಲ?"

ಆ ಸಣ್ಣನೆಯ ಕಣ್ಣಿನವನು ತನ್ನ ಕನ್ನಡಕವನ್ನು ಸರಿಮಾಡಿಕೊಂಡು ನನ್ನೆಡೆಗೆ ನೇರವಾಗಿ ನೋಡುತ್ತಾ

"ತಮಗೆ ತಿಳಿದಿಲ್ಲವೇ? ಸುಮಾರು ನಾಲ್ಕೈದು ಗಂಟೆಗಳಾಯಿತು. ಅಮೆರಿಕ ಏರ್‌ಬ್ಯಾನ್ ಹಾಕಿದೆ. ಅಮೆರಿಕದ ನೆಲದ ಮೇಲೆ ಯಾವ ವಿಮಾನವೂ ಹಾರುವಂತಿಲ್ಲ. ಅಮೆರಿಕಕ್ಕೆ ಹೋಗಬೇಕಿದ್ದ ಎಲ್ಲ ವಿಮಾನಗಳೂ ನೆಲದಲ್ಲೇ ಇವೆ. ಏರ್‌ಬ್ಯಾನ್‌ಗೆ ಮೊದಲು ಹಾರಿದ ವಿಮಾನಗಳನ್ನೆಲ್ಲಾ ಕೆನಡಾ ಮತ್ತು ಮೆಕ್ಸಿಕೋಗಳೆಡೆಗೆ ರೀಡೈರೆಕ್ಟ್ ಮಾಡಲಾಗಿದೆ. ಯುರೋಪಿನ ರಾಷ್ಟ್ರಗಳಲ್ಲಿ ಕೆಲವು ನಿಷೇಧವನ್ನು ಹೇರಿವೆ ಕೆಲವಿಲ್ಲ."

ಏನೋ ಸಂಭವಿಸಿದೆ ಎನ್ನುವುದು ನನಗೆ ಖಾತ್ರಿಯಾಯಿತು. ತನ್ನ ಭೂಮಿಯ ಮೇಲೆ ಯಾವ ವಿಮಾನವೂ ಹಾರಬಾರದೆಂದು ಒಂದು ರಾಷ್ಟ್ರವು ನಿರ್ಬಂಧ ಹಾಕುವುದು ಎಂದರೆ ಏನು?

"ಏನಾಯಿತು?" ಎಂದೆ ಮೆಲು ಧ್ವನಿಯಲ್ಲಿ.

"ತಮಗಿನ್ನೂ ತಿಳಿದಿಲ್ಲ ಅನ್ನಿಸುತ್ತದೆ. ಬಹುಶಃ ದೂರದ ಪ್ರಯಾಣದಿಂದ ಈಗ ಇಳಿದಿದ್ದೀರಿ. ಅಮೆರಿಕದ ಮೇಲೆ ವೈಮಾನಿಕ ದಾಳಿ ನಡೆದಿದೆ. ಬಹಳ ಸಾವು ನೋವುಗಳು ಸಂಭವಿಸಿವೆ. ನಮ್ಮ ಟರ್ಮಿನಲ್‌ನ ಪ್ರತಿಯೊಂದು ಟಿವಿಯೂ ಸಿಎನ್‌ಎನ್ ಚಾನೆಲ್‌ನ್ನು ತೋರಿಸುತ್ತಿವೆ. ಅದೇ ದೃಶ್ಯಾವಳಿಗಳನ್ನು ಮತ್ತೆ ಮತ್ತೆ ಪ್ರಸಾರ ಮಾಡಲಾಗುತ್ತಿದೆ. ತಾವು ಅಲ್ಲಿಗೆ ಹೋದರೆ ಆ ವಾರ್ತೆಯನ್ನು ಖುದ್ದು ತಿಳಿಯಬಹುದು. ಈಗ ನಿಮ್ಮ ಹಿಂದೆ ಸಾಲಿನಲ್ಲಿರುವ ಪ್ರಯಾಣಿಕರೊಡನೆ ವ್ಯವಹರಿಸಲು ದಯವಿಟ್ಟು ಅವಕಾಶ ಕೊಡುವಿರಾ?" ಎಂದು ವಿನಯವಾಗಿ ಕೇಳಿಕೊಂಡ.

ನಾನು ಕೇಳಿದ ವಿಷಯವನ್ನು ವಾಣಿಗೆ ತಿಳಿಸಿದೆ. ಅವಳಿಗೂ ಇದು ಆಶ್ಚರ್ಯವೆನಿಸಿತು. ಹತ್ತಿರದಲ್ಲಿದ್ದ ಪ್ರಯಾಣಿಕರ ವಿಶ್ರಾಂತಿ ಪ್ರದೇಶಕ್ಕೆ ಇಬ್ಬರೂ ನಡೆದೆವು. ಅಲ್ಲಿದ್ದ ಟಿವಿಯ ಮುಂದೆ ಬಹಳಷ್ಟು ಜನ ಸೇರಿದ್ದರು. ಏರ್‌ಪೋರ್ಟ್ ಅಸಹಜವಾಗಿ ಜನರಿಂದ ತುಂಬಿದೆ ಎಂದು ಆಗ ಅನ್ನಿಸತೊಡಗಿತು. ಟಿವಿಯ ದೃಶ್ಯದಲ್ಲಿ ಬರೀ ಚೆಲ್ಲಾಪಿಲ್ಲಿಯಾಗಿ ಓಡುತ್ತಿರುವ ಜನರು. ಹಾಲಿವುಡ್ ಸಿನಿಮಾದ ಯಾವುದೋ ಯುದ್ಧದ ದೃಶ್ಯದಂತೆ.

ಧೂಳು ಮತ್ತು ಹೊಗೆಯ ಮಧ್ಯೆ ದಿಕ್ಕುಗೆಟ್ಟು ಓಡುತ್ತಿರುವ ಜನ. ಸಿಡಿದ ಅಗ್ನಿ ಪರ್ವತದಿಂದ ದೂರ ಓಡುವವರಂತೆ ದುಃಖ, ಅಸಹಾಯಕತೆ ಮತ್ತು ಗಾಬರಿಯಲ್ಲಿ ರಕ್ಷಣೆಗಾಗಿ ಓಡುತ್ತಿರುವ ಜನ. ತಲೆ, ಮುಖ, ಕಣ್ಣು ರೆಪ್ಪೆ, ಮೈಕೈನ ಮೇಲೆಲ್ಲಾ ಅದ್ದಿ ತೆಗೆದಂತೆ ಬೂದಿ ಮತ್ತು ಧೂಳು. ಬಾಯಿತೆರೆದು ಬೊಬ್ಬೆಹಾಕುತ್ತಿದ್ದ ಮಗುವನ್ನು ಎತ್ತಿಕೊಂಡು ಓಡುತ್ತಿರುವ ತಾಯಿ, ಓಡಲಾರದೇ ಬಿದ್ದು ನರಳುತ್ತ ಕನ್ನಡಕವನ್ನು ಹುಡುಕುತ್ತಿರುವ ಮುದುಕ. ಆ ಮುದುಕನ ಅಂಗೈಯನ್ನೇ ತುಳಿದುಕೊಂಡು ಓಡಿದ ಒಬ್ಬ ಧಡೂತಿ ಹೆಣ್ಣು. "ಗೋ ನಾರ್ಥ್! ಗೋ ನಾರ್ಥ್! ಗೋ ನಾರ್ಥ್!" ಎಂಬ ಜೋರು ಅರಚಾಟದ ಶಬ್ದ. "ಸಬ್‌ವೇ ಕಡೆಗೆ ಹೋಗಬೇಡಿ. ಅಲ್ಲಿ ನಿಲ್ಲಲೂ ಜಾಗವಿಲ್ಲ." ಪೋಲೀಸ್‌ನೊಬ್ಬ ಒಂದು ಹ್ಯಾಂಡ್ ಮೈಕ್ರೋಫೋನ್ ಹಿಡಿದು ಕೂಗುತ್ತಿದ್ದ. "ದಯವಿಟ್ಟು ಯಾರೂ ನಿಲ್ಲಬೇಡಿ. ಓಡುತ್ತಲೇ ಇರಿ. ನಿಂತರೆ ಹಿಂದೆ ಓಡಿಬರುತ್ತಿರುವವರು ನಿಮ್ಮನ್ನು ತುಳಿದು ಹೋಗುವ ಅಪಾಯವಿದೆ." ಎಂದು ಧೂಳಿನ ಮಧ್ಯೆ ಫ್ಲಾಷ್‌ಲೈಟ್ ಬಿಡುತ್ತ ಕೂಗುವ ಅಗ್ನಿಶಾಮಕ ದಳದ ಯೋಧ. ಕೀಪ್ ಮೂವಿಂಗ್! ಕೀಪ್ ಮೂವಿಂಗ್! ಹಿನ್ನೆಲೆಯಲ್ಲಿ ಹೊತ್ತಿ ಉರಿಯುತ್ತಿದ್ದ ವರ್ಲ್ಡ್‌ಟ್ರೇಡ್ ಸೆಂಟರಿನ ಎತ್ತರದ ಕಟ್ಟಡಗಳಿಂದ ದಟ್ಟ ಹೊಗೆ ಮೇಲೆದ್ದು ನ್ಯೂಯಾರ್ಕ್ ನಗರದ ಆಕಾಶವನ್ನು ಆವರಿಸಿಕೊಳ್ಳುವ ದೃಶ್ಯ.

"ಈಗೊಂದು ಹತ್ತು ನಿಮಿಷಗಳ ಹಿಂದೆ ಭೀಕರ ದೃಶ್ಯವನ್ನು ತೋರಿಸಿದರು. ಮೇಲಿನ ಅಂತಸ್ತಿನ ಕಿಟಕಿಗಳಿಂದ ಜನ ಧುಮುಕುತ್ತಿದ್ದರು. ಮೇಲಿನ ಅಂತಸ್ತು ಅಂದರೆ ಹಂಡ್ರೆಡ್ ಪ್ಲಸ್ ಫ್ಲೋರ್‌ಗಳು! ಉಳಿಯುವ ಸಾಧ್ಯತೆ ಎಲ್ಲಾದರೂ ಉಂಟೇ? ಹಾಗೆ ಕಿಟಕಿಯಿಂದ ಹಾರಿಕೊಳ್ಳಬೇಕಾದರೆ ಒಳಗಿನ ಪರಿಸ್ಥಿತಿ ಇನ್ನೇನಾಗಿರಬೇಕು? ಭೀಕರವಾದ ದೃಶ್ಯ." ನನ್ನ ಪಕ್ಕದಲ್ಲಿ ನಿಂತಿದ್ದ ಬಿಳಿ ಟೀಶರ್ಟಿನ ಮುದುಕ ಅವನ ಹೆಂಡತಿಗೆ ಹೇಳುತ್ತಿದ್ದ. ಸುಮಾರು ಎಪ್ಪತ್ತರ ಆಸುಪಾಸಿನವನಿರಬಹುದು. ಸ್ವಲ್ಪ ಬಾಗಿದ ಬೆನ್ನು. ದಪ್ಪ ಕನ್ನಡಕ. ಕೆಂಪು ಮುಖದ ತುಂಬ ಬಿಳಿಯ ಚಿಬ್ಬನ್ನು ಹೊತ್ತ ಮತ್ತು ಒತ್ತಿ ತಿಕ್ಕಿದ ಕೆಂಪು ಲಿಪ್‌ಸ್ಟಿಕ್‌ನ ಅವನ ಹೆಂಡತಿ ಗಾಬರಿಯಿಂದ ಟಿವಿಯೆಡೆಗೆ ನೋಡುತ್ತಿದ್ದಳು.

ನಾನು ಅವರೆಡೆಗೆ ನೋಡಿದ್ದನ್ನು ಗಮನಿಸಿದ ಮುದುಕ ನನ್ನೆಡೆಗೆ ತಿರುಗಿ "ಲೋಯರ್ ಮನ್‌ಹಟನ್ನನ್ನು ಸಂಪೂರ್ಣವಾಗಿ ಖಾಲಿ ಮಾಡಿಸುತ್ತಿದ್ದಾರಂತೆ." ಎಂದ.

"ಅಷ್ಟೊಂದು ಧೂಳು ಮತ್ತು ಹೊಗೆಯ ನಡುವೆ ಜನ ಉಸಿರಾಡಲಾದರೂ ಹೇಗೆ ಸಾಧ್ಯ? ಆ ಶಾಖಕ್ಕೆ ನಿಲ್ಲಲಾದರೂ ಎಲ್ಲಿ?" ಎಂದೆ.

"ಮಾರ್ಕ್, ನೋಡಲ್ಲಿ!" ದಪ್ಪ ಲಿಪ್‌ಸ್ಟಿಕ್‌ನ ಮುದುಕಿ ಗಂಡನನ್ನು ಕೂಗಿದಳು.

ಮಕ್ಕಳಾಟಿಕೆಯ ಮನೆಯೊಂದು ಅಡಿಪಾಯ ಕಳೆದುಕೊಂಡು ಕುಸಿದಂತೆ ಆಕಾಶ ದೆತ್ತರದ ವರ್ಲ್ಡ್‌ಟ್ರೇಡ್ ಸೆಂಟರಿನ ಒಂದು ಕಟ್ಟಡ ಕುಸಿಯುತ್ತಿತ್ತು. "ಮೈ ಗಾಡ್!" ಎಂದ ಮುದುಕ.

ವಾಣಿ ನನ್ನ ಕಿವಿಯಲ್ಲಿ ಗಾಬರಿಯಿಂದ "ಶ್ರೀ, ಇದೇನೊ! ಇಷ್ಟು ಭೀಕರವಾಗಿದೆ!" ಎಂದು ನನ್ನ ಕೈಯನ್ನು ಗಟ್ಟಿಯಾಗಿ ಹಿಡಿದಳು. ಕುಸಿದ ಗಗನಚುಂಬಿಯ ಪಕ್ಕದ ಕಟ್ಟಡ ಬೆಂಕಿಯಿಂದ ಉರಿಯುತ್ತಲೇ ಇತ್ತು. " ನೋಡುತ್ತಿರಿ. ಆ ಇನ್ನೊಂದು ಕಟ್ಟಡ ಕೂಡ ಉಳಿಯುವುದಿಲ್ಲ. ಆ ಬಿಸಿಗೆ ಒಳಗಿನ ಕಬ್ಬಿಣ ಕರಗುತ್ತ ಹೋಗುತ್ತದೆ. ಇಟ್ ಈಸ್ ಎ ಮ್ಯಾಟರ್ ಆಫ್ ಟೈಮ್, ದಟ್ಸ್ ಆಲ್." ಎಂದ ಮುದುಕ ನನ್ನೆಡೆಗೆ. ಎದುರು ನಿಂತಿದ್ದ ಚೈನಿಸ್ ಹುಡುಗ ನಮ್ಮೆಡೆಗೆ ತಿರುಗಿ "ಆ ಕಟ್ಟಡವೂ ಈಗೊಂದು ಗಂಟೆಯ ಹಿಂದೆ ಕುಸಿದು ಬಿತ್ತು. ನೀವು ನೋಡುತ್ತಿರುವುದು ರೆಕಾರ್ಡೆಡ್ ದೃಶ್ಯಗಳು." ಎಂದ. ಮುದುಕಿಯ ಬಾಯಿಂದ ಮತ್ತೊಮ್ಮೆ "ಓ ಮೈ ಗಾಡ್!" ಎನ್ನುವ ಉದ್ಗಾರ ಹೊರಬಂತು.

ಮುದುಕ ಮೆಲ್ಲನೆ ತನ್ನ ಕನ್ನಡಕವನ್ನು ತೆಗೆದು ಕೈಗಳಿಂದ ಕಣ್ಣುಗಳನ್ನು ಉಜ್ಜಿ ಟೀಶರ್ಟ್‌ನ ತುದಿಯಿಂದ ಕನ್ನಡಕದ ಗಾಜನ್ನು ಒರೆಸಿಕೊಳ್ಳುತ್ತ ನನ್ನೆಡೆಗೆ ತಿರುಗಿ "ಇಂತಹ ದೃಶ್ಯಗಳನ್ನು ಜಾಸ್ತಿ ಹೊತ್ತು ನೋಡಲಾಗುವುದಿಲ್ಲ." ಎನ್ನುತ್ತ "ನೀವೆಲ್ಲಿಗೆ ಹೋಗಬೇಕಾಗಿರುವುದು?" ಎಂದು ಕೇಳಿದ.

"ಲಾಸ್ ಏಂಜಲಿಸ್‌ಗೆ."

"ಹಾಗಾದರೆ ನೀವೂ ನಮ್ಮಂತೆ ಇಂದು ಇಲ್ಲಿ ಬಂಧಿಗಳು." ಎಂದು ನಕ್ಕ. "ಇವತ್ತು ಅಮೆರಿಕದೆಡೆಗೆ ವಿಮಾನಗಳು ಹೊರಡುವ ಯಾವ ದೂರದ ಸಾಧ್ಯತೆಗಳೂ ನನಗೆ ಕಾಣಿಸುತ್ತಿಲ್ಲ".

"ನೀವು?"

"ನಾವು ಬಾಸ್ಟನ್‌ಗೆ ಹೋಗಬೇಕು. ನಡೆಯುತ್ತಿರುವುದು ನೋಡಿದರೆ ಬಾಸ್ಟನ್‌ನ ಏರ್‌ಪೋರ್ಟ್‌ನ್ನು ಮುಂದಿನ ಎರಡು ಅಥವಾ ಮೂರು ದಿನ ಖಂಡಿತಾ ತೆರೆಯುವುದಿಲ್ಲ. ವರ್ಲ್ಡ್‌ಟ್ರೇಡ್ ಸೆಂಟರಿನ ಸೌತ್ ಟವರಿಗೆ ಹೊಡೆದ ವಿಮಾನ ಬಾಸ್ಟನ್‌ನಿಂದಲೇ ಹೊರಟಿದ್ದಂತೆ. ಬಾಸ್ಟನ್‌ನಿಂದ ಬೆಳಗ್ಗೆ ಏಳೂ ಐವತ್ತೈದಕ್ಕೆ ಹೊರಟು ಲಾಸ್ ಏಂಜಲಿಸ್ ಕಡೆಗೆ ಹೋಗಬೇಕಾದದ್ದು ನ್ಯೂಯಾರ್ಕಿಗೆ ಬಂದು ಹೊಡೆದಿದೆ. ಬಾಸ್ಟನ್‌ನಿಂದ ವೆಸ್ಟ್‌ಕೋಸ್ಟ್ ಕಡೆಗೆ ಹೋಗುವ ವಿಮಾನಗಳು ನ್ಯೂಯಾರ್ಕ್‌ನ ಮೇಲೆ ಹೋಗುವುದೇ ಇಲ್ಲವಲ್ಲ? ಬಾಸ್ಟನ್‌ನಿಂದ ಲಾಸ್ ಏಂಜಲಿಸ್‌ಗೆ ಎಷ್ಟೋ ಬಾರಿ ಓಡಾಡಿದ್ದೇನೆ. ನನ್ನ ಮಗಳಿರುವುದು ಲಾಸ್ ಏಂಜಲಿಸ್‌ನಲ್ಲಿಯೇ. ನ್ಯೂಯಾರ್ಕ್‌ನೆಡೆಗೆ ಏಕೆ ಹೋಯಿತು ಆ ವಿಮಾನ? ಎಲ್ಲಾ ಆಶ್ಚರ್ಯವಾಗಿದೆ. ಇದು ಖಂಡಿತಾ ಅಪಹರಣದ ಸಮಾಚಾರ! ಇನ್ನೆಂತಹ ಹುಚ್ಚರಿರಬೇಕು ಅಪಹರಿಸಿದವರು! ತಾವೂ ಸತ್ತಿದ್ದಲ್ಲದೆ ಸಾವಿರಾರು ಜನರನ್ನು ಬಲಿತೆಗೆದುಕೊಳ್ಳಬೇಕಾದರೆ ಖಂಡಿತಾ ಬುದ್ಧಿ ಸ್ವಾಸ್ಥ್ಯವಿಲ್ಲದವರಿರಬೇಕು." ಮುದುಕರು ಆವೇಶದಿಂದ ಮಾತನಾಡುತ್ತಿದ್ದರು.

ಬೆಳಗ್ಗೆ ಏಳು ಐವತ್ತೈದಕ್ಕೆ ಬಾಸ್ಟನ್‌ನಿಂದ ಹೊರಟು ಲಾಸ್ ಏಂಜಲಿಸ್‌ಗೆ... ಎನ್ನುವ ಮುದುಕನ ವಾಕ್ಯ ನನ್ನ ತಲೆಯನ್ನು ಹೊಕ್ಕು ನರಗಳನ್ನು ಅಲ್ಲಾಡಿಸಿಬಿಟ್ಟಿತು. ನಮ್ಮ ಮೊದಲ ಪ್ಲಾನಿನಂತೆ ವಾಣಿ ಮತ್ತು ನಾನು ಹತ್ತಬೇಕಾಗಿದ್ದ ಏರೋಪ್ಲೇನ್ ಅದು!

ಹದಿನೈದು ದಿನಗಳ ಹಿಂದೆಯೇ? ಅಥವಾ ಇನ್ನೊಂದು ವಾರ ಹಿಂದಿರಬಹುದು. ಬೆಳಗ್ಗೆ ಏಳೂವರೆಗೆ ಟ್ರಾನ್ಸ್‌ಕಾಂಟಿನೆಂಟಲ್ ಟ್ರಾವಲ್ಸ್‌ನಿಂದ ಸುಪ್ರಿಯಾ ಪೈ ಫೋನ್ ಮಾಡಿದ್ದಳು. ಸ್ನಾನಕ್ಕೆ ಹೊರಟಿದ್ದವನು ವಾಪಸ್ಸು ಬಂದು ಫೋನ್ ಎತ್ತಿದೆ. ವಾಣಿ ಅಡುಗೆ ಮನೆಯಲ್ಲಿದ್ದಳು.

"ಗುಡ್‌ಮಾರ್ನಿಂಗ್ ಸರ್. ನಾನು ಟ್ರಾನ್ಸ್‌ಕಾಂಟಿನೆಂಟಲ್‌ನಿಂದ ಸುಪ್ರಿಯ ಮಾತಾಡ್ತಿರೋದು. ನಿಮ್ಮ ಯುಎಸ್ ಪ್ರಯಾಣದ ಐಟೆನೆನರಿ ಬ್ಲಾಕ್ ಆಗಿದೆಯಲ್ಲ ಇವತ್ತು ಸಂಜೆಯೊಳಗೆ ಅದರ ಟಿಕೇಟ್ಸ್ ಪರ್‌ಚೇಸ್ ಮಾಡ್ಬೇಕು. ಐಟೆನೆನರಿನ ನಿಮ್ಮ ಇ-ಮೈಲ್‌ಗೆ ಕಳುಹಿಸಿದ್ದೀನಿ. ಇವತ್ತು ಟಿಕೇಟ್ ಕೊಂಡುಬಿಡೋಣ ಸರ್."

"ಪ್ರಯಾಣದ ವಿವರಗಳನ್ನು ಇನ್ನೊಮ್ಮೆ ಹೇಳ್ತೀರಾ, ಸುಪ್ರಿಯಾ?"

"ಲುಫ್ತಾನ್ಸಾ ಏರ್‌ಲೈನ್ಸ್‌ನಲ್ಲಿ ಸರ್. ಬೆಂಗಳೂರಿನಿಂದ ಸೋಮವಾರ ಸಂಜೆ ಎಂಟಕ್ಕೆ ಹೊರಟು ಫ್ರಾಂಕ್‌ಫರ್ಟ್‌ನಲ್ಲಿ ಟ್ರಾನ್ಸಿಟ್ ಸರ್. ಫ್ರಾಂಕ್‌ಫರ್ಟ್‌ನಿಂದ

ಬಾಸ್ಟನ್‌ಗೆ. ಬಾಸ್ಟನ್ ತಲುಪುವುದು ಬೆಳಗ್ಗೆ ನಾಲ್ಕೂವರೆಗೆ ಸರ್. ಏಳು ಐವತ್ತೈದಕ್ಕೆ ಅಮೆರಿಕನ್ ಏರ್‌ಲೈನ್ಸ್‌ನಲ್ಲಿ ಬಾಸ್ಟನ್‌ನಿಂದ ಲಾಸ್ ಏಂಜಲಿಸ್‌ಗೆ. ವೆಜಿಟೇರಿಯನ್ ಮೀಲ್. ಸರಿನಾ, ಸರ್?"

ಒಂದು ಕ್ಷಣ ಯೋಚಿಸಿದೆ. ನನ್ನ ಪ್ರಯಾಣದ ವಿವರಗಳನ್ನು ನಮ್ಮ ಇನ್ಫೋವಾಯೆಜ್ ಕಂಪನಿಯ ಕ್ಯಾಲಿಫೋರ್ನಿಯಾ ಆಫೀಸಿಗೆ ತಿಳಿಸಿ ಅವರಿಂದ ಪ್ರಯಾಣದ ವಿವರಗಳಿಗೆ ಒಪ್ಪಿಗೆ ಪಡೆದು ಮುಂದುವರೆಯುವುದು ಒಳಿತೆನ್ನಿಸಿತು. ಟಿಕೇಟನ್ನು ಖರೀದಿಸುವ ಮುಂಚೆ ನಿನ್ನ ಟ್ರಾವಲ್ ಪ್ಲಾನನ್ನು ಒಮ್ಮೆ ನಮಗೆ ಕಳುಹಿಸು ಎಂದು ಹೇಳಿದ್ದ ಕ್ಯಾಲಿಫೋರ್ನಿಯಾ ಆಫೀಸಿನ ರೀಸೋರ್ಸ್ ಮ್ಯಾನೇಜರ್ ಕ್ರಿಸ್ಟೋಫರ್ ಗ್ರೆವೆಲ್ ನೆನಪಿಗೆ ಬಂದ.

ಟಿಕೇಟುಗಳನ್ನು ಕೊಂಡೇ ಅವನಿಗೆ ತಿಳಿಸುವುದೆ ಅಥವಾ, ಕೊಳ್ಳುವ ಮುಂಚೆಯೇ ತಿಳಿಸುವುದು ಒಳಿತೊ? ನಾನು ಯಾವತ್ತು ಅಲ್ಲಿರಬೇಕೆಂದು ಈಗಾಗಲೇ ಕಂಪನಿ ನಿರ್ಧರಿಸಿ ಆಗಿದೆ. ಇನ್ನು ಟಿಕೇಟು ಕೊಂಡು ತಿಳಿಸುವುದಕ್ಕೂ ಕೊಳ್ಳುವ ಮೊದಲು ತಿಳಿಸುವುದಕ್ಕೂ ಏನು ವ್ಯತ್ಯಾಸ? ಯಾವುದಕ್ಕಾಗಲಿ, ಮೊದಲೇ ತಿಳಿಸಿಬಿಡುವುದು ಒಳಿತು; ಆಮೇಲೆ ಟಿಕೇಟನ್ನು ಕ್ಯಾನ್ಸಲ್ ಮಾಡಬೇಕಾಗಿ ಬಂದರೆ ಈ ಏರ್‌ಲೈನ್‌ಗಳು ವಿಪರೀತ ಚಾರ್ಜ್ ಮಾಡುತ್ತವೆ ಎಂದು ಅನ್ನಿಸಿ ಸುಪ್ರಿಯಳಿಗೆ ಸಂಜೆಯ ತನಕ ಕಾಯಲು ಹೇಳಿ ಕ್ರಿಸ್ಟೋಫರ್ ಗ್ರೆವೆಲ್‌ಗೆ ಒಂದು ಇ–ಮೈಲ್ ಬರೆದೆ. ನನ್ನ ಇ–ಮೈಲ್ ಅವನಿಗೆ ತಲುಪಿದಾಗ ಕ್ಯಾಲಿಫೋರ್ನಿಯಾದಲ್ಲಿ ಸಮಯ ರಾತ್ರಿ ಒಂಬತ್ತು ಗಂಟೆ. ಆದರೂ, ತಕ್ಷಣ ಅವನಿಂದ ಉತ್ತರ ಬಂತು.

ನಿನ್ನ ಪ್ರಯಾಣದ ದಿನವನ್ನು ಈಗಾಗಲೇ ಮಾತನಾಡಿರುವುದರಿಂದ ನಿನ್ನ ಪ್ರಾಜೆಕ್ಟ್ ಮ್ಯಾನೇಜರ್‌ಗೆ ಅದು ತಿಳಿದಿದೆ. ಅದೇ ದಿನಕ್ಕೆ ಟಿಕೇಟುಗಳನ್ನು ಬುಕ್ ಮಾಡಿರುವುದು ಸರಿ. ನೀನಿನ್ನೂ ಟಿಕೇಟು ಕೊಂಡಿಲ್ಲದಿದ್ದರೆ ಈ ಸೂಚನೆಗಳು – ಯುನೈಟೆಡ್ ಏರ್‌ಲೈನ್ಸ್ ಮತ್ತು ಸಿಂಗಪೂರ್ ಏರ್‌ಲೈನ್ಸ್‌ಗಳಲ್ಲಿ ನಮಗೆ ಕಾರ್ಪೊರೆಟ್ ಡಿಸ್ಕೌಂಟ್ ಸಿಗುತ್ತದೆ. ಯುನೈಟೆಡ್‌ಗೆ ಪ್ರಾತಿನಿಧ್ಯ. ಯುನೈಟೆಡ್ ಏರ್‌ಲೈನ್ಸ್‌ನಲ್ಲಿ ಸಿಗದಿದ್ದರೆ ಸಿಂಗಪೂರ್ ಏರ್‌ಲೈನ್ಸ್‌ನಲ್ಲಿ ಬುಕ್ ಮಾಡು. ಅವೆರಡರಲ್ಲೂ ಟಿಕೇಟ್ ಸಿಗದಿದ್ದರೆ ಅಥವಾ ನೀನು ಹೊರಡುವ ಊರಿನಿಂದ ಈ ಎರಡು ಏರ್‌ಲೈನ್‌ಗಳ ಸರ್ವೀಸ್ ಇಲ್ಲದಿದ್ದರೆ ನಿನ್ನ ಈಗಿನ ಪ್ಲಾನಿನಂತೆಯೇ ಮುಂದುವರಿ. ನಿನ್ನ ಟಿಕೇಟಿನ ಹಣವನ್ನು ಅಲ್ಲಿ ನೀನೇ ಪಾವತಿಸಿ ಇಲ್ಲಿಗೆ ಬಂದ ಮೇಲೆ ರಿಲೊಕೇಷನ್ ಎಕ್ಸ್‌ಪೆನ್ಸಸ್ ಆಗಿ ವಾಪಸ್ಸು ಪಡೆಯಬಹುದು. ರಿಲೊಕೇಷನ್ ಎಕ್ಸ್‌ಪೆನ್ಸಸ್ ಟ್ಯಾಕ್ಸಬಲ್ ಅನ್ನುವುದನ್ನು ನೆನಪಿನಲ್ಲಿಟ್ಟುಕೋ (ಇದರಲ್ಲಿ ಇನ್ಫೋವಾಯೆಜಿನ ಪಾತ್ರವೇನಿಲ್ಲ. ಎಲ್ಲಾ ಅಂಕಲ್ ಸ್ಯಾಮ್‌ನ ಐಡಿಯಾ).

ಸುಪ್ರಿಯಳಿಗೆ ಫೋನ್ ಮಾಡಿ ವಿಷಯ ತಿಳಿಸಿದೆ. ಮತ್ತೊಂದು ಮೂವತ್ತು ನಿಮಿಷಗಳಲ್ಲಿ ಅವಳಿಂದ ಕರೆ ಬಂತು.

"ಸರ್, ಯುನೈಟೆಡ್ ಪೂರ್ತಿ ಬುಕ್ ಆಗಿದೆ. ಸಿಂಗಪೂರ್ ಏರ್‌ಲೈನ್ಸ್‌ನಲ್ಲಿ ಸೀಟಿದೆ. ಬುಕ್ ಮಾಡಲಾ?"

ಕ್ರಿಸ್ಟೋಫರ್ ಗ್ರೆವೆಲ್‌ನ ಒಂದು ಇ-ಮೈಲ್‌ನಿಂದಾಗಿ ಫ್ರಾಂಕ್‌ಫರ್ಟ್ ಬದಲು ಸಿಂಗಪುರಕ್ಕೆ ಬರುವಂತಾಯಿತು. ಬಾಸ್ಟನ್‌ನಲ್ಲಿ ಇಳಿದು ಬೆಳಗ್ಗೆ ಏಳು ಐವತ್ತೈದಕ್ಕೆ ಹೊರಟ ಲಾಸ್ ಏಂಜಲಿಸ್ ಕಡೆಗಿನ ವಿಮಾನವನ್ನು ಹತ್ತುವುದರ ಬದಲಾಗಿ ಸಿಂಗಪುರದಿಂದ ನೇರವಾಗಿ ಲಾಸ್ ಏಂಜಲಿಸ್‌ಗೆ ಹೋಗುವ ಮಾರ್ಗವನ್ನು ಹಿಡಿದೆವು.

ವಾಣಿಗೆ ವಿಷಯ ಹೇಳಿದಾಗ ಒಂದು ಕ್ಷಣ ಅಪ್ರತಿಭಳಾದಳು. ಟಿವಿಯ ಶಬ್ದ, ಸುತ್ತಲಿನ ಜನರ ಕಲರವಗಳ ಮಧ್ಯೆ ಬದುಕು ಸಾವಿನ ನಡುವಿನ ಗೆರೆಯಂತೆ ಏರ್‌ಪೋರ್ಟ್ ನಿಗೂಢವಾಗಿತ್ತು. ಹತ್ತಿರದ ನೀಲಿಬಣ್ಣದ ಕುರ್ಚಿಯ ಮೇಲೆ ಹ್ಯಾಂಡ್‌ಬ್ಯಾಗ್ ಇಟ್ಟು ಮತ್ತೊಂದರ ಮೇಲೆ ಜಾರಿದಂತೆ ಕುಳಿತುಕೊಳ್ಳುತ್ತ ನನಗೂ ಕುಳಿತುಕೊಳ್ಳುವಂತೆ ಹೇಳಿದಳು. ನಾನೂ ಕುಳಿತೆ. ಪಕ್ಕದ ಟಿವಿ ಅವೇ ದೃಶ್ಯಗಳನ್ನು ಮತ್ತೆ ಮತ್ತೆ ತೋರಿಸುತ್ತಿತ್ತು. ಎಲ್ಲೋ ದೂರದಿಂದ ಹಾರಿ ಬಂದ ವಿಮಾನ ಇದ್ದಕ್ಕಿದ್ದಂತೆ ಟಿವಿಯ ಎಡತುದಿಯಲ್ಲಿ ಕಾಣಿಸಿಕೊಂಡು ವರ್ಲ್ಡ್‌ಟ್ರೇಡ್ ಸೆಂಟರಿನ ಕಟ್ಟಡವನ್ನು ಭೇದಿಸುವ ದೃಶ್ಯ. ಬದಲಾಗುವ ದೃಶ್ಯಗಳಲ್ಲಿ ಚದುರಿ ಹೋಗುವ ಜನ, ಬೆಂಕಿ, ಹೊಗೆ, ಕುಸಿದು ಬೀಳುವ ಸೌಧ.

"ನಾವು ಆ ವಿಮಾನದಲ್ಲಿರಬಹುದಾದ ಸಾಧ್ಯತೆ ಇತ್ತು ಎಂದು ನೀನು ಹೇಳಿದ ಮೇಲೆ ಟಿವಿಯಲ್ಲಿ ಆ ವಿಮಾನ ಅಪ್ಪಳಿಸುವ ದೃಶ್ಯಗಳನ್ನು ನೋಡಿದಂತೆಲ್ಲ ನಮ್ಮ ಸಾವಿಗೆ ನಾವೇ ವೀಕ್ಷಕರಾದಂತೆ ವಿಚಿತ್ರ ಸಂಕಟದಲ್ಲಿ ಹೊಟ್ಟೆ ಕಿವಿಚುತ್ತದೆ." ಎಂದಳು ವಾಣಿ.

ಆಮೇಲೆ, ಸಿಂಗಪುರದಲ್ಲಿ ಎರಡು ದಿನ ಕೊಳೆ ಬಿದ್ದುದು ತೀರಾ ಹಿಂಸೆಯಾಗಿ ಕಾಣಲಿಲ್ಲ.

ಅಧ್ಯಾಯ 2

ಬೆಂಗಳೂರಿನಲ್ಲಿ ನಾನು ಕೆಲಸ ಮಾಡುತ್ತಿದ್ದ ಹೈಪರ್‌ಲಿಂಕ್ ಸಾಫ್ಟ್‌ವೇರ್ ಕಂಪನಿಯನ್ನು ಅಮೆರಿಕದ ಇನ್ಫೋವಾಯೆಜ್ ಕಂಪನಿ ಕೊಂಡದ್ದು, ನನ್ನನ್ನು ಅಮೆರಿಕದ ಆಫೀಸಿಗೆ ಟ್ರಾನ್ಸ್‌ಫರ್‌ನ ಮೇಲೆ ಬರುವಂತೆ ಕೇಳಿದ್ದು, ಕ್ರಿಸ್ಟೋಫರ್ ಗ್ರೆವಲ್ ಎನ್ನುವ ಮನುಷ್ಯ ನನ್ನ ವಿಮಾನ ಪ್ರಯಾಣದ ಹಾದಿಯನ್ನು ಬದಲಿಸಿದ್ದು ಎಲ್ಲವೂ ಒಂದರ ಹಿಂದೊಂದು ಸರಪಣಿಯ ಕೊಂಡಿಯಲ್ಲಿ ಅಂಟಿಕೊಂಡ ರೈಲಿನ ಗಾಲಿಗಳಂತೆ ವೇಗವಾಗಿ ಮತ್ತು ಒಂದಕ್ಕೊಂದು ಪೂರಕವಾಗಿ ನಡೆದ ಘಟನೆಗಳು.

ಅಮೆರಿಕಕ್ಕೆ ಹೋಗಿ ನೆಲೆಸುವಂತಹ ದೊಡ್ಡ ಬದಲಾವಣೆಗಳು ನನ್ನ ಜೀವನದಲ್ಲಾಗಬಹುದು ಎಂದು ನಾನು ಕಲ್ಪಿಸಿಕೊಂಡೂ ಇರಲಿಲ್ಲ ಮತ್ತು ಅದು ನನಗೆ ಬೇಕೂ ಆಗಿರಲಿಲ್ಲ. ಬೆಂಗಳೂರಿನ ಕಂಪನಿ ನನ್ನ ನಿರೀಕ್ಷೆಯನ್ನು ಮೀರುವಂತೆ ನನಗೆ ಸಂಬಳವನ್ನು ಕೊಡುತ್ತಿತ್ತು. ಟೆಕ್ನಾಲಜಿಯಲ್ಲಿ ನಾನು ಬುದ್ಧಿವಂತನೆನ್ನುವುದರಲ್ಲಿ ಕಂಪನಿಗೆ ಎಳ್ಳಷ್ಟೂ ಸಂದೇಹವಿರಲಿಲ್ಲ. ನನಗೆ ಕೊಡುತ್ತಿದ್ದ ಪ್ರಾಜಕ್ಟ್‌ಗಳು, ಡಿಸೈನ್‌ಗಳು, ಸಂಕೀರ್ಣ ಡಾಕ್ಯುಮೆಂಟ್‌ಗಳು ನನ್ನ ಬುದ್ಧಿಮತ್ತೆಗೆ ಸವಾಲಾಗುವಂತೆಯೇ ಇರುತ್ತಿದ್ದವು. ಯಾವುದೋ ಕಠಿಣ ತಾಂತ್ರಿಕ ಸಮಸ್ಯೆಯನ್ನು ಬಿಡಿಸಿದರೆ ಯಾವುದಾದರೂ ಹೊಸ ಪ್ರೋಗ್ರಾಮನ್ನು ಬರೆದರೆ ಗ್ರಾಹಕನ ನಿರೀಕ್ಷೆಯನ್ನೂ ಮೀರಿ ಪ್ರಾಜಕ್ಟನ್ನು ಬೇಗ ಮುಗಿಸಿಕೊಟ್ಟರೆ ಕಂಪನಿಯ ವೈಸ್ ಪ್ರೆಸಿಡೆಂಟ್ ಖುದ್ದು ನನ್ನ ಡೆಸ್ಕಿಗೆ ಬಂದು "ನೀನಲ್ಲದೆ ಇನ್ಯಾರು ತಾನೆ ಅಷ್ಟು ಒಳ್ಳೆಯ ಸಲ್ಯೂಷನ್ ನೀಡಲಾದೀತು?" ಎಂದು ಬೆನ್ನು ತಟ್ಟುತ್ತಿದ್ದ. ಶುಕ್ರವಾರದ ಗ್ರೂಪ್ ಮೀಟಿಂಗ್‌ಗಳಲ್ಲಿ ನಾನು ಮಾಡಿದ್ದನ್ನು ಹೊಗಳಿ ಗಂಗಾರಾಂ ಬುಕ್ ಸ್ಟೋರಿನ ಒಂದು ಕ್ಯಾಷ್ ಕೂಪನನ್ನು ಮೆಚ್ಚುಗೆಯ ಸಂಕೇತವಾಗಿ ಕೊಡುತ್ತಿದ್ದ. "ಜಿಂಕೆಗಳನ್ನು ಕೊಲ್ಲಲು ಸಾವಿರ ಬೇಟೆಗಾರರಿರುತ್ತಾರೆ. ಆದರೆ ಹುಲಿಯನ್ನು ಕೊಲ್ಲಬಲ್ಲವರು ವಿರಳ. ನೀನು ನಮ್ಮ ಕಂಪನಿಯ ಹುಲಿಯ ಬೇಟೆಗಾರ!"

ಕಂಪನಿಗೆ ಪ್ರಾಜಕ್ಟ್‌ಗಳು ಸಿಕ್ಕಂತೆಲ್ಲಾ ನೌಕರರ ಸಂಖ್ಯೆಯೂ ಬೆಳೆಯುತ್ತ ಹೋಯಿತು. ನಾನು ಸೇರಿದಾಗ ನೂರರ ಒಳಗಿದ್ದ ನೌಕರರ ಸಂಖ್ಯೆ ಒಂದೂವರೆ ವರ್ಷಗಳಲ್ಲೇ ಮುನ್ನೂರನ್ನೂ ಮೀರಿ ಬೆಳೆದು ಕೆನರಾ ಬ್ಯಾಂಕ್ ಖಾಲಿ ಮಾಡಿ

ಹೋದ ಪಕ್ಕದ ಕಟ್ಟಡವನ್ನು ಕೂಡ ಕಂಪನಿ ಲೀಸ್ ಮಾಡಿಕೊಂಡಿತು. ಹೀಗೆಯೇ ವಹಿವಾಟು ನಡೆಯುತ್ತಿದ್ದರೆ ಇನ್ನೆರಡು ವರ್ಷಗಳಲ್ಲಿ ತನ್ನದೇ ಆದ ಹೊಸ ಆಫೀಸನ್ನು ಎಲೆಕ್ಟ್ರಾನಿಕ್ ಸಿಟಿಯಲ್ಲಿ ಕಟ್ಟಿಕೊಳ್ಳುವ ಯೋಜನೆಯೊಂದು ಕಂಪನಿಯ ಪಟ್ಟಿಯಲ್ಲಿತ್ತು. ಲಂಚ್ ರೂಂ ಜನರಿಂದ ಗಿಜಿಗುಡಲು ಪ್ರಾರಂಭವಾಯ್ತು. ಟೀ ಶರ್ಟ್, ಜೀನ್ಸ್ ಪ್ಯಾಂಟ್ಸ್ ಮತ್ತು ನೈಕೀ ಶೂಗಳ ಹುಡುಗ ಹುಡುಗಿಯರು, ಹಗಲು ರಾತ್ರಿ ಲೆಕ್ಕವಿಲ್ಲದೆ ಪ್ರಾಜಕ್ಟ್‌ಗಳನ್ನು ಮುಗಿಸಿಕೊಡಬಲ್ಲ ವೀರರು, ನೈಕೀ ಜಾಹಿರಾತಿನಂತೆಯೇ "ಜಸ್ಟ್ ಡೂ ಇಟ್" ಎನ್ನುವ ವೈಸ್ ಪ್ರೆಸಿಡೆಂಟ್‌ರ ರೂಪಕದ 'ಬೇಟೆಗಾರರು' ಕಂಪನಿಯ ತುಂಬ ತುಂಬಿಹೋದರು.

ಅಮೆರಿಕದ ಪಶ್ಚಿಮ ತೀರದ ರಾಜ್ಯ ಕ್ಯಾಲಿಫೋರ್ನಿಯಾ ಮೂಲದ ಒಂದು ಇನ್ಸುರೆನ್ಸ್ ಕಂಪನಿಗೆ ಸಣ್ಣ ಪ್ರಾಜಕ್ಟ್ ಮಾಡಿಕೊಡಲು ಪ್ರಾರಂಭವಾದ ಹೈಪರ್‌ಲಿಂಕ್ ಸಾಫ್ಟ್‌ವೇರ್ ಕಂಪನಿ ಪ್ರತಿದಿನವೂ ಬೆಳೆಯುತ್ತ ಹೋಗಿ ಹತ್ತಾರು ಕಂಪನಿಗಳನ್ನು ಹತ್ತಾರು ಬ್ಯಾಂಕುಗಳನ್ನು ತನ್ನ ಗ್ರಾಹಕರನ್ನಾಗಿ ಮಾಡಿಕೊಂಡಿತು. ಔಟ್‌ಸೋರ್ಸಿಂಗ್ ಎನ್ನುವ ಕಾನ್ಸೆಪ್ಟನ್ನು ಉಳಿದವರು ಜೀರ್ಣಿಸಿಕೊಳ್ಳುವ ಮೊದಲೇ ನಮ್ಮ ಕಂಪನಿ ಚೆನ್ನಾಗಿ ಬೆಳೆ ತೆಗೆಯಲಾರಂಭಿಸಿತ್ತು. ಎಲ್ಲವೂ ಸಿಇಒ ಮತ್ತು ಚೇರ್‌ಮನ್ ಸಮರೇಂದು ಮೆಹ್ತಾರ ಮಹತ್ವಾಕಾಂಕ್ಷೆಯ ಫಲ. ಅಹಮದಾಬಾದ್‌ನ ಐಐಎಂನಲ್ಲಿ ಎಂಬಿಎ ಓದಿ ಅಮೆರಿಕದಲ್ಲಿ ಎಂ.ಎಸ್ ಮುಗಿಸಿದ ಸಮರೇಂದು ಮೆಹ್ತಾ ಕ್ಯಾಲಿಫೋರ್ನಿಯಾದ ಪೆಸಿಫಿಕ್ ಲೈಫ್ ಎನ್ನುವ ಇನ್ಸುರೆನ್ಸ್ ಕಂಪನಿಗೆ ಫೈನಾನ್ಶಿಯಲ್ ಕಂಟ್ರೋಲರ್ ಆಗಿ ಕೆಲಸಕ್ಕೆ ಸೇರಿಕೊಂಡರು. ಆಗಲೇ ಹೊರಗುತ್ತಿಗೆ ಎನ್ನುವ ಶಬ್ದ ಮ್ಯಾನೇಜ್‌ಮೆಂಟಿನ ಮೀಟಿಂಗ್‌ಗಳಲ್ಲಿ ಆಗಾಗ ಮನಮೋಹಕವಾಗಿ ಸುಳಿದು ಸಂಚಲನೆಯನ್ನು ಉಂಟು ಮಾಡುತ್ತಿದ್ದ ಕಾಲ. ನಮ್ಮ ಕಂಪನಿಯ ಕೆಲಸಗಳನ್ನು ಇಂತಿಷ್ಟು ಎಂಬ ಕಾಂಟ್ರಾಕ್ಟ್ ನೊಂದಿಗೆ ಬೇರೆ ಕಂಪನಿಗೆ ಒಪ್ಪಿಸಿ ಬಹಳಷ್ಟು ಹಣ ಉಳಿತಾಯ ಮಾಡಬಹುದಂತೆ, ನಿಜವೇ? ಉಳಿತಾಯ ಎನ್ನುತ್ತೀರಲ್ಲ ಎಷ್ಟು ಉಳಿತಾಯವಾಗುತ್ತದೆ? ಶೇಕಡಾ ಇಪ್ಪತ್ತೈದರಷ್ಟೇ? ಶೇಕಡಾ ಐವತ್ತರಷ್ಟೇ? ಇಷ್ಟೊಂದು ಉಳಿತಾಯವಾಗುತ್ತದೆ ಎನ್ನುವುದಾದರೆ ಉಳಿದವರೆಲ್ಲಾ ಏನು ಮಾಡುತ್ತಿದ್ದಾರೆ? ಮಾರುಕಟ್ಟೆಯಲ್ಲಿ ನಮ್ಮ ಹತ್ತಿರದ ಸ್ಪರ್ಧಿಗಳು ಔಟ್‌ಸೋರ್ಸಿಂಗನ್ನು ಈಗಾಗಲೇ ಉಪಯೋಗಿಸಿಕೊಳ್ಳಲು ಶುರು ಮಾಡಿದ್ದಾರೆಯೇ? ನಾವಷ್ಟೇ ಹೊರಗುಳಿದವರೇ? ಅವರು ಹೊರಗುತ್ತಿಗೆ ಪ್ರಾರಂಭಿಸಿ ಗ್ರಾಹಕರಿಗೆ ಕಡಿಮೆ ಬೆಲೆಗೆ ಇನ್ಸುರೆನ್ಸ್ ಕೊಡಬಲ್ಲರಾದರೆ ನಮ್ಮ ಗತಿ ಏನು? ಔಟ್‌ಸೋರ್ಸಿಂಗ್‌ಗೆ ಹೋಗುವುದಾದರೆ ಆ ವಹಿವಾಟಿನಲ್ಲಿರುವ ಅಮೆರಿಕನ್ ಕಂಪನಿಗಳಿಗೆ ಹೋದರೆ ಒಳಿತೋ ಅಥವಾ ಅಮೆರಿಕದ ಆಚೆಯ, ಉದಾಹರಣೆಗೆ ಭಾರತದ ಅಥವಾ ಚೀನಾದ, ಕಂಪನಿಗಳೊಂದಿಗಿನ ಒಪ್ಪಂದವು ಒಳಿತೋ? ಈ ತರಹ ಹೊರಗಿನ ಕಂಪನಿಗಳಿಗೆ ನಮ್ಮ ಕೆಲಸವನ್ನು ಕೊಟ್ಟರೆ ಗುಣಮಟ್ಟದ ಕತೆ ಏನು? ಇನ್ನೂ ನಮ್ಮಷ್ಟು ಬೆಳವಣಿಗೆಯನ್ನು ಸಾಧಿಸದ ತೃತೀಯ ಜಗತ್ತಿನ ದೇಶಗಳಿಂದ

ಬಂದ ಕಂಪನಿಗಳು ನಮ್ಮ ರಿಕ್ವೇರ್‌ಮೆಂಟುಗಳನ್ನು ಅರ್ಥಮಾಡಿಕೊಳ್ಳಬಲ್ಲರೇ, ನಮ್ಮ ವೇಗಕ್ಕೆ ಹೊಂದಿಕೊಳ್ಳಬಲ್ಲರೇ? ನಮ್ಮ ಟೈಂಝೋನ್‌ನಲ್ಲಿ ಕೆಲಸ ಮಾಡಬಲ್ಲರೇ? ದಿನದಿನಕ್ಕೂ ಬದಲಾಗುವ ಟೆಕ್ನಾಲಜಿಯನ್ನು ಗ್ರಹಿಸುವ ಶಕ್ತಿ ಅವರಿಗಿದೆಯೇ? ಔಟ್‌ಸೋರ್ಸಿಂಗ್‌ನಿಂದಾಗಿ ಇಲ್ಲಿಯ ಆಫೀಸುಗಳಲ್ಲಿ ನೌಕರರನ್ನು ಕೆಲಸದಿಂದ ಕಿತ್ತುಹಾಕಿದರೆ –ಹೊರಗುತ್ತಿಗೆಯ ಫಲವನ್ನು ಪಡೆಯಲು ಕಿತ್ತು ಹಾಕಲೇ ಬೇಕಾಗುತ್ತದೆ– ಲೇಬರ್ ಡಿಪಾರ್ಟ್‌ಮೆಂಟಿನ ಕೆಂಗಣ್ಣಿಗೆ ಗುರಿಯಾಗಬೇಕಾಗುತ್ತದೊ? ಹೊರಗುತ್ತಿಗೆಗೆ ಏನಾದರೂ ಕಾನೂನಿನ ತೊಡಕಿದೆಯೇ? ನಾಳೆ ಅಮೆರಿಕಕ್ಕೂ ಭಾರತಕ್ಕೂ ರಾಜಕೀಯ ವೈಮನಸ್ಯಗಳು ಬಂದು ದೇಶ ದೇಶಗಳ ಸಂಬಂಧ ಹದಗೆಟ್ಟು ಕೂತರೆ ನಮ್ಮ ಬ್ಯುಸಿನೆಸ್ ಗತಿಯೇನು?

ಫೈನಾನ್ಶಿಯಲ್ ಕಂಟ್ರೋಲರ್ ಸಮರೇಂದು ಮೆಹ್ತಾ ಇವೆಲ್ಲಾ ಪ್ರಶ್ನೆಗಳಿಗೆ ಉತ್ತರಿಸುತ್ತ ಹೋದರು. ಉತ್ತರಿಸುತ್ತ ಉತ್ತರಗಳ ಜೊತೆಗೆ ಬೆಳೆಯಲಾರಂಭಿಸಿದರು. ಪೆಸಿಫಿಕ್ ಲೈಫ್‌ನ ಔಟ್‌ಸೋರ್ಸಿಂಗನ್ನು ಸಂಪೂರ್ಣವಾಗಿ ನಿಯಂತ್ರಿಸಿದರು. ಒಂದೇ ಔಟ್‌ಸೋರ್ಸಿಂಗ್ ಕಂಪನಿಗಲ್ಲದೆ ಹಲವಾರು ಕಂಪನಿಗಳನ್ನು ಅಖಾಡದಲ್ಲಿಟ್ಟುಕೊಂಡು ಯಾರೂ ನಿಯಂತ್ರಣ ಮೀರಿ ಬೆಳೆಯದಂತೆ ನೋಡಿಕೊಂಡರು. ದಿನ ಕಳೆದಂತೆ ಬೆಂಗಳೂರಿನ ಹೈಪರ್‌ಲಿಂಕ್ ಸಾಫ್ಟ್‌ವೇರ್ ಎನ್ನುವ ಕಂಪನಿ ಪ್ರಾಜೆಕ್ಟ್‌ಗಳನ್ನು ಬಾಚಿ ಕೊಳ್ಳುತ್ತ ನಡೆಯಿತು. ಪೆಸಿಫಿಕ್ ಲೈಫ್ ಬಯಸುವಂತೆಯೇ ಪ್ರಾಜೆಕ್ಟ್ ಪ್ಲಾನ್‌ಗಳು, ಕೋಟ್‌ಗಳು, ಸ್ಟೇಟ್‌ಮೆಂಟ್ ಆಫ್ ವರ್ಕ್‌ಗಳು ಮತ್ತು ಕಾಂಟ್ರಾಕ್ಟ್‌ಗಳು. ಬೆಂಗಳೂರಿನ ಏರ್‌ಪೋರ್ಟ್ ರೋಡಿನ ಅಡ್ರೆಸ್‌ನ ಹೈಪರ್‌ಲಿಂಕ್ ಸಾಫ್ಟ್‌ವೇರ್ ಒಂದೆರಡು ವರ್ಷ ಗಳಲ್ಲಿ ಹತ್ತು ಮಿಲಿಯನ್ ಡಾಲರಿಗಿಂತಲೂ ಹೆಚ್ಚಾಗಿ ಪೆಸಿಫಿಕ್ ಲೈಫ್‌ನೊಂದಿಗೆ ವಹಿವಾಟು ನಡೆಸಿತು. ಇಂದು ನಿನ್ನೆಯ ಹೈಪರ್‌ಲಿಂಕ್‌ಗಿಂತ ಹಲವಾರು ವರ್ಷಗಳ ಮೊದಲೇ ಕಾಲೂರಿದ್ದ ಅಮೆರಿಕದ ಮತ್ತು ಭಾರತದ ಅನೇಕ ದೈತ್ಯ ಕನ್ಸಲ್ಟಿಂಗ್ ಕಂಪನಿಗಳು ಪೆಸಿಫಿಕ್ ಲೈಫ್‌ನ ಪ್ರಾಜೆಕ್ಟ್ ಕಾಂಟ್ರಾಕ್ಟುಗಳಲ್ಲಿ ಹೈಪರ್‌ಲಿಂಕ್‌ನೊಂದಿಗೆ ಸ್ಪರ್ಧಿಸಲಾರದೆ ಸೋತು ಹೋದವು. ಬೌನ್ಸರ್ ಎದುರಿಸುವ ಬ್ಯಾಟ್ಸ್‌ಮನ್‌ರಂತೆ ತಲೆತಗ್ಗಿಸಿ ಕುಳಿತುಬಿಟ್ಟವು. ಹೈಪರ್‌ಲಿಂಕ್ ಸಾಫ್ಟ್‌ವೇರನ್ನು ತಮ್ಮ ಭಾವಮೈದುನನ ಹೆಸರಿನಲ್ಲಿ ಸಮರೇಂದು ಮೆಹ್ತಾರೇ ನಡೆಸುತ್ತಿರುವುದು ಎನ್ನುವ ಗುಸುಗುಸು ಪೆಸಿಫಿಕ್ ಲೈಫ್‌ನಲ್ಲಿ ಊದುಗಡ್ಡಿಯ ಕೋಲು ಹೊಗೆಯಂತೆ ಪ್ರಾರಂಭವಾಗಿ ಕ್ರಮೇಣ ದಪ್ಪವಾಗಿ ಕಾಡ್ಗಿಚ್ಚಿನ ಕಪ್ಪುಹೊಗೆಯಾಗುವ ವೇಳೆಗೆ ಸಮರೇಂದು ಮೆಹ್ತಾರು ಕಂಪನಿಗೆ ರಾಜಿನಾಮೆ ಕೊಟ್ಟು ಬೆಂಗಳೂರಿಗೆ ಬಂದು ನೆಲೆಸಿದರು.

ಇದು ಹೈಪರ್‌ಲಿಂಕ್ ಸಾಫ್ಟ್‌ವೇರನ್ನು ಸೇರುವ ಪ್ರತಿಯೊಬ್ಬ ನೌಕರನೂ ಕೇಳುವ ಕಥೆ. ಒಬ್ಬರಿಂದ ಒಬ್ಬರಿಗೆ ಲಂಚ್‌ರೂಮಿನಲ್ಲಿ, ಶೀತಲ ಸರ್ವರ್ ರೂಮ್‌ಗಳಲ್ಲಿ, ಕಾಫಿಯ ಸಮಯದಲ್ಲಿ ಅಥವಾ ಶುಕ್ರವಾರದ ಥ್ಯಾಂಕ್ ಗಾಡ್ ಇಟ್ ಈಸ್ ಫ್ರೈಡೇ ಪಾರ್ಟಿಗಳಲ್ಲಿ ಗುಸುಗುಸು ನಡೆಯುವ ಆತ್ಮೀಯ ವಿಷಯ ವಿನಿಮಯ. ಹೊಸದಾಗಿ

ಸೇರುವ ನೌಕರನಿಗೆ ಪ್ರಾಜಕ್ಟ್‌ನ ಹಳೆಯ ಕೆಲಸಗಾರರು ಕಂಪನಿಯನ್ನು ಪರಿಚಯಿಸುವ ಬಗೆ. ನಾನು ಈ ಕಂಪನಿಗೆ ಸೇರಿದ ದಿನವೇ ನನ್ನ ಪ್ರಾಜಕ್ಟ್‌ನಲ್ಲಿದ್ದ ರಾಘವೇಂದ್ರ ಉಡುಪ ತನ್ನ ಕುಂದಾಪುರದ ಕನ್ನಡದಲ್ಲಿ ನನಗೆ ಈ ಕಥೆಯನ್ನು ಹೇಳಿದ್ದ. ಬಾಯಿಂದ ಬಾಯಿಗೆ ಹರಿದು ಬಂದ ಈ ಜಾನಪದ ಕಥೆಯಲ್ಲಿ ಎಷ್ಟು ನಿಜವೋ ಎಷ್ಟು ಸುಳ್ಳೋ ಎಂದು ನಾನು ಅನುಮಾನ ವ್ಯಕ್ತಪಡಿಸಿದಾಗ ರಾಘವೇಂದ್ರ ಉಡುಪ ಜೋರಾಗಿ ತಲೆ ಅಲ್ಲಾಡಿಸಿ "ಇದರಲ್ಲಿ ಎಲ್ಲಾ ವಿಷಯಾನೂ ನಿಜಾರೀ. ನೀವಿನ್ನೂ ಹೊಸಬ್ರು. ಈ ಮೆಹ್ತಾಗಳ ವಿಷಯ ನಿಮಗೆ ತಿಳಿದಿಲ್ಲ. ಆ ಮಟ್ಟದಲ್ಲಿ ಮೇಲೆ ಬರೋರು ನಮ್ಮನಿಮ್ಮಂಗೆ ಸಾಚಾಗಳಾಗಿರ್ತಾರೆ ಅಂತ ತಿಳಿಕಂಡ್ರಾ? ಹೇಳಿಕೇಳಿ ಗುಜರಾತಿ ಅವ. ಇವೆಲ್ಲಾ ರಕ್ತದಲ್ಲಿ ಬಂದಿರುತ್ತೆ. ಅಂಬಾನಿ ಕಥೆ ಕೇಳಿದ್ದೀರಿ ಅಲ್ವಾ ನೀವು? ಅವನು ಹೇಗೆ ಮೇಲೆ ಬಂದ ಅನ್ನೋದು ಗೊತ್ತುಂಟಲ್ಲ?"

ಮಾರುಕಟ್ಟೆಯಲ್ಲಿ ಈಗಾಗಲೇ ಹೆಸರು ಮಾಡಿದ್ದ ಬೃಹತ್ ಕನ್ಸಲ್ಟಿಂಗ್ ಕಂಪನಿಗಳಿಗಿಂತಾ ಅರ್ಧಕ್ಕರ್ಧ ಬೆಲೆಯಲ್ಲಿ ಪ್ರಾಜಕ್ಟ್ ಮಾಡಿಕೊಟ್ಟರೂ ಕಂಪನಿಗೇ ಆಶ್ಚರ್ಯವಾಗುವಷ್ಟು ಹಣ ಕೈನಲ್ಲಿ ಉಳಿದುಹೋಗುತ್ತಿತ್ತು. ಕಂಪನಿ ನೌಕರರಿಗೆ ವರ್ಷದಲ್ಲಿ ಎರಡು ಸಲ ಕೈತುಂಬಾ ಬೋನಸ್ ನೀಡಿ ವರ್ಷದ ಕೊನೆಯಲ್ಲಿ ಸಂಬಳವನ್ನು ಕಡಿಮೆಯೆಂದರೂ ಇಪ್ಪತ್ತೈದು ಪರ್ಸೆಂಟ್ ಜಾಸ್ತಿಮಾಡುತ್ತಿತ್ತು. ಪ್ರತಿದಿನ ಆಫೀಸಿನಲ್ಲಿ ಹೊಸಹೊಸ ವಸ್ತುಗಳು ಕಾಣಿಸಿಕೊಳ್ಳುತ್ತಿದ್ದವು. ಎರಡು ವರ್ಷಗಳಿಗೊಮ್ಮೆ ಸರ್ವರ್‌ಗಳನ್ನು ಬದಲಿಸಿ ದೊಡ್ಡ ಡಬ್ಬಗಳಂತೆ ಕಾಣುವ ಕಂಪ್ಯೂಟರ್‌ಗಳು ಮಾಯವಾಗಿ ಕಾಂಪ್ಯಾಕ್ಟ್ ಆದ ತಳಫಳನೆ ಹೊಳೆಯುವ ಉತ್ಕೃಷ್ಟ ತಂತ್ರಜ್ಞಾನದ ನಾಜೂಕಿನ ಕಂಪ್ಯೂಟರ್‌ಗಳು ನಮ್ಮದಾಗುತ್ತಿದ್ದವು. ನಮ್ಮ ಕ್ಯೂಬಿಕಲ್‌ಗಳು ಅಗಲವಾದವು. ಪ್ರತಿಯೊಂದು ಕ್ಯೂಬಿನ ಮೇಲೂ ಹಾಲುಬೆಳಕಿನ ಟ್ಯೂಬ್‌ಲೈಟ್‌ಗಳು ಮತ್ತು ಬೆಳಕಿನ ಬಿಳಿಯ ಕಾಂತಿಗೆ ನೀಲಿಬಣ್ಣದ ಪ್ರತಿಫಲನವನ್ನು ನೀಡುವ ಕಾರ್ಪೆಟ್‌ಗಳು ಆಫೀಸನ್ನು ಅಲಂಕರಿಸಿದವು. ಹಳೆಯ ಒರಟು ಕುರ್ಚಿಗಳ ಜಾಗದಲ್ಲಿ ಮೆತ್ತನೆಯ ಕುಷನ್‌ನ, ಸರಕ್ಕನೆ ಅಕ್ಕಪಕ್ಕ ತಿರುಗಲು ಗಾಲಿಗಳುಳ್ಳ, ಲೀವರ್ ಅಮುಕಿ ಎತ್ತರ ಗಿಡ್ಡು ಮಾಡಬಹುದಾದ ಯುರೋಟೆಕ್ ಬ್ರಾಂಡಿನ ಆಮದು ಚೇರುಗಳು ತುಂಬಿಕೊಂಡವು. ಆಗಾಗ ಬಂದು ವಿಚಾರಿಸಿ ಕಾಫಿ, ಟೀ, ಪೆಪ್ಸಿಗಳನ್ನು ನಾವು ಕುಳಿತ ಜಾಗಕ್ಕೇ ತಂದಿಡುವ ನಮ್ರ ಆಫೀಸ್ ಬಾಯ್‌ಗಳು ತುಂಬಿದ ಟ್ರೇ ಹಿಡಿದು ಎಚ್ಚರಿಕೆಯ ಹೆಜ್ಜೆಗಳೊಂದಿಗೆ ಆಫೀಸಿನ ತುಂಬೆಲ್ಲಾ ಓಡಾಡಲಾರಂಭಿಸಿದರು. ಸುಮಧುರ ಕಂಠದ ಸುಂದರಿಯೊಂದಿಗೆ ಫ್ರಂಟ್‌ಡೆಸ್ಕ್ ಜೀವಕಳೆಯನ್ನು ಪಡೆಯಿತು. "ಹೈಪರ್‌ಲಿಂಕ್ ಸಾಫ್ಟ್‌ವೇರ್. ಮೆ ಐ ಹೆಲ್ಪ್ ಯೂ?" ಎನ್ನುವ ಮಂಜುಳ ಸ್ವರದ ಹಿಂಭಾಗದಲ್ಲಿ ಪ್ರಭಾವಳಿಯಂತೆ ಚಿನ್ನದ ಬಣ್ಣದ ಅಕ್ಷರಗಳಲ್ಲಿ ಹೊಳೆಯುವ ಕಂಪನಿಯ ಹೆಸರು. ಪ್ರತಿ ಶುಕ್ರವಾರ ಆಫೀಸಿನ ಮೇಲಿನ ಟೆರೇಸ್ ಗಾರ್ಡನ್ನಿನಲ್ಲಿ ಪಾರ್ಟಿ. 'ಥ್ಯಾಂಕ್ ಗಾಡ್ ಇಟ್ ಈಸ್ ಫ್ರೈಡೇ!' ಬಿಯರ್ ಬಾಟಲಿಗಳ ಜೊತೆಗೆ

ಗೋಬಿ ಮಂಚೂರಿ, ಸಮೋಸಾ, ಕೆಂಪಗೆ ಕರಿದ ಪಕೋಡ, ಆಲೂ ಬೋಂಡ, ಕಛೋರಿ, ಸೌತ್ ಇಂಡಿಯನ್, ನಾರ್ತ್ ಇಂಡಿಯನ್, ವೆಜ್, ನಾನ್ ವೆಜ್‌ಗಳ ಜೊತೆಗೆ ಅಮೆರಿಕನ್ ಬರ್ಗರ್ ಮತ್ತು ಇಟಾಲಿಯನ್ ಪಿಟ್ಜಾ. ಉಷಾ ಉತ್ತುಪ್, ಶರೋನ್ ಪ್ರಭಾಕರರ ಜೋರು ಇಂಡಿಯನ್ ಪಾಪ್ ಸಂಗೀತಕ್ಕೆ ಕಂಪನಿಯ ಹೆಸರನ್ನು ಹೊತ್ತ ಟೀಶರ್ಟ್‌ನಲ್ಲಿನ ಯುವಕ ಯುವತಿಯರ ಹೆಜ್ಜೆ. "ನಾಚೆ ನಾಚೆ ನಾಚೆ ನಾಚೆ – ಕೋಯಿ ಯಹ ಅಹ ನಾಚೆ ನಾಚೆ – ಕೋಯಿ ವಹ ಅಹ ನಾಚೆ ನಾಚೆ ನಾಚೆ...".

ಅದೊಂದು ಹೊಸಯುಗದ ಪ್ರಾರಂಭ.

ಭಾರತದ ಅರ್ಥವ್ಯವಸ್ಥೆಯಲ್ಲಿ ಪ್ರಾರಂಭವಾದ ಒಂದು ಹೊಸಯುಗ. ಕೈಕಾಲು ಬಿಗಿದು ಮಲಗಿದ್ದಂತಿದ್ದ ಭಾರತ ಒಮ್ಮೆಲೇ ಮೈಕೊಡವಿ ವಿಶ್ವಕ್ಕೆ ತೆರೆದುಕೊಂಡಂತೆ ಕಾಣುತ್ತಿದ್ದ ಕಾಲ. ಬೆಂಗಳೂರಿನ ಎಂ.ಜಿ.ರೋಡಿನಲ್ಲಿದ್ದ ಕೋಳಿಯ ಮಾಂಸ ಮಾರುವ ಅಮೆರಿಕನ್ ಅಂಗಡಿ ಕೆಂಟುಕಿ ಫ್ರೈಡ್ ಚಿಕನ್‌ನ ಮೇಲೆ ಬೀಳುವ ಕಲ್ಲುಗಳು ಮತ್ತು ಪ್ರತಿಭಟನಾ ಪ್ರದರ್ಶನಗಳು ಕಮ್ಮಿಯಾಗುತ್ತಾ ಹೋಗಿ ಕೊನೆಗೆ ಇಲ್ಲವಾದವು. ಹೊರಗಿನಿಂದ ಬಂದ ಈ ಜುಜುಬಿ ಕೋಳಿಮಾಂಸದ ಅಂಗಡಿಯನ್ನು ಭಾರತದಲ್ಲಿ ಬಿಟ್ಟುಕೊಳ್ಳಬೇಕೆ? ಹಾಗೆ ಬಿಟ್ಟುಕೊಳ್ಳುವುದರಿಂದ ಸ್ಥಳೀಯ ಆರ್ಥಿಕವ್ಯವಸ್ಥೆಯ ಮೇಲೆ ಆಗುವ ಪರಿಣಾಮಗಳೇನು ಎಂದು ಹಸಿರು ಟವಲ್ಲು ಹೊದ್ದ ಮತ್ತು ಕಪ್ಪುಬಿಳುಪಿನ ಗಡ್ಡದ ಜನರು ದೀರ್ಘ ಚರ್ಚೆಗಳಲ್ಲಿ ಮುಳುಗಿರುವಾಗಲೇ ಕೆಂಪು ಟೋಪಿಯಂತಹ ಗುಡಿಸಲಿನ ಚಿತ್ರವಿರುವ ಪೀಟ್ಜಾಹಟ್, ಎಂ ಅಕ್ಷರವನ್ನು ಚುಚ್ಚುತುದಿಗಳಿಲ್ಲದಂತೆ ದುಂಡಗೆ ಬರೆದು ಮೈಲಿಗಳಾಚೆಗೆ ಕಾಣುವಂತೆ ನೇತುಹಾಕುವ ಮ್ಯಾಕ್‌ಡೋನಾಲ್ಡ್ಸ್‌ಗಳಂತಹ ಭಾರತೀಯರು ಕೇಳರಿಯದ ಪಾಶ್ಚಿಮಾತ್ಯ ಫ್ರಾಂಚೈಸಿಗಳು ಬೆಂಗಳೂರಿಗೆ ನುಸುಳಿಕೊಂಡವು. ಅವುಗಳ ಮೇಲೆ ಯಾರೂ ಕಲ್ಲು ಬೀಸಿದ್ದನ್ನು ನಾನು ಪತ್ರಿಕೆಗಳಲ್ಲಿ ಓದಲಿಲ್ಲ. ಆಫೀಸುಗಳಲ್ಲಿ ಪೀಟ್ಜಾಹಟ್‌ಗೆ ಲಂಚ್‌ಗೆ ಹೋಗುವುದೇ ಒಂದು ಫ್ಯಾಷನ್ ಆಯಿತು. ಪ್ರಾಜೆಕ್ಟ್‌ನ ನಿಮಿತ್ತ ಬೆಂಗಳೂರಿಗೆ ಬಂದಿದ್ದ ಹಚಿರೋ ಯೋಶಿಡಾ ಎನ್ನುವ ಅಮೆರಿಕದ ಯೂನಿಯನ್ ಬ್ಯಾಂಕ್‌ನ ಐಟಿ ಡೈರೆಕ್ಟರ್ ಪೀಟ್ಜಾಹಟ್‌ನ ಮುಂದೆ ನಿಂತು "ಐ ಫೀಲ್ ಹೋಮ್ ನೌ!" ಎಂದಿದ್ದ. ಹಚಿರೋ ಯೋಶಿಡಾ ಮೂಲತಃ ಜಪಾನಿನವನು ಮತ್ತು ಮೂವತ್ತು ವರ್ಷಗಳಿಂದ ಅಮೆರಿಕದಲ್ಲಿ ನೆಲೆಸಿರುವವನು.

ಬೆಂಗಳೂರಿನ ರಸ್ತೆಗಳು ಬಣ್ಣ ಬಣ್ಣದ ಹೊಸ ಹೊಸ ಕಾರುಗಳಿಂದ ತುಂಬಿ ಹೋದವು. ಆಗೊಂದು ಈಗೊಂದು ಮಾರುತಿ ಕಾರುಗಳು ಚಲಿಸುತ್ತಿದ್ದ ರಸ್ತೆಗಳಲ್ಲಿ ಮರ್ಸಿಡಿಸ್ ಬೆಂಜ್, ಶೆವ್ರೆಲೆಟ್, ಹೋಂಡಾ, ಟಯೋಟಾ, ಫೋರ್ಡ್, ಮಿಟ್ಸುಬಿಷಿ, ಹ್ಯೂಂಡೇ... ಹಾಲಿವುಡ್‌ನ ಸಿನಿಮಾಗಳಲ್ಲಿ ಕಾಣುತ್ತಿದ್ದ ಕಾರುಗಳೆಲ್ಲಾ ಎದುರಿಗೇ ಓಡಾಡಲಾರಂಭಿಸಿದವು. ಹೊಸ ಹೊಸ ರಸ್ತೆಗಳು, ಹೊಸ ಹೊಸ ಫ್ಲೈಓವರ್‌ಗಳು, ಹೊಸಹೊಸ ಕಟ್ಟಡಗಳು, ಗಗನ ಮುಟ್ಟಲು ಹೊರಟ ಅಪಾರ್ಟ್‌ಮೆಂಟುಗಳು, ಹೊಸ

ಹೊಸ ಶಾಪಿಂಗ್ ಕಾಂಪ್ಲೆಕ್ಸ್‌ಗಳು, ಶಾಪಿಂಗ್ ಮಾಲ್‌ಗಳು. ಬಣ್ಣಬಣ್ಣದ ನಿಯಾನ್ ಬೆಳಕಿನಲ್ಲಿ ಬೆಂಗಳೂರು ಹೊಸ ಸಂಭ್ರಮದಿಂದ ತೋಯ್ದು ಹೋಗತೊಡಗಿತು.

ಚಾಮರಾಜಪೇಟೆಯ ಶಂಕರಮಠದ ಹಿಂಭಾಗದ ರಸ್ತೆಯಲ್ಲಿನ ಎರಡು ಬೆಡ್‌ರೂಂನ ಮನೆಯಲ್ಲಿ ನಾನು ಬಾಡಿಗೆಗಿದ್ದೆ. ಶ್ರೀನಿವಾಸ ಅಯ್ಯಂಗಾರ್ ಎನ್ನುವ ನಿವೃತ್ತ ರಿಸರ್ವ್ ಬ್ಯಾಂಕ್ ಆಫೀಸರರ ಮನೆಯದು. “ಕೇಶವ” ಎಂದು ಕರಿಯಶಿಲೆಯ ಮೇಲಿನ ಬಿಳಿಯ ಅಕ್ಷರದ ಕೆತ್ತನೆಯ ಮನೆಯ ಗೇಟನ್ನು ತೆರೆದು ನೀವು ಒಳಗೆ ಪ್ರವೇಶಿಸಿದರೆ ನಿಮಗೆ ಸಿಗುವುದು ಶ್ರೀನಿವಾಸ ಅಯ್ಯಂಗಾರರ ದೊಡ್ಡಮನೆಯ ದೇವಸ್ಥಾನ ದಂತಹ ಕೆತ್ತನೆಯ ಬಾಗಿಲು. ಅಯ್ಯಂಗಾರರ ಪತ್ನಿಯ ಆರೈಕೆಯಲ್ಲಿ ಪಾತಿಯಲ್ಲಿ ಅರಳಿದ ಗುಲಾಬಿ, ಜಾಜಿ ಮಲ್ಲಿಗೆ, ಕರ್ಣಕುಂಡಲಗಳನ್ನು ದಾಟಿ ಆಳೆತ್ತರದ ತುಳಸಿ ಕಟ್ಟೆಯನ್ನು ಬಳಸಿ ಓಣಿಯಲ್ಲೇ ಬಂದರೆ ನಿಮಗೆ ಸಿಗುವುದು ನನ್ನ ಮನೆ. ಗೇಟಿನ ಶಬ್ದವಾಗುತ್ತಲೇ ಸೋಫಾದಿಂದ ಮೇಲೆದ್ದು ಕಿಟಕಿಯನ್ನು ಸಣ್ಣದಾಗಿ ತೆರೆದು ಕಣ್ಣು ಕಿರಿದು ಮಾಡಿ ನೋಡಿ ಬಂದದ್ದು ನಾನೇ ಎಂದು ಮನದಟ್ಟಾದ ಮೇಲೆ ಪೂರ್ತಿ ಕಿಟಕಿ ತೆರೆದು ಸ್ನೇಹದ ನಗೆ ಬೀರಿ “ಹೇಗಿತ್ತಪ್ಪ ದಿನ ಇವತ್ತು? ಬಹಳ ಆಯಾಸವಾದಂತಿದೆ. ಬೆಂಗಳೂರಲ್ಲಿ ರಸ್ತೆ ಓಡಾಟದಲ್ಲೇ ಅರ್ಧಜೀವ ಬೆಂದು ಹೋಗುತ್ತದೆ.” ಎಂದು ವಿಚಾರಿಸುತ್ತ “ಬಾರಪ್ಪ. ಕಾಫಿ ಕುಡಿದು ಹೋಗುವೆಯಂತೆ.” ಎಂದು ಮುದಿದಂಪತಿ ಪ್ರೀತಿಯ ಬಲವಂತದಿಂದ ನನ್ನನ್ನು ಒಳಗೆ ಕರೆದು ಅಕ್ಕರೆಯಿಂದ ಮಾತನಾಡಿಸುತ್ತ ತಿನ್ನಲು ಏನಾದರೂ ಕೊಡುತ್ತಿದ್ದರು. ದೊಡ್ಡ ಮನೆಯ ಶ್ರೀಮಂತಿಕೆಗೆ ಅಪವಾದವೆನ್ನುವಂತೆ ಅಯ್ಯಂಗಾರ್ ದಂಪತಿ ಸರಳ. ಟಿವಿಯ ಹಿಂಭಾಗದ ಗೋಡೆಯ ಮೇಲೆ ನಾಲ್ಕೈದು ಅಡಿ ಎತ್ತರದ ಫ್ರೇಮ್ ಹಾಕಿಸಿದ ತಿರುಪತಿ ವೆಂಕಟರಮಣನ ಪಟ. ಎಡಭಾಗದ ಗೋಡೆಯ ಮೇಲೆ ದಂಪತಿಯ ಹಳೆಯ ಕಪ್ಪು ಬಿಳುಪಿನ ಫೋಟೊ. ಎಷ್ಟು ಹಳೆಯದು ಎಂದರೆ ಬಹುಶಃ ಅವರ ಮದುವೆಯ ಫೋಟೊ ಇರಬಹುದು. ಗುಂಗುರು ಕೂದಲಿನ ಯುವಕನ ಪಕ್ಕದಲ್ಲಿ ಅಗಲ ಕುಂಕುಮದ ಹೆಣ್ಣು. “ನಾವಿನ್ನೂ ಹಾಗೇ ಇದ್ದೀವಾ ಅಂತ ನೋಡಪ್ಪ ನಮ್ಮ ಕಡೆ.” ಎಂದು ಕಟ್ಟಿಸಿದ ಹಲ್ಲುಗಳ ಬಿಳಿಯನ್ನು ತೋರಿಸುತ್ತಾ ನಗುವ ಅಯ್ಯಂಗಾರರ ಪತ್ನಿ. ಅವರ ಹೆಸರು ಜಾನಕಮ್ಮ ಎಂದು ಆಮೇಲೆ ತಿಳಿಯಿತು. ಬಲಭಾಗದ ಗೋಡೆಯ ಮೇಲೆ ಇಬ್ಬರು ಹೆಣ್ಣುಮಕ್ಕಳ ಫೋಟೊ. ಯಾರು ಅಕ್ಕ ಯಾರು ತಂಗಿ ಎಂದು ಗುರುತಿಸಲು ಅಸಾಧ್ಯವೆನ್ನಿಸುವಂತೆ ಒಂದೇ ಥರದಲ್ಲಿ ಕಾಣುವ ಹುಡುಗಿಯರು. ಒಬ್ಬರಿಗೊಬ್ಬರು ಹೆಗಲುಹಾಕಿಕೊಂಡು ಸ್ಟುಡಿಯೋದಲ್ಲಿ ಮಾತ್ರ ಕೊಡಬಹುದಾದ ನಗೆಯನ್ನು ಚೆಲ್ಲಿದವರು. ಇಬ್ಬರೂ ಈಗ ತಮ್ಮ ಸಂಸಾರಗಳೊಂದಿಗೆ ಅಮೆರಿಕದಲ್ಲಿದ್ದಾರೆ.

ಮನೆಯ ಪೋರ್ಟಿಕೋದಲ್ಲಿ ಅಯ್ಯಂಗಾರ ದಂಪತಿಯ ಮಾರುತಿ 800. ಹೆಣ್ಣು ಮಕ್ಕಳು ಇವರ ಐವತ್ತನೇ ವಿವಾಹ ವಾರ್ಷಿಕೋತ್ಸವಕ್ಕೆ ಉಡುಗೊರೆಯಾಗಿ

ಕೊಟ್ಟಿದ್ದಂತೆ. ಅವರು ಕಾರಿನಲ್ಲಿ ಹೋದದ್ದೇ ಅಪರೂಪ. ಕಾರು ಹೋಗಲಿ ನಡೆದು ಕೂಡ ಮನೆ ಬಿಟ್ಟು ಹೊರಡುವುದು ಅಪರೂಪ, ತೀರಾ ಅಗತ್ಯಗಳಿಗೆ ಬಿಟ್ಟರೆ. ಅವರ ಕಾರಿನ ಪಕ್ಕದಲ್ಲಿ ನನ್ನ ಕೈನಟಿಕ್ ಹೋಂಡಾ.

ನನ್ನ ಆಫೀಸಿನ ವ್ಯಾನು ಬರುತ್ತಿದ್ದುದು ಬೆಳಗ್ಗೆ ಎಂಟು ಇಪ್ಪತ್ತೈದಕ್ಕೆ. ಉಮಾ ಟಾಕೀಸಿನ ಹತ್ತಿರ. ಏಳು ಮುಕ್ಕಾಲಿಗೇ ಬುಲ್‌ಟೆಂಪಲ್ ರೋಡಿಗೆ ಬಂದು ಗಣೇಶ ದರ್ಶಿನಿಯಲ್ಲಿ ತಿಂಡಿ ತಿಂದು ಹೊರಗೆ ನಿಂತು ಪ್ಲಾಸ್ಟಿಕ್‌ಲೋಟದ ಕಾಫಿ ಮುಗಿಸುವ ಹೊತ್ತಿಗೆ ನಮ್ಮ ಆಫೀಸಿನ ನೀಲಿ ಬಣ್ಣದ ವ್ಯಾನು ಕಾಣಿಸಿಕೊಂಡು ದಪ್ಪ ಮೀಸೆಯ ವಯಸ್ಸಾದ ಡ್ರೈವರ್ ಸಣ್ಣದಾಗಿ ಹಾರ್ನ್ ಮಾಡಿ ಪರಿಚಯದ ನಗೆ ಬೀರುತ್ತಿದ್ದ. ವ್ಯಾನ್ ಹತ್ತಿ ಕಿಟಕಿಯ ಪಕ್ಕ ಕುಳಿತು ಅಂಗಡಿಗಳನ್ನು ಜನಜಂಗುಳಿಯನ್ನು ಹೆಲ್ಮೆಟ್ ಸರದಾರರನ್ನು ಮತ್ತು ಆಟೋರಿಕ್ಷಾಗಳನ್ನು ನೋಡುತ್ತ ಏನೋ ಕಳೆದು ಹೋದದ್ದನ್ನು ಹುಡುಕುವವನಂತೆ ಕುಳಿತರೆ ಮುಕ್ಕಾಲು ಗಂಟೆಯಲ್ಲಿ ಆಫೀಸು. ನಾನು ಉಮಾ ಟಾಕೀಸಿನ ಹತ್ತಿರ ವ್ಯಾನು ಹತ್ತುವ ಹೊತ್ತಿಗೆ ಬನಶಂಕರಿಯ ಕಡೆಯಿಂದ ಬಂದ ಇಬ್ಬರು ಹುಡುಗರು ಹಿಂಭಾಗದ ಸೀಟುಗಳಲ್ಲಿ ಕುಳಿತುಕೊಂಡು ತಮ್ಮ ಲ್ಯಾಪ್‌ಟಾಪ್‌ಗಳಲ್ಲಿ ಏನೋ ಕೆಲಸ ಮಾಡಿಕೊಳ್ಳುವವರು ತಲೆ ಎತ್ತಿ ಕೂಡ ನೋಡುತ್ತಿರಲಿಲ್ಲ. ಮುಂದೆ ಸೌತ್‌ಎಂಡ್ ಸರ್ಕಲ್‌ನ ಬಳಿ ಇಬ್ಬರು ಹುಡುಗರು ಮತ್ತು ಒಬ್ಬಳು ಹುಡುಗಿ ವ್ಯಾನು ಹತ್ತಿಕೊಳ್ಳುತ್ತಿದ್ದರು. ಮೂವರೂ ನನ್ನೊಡನೆ ಪರಿಚಯದ ನಗೆಬೀರಿ ಹಲೋ ಎಂದು ಹೇಳುವವರಾಗಿದ್ದರೂ ಹತ್ತಿರ ಕುಳಿತು ಮಾತನಾಡುತ್ತ ಆಫೀಸು ಮುಟ್ಟುವಷ್ಟು ಆತ್ಮೀಯರಾಗಿರಲಿಲ್ಲ. ನಾನೂ ಮಾತಿನ ಮನುಷ್ಯನಲ್ಲ. ಮಾತಿನ ವಿಷಯದಲ್ಲಿ ನನ್ನ ಸ್ವಭಾವವೇ ಒಂದು ಥರ. ಸಂಕೋಚ ಬಿಟ್ಟು ನಾನಾಗಿಯೇ ಹೋಗಿ ಮಾತನಾಡಿಸುವುದು ನನ್ನ ಜಾಯಮಾನವಲ್ಲವಾದರೂ ಹಾಗೆ ಮಾತನಾಡಿಸುವ ಸ್ವಭಾವದವರು ನನಗೆ ಅಂಟಿಕೊಂಡರೆ ದೂರ ಓಡುವವನಲ್ಲ. ಜಾಸ್ತಿ ಮಾತನಾಡದಿದ್ದರೂ ಕೇಳುವ ಕ್ರಿಯೆಯನ್ನು ಸಂತೋಷದಿಂದ ಅನುಭವಿಸುವವನು ನಾನು. ಶ್ರದ್ಧೆಯಿಂದ ಕೇಳುವ ನನ್ನ ಸ್ವಭಾವದಿಂದಲೇ ನಾನು ಮಾತನಾಡದಿದ್ದರೂ ನನ್ನೊಡನೆ ಬಂದು ತಮ್ಮದನ್ನೆಲ್ಲಾ ಹೇಳಿಕೊಂಡು ಹಗುರವಾಗುವ ಸ್ನೇಹಿತರು ಹೆಚ್ಚು ನನಗೆ.

ವ್ಯಾನಿನ ಓಡಾಟ ಅಭ್ಯಾಸವಾದಂತೆಲ್ಲಾ ಕಿಟಕಿಯ ನೋಟದ ಜೊತೆಗೆ ನ್ಯೂಸ್‌ಪೇಪರ್ ತಂದುಕೊಂಡು ಓದುವ ಹವ್ಯಾಸವನ್ನು ಬೆಳೆಸಿಕೊಂಡೆ. ವ್ಯಾನಿನಲ್ಲಿರುತ್ತಿದ್ದ ಏಳೆಂಟು ಜನರಲ್ಲಿ ಇಬ್ಬರಿಗೋ ಮೂವರಿಗೋ ಓದುವ ಹವ್ಯಾಸವಿತ್ತು. ಸೌತ್‌ಎಂಡ್ ಸರ್ಕಲ್‌ನಲ್ಲಿ ಹತ್ತುತ್ತಿದ್ದ ದಪ್ಪ ಕನ್ನಡಕದ ಮತ್ತು ಉದ್ದ ಕೂದಲಿನ ಹುಡುಗ ಮಾತ್ರ ಕೆ.ಜಿ. ತೂಕದ ಇಂಗ್ಲಿಷ್ ಕಾದಂಬರಿಗಳನ್ನು ತಂದು ಓದುತ್ತಿದ್ದ. ಆತ ವ್ಯಾನಿನಲ್ಲಿ ಕುಳಿತು ಪುಸ್ತಕ ಬಿಚ್ಚಿದರೆ ಮತ್ತೆ ಆಫೀಸು ಬಂದಾಗಲೇ ತಲೆ ಎತ್ತುತ್ತಿದ್ದುದು. ಫೋರ್ತ್ ಬ್ಲಾಕಿನಲ್ಲಿ ಹತ್ತಿಕೊಳ್ಳುತ್ತಿದ್ದ ಅಕೌಂಟ್ಸ್ ಡಿಪಾರ್ಟ್‌ಮೆಂಟಿನ

ಹಿರಿಯರು, ಅವರ ಹೆಸರು ಜಗನ್ನಾಥ ಶೆಟ್ಟಿ, ನನ್ನ ಹಿಂದಿನ ಸೀಟಿನಲ್ಲಿ ಕುಳಿತುಕೊಳ್ಳುತ್ತ ಒಂದು ಕ್ಷಣ ಕೂಡ ಸುಧಾರಿಸಿಕೊಳ್ಳದೆ ಏದುಸಿರುಬಿಡುತ್ತಲೇ ನನ್ನ ಭುಜ ತಟ್ಟುತ್ತಾ "ಒಳಗಿನ ಪೇಜು ಓದ್ತಾ ಇದ್ರೆ ಮೈನ್ ಪೇಜ್ ಕೊಡಿ" ಎನ್ನುತ್ತಿದ್ದರು. ಸಂಜೆ ಆಫೀಸಿನಿಂದ ಮನೆಗೆ ಬರುವಾಗಲೂ ಇದೇ ವ್ಯಾನು, ಇದೇ ಜನಗಳು, ಇದೇ ಚಟುವಟಿಕೆಗಳು. ಡ್ರೈವರ್ ಮಾತ್ರ ಬೇರೆ. ದಪ್ಪ ಮೀಸೆಯ ಮುದುಕನ ಬದಲಿಗೆ ಚಿಗುರು ಮೀಸೆಯ ಹುಡುಗನೊಬ್ಬನಿರುತ್ತಿದ್ದ. ಮುದುಕನೊಂದಿಗಿನ ಅವನ ಸಾಮ್ಯತೆಯಿಂದ ಅವನು ಮುದುಕನ ಮಗನಿರಬೇಕೆಂದು ಊಹಿಸಿದ್ದೆ.

ವರ್ಷಗಟ್ಟಲೆ ಬದಲಾಗದಂತೆ ಕಳೆದ ಈ ವ್ಯಾನಿನ ದಿನಚರಿಯಲ್ಲೇ ನನ್ನ ಜೀವನಕ್ಕೆ ಪ್ರವೇಶವಾದವಳು ವಾಣಿ.

ನಾನು ಖರಗ್‌ಪುರದ ಐ.ಐ.ಟಿಯಲ್ಲಿ ಎಂ.ಟೆಕ್ ಮಾಡುವಾಗ ನನ್ನ ಸಹಪಾಠಿಯಾಗಿದ್ದ ಪಂಜಾಬಿ ಹುಡುಗ ಗುಣದೀಪ ಸಿಂಗ್ ನೋಟ್‌ಬುಕ್‌ನ ಮಾರ್ಜಿನ್‌ನಲ್ಲಿ ಹಿಂದಿಯಲ್ಲಿ ಶಾಯಿರಿ ಬರೆದು ಕ್ಲಾಸ್‌ರೂಮಿನಲ್ಲಿ ಗುಟ್ಟಿನಲ್ಲಿ ನನಗೆ ಓದಿಸುತ್ತಿದ್ದ. ನಿರ್ಜೀವ ಸಂಖ್ಯೆಗಳನ್ನು ಅರೆವ ಇಂಜಿನಿಯರಿಂಗ್ ಮೆಕಾನಿಕ್ಸ್‌ನೊಂದಿಗೆ ಘರ್ಷಣೆಯಲ್ಲಿರುತ್ತಿದ್ದ ನಮಗೆ ಅವನ ಪದ್ಯಗಳು ಮಧ್ಯಾಹ್ನದ ಉರಿವ ಸೂರ್ಯನನ್ನು ಮರೆ ಮಾಡುವ ಮೋಡಗಳಂತೆ ಹಿತವೆನಿಸುತ್ತಿದ್ದವು. "ಪ್ರೀತಿಯೆಂದರೆ ನಿನಗೆಷ್ಟು ಗೊತ್ತು? ಬೋರಲು ಬಿದ್ದು ಗೆದ್ದಲು ಹಿಡಿದು ಕರಗಿ ಮಣ್ಣಾಗಿ ಹೋಗುತ್ತಿರುವ ಮರ ಒಲೆಗಷ್ಟೇ ಸರಿ ಎಂದು ನೀನು ಅಂದುಕೊಂಡಿದ್ದರೆ ನಿನಗೆ ಪ್ರೀತಿ ಗೊತ್ತಿಲ್ಲ.ಅದರ ಮಾಂತ್ರಿಕ ಶಕ್ತಿ ಗೊತ್ತಿಲ್ಲ. ಪ್ರೀತಿಯ ಮಳೆ ಉದುರಿದಾಗ ಆ ಗೆದ್ದಲು ಮರದಲ್ಲೂ ಬಣ್ಣಬಣ್ಣದ ಹೂವುಗಳು ಅರಳದಿದ್ದರೆ ಕೇಳು." ಹಿಂದಿಯಲ್ಲಿ ಪ್ರಾಸಬದ್ಧವಾಗಿ ಹೇಳಬಹುದಾಗಿದ್ದ ಅವನ ಶಾಯಿರಿಗಳನ್ನು ಕವಿಯಲ್ಲದ ನಾನು ಭಾಷೆಗೊಪ್ಪುವಂತೆ ಅನುವಾದ ಮಾಡಿ ಹೇಳಲಾರೆ. ಆದರೆ ವಾಣಿಯನ್ನು ನೋಡಿದಾಗ ನನಗೆ ಅಂತಹ ಮಳೆಯ ಅನುಭವವಾದದ್ದು ನಿಜ.

ಪೂರ್ತಿ ಅಪರಿಚಿತ ಹುಡುಗಿ. ಸಾಧಾರಣ ರೂಪ. ತೆಳ್ಳನೆಯ ಮೈಕಟ್ಟು. ನಾನು ಆರೂವರೆ ಅಡಿ ಎತ್ತರದ ಹುಡುಗನಾದರೆ ಅವಳು ಐದಡಿಯನ್ನೂ ಮುಟ್ಟದ ಕುಳ್ಳು ಹುಡುಗಿ. ದಿನಪತ್ರಿಕೆಯಷ್ಟೇ ನನ್ನ ಸಾಹಿತ್ಯವಾದರೆ ಪ್ರಪಂಚದ ಪುಸ್ತಕಗಳೆಲ್ಲಾ ಆಕೆಗೆ ಬೇಕು. ನಾನು ವರಿಸುವ ಹುಡುಗಿ ಹೀಗೇ ಇರಬೇಕೆಂಬ ಕಲ್ಪನೆಯೇನಾದರೂ ನನ್ನಲ್ಲಿ ಇದ್ದರೆ, ಇತ್ತು ಎಂದುಕೊಂಡಿದ್ದೇನೆ, ಅದೇನಕ್ಕೂ ಇವಳು ಹೊಂದಿಕೆಯಾಗುವಂಥವಳಲ್ಲ. ಈಕೆಯನ್ನು ನೋಡಿದ ಮೇಲೆ ನನ್ನ ಆ ಕಲ್ಪನೆಯೇ ತಿರುಚಿಕೊಂಡು ಇವಳ ಗಾತ್ರಕ್ಕೆ, ಬಣ್ಣಕ್ಕೆ, ಸಹಜ ನಗುವಿಗೆ, ನೇರ ನೋಟಕ್ಕೆ, ಮಿತ ಮಾತುಗಳಿಗೆ, ಅವಳ ಹಸಿರು ಚೂಡೀದಾರಕ್ಕೆ, ಕೆಂಪು ವ್ಯಾನಿಟಿಬ್ಯಾಗಿಗೆ, ನಿಲ್ಲುವ ಕೂರುವ ಭಂಗಿಗಳಿಗೆ ತಾನೇ ಎರಕ ಹುಯ್ದುಕೊಂಡಿತು. ಪ್ರೀತಿ ಮೂಡಲು ಕಾರಣಬೇಕಿಲ್ಲ. ಹಾಗೆ ಕಾರಣ ಸಹಿತವಾಗಿ ಮೂಡುವ ಪ್ರೀತಿ

ಹೃದಯದಿಂದಲ್ಲ ಬುದ್ಧಿಯಿಂದ ಮೂಡಿರುತ್ತದೆ ಎನ್ನುತ್ತಿದ್ದ ಗುಣದೀಪ್ ಸಿಂಗ್. ನಾನು ತಲೆಗಿಂತಲೂ ಹೆಚ್ಚಾಗಿ ಎದೆಯ ಮನುಷ್ಯ ಎನ್ನುವುದು ನನಗೆ ವಾಣಿಯನ್ನು ನೋಡಿದ ಮೇಲೆ ತಿಳಿಯಿತು.

ಎಂದಿನಂತೆಯೇ ಅಂದು ವ್ಯಾನಿನ ಹಾರ್ನ್ ಕೇಳಿದ ಮೇಲಷ್ಟೇ ಗಣೇಶದರ್ಶಿನಿಯಿಂದ ದಾಪುಗಾಲು ಹಾಕುತ್ತಾ ಬಂದಾಗ ಹಸಿರು ಚೂಡೀದಾರ್ ತೊಟ್ಟ ಹುಡುಗಿ ನಮ್ಮ ವ್ಯಾನನ್ನು ಹತ್ತುತ್ತಿದ್ದಳು. ಅವಳ ನಂತರ ನಾನು ವ್ಯಾನ್ ಹತ್ತುತ್ತಿದ್ದಂತೆಯೇ ಮುದುಕ ಡ್ರೈವರ್ ಹಿಂತಿರುಗಿ ನನ್ನನ್ನು ನೋಡುತ್ತಾ "ಈ ಸ್ಟಾಪಲ್ಲಿ ಇನ್ಮೇಲೆ ನಿಮ್‌ಗೊಬ್ರು ಜೊತೆ ಆದಂಗಾತು ನೋಡ್ರಿ." ಎಂದು ಕಿರುಗಣ್ಣಿನಲ್ಲಿ ನಕ್ಕು ವ್ಯಾನನ್ನು ಮುಂದೆ ಓಡಿಸಿದ. ಡ್ರೈವರ್‌ನ ಮಾತನ್ನು ಕೇಳಿಸಿಕೊಂಡ ಆ ಹುಡುಗಿ ನನ್ನೆಡೆಗೆ ನೋಡಿ ಮುಗುಳುನಕ್ಕಳು. ಸೀಟಿನಲ್ಲಿ ಕುಳಿತುಕೊಂಡವಳು ಮತ್ತೊಂದು ನಿಮಿಷದಲ್ಲಿ ಎದ್ದು ನಿಂತು ಡ್ರೈವರ್‌ನೆಡೆಗೆ ಬಗ್ಗಿ "ಆಫೀಸು ತಲುಪಲು ಎಷ್ಟು ಸಮಯ ತೆಗೆದು ಕೊಳ್ಳುತ್ತದೆ?" ಎಂದು ಮೆಲುದನಿಯಲ್ಲಿ ಕೇಳಿದಳು. ಪ್ರಶ್ನೆಯನ್ನು ನಿರೀಕ್ಷಿಸದ ಡ್ರೈವರ್ ರಸ್ತೆಯಿಂದ ಕಣ್ಣುಕೀಳದೆ "ಏನಂದಿರಿ?" ಎಂದ. ಅವಳೆಡೆಗೆ ನೋಡುತ್ತಾ ನಾನು "ಸುಮಾರು ಮುಕ್ಕಾಲು ಗಂಟೆಯಿಂದ ಒಂದು ಗಂಟೆಯವರೆಗೆ ತೆಗೆದುಕೊಳ್ಳುತ್ತದೆ." ಎಂದೆ. ಮತ್ತೊಮ್ಮೆ ನನ್ನೆಡೆಗೆ ಮುಗುಳುನಕ್ಕು ಕುಳಿತುಕೊಂಡಳು. ತನ್ನ ಬ್ಯಾಗಿನಿಂದ ಯಾವುದೋ ಪುಸ್ತಕವನ್ನು ತೆಗೆದು ಓದುವುದರಲ್ಲಿ ತೊಡಗಿಕೊಂಡಳು. ಓದುವುದರಲ್ಲಿ ಏಕಾಗ್ರತೆ ಹತ್ತಿದಂತೆ ಕಾಣಲಿಲ್ಲ. ಆಗಾಗ ಕಿಟಕಿಯಾಚೆಗೆ ನೋಡುವುದು, ಸ್ಟಾಪುಗಳಲ್ಲಿ ಹತ್ತಿಕೊಳ್ಳುವವರನ್ನು ಆಸಕ್ತಿಯಿಂದ ಗಮನಿಸುವುದು. ಮೊದಲ ದಿನದ ಕೆಲಸದ ಉದ್ವಿಗ್ನತೆ ಅವಳಲ್ಲಿ ಎದ್ದು ಕಾಣುತ್ತಿತ್ತು. ವ್ಯಾನಿನ ತೆರೆದ ಕಿಟಕಿಯಿಂದ ಬೀಸುವ ಗಾಳಿ ಅವಳ ಮುಂಗುರುಳನ್ನು ಹಿತವಾಗಿ ಚದುರಿಸುತ್ತಿತ್ತು. ಯಾವ ಪ್ರಾಜೆಕ್ಟ್‌ಗೆ ಸೇರುತ್ತಿರಬಹುದು ಇವಳು ಎಂದು ಯೋಚಿಸುತ್ತಿದ್ದೆ.

ಕ್ಷಣಕ್ಷಣಕ್ಕೂ ಈ ಹುಡುಗಿ ನನ್ನಲ್ಲಿ ಆಕರ್ಷಣೆಯನ್ನು ಮೂಡಿಸತೊಡಗಿದಳು. ಅವಳ ಇರುವಿಕೆಯೇ ನನ್ನ ದೇಹ ಮತ್ತು ಮನಸ್ಸುಗಳನ್ನು ಸೂಜಿಗಲ್ಲಾಗಿ ಎಳೆಯಲಾರಂಭಿಸಿತು. ಸಂಕೋಚಬಿಟ್ಟವನಂತೆ ಎಷ್ಟೋ ಬಾರಿ ಅವಳೆಡೆಗೆ ನೋಡಿದೆ. ಹೆಣ್ಣೊಬ್ಬಳನ್ನು ಮೊದಲಬಾರಿಗೆ ಕಂಡಂತೆ ನನ್ನ ಮನಸ್ಸು ಹೊಯ್ದಾಡುತ್ತಿತ್ತು. ಶಾಂತ ಸಾಗರದ ಮೇಲೆ ಅನಿರೀಕ್ಷಿತವಾದ ಮಧುರ ಅಲೆಗಳು. ಎದೆಯ ತುಂಬಾ ಎಂದೂ ಕೇಳದ ಯಾವುದೋ ಹೊಸರಾಗ.

ಮಧ್ಯಾಹ್ನ ಊಟದ ಸಮಯದಲ್ಲಿ ಲಂಚ್‌ರೂಮಿನಲ್ಲಿ ಕಾಣಿಸಬಹುದೇ ಎಂದು ಹುಡುಕಿದೆ. ನನ್ನ ಟೇಬಲ್‌ನಲ್ಲಿದ್ದ ನನ್ನ ಟೀಮಿನವರೇ ಆದ ರಾಘವೇಂದ್ರ ಉಡುಪ ಮತ್ತು ನಿತಿನ್ ಜೋಷಿ ಯಾವುದೋ ಪ್ರಾಜೆಕ್ಟ್‌ಗೆ ಸಂಬಂಧಿಸಿದ ವಿಷಯವನ್ನು ಜೋರಾಗಿ ಚರ್ಚೆ ಮಾಡುತ್ತಾ ಆಗಾಗ ನನ್ನನ್ನೂ ಮಾತಿಗೆಳೆಯಲು ನೋಡುತ್ತಿದ್ದರು. ನನ್ನ ಕಣ್ಣುಗಳು ಮಾತ್ರ ಆಕೆಯನ್ನು ಹುಡುಕುತ್ತಿದ್ದವು. ಟೇಬಲ್ಲುಗಳ ಆಚೆಗೆ ನಾಚಿಕೆ

ಬಿಟ್ಟು ಎಡಕ್ಕೆ ಬಲಕ್ಕೆ ಹಿಂದಕ್ಕೆ ಮುಂದಕ್ಕೆ ಬಾಗಿಲಿನ ಕಡೆ ಹಾಲ್‌ವೇಯ ಕಡೆ ಊಟ ಪಡೆಯಲು ನಿಂತ ಉದ್ದ ಸಾಲಿನ ಕಡೆ ಎಲ್ಲ ಕಡೆಯೂ ಅರಸುತ್ತಿದ್ದೆ. ನಮ್ಮ ಟೇಬಲ್ಲಿಗೆ ಬಂದು ಸೇರಿಕೊಂಡ ಪ್ರಾಜಕ್ಟ್ ಮ್ಯಾನೇಜರ್ ರಮಾಕಾಂತ್ "ಯಾರನ್ನು ಹುಡುಕುತ್ತಿದ್ದೀಯಾ? ನನ್ನನ್ನು ತಾನೇ." ಎಂದು ದೊಡ್ಡ ಜೋಕ್ ಹೇಳಿದವನಂತೆ ನಕ್ಕ. ರಮಾಕಾಂತ್ ಟೇಬಲ್ಲಿಗೆ ಬಂದಮೇಲೆ ನಿತಿನ್ ಜೋಷಿ ಮತ್ತು ರಾಘವೇಂದ್ರ ಉಡುಪ ಪ್ರಾಜಕ್ಟ್‌ನ ಬಗ್ಗೆಯ ಮಾತನ್ನು ನಿಲ್ಲಿಸಿ ಮೌನವಾಗಿ ಊಟ ಮಾಡಲು ಆರಂಭಿಸಿದರು.

ಇನ್ನೇನು ಲಂಚ್‌ರೂಂ ಬಿಟ್ಟು ಹೊರಡುವ ಹೊತ್ತಿಗೆ ಅವಳು ಕಂಡಳು. ಎಚ್ ಆರ್ ಡೈರೆಕ್ಟರ್ ಅಂಜಲಿ ಚಂದೇಕರ್ ಅವರ ಜೊತೆಯಲ್ಲಿ.

ಸಂಜೆಯ ವಾಪಸ್ಸು ಪ್ರಯಾಣ ಬೆಳಗಿನ ಪಡಿಯಚ್ಚು. ಅವಳ ಹಿಂದೆ ಎರಡು ಸೀಟಿನ ಅಂತರದಲ್ಲಿ ಕುಳಿತಿದ್ದ ನಾನು ಕ್ಷಣಕ್ಷಣಕ್ಕೂ ಉರಿವ ಮೇಣದ ಬತ್ತಿಯಂತೆ ಕರಗಿ ಹೋಗುತ್ತಿದ್ದೆ. ಬೆಳಗಿನ ಉದ್ವಿಗ್ನತೆ ಈಗ ಅವಳಲ್ಲಿ ಕಾಣದೆ ಪ್ರಶಾಂತವಾಗಿದ್ದಳು. ಒಂದೆರಡು ಬಾರಿ ಕ್ಷಿಪ್ರವಾಗಿ ನನ್ನೆಡೆಗೆ ನೋಡಿದಳು. ಪ್ರೀತಿ ಬಹುಶಃ ಅರಳು ಮಲ್ಲಿಗೆಯ ಮೊಗ್ಗಿನಂತೆ ಪರಿಮಳವನ್ನು ಹಬ್ಬುತ್ತಾ ಮುಟ್ಟಬೇಕಾದವರನ್ನು ತಲುಪಿಯೇ ತಲುಪುತ್ತದೆ. ನನ್ನ ಎದೆಯ ಬಡಿತ ಖಂಡಿತಾ ಅವಳಿಗೆ ಕೇಳಿಸಿದೆ. ಇಲ್ಲದಿದ್ದಲ್ಲಿ ವ್ಯಾನಿನಿಂದ ಇಳಿದ ಮೇಲೆ ಒಂದು ಕ್ಷಣ ಹಿಂತಿರುಗಿ ನನ್ನನ್ನೇಕೆ ಕಾದಳು? ಆ ಕ್ರಿಯೆ ಅವಳಿಗರಿವಿಲ್ಲದಂತೆ ಹೇಗೆ ಬಂದಿತ್ತು ಎಂದರೆ ಮರುಕ್ಷಣವೇ ಎಚ್ಚೆತ್ತು ನಿಧಾನವಾಗಿ ಹೆಜ್ಜೆ ಹಾಕುತ್ತಾ ಜನಜಂಗುಳಿಯಲ್ಲಿ ಮರೆಯಾಗಿ ಹೋದಳು. ನಮ್ಮಿಬ್ಬರನ್ನು ಮತ್ತೂ ಹತ್ತಿರ ತಂದದ್ದು ಎಂದರೆ ಮಾರನೆಯ ದಿನ ಅವಳೊಡನೆ ಹೆಜ್ಜೆ ಹಾಕಿದ್ದು.

ಬೆಳಗ್ಗೆ ವ್ಯಾನ್ ಸ್ಟಾಪಿಗೆ ಹತ್ತು ನಿಮಿಷ ಮೊದಲೇ ಬಂದವನು ಗಣೇಶದರ್ಶಿನಿಗೂ ಹೋಗದೆ ಅವಳಿಗಾಗಿ ಕಾದು ನಿಂತಿದ್ದೆ. ವ್ಯಾನ್ ಬರುವ ಒಂದೆರಡು ನಿಮಿಷ ಮೊದಲು ಬಂದಳು. ನನ್ನೆಡೆಗೆ ನೋಡಿ ಮುಗುಳುನಕ್ಕು ಹತ್ತಿರ ಬಂದು ನಿಂತಳು. ಇಬ್ಬರಲ್ಲಿಯೂ ಮಾತಿನ ಸರಕಿಲ್ಲ. ಅವಳ ಸನಿಹದ ರೋಮಾಂಚನದಲ್ಲಿ ನನಗೆ ಮಾತಿನ ಅವಶ್ಯವೇ ಇರಲಿಲ್ಲ. ಅವಶ್ಯಕತೆ ಇರಲಿಲ್ಲ ಎನ್ನುವುದಕ್ಕಿಂತ, ಮಾತೆಲ್ಲಿ ಆ ಅನುಭೂತಿಯನ್ನು ಕೆಡಿಸಿಬಿಡುತ್ತದೋ ಎನ್ನುವ ಆತಂಕದಲ್ಲಿ ಮಾತುಗಳು ಹೊರಡಲಿಲ್ಲ ನನಗೆ. ಸುತ್ತು ಜನಸಂತೆಯ ಮತ್ತು ವಾಹನಗಳ ಕರ್ಕಶದ ಮಧ್ಯೆಯೂ ಆ ಎರಡು ನಿಮಿಷ ನಮ್ಮನ್ನು ಯಾವುದೋ ಮಾಯಾಲೋಕದಲ್ಲಿ ವಿಹರಿಸಲು ಬಿಟ್ಟಿತ್ತು. ಡ್ರೈವರ್ ನಗುತ್ತ ಹಾರ್ನ್ ಮಾಡುವವರೆಗೂ ನಾನ್ಯಾವುದೋ ಬೇರೆ ಜಗತ್ತಿನಲ್ಲಿದ್ದೆ.

ಆಫೀಸಿಗೆ ಇನ್ನೆರಡು ಕಿಲೋಮೀಟರುಗಳಿವೆ ಎನ್ನುವಾಗ ವ್ಯಾನಿನ ಟೈರು ಪಂಚರ್ ಆಗಿ ವ್ಯಾನು ಧಡಕ್ ಎಂದು ಶಬ್ದ ಮಾಡುತ್ತ ರಸ್ತೆಯ ಬದಿಯಲ್ಲಿ ನಿಂತು ಬಿಟ್ಟಿತು. "ಹತ್ತೇಹತ್ತು ನಿಮಿಷ ಸಾಕು. ಟೈರ್ ಬದಲಾಯಿಸಿ ಬಿಡುತ್ತೇನೆ." ಎಂದು

ಡ್ರೈವರ್ ಇಳಿದು ಹೋದ. ಗುಂಪು ಗುಂಪಿನಲ್ಲಿ ಇಳಿಯುತ್ತ ಕೆಲವರು ಆಟೋರಿಕ್ಷಾ ಹಿಡಿದು ಮತ್ತೆ ಕೆಲವರು ನಡೆಯುತ್ತಾ ಆಫೀಸಿನ ಕಡೆಗೆ ಹೊರಟರು. ವ್ಯಾನ್ ಇಳಿದ ಆ ಹುಡುಗಿ ಸಹಜವೆಂಬಂತೆ ನನ್ನೆಡೆಗೆ ಬಂದಳು.

"ನಡೆದು ಹೋಗೋಣವೇ?"

"ಸರಿ."

"ನಿಮ್ಮ ಹೆಸರೇನು?"

"ಶ್ರೀಕಾಂತ. ನಿಮ್ಮದು?"

"ವಾಣಿ."

ಕೂಡುರಸ್ತೆಯಲ್ಲಿ ದಿಢೀರನೆ ಕಾಣಿಸಿಕೊಂಡ ಸಮೂಹವೊಂದು ಘೋಷಣೆಗಳನ್ನು ಕೂಗುತ್ತ ಮೆರವಣಿಗೆಯಲ್ಲಿ ಸಾಗುತ್ತಿತ್ತು. ಯಾವುದೋ ರಾಜಕೀಯ ಪಕ್ಷದ ಬಾವುಟಗಳನ್ನು ಹಿಡಿದ ಜನ ಫುಟ್‌ಪಾತ್‌ನ ಮೇಲೆಲ್ಲಾ ನುಗ್ಗಿದ್ದರಿಂದ ವಾಣಿ ಮತ್ತೂ ಹತ್ತಿರವಾಗಿ ನನಗೆ ಅಂಟಿಕೊಂಡಳು. ವಾಣಿಯ ಎಡ ಮುಂಗೈ ನನ್ನ ಬಲಗೈಗೆ ಸೋಕಿದಾಗ ನನ್ನ ಮೈ ರೋಮಾಂಚನಗೊಂಡಿತು. ಅವಳೆಷ್ಟು ಹತ್ತಿರವಾಗಿದ್ದಳೆಂದರೆ ನಾನು ಆಘ್ರಾಣಿಸುವ ಗಾಳಿ ಅವಳ ಕೆನ್ನೆಯನ್ನು ಸೋಂಕಿಬಂದುದಾಗಿತ್ತು. ಆ ಎರಡು ಕಿಲೋಮೀಟರುಗಳ ನಡಿಗೆ ನನಗೆ ಆಕಾಶದಲ್ಲಿ ಮೋಡಗಳೊಡನೆ ತೇಲಿದಷ್ಟು ಹಗುರತೆಯನ್ನು ತಂದಿತ್ತು. ನಾವಂದು ಜೊತೆಯಲ್ಲಿ ಹಾಕಿದ ಹೆಜ್ಜೆಗಳು ನಮ್ಮಿಬ್ಬರನ್ನು ಸಾವಿರ ಮೈಲುಗಳ ಪ್ರಯಾಣಕ್ಕೆ ಬೆಸೆದಿತ್ತು. ನಮ್ಮನಮ್ಮ ಮೌನ ಭಾಷೆಯನ್ನು ಕೇಳಬಲ್ಲ ಮತ್ತೊಂದು ಜೀವವನ್ನು ಗುರುತಿಸಿಕೊಟ್ಟಿತ್ತು.

ಗುಣದೀಪ ಸಿಂಗ್‌ನ ನೋಟ್‌ಬುಕ್‌ನ ಮಾರ್ಜಿನ್‌ನ ಪದ್ಯ ಮತ್ತೆಮತ್ತೆ ನನ್ನನ್ನು ಕಾಡುತ್ತಿತ್ತು.

ಗುಲಾಬಿಯ ಎಸಳು ಕೆಂಪಾಗಲು ಮಾತುಬೇಕೇ?
ಗರಿಕೆಹುಲ್ಲಿನ ಇಬ್ಬನಿ ಫಳಕ್ಕನೆ ಹೊಳೆಯಲು ಮಾತುಬೇಕೇ?
ಎದೆಯಲ್ಲೊಂದು ಹೊಸರಾಗ ಮೂಡಲು ಮಾತುಬೇಕೇ?
ನನ್ನೆದೆಯ ಪ್ರೀತಿ ನಿನ್ನನ್ನು ಮುಟ್ಟಲು ಮಾತು ಬೇಕೇಬೇಕೇ?

ಮಾತನಾಡದೆ ಪ್ರೀತಿ ಮುಟ್ಟಿಸಿದೆವು. ನೋಡುವ ಸಿನೆಮಾ, ಓದುವ ಪುಸ್ತಕ ಮತ್ತು ಕೇಳುವ ಕಥೆಗಳಿಗೆ ತದ್ವಿರುದ್ಧವಾಗಿ ಮಾತನಾಡದೇ ಪ್ರೀತಿ ಮಾಡುವುದನ್ನು ಕಲಿತೆವು.

ಕೊನೆಗೆ ಮದುವೆಯೂ ಆದೆವು.

"ಕೇಶವ" ಎನ್ನುವ ಕರಿಯ ಶಿಲೆಯ ಕೆತ್ತನೆಯ ಹೆಸರಿನ ಮನೆಯ ಔಟ್‌ಹೌಸ್‌ನಂತಿರುವ ಎರಡು ಬೆಡ್‌ರೂಮಿನ ಮನೆಗೆ ವಾಣಿ ಬಲಗಾಲಿಟ್ಟು ನನ್ನೊಡನೆ ಪ್ರವೇಶಮಾಡಿದಳು.

ಅಧ್ಯಾಯ 3

ನಾನು ಹುಟ್ಟಿ ಬೆಳೆದ ಗೊಲ್ಲರಹಳ್ಳಿ ದ್ವೀಪವಾದದ್ದು ಬೇಲೂರು ಮತ್ತು ಚಿಕ್ಕಮಗಳೂರಿನ ಮಧ್ಯೆ ಯಗಚಿ ನದಿಗೆ ಅಣೆಕಟ್ಟು ಕಟ್ಟಿದಾಗ. ಅದಾಗಿ ಆಗಲೇ ಎಷ್ಟೋ ವರ್ಷಗಳು ಉರುಳಿದ್ದರೂ ಆ ದಿನಗಳೆಲ್ಲ ಇವತ್ತು ನಿನ್ನೆಯದು ಎನ್ನುವಂತೆ ನನ್ನ ನೆನಪಿನಲ್ಲಿದೆ. ಕಟ್ಟುತ್ತಾರಂತೆ ಕಟ್ಟುತ್ತಾರಂತೆ ಎಂದು ಬಹಳ ದಿನಗಳಿಂದ ಕೇಳುತ್ತಿದ್ದ ನಮಗೆ ಅದು ನಿಜವೆಂದು ಮನದಟ್ಟಾದದ್ದು ಮಾತ್ರ ಒಂದು ದಿನ ಇದ್ದಕ್ಕಿದ್ದಂತೆ ಕೆಲಸ ಪ್ರಾರಂಭವಾದಾಗ. ಮರಳು ಸಿಮೆಂಟು ಜಲ್ಲಿಕಲ್ಲುಗಳು ರಾಶಿ ರಾಶಿಯಲ್ಲಿ ಬಂದು ಬಿದ್ದಾಗ. ಉದ್ದ ಕೈನ ಕ್ರೇನ್‌ಗಳು, ರಾಕ್ಷಸಾಕಾರದ ಟ್ರಕ್‌ಗಳು, ಎಕ್ಸ್‌ಕವೇಟರುಗಳು, ಡಂಪರ್‌ಗಳು ಮತ್ತು ಒಂದೇಸಮನೆ ಕರ್ಕಶ ಶಬ್ದ ಮಾಡುವ ಕಾಂಕ್ರೀಟ್ ಮಿಕ್ಸರ್‌ಗಳು ಚಿಕ್ಕಮಗಳೂರು ಮತ್ತು ಬೇಲೂರಿನ ನಡುವೆ ಸಾಲಿನಲ್ಲಿ ಹರಿದಾಡಲು ಪ್ರಾರಂಭಿಸಿದಾಗ. ಇಂಜಿನಿಯರುಗಳ ಮತ್ತು ಕೆಲಸಗಾರರ ದೊಡ್ಡ ಪಡೆಯೇ ಬಂದು ನೆಲೆಯೂರಿದಾಗ.

ಚಿಕ್ಕಮಗಳೂರು ಮತ್ತು ಹಾಸನದ ಡಿ.ಸಿ. ಆಫೀಸುಗಳಲ್ಲಿ ಮತ್ತು ಬೇಲೂರಿನ ತಾಲ್ಲೂಕು ಆಫೀಸಿನಲ್ಲಿ ಯಗಚಿಯ ಅಣೆಕಟ್ಟಿಗೆ ಮುಳುಗಡೆಯಾಗುವ ಹಳ್ಳಿಗಳ ಪಟ್ಟಿಯನ್ನು ಪ್ರಕಟಿಸಲಾಯಿತು. ಅಣೆಕಟ್ಟಿನ ಜಾಗದಿಂದ ನಾಲ್ಕು ಮೈಲುಗಳ ದೂರದಲ್ಲಿರುವ ನಮ್ಮ ಗೊಲ್ಲರಹಳ್ಳಿಯೂ ಪಟ್ಟಿಯಲ್ಲಿತ್ತು. ಸರಕಾರಿ ಜನರು ಹಿಂಡಿನಲ್ಲಿ ಬಂದು ಊರಿಗೆಲ್ಲಾ ಅಳತೆಯ ಪಟ್ಟಿ ಹಿಡಿದು, ಮರಮಟ್ಟುಗಳಿಗೆಲ್ಲ ಬಣ್ಣದ ಸೀಮೆಸುಣ್ಣದಲ್ಲಿ ಏನೇನೋ ಸಂಖ್ಯೆಗಳನ್ನು ಬರೆದು ದನ ಕರು ಕುರಿ ಕೋಳಿಗಳನ್ನೆಲ್ಲಾ ಎಣಿಸಿ ತಮ್ಮಲ್ಲೇ ಗುಸುಗುಸು ಮಾತನಾಡಿಕೊಂಡು ಮನೆಯವರನ್ನು ಕರೆಸಿ ನಿಮಗಿಷ್ಟು ಪರಿಹಾರ ಸಿಗಬಹುದು ಎನ್ನುವ ಮಾತನಾಡುತ್ತಿದ್ದರು. "ಭೂಮಿಯೇ ಬೇಕು ಎಂದು ಹಠ ಹಿಡಿಯುವವರಿಗೆ ಬೇರೆ ಪ್ರದೇಶಗಳಲ್ಲಿ ಸರಕಾರ ಭೂಮಿಯನ್ನು ನೀಡುತ್ತದೆ. ಹಣ ಪಡೆಯುತ್ತೀರೋ ಭೂಮಿ ಕೇಳುತ್ತೀರೋ ನಿಮಗೇ ಬಿಟ್ಟಿದ್ದು."

ಡ್ಯಾಮಿನ ಸಲುವಾಗಿ ಭೂಮಿ ಅಳತೆಗೆ ಬಂದಾಗಲೆಲ್ಲಾ ಅಪ್ಪ ಮಂಕಾಗಿ – ಬಂದ ಜನರನ್ನು ಅಸಹಾಯಕತೆಯಿಂದ ನೋಡುತ್ತ ವೀರಭದ್ರನ ಗುಡಿಯ ಕಡೆ ಮರೆಯಾಗಿ ಹೋಗುತ್ತಿದ್ದರು. ನನಗಿಂತಲೂ ಐದು ವರ್ಷಕ್ಕೆ ಚಿಕ್ಕವನಾದ ನನ್ನ ತಮ್ಮ ಕೃಷ್ಣ ಅವನ ವಯಸ್ಸಿನ ಹುಡುಗರೊಡನೆ ಗುಂಪು ಕಟ್ಟಿಕೊಂಡು ಭೂಮಾಪನಗಳನ್ನು ಹಿಡಿದ ಸರ್ವೇಯರುಗಳ ಹಿಂದೆಯೋ ಅಥವಾ ಅವರು ಬಂದಿರುತ್ತಿದ್ದ ದೊಡ್ಡ ವ್ಯಾನಿನ ಒಳಗೂ ಹೊರಗೂ ಓಡಾಡುತ್ತಲೋ ಆಟವಾಡಿಕೊಳ್ಳುತ್ತಿದ್ದ. ಪಿಯುಸಿ ಪರೀಕ್ಷೆ ಮುಗಿಸಿ ಮನೆಗೆ ಬಂದಿದ್ದ ನಾನು ನಮ್ಮ ಮನೆಯ ಮತ್ತು ಭೂಮಿಯ ಅಳತೆಯ ಸಮಯದಲ್ಲಿ ಸರಕಾರಿ ಗುಂಪಿನ ಜೊತೆಯಲ್ಲಿ ಇರುತ್ತಿದ್ದೆ.

"ಅಪ್ಪನ್ನ ಕರೆಯಪ್ಪ." ಎಂದು ಕುಳ್ಳಗಿನ ದಪ್ಪಹೊಟ್ಟೆಯ ತಾಲ್ಲೂಕು ಅಧಿಕಾರಿ ಕೇಳಿದರೆ ಚಂದ್ರೇಗೌಡರು ತಾವೇ ಮುಂದು ಬಂದು "ಅವರಿಲ್ಲ. ಅವರ ಬದ್ಲಿಗೆ ಅವರ ಹಿರೀಹುಡ್ಗನೇ ಇದಾನಲ್ಲ. ಕಾಲೇಜು ಓದೋ ಹುಡುಗ. ಬಾಳಾ ಬುದ್ಧಿವಂತ. ನಾನೂ ಇರ್ತಿನಿ. ನೀವು ಅಳ್ತೆ ತೆಗಿರೀ."

"ಸೂರಪ್ನೋರನ್ ನಾನೇ ನೋಡುದ್ನಲ್ಲ ಗುಡಿತಾವ."

ಚಂದ್ರೇಗೌಡರು ವಿನಯದಲ್ಲೇ "ಇರ್ಲಿ ಬಿಡ್ರೀ. ಪೂಜೆ ಮಾಡ್ತವ್ರೆ ಅನ್ಸುತ್ತೆ. ಹುಡುಗ ಇದಾನಲ್ಲ. ನೀವು ಅಳ್ತೆ ತೆಗಿರೀ."

"ಈ ಮಧ್ಯಾನದೊತ್ತಿಗೆ ಅದೆಂತ ಪೂಜೆ? ಇಲ್ಲಿ ಲಕ್ಸ್ಮೀ ಪೂಜೆ ಆಗುಹೊತ್ತಿಗೆ." ಎಂದು ಗಹಗಹಿಸಿ ನಕ್ಕು "ನೀನೇ ನೋಡಕಳಪ್ಪ ಹಾಗಾದ್ರೆ. ಏನು ಓದ್ತಿದಿಯ?"

"ಪಿಯುಸಿ ಪರೀಕ್ಷೆ ಬರೆದಿದಿನಿ."

"ಸೈನ್ಸಾ ಆರ್ಟ್ಸಾ?"

"ಸೈನ್ಸ್."

"ಒಳ್ಳೇದು. ಆರ್ಟ್ಸ್ ತಗಂಡ್ರೆ ಯಾವನ್ ಕೆಲ್ಸ ಕೊಡ್ತನೆ ಇವತ್ತು."

ಚಂದ್ರೇಗೌಡರು ಮಾತ್ರ ಕಣ್ಣು ಮೇಲೆ ಕಣ್ಣಿಟ್ಟು ನೋಡಿಕೊಳ್ಳುತ್ತಾ "ಇಲ್ಲಿ ಬಿಟ್ರೆ ನೋಡಿ ನೀವು." "ಇದು ಅಳಿಲೇ ಇಲ್ಲ ನೋಡಿ." ಎಂದು ಜೊತೆಯಲ್ಲೇ ಇರುತ್ತಿದ್ದರು. ಚಂದ್ರೇಗೌಡರು ನನ್ನ ಅಪ್ಪನ ವಯಸ್ಸಿನವರೇ. ಸದಾ ಮೌನಿಯಾದ ಅಪ್ಪ ಊರಿನಲ್ಲಿ ಯಾರೊಂದಿಗಾದರೂ ಮಾತನಾಡಿದರೆ ಅದು ಚಂದ್ರೇಗೌಡರ ಜೊತೆಯಲ್ಲಿ ಮಾತ್ರವೇ.

ಬಂದ ಗುಂಪು ಕರಗಿ ಹೋಗುವ ಹೊತ್ತಿಗೆ ಸಂಜೆಯ ಹೊತ್ತಾಗಿತ್ತು. ಅಪ್ಪನನ್ನು ಹುಡುಕಿಕೊಂಡು ವೀರಭದ್ರನ ಗುಡಿಯ ಬಳಿಗೆ ಬಂದೆ. ಗುಡಿಯ ಮುಂಭಾಗದ ಅಶ್ವತ್ಥಕಟ್ಟೆಯ ಮೇಲೆ ಅಪ್ಪ ಕುಳಿತಿದ್ದರು. ಐವತ್ತೈದಕ್ಕೇ ಅರವತ್ತೈದನ್ನು ಹೇಳಿಸಿಕೊಳ್ಳುವ ದೇಹ ಪ್ರಕೃತಿಯವರು. ಮುಖದಲ್ಲಿ ಆಗಲೇ ಸುಕ್ಕುಗಳು. ತಲೆಯ ತುಂಬಾ ಬೆಳ್ಳಿ ಕೂದಲು. ಮನೆಯ ಅಳತೆಯ ವರದಿ ಒಪ್ಪಿಸಿದೆ.

"ಗುಡಿನ ಯಾವಾಗ ಅಳಿತಾರಂತೆ?"

"ಗೊತ್ತಿಲ್ಲ."

"ಚಂದ್ರುನೂ ಕೇಳಲಿಲ್ವೆ? ಯಾಕೆ ಯಾರಿಗೂ ಗುಡಿ ಬೇಡ್ವೇ?'

ಊರೇ ಮುಳುಗುವಾಗ ಗುಡಿಯ ಬಗ್ಗೆ ತಲೆ ಕೆಡಿಸಿಕೊಳ್ಳುವವರು ಯಾರು? ಗುಡಿಯನ್ನು ಅಳತೆ ಮಾಡಿ ಯಾರಿಗೆ ದುಡ್ಡು ಕೊಡಬೇಕು? ನಮ್ಮೂರ ವೀರಭದ್ರನ ಗುಡಿ ಕಡಿಮೆ ಎಂದರೂ ಮುನ್ನೂರು ವರ್ಷದ್ದು ಎನ್ನುವ ಶೃಂಗೇರಿಯ ಚಿಕ್ಕಪ್ಪನ ಮಾತುಗಳು ನೆನಪಿಗೆ ಬಂದವು. ಮುನ್ನೂರು ವರ್ಷದ್ದೋ, ಅದಕ್ಕಿಂತಲೂ ಹಿಂದೆ ಹೊಯ್ಸಳರದ್ದೋ, ಒಡೆಯರು ದತ್ತಿಕೊಟ್ಟಿದ್ದೋ ಏನೂ ಯಾವ ಇತಿಹಾಸವನ್ನೂ ಕಲ್ಲಿನಲ್ಲಿ ಕೊರೆಸಿಕೊಳ್ಳದ ಗುಡಿ ಮುಳುಗಿಹೋದರೆ ಅಳುವವರ್ಯಾರು ಈ ಪ್ರಪಂಚದಲ್ಲಿ?

"ವಾರದ ಹಿಂದೆ ಬಂದಿದ್ದ ಆ ಧಡೂತಿ ತಾಲ್ಲೂಕು ಆಫೀಸರ್ರು ಗುಡಿನ ಬೇಕಾದ್ರೆ ಉಳಿಸಬಹುದು ಅಂದಿದ್ದ. ಬ್ಯಾಕ್ ವಾಟರ್‌ನಲ್ಲಿ ಮುಳುಗೋ ಪ್ರದೇಶಗಳಲ್ಲಿ ನಿಮ್ಮ ಗೊಲ್ಲರಹಳ್ಳಿನೇ ಕೊನೇ. ಮನೆಗಳು ಮುಳುಗುತ್ವೆ. ಆದರೆ ಗುಡಿ ಊರಿಂದ ಒಂದು ಕಿಲೋಮೀಟರು ತನಕ ಆಚೆ ಇರೋದ್ರಿಂದ ಗುಡಿ ತನಕ ನೀರು ಬರದೇನೇ ಇರಬಹುದು ಅಂದಿದ್ದ." ಎಂದರು ಅಪ್ಪ.

"ಊರು ಮುಳುಗಿ ಗುಡಿ ಉಳಿದರೆ ಏನು ಪ್ರಯೋಜನ? ಪೂಜೆ ಮಾಡುಕ್ಕಾದ್ರೂ ಜನ ಬೇಡ್ವೆ?"

"ಅದು ನಿಜನೇ. ಅವನೇ ತಾಲ್ಲೂಕು ಆಫೀಸರ್ರು ಹೇಳ್ತಿದ್ದ – ತೀರಾ ಗುಡಿ ಮುಳುಗೇ ಮುಳುಗುತ್ತೆ ಅಂತಾದ್ರೆ ಮತ್ತೆ ನೀವು ಊರ್ನೋರೆಲ್ಲಾ ಗುಡಿನ ಉಳಿಸಿಕೊಳ್ಳಲೇ ಬೇಕು ಅನ್ನುದಾದ್ರೆ ಸರಕಾರಕ್ಕೆ ನೀವುಗಳು ಒಂದು ಅರ್ಜಿ ಕೊಡಬಹುದು, ಗುಡಿನ ಬೇರೆ ಕಡೆಗೆ ಸ್ಥಳಾಂತರ ಮಾಡಿ ಅಂತ. ಹಿಂದೆಲ್ಲಾ ಹೇಮಾವತಿ ಡ್ಯಾಮ್ ಕಟ್ಟಬೇಕಾದರೆ ಹಾಗೆ ಮಾಡಿದಾರೆ ಅಂತ ಕೇಳಿದೀನಿ. ಸರ್ಕಾರ ಮನಸ್ಸು ಮಾಡಿದರೆ ಕೊನೆಪಕ್ಷ ನಿಮ್ಮೂರಿನ ದೇವರಾದ್ರೂ ಉಳಿಬಹುದು ಅಂತಿದ್ದ."

ಅಪ್ಪನಲ್ಲಿ ಒತ್ತರಿಸಿಕೊಂಡು ಬರುತ್ತಿದ್ದ ದುಃಖವನ್ನು ಸಂಪೂರ್ಣವಾಗಿ ಅರ್ಥ ಮಾಡಿಕೊಳ್ಳಬಲ್ಲವನಾಗಿದ್ದೆ. ಅಪ್ಪನ ಜೀವನದಲ್ಲಿ ಮನೆ, ವೀರಭದ್ರನ ಗುಡಿ ಮತ್ತು ಗುಡಿ ಎದುರಿನ ಅಶ್ವತ್ಥ ಕಟ್ಟೆ ಎಂಬ ತ್ರಿಕೋನವನ್ನು ಬಿಟ್ಟರೆ ಬೇರೆ ಜಗತ್ತಿಲ್ಲ ಎನ್ನುವುದು ನನಗೆ ಹುಟ್ಟಿನಿಂದಲೂ ಗೊತ್ತು. ಉಳಿದೆಲ್ಲವೂ ಈ ತ್ರಿಕೋನದೊಳಗೆ ಇದ್ದಂತೆ ಕಂಡು ಅದರಾಚೆಗೆ ಇರುವ ವಸ್ತುಗಳು. ವೀರಭದ್ರನನ್ನು ಸರಕಾರ ರಕ್ಷಿಸಿದರೆ ಅಪ್ಪನಿಗೆ ಏನೂ ಆಗದು. ಬರೀ ವೀರಭದ್ರನಲ್ಲ ಗುಡಿಯ ಒಂದೊಂದು ಕಲ್ಲೂ, ಆ ಕಲ್ಲುಗಳ ಮೇಲೆ ಬೀಳುವ ಅಶ್ವತ್ಥದ ನೆರಳು, ಕಲ್ಲು ಸಂದುಗಳಲ್ಲಿ ಉಕ್ಕಿ ಬರುವ ಕಟ್ಟಿರುವೆಗಳು ಎಲ್ಲಾ ಅವನ ಪ್ರಪಂಚದ್ದು.

ಅಪ್ಪನ ಪಕ್ಕದಲ್ಲಿ ಕುಳಿತುಕೊಂಡೆ. ಅಶ್ವತ್ಥ ವೃಕ್ಷದ ಮೇಲಿನ ಗುಬ್ಬಚ್ಚಿಗಳ ಕಲರವ ಮತ್ತು ಹತ್ತಿರದಲ್ಲಿ ಹರಿಯುವ ಯಗಚಿಯ ಕಾಲುವೆಯ ಜುಯ್ ಶಬ್ದವನ್ನು ಬಿಟ್ಟರೆ ಬರೀ ಮೌನ ಮಾತ್ರ. ಗೊಲ್ಲರಹಳ್ಳಿ ಎನ್ನುವ ಊರು, ಅದರ ಗುಡಿ,

ಅಶ್ವತ್ಥಕಟ್ಟೆ, ಕಾಲುವೆ, ಹೆಂಚಿನ ಮನೆಗಳು, ಗುಡಿಸಲುಗಳು, ಕೊಟ್ಟಿಗೆಗಳು ಎಲ್ಲಾ ಮುಳುಗಿ ಇಂತಹ ಜಾಗವೊಂದು ಇರಲೇ ಇಲ್ಲ ಎನ್ನುವುದಾದರೆ, ಊರಿಗೆ ಊರೇ ಮಾಯವಾಗಬಲ್ಲುದಾದರೆ 'ಇರು, ಬೇರೂರು' ಎನ್ನುವಂತಹ ಮಾತುಗಳಿಗೆ ಏನು ಅರ್ಥ? ಇಡೀ ಊರೇ ಮರಣದಂಡನೆಗೆ ಕಾಯುವ ಕೈದಿಯಂತೆ ಕಾಣಲಾರಂಭಿಸಿತು. ಶಿಥಿಲ ಗೊಂಡು ಹಣ್ಣು ಮುದುಕನಂತೆ ಕಾಣುವ ಈ ಗುಡಿ, ಗುಡಿಯೊಳಗಿನ ಹೆಪ್ಪುಗಟ್ಟಿದ ಕತ್ತಲೆ, ಗುಡಿಯೆದುರು ತಪಸ್ಸಿಗೆ ಕುಳಿತಿರುವ ಶತಮಾನಗಳ ಈ ಅರಳೀಮರ – ಅಪ್ಪ ಕೇಳಿದ ಮಾತುಗಳಂತೆ ಸರಕಾರ ಮನಸ್ಸು ಮಾಡಿದರೆ ಗುಡಿ ಸ್ಥಳಾಂತರವಾಗುತ್ತದೋ ಏನೋ. ಕಲ್ಲುಕಲ್ಲನ್ನೂ ಕಿತ್ತು ಹೊತ್ತು ಸಾಗಿಸಿ ಅಥವಾ ಸಿಮೆಂಟು ಇಟ್ಟಿಗೆಗಳಿಂದ ಹೊಸ ಗುಡಿಯನ್ನೇ ಕಟ್ಟಿ ಇಲ್ಲಿಯ ಶಿವಲಿಂಗವನ್ನು ಅಲ್ಲಿಗೆ ಸಾಗಿಸಿದರೆ, ಶೆಟ್ಟಿಹಳ್ಳಿಗೋ, ದೇವರಾಯನಗಡಿಗೋ, ಗುಡಿ ಸ್ಥಳಾಂತರವಾಗುತ್ತದೆ. ಆದರೆ ಈ ಅರಳೀಮರ? ಗೊಲ್ಲರಹಳ್ಳಿ ಎಂದರೆ ತಾನೊಬ್ಬನೇ ಎನ್ನುವಂತೆ ಬೆಳೆದು ಮೈಲಿಗಟ್ಟಲೆ ಆಳಕ್ಕೆ ಬೇರನ್ನು ಇಳಿಸಿ ನೂರಾರು ವರ್ಷಗಳಿಂದ ಇಲ್ಲಿಗಂಟಿಕೊಂಡ ಈ ಅರಳೀಮರ?

ಸಂಜೆ ಕಳೆದು ಕತ್ತಲಾಗುವ ತನಕ ನಾನು ಮತ್ತು ಅಪ್ಪ ಹಾಗೆಯೇ ಕುಳಿತಿದ್ದೆವು.

ಮನೆಗೆ ಬಂದ ಮೇಲೆ ಅಪ್ಪ ಸ್ನಾನ ಮಾಡಿ ಸಂಜೆಯ ಪೂಜೆಗೆ ಗುಡಿಗೆ ಹೋದರು. ನನಗೆ ನೆನಪಿರುವ ದಿನಗಳಿಂದಲೂ ಅಪ್ಪನ ಪ್ರತಿದಿನದ ಈ ಚಟುವಟಿಕೆಗಳಲ್ಲಿ ಯಾವ ಬದಲಾವಣೆಯನ್ನೂ ಕಂಡಿಲ್ಲ. ಚಳಿ ಮಳೆ ಗಾಳಿ ಎನ್ನದೆ ಆರೋಗ್ಯ ಇರಲಿ ಬಿಡಲಿ ಅವರ ದಿನಚರಿ ಒಂದೇ. ಪ್ರತಿದಿನ ಅದೇ ಸಮಯಕ್ಕೆ ಅವೇ ಕೆಲಸಗಳು. ನಿನ್ನೆ ಇವತ್ತು ನಾಳೆ ಎಲ್ಲಾ ಒಂದೇ ದಿನದ ಪಡಿಯಚ್ಚು ಎನ್ನುವಂತೆ.

ಅಪ್ಪ ಮೊದಲಿಂದಲೂ ಹೀಗೆಯೋ ಅಥವಾ ಅಮ್ಮ ಹೋದ ಮೇಲೋ, ನನಗೆ ಗೊತ್ತಿಲ್ಲ. ನನ್ನ ಬುದ್ಧಿಗುರುತು ತಿಳಿದಂದಿನಿಂದಲೂ ಈ ರೀತಿಯೆ ಅವರು. ಶೃಂಗೇರಿಯ ಚಿಕ್ಕಪ್ಪ ಒಮ್ಮೆ ಅಪ್ಪನ ವಿಷಯ ಹೇಳುತ್ತ "ಮೊದಲಿಂದಲೂ ಸ್ವಲ್ಪ ದೂರವಿರುವ ಸ್ವಭಾವ ಅವನದ್ದು. ಅತ್ತಿಗೆ ಹೋದ ಮೇಲೆ ಆ ವಿಮುಖತೆ ಜಾಸ್ತಿ ಯಾಯಿತು." ಎಂದಿದ್ದರು. ನಮ್ಮಮ್ಮ ತೀರಿಕೊಂಡಾಗ ನನಗೆ ಆರುವರ್ಷವೂ ತುಂಬಿರಲಿಲ್ಲ. ಕೃಷ್ಣನ ಹೆರಿಗೆಯಲ್ಲಿ ಅಮ್ಮ ಹೋದದ್ದು. ನೆನಪಿನಾಳದಲ್ಲೆಲ್ಲೋ ಮಬ್ಬು ಹಿಡಿದ ಪೈಂಟಿಂಗ್‌ನಂತೆ ಹುದುಗಿಹೋದ ಒಂದೆರಡು ಚಿತ್ರಗಳು ಮಾತ್ರ ನನ್ನಲ್ಲಿ ಅಮ್ಮನ ಗುರುತಾಗಿ ಉಳಿದಿವೆ. ಸ್ವಲ್ಪ ಕಪ್ಪು ಮೈಬಣ್ಣ, ಗುಂಗುರು ಕೂದಲು ಮತ್ತು ಕೆಂಪು ಹರಳಿನ ಮೂಗುತಿ! ಅದೇನೋ ಗೊತ್ತಿಲ್ಲ ಅಮ್ಮನ ಮೂಗುತಿ ಮಾತ್ರ ನನ್ನ ಮನಸ್ಸಿನಲ್ಲಿ ಅಚ್ಚೊತ್ತಿದಂತೆ ಉಳಿದುಬಿಟ್ಟಿದೆ. ನೀರಿನಲ್ಲಿ ಕಲಸಿಹೋದ ಕಾಗದದಲ್ಲಿ ತುಣುಕು ಪದವೊಂದು ಉಳಿದುಹೋದಂತೆ. ಅಮ್ಮ ನನಗೆ ಅಭ್ಯಂಜನದ ನೀರು ಹಾಕುತ್ತ "ಬಿಗಿಯಾಗಿ ಕಣ್ಣು ಮುಚ್ಕೋ. ತಲೆಗೆ ಸೀಗೇಪುಡಿ ಹಾಕ್ತಾಇದ್ದೀನಿ." ಕಣ್ಣು ಮುಚ್ಚುವ ಮುನ್ನ ಕಂಡ ಅವಳ ಮುಖ. ಕಲಸಿದ ಸೀಗೇಪುಡಿಯನ್ನು ಹಿಡಿಯಲ್ಲಿ

ಹಿಡಿದು ಎಣ್ಣೆ ಮತ್ತು ನೀರಿನಿಂದ ಜಿನುಗುವ ನನ್ನ ಹಿಂದೆಲೆಯನ್ನು ಮೃದುವಾಗಿ ಎಡಗೈನಲ್ಲಿ ಒತ್ತಿಕೊಂಡು ಮುಂದಲೆಯನ್ನು ತೊಳೆಯುವ ಮುನ್ನ ಕಂಡ ಅವಳ ಮುಖ. ಬಚ್ಚಲಮನೆಯ ಮಂದ ಬೆಳಕಿನಲ್ಲಿ ಒಲೆಯ ಬೆಂಕಿಯ ಜ್ವಾಲೆಗೆ ಫಳಕ್ಕನೆ ಹೊಳೆದ ಅವಳ ಮೂಗುತಿಯ ಕೆಂಪು ಹರಳು! ಅಮ್ಮ ಎಂದೊಡನೆ ಅದೆಷ್ಟೇ ನನ್ನ ಮನಸ್ಸು ಒದಗಿಸಿ ಕೊಡುವ ಸಾಮಗ್ರಿ. ಆ ಕ್ಷಣವಷ್ಟೇ ಅವಳಲ್ಲಿ ನನ್ನನ್ನು ಕೂಡಿಸುವ ಕೊಂಡಿ. "ನೀನು ನೋಡಲು ಬಹಳಷ್ಟು ನಿನ್ನಮ್ಮನನ್ನು ಹೊತ್ತಿದ್ದೀಯ." ಎಂದು ಚಿಕ್ಕಮ್ಮ ಎಂದೋ ಹೇಳಿದಾಗ ನನ್ನ "ಅಪ್ಪನದಲ್ಲದ" ಭಾಗವನ್ನು ಅಮ್ಮನದೇ ಇರಬೇಕು ಎನ್ನುವ ಊಹೆಯಲ್ಲಿ ಚಿಕ್ಕಮ್ಮ ಆ ಮಾತು ಹೇಳಿದ್ದಾಳೋ ಅಥವಾ ನಿಜವಾಗಿಯೂ ಆಕೆಗೆ ನನ್ನಮ್ಮನ ಮುಖದ ನೆನಪಿದೆಯೋ ಎಂದು ಕುತೂಹಲದಿಂದ ಅವಳೆಡೆಗೆ ನೋಡಿದ್ದೆ.

ನಾನು ಮತ್ತು ಕೃಷ್ಣ ಅಪ್ಪನ ಪ್ರಪಂಚದಲ್ಲಿ ಬೆಳೆದವರು. ಅದೂ ಎಂತಹ ನಿರ್ದಿಷ್ಟವಾದ ಪ್ರಪಂಚ – ಮನೆ, ಗುಡಿ, ಅಶ್ವತ್ಥಕಟ್ಟೆಯ ತ್ರಿಕೋನದೊಳಗಿನ ಪ್ರಪಂಚ. ವರ್ಷಕ್ಕೆ ಎರಡು ಬಾರಿ ಬರುವ ಚಿಕ್ಕಪ್ಪ ಮತ್ತು ಚಿಕ್ಕಮ್ಮನೇ ನೆಂಟರು. ಅಮ್ಮನ ಕಡೆಯಿಂದ ಎಂದು ಯಾರೂ ಇಲ್ಲ. ಒಮ್ಮೆ ಮಾತ್ರ – ನಾನು ಮಿಡ್ಲ್‌ಸ್ಕೂಲ್ ಓದುವಾಗಿರಬೇಕು – ಅಮ್ಮನ ದೊಡ್ಡಪ್ಪನ ಮಗನಂತೆ – ಶೆಟ್ಟಿಹಳ್ಳಿಗೆ ಬಂದವರು ನಮ್ಮ ಮನೆಯಲ್ಲಿ ಒಂದು ಹೊತ್ತು ಉಳಿದು ಹೋಗಿದ್ದರು. ನನ್ನ ಅಮ್ಮನ ಹೋಲಿಕೆಗಳು ಇರಬಹುದೆ ಅವರಲ್ಲಿ ಎಂದು ಕುತೂಹಲದಿಂದ ಗಮನಿಸಿದ್ದೆ. ಅವರು ಅಪ್ಪನೊಂದಿಗೆ ಕುಳಿತು ಊಟ ಮಾಡುವಾಗ ತಲೆ ಬಾಚಿಕೊಳ್ಳುವ ನೆಪದಲ್ಲಿ ಕನ್ನಡಿಯನ್ನು ಹಿಡಿದು ಒಮ್ಮೆ ನನ್ನ ಮುಖ ತಲೆಯೆತ್ತಿ ಅವರ ಮುಖವನ್ನು ನೋಡುತ್ತ ಸಾಮ್ಯತೆಗಳನ್ನು ಹುಡುಕಿದ್ದೆ.

ನಾನು ಮತ್ತು ಕೃಷ್ಣ ಮಾತ್ರವಲ್ಲ, ನನ್ನಪ್ಪ ಕೂಡ ತಾಯಿಯಿಲ್ಲದೆ ಬೆಳೆದವರು. ಎರಡು ತಲೆಮಾರಿನಿಂದ ಎರಡು ವಿಷಯಗಳು ನಮ್ಮ ಮನೆಯಲ್ಲಿ ನಿರ್ದಿಷ್ಟವಾಗಿ ನಿಂತಿವೆ. ಅವೆಂದರೆ ತಾಯಿಯಿಲ್ಲದ ಮಕ್ಕಳು ಮತ್ತು ಹೆಣ್ಣು ಸಂತಾನವಿಲ್ಲದ ಸಂಸಾರ. ನನ್ನಪ್ಪ ಅವರ ತಾಯಿಯನ್ನು ಕಳೆದುಕೊಂಡಾಗ ನಾನು ನನ್ನ ತಾಯಿಯನ್ನು ಕಳೆದುಕೊಂಡಾಗಿನಷ್ಟು ಚಿಕ್ಕವರಾಗಿರಲಿಲ್ಲವಂತೆ. ಇಪ್ಪತ್ತು ಮುಟ್ಟುವುದರೊಳಗೆ ತಂದೆಯನ್ನೂ ಕಳೆದುಕೊಂಡ ಅವರು ಮನೆಯ ಯಜಮಾನರಾದರು. ಈ ಸಾಮಾನ್ಯ ಅಂಶವೇ ಇರಬೇಕು – ನಾನು, ಕೃಷ್ಣ, ಅಪ್ಪ ಮತ್ತು ಚಿಕ್ಕಪ್ಪನ ಭಾವಲೋಕ ಒಬ್ಬರನ್ನೊಬ್ಬರು ಅರ್ಥಮಾಡಿಕೊಳ್ಳುವಷ್ಟು ಸಾಮ್ಯತೆಯಿಂದ ಕೂಡಿರುವುದು. ನನ್ನೆಲ್ಲ ಮಾತುಗಳು ಮತ್ತು ಭಾವಾವೇಶಗಳು ನನ್ನ ಗೊಲ್ಲರಹಳ್ಳಿಯ ಬದುಕನ್ನೇ ಮೂಲವಾಗಿಟ್ಟುಕೊಂಡು ಬರುತ್ತವೆ ಎನ್ನುವುದು ನನಗೆ ಗೊತ್ತು. ಅನೇಕ ಬಾರಿ ನಾನಾಡುವ ಮಾತುಗಳು ಮತ್ತು ನನ್ನ ವರ್ತನೆ ವಾಣಿಗೆ ಯಾವುದೋ ಬೇರೇ ಜಗತ್ತಿನಿಂದ ಬಂದಂತೆ ವಿಚಿತ್ರವಾಗಿರುತ್ತವೆ. ತಾಯಿಯಿಲ್ಲದ ಜಗತ್ತಿನಿಂದ ಬಂದ

ಶಬ್ದಗಳು ಅವು ಎನ್ನುವುದನ್ನು ಅರ್ಥೈಸಲು ಸೈಕಾಲಜಿ ಓದಿರುವ ಮತ್ತು ತುಂಬು ಸಹನೆಯ ಅವಳಿಗೂ ಹಲವು ವರ್ಷಗಳು ಹಿಡಿದವು. ಹಾಗೆಯೇ, ತಂದೆ ತಾಯಿಗಳಿಬ್ಬರನ್ನೂ ಕಾಣದೆ ಅನಾಥಾಶ್ರಮ ಗಳಲ್ಲಿ ಬೆಳೆದ ಅವಳ ಭಾವದ ಮೂಲಗಳನ್ನು ಅರ್ಥ ಮಾಡಿಕೊಳ್ಳಲು ನನಗೂ ಬಹಳಷ್ಟು ದಿನಗಳು ಹಿಡಿದವು.

ನನ್ನ ತಂದೆಗೆ ಇಬ್ಬರು ತಮ್ಮಂದಿರು. ಶೃಂಗೇರಿಯ ಕೋದಂಡ ಚಿಕ್ಕಪ್ಪ ನನ್ನ ತಂದೆಯ ಕೊನೆಯ ತಮ್ಮ. ಸ್ಟೇಟ್ ಬ್ಯಾಂಕ್ ಆಫ್ ಇಂಡಿಯಾದಲ್ಲಿ ಗುಮಾಸ್ತರಾಗಿ ಕೆಲಸ ಸಿಕ್ಕು ಶೃಂಗೇರಿಗೆ ಹೋದವರು ಅಲ್ಲಿಯೇ ನೆಲೆಸಿಬಿಟ್ಟರು. ಚಿಕ್ಕಮ್ಮ ತೀರ್ಥಹಳ್ಳಿ ಯವರು. ನನ್ನ ತಂದೆಯ ಮೊದಲ ತಮ್ಮನನ್ನು ಮಾತ್ರ ನಾನು ಇದುವರೆಗೂ ನೋಡಿಲ್ಲ. ಚಿಕ್ಕವಯಸ್ಸಿನಲ್ಲೇ ಮನೆಬಿಟ್ಟು ಬೆಂಗಳೂರಿನಲ್ಲಿ ವಾರಾನ್ನ ಮಾಡಿಕೊಂಡು ಓದಿ ಅಮೆರಿಕವೋ ಇಂಗ್ಲೆಂಡೋ ಯಾವುದೋ ವಿದೇಶದಲ್ಲಿ ನೆಲೆಸಿದ್ದಾರೆ ಎಂದು ಕೋದಂಡ ಚಿಕ್ಕಪ್ಪನಿಂದ ಕೇಳಿದ್ದೇನೆ. ಅಜ್ಜ ತೀರಿಕೊಂಡಾಗ ಒಂದು ತಿಂಗಳ ನಂತರ ಊರಿಗೆ ಬಂದಿದ್ದರಂತೆ. ಆಗ ಕೋದಂಡ ಚಿಕ್ಕಪ್ಪನೊಡನೆ "ಇನ್ನೇನು ಡಿಗ್ರಿ ಮುಗಿಯುತ್ತಿದೆ. ಸ್ಕಾಲರ್‌ಶಿಪ್ ಸಿಕ್ಕರೆ ಯಾವುದಾದರೂ ಫಾರಿನ್ ಯೂನಿವರ್ಸಿಟಿಯಲ್ಲಿ ಓದು ಮುಂದುವರೆಸುವ ಆಸೆ ನನ್ನದು." ಎಂದು ಹೇಳಿದ್ದರಂತೆ. ಊರಿಗೆ ಅದೇ ಅವರ ಕೊನೆಯ ಭೇಟಿಯಂತೆ. "ನಾಗಣ್ಣ ಓದುವುದರಲ್ಲಿ ಬಹಳ ಬುದ್ಧಿವಂತನಾಗಿದ್ದ. ವಿದೇಶದಲ್ಲೆಲ್ಲೋ ಕಾಲೇಜು ಪ್ರೊಫೆಸರ್ ಆಗಿದ್ದರೆ ಆಶ್ಚರ್ಯ ಏನೂ ಇಲ್ಲ. ಆದ್ರೆ ನಾವ್ಯಾರೂ ಬೇಡ ಅವನಿಗೆ. ಈಗಲ್ಲ, ಮೂವತ್ತು ವರ್ಷಗಳ ಹಿಂದೆಯೇ ಮನೆ ಬಿಡುತ್ತಲೇ ಸಂಬಂಧಗಳನ್ನೂ ಕಡಿದು ನಡೆದ." ಎಂದರು ಕೋದಂಡ ಚಿಕ್ಕಪ್ಪ.

ನಮ್ಮ ಗೊಲ್ಲರಹಳ್ಳಿಯಲ್ಲಿ ಶಾಲೆಯಿಲ್ಲ. ಅದೆಂದೂ ಆಶ್ಚರ್ಯದ ವಿಷಯವಲ್ಲ. ಏಕೆಂದರೆ ಇಡೀ ಊರನ್ನ ತಡಕಾಡಿದರೂ ಶಾಲೆಗೆ ಹೋಗುವ ಹತ್ತು ಮಕ್ಕಳು ಸಿಗುವುದಿಲ್ಲ. ಪ್ರಾಥಮಿಕ ಮತ್ತು ಮಾಧ್ಯಮಿಕ ತರಗತಿಗಳಿಗೆ ಎರಡು ಮೈಲಿಗಳಾಚೆಯ ದೇವರಾಯನಗಡಿಗೆ ಹೋಗಬೇಕು. ನಾನು ಮತ್ತು ಚಂದ್ರೇಗೌಡರ ಮಗ ಶಿವು ಒಟ್ಟಿಗೇ ಶಾಲೆಗೆ ಹೋಗುತ್ತಿದ್ದೆವು. ಇಬ್ಬರೂ ಒಂದೇ ವಯಸ್ಸಿನವರು. ಹೈಸ್ಕೂಲಿಗೆ ಬೇಲೂರಿಗೆ ಓಡಾಡಿದೆವು. ದೇವರಾಯನಗಡಿಯ ತನಕ ನಡೆದು ಅಲ್ಲಿಂದ ಮತ್ತೆರಡು ಮೈಲಿ ದೂರಕ್ಕೆ ಎಸ್‌ಆರ್‌ಎಸ್ ಸರ್ವೀಸಸ್ ಬಸ್ಸು. ಹೈಸ್ಕೂಲು ಮುಗಿದ ಮೇಲೆ ಬೇಲೂರಿನಲ್ಲಿಯೇ ಕಾಲೇಜಿಗೆ ಸೇರುವ ಯೋಚನೆಯಲ್ಲಿದ್ದಾಗ ಊರಿಗೆ ಬಂದ ಚಿಕ್ಕಪ್ಪ ನನ್ನನ್ನು ಶೃಂಗೇರಿಗೆ ಕರೆದುಕೊಂಡು ಹೋದರು. ಜಗದ್ಗುರು ಚಂದ್ರಶೇಖರ ಭಾರತಿ ಕಾಲೇಜಿನಲ್ಲಿ ವಿಜ್ಞಾನದ ವಿಷಯದಲ್ಲಿ ಪಿಯುಸಿ ಮಾಡಿದೆ. ಶಿವು ಬೇಲೂರಿನಲ್ಲಿ ನನ್ನೊಡನೆ ಹೈಸ್ಕೂಲ್ ಮುಗಿಸಿದವನು ಮೈಸೂರಿನಲ್ಲಿಯ ಅವನ ಸೋದರಮಾವನ ಮನೆಯಲ್ಲಿ ಉಳಿದುಕೊಂಡು ಮಹಾರಾಜ ಕಾಲೇಜಿನಲ್ಲಿ ಆರ್ಟ್ಸ್‌ಗೆ ಸೇರಿಕೊಂಡ.

ನಮ್ಮ ಮನೆಯ ಅಳತೆಯನ್ನು ತೆಗೆಯುವಾಗ ಚಂದ್ರೇಗೌಡರ ಜೊತೆಯಲ್ಲಿ ಶಿವು ಕೂಡ ಬಂದಿದ್ದ.

"ಈ ಊರು ಮುಳುಗ್ಹೋದ್ರೆ ಒಳ್ಳೇದೇ ತಗ." ಎಂದ ನನ್ನೊಡನೆ, ತನ್ನ ತಂದೆಗೆ ಕೇಳದಂತೆ ಮೆಲುಮಾತಿನಲ್ಲಿ.

"ಯಾಕೋ?"

"ಯಾಕಿನ್ನೇನು? ಏನು ಪ್ರೋಗ್ರೆಸ್ ಅಂತಾಗಿದೆ ಈ ಹಾಳೂರಲ್ಲಿ. ಒಂದು ಗಂಟೆ ಕರೆಂಟು ಅಂತಿದ್ರೆ ಹತ್ತು ಗಂಟೆ ಹೋಗಿರುತ್ತೆ. ಕುಡಿಯುಕ್ ನೀರ್ಗೂ ಕಾಲುವೆನೇ ಗತಿ. ಪ್ರೈಮರಿ ಸ್ಕೂಲ್ ಓದುಕ್ಕೂ ಎಷ್ಟು ಕಷ್ಟಪಟ್ವಿ ನೋಡು. ನಮ್ಮ ಅಜ್ಜಂದಿರ ಕಾಲದಲ್ಲಿ ಹ್ಯಾಗಿತ್ತೋ ಇವತ್ತೂ ಹಾಗೇ ಇದೆ ಈ ಊರು. ನಮಗಲ್ಲ ಕಣೋ ಇದು; ನಮ್ಮಪ್ಪಂದ್ರ ಕಾಲದಲ್ಲೇ ಮುಗಿದಿರು ಊರು. ಮುಳುಗ್‌ದೇ ಉಳ್‌ಕಂಡ್ರೂ ನಾವೇನ್ ಮಾಡಣ ಇಲ್ಲಿ? ಮುಳುಗ್ಲಿ ತಗಾ ಕೊನೆಪಕ್ಷ ಈ ಮುತ್ತಾತನ ಕಾಲದ ಮನೆಗಳಿಗಾದ್ರೂ ಹಣ ಸಿಗುತ್ತೆ ಸರ್ಕಾರ್ದಿಂದ."

"ಇನ್ನೇನು ಪಿಯುಸಿ ಮುಗಿತಲ್ಲ ಮುಂದೇನು ಮಾಡ್ತಿಯೋ?"

"ರಿಸಲ್ಟ್ ಬರ್ಲಿ ಸುಮ್ನಿರು. ಇಂಗ್ಲಿಷ್ ಪೇಪರ್ದು ಸ್ವಲ್ಪ ಡೌಟು." ಎಂದು ನಕ್ಕ. "ಡುಮ್ಕಿ ಹೊಡ್ಕಂಡ್ರೂ ಇಲ್ಲಿಗೆ ಬರೋನಲ್ಲ ನಾನು. ಮೈಸೂರ್ನಲ್ಲೇ ಇರ್ತಿನಿ. ಕುವೆಂಪೂ ನಗರ್ದಲ್ಲಿ ಒಂದಿಷ್ಟ್ ಒಳ್ಳೇ ಸ್ನೇಹಿತರಾಗಿದರೆ. ಇಲ್ಲಿಗ್ ಬಂದು ಏನ್ಮಾಡ್ಲೀ? ಪ್ರೋಗ್ರೆಸ್ ಇರುದೇ ಸಿಟಿಗಳಲ್ಲಿ ಕಣೋ. ಮೈಸೂರೋ ಬೆಂಗಳೂರೋ ಹತ್ತುದ್ ನೋಡ್ಕ. ಶಿಂಗೇರಿನೂ ಚಿಕ್ಕ್‌ದೇ ಪ್ರೊಗ್ರೆಸ್‌ಗೆ. ನೀನೇನು ಮಾಡಣ ಅಂತಿದಿಯಾ?"

"ಎಂಟ್ರೆನ್ಸ್ ಟೆಸ್ಟ್ ಬರೆದಿದಿನಿ. ಏನಾಗುತ್ತೋ ನೋಡಬೇಕು."

"ಪಾಸಾಗ್ತಿಯ. ನೀನು ಪಾಸಾಗ್ದೇ? ಹೈಸ್ಕೂಲಿಂದ್ಲೂ ನೋಡಿಲ್ವೆ ನಿನ್ನನ್ನ. ಇಂಜಿನಿಯರಿಂಗಿಗೆ ಹೋಗ್ತಿಯಾ?"

"ಇಂಜಿನಿಯರಿಂಗ್ ಓದಬೇಕು ಅಂತ ಆಸೆಯೇನೋ ಇದೆ."

"ಖರ್ಚು ವಿಪರೀತ ಅಲ್ವಾ? ಗವರ್‌ಮೆಂಟ್ ಸೀಟು ಸಿಕ್ಕೇ ಸಿಗುತ್ತೆ ನಿನಗೆ. ಆದ್ರೂ ಫೀಸೇ ಜಾಸ್ತಿ ಅಂತ ಕೇಳಿದಿನಿ."

"ಹೌದು. ಅದೇ ಯೋಚನೆ."

"ಮತ್ತೆ, ಊರು ಮುಳುಗುದು ಅನುಕೂಲ್ವೇ ಆಗುತ್ತಲ ನಿಂಗೆ. ಜಮೀನು, ಮನೆದು ಅಂತ ಹಣ ತಗಂಡು ಇಂಜಿನಿರ್ ಆಗು. ಕೃಷ್ಣ ಕಾಲೇಜಿಗೆ ಬರೊ ಹೊತ್ತಿಗೆ ನೀನೇ ಓದುಸ್‌ಬೋದು. ಕೆಟ್ಟು ಸಿಟಿ ಸೇರ್ಕಬೇಕು ಹ್ಯಾಗೋ ಜೀವನ ಆಗುತ್ತೆ ಅಲ್ಲಿ. ಎಷ್ಟು ಫ್ಯಾಕ್ಟ್ರಿಗಳು ಬರ್ತಿವೆ ನೋಡು ಬೆಂಗ್ಳೂರಿಗೆ. ಯೆಲ್ಲೋ ಒಂದ್ಕಡೆ ಕೆಲ್ಸ ಸಿಕ್ಕೇಸಿಗುತ್ತೆ. ನಿನ್ ಅಪ್ಪಯ್ಯನ್ನ ನಂಬ್‌ಕಂಡ್ರೆ ಯೀರಭದ್ರನ ಗುಡಿನೇ ಗತಿ. ಹೀಗಂದೇ ಅಂತ ಬೇಜಾರು ಮಾಡ್ಕಬ್ಯಾಡ. ನಿನ್ನೊಳ್ಳೆದುಕ್ಕೇ ಹೇಳ್ತಿದಿನಿ."

ಅಪ್ಪ ಗುಡಿಯ ಪೂಜೆಗೆ ಹೋದಾಗ ನಾನು ಅಡುಗೆಯ ಕೆಲಸ ಮುಗಿಸಿದೆ. ಕೃಷ್ಣ ಕೈಕಾಲು ತೊಳೆದು ಬಂದು ದೇವರಕೋಣೆಯಲ್ಲಿ ಕುಳಿತು ಸಂಧ್ಯಾವಂದನೆಯನ್ನು ಮುಗಿಸುತ್ತಿದ್ದ. ಕೃಷ್ಣನ ಉಪನಯನವಾಗಿ ಆರುತಿಂಗಳಾಗುತ್ತಾ ಬಂತು. ಈ

ಹತ್ತು ವರ್ಷಗಳಲ್ಲಿ ನಮ್ಮ ಮನೆಯಲ್ಲಿ ನಡೆದ ಸಮಾರಂಭಗಳೆಂದರೆ ಎರಡು ಉಪನಯನಗಳು. ಬೇಲೂರಿನಿಂದ ಕೃಷ್ಣಭಟ್ಟರು ಜೋಯಿಸರಾಗಿ ಬಂದದ್ದು ಬಿಟ್ಟರೆ ಉಳಿದವರು ಚಿಕ್ಕಪ್ಪ ಮತ್ತು ಚಿಕ್ಕಮ್ಮ.

ಸಂಧ್ಯಾವಂದನೆಯನ್ನು ಮುಗಿಸಿ ಅಡುಗೆಮನೆಗೆ ಬಂದವನು ತರಕಾರಿ ಹೆಚ್ಚುತ್ತ ನನಗೆ ನೆರವಾದ.

"ಪ್ರಕಾಶ ಹೇಳ್ತಿದ್ದ, ತಮ್ಮಣ್ಣಿ ಮನೆಯವರು ಈ ತಿಂಗಳು ಊರು ಬಿಡ್ತರಂತೆ."

"ಎಲ್ಲಿಗೆ ಹೋಗ್ತರಂತೆ?"

"ಹಳೇಬೀಡಿಗೆ. ಅಲ್ಲಿ ಅಂಗಡಿ ಹಾಕಳ್ತರಂತೆ."

"ಪ್ರಕಾಶ ಊರು ಬಿಡ್ತನೆ ಅಂದ್ರೆ ನೀನೊಬ್ಬನೇ ದೇವರಾಯನಗಡಿಗೆ ಹೋಗ್ಬೇಕು ಸ್ಕೂಲಿಗೆ."

"..."

"ಯಾಕೋ? ಒಬ್ಬನೇ ಹೋಗುದಕ್ಕೆ ಹೆದರಿಕೆಯೇನೋ?"

"ನಾವೂ ಎಲ್ಲಿರ್ತಿವಿ? ನಾವೂ ಬಿಡ್ಲೇಬೇಕಲ್ಲ ಊರನ್ನ. ಚಂದ್ರೇಗೌಡರ ಮನೆಯವರು ಬೇಲೂರಿಗೆ ಹೋಗ್ತರಂತೆ."

ಸಂಜೆ ಶಿವು ಆ ಮಾತನ್ನು ಹೇಳಿದ್ದ. ಚಂದ್ರೇಗೌಡರಿಗೆ ಬೇಲೂರಿನಲ್ಲಿ ಒಂದು ಮನೆ ಇದೆ. ಶಿವುನ ಅಕ್ಕನನ್ನು ಕೊಟ್ಟಿರುವುದು ಬೇಲೂರಿಗೇ.

"ನನ್ನನ್ನೂ ಕರಕೊಂಡು ಹೋಗೋ."

"ಎಲ್ಲಿಗೇ?"

"ನೀನು ಎಲ್ಲಿಗೆ ಹೋಗ್ತಿಯೋ ಅಲ್ಲಿಗೆ. ಶೃಂಗೇರಿಗಾದ್ರೆ ಶೃಂಗೇರಿಗೆ, ಬೆಂಗ್ಳೂರಿಗಾದ್ರೆ ಬೆಂಗ್ಳೂರಿಗೆ." ಕೃಷ್ಣ ದೈನ್ಯವಾಗಿ ನನ್ನ ಮುಖ ನೋಡಿದ. ಅವನೆಡೆಗೆ ನೋಡ ಲಾಗದೆ ಉಪ್ಪಿನಡಬ್ಬವನ್ನು ತುಂಬಿಸುವ ನೆವದಲ್ಲಿ ಅಲ್ಲಿಂದ ಎದ್ದುಬಿಟ್ಟೆ.

ಅಪ್ಪ ಮನೆಗೆ ಬಂದ ಮೇಲೆ ಹಿತ್ತಲಿನ ಸಂಪಿಗೆಯ ಮರದ ಕೆಳಗೆ ಕತ್ತಲಲ್ಲಿ ಕುಳಿತೆವು. ಸಂಜೆ ಏಳೂವರೆಯಿಂದ ಎಂಟರವರೆಗೆ ನಮ್ಮ ಮನೆಯಲ್ಲಿ ರೇಡಿಯೊ ಸಮಯ. ಅದು ಗೊಲ್ಲರಹಳ್ಳಿಯ ನಮ್ಮ ಮನೆಯನ್ನು ಪ್ರಪಂಚಕ್ಕೆ ಕೂಡಿಸುವ ಸಮಯ. ಕೃಷಿಕರಿಗಾಗಿ ಕಾರ್ಯಕ್ರಮ, ಗರ್ಭಿಣಿಯರಿಗೆ ಸಂದೇಶ, ಹವಾಮಾನ ವರದಿ ಏನೂ ಬೇಕಾದರೂ ಆಗಿರಬಹುದು, ನಮಗೊಂದು ಧ್ವನಿ ಬೇಕು ಕೇಳಲು. ಏಳು ಮುವತ್ತೈದಕ್ಕೆ "ಆಕಾಶವಾಣಿ. ವಾರ್ತೆಗಳು" ಎಂದೊಡನೆ ಕೃಷ್ಣ ಮತ್ತು ನಾನು ಊಹೆಯ ಸವಾಲಿಗೆ ಇಳಿಯುತ್ತಿದ್ದೆವು. "ರಂಗರಾವ್", "ಉಪೇಂದ್ರ ರಾವ್", "ರಾಮಕೃಷ್ಣ" "ವತ್ಸಲಾ ಅಯ್ಯಂಗಾರ್." ಏಳೂಮುಕ್ಕಾಲಿನಿಂದ ಎಂಟರತನಕ ಚಿತ್ರಗೀತೆಗಳು.

ವಾಪಸ್ಸು ಅಡುಗೆಮನೆಗೆ ಬಂದು ಊಟಕ್ಕೆ ಕುಳಿತಾಗ ಅಪ್ಪನ ಎಡಕ್ಕೆ ಕೃಷ್ಣ ಬಲಕ್ಕೆ ನಾನು. ಉಪನಯನದ ಮೊದಲವರ್ಷದಲ್ಲಿ ಊಟದ ಸಮಯದಲ್ಲಿ

ಮಾತನಾಡುವಂತಿಲ್ಲವಾದುದರಿಂದ ಕೃಷ್ಣ ಮೌನವಾಗಿ ಊಟ ಮಾಡುತ್ತಿದ್ದ.

“ಕಾಂತು ಮನೆಯಲ್ಲಿದ್ದಾಗ ನಿನ್ನ ಸ್ಕೂಲು ಪಾಠ ಏನಾದ್ರೂ ಹೇಳುಸ್ಕೋ. ಬರೀ ಆಟಾಡಿ ಕಾಲ ಕಳಿಬೇಡ.”

ಕೃಷ್ಣ ಮೌನವಾಗಿ ತಲೆಯಾಡಿಸಿದ.

“ನಿನ್ನದು ರಿಸಲ್ಟ್ ಯಾವಾಗ?”

“ಮುಂದಿನ ತಿಂಗಳು ಅಂತಿದ್ದಾರೆ.”

ಅಪ್ಪ ಅನ್ನ ಹುಳಿ ಸೇರಿಸಿ ಕಲೆಸುತ್ತಿದ್ದರು. “ಉಪ್ಪಿನಕಾಯಿ ಬಡಿಸಲಾ?”

“ಬೇಡ.”

“ನೀವೇನು ಮಾಡ್ತಿರಿ?”

“ಯಾವಾಗ?”

“ಚಂದ್ರೇಗೌಡರು ಬೇಲೂರಿಗೆ ಹೋಗ್ತಾರಂತೆ. ಊರಲ್ಲಿರುವ ಮನೆಗಳು ಒಂದೊಂದಾಗೇ ಖಾಲಿಯಾಗ್ತಿವೆ ಆಗ್ಲೇ. ನೀವೇನ್ಮಾಡ್ತಿರಾ?”

ಅನ್ನ ಕಲೆಸುತ್ತಿದ್ದ ಅಪ್ಪನ ಕೈ ಹಾಗೆಯೇ ನಿಂತಿತು. ಕೃಷ್ಣ ಬಾಯಿಗಿಳಿಸಿದ ತುತ್ತನ್ನು ನುಂಗದೇ ನಮ್ಮ ಮಾತನ್ನು ಕೇಳುತ್ತಿದ್ದ. ಅಪ್ಪನ ದೃಷ್ಟಿ ಅವರ ತಟ್ಟೆಯಲ್ಲಿ ನೆಟ್ಟಿತ್ತು.

“ಗೊತ್ತಿಲ್ಲ ಮಗು.” ಬಹಳ ಮೆಲು ದನಿಯಲ್ಲಿ ಹೇಳಿದರು.

ಅದಾಗಿ ಒಂದು ತಿಂಗಳಲ್ಲಿ ನನ್ನ ಪಿಯುಸಿಯ ಮತ್ತು ಎಂಟ್ರೆನ್ಸ್ ಟೆಸ್ಟ್‌ನ ಫಲಿತಾಂಶ ಬಂತು. ಬೆಂಗಳೂರಿನ ವಿಶ್ವೇಶ್ವರಯ್ಯ ಇಂಜಿನಿಯರಿಂಗ್ ಕಾಲೇಜಿನಲ್ಲಿ ಎಲೆಕ್ಟ್ರಾನಿಕ್ಸ್ ಮತ್ತು ಕಮ್ಯುನಿಕೇಷನ್ಸ್ ಇಂಜಿನಿಯರಿಂಗ್‌ಗೆ ನನಗೆ ಸೀಟು ಸಿಕ್ಕಿತ್ತು. ಶೃಂಗೇರಿಗೆ ಹೋಗಿ ಚಿಕ್ಕಪ್ಪನನ್ನು ಜೊತೆ ಮಾಡಿಕೊಂಡು ಬೆಂಗಳೂರಿನಲ್ಲಿ ಕಾಲೇಜು ನೋಂದಣಿಯ ಕೆಲಸವನ್ನು ಮುಗಿಸಿದೆ. ಚಿಕ್ಕಪ್ಪನ ಪರಿಚಯದೊಬ್ಬರ ಸಹಾಯದಿಂದ ಆನಂದರಾವ್ ಸರ್ಕಲ್‌ನ ಬಳಿಯಿರುವ ಬಬ್ಬೂರು ಕಮ್ಮೆ ಬ್ರಾಹ್ಮಣರ ಹಾಸ್ಟೆಲ್ಲಿನಲ್ಲಿ ನನಗೆ ರೂಮು ಸಿಕ್ಕಿತು.

ಮತ್ತೆರಡು ತಿಂಗಳಲ್ಲಿ ಊರಿಗೆ ಬಂದಾಗ ಊರು ಮುಳುಗುವುದಿಲ್ಲ ಎನ್ನುವ ವಿಚಾರವನ್ನು ಅಪ್ಪ ಹೇಳಿದರು. ಆ ಕುಳ್ಳಗಿನ ಸರ್ವೆಯರ್ ಗುಡಿಯ ಹತ್ತಿರಕ್ಕೆ ಬಂದಿದ್ದನಂತೆ. ಅಪ್ಪನಿಂದ ಪೂಜೆ ಮಾಡಿಸಿ ಮಂಗಳಾರತಿ ತೆಗೆದುಕೊಳ್ಳುತ್ತಾ “ಸೂರ್‌ನಾರ್ಣಪ್ನೋರೇ, ನಿಮಗೊಂದು ವಿಷ್ಯ ಹೇಳಬೇಕಾಗಿತ್ತು. ಗುಡಿ ಖಂಡಿತಾ ಮುಳುಗುದಿಲ್ಲ. ನಿಮ್ಮ ಮನೆಗಳೂ ಮುಳುಗುದಿಲ್ಲ. ಡ್ಯಾಮಿನ ಬ್ಯಾಕ್ ವಾಟರ್ರು ನಿಮ್ಮೂರಿಂದ ಅರ್ಧ ಕಿಲೋಮೀಟರು ಆಚೆಗೇ ನಿಲ್ಲುತ್ತೆ. ಸಾಯೂಗುಂಟ ನಾ ಈ ಊರೇ ಅಂತ ನೀವೇನಾದ್ರೂ ಹಠ ಹಿಡ್ಕಂಡಿದ್ರೆ ನೀವಿಲ್ಲೇ ಇರಬಹುದು. ಆದ್ರೆ ಸರ್ಕಾರಿ ಲೆಕ್ಕಾಚಾರದಲ್ಲಿ ನಿಮ್ಮೂರು ಮುಳುಗಿಹೋಗಿರುತ್ತೆ ತಿಳ್ಕಳಿ. ಹಾಗಾಗಿ ನೀವು ಕರೆಂಟಿಲ್ಲ ರೋಡಿಲ್ಲ ಅಂತ ಕಂಪ್ಲೇಂಟು ಮಾಡು ಹಾಗಿಲ್ಲ. ಅದ್ಯಾವ ಮಾತು ತಗಳ್ಳಿ, ಈ ತನಕ ಆಥರದ್ದು ಅಂತ ಎಸ್ಟು ಅರ್ಜಿಕೊಟ್ಟಿದಿರ ಎಸ್ಟು ಕೆಲಸ ಅಂತ ಗೊರ್ಮೆಂಟ್

ಮಾಡಿದೆ ನಿಮ್ಮೂರ್ಗೆ? ನೀವಿಲ್ಲಿದ್ಗಂಡು ನಿಮ್ಮ ಜಾಗದಲ್ಲಿ ಬೇಸಾಯ ಮಾಡ್ಕಂಡು ಗುಡಿ ಪೂಜೆ ಮಾಡ್ಕಂಡಿದ್ರೆ ನಮಗ್ಯಾವ ತೊಂದ್ರೆನೂ ಕಾಣಹಂಗಿಲ್ಲ." ಎಂದನಂತೆ.

ಸರಕಾರದಿಂದ ಮುಳುಗಡೆಯ ಪರಿಹಾರ ಹಣ ಬರಲು ಪ್ರಾರಂಭವಾಗುತ್ತಿದ್ದಂತೆಯೇ ಮನೆಗಳು ಖಾಲಿಯಾಗತ್ತೊಡಗಿದವು. ಯಗಚಿಯ ನೀರು ನಿಜಕ್ಕೂ ಅಣೆಕಟ್ಟಾಗಿ ನಿಂತು ಹಳ್ಳಿಗಳನ್ನು ಮುಳುಗಿಸಲು ಇನ್ನೂ ಎರಡು ವರ್ಷಕ್ಕೂ ಮೀರಿ ಸಮಯವಿದ್ದುದರಿಂದ ಅವಾಂತರವಿಲ್ಲದವರು ಸಾವಕಾಶವಾಗಿ ಯೋಜನೆಗಳನ್ನು ಹಾಕಿಕೊಳ್ಳುತ್ತ ಪರ್ಯಾಯ ವ್ಯವಸ್ಥೆಯನ್ನು ಮಾಡಿಕೊಳ್ಳತೊಡಗಿದರು. ಚಂದ್ರೇಗೌಡರು ಎರಡು ತಿಂಗಳು ಬೇಲೂರಿನಲ್ಲಿ ಮಗಳ ಮನೆಯಲ್ಲಿದ್ದು ಅಳಿಯನ ಸೌದೇಮಂಡಿ ವ್ಯವಹಾರದಲ್ಲಿ ಸಹಾಯ ಮಾಡುತ್ತ ತಾವೂ ಆ ತರಹದ ವ್ಯಾಪಾರವನ್ನು ಮಾಡಬಹುದೇ ಎಂದು ಯೋಚಿಸುತ್ತಿದ್ದರು. ಶಿವು ಸಿಕ್ಕಿದವನು ನನ್ನೊಡನೆ "ಈ ವಯಸ್ನಲ್ಲಿ ಸೌದೆಮಂಡಿ ವ್ಯಾಪಾರ ಮಾಡ್ತಿನಿ ಅನ್ನುತ್ತೆ ನಮ್ಮಪ್ಪ. ಸಾಧ್ಯ ಆಗು ಮಾತೆ?" ಎಂದ.

"ಆಗಬಹುದೇನೋ ಕಣೋ. ಇನ್ನೂ ಅಷ್ಟು ವಯಸ್ಸು ಮೀರಿಲ್ಲ ನಿಮ್ಮಪ್ಪನಿಗೆ."

"ಗೊಲ್ಲರಹಳ್ಳಿಯಂತ ಗೊಡ್ಡೂರಲ್ಲಿ ಇಷ್ಟು ದಿನ ಬೇಸಾಯ ಮಾಡ್ಕಂಡಿದ್ದು ಹೊರಗಿನ ಪ್ರಪಂಚನೇ ಕಾಣ್ದೆ ಇರೋನು ಸೌದೆ ಮಂಡಿ ಹಾಕ್ಕಂಡ್ರೆ ಬಿಡ್ತಾರ ಜನ? ಟೋಪಿ ಹಾಕಿ ಮೂರ್ನಾಮ ಎಳ್ದು ಮನೆಗೆ ಹೋಗು ಅಂತಾರೆ. ಬರ್ತಿರು ದುಡ್ಡನ್ನ ಸುಮ್ನೆ ಬ್ಯಾಂಕಿಗೆ ಹಾಕ್ಕೊಂಡು ಮೈಸೂರ್ ಸೇರ್ಕೊಳ್ಳುದು ಬಿಟ್ಟು ಏನೇನೋ ಸಾಹಸ ಅವ್ರುದ್ದು."

ಅಪ್ಪ ಮಾತ್ರ ಸರ್ವೆಯರ್‌ನ 'ಊರು ಉಳಿಯುತ್ತದೆ' ಎನ್ನುವ ಅನಧಿಕೃತ ಪ್ರಮಾಣದಿಂದ ಸಂತುಷ್ಟರಾಗಿ ಯಾವ ಬದಲಾವಣೆಯೂ ಇಲ್ಲದೆ ತಮ್ಮ ನಿತ್ಯ ದಿನಚರಿಗಳನ್ನು ನಡೆಸಿಕೊಂಡು ಹೋಗುತ್ತಿದ್ದರು. ಆದರೆ ಕೃಷ್ಣ ಮಾತ್ರ ದಿನದಿನಕ್ಕೂ ಒಬ್ಬಂಟಿಯಾಗುತ್ತಿದ್ದ. ಓದುವುದರಲ್ಲೂ ಆಸಕ್ತಿಯಿಲ್ಲದವನಾಗಿ ವಿಪರೀತ ಹಿಂದೆ ಬಿದ್ದಿದ್ದ. ಬೇಲೂರಿನ ಗೌರ್ನಮೆಂಟ್ ಹೈಸ್ಕೂಲಿಗೆ ಸೇರಿದ ಮೇಲೆ ಊರಿನಿಂದ ಬಸ್ಸಿನಲ್ಲಿ ಸ್ಕೂಲಿಗೆ ಓಡಾಡುವವರಲ್ಲಿ ಒಬ್ಬನೇ ಆಗಿಬಿಟ್ಟಿದ್ದ. ಸುತ್ತಮುತ್ತಲ ಅನೇಕ ಹಳ್ಳಿಗಳು ಡ್ಯಾಮಿನ ದೆಸೆಯಿಂದ ಖಾಲಿಯಾಗತೊಡಗಿದ್ದುದರಿಂದ ದೇವರಾಯನಗಡಿಯಿಂದ ಬೇಲೂರಿಗೆ ಓಡಾಡುವ ಬಸ್ಸುಗಳೂ ಕಡಿಮೆಯಾಗಿ ಅನೇಕ ದಿನಗಳು ಬಸ್ಸು ಸಿಗದೆ ಸಾಗಾಣಿಕೆಯ ಲಾರಿಗಳಲ್ಲಿ ಬೇಲೂರು ತಲುಪುತ್ತಿದ್ದ. ಮಳೆ ಹತ್ತಿದ ದಿನಗಳಲ್ಲಿ ಬಸ್ಸು ಬಂದರೆ ಬಂತು ಇಲ್ಲದಿದ್ದರೆ ಇಲ್ಲ. ಗಣೇಶ ಚತುರ್ಥಿಯ ರಜಕ್ಕೆ ಊರಿಗೆ ಬಂದಾಗ ಕೃಷ್ಣನ ಸ್ಥಿತಿಯನ್ನು ನೋಡಲಾಗದೆ ಅಪ್ಪನೊಂದಿಗೆ "ಚಿಕ್ಕಪ್ಪ ಒಪ್ಪುವುದಾದರೆ ಕೃಷ್ಣನನ್ನು ಶೃಂಗೇರಿಗೆ ಬಿಡಬಹುದಲ್ಲವೇ?" ಎಂದು ಕೇಳಿದೆ.

"ಕೋದಂಡು ಹತ್ರ ಮಾತಾಡ್ದೆ. ಎರಡು ತಿಂಗಳ ಹಿಂದೆ ಬಂದಿದ್ದ ಅವನು. ಕೃಷ್ಣನ್ನ ಮನೆನಲ್ಲಿ ಇಟ್ಟುಕೊಂಡು ಓದಿಸುದಕ್ಕೆ ಅವನಿಗೆ ಇಷ್ಟ ಇದೆ. ಆದ್ರೆ ಅವನಿಗೆ ಟ್ರಾನ್ಸ್‌ಫರ್ ಆಗ್ತಿದೆಯಂತೆ ಪ್ರಮೋಷನ್ ಮೇಲೆ. ಯಾವುದಾದ್ರೂ ಹೊರಗಿನ

ರಾಜ್ಯದಲ್ಲಿ ಕೊನೆಪಕ್ಷ ಒಂದು ವರ್ಷ ಕೆಲಸ ಮಾಡಿ ಬರಬೇಕಂತೆ. ಟ್ರಾನ್ಸ್‌ಫರ್ ಬೇಡ ಅಂದ್ರೆ ಪ್ರಮೋಷನ್ನೂ ಕ್ಯಾನ್ಸಲ್ ಮಾಡ್ತಿವಿ ಅಂತಂದರಂತೆ. ಹಾಗಾಗಿ ಸದ್ಯದಲ್ಲೇ ಮುಂಬಯಿಗೆ ಹೋಗುದಿದೆ ಅಂತ ಹೇಳ್ತಿದ್ದ."

ಕೃಷ್ಣ ಇದನ್ನು ಮೊದಲೇ ಕೇಳಿದ್ದರಿಂದ ಇರಬೇಕು ಹತ್ತಿರದಲ್ಲೇ ಕುಳಿತಿದ್ದರೂ ಕಡ್ಡಿಯಿಂದ ಮರದ ಬೇರನ್ನು ಬಗೆಯುವ ಚೇಷ್ಟೆಯಿಂದ ತಲೆಯೆತ್ತಲಿಲ್ಲ.

"ಒಂದು ವರ್ಷ ಅಷ್ಟೆ. ಮುಂದಿನ ವರ್ಷ ವಾಪಸ್ಸು ಬಂದ ಹಾಗೇ ಕೃಷ್ಣನನ್ನು ನನ್ನ ಮನೆಯಲ್ಲಿ ಇಟ್ಟುಕೊಂಡು ಓದಿಸ್ತಿನಿ ಅಂತ ಹೇಳಿದ್ದಾನೆ." ಮಕ್ಕಳಿಲ್ಲದ ಚಿಕ್ಕಪ್ಪ ಮತ್ತು ಚಿಕ್ಕಮ್ಮನಿಗೆ ನಮ್ಮಿಬ್ಬರನ್ನು ಕಂಡರೆ ತುಂಬು ಪ್ರೀತಿ ಎನ್ನುವುದು ಗೊತ್ತಿತ್ತು.

ಅಂದು ರಾತ್ರಿ ನನ್ನ ಪಕ್ಕ ಮಲಗಿದ್ದ ಕೃಷ್ಣ ನಿದ್ರೆ ಬಾರದೆ ಹೊರಳಾಡುತ್ತಿದ್ದ. ದೇವರಕೋಣೆಯ ಹಣತೆಯ ದೀಪ ಇನ್ನೂ ಮಿಣುಕಾಡುತ್ತ ಮಲಗುವ ಕೋಣೆಯ ತನಕ ಸಣ್ಣಗೆ ಬೆಳಕನ್ನು ಚೆಲ್ಲುತ್ತಿತ್ತು.

"ಕಾಂತೂ, ನಿದ್ದೆ ಬಂತೇನೋ?"

"ಇಲ್ಲ"

"ನೀನು ನಾಳೆನೇ ಬೆಂಗಳೂರಿಗೆ ಹೋಗ್ಬೇಕೇನೋ?"

"ಹೌದು. ಸೋಮವಾರದಿಂದ ಕಾಲೇಜಿಗೆ ಹೋಗ್ಬೇಕಲ್ಲ."

"ನಾನೂ ಬರ್ತಿನಿ ಕಣೋ ನಿನ್ನ ಜೊತೆ."

"ಇಲ್ಲಿ ಸ್ಕೂಲು?"

"ಬಿಡ್ತಿನಿ."

"ಏನೋ ಕೃಷ್ಣ ಹೀಗೆಲ್ಲ ಮಾತಾಡ್ತಿಯಾ! ಸ್ಕೂಲುಬಿಟ್ಟು ಏನು ಮಾಡ್ತಿಯೋ?"

"ನನಗೆ ವಿದ್ಯೆ ಹತ್ತುದಿಲ್ಲ ಕಣೋ. ಸ್ಕೂಲಲ್ಲಿ ನನಗೆ ಯಾವ ಪಾಠನೂ ಅರ್ಥವಾಗುಲ್ಲ. ಈ ವರ್ಷ ಖಂಡಿತಾ ಫೇಲ್ ಆಗ್ತಿನಿ."

"ಈ ಕಡೆ ತಿರುಗು" ಎಂದು ಅವನನ್ನು ನನ್ನ ಕಡೆ ತಿರುಗಿಸಿಕೊಂಡೆ. ದೇವರ ಮನೆಯ ಹಣತೆಯ ಮಂದ ಬೆಳಕಿನಲ್ಲೂ ಅವನ ಕಣ್ಣಿನಲ್ಲಿ ಕಟ್ಟಿದ್ದ ಹನಿಗಳು ಕಂಡವು.

"ಕೃಷ್ಣ, ನಾನು ಅಲ್ಲಿರುವುದು ಹಾಸ್ಟೆಲ್‌ನಲ್ಲಿ. ನೀನು ಬಂದರೆ ಎಲ್ಲಿಟ್ಟುಕೊಳ್ಳಲಿ ನಿನ್ನನ್ನ. ನಾನು ಬೆಳಗಿನಿಂದ ಸಂಜೆ ತನಕ ಕಾಲೇಜಿಗೆ ಹೋದರೆ ನೀನೇನು ಮಾಡ್ತಿಯಾ ಅಲ್ಲಿ? ಅದರ ಮೇಲೆ ಹಾಸ್ಟೆಲ್‌ನಲ್ಲಿ ಹಾಗೆಲ್ಲ ಇರುವುದಕ್ಕೆ ಬಿಡುದಿಲ್ಲ. ಏನೇನೋ ಹುಚ್ಚುಹುಚ್ಚಾಗಿ ಯೋಚಿಸಬೇಡ. ಯಾಕೋ, ಸ್ಕೂಲಿಂದ ಮನೆಗೆ ಬಂದ ಮೇಲೆ ಓದುದಿಲ್ವೇನೋ ನೀನು?"

"ಓದ್ತಿನಿ. ಆದ್ರೆ ಅರ್ಥ ಆಗುಲ್ಲ ಕಣೋ. ನನಗೆ ಹೇಳಿಕೊಡೋರು ಯಾರು ಇಲ್ಲಿ? ಸ್ಕೂಲೂ ಸರಿಬರ್ತಿಲ್ಲ. ಆಡಿಕೊಳ್ತರೆ ಕಣೋ ಹುಡುಗ್ರು ಸ್ಕೂಲಲ್ಲಿ. ಒಂದು ಸಲ ಗಣಿತದ ಮೇಷ್ಟ್ರು 'ಏನೋ ಗೊಲ್ಲಳ್ಳಿ ಜೋಯ್ಸಾ, ಒಂದು ದಿನ ಬಂದ್ರೆ ಮೂರು

ದಿನ ಚಕ್ಕರ್ ಹೊಡಿತಿಯಲ್ಲೋ, ತಿಥಿ ನಕ್ಷತ್ರ ನೋಡಿ ಬರ್ತಿಯೇನೋ ಸ್ಕೂಲಿಗೆ. ನೋಡು ನಿನ್ನ ಮಿಡ್‌ಟರ್ಮ್ ಮಾರ್ಕ್ಸ್. ನೂರಕ್ಕೆ ಐದು. ನಿನ್ನಣ್ಣನೂ ಇದ್ದ ಇದೇ ಕ್ಲಾಸಲ್ಲಿ. ಅವನಿಗೆ ನೂರಕ್ಕೆ ತೊಂಭತ್ತೈದು ಬರುದು. ಅವನು ಉಳಿಸಿದ್ದನ್ನಷ್ಟೆ ನೀನು ಬಾಚ್ಕತಿಯಲೋ' ಅಂದ್ರು. ಅವತ್ತಿಂದ ಸ್ಕೂಲಲ್ಲಿ ಎಲ್ಲರೂ ನನ್ನನ್ನ ಗೊಲ್ಲರಹಳ್ಳಿ ಜೋಯ್ಸ ಅಂತನೇ ಕೂಗ್ತರೆ. ನನಗೆ ಸ್ಕೂಲು ಆಗಿಬರೋದಿಲ್ಲ. ಬೆಂಗಳೂರಿಗೆ ಕರಕೊಂಡು ಹೋಗು. ಯಾವುದಾದ್ರೂ ಸೈಕಲ್ ಶಾಪಲ್ಲೋ ಹೋಟ್ಲಲ್ಲೋ ಕೆಲ್ಸ ಮಾಡ್ತಿನಿ."

"ಇವೆಲ್ಲಾ ಯಾರೋ ನಿನ್ನ ತಲೆಲಿ ತುಂಬಿದ್ದು? ಸೈಕಲ್ ಶಾಪಲ್ಲಿ ಯಾಕೋ ಕೆಲಸ ಮಾಡಬೇಕು ನೀನು? ಸ್ವಲ್ಪ ಆಸಕ್ತಿ ಕೊಟ್ಟು ಓದು. ಹೇಗೋ ಕಷ್ಟಪಟ್ಟು ಎಸ್‌ಎಸ್‌ಎಲ್‌ಸಿ ಮುಗಿಸಿಕೊಂಡ್ರೆ ಅಷ್ಟು ಹೊತ್ತಿಗೆ ನನ್ನ ಇಂಜಿನಿಯರಿಂಗ್ ಕೂಡ ಮುಗಿದು ನಿನ್ನನ್ನ ನಾನೇ ಬೆಂಗಳೂರಲ್ಲಿ ಕಾಲೇಜು ಓದಿಸ್ತಿನಿ. ಓದಿ ಊರಿಂದ ಹೊರಗೆ ಹೋಗುವುದೊಂದೇ ದಾರಿ ನಮಗೆ. ಉಳಿದ ಹಾಗೆ ಯಾವ ದಾರಿನೂ ಇಲ್ಲ. ಇನ್ನು ಎರಡು ವರ್ಷ ಅಷ್ಟೆ ಕಣೋ. ಆ ಮ್ಯಾಥ್ ಟೀಚರ್ ಕಾಳಪ್ಪನ ಮಾತಿಗೆ ಜಾಸ್ತಿ ತಲೆ ಕೆಡ್ಸಿಕೋಬೇಡ. ಅವರು ನನ್ನನ್ನೂ ಗೊಲ್ಲರಹಳ್ಳಿ ಜೋಯ್ಸ ಅಂತನೇ ಕರಿತಿದ್ದಿದ್ದು."

"ನಿನಗೆ ಬರೀ ಎರಡು ವರ್ಷ ಅಂತ ಕಾಣುತ್ತೆ ಆದರೆ ನನಗೆ ಇಲ್ಲಿರುದಕ್ಕೆ ಆಗುದಿಲ್ಲ ಕಣೋ. ನನಗೆ ಇಲ್ಲಿ ಹೆದರಿಕೆ ಆಗುತ್ತೆ. ಊರಿಗೆ ಊರೇ ಖಾಲಿ ಆಗಿದೆ. ಅಪ್ಪ ಗುಡಿ ಕಟ್ಟೆ ಮೇಲೆ ಕೂತ್ರೆ ರಾತ್ರಿ ತನಕ ಮನೆಗೆ ಬರುದಿಲ್ಲ. ನನಗೆ ನಿಜವಾಗ್ಲೂ ಹೆದರಿಕೆ ಆಗುತ್ತೆ ಕಣೋ. ಪ್ರಕಾಶ ಹೇಳ್ತಿದ್ದ, ಹೋದವರ್ಷ ಎಳ್ಳಮವಾಸ್ಯೆ ದಿನ ನೇಣು ಹಾಕ್ಕೊಂಡು ಸತ್ತಳಲ್ಲ ತಿಮ್ಮೇಗೌಡನ ಮಗಳು ಕಲ್ಯಾಣಿ, ಈಗ ಪಿಶಾಚಿ ಆಗಿ ರಾತ್ರಿ ಅಲೆದಾಡ್ತಿರ್ತಳಂತೆ. ಪ್ರಕಾಶನ ಅಜ್ಜಂಗೇ ಎರಡು ಸಲ ಅವರ ಹಿತ್ಲಲ್ಲೇ ಕಾಣ್ಸಿದ್ದಳಂತೆ. ನನಗೆ ಇಲ್ಲಿರುದಕ್ಕಾಗುದಿಲ್ಲಪ್ಪ. ಕರ್ಕೊಂಡು ಹೋಗೋ."

"ಅಪ್ಪನಿಗೆ ಸಂಜೆ ಒಳಗೇ ಮನೆ ಸೇರಿ ಅಂತ ಹೇಳ್ತಿನಿ."

"ವಿಪರೀತ ಮಳೆ ಬಂದು ಯಗಚಿ ತುಂಬಿ ಹರಿದ್ರೆ ಡ್ಯಾಮ್ ನೀರು ನಮ್ಮನೆ ತನಕ ಬರಬಹುದಂತೆ, ನಿಜವೇನೋ?"

"ಹಾಗೇನೂ ಆಗಲ್ಲ..."

"ನೀನೂ ಇಂಜಿನಿಯರ್ ಅಲ್ವೇನೋ. ನಿನಗೆ ಗೊತ್ತಾಗುಲ್ವೇನೋ?"

"ಹಾಗೇನೂ ಆಗಲ್ಲ. ಮಲಗು ಈಗ."

ನನ್ನೊಡನೆ ಅಷ್ಟು ಹೇಳಿಕೊಂಡದ್ದಕ್ಕೋ ಏನೋ, ಮತ್ತೈದು ನಿಮಿಷಗಳಲ್ಲಿ ಕೃಷ್ಣ ನಿದ್ರೆಗೆ ಜಾರಿದ್ದ. ದೇವರಕೋಣೆಯ ಹಣತೆಯ ಬೆಳಕು ನಂದಿಹೋಗಿತ್ತು. ಏನೂ ಕಾಣದಂತಹ ದಟ್ಟ ಕತ್ತಲು. ಕೃಷ್ಣನ ಚಾಚಿದ್ದ ಕೈಯನ್ನು ಗಟ್ಟಿಯಾಗಿ ಹಿಡಿದೆ. ತಡೆಯಲಾರದೆ ಅಳು ಉಕ್ಕಿ ಬಂತು.

ಬೆಂಗಳೂರಿಗೆ ವಾಪಸ್ಸು ಬಂದ ಮೇಲೆ ಹಾಸ್ಟೆಲ್‌ನ ವಾರ್ಡನ್‌ರ ಸಹಾಯದಿಂದ ಇಬ್ಬರು ಪಿಯುಸಿ ಓದುವ ಹುಡುಗರಿಗೆ ಮನೆಪಾಠ ಹೇಳುವ ಅವಕಾಶ ಸಿಕ್ಕಿತು. ಕಾಲೇಜು ಫೀಗೆ ಹಾಸ್ಟೆಲ್‌ನ ಖರ್ಚುಗಳಿಗೆ ರಜದ ದಿನಗಳಲ್ಲಿ ಊರಿಗೆ ಹೋಗಿಬರಲು ಆಗುವ ಖರ್ಚುಗಳಿಗೆ ನಾನು ಒದ್ದಾಡುವುದನ್ನು ನೋಡಿಯೇ ವಾರ್ಡನ್ ನನಗೆ ಈ ಸಹಾಯ ಮಾಡಿದ್ದರು. ಒಂದು ತಿಂಗಳಲ್ಲಿ ಎರಡರಿಂದ ನಾಲ್ಕು ವಿದ್ಯಾರ್ಥಿಗಳಾಗಿ ಹಾಸ್ಟೆಲ್‌ನ ಹತ್ತಿರದ ವಾರ್ಡನ್‌ರ ಮನೆಯ ತಾರಸಿಯ ಮೇಲಿನ ಕೋಣೆಯಲ್ಲಿ ಪಾಠ ಹೇಳಿಕೊಡುತ್ತಿದ್ದೆ. ಖರ್ಚಿನ ಹಣದ ದೃಷ್ಟಿಯಿಂದ ಅದು ನನಗೆ ಅನುಕೂಲವಾದರೂ ಹಬ್ಬಗಳ ಮತ್ತು ಇತರ ರಜಗಳಿಗೆ ಊರಿಗೆ ಹೋಗಿಬರುವುದು ಕಷ್ಟವಾಯಿತು.

ಒಂದು ಬೇಸಿಗೆಯ ದಿನದ ಬೆಳಗ್ಗೆ ಕಾಲೇಜಿಗೆ ಹೊರಡಲು ಸಿದ್ಧವಾಗುತ್ತಿರುವ ಹೊತ್ತಿಗೆ ವಾರ್ಡನ್‌ರ ರೂಮಿನ ಕಡೆಯಿಂದ ಅವರ ಸಹಾಯಕ ಹುಡುಗ ಎಲ್ಲಾ ರೂಮುಗಳಿಗೆ ಕೇಳುವಂತೆ ಕೂಗಿದ – "ಶ್ರೀಕಾಂತ್ ಅವರಿಗೆ ಫೋನು – ಗಾಂಧಿನಗರ ಪೊಲೀಸ್ ಸ್ಟೇಷನ್ನಿಂದ." ಪೋಲಿಸ್ ಸ್ಟೇಷನ್ನಿಂದ ಎಂದು ಒತ್ತಿ ಒತ್ತಿ ಎರಡು ಮೂರು ಸಲ ಕೂಗಿದ. ಸ್ವಲ್ಪ ಗಾಬರಿಯಲ್ಲೇ ಓಡಿದೆ.

"ಹಲೋ"

"ಶ್ರೀಕಾಂತ ಅಂತನ ನಿಮ್ಮ ಹೆಸರು?"

"ಹೌದು."

"ಬೇಲೂರಿನವರ?"

"ಹೌದು."

"ಬೇಲೂರು ಸ್ಟೇಷನ್ನಲ್ಲಿ ಚಂದ್ರೇಗೌಡ ಎನ್ನುವವರು ತಮ್ಮ ಮಗ ಕೃಷ್ಣ ಅನ್ನೋರು ಕಾಣೆಯಾಗಿದ್ದಾರೆ ಅಂತ ಕಂಪ್ಲೆಂಟ್ ಕೊಟ್ಟಿದ್ದಾರೆ. ನಿಮಗೆ ಕೃಷ್ಣ ಅಂತ ತಮ್ಮ ಇದ್ದಾರಾ?"

ನನ್ನ ಎದೆ ಹೊಡೆದುಕೊಂಡಿತು. ಕಾಲುಗಳು ಕುಸಿಯುವಂತಾದವು. ಏನೋ ಕೆಲಸ ಮಾಡಿಕೊಳ್ಳುತ್ತಿದ್ದ ವಾರ್ಡನ್‌ರು ಕೆಲಸ ನಿಲ್ಲಿಸಿ ನನ್ನ ಫೋನಿನ ಸಂಭಾಷಣೆಗೆ ಗಮನ ಕೊಟ್ಟಿದ್ದರು.

"ಹೌದು. ಇದ್ದಾನೆ. ಆದರೆ ನನ್ನ ತಂದೆಯ ಹೆಸರು ಸೂರ್ಯನಾರಾಯಣ ರಾವ್ ಎಂದು."

"ಕಂಪ್ಲೇಂಟ್ ಕೊಟ್ಟವರು ಚಂದ್ರೇಗೌಡ ಅಂತ. ಬೇಲೂರು ಸ್ಟೇಷನ್ನವರು ನಿಮ್ಮ ಹಾಸ್ಟೆಲ್‌ನ ಹೆಸರು ಕೊಟ್ಟು ಅಲ್ಲಿಗೇನಾದ್ರೂ ಅಣ್ಣನನ್ನು ಹುಡುಕಿಕೊಂಡು ಬಂದಿದ್ದಾನ ಅಂತ ವಿಚಾರಿಸಿ ಎಂದು ಕಮಿಷನರ್ ಆಫೀಸಿಗೆ ಬರೆದಿದ್ದಾರೆ. ಕಮಿಷನರ್ ಆಫೀಸಿನಿಂದ ನಮ್ಮ ಸ್ಟೇಷನ್‌ಗೆ ಫೋನು ಬಂತು. ಕೃಷ್ಣ ಅನ್ನೋರು ನಿಮ್ಮಲ್ಲಿಗೇನಾದ್ರು ಬಂದಿದ್ದಾರಾ?"

"ಇಲ್ಲ."

"ಸರಿ ಹಾಗಾದ್ರೆ. ನಿಮ್ಮಲ್ಲಿಗೆ ಬಂದಿಲ್ಲ ಅಂತ ರಿಪೋರ್ಟ್ ಮಾಡ್ತಿವಿ." ಫೋನನ್ನು ಇಟ್ಟ ಸದ್ದು.

ಒಂದು ನಿಮಿಷ ತಲೆಸುತ್ತಿದಂತಾಯಿತು. ಫೋನಿನ ಪಕ್ಕದಲ್ಲಿದ್ದ ಕಬ್ಬಿಣದ ಕುರ್ಚಿಯ ಮೇಲೆ ಕುಳಿತೆ. ನನ್ನ ಫೋನಿನ ಸಂಭಾಷಣೆಯನ್ನು ಮೌನವಾಗಿ ಕೇಳುತ್ತಿದ್ದ ವಾರ್ಡನ್ ಎಲ್ಲಾ ಅರ್ಥವಾದವರಂತೆ "ಇವತ್ತೇ ಊರಿಗೆ ಹೋಗಿ ಬಾ. ಪಾಠದ ಹುಡುಗರಿಗೆ ನಾನು ತಿಳಿಸುತ್ತೇನೆ." ಎಂದರು.

ನಾನು ಊರು ತಲುಪಿದಾಗ ರಾತ್ರಿಯಾಗಿತ್ತು. ಚಂದ್ರನಿಲ್ಲದ ರಾತ್ರಿಯ ದಟ್ಟ ಕತ್ತಲು. ಅಂಗಳದಲ್ಲಿ ಅಪ್ಪ ಕುಳಿತಿದ್ದರು. ದೀಪ ಕೂಡ ಹೊತ್ತಿಸಿರಲಿಲ್ಲ. ನನ್ನನ್ನು ನೋಡಿದೊಡನೆಯೇ ದುಃಖ ತಡೆಯಲಾರದೆ ಜೋರಾಗಿ ಅತ್ತುಬಿಟ್ಟರು. ಅಪ್ಪ ಅತ್ತಿದ್ದನ್ನು ನಾನು ಆವರೆಗೂ ನೋಡಿರಲಿಲ್ಲ.

"ಮೀಸೆ ಕೂಡ ಮೂಡದ ಹುಡುಗ. ಬರೀ ಹದಿನಾಲ್ಕು ವರ್ಷದ ಹುಡುಗನಿಗೆ ಸ್ವತಂತ್ರವಾಗಿ ಬದುಕುವ ಶಕ್ತಿ ಬಂದಿರುತ್ತದೆಯೇ? ನೋಡು, ಎಂತಹ ಕೆಲಸ ಮಾಡಿಬಿಟ್ಟ."

ತಿಮ್ಮೇಗೌಡನ ಮಗಳು ಪುಟ್ಟಿಯ ಹತ್ತಿರ ಹೇಳಿ ಹೋಗಿದ್ದಾನಂತೆ. ಆ ಹುಡುಗಿ ಕಾಲುವೆಯ ಹತ್ತಿರ ಬಟ್ಟೆ ಒಗೆಯುತ್ತಿರಬೇಕಾದರೆ ಸರಸರನೆ ಹೆಜ್ಜೆ ಹಾಕಿ ಹೋಗುತ್ತಿದ್ದವನು ಪುಟ್ಟಿಯನ್ನು ನೋಡಿ ನಿಂತು ಅವಳ ಹೆಸರನ್ನು ಕರೆದನಂತೆ. ಕಾಲುವೆಯ ಕೆಳಭಾಗದಿಂದ ಈ ಹುಡುಗಿ ತಿರುಗಿ ಮೇಲಕ್ಕೆ ನೋಡಿದಾಗ ರಸ್ತೆಯಲ್ಲಿ ಇವನು ಒಂದು ರೀತಿಯ ಆವೇಗದಿಂದ ನಿಂತಿದ್ದನಂತೆ. ಕೈಯಲ್ಲಿ ಒಂದು ಮುದುರಿಕೊಂಡ ಪ್ಲಾಸ್ಟಿಕ್ ಚೀಲ. ಪುಟ್ಟಿ ಕೃಷ್ಣನ ವಾರಗೆಯವಳೇ. "ಪುಟ್ಟೀ, ನಾನು ಮನೆ ಬಿಟ್ಟು ತುಂಬಾ ದೂರಕ್ಕೆ ಹೋಗ್ತಾ ಇದೀನಿ. ಇವತ್ತು ರಾತ್ರಿ ನಮ್ಮ ಮನೆಗೆ ಹೋಗಿ ಅಪ್ಪನಿಗೆ ತಿಳಿಸ್ತಿಯಾ?" ಎಂದಾಗ ಪುಟ್ಟಿ "ಎಲ್ಗೋ? ಬೇಲೂರ್ಗಾ? ವಾಪಸ್ಸು ಬರುಕ್ಕೆ ಯಾವ ಬಸ್ಸು ಸಿಗುತ್ತೋ ನಿಂಗೆ ರಾತ್ರಿನಾಗೆ?" ಎಂದಾಗ "ಇಲ್ಲ. ಇನ್ನು ಯಾವತ್ತೂ ವಾಪಸ್ಸು ಬರೋಲ್ಲ. ಬೇಲೂರಿಗಲ್ಲ ಅದಕ್ಕಿಂತಲೂ ತುಂಬಾ ದೂರಕ್ಕೆ ಹೋಗ್ತಿನಿ." ಎಂದಾಗ ಪುಟ್ಟಿ ಗಾಬರಿಯಾಗಿ ಎದ್ದು ನಿಂತು "ಹಾಗೆಲ್ಲಾ ಮಾಡ್ಬೇಡ ಕಣೋ. ನಿಮ್ಮಪ್ಪಯ್ಯನ ಹತ್ರ ಮಾತಾಡು." ಎಂದಾಗ ಇವನು "ಇಲ್ಲ. ನಾನು ನಿರ್ಧಾರ ಮಾಡಿಯಾಗಿದೆ. ಇವತ್ತು ರಾತ್ರಿ ನಮ್ಮಪ್ಪನಿಗೆ ಹೇಳಿ ಉಪಕಾರ ಮಾಡು. ಹೊತ್ತು ಕಂದಿದ ಮೇಲೇನೇ ನಮ್ಮ ಮನೆಗೆ ಹೋಗಿ ನನ್ನಪ್ಪನಿಗೆ ತಿಳಿಸಬೇಕು. ಅದಕ್ಕಿಂತಾ ಮೊದಲು ಹೇಳಿದರೆ ವೀರಭದ್ರದೇವರ ಆಣೆ." ಎಂದವನು ಪುಟ್ಟಿಯ ಉತ್ತರಕ್ಕೆ ಕಾಯದೆ ಅವಳು ನೋಡುತ್ತಿರುವಂತೆಯೇ ಓಡುವವನಂತೆ ಮುಂದೆ ಹೆಜ್ಜೆ ಇಟ್ಟವನು ಮತ್ತೇನನ್ನೋ ಜ್ಞಾಪಿಸಿಕೊಂಡು ಹಿಂತಿರುಗಿ "ಪುಟ್ಟೀ" ಎಂದು ಕೂಗಿದನಂತೆ. "ನಿನ್ನಕ್ಕ ಕಲ್ಯಾಣಿ ಪಿಶಾಚಿಯಾಗಿರುದು ಸತ್ಯವೇನೇ?"

ಪುಟ್ಟಿ ತಲೆತಗ್ಗಿಸಿ "ನಮ್ಮಪ್ಪಯ್ಯ ಧರ್ಮಸ್ಥಳದಿಂದ ತೀರ್ಥ ತಂದು ಮನೆ, ಕೊಟ್ಗೆ, ಹಿತ್ಲಿಗೆಲ್ಲಾ ಪ್ರೋಕ್ಷನೆ ಮಾಡಿದೆ." ಎಂದಳಂತೆ ಮೆಲುದನಿಯಲ್ಲಿ.

ಪುಟ್ಟಿ ಅಪ್ಪನಿಗೆ ವಿಷಯ ತಿಳಿಸಿದಾಗ ರಾತ್ರಿ ಒಂಬತ್ತು ಗಂಟೆಯಾಗಿತ್ತಂತೆ. ಅಪ್ಪನಿಗೆ ಏನು ಮಾಡಲು ತೋಚದೆ ಸ್ವಲ್ಪ ಹೊತ್ತು ಗರಬಡಿದವರಂತೆ ಕುಳಿತಿದ್ದರಂತೆ. ನಡೆದುಕೊಂಡು ದೇವರಾಯನಗಡಿಗೆ ಹೋಗಿ ಅಲ್ಲಿ ಪರಿಚಯಸ್ಥರ ಮನೆಗಳನ್ನೆಲ್ಲಾ ವಿಚಾರಿಸಿದರೆ ಎಲ್ಲೂ ಯಾರಿಗೂ ಕೃಷ್ಣನ ಸುಳಿವಿಲ್ಲ. ಬೇಲೂರಿಗೆ ಹೋಗಿ ನೋಡೋಣವೆಂದರೆ ಆ ಹೊತ್ತಿನಲ್ಲಿ ಯಾವ ಬಸ್ಸೂ ಇಲ್ಲ. ಎಷ್ಟು ಹೊತ್ತು ಕಾದರೂ ಒಂದೇ ಒಂದು ಲಾರಿಯಾಗಲೀ ಜೀಪಾಗಲೀ ಸಿಗಲಿಲ್ಲ. ಬೇಲೂರಿಗೆ ಹೋಗಿತಾನೆ ಎಲ್ಲಿ ಎಂದು ಹುಡುಕುವುದು? ನಾಳೆ ಬೆಳಗ್ಗೆಯ ಮೊದಲ ಬಸ್ಸಿಗೇ ಬೇಲೂರಿಗೆ ಹೋಗಿ ನೋಡೋಣ. ಮೇಲಾಗಿ ಎಲ್ಲಿಗೆ ಹೋದಾನು, ಈ ವೇಳೆಗಾಗಲೇ ಮನೆಗೆ ಬಂದಿದ್ದರೂ ಬಂದಿರಬಹುದು ಎಂದುಕೊಂಡು ದೇವರಾಯನಗಡಿಯಿಂದ ಮನೆಗೆ ವಾಪಸ್ಸು ಹೊರಟು ಅರ್ಧ ದಾರಿ ಕ್ರಮಿಸುವ ಹೊತ್ತಿಗೆ ಪುಟ್ಟಿಗೆ ಕೃಷ್ಣ ಹೇಳಿದ ಮಾತು ನೆನಪಾಗಿ ಹಾಗೆಯೇ ನಿಂತುಬಿಟ್ಟರಂತೆ. "ಇನ್ನ್ಯಾವತ್ತೂ ವಾಪಸ್ಸು ಬರೋಲ್ಲ. ತುಂಬಾ ದೂರಕ್ಕೆ ಹೋಗ್ತಿನಿ.". ವಾಪಸ್ಸು ಬಂದಿರಬಹುದು ಎಂದು ಮನೆಗೆ ಹೋಗಿ ಅವನು ಬಂದಿರದಿದ್ದರೆ? ತುಂಬಾ ದೂರ ಎಂದರೆ ಎಲ್ಲಿಗೆ, ಬೆಂಗಳೂರಿಗೋ ಮೈಸೂರಿಗೋ ಚಿಕ್ಕಮಗಳೂರಿನ ಕಡೆಯಿಂದ ಬರುವ ರಾತ್ರಿಯ ಬಸ್ಸು ಹಿಡಿದು ಹೋಗಿಬಿಟ್ಟರೆ?

ವಾಪಸ್ಸು ತಿರುಗಿ ಬೇಲೂರಿನ ಕಡೆಗೆ ಹೆಜ್ಜೆ ಹಾಕಿದರಂತೆ. ಡ್ಯಾಮ್‌ನ ಕೆಲಸ ಶುರುವಾದ ಮೇಲೆ ನಾಲ್ಕು ಮೈಲಿಗಳಲ್ಲಿ ತಲುಪಬಹುದಾಗಿದ್ದ ಹತ್ತಿರದ ರಸ್ತೆಯು ಮುಚ್ಚಿ ಹೋಗಿ ಬೇಲೂರಿಗೀಗ ಹತ್ತು ಮೈಲಿಗಳು. ಅಪ್ಪ ಬೇಲೂರನ್ನು ತಲುಪಿದಾಗ ಬೆಳಗಿನ ಜಾವ. ಬಸ್‌ಸ್ಟ್ಯಾಂಡ್ ನಿರ್ಮಾನುಷವಾಗಿ ಅಂಧಕಾರದಲ್ಲಿ ಮುಳುಗಿತ್ತು. ಬಸ್‌ಸ್ಟ್ಯಾಂಡಿನ ಮೂಲೆ ಮೂಲೆಗಳನ್ನೂ ಹುಡುಕಿದರಂತೆ. ಬೇಲೂರಿನ ಬಸ್‌ಸ್ಟ್ಯಾಂಡ್‌ನ್ನು ಹುಡುಕಲು ಎಷ್ಟು ಸಮಯ ಬೇಕು? ಆ ಅವೇಳೆಯಲ್ಲಿ ಯಾವ ಕಡೆಯಿಂದಲೂ ಬಸ್ಸಿಲ್ಲ ಮತ್ತು ಬಸ್ಸಿಗೆ ಕಾಯುವವರಿಲ್ಲ. 'ಯಾರ್‍ರೀ ಅದು. ಕಿದರ್ ಜಾನಾ ಹೈ?' ಎಂದು ಅರೆನಿದ್ರೆಯಲ್ಲಿ ಕೂಗುವ ಹರುಕು ಹೊದಿಕೆಯನ್ನು ಮುಸುಕುಹಾಕಿ ಮಲಗಿದ ಭಿಕ್ಷುಕನೊಬ್ಬನನ್ನು ಬಿಟ್ಟರೆ ಗುರ್‍ರೆನ್ನುವ ಬೀದಿ ನಾಯಿಗಳಷ್ಟೇ ಬಸ್‌ಸ್ಟ್ಯಾಂಡಿನಲ್ಲಿ.

ಬೆಳಗಿನ ತನಕ ಬಸ್‌ಸ್ಟ್ಯಾಂಡಿನಲ್ಲೇ ಇದ್ದು ಬಂದು ಹೋಗುವ ಪ್ರತಿ ಬಸ್ಸಿನ ಬಾಗಿಲ ಬಳಿ ನಿಂತು ಹತ್ತುವ ಜನರ ನುಗ್ಗಾಟದಲ್ಲಿ ಕೃಷ್ಣನೇನಾದರೂ ಕಾಣುತ್ತಾನೆಯೇ ಎಂದು ನೋಡಿದರಂತೆ. ಇನ್ನು ಬಸ್‌ಸ್ಟ್ಯಾಂಡಿನಲ್ಲಿ ಕೃಷ್ಣ ಇರುವ ಸಾಧ್ಯತೆಯೇ ಇಲ್ಲ ಎನ್ನಿಸಿದ ಮೇಲೆ ಅವನ ಸ್ಕೂಲಿನ ಹತ್ತಿರ ಹೋದರೆ ಬೇಸಿಗೆಯ ರಜಕ್ಕೆ ಮುಚ್ಚಿದ್ದ ಸ್ಕೂಲಿನ ಹತ್ತಿರ ಯಾರು ಇಲ್ಲದೆ ಗೇಟಿಗೆ ದೊಡ್ಡ ಬೀಗವನ್ನು ಜಡಿದಿದ್ದರಂತೆ. ಮನೆ ಬಿಟ್ಟು ಹೋದವನು ಸ್ಕೂಲಿನ ಹತ್ತಿರ ಏಕೆ ಹೋದಾನು? ಯಾರಾದರೂ

ಅವನ ಸ್ನೇಹಿತರನ್ನು ವಿಚಾರಿಸೋಣವೆಂದರೆ ಅವರಿಗಲ್ಲಿ ಯಾರೂ ತಿಳಿಯದು. ಚಂದ್ರೇಗೌಡರನ್ನು ಹುಡುಕಿಕೊಂಡು ಹೋದರೆ ಅವರ ಮಗಳು ಅಪ್ಪನನ್ನು ಒಳಗೆ ಕರೆದು ಪಾನಕ ಮಾಡಿಕೊಟ್ಟು "ಅಪ್ಪ ಶಿವುನ ನೋಡುದಕ್ಕೆ ಮೈಸೂರಿನ ಸೋದರಮಾವನ ಮನೆಗೆ ಹೋಗಿದ್ದಾರೆ. ಇನ್ನೆರಡು ವಾರ ಅಲ್ಲಿದ್ದು ಬರುತ್ತಾರೆ." ಎಂದಳಂತೆ. "ಪೊಲೀಸ್ ಕಂಪ್ಲೆಂಟ್ ಕೊಟ್ಟರೆ ಹುಡುಕಿ ವಾಪಸ್ಸು ಕರೆದುಕೊಂಡು ಬರುತ್ತಾರಲ್ಲವಾ?" ಎಂದು ಕೇಳಿದಳಂತೆ. ಎಲ್ಲಿ ಅಂತ ಹುಡುಕುತ್ತಾರೆ? ದೇವಸ್ಥಾನದ ರಸ್ತೆಯಲ್ಲಿ ಸಂದಿ ಮೂಲೆಗಳನ್ನೆಲ್ಲಾ ಹುಡುಕಿ, ದೇವಸ್ಥಾನದ ಕಲ್ಲುಕಲ್ಲುಗಳಲ್ಲೆಲ್ಲಾ ಅರಸಿ ಬಿಸಿಲಿಗೆ ತಲೆತಿರುಗಿ ದೇವಸ್ಥಾನದ ಚಪ್ಪಲಿಯ ಸ್ಟ್ಯಾಂಡಿನ ಹತ್ತಿರ ಕುಸಿದು ಕುಳಿತಾಗ ಕೃಷ್ಣನ ಹತ್ತಿರದ ಸ್ನೇಹಿತ ಎಂದರೆ ತಮ್ಮಣ್ಣಿಯ ಮಗ ಪ್ರಕಾಶ ಎಂದು ನೆನಪಾಗಿ ಡೈರಿ ಹಾಲಿನ ವ್ಯಾನಿನಲ್ಲಿ ಕುಳಿತು ಹಳೇಬೀಡಿಗೆ ಹೋಗಿ ಜಾವಗಲ್ ರಸ್ತೆಯಲ್ಲಿರುವ ತಮ್ಮಣ್ಣಿಯ ದಿನಸಿ ಅಂಗಡಿಯನ್ನು ವಿಚಾರಿಸಿಕೊಂಡು ಹೋಗಿ ಪ್ರಕಾಶನನ್ನು ಮಾತನಾಡಿಸಿದಾಗ ಬೇಸಿಗೆ ರಜ ಬರುವ ಮೊದಲಷ್ಟೇ ನೋಡಿದ್ದು ಅವನನ್ನು ಎಂದನಂತೆ. ಎಲ್ಲಾ ವಿಷಯಗಳಲ್ಲೂ ಅಂಕಗಳನ್ನು ತೀರಾ ಕಮ್ಮಿ ತೆಗೆಯುತ್ತಿದ್ದ ಯಾವ ವಿಷಯದಲ್ಲೂ ನೂರಕ್ಕೆ ಹತ್ತು ದಾಟುತ್ತಿರಲಿಲ್ಲ. ಹಾಗಾಗಿ ಹೈಸ್ಕೂಲಿನ ಮೊದಲ ವರ್ಷದಲ್ಲೇ ಫೇಲ್ ಆಗುವುದು ಗ್ಯಾರಂಟಿ ಎಂದು ಅವನನ್ನೂ ಸೇರಿ ಎಲ್ಲರಿಗೂ ಗೊತ್ತಿತ್ತಂತೆ.

"ಹೋಟ್ಲುಗಳನ್ನ ಹುಡುಕಿ. ಹಾಗೆ ಓಡೋದವು ಹೋಟ್ಲು ಸೇರಿರುತ್ವೆ." ಎಂದ ತಮ್ಮಣ್ಣಿಯ ಮಾತಿನಂತೆಯೇ ಬೇಲೂರು, ಹಳೇಬೀಡು, ಚಿಕ್ಕಮಗಳೂರು, ಹಾಸನ ಎಲ್ಲಾ ಕಡೆ ಹೋಟೆಲ್‌ಗಳನ್ನು ಹುಡುಕಿದರಂತೆ.

"ಕೃಷ್ಣ ಅನ್ನು ಹದಿನಾಲ್ಕು ವರ್ಷದ ಹುಡುಗ ನಿಮ್ಮ ಕಡೆ ಬಂದಿದ್ದಾನಾ? ತೆಳ್ಳಗಿದಾನೆ, ಎತ್ತರವಾಗಿದಾನೆ. ಮೇಲೆತ್ತಿ ತಲೆಬಾಚ್ತಾನೆ. ನಸುಗಪ್ಪು ಬಣ್ಣ. ಬ್ರಾಹ್ಮಣರ ಹುಡುಗ. ಉಪನಯನವಾಗಿದೆ."

ಯಾರೋ, ಚಿಕ್ಕಮಗಳೂರಿನ ಶಂಕರಮಠದ ಹತ್ತಿರ ಆತರಹದ ಹುಡುಗನೊಬ್ಬನನ್ನು ನೋಡಿದ ಹಾಗಾಯ್ತು ಎಂದಾಗ ಶಂಕರಮಠದ ಮೆಟ್ಟಿಲುಗಳ ಮೇಲೆ ಒಂದು ದಿನ ಕುಳಿತಿದ್ದರಂತೆ. ಮತ್ಯಾರೋ, "ಎಷ್ಟು ದಿನ ಹಸಿವಲ್ಲಿ ಇರ್ತಾನೆ. ಸಂತೆಮಳದ ಹತ್ತಿರ ನೋಡಿ. ಈ ತರ ಓಡಿ ಹೋದ ಹುಡುಗರೆಲ್ಲಾ ಅಲ್ಲಿ ಭಿಕ್ಷುಕ ಹುಡುಗರ ಜೊತೆ ಸೇರಿರುತ್ವೆ." ಎಂದಾಗ ಚಿಕ್ಕಮಗಳೂರಿನ ಸಂತೆಮಳದ ಕಟ್ಟೆಯ ಮೇಲೆ ರಾತ್ರಿಯ ತನಕ ಕುಳಿತಿದ್ದರಂತೆ.

ಅಪ್ಪ ಜೋರಾಗಿ ಅತ್ತುಬಿಟ್ಟರು. "ನನಗೆ ಗೊತ್ತು ಮಗು ಎಲ್ಲದಕ್ಕೂ ನಾನೇ ಕಾರಣ ಅಂತ. ಊರಿಗೆ ಊರೇ ಖಾಲಿಯಾಗಿ ಸ್ಮಶಾನದ ಥರ ಆದ್ರೂ ಅವನನ್ನು ಇಟ್ಟುಕೊಂಡು ನಾನೂ ಇಲ್ಲೇ ಉಳಿದೆ. ನಾನೇನು ಮಾಡ್ಲಿ ಹೇಳು? ಎಲ್ಲಿಗೆ ಹೋಗ್ಲಿ ಈ ಊರು ಬಿಟ್ಟು? ಅವನೂ ನಿನ್ನ ಥರನೇ ತಾನೇ ಒಂದು ದಾರಿ ಕಂಡುಕೊಳ್ಳುತ್ತಾನೆ

ಅಂತ ಕಾದೆ. ಅವನು ನಿನ್ನ ರೀತಿಯವನಲ್ಲ. ಅವನಿಗೆ ವಿದ್ಯೆ ಬರೆದಿಲ್ಲ. ಹಾಗಂತ ಓಡಿ ಹೋಗೊದೇ? ಯಾವ ಲೋಕಾನುಭವ ಇದೆ ಅಂತ ಜೀವನ ಮಾಡ್ತಾನೆ? ಹದಿನಾಲ್ಕು ವರ್ಷ ಸ್ವತಂತ್ರ ಜೀವನ ಮಾಡುವ ವಯಸ್ಸೇ?"

ನನ್ನನ್ನೂ ಬೆಂಗಳೂರಿಗೆ ಕರಕೊಂಡು ಹೋಗೋ ಎಂದು ಹಣತೆಯ ಬೆಳಕಿನಲ್ಲಿ ತುಂಬಿದ ಕಣ್ಣುಗಳಲ್ಲಿ ಕೇಳುತ್ತಿದ್ದ ಕೃಷ್ಣನ ಮುಖವೇ ಪದೇ ಪದೇ ಕಾಡಿ "ಓದಿ ಊರು ಬಿಡುವುದೊಂದೇ ನಮಗಿರುವ ಮಾರ್ಗ" ಎಂದು ಒತ್ತಿ ಹೇಳಿ ಕೃಷ್ಣನಿಗೆ ನಾನೇ ದಿಕ್ಕು ತೋಚದವನನ್ನಾಗಿ ಮಾಡಿದೆನೇನೋ ಎಂದು ಮನಸ್ಸು ನೋವಿನಿಂದ ಕಿವಿಚಿದಂತಾಯಿತು.

ವಾಪಸ್ಸು ಬೆಂಗಳೂರಿಗೆ ಬಂದ ಮೇಲೆ ಕಾಲೇಜಿನ ನಂತರ ಸಂಜೆಯ ಸಮಯಕ್ಕೆ ಸಿಟಿ ಬಸ್ಸು ಹತ್ತಿ ಮೆಜೆಸ್ಟಿಕ್, ಮಲ್ಲೇಶ್ವರಂ, ರಾಜಾಜಿನಗರ, ಜಯನಗರ, ಇಂದಿರಾನಗರ, ಕೋರಮಂಗಲ ಎಂದೆಲ್ಲಾ ತಿರುಗಿ ಬಸ್ಸಿನ ಕಿಟಕಿಯಿಂದಲೇ ಕೃಷ್ಣನ ಮುಖವನ್ನು ಹುಡುಕುತ್ತಿದ್ದೆ. ನೂರಾರು ದರ್ಶಿನಿಗಳು, ಕಾಮತ್‌ಗಳು, ಡಾಬಾಗಳಲ್ಲೆಲ್ಲಾ ಟೇಬಲ್ಲು ಒರೆಸುವ, ಗಾಜಿನ ಲೋಟಗಳನ್ನು ಬೋಗುಣಿಗಳಲ್ಲಿ ತುಂಬಿಕೊಳ್ಳುವ, ಕೊಚ್ಚೆಯ ಜಾಗದಲ್ಲಿ ಕುಕ್ಕರಗಾಲಲ್ಲಿ ಕುಳಿತು ತಟ್ಟೆ, ಲೋಟ, ಗುಡಾಣದ ಪಾತ್ರೆಗಳನ್ನು ತೊಳೆಯುವ, ಬೀಡಿ ಸೇದುತ್ತಾ ನಿಂತ ಗಡ್ಡದ ಲಾರಿ ಡ್ರೈವರ್‌ಗಳ ಮುಂದೆ ಚಹಾದ ಲೋಟ ಹಿಡಿದು "ಥೂತ್ ಮಾದರ್‌ಭೋದ್! ಬೆರಳ್ ಅದ್ದಗಂಡ್ ತರ್ತಿಯಲ್ಲೆ" ಎಂದು ಬೈಯ್ಯಿಸಿಕೊಳ್ಳುವ ಹುಡುಗರಲ್ಲೆಲ್ಲಾ ನನ್ನ ಕೃಷ್ಣನನ್ನು ಹುಡುಕುತ್ತಿದ್ದೆ. ದಿನಗಳೆದಂತೆ ಹೀಗೆ ಕೃಷ್ಣನನ್ನು ಹುಡುಕಬಹುದೆಂಬ ಆಸೆ ಕಮರಿ ಹೋಯಿತು. ವರ್ಷಗಳು ಉರುಳುತ್ತಿದ್ದಂತೆ ಕೃಷ್ಣ ಹೇಗಿರಬಹುದು, ಏನು ಮಾಡುತ್ತಿರಬಹುದು ಎನ್ನುವ ಕಲ್ಪನೆಯೂ ಎಟುಕದೆ ಕೃಷ್ಣ ಅಮ್ಮನಂತೆಯೇ ನನ್ನ ಮನಸ್ಸಿನಲ್ಲಿ ಉಳಿಯುವ ಚಿತ್ರವಾದ.

ಹಣತೆಯ ಬೆಳಕಿನಲ್ಲಿ ತುಂಬಿದ ಅಗಲಗಣ್ಣುಗಳಿಂದ ನನ್ನನ್ನು ನೋಡುತ್ತ "ನನ್ನನ್ನೂ ಕರಕೊಂಡು ಹೋಗೋ" ಎನ್ನುವ ಕೃಷ್ಣನ ಮುಖ ಮಾತ್ರ ಅಮ್ಮನ ಮುಖಕ್ಕಿಂತಾ ಸ್ಪಷ್ಟವಾಗಿ ಬಣ್ಣಗಳನ್ನು ಭಾವಗಳನ್ನು ತುಂಬಿಕೊಂಡು ಆಗಾಗ ನನ್ನ ಕನಸಿನಲ್ಲಿ ಕಾಣಿಸಿಕೊಳ್ಳುತ್ತದೆ. ಹಾಗೆ ಕಂಡಾಗಲೆಲ್ಲಾ "ಬಾರೋ ನನ್ನ ಪುಟ್ಟ" ಎಂದು ಎರಡೂ ಕೈಗಳನ್ನು ಬಾಚುತ್ತೇನೆ. ನಾನು ಕೈಚಾಚಿದಂತೆಲ್ಲಾ ಕೃಷ್ಣ ದೂರಕ್ಕೆ ಮತ್ತೂ ದೂರಕ್ಕೆ ಹೊರಳಿ ಹೋಗಿರುತ್ತಾನೆ.

ಅಧ್ಯಾಯ 4

ಆಫೀಸಿನೊಳಗಿನ್ನೂ ಕಾಲಿಟ್ಟಿರಲಿಲ್ಲ. ಅಷ್ಟರಲ್ಲಿ ನಿತಿನ್ ಜೋಷಿ ಗಾಬರಿಯಿಂದ ಓಡಿಬಂದ. "ಕೆಫೆಗೆ ಹೋಗೋಣ ನಡಿ. ಒಂದು ಮುಖ್ಯವಾದ ವಿಷಯವಿದೆ."

"ನನ್ನ ಇ-ಮೈಲ್‌ಗಳನ್ನು ಓದಿ ಬರುತ್ತೇನೆ."

"ಇ-ಮೈಲ್‌ಗಳ ಮನೆ ಹಾಳಾಯಿತು. ಆಮೇಲೆ ಓದುವೆಯಂತೆ. ಈಗಲೇ ಹೋಗೋಣ ಬಾ." ಎಂದು ಅವಾಂತರ ಮಾಡಿದ. ಇವನು ಹೇಳುವಂತಹ ಮುಖ್ಯವಾದ ವಿಷಯ ಏನಿರಬಹುದು? ತೀರಾ ಕೆಟ್ಟದ್ದು ಎಂದರೆ ನಮ್ಮ ಪ್ರಾಜಕ್ಟ್ ಕಾಲ್ ಆಫ್ ಆಗಿದೆ ನಮ್ಮನ್ನು ಬೇರೆ ಪ್ರಾಜಕ್ಟ್‌ಗೆ ಅಸೈನ್ ಮಾಡುತ್ತಾರಂತೆ ಎಂದಿರಬಹುದು ಅಥವಾ ಮ್ಯಾನೇಜರ್ ರಮಾಕಾಂತ್ ಕಂಪನಿ ಬಿಡುತ್ತಿದ್ದಾನಂತೆ, ಈಗಾಗಲೇ ರಾಜಿನಾಮೆ ಕೊಟ್ಟೂ ಆಗಿದೆಯಂತೆ ಎಂದಿರಬಹುದು. ಅದಕ್ಕಿಂತಾ ಏನು ಗಹನವಾದದ್ದನ್ನು ಇವನು ಹೇಳಲು ಸಾಧ್ಯ?

ಕೆಫೆಟೇರಿಯಾದಲ್ಲಿ ಕಾಫಿ ಬಗ್ಗಿಸಿಕೊಂಡು ಒಂದು ಮೂಲೆಯ ಟೇಬಲ್ಲನ್ನು ಹಿಡಿದು ಕುಳಿತೆವು.

"ಸಮರೇಂದು ಮೆಹ್ತಾ ಕಂಪನಿಯನ್ನು ಮಾರುತ್ತಾನಂತೆ."

"ಏನು?"

"ಫೈನಾನ್ಸ್ ಡಿಪಾರ್ಟ್‌ಮೆಂಟಿನ ರೋಹಿತ್ ಬಾಬು ಮತ್ತು ನಾನು ಒಂದೇ ಮನೆಯಲ್ಲಿರುವುದು. ಗೊತ್ತಲ್ಲವೆ, ನಿನಗೆ? ಅವನು ಯಾರಿಗೂ ಹೇಳಬೇಡ ಎಂದು ಗುಟ್ಟಿನಲ್ಲಿ ನನಗೊಬ್ಬನಿಗೆ ಹೇಳಿದ್ದಾನೆ. ನೀನು ಮರೆತೂ ಯಾರ ಮುಂದೆ ಬಾಯಿ ಬಿಡಬೇಡ. ಒಂದು ಅಮೆರಿಕನ್ ಕಂಪನಿಯಿಂದ ಆಫರ್ ಬಂದಿದೆಯಂತೆ. ಬಹಳ ದಿನಗಳಿಂದ ಸಮರೇಂದು ಮೆಹ್ತಾ ಮತ್ತು ಆ ಕಂಪನಿಯ ಸಿಎಫ್‌ಓ ಈ ಬಗ್ಗೆ ಮಾತುಕತೆ ನಡೆಸುತ್ತಿದ್ದರಂತೆ. ಈ ಆರು ತಿಂಗಳಿಂದ ಎಲ್ಲಾ ನಡೆಯುತ್ತಿದ್ದರೂ ಸಮರೇಂದು ಯಾರಿಗೂ ಗುಟ್ಟು ಬಿಟ್ಟುಕೊಟ್ಟಿರಲಿಲ್ಲವಂತೆ. ನಮ್ಮ ಸಿಎಫ್‌ಓಗೆ ಕೂಡಾ ಯಾವುದೇ ಹಿಂಟ್ಸ್ ಇರಲಿಲ್ಲವಂತೆ! ಹಾಗಂತ ರೋಹಿತ್ ಹೇಳುತ್ತಾನೆ. ನಿನ್ನೆ

ರಾತ್ರಿ ರೋಟಿಘರ್‌ನಲ್ಲಿ ನಾನು ಮತ್ತು ರೋಹಿತ್ ಊಟ ಮಾಡುತ್ತಿರಬೇಕಾದರೆ ರೋಹಿತ್‌ಗೆ ಸಿಎಫ್‌ಒನಿಂದ ಕಾಲ್ ಬಂತು. ರಾತ್ರಿ ಆಫೀಸಿಗೆ ಹೋದವನು ವಾಪಸ್ಸು ಬಂದಾಗ ಬೆಳಗಿನ ಜಾವ! ಇಡೀ ಫೈನಾನ್ಸ್ ಡಿಪಾರ್ಟ್‌ಮೆಂಟ್ ಸೇರಿತ್ತಂತೆ. ಆಫರ್ - ಕೌಂಟರ್ ಆಫರ್ ಅಂತ ಬೆಳಗಿನತನಕ ನಡೆಯಿತಂತೆ." ಎಂದ ನಿತಿನ್ ಏದುಸಿರಿನಲ್ಲಿ.

"ಕಂಪನಿ ಏಕೆ ಮಾರಬೇಕು ಅವನು? ಚೆನ್ನಾಗಿಯೇ ಲಾಭ ಮಾಡಿಕೊಳ್ಳುತ್ತಿದ್ದಾನಲ್ಲಾ?"

"ಚೆನ್ನಾಗಿ ಲಾಭವಾಗುತ್ತಿದೆ ನಿಜ, ಆದರೆ ಮುಂದಿನ ಹಲವು ವರ್ಷಗಳ ಲಾಭವನ್ನು ಒಂದೇ ಸಲ ಬಾಚಿಕೊಳ್ಳುವ ಅವಕಾಶ ಸಿಗುವಾಗ ಇಲ್ಲ ಎನ್ನುವ ಮೂರ್ಖನೆ ಅವನು? ರೋಹಿತ್‌ನ ಅಂದಾಜಿನ ಪ್ರಕಾರ ಈ ಡೀಲ್‌ನಿಂದ ಸಮರೇಂದು ಏನಿಲ್ಲ ಅಂದರೂ ಹತ್ತರಿಂದ ಹದಿನೈದು ಮಿಲಿಯನ್ ಡಾಲರುಗಳನ್ನು ಜೇಬಿಗೆ ಇಳಿಸುತ್ತಾನೆ. ಕಂಪನಿಗಳನ್ನು ಕಟ್ಟಿ ಮಾರುವುದು ಒಂದು ಒಳ್ಳೆಯ ದಂಧೆ. ಕುರಿ ಸಾಕಿ ಅದು ಚೆನ್ನಾಗಿ ಬೆಳೆದ ಮೇಲೆ ಕಟುಕನಿಗೆ ಮಾರಿ ಲಾಭ ಮಾಡಿಕೊಳ್ಳುವುದಿಲ್ಲವೇ ಹಾಗೆ." ಮಾತಿನ ಆವೇಗಕ್ಕೆ ನಿತಿನ್‌ನ ಮುಖ ಕೆಂಪಾಗಿತ್ತು.

"ಇರಲಿ ಬಿಡೋ. ನೀನೇಕೆ ಅಷ್ಟೊಂದು ಎಕ್ಸೈಟ್ ಆಗುತ್ತಿ? ನಮಗೆ ಯಾವ ವ್ಯತ್ಯಾಸವಾಗುತ್ತದೆ? ಸಮರೇಂದು ಅಲ್ಲದಿದ್ದರೆ ಮತ್ಯಾರೋ ಗುಣವೇಂದು ನಮ್ಮ ಸಿಇಒ ಆಗುತ್ತಾನೆ. ಪ್ರೈವೆಟ್ ಕಂಪನಿ ಅಲ್ಲವಾ? ಯಾರಿಗೆ ಬೇಕಾದರೂ ಮಾರಿಕೊಳ್ಳಲಿ, ನಮಗೇನು ಬಿಡು. ನಾವು ತಲೆ ಕೆಡಿಸಿಕೊಳ್ಳುವಂತದ್ದು ಏನಿದೆ?" ಅಷ್ಟೊಂದು ನಿರುತ್ಸಾಹವನ್ನು ತೋರಿಸುವ ಉದ್ದೇಶ ನನಗಿರಲಿಲ್ಲ ಆದರೆ ನಿತಿನ್‌ನ ಆವೇಶ ಮಾತ್ರ ವಿಚಿತ್ರವಾಗಿ ಕಂಡು ನನ್ನನ್ನು ನಿರುತ್ಸಾಹದ ಮಾತುಗಳಿಗೆ ಪ್ರೇರೇಪಿಸಿತ್ತು.

"ಸ್ವಲ್ಪ ಆಳವಾಗಿ ಯೋಚಿಸು. ತೀರಾ ಪ್ರಪಂಚ ಕಾಣದವನಂತೆ ಮಾತನಾಡಬೇಡ. ಬರೀ ಐಐಟಿಯಲ್ಲಿ ಓದಿ ಬಂದರೆ ಆಯಿತೇ? ಇಂತಹ ವಿಚಾರಗಳಲ್ಲಿ ಕಾಮನ್‌ಸೆನ್ಸ್ ಕೂಡ ಇರಬೇಕು. ಹೊಸ ಸಿಇಒ ಬಂದರೆ ಇದೇ ಮ್ಯಾನೆಜ್‌ಮೆಂಟನ್ನು ಉಳಿಸಿಕೊಳ್ಳುತ್ತಾನಾ? ಈಗ ಸಮರೇಂದುವಿಗೆ ಕೆಲಸ ಮಾಡುವವರನ್ನು ಯಾಕೆ ನಂಬುತ್ತಾನೆ ಅವನು? ತನ್ನದೇ ಟೀಮನ್ನು ತಂದೇ ತರುತ್ತಾನೆ. ಮ್ಯಾನೆಜ್‌ಮೆಂಟ್ ಬದಲಾದಂತೆ ಕಂಪನಿಯ ರೀತಿನೀತಿಗಳೂ ಬದಲಾಗುತ್ತವೆ. ಈಗ ಕೊಡುತ್ತಿರುವಂತೆಯೇ ಬೋನಸ್ ಕೊಡದೆ ಇರಬಹುದು. ನಮ್ಮ ಅನೇಕ ಸೌಲಭ್ಯಗಳನ್ನು ಕಿತ್ತುಕೊಳ್ಳಬಹುದು. ಒಂದು ಕಂಪನಿ ಇನ್ನೊಂದು ಕಂಪನಿಯನ್ನು ಅಕ್ವೈರ್ ಮಾಡಿಕೊಳ್ಳುವಲ್ಲಿ ಅನೇಕ ಉದ್ದೇಶಗಳಿರುತ್ತವೆ. ಅನೇಕ ಬಾರಿ ನಮ್ಮ ಕಂಪನಿ ಮತ್ತು ನಾವು ಕೆಲಸಗಾರರಿಗಿಂತಲೂ ನಾವು ಹಿಡಿದಿಟ್ಟುಕೊಂಡಿರುವ ನಮ್ಮ ಗ್ರಾಹಕರಿಗೋಸ್ಕರ ಕಂಪನಿಯನ್ನು ಕೊಂಡುಕೊಳ್ಳುತ್ತಾರೆ ಎಂದು ಕೇಳಿದ್ದೇನೆ. ಹಾಗೇನಾದರೂ ಆಗಿದ್ದಲ್ಲಿ ನಮ್ಮ ಕಸ್ಟಮರ್ಸ್‌ನ್ನು ನಮ್ಮಿಂದ ಕಿತ್ತುಕೊಂಡು ನಾವು ಕೆಲಸಗಾರರನ್ನು ಓಡಿಸುವುದಿಲ್ಲ ಎನ್ನುವ ಗ್ಯಾರಂಟಿ ಏನು?

ನಾವು ಮಾಡುತ್ತಿರುವ ಪ್ರಾಜಕ್ಟ್‌ಗಳನ್ನು ಹೊಸ ಮ್ಯಾನೆಜ್‌ಮೆಂಟು ಮುಂದುವರೆಸುತ್ತದೆ ಎನ್ನುವ ಗ್ಯಾರಂಟಿ ಏನು?" ಎಂದ.

"ಸರಿ ಸರಿ. ನೀನು ಹೇಳಿದ್ದೆಲ್ಲಾ ಘಟಿಸಬಹುದಾದರೂ ಬಡಪಾಯಿ ಪ್ರೋಗ್ರಾಮರುಗಳಾದ ನಾವು ಏನು ತಾನೇ ಮಾಡಲು ಸಾಧ್ಯ?" ಎಂದೆ.

"ನೀನು ಹೇಳುತ್ತಿರುವುದು ನಿಜವಾದರೂ ಹಾಗೆ ತೀರಾ ಹರಕೆಯ ಕುರಿಯಂತೆ ಬದುಕುವುದು ಸಾಧ್ಯವೇ? ಯಾರೋ ನಮ್ಮನ್ನು ಕಮಾಡಿಟಿಯಂತೆ ಬಳಸಿಕೊಳ್ಳುತ್ತಿದ್ದಾರೆ ಎಂದು ಗೊತ್ತಾದ ಮೇಲೂ ಏನೂ ಆಗಿಯೇ ಇಲ್ಲ ಎನ್ನುವಂತೆ ಇರಲಾಗುತ್ತದೆಯೇ? ಏನೋ ಮೋಸ ಹೋದೆವು ಎಂದು ಅನ್ನಿಸುತ್ತಿಲ್ಲವೇ? ನನಗಂತೂ ಬೆಳಗಿನಿಂದ ಆ ತರಹದ ವೇದನೆ ಕಾಡುತ್ತಿದೆ. ಕಂಪನಿಯ ಆಲ್ ಹ್ಯಾಂಡ್ಸ್ ಮೀಟಿಂಗ್‌ಗಳಲ್ಲಿ ಮ್ಯಾನೆಜ್‌ಮೆಂಟ್ ಎಷ್ಟು ಕಮಿಟ್‌ಮೆಂಟ್ ಹೊಂದಿದೆ ನೌಕರರು ಎಷ್ಟು ನಿಷ್ಠೆಯಿಂದಿರಬೇಕು ಎಂದೆಲ್ಲಾ ಬದನೆಕಾಯಿ ಮಾತನಾಡಿದ್ದೇನು, ಸ್ವಂತಕ್ಕೆ ಲಾಭ ಬರುತ್ತದೆ ಎನ್ನುವ ಕಾರಣಕ್ಕೆ ಕಂಪನಿಯನ್ನು ಮಾರುವುದೆಂದರೆ ಸಮರೇಂದು ಎಂತಹ ವಂಚಕನಾದ ನೋಡು. ಸಮರೇಂದು ಮೆಹ್ತಾ ಎನ್ನುವ ಗುಜರಾತಿಯೇ ಆಜೀವ ಪರ್ಯಂತ ನನಗೆ ಸಿಇಒ ಆಗಿರಬೇಕು ಎನ್ನುವ ಯಾವ ಅಪೇಕ್ಷೆಯೂ ನನಗಿಲ್ಲ. ಆದರೆ ತಾನು ಕಟ್ಟಿದ್ದು ಎನ್ನುವ ಕಾರಣಕ್ಕೆ ಅವನಿಗೆ ಕೆಡವಿ ತೀಟೆ ತೀರಿಸಿಕೊಳ್ಳುವ ಅಧಿಕಾರವೂ ಇದೆ ಎನ್ನುವುದಾದರೆ ಇಲ್ಲಿ ಕೆಲಸ ಮಾಡುವ ಐನೂರು ಜನರಿಗೆ, ಅವರನ್ನು ನಂಬಿಕೊಂಡ ಸಂಸಾರಗಳಿಗೆ ಮತ್ತು ಅವರ ಆಶೋತ್ತರಗಳಿಗೆ ಯಾವ ಬೆಲೆ ಉಳಿಯಿತು?"

"ನೀನ್ಯಾಕಿಷ್ಟು ಕೆಂಪಗಾಗುತ್ತಿದ್ದೀಯೋ ಪಬ್ಲಿಕ್ ಸೆಕ್ಟರ್‌ಗಳ ಕಾರ್ಮಿಕ ನಾಯಕರಂತೆ. ಇದು ನಿಜವೋ ಸುಳ್ಳೋ ಇನ್ನೂ ಗೊತ್ತಿಲ್ಲ. ನಿಜವೇ ಆಗಿದ್ದರೆ ಇನ್ನೂ ವಿವರಗಳು ಬರಲಿ ತಡಿ." ಎಂದೆ.

ನಿತಿನ್‌ನ ಪ್ರಕಾರ ಫೈನಾನ್ಸ್ ಡಿಪಾರ್ಟ್‌ಮೆಂಟನ್ನು ಬಿಟ್ಟರೆ ನಮ್ಮಿಬ್ಬರಿಗೆ ಮಾತ್ರ ವಿಷಯ ಗೊತ್ತಿರುವುದಾಗಿದ್ದರೂ ಮಧ್ಯಾಹ್ನ ಊಟದ ಹೊತ್ತಿಗೆ ಇಡೀ ಕಂಪನಿಯೇ ಈ ವಿಷಯವನ್ನು ಮಾತನಾಡಿಕೊಳ್ಳುತ್ತಿತ್ತು. ಊಟದ ಸಮಯ ಬಹಳ ಅಸಹಜವಾಗಿ ಕಂಡು ನೌಕರರು ಗುಂಪು ಗುಂಪಿನಲ್ಲಿ ಕುಳಿತು ಈ ವಿಷಯವನ್ನು ಚರ್ಚಿಸುತ್ತಿದ್ದರು. ಮ್ಯಾನೇಜರುಗಳು ಇತರ ಮ್ಯಾನೇಜರುಗಳ ಜೊತೆಗೆ, ಟೀಂ ಲೀಡ್‌ಗಳು ಇತರ ಟೀಂ ಲೀಡ್‌ಗಳ ಜೊತೆಗೆ, ಡೈರೆಕ್ಟರ್‌ಗಳು ಇತರ ಡೈರೆಕ್ಟರ್‌ಗಳ ಜೊತೆಗೆ ಪ್ರೋಗ್ರಾಮರ್‌ಗಳು ಇತರ ಪ್ರೋಗ್ರಾಮರ್‌ಗಳ ಜೊತೆಗೆ ಇದೇ ವಿಷಯದ ಮಾತುಗಳನ್ನಾಡುತ್ತಿದ್ದಾರೆ ಎನ್ನುವುದರಲ್ಲಿ ಅನುಮಾನಗಳೇ ಇರಲಿಲ್ಲ.

"ಮೊನ್ನೆ ಯುಎಸ್‌ನಿಂದ ಬಂದ ಒಂದು ಗುಂಪಿನ ಜೊತೆಗೆ ಸಮರೇಂದು ಮೂರು ದಿನ ಕ್ಲೋಸ್ಡ್‌ಡೋರ್ ಮಾತುಕತೆಯಾಡುತ್ತಿದ್ದಾಗಲೇ ಗೊತ್ತಾಯಿತು ಏನೋ ಇದೆ ಎಂದು."

"ಇಲ್ಲ, ಇಲ್ಲ. ಅವರು ಪೆಸಿಫಿಕ್ ಲೈಫ್‌ನ ಎಕ್ಸೆಕ್ಯುಟಿವ್ಸ್. ಅವರಲ್ಲ ಕಂಪನಿಯನ್ನು ಕೊಂಡುಕೊಳ್ಳುವುದು."

"ಹೇಗೆ ಹೇಳುತ್ತೀರಿ ಅಷ್ಟು ಖಡಾಖಂಡಿತವಾಗಿ?"

"ಅಡ್ಮಿನಿಷ್ಟ್ರೇಷನ್ ಮ್ಯಾನೇಜರ್ ಭಾಸ್ಕರ ರಾವ್ ಅವರೇ ಹೇಳಿದರು ಪೆಸಿಫಿಕ್ ಲೈಫ್ ಖಂಡಿತ ಅಲ್ಲ ಅಂತ."

"ಭಾಸ್ಕರ ರಾವ್‌ಗೆ ಹೇಗೆ ಗೊತ್ತಾಗುತ್ತದೆ ನಮಗಿಂತಾ ಹೆಚ್ಚು! ಸಿಎಫ್‌ಒಗೇ ವಿಷಯ ತಿಳಿದಿರಲಿಲ್ಲವಂತೆ ಇನ್ನು ಭಾಸ್ಕರ ರಾಯನಿಗೆ ಯಾವ ಮೂಲದಿಂದ ತಿಳಿಯಬೇಕು?"

"ಅದೇನೋ ಗೊತ್ತಿಲ್ಲ."

"ನಮ್ಮ ಅತಿ ದೊಡ್ಡ ಕಸ್ಟಮರ್ ಎಂದರೆ ಪೆಸಿಫಿಕ್ ಲೈಫ್. ಕಂಪನಿಯನ್ನು ಅವರು ಕೊಳ್ಳುವುದಿಲ್ಲ ಎಂದರೆ ಇವನು ಬೇರೆಯವರಿಗೆ ಮಾರಲು ಅವರು ಒಪ್ಪಿದ್ದಾರೆಯೇ?"

"ಗೊತ್ತಿಲ್ಲ. ಕೈಗೆ ದುಡ್ಡು ಬರಬೇಕಾದರೆ ಸಮರೇಂದು ಅದಕ್ಕೆಲ್ಲಾ ಯಾಕೆ ತಲೆ ಕೆಡಿಸಿಕೊಳ್ಳುತ್ತಾನೆ? ಕೊಂಡುಕೊಳ್ಳುವವರು ಅದನ್ನು ಯೋಚಿಸಬೇಕು, ಇವನಲ್ಲ."

"ಸಮರೇಂದು ಅಮೆರಿಕಕ್ಕೆ ವಾಪಸ್ಸು ಹೋಗುತ್ತಾನಂತೆ, ನಿಜವೇ?"

"ಗೊತ್ತಿಲ್ಲ."

"ಸಿಲಿಕಾನ್ ವ್ಯಾಲಿಯಲ್ಲಿ ಒಂದು ಕಂಪನಿಯನ್ನು ತೆರೆಯುವ ಉದ್ದೇಶ ಅವನಿಗಿದೆಯಂತೆ. ಅವನ ಸ್ಟಾರ್ಟ್-ಅಪ್‌ಗೆ ಏಂಜಲ್ ಇನ್ವೆಸ್ಟರ್ ಕನ್ವಲ್ ರೇಖಿಯೇ ಹಣ ಹಾಕಲು ಒಪ್ಪಿದ್ದಾನಂತೆ. ಕನ್ವಲ್ ರೇಖಿ ಹಾಗೆ ಸಾಮಾನ್ಯಕ್ಕೆ ಹಣ ಹಾಕುವವನಲ್ಲ; ಅಲ್ಲವೇ?"

"ನನಗದು ಗೊತ್ತಿಲ್ಲ."

"ಕನ್ವಲ್ ರೇಖಿಯೂ ಗುಜರಾತಿಯೇ?"

"ಗೊತ್ತಿಲ್ಲ. ಸಿಂಧಿ ಎಂದು ಕಾಣುತ್ತದೆ."

"ಸ್ಯಾನ್ ಫ್ರಾನ್ಸಿಸ್ಕೋ ಬೇ ಏರಿಯಾದಲ್ಲಿ ಈಗಾಗಲೇ ಆಫೀಸಿನ ಜಾಗ ಹಿಡಿದಿದ್ದಾನಂತೆ. ಅದಕ್ಕೇ ಈ ಕೆಲವು ತಿಂಗಳಲ್ಲಿ ಪದೇ ಪದೇ ಅಮೆರಿಕಾಕ್ಕೆ ಹೋಗಿ ಬಂದಿದ್ದಾನೆ ಎಂದು ರೂಮರ್ಸ್. ಎಲ್ಲಾ ಕಂಪನಿಯ ಖರ್ಚಿನಲ್ಲಿ! ಇನ್ನೆರಡು ವರ್ಷಗಳಲ್ಲಿ ಈ ಕಂಪನಿಯಂತೆಯೇ ಆ ಕಂಪನಿಯನ್ನು ಚೆನ್ನಾಗಿ ಬೆಳೆಸಿ ಸಿಸ್ಕೋಗೆ ಮಾರುವ ಉದ್ದೇಶವಂತೆ. ನಿಮಗೆ ತಿಳಿದಿತ್ತೇ ಇದು?"

"ಇಲ್ಲ."

"ತಾನೊಬ್ಬನೇ ಅಲ್ಲದೆ ತನಗೆ ನಿಷ್ಠಾವಂತರಾದ ಕೆಲವು ಹೈಯರ್ ಮ್ಯಾನೇಜ್‌ಮೆಂಟಿನ ವ್ಯಕ್ತಿಗಳನ್ನೂ ಕರೆದುಕೊಂಡು ಹೋಗುತ್ತಾನಂತೆ. ನಿಜವೇ?"

"ಗೊತ್ತಿಲ್ಲ."

ಸಂಜೆಯ ವೇಳೆಗೆ ಈ ಎಲ್ಲಾ ಊಹಾಪೋಹದ ಮಾತುಗಳಿಗೆ ಜೀವಕೊಡುವಂತೆ ಒಂದು ಇ-ಮೈಲ್ ಬಂತು. ಅದು ಸಮರೇಂದು ಮೆಹ್ತಾನಿಂದ ಮತ್ತು ಎಲ್ಲಾ ನೌಕರರನ್ನು ಉದ್ದೇಶಿಸಿ-

"ನಮ್ಮ ಹೈಪರ್‌ಲಿಂಕ್ ಸಾಫ್ಟ್‌ವೇರ್ ಕಂಪನಿಯ ಭವಿಷ್ಯದ ಬಗ್ಗೆ ನಮ್ಮ ಯೋಜನೆಗಳನ್ನು ನಿಮ್ಮೊಂದಿಗೆ ಚರ್ಚಿಸಲು ಈ ಶುಕ್ರವಾರ ಒಂದು ಮೀಟಿಂಗನ್ನು ಹಮ್ಮಿಕೊಂಡಿದ್ದೇವೆ. ಇದು ಎಲ್ಲಾ ನೌಕರರಿಗೂ ಕಡ್ಡಾಯ. ದಿನಪೂರ್ತಿಯ ಈ ಮೀಟಿಂಗ್‌ನ್ನು ನೀವು ಸ್ಫೂರ್ತಿದಾಯಕವಾಗಿ ಭಾಗವಹಿಸುವಂತೆ ಮಾಡಲು ನಮ್ಮ ಎಚ್‌ಆರ್ ಮತ್ತು ಅಡ್ಮಿನಿಸ್ಟ್ರೇಷನ್ ಡಿಪಾರ್ಟ್‌ಮೆಂಟಿನವರು ಬೆಂಗಳೂರಿನ ಹೊರವಲಯದ ಸನ್‌ಶೈನ್ ಕ್ಲಬ್ ಮತ್ತು ರೆಸಾರ್ಟ್‌ನಲ್ಲಿ ಆಸಕ್ತಿಪೂರ್ಣ ಚಟುವಟಿಕೆಗಳೊಂದಿಗೆ ಆಯೋಜಿಸಿದ್ದಾರೆ. ಮೀಟಿಂಗ್‌ನೊಂದಿಗೆ ಆಕರ್ಷಕ ಚಟುವಟಿಕೆಗಳು, ಪಂದ್ಯಗಳು, ಬಗೆಬಗೆಯ ಆಹಾರ! ಇನ್ನೇನು ಬೇಕು ನಮ್ಮ ಶುಕ್ರವಾರವನ್ನು ಭರ್ಜರಿಯಾಗಿ ಕಳೆದು ವೀಕೆಂಡನ್ನು ಸ್ವಾಗತಿಸಲು? ಶುಕ್ರವಾರ ಯಾರೂ ಕೆಲಸ ಮಾಡಬೇಕಿಲ್ಲ. ಇಡೀ ದಿನ ಮೀಟಿಂಗ್ ಮತ್ತು ಮೋಜಿಗೆ ಮೀಸಲು. ರೆಸಾರ್ಟ್‌ಗೆ ಹೋಗಲು ಕಂಪನಿಯೇ ಬಸ್ಸಿನ ವ್ಯವಸ್ಥೆಯನ್ನು ಮಾಡುತ್ತದೆ. - ಸಮರೇಂದು ಮೆಹ್ತಾ."

"ಇ-ಮೈಲ್ ಪ್ರಾರಂಭದಲ್ಲಿ ಹಲೋ ಇಲ್ಲ ಮುಗಿಸುವಾಗ ಥ್ಯಾಂಕ್ಯೂ ಇಲ್ಲ; ಕಂಪನಿ ಮಾರುದಕ್ಕೆ ಎಷ್ಟು ಅವಾಂತರ ನೋಡು ಇವನಿಗೆ." ಎಂದ ನಿತಿನ್ ತನ್ನ ಕ್ಯೂಬಿಕಲ್‌ನಿಂದಲೇ.

ಹ್ಯೂಮನ್ ರಿಸೋರ್ಸ್‌ಸ್ ಡಿಪಾರ್ಟ್‌ಮೆಂಟಿನಲ್ಲಿ ತಾತ್ಕಾಲಿಕ ನೌಕರಳಾಗಿ ಸೇರಿದ್ದ ವಾಣಿಗೆ ನಮಗೆ ತಿಳಿದಿದ್ದಕ್ಕಿಂತಾ ಹೆಚ್ಚಿನ ವಿವರಗಳೇನೂ ತಿಳಿದಿರಲಿಲ್ಲ. ಆದರೆ ಮುಂದಿನ ಮೂರು ದಿನಗಳಲ್ಲಿ ರೆಸಾರ್ಟಿನಲ್ಲಿಯ ಕಾರ್ಯಕ್ರಮ ವ್ಯವಸ್ಥೆಗೆ ಅವಳು ಬಹಳ ಕೆಲಸ ಮಾಡಬೇಕಾಯಿತು. ರೆಸಾರ್ಟ್‌ಗೆ ಹೋಗಿ ಬಂದವಳು ರಾತ್ರಿ ನನ್ನೊಂದಿಗೆ "ಸನ್‌ಶೈನ್ ಬಹಳ ದೊಡ್ಡ ಮತ್ತು ಶ್ರೀಮಂತಿಕೆಯ ರೆಸಾರ್ಟ್. ಈ ಕಾರ್ಯಕ್ರಮಕ್ಕೆ ಕಂಪನಿ ನೀರಿನಂತೆ ಹಣವನ್ನು ಖರ್ಚು ಮಾಡುತ್ತಿದೆ." ಎಂದು ಹೇಳಿದಳು.

ಎಚ್‌ಆರ್ ಮತ್ತು ಅಡ್ಮಿನಿಸ್ಟ್ರೇಷನ್ ಡಿಪಾರ್ಟ್‌ಮೆಂಟಿನವರು ಶುಕ್ರವಾರ ಆಫೀಸಿನಲ್ಲಿ ಹಬ್ಬದ ಸಡಗರವನ್ನು ಉಂಟುಮಾಡಿದರು. ಇಡೀ ಆಫೀಸನ್ನು ಅಲಂಕರಿಸಲಾಗಿತ್ತು. ಎರಡೂ ಡಿಪಾರ್ಟ್‌ಮೆಂಟಿನವರು ಬಾಗಿಲಲ್ಲೇ ನಿಂತು ಒಳಗೆ ಬರುವ ಪ್ರತಿಯೊಬ್ಬ ನೌಕರನನ್ನೂ ಸ್ವಾಗತಿಸುತ್ತ ಒಂದು ಗಿಫ್ಟ್ ಪ್ಯಾಕೇಜನ್ನು ನೀಡುತ್ತಿದ್ದರು. ಆ ಗಿಫ್ಟ್ ಬ್ಯಾಗಿನಲ್ಲಿ ಹೈಪರ್‌ಲಿಂಕ್ ಹೆಸರು ಹೊತ್ತ ಹಸಿರು ಬಣ್ಣದ ಟೀಶರ್ಟ್, ಹೈಪರ್‌ಲಿಂಕ್‌ನ ಹೆಸರು ಹೊತ್ತ ಒಂದು ಜಾಕೆಟ್, ಟೈಟಾನಿಯಂ ವಾಚ್ ಮತ್ತು ಸಮರೇಂದು ಮೆಹ್ತಾ ಸಹಿ ಮಾಡಿರುವ 'ಕಂಪನಿಯ ಯಶಸ್ಸಿಗಾಗಿ ದುಡಿದ ನಿಮಗೆ

ಇಗೋ ನನ್ನ ಅಭಿನಂದನೆಗಳು' ಎನ್ನುವ ಪತ್ರ.

ಕಂಪನಿಯ ನೌಕರರು ಬಸ್ಸಿನಿಂದಿಳಿದು ರೆಸಾರ್ಟಿನ ಮೀಟಿಂಗ್ ಹಾಲನ್ನು ಸೇರುವ ವೇಳೆಗಾಗಲೇ ಕರೀಸೂಟು ಮತ್ತು ಕೆಂಪು ಟೈ ಧರಿಸಿ ಸಮರೇಂದು ಮೆಹ್ತಾ ವೇದಿಕೆಯ ಮೇಲೆ ನಿಂತು ನಮ್ಮನ್ನು ಕಾಯುತ್ತಿದ್ದ.

"ತಮ್ಮ ಹಗಲು ರಾತ್ರಿಯ ಪರಿಶ್ರಮದಿಂದ ಕಂಪನಿಯನ್ನು ಈ ಮಟ್ಟಕ್ಕೆ ಬೆಳೆಸಿದ ತಮಗೆಲ್ಲರಿಗೂ ಇದೋ ಸ್ವಾಗತ." ಎಂದು ಕೈಗಳೆರಡನ್ನು ಮೇಲೆತ್ತಿ ತಾನೇ ಜೋರಾಗಿ ಚಪ್ಪಾಳೆ ತಟ್ಟುತ್ತಿದ್ದಂತೆಯೇ ಅವನ ಜೊತೆಗೆ ಕೈಗೂಡಿಸಿ ಎಲ್ಲರೂ ಚಪ್ಪಾಳೆ ತಟ್ಟಿದ್ದರಿಂದ ಮೀಟಿಂಗಿನ ಹಾಲಿನಲ್ಲಿ ಶಬ್ದದ ಸಡಗರ ಆರಂಭವಾಯಿತು.

"ಮೊತ್ತಮೊದಲಾಗಿ, ಈವರೆಗೂ ನಿಮಗೆ ಹೇಳಿರದ ಒಂದು ವಿಷಯವನ್ನು ನಾನು ನಿಮಗೆ ತಿಳಿಸಲೇಬೇಕು. ಇದನ್ನು ನಾನು ಯಾರಿಗೂ ಹೇಳಿಲ್ಲ. ನಿಮ್ಮ ಚೀಫ್ ಫೈನಾನ್ಷಿಯಲ್ ಮತ್ತು ನಿಮ್ಮ ಚೀಫ್ ಟೆಕ್ನಾಲಜಿ ಆಫೀಸರುಗಳೊಂದಿಗೂ ಕೂಡ ಈವರೆಗೆ ಹಂಚಿಕೊಂಡಿಲ್ಲ. ನಾನು ಅಮೆರಿಕಾವನ್ನು ಬಿಟ್ಟು ಭಾರತದಲ್ಲಿ ಈ ಕಂಪನಿಯ ಉನ್ನತ ಸ್ಥಾನವನ್ನು ಸ್ವೀಕರಿಸುವ ಮುನ್ನ ಬಹಳ ಅಳುಕಿನಲ್ಲಿದ್ದೆ. ನಿದ್ರೆಗೆಡಿಸುವ ದಿಗಿಲಿನ ಪ್ರಶ್ನೆಗಳು. ಅಮೆರಿಕದ ಸುಭದ್ರ ವೃತ್ತಿಯನ್ನು ಬಿಟ್ಟು ಭಾರತದ ಕಂಪನಿಯಲ್ಲಿ ಏನೋ ಕನಸು ಹುಡುಕುತ್ತಿದ್ದೇನಲ್ಲಾ ಇದು ಹುಚ್ಚುತನವಲ್ಲವೇ ಎಂದು. ಪೆಸಿಫಿಕ್ ಲೈಫ್, ಫಿಡಲಿಟಿ, ಬೋಯಿಂಗ್, ಫೋರ್ಡ್‌ನಂತಹ ದೈತ್ಯಾಕಾರದ ಮತ್ತು ಕ್ಲಿಷ್ಟ ಕಂಪನಿಗಳನ್ನು ತಮ್ಮ ಸರ್ವೀಸಸ್‌ಗಳಿಂದ ತೃಪ್ತಿಪಡಿಸಬಲ್ಲ ಮತ್ತು ವ್ಯವಹಾರವನ್ನು ಮುಂದುವರೆಸಬಲ್ಲ ಶಕ್ತಿ ಭಾರತೀಯ ಯುವ ಜನತೆಗಿದೆಯೇ? ಮುಂದುವರೆದ ದೇಶಗಳ ಕನ್ಸಲ್ಟಿಂಗ್ ಕಂಪನಿಗಳನ್ನು ಚಾಲೆಂಜ್ ಮಾಡಿ ಅವರಿಗಿಂತಲೂ ಉತ್ತಮ ಫಸಲನ್ನು ಅವರ ಕಾಲು ಭಾಗದ ಬೆಲೆಯಲ್ಲಿ ತೆಗೆಯಬಲ್ಲ ಸಾಮರ್ಥ್ಯ ಭಾರತೀಯ ಇಂಜಿನಿಯರುಗಳಿಗೆ ಇದೆಯೇ? ಪ್ರತಿದಿನ ಬದಲಾಗುವ ತಂತ್ರಜ್ಞಾನಗಳನ್ನು ಹೀರಿಕೊಳ್ಳುವಂತಹ ನಿರಂತರ ಜ್ಞಾನದಾಹ ಇದೆಯೇ ನಮ್ಮ ಭಾರತದ ಯುವ ಜನತೆಗೆ? ಇನ್ನೂ ಏನೇನೋ ಪ್ರಶ್ನೆಗಳು! ಯೋಚಿಸಿದಷ್ಟೂ ಭಯವನ್ನು ಮೂಡಿಸುತ್ತಿದ್ದ ಪ್ರಶ್ನೆಗಳು. ಆದರೆ ಈ ಐದು ವರ್ಷಗಳಲ್ಲಿ ನಾನು ನಿಮ್ಮಲ್ಲಿ ಕಂಡ ಪ್ರತಿಭೆ, ನಿಷ್ಠೆ, ಪರಿಶ್ರಮ ಮತ್ತು ಏನನ್ನಾದರೂ ಸಾಧಿಸುತ್ತೇವೆನ್ನುವ ಛಲ ನನ್ನ ನಿಲುವುಗಳನ್ನು ಸಂಪೂರ್ಣವಾಗಿ ಬದಲಿಸಿಬಿಟ್ಟವು. ಇವತ್ತು ಆ ಪ್ರಶ್ನೆಗಳ ಬಗ್ಗೆ ಯೋಚಿಸಿಕೊಂಡರೆ ನನಗೇ ಜೋರಾಗಿ ನಗು ಬರುತ್ತದೆ. ಈ ದಿನಗಳಲ್ಲಿ ಇನ್‌ಫರ್ಮೇಷನ್ ಟೆಕ್ನಾಲಜಿ ಪ್ರಪಂಚದಲ್ಲಿ ನಡೆಯಬಹುದಾದ ಕ್ರಾಂತಿಗಳು ಏನಿದ್ದರೂ ಭಾರತದಲ್ಲಿ ಮತ್ತು ತಮ್ಮಂತಹ ಕ್ರಿಯೇಟಿವ್ ಯುವ ಜನತೆಯಿಂದ ಮಾತ್ರ ಎನ್ನುವುದು ನನಗೆ ಸಂಪೂರ್ಣವಾಗಿ ಮನದಟ್ಟಾಗಿದೆ. ಇಂತಹ ಪ್ರತಿಭಾವಂತರ ಜೊತೆ ಕೆಲಸ ಮಾಡಲು ಅವಕಾಶ ಸಿಕ್ಕಿದ್ದು ನನ್ನ ಅದೃಷ್ಟವೇ ಸರಿ. ಅದಕ್ಕಾಗಿ ನಾನು ನಿಮಗೆ ಎಷ್ಟು ಋಣಿಯಾಗಿದ್ದರೂ ಸಾಲದು."

ಮುಂದಿನ ಸಾಲಿನಲ್ಲಿದ್ದ ಸಿಎಫ್‌ಓ ಮತ್ತು ಸಿಟಿಓ ಎದ್ದು ನಿಂತು ಜೋರಾಗಿ ಚಪ್ಪಾಳೆ ತಟ್ಟಿ ಹಿಂತಿರುಗಿ ನೌಕರರೆಡೆಗೆ ನೋಡುತ್ತ ನಗೆಯನ್ನು ಬೀರಿದರು. ಅದನ್ನು ಅರಿತುಕೊಂಡವರಂತೆ ಮೊದಲು ಅಡ್ಮಿನಿಷ್ಟ್ರೇಷನ್ ಡಿಪಾರ್ಟ್‌ಮೆಂಟಿನವರು ಆಮೇಲೆ ಎಚ್‌ಆರ್ ಡಿಪಾರ್ಟ್‌ಮೆಂಟಿನವರು ಎದ್ದು ನಿಂತು ಜೋರಾಗಿ ಚಪ್ಪಾಳೆ ತಟ್ಟಿದರು. ಮತ್ತೊಂದು ಕ್ಷಣದಲ್ಲಿ ಕುಳಿತಿದ್ದ ಪ್ರತಿಯೊಬ್ಬರೂ ಭಾಗಿಗಳಾಗಿ ತಟ್ಟಿದ ಚಪ್ಪಾಳೆ ಸೂರನ್ನು ದಾಟಿ ಮುಗಿಲುಮುಟ್ಟುತ್ತಿತ್ತು.

ರೆಸಾರ್ಟಿನ ಕೆಲಸಗಾರರು ನಾವು ಕುಳಿತಲ್ಲಿಗೇ ಕಾಫಿ, ಟೀ, ತಂಪುಪಾನಿಯಗಳು, ಐಸ್‌ಕ್ರೀಂ ಮತ್ತು ಸಮೋಸಗಳನ್ನು ತಳ್ಳುವಗಾಡಿಯಲ್ಲಿಟ್ಟುಕೊಂಡು ಶಬ್ದವಾಗದಂತೆ ಬಂದು ಕಿವಿಯಲ್ಲಿ ಗುಟ್ಟಾಗಿ ಏನನ್ನು ಕೊಡಲಿ ಎಂದು ವಿಚಾರಿಸಿಕೊಳ್ಳುತ್ತ ನಾವು ಕುಡಿದು ಮುಗಿಸಿದ ಖಾಲಿಲೋಟಗಳನ್ನು ಖಾಲಿಯಾದ ತಟ್ಟೆಗಳನ್ನು ನಿಶ್ಯಬ್ದವಾಗಿ ತೆಗೆದುಕೊಂಡು ಹೋಗುತ್ತಿದ್ದರು.

ಸಮರೇಂದು ಗಂಭೀರವಾಗಿ ಮುಂದುವರೆಸಿದ – "ಮ್ಯಾನೆಜ್‌ಮೆಂಟಿನ ಒಂದು ಮಹತ್ವದ ಕರ್ತವ್ಯವೆಂದರೆ ಇಂತಹ ಪ್ರತಿಭೆ ವ್ಯರ್ಥವಾಗದಂತೆ ನೋಡಿಕೊಳ್ಳುವುದು ಮತ್ತು ಪ್ರತಿಭೆಗೆ ತಕ್ಕಂತೆ ಅವಕಾಶಗಳನ್ನು ಕಲ್ಪಿಸಿಕೊಡುವುದು. ನೀವು ಐದು ನೂರು ಮಂದಿಯ ಪ್ರತಿಭೆ ಒಂದು ಕ್ರಾಂತಿಯನ್ನು ಸಾಧಿಸಬಲ್ಲುದಾದರೆ ನನ್ನಂತಹ ಸಿಇಓಗಳು ಹಗಲು ರಾತ್ರಿ ಅಂತಹ ಪ್ರತಿಭೆಯನ್ನು ಕಾಯಬೇಕು ಮತ್ತು ಕ್ರಾಂತಿಯ ಬೆಳಕು ಜಗತ್ತನ್ನು ಮುಟ್ಟುತ್ತಿದೆಯೇ ಎಂದು ಕಣ್ಣು ಮಿಟುಕಿಸದಂತೆ ನೋಡುತ್ತಿರಬೇಕು. ಪ್ರತಿಭೆಯ ವ್ಯಾಪ್ತಿ ನನ್ನಂತಹ ಸಿಇಓನ ಬೊಗಸೆಯನ್ನು ದಾಟಿದರೆ ದೊಡ್ಡ ಬೊಗಸೆಯನ್ನು ಉಳ್ಳವರನ್ನು ಹುಡುಕಬೇಕು. ಒಟ್ಟಾರೆ ಪ್ರತಿಭೆ ವ್ಯರ್ಥವಾಗಲು ಬಿಡಬಾರದು.

ಆ ತರಹ ದೊಡ್ಡ ಬೊಗಸೆಯನ್ನು ಹುಡುಕುವ ಸಂದಿಗ್ಧ ಪರಿಸ್ಥಿತಿ ನನಗಿಂದು ಎದುರಾಗಿದೆ. ನನಗೆ ಮಾತ್ರವಲ್ಲ ನನಗೆ ರಿಪೋರ್ಟ್ ಮಾಡಿಕೊಳ್ಳುವ ಹೈಯರ್ ಮ್ಯಾನೆಜ್‌ಮೆಂಟಿನ ಪ್ರತಿಯೊಬ್ಬರಿಗೆ ಕೂಡಾ. ಹಾಗಾಗಿ ನಿಮ್ಮ ಪ್ರತಿಭೆಗೆ ಇನ್ನೂ ಹೆಚ್ಚಿನ ಅವಕಾಶ ಮತ್ತು ಸಂಪನ್ಮೂಲಗಳನ್ನು ನೀಡಬಲ್ಲ ಕಂಪನಿಯೊಂದಿಗೆ ಹೈಪರ್‌ಲಿಂಕ್ ಜೊತೆಜೊತೆಯಾಗಿ ಹೋಗಬೇಕಾಗಿದೆ. ಅಂತಹ ಕಂಪನಿಯೊಂದಿಗೆ ಲೀನವಾಗಬೇಕಾಗಿದೆ. ಇದು ಒಂದು ರೀತಿಯಲ್ಲಿ ಉನ್ನತ ಶಿಕ್ಷಣಕ್ಕಾಗಿ ನೀವು ಮನೆ ಬಿಟ್ಟು ದೂರದ ಮತ್ತು ಹೆಸರಾಂತ ವಿಶ್ವವಿದ್ಯಾಲಯಗಳನ್ನು ಹುಡುಕಿಕೊಂಡು ಹೋದಂತೆ. ಮನೆ ಬಿಡುವ ನೋವು. ಆದರೆ ಸಾಧನೆಯ ಕನಸು.

ನಿಮಗೋಸ್ಕರ, ನಿಮ್ಮ ಬೆಳವಣಿಗೆಗೋಸ್ಕರ, ನಿಮ್ಮ ಪ್ರತಿಭೆಯ ಪುರಸ್ಕಾರಕ್ಕೋಸ್ಕರ ಹೈಪರ್‌ಲಿಂಕ್ ಸಾಫ್ಟ್‌ವೇರ್ ಅಮೆರಿಕಾದ ಇನ್ಫೋವಾಯೆಜ್ ಕಂಪನಿಯೊಂದಿಗೆ ಲೀನವಾಗುತ್ತಿದೆ."

ಸಮರೇಂದು ತಾನೇ ಚಪ್ಪಾಳೆ ತಟ್ಟಿ ಉಳಿದವರನ್ನು ಪ್ರೋತ್ಸಾಹಿಸಿದ. ಮತ್ತೆ

ಚಪ್ಪಾಳೆಯ ಶಬ್ದ ಆ ವಿಶಾಲವಾದ ಕೋಣೆಯ ಮೂಲೆಮೂಲೆಗಳನ್ನು ತುಂಬಿ ಹೋಯಿತು.

ಸಮರೇಂದುವಿನ ಭಾಷಣ ಮುಗಿದ ಮೇಲೆ ಅವನೊಂದಿಗೆ ಪ್ರಶ್ನೋತ್ತರ ಕಾರ್ಯಕ್ರಮವಿತ್ತು.

"ಇನ್ಫೋವಾಯೆಜ್ ಕಂಪನಿ ಎಂದಿರಲ್ಲಾ, ಅದರ ಬಗ್ಗೆ ತಿಳಿಸಿಕೊಡಿ."

"ಇತ್ತೀಚೆಗೆ ಕನ್ಸಲ್ಟಿಂಗ್ ಬಿಸಿನೆಸ್‌ನಲ್ಲಿ ಕ್ರಾಂತಿ ಮಾಡುತ್ತಿರುವ ಕಂಪನಿ. ಲಾಸ್‌ಏಂಜಲಿಸ್‌ನಲ್ಲಿ ಕಾರ್ಪೊರೇಟ್ ಆಫೀಸಿದೆ. ಬಹಳ ವ್ಯವಸ್ಥಿತವಾಗಿ ಬೆಳೆಯುತ್ತಿರುವ ಕಂಪನಿ. ಆ ಕಂಪನಿಯ ಬಗ್ಗೆ ಮುಂದಿನ ದಿನಗಳಲ್ಲಿ ನಾನೇ ನಿಮಗೆ ಹೆಚ್ಚಿನ ವಿವರಗಳನ್ನು ಕೊಡುತ್ತೇನೆ."

ದಪ್ಪ ಕನ್ನಡಕದ ಹುಡುಗನೊಬ್ಬ ಎದ್ದು ನಿಂತು ಕೇಳಿದ – "ವಿದೇಶಿ ಕಂಪನಿಗಳು ನೇರವಾಗಿ ಭಾರತೀಯ ಕಂಪನಿಗಳನ್ನು ಕೊಳ್ಳುವಂತಿಲ್ಲ ಎಂದು ಕೇಳಿದ್ದೇನೆ. ಇದು ನಿಜವೇ? ನಾನು ಕೇಳಿದ್ದು ನಿಜವಾಗಿದ್ದಲ್ಲಿ ಹೈಪರ್‌ಲಿಂಕ್‌ನ್ನು ಇನ್ಫೋವಾಯೆಜ್ ಹೇಗೆ ಕೊಳ್ಳುತ್ತದೆ?"

"ಅಮೆರಿಕದ ಲೇಬರ್ ಡಿಪಾರ್ಟ್‌ಮೆಂಟಿನವರು ಆ್ಯಂಟಿಟ್ರಸ್ಟ್ ದಾವೆಗಳಲ್ಲಿ ಕೇಳುವ ಪ್ರಶ್ನೆಯಂತಿದೆ ತಮ್ಮದು!" ಎಂದು ಜೋರಾಗಿ ನಕ್ಕುಬಿಟ್ಟ.

"ಅಮೆರಿಕದ ಇನ್ಫೋವಾಯೆಜ್ ಕಂಪನಿ ಭಾರತದಲ್ಲಿ ಎಸ್‌ಆರ್‌ಕೆ ಸಾಫ್ಟ್‌ವೇರ್ ಎನ್ನುವ ಸಂಸ್ಥೆಯೊಂದಿಗೆ ಜಾಯಿಂಟ್ ವೆಂಚರ್ ಪ್ರಾರಂಭಿಸಿದೆ. ಭಾರತದ ಕಾನೂನಿನ ಪ್ರಕಾರ ಹೈಪರ್‌ಲಿಂಕ್ ಲೀನವಾಗುವುದು ಎಸ್‌ಆರ್‌ಕೆ ಸಾಫ್ಟ್‌ವೇರ್‌ನೊಂದಿಗೆ. ಆದರೆ ಅದು ನೆಪಕ್ಕೆ ಮಾತ್ರ. ಕಾನೂನಿನ ತೊಡಕನ್ನು ನಿವಾರಿಸಿಕೊಳ್ಳಲು ಮಾತ್ರ. ಕೆಲಸದ ವಿಷಯದಲ್ಲಿ ನೀವೆಲ್ಲಾ ನೇರವಾಗಿ ಇನ್ಫೋವಾಯೆಜಿಗೇ ಬರುತ್ತೀರಿ. ನಿಮ್ಮ ಪ್ರತಿಭೆಗೆ ತಕ್ಕ ಪುರಸ್ಕಾರವೆಂದರೆ ಅದೇ ಎಂದು ನನ್ನ ಅಭಿಪ್ರಾಯ. ಅದಕ್ಕೇನಾದರೂ ಚ್ಯುತಿಯಾಗುವುದಿದ್ದರೆ ಈ ಮರ್ಜಿಂಗ್‌ಗೆ ಮೊದಲು ಅಡ್ಡ ಬರುವವನು ನಾನೇ."

"ನಮ್ಮ ಕಂಪನಿಯನ್ನು ಇನ್ಫೋವಾಯೆಜ್ ಕೊಂಡ ಮೇಲೆ ನೌಕರರ ಲೇಆಫ್ ಆಗುತ್ತದೆಯೇ?"

"ಕಷ್ಟಪಟ್ಟು ಕೆಲಸ ಮಾಡಬಲ್ಲ ಪ್ರತಿಭಾನ್ವಿತರು ಎಂದೂ ಯಾವತ್ತೂ ಜಾಬ್ ಸೆಕ್ಯುರಿಟಿಗಾಗಿ ಚಿಂತಿಸಬೇಕಿಲ್ಲ."

"ನಮ್ಮ ಕಂಪನಿಯನ್ನು ಇನ್ಫೋವಾಯೆಜ್ ವಹಿಸಿಕೊಂಡ ಮೇಲೆ ತಾವೇನು ಮಾಡಬೇಕೆಂದಿರುವಿರಿ?"

"ಆ ಬಗ್ಗೆ ಇನ್ನೂ ಯೋಚಿಸಿಲ್ಲ. ಒಂದಂತೂ ನಿಜ, ನಾನು ಎಂದೆಂದೂ ತಮ್ಮ ಹಿತೈಷಿಯಾಗಿರಬಯಸುತ್ತೇನೆ."

ಮೀಟಿಂಗ್‌ನ ನಂತರ ಅನೇಕ ಚಟುವಟಿಕೆಗಳನ್ನು ಹಮ್ಮಿಕೊಳ್ಳಲಾಗಿತ್ತು. ನಮ್ಮಲ್ಲಿಯೇ ತಂಡಗಳನ್ನು ಮಾಡಿ ವಾಲಿಬಾಲ್, ಕ್ರಿಕೆಟ್ ಮತ್ತು ಫುಟ್‌ಬಾಲ್

ಆಟಗಳನ್ನು ಆಡಿಸಲಾಯಿತು. ಬೆಂಗಳೂರಿನ ಹೆಸರಾಂತ ಡಿಜೆಗಳಿಂದ ಪಾಪ್ ಸಂಗೀತದ ಕಾರ್ಯಕ್ರಮವನ್ನು ಏರ್ಪಡಿಸಲಾಗಿತ್ತು. ಸಂಜೆ ದಾಟುತ್ತಿದ್ದಂತೆಯೇ ಡಿಜೆಗಳ ಡ್ರಮ್ ಬಡಿತವು ಜೋರಾಗಿ ಕುಣಿಯುವ ಯುವಕ ಯುವತಿಯರ ಜೊತೆಯಲ್ಲಿ ಬಿಯರ್ ಮತ್ತು ವೈನ್‌ನ ಹೊಳೆಯೇ ಹರಿಯಿತು.

ರಾತ್ರಿ ರೆಸಾರ್ಟ್‌ನಿಂದ ವಾಪಸ್ಸು ಹೊರಟಾಗ ಬಸ್ಸಿನ ತುಂಬಾ ಹೈಪರ್‌ಲಿಂಕಿನ ಹಸಿರುಬಣ್ಣದ ಟೀಶರ್ಟ್‌ನಲ್ಲಿ ನೌಕರರು. ಎಲ್ಲರ ಕೈಯನ್ನೂ ಬಳಸಿದ ಬೆಳ್ಳಿಬಣ್ಣದ ಟೈಟಾನಿಯಂ ವಾಚು. ಪೂರ್ತಿ ದಿನದ ನಿರಂತರ ಚಟುವಟಿಕೆಗಳಿಂದ ಬಳಲಿದ ಮುಖಗಳು.

ಹೀಗೆ ಹೈಪರ್‌ಲಿಂಕ್ ಸಾಫ್ಟ್‌ವೇರ್ ಕಂಪನಿ ತನ್ನ ಮಾಲಿಕನನ್ನು ಬದಲಿಸಿಕೊಂಡು ಅಮೆರಿಕದ ಇನ್ಫೋವಾಯೆಜ್ ಕಂಪನಿಯ ಭಾರತದ ಬ್ರಾಂಚ್ ಆಫೀಸ್ ಆಯಿತು. ಸಿಇಓ ಸ್ಥಾನ ಹೊರಟುಹೋಗಿ ಎಸ್‌ಆರ್‌ಕೆ ಸಾಫ್ಟ್‌ವೇರ್ ಸಂಸ್ಥೆಯಿಂದ ರಣಜಿತ್ ವರ್ಮ ಎನ್ನುವ ಡೈರೆಕ್ಟರ್ ಒಬ್ಬರು ನಮ್ಮ ಕಂಪನಿಯ ಮುಖ್ಯಸ್ಥರಾಗಿ ನೇಮಕಗೊಂಡರು. ಸಮರೇಂದುವಿಗೆ ನೇರವಾಗಿ ರಿಪೋರ್ಟ್ ಮಾಡಿಕೊಳ್ಳುತ್ತಿದ್ದ ಅನೇಕ ಹಿರಿಯ ಅಧಿಕಾರಿಗಳನ್ನು ಕಿತ್ತು ಹಾಕಲಾಯಿತು ಅಥವಾ ಅವರೇ ಬಿಟ್ಟು ಹೋದರು. ನಾವುಗಳು ಮಾತ್ರ ಏನೂ ಆಗದವರಂತೆ ನಮ್ಮ ಪಾಲಿಗೆ ವಹಿಸಿದ ಕೆಲಸ ಕಾರ್ಯಗಳನ್ನು ನಿರ್ವಹಿಸಿಕೊಂಡು ಹೋಗುತ್ತಿದ್ದೆವು.

ಕಂಪನಿಯ ಈ ಬದಲಾವಣೆಗಳಿಂದಲೋ ಏನೋ, ಸಾಫ್ಟ್‌ವೇರ್ ಡೆವಲಪ್‌ಮೆಂಟ್ ಪ್ರಾಜಕ್ಟ್‌ಗಳಲ್ಲಿದ್ದ ಇಂಜಿನಿಯರುಗಳೂ ಮೆಲ್ಲಗೆ ಖಾಲಿಯಾಗತೊಡಗಿದರು.

"ಈ ವಾರದಲ್ಲಿ ಆರು ಇಂಜಿನಿಯರುಗಳು ಕಂಪನಿಯನ್ನು ಬಿಟ್ಟಿದ್ದಾರೆ." ಕಾನ್ಫರೆನ್ಸ್ ರೂಮಿನಲ್ಲಿ ನಮ್ಮ ಪ್ರಾಜಕ್ಟಿನ ಪ್ರೆಸೆಂಟೇಷನ್‌ಗೆ ಸಿದ್ಧವಾಗುತ್ತಿದ್ದಾಗ ತನ್ನ ಲ್ಯಾಪ್‌ಟಾಪನ್ನು ಬಿಚ್ಚುತ್ತಾ ರಾಘವೇಂದ್ರ ಉಡುಪ ಹೇಳಿದ. ಮೀಟಿಂಗ್‌ಗೆ ಇನ್ನೂ ಹತ್ತು ನಿಮಿಷಗಳಿದ್ದುದರಿಂದ ರಾಘವೇಂದ್ರ, ನಿತಿನ್ ಮತ್ತು ನಾನಲ್ಲದೆ ಮತ್ಯಾರೂ ಅಲ್ಲಿರಲಿಲ್ಲ.

"ಸೋ ವಾಟ್?" ಎಂದ ನಿತಿನ್ ವ್ಯಂಗ್ಯದ ದನಿಯಲ್ಲಿ.

"ಹೀಗೆ ಜನ ಕಂಪನಿಯನ್ನು ಬಿಡುತ್ತಿದ್ದರೆ ಒಪ್ಪಿಕೊಂಡ ಪ್ರಾಜಕ್ಟ್‌ಗಳ ಗತಿಯೇನು? ಅವುಗಳನ್ನು ಒಪ್ಪಿಕೊಂಡ ಸಮಯಕ್ಕೆ ಮುಗಿಸುವುದು ಹೇಗೆ? ಕೆಲಸದಲ್ಲಿ ಗುಣಮಟ್ಟವನ್ನು ಕಾಪಾಡಿಕೊಳ್ಳುವುದು ಹೇಗೆ? ಹಲವು ವರ್ಷಗಳ ವೃತ್ತಿಯ ಅನುಭವವಿರುವವರೆಲ್ಲಾ ಹೀಗೆ ಕಂಪನಿ ಬಿಟ್ಟರೆ ಹೊಸದಾಗಿ ಬರುವವರನ್ನು ತಯಾರು ಮಾಡುವವರು ಯಾರು?" ಉದ್ವೇಗದ ಧ್ವನಿಯಲ್ಲಿ ರಾಘವೇಂದ್ರ ಹೇಳಿದ.

"ಚೆನ್ನಾಗಿದೆ ಕಣಯ್ಯಾ! ಕಂಪನಿಯ ಬಗ್ಗೆ ಯೋಚಿಸಿಕೊಂಡು ಇಂಜಿನಿಯರುಗಳು ಕೆಲಸ ಬಿಡಬಾರದು. ಆದರೆ ಸ್ವಂತ ಲಾಭಕ್ಕೆ ಕಂಪನಿಯನ್ನು ಬಿಕರಿ ಮಾಡಿ ಸಿಇಓ ಅಮೆರಿಕಾಕ್ಕೆ ಓಡಿಹೋಗಬಹುದು. ಕಂಪನಿಯ ಮುಖ್ಯಸ್ಥನಿಗೇ ಇಲ್ಲದ

ಜವಾಬ್ದಾರಿಯನ್ನು ಇಂಜಿನಿಯರುಗಳಿಗೆ ಯಾಕಯ್ಯಾ ಹೊರಿಸುತ್ತೀಯಾ? ಕಂಪನಿ ಬಿಟ್ಟವರೆಲ್ಲಾ ಎಲ್ಲಿಗೆ ಹೋಗುತ್ತಿದ್ದಾರೆ ಗಮನಿಸಿದ್ದೀಯಾ?"

"ಬಹಳಷ್ಟು ಮಂದಿ ಅಮೆರಿಕಕ್ಕೆ ಎಚ್‌ಒನ್ ವೀಸಾದ ಮೇಲೆ ಹೋಗುತ್ತಿದ್ದಾರೆ ಎಂದು ಕೇಳಿದ್ದೇನೆ."

"ಉತ್ತರ ಸಿಕ್ಕಿತಲ್ಲ ನಿನ್ನೆಲ್ಲಾ ಪ್ರಶ್ನೆಗಳಿಗೆ." ಎಂದು ನಕ್ಕ ನಿತಿನ್.

"ಅರ್ಥವಾಗುವಂತೆ ಹೇಳು ಮಹರಾಯ. ಬರೀ ವ್ಯಂಗ್ಯೋಕ್ತಿಗಳಿಂದ ಮಾತನಾಡಿದರೆ ಅರ್ಥಮಾಡಿಕೊಳ್ಳುವಷ್ಟು ಬುದ್ಧಿಶಕ್ತಿ ನನಗಿಲ್ಲ." ಎಂದು ರಾಘವೇಂದ್ರ ನಾಟಕೀಯವಾಗಿ ತಲೆಬಾಗಿಸಿದ.

"ನಿನ್ನ ಒಂದು ಗಂಟೆಯ ಕೆಲಸಕ್ಕೆ ಕಂಪನಿ ಕೊಡುವ ಸಂಬಳವೆಷ್ಟು?"

"ಅದು ಏಕೆ ಈಗ? ಗಂಡಸಿನ ಸಂಬಳ ಮತ್ತು ಹೆಂಗಸಿನ ವಯಸ್ಸನ್ನು ಕೇಳಬಾರದೆಂದು ಗೊತ್ತಿಲ್ಲವೇನು?"

"ನಿನ್ನ ಸಂಬಳ ಮತ್ತು ವಯಸ್ಸು ಎರಡೂ ಗೊತ್ತು ನನಗೆ. ಏನೋ ಸೌಜನ್ಯಕ್ಕೆ ಗೊತ್ತಿಲ್ಲದವನಂತೆ ಕೇಳಿದೆ. ಫೈನಾನ್ಸ್ ಡಿಪಾರ್ಟ್‌ಮೆಂಟಿನ ರೋಹಿತ್ ಬಾಬು ನನ್ನ ರೂಂ ಮೇಟ್ ಎನ್ನುವುದು ನಿನಗೆ ಗೊತ್ತಿದೆ ತಾನೆ?" ನಿತಿನ್ ತನ್ನ ಮೊಬೈಲ್ ಫೋನ್‌ನ ಕ್ಯಾಲ್ಕುಲೇಟರ್ ತೆರೆದು ಲೆಕ್ಕ ಹಾಕಿ ಹೇಳಿದ "ಇನ್ನೂರು ರುಪಾಯಿ ಇರಬಹುದು."

"ಇರಬಹುದು. ಅದನ್ನು ಕಟ್ಟಿಕೊಂಡು ಏನೀಗ?"

"ಅಂದರೆ ಸುಮಾರು ಐದು ಅಮೆರಿಕನ್ ಡಾಲರುಗಳು."

"ಇರಬಹುದಯ್ಯ!"

"ಅಮೆರಿಕಾದಲ್ಲಿ ಕೆಲಸ ಮಾಡುವ ನಿನ್ನಂತಹ ಸೀನಿಯರ್ ಇಂಜಿನಿಯರ್‌ಗೆ ಕಡಿಮೆ ಎಂದರೂ ಗಂಟೆಗೆ ಐವತ್ತು ಡಾಲರ್ ದೊರೆಯುತ್ತದೆ."

"ಅದಕ್ಕೇನೀಗ?"

"ಅದಕ್ಕೇ ಮತ್ತೆ ನಮ್ಮವರು ಸಾಲಿನಲ್ಲಿ ಅಮೆರಿಕನ್ ಕಾನ್ಸುಲೇಟ್‌ನ ಮುಂದೆ ವೀಸಾಕ್ಕಾಗಿ ನಿಲ್ಲುವುದು. ಅದಕ್ಕೇ ಮತ್ತೆ ಸಮರೇಂದು ಮೆಹ್ತಾರಂತವರು ಅಮೆರಿಕಾದಿಂದ ಕೆಲಸ ತಂದು ಭಾರತದಲ್ಲಿ ಆಫೀಸು ತೆಗೆದು ನನ್ನ ನಿನ್ನಂತಹ ಬಕರಾಗಳನ್ನು ಹಿಡಿದು ಕಂಪನಿಯ ಟೀಶರ್ಟ್ ತೊಡಿಸಿ ಟೈಟಾನಿಯಂ ವಾಚ್ ಕಟ್ಟಿ ಆಗಾಗ ಬಿಯರ್ ಕುಡಿಸಿ ಪಿಟ್ಜಾ ತಿನ್ನಿಸಿ ನೋಬೆಲ್ ಪ್ರಶಸ್ತಿ ಬರುವಂತಹ ಪ್ರತಿಭಾನ್ವಿತರು ನೀವು ಎಂದು ಹೊಗಳುತ್ತ ಅಮೆರಿಕನ್ ಕ್ಲೈಂಟ್ಸ್ ಕೊಡುವ ಹಣದಲ್ಲಿ ಐದು ಡಾಲರ್ ನಿನಗೆ ಎಸೆದು ಉಳಿದದ್ದಷ್ಟನ್ನೂ ಗಂಟು ಕಟ್ಟಿಕೊಳ್ಳುವುದು."

"ಅದು ಎಲ್ಲರಿಗೂ ಗೊತ್ತಿರುವ ಸತ್ಯವೇ. ಅದರಲ್ಲೇನಿದೆ ಹೊಸದು?"

"ಹೊಸದೇನಿಲ್ಲ ಎಲ್ಲಾ ತಿಳಿದಿದೆ ಎಂದೆನ್ನುವವನು ಇಂಜಿನಿಯರುಗಳು ಹೀಗೇಕೆ ಕಂಪನಿ ಬಿಡುತ್ತಿದ್ದಾರೆ ಎಂದು ಪೆದ್ದುಪೆದ್ದಾಗಿ ಪ್ರಶ್ನೆಯನ್ನು ಏಕೆ ಕೇಳುತ್ತಿಯಾ?

ಬರೀ ಸಮರೇಂದು ಮೆಹ್ತಾನಷ್ಟೇ ಪ್ರಪಂಚದಲ್ಲಿ ಬುದ್ಧಿವಂತನಲ್ಲ. ಕಷ್ಟಪಟ್ಟು ಓದಿ ಬಂದಿರುವ ನಾನೂ ಬುದ್ಧಿವಂತನೇ. ನನ್ನನಿನ್ನಂತಹ ಇಂಜಿನಿಯರೆಲ್ಲಾ ಬುದ್ಧಿವಂತರೇ. ಅಮೆರಿಕನ್ ಕ್ಲೈಂಟ್‌ಗೂ ಬೆಂಗಳೂರಿನ ನಮಗೂ ನಡುವೆ ಇರುವ ಹತ್ತುಸಾವಿರ ಮೈಲುಗಳ ಕಂದರದಲ್ಲಿ ಸಮರೇಂದು ಮೆಹ್ತಾನಂತಹ ದಲ್ಲಾಳಿಗಳು ಕುಳಿತು ಪೂರ್ತಿ ಗಂಟನ್ನು ಹೊಡೆದು ನಮಗೆ ಚಿಲ್ಲರೆ ಮಾತ್ರ ಉಳಿಸುವಾಗ ನಾವೇಕೆ ಇವನಿಗೆ ಗುಲಾಮಗಿರಿ ಮಾಡಬೇಕು? ಎಚ್‌ಒನ್ ವೀಸಾದ ಮೇಲೆ ಅಮೆರಿಕಾಕ್ಕೆ ಹೋಗಿ ಅಮೆರಿಕನ್ ಇಂಜಿನಿಯರುಗಳು ಪಡೆಯುವ ಸಂಬಳದ ಅರ್ಧವನ್ನು ಪಡೆದರೂ ಕೂಡ ನೀನಿಲ್ಲಿ ಪಡೆಯುವುದಕ್ಕಿಂತಾ ನಾಲ್ಕರಷ್ಟು ದಕ್ಕುತ್ತದೆ. ನಾನೇಕೆ ಅಲ್ಲಿಗೇ ಹೋಗಬಾರದು? ಗುಲಾಮಗಿರಿ ಮಾಡುವುದೇ ನನ್ನ ಹಣೆಬರಹ ಎನ್ನುವುದಾದರೆ ಸಮರೇಂದು ಮೆಹ್ತಾನಿಗೆ ಗುಲಾಮಗಿರಿ ಮಾಡುವುದಕ್ಕಿಂತಾ ಕ್ಯಾಲಿಫೋರ್ನಿಯಾದಲ್ಲಿನ ಪೆಸಿಫಿಕ್ ಲೈಫ್‌ನ ಐಟಿ ಮ್ಯಾನೇಜರನಿಗೇ ನೇರವಾಗಿ ಗುಲಾಮಗಿರಿ ಮಾಡುತ್ತೇನೆ. ಅದೇ ಬುದ್ಧಿವಂತಿಕೆ."

"ಹೇ ನಿತಿನ್. ಸ್ವಲ್ಪ ನಿಧಾನ. ಗಂಟೆಗೆ ಐದು ಡಾಲರ್ ನಮಗೆ ಕೊಟ್ಟು ಮೂವತ್ತನ್ನು ಕಂಪನಿ ನುಂಗಿದರೂ ಕೈತುಂಬಾ ಎನ್ನಿಸುವಷ್ಟು ಸಂಬಳ ದಕ್ಕುತ್ತಿದೆಯಲ್ಲ! ಹಣಕ್ಕಾಗಿ ಮತ್ತೂ ಆಸೆಪಟ್ಟರೆ ಅದು ದುರಾಸೆಯಾಗುವುದಿಲ್ಲವೇ? ನಮ್ಮ ಸುತ್ತಮುತ್ತಲಲ್ಲೇ ನೋಡು, ನಾವು ಸಾಫ್ಟ್‌ವೇರ್ ಇಂಜಿನಿಯರುಗಳು ಬೇರೆಯವರು ಅಸೂಯೆ ಪಡುವಷ್ಟು ಹಣ ಮಾಡುತ್ತಿದ್ದೇವೆ. ನಮ್ಮ ಅಪ್ಪ ಅಮ್ಮಂದಿರ ಹಿಂದಿನ ತಲೆಮಾರಿನವರು ತಮ್ಮ ನಿವೃತ್ತಿಯ ಹೊತ್ತಿಗೆ ಯಾವ ಹಣಕಾಸಿನ ಸಮೃದ್ಧಿಯನ್ನು ಕಾಣುತ್ತಿದ್ದರೋ ಅದನ್ನು ನಾವು ಐದಾರು ವರ್ಷಗಳ ದುಡಿಮೆಯಲ್ಲೇ ಕಾಣುತ್ತಿದ್ದೇವೆ. ಹಣದ ವಿಷಯದಲ್ಲಿ ನೀನು ಹೇಳುವ ಬುದ್ಧಿವಂತಿಕೆಗೆ ಇಳಿದರೆ ಅದಕ್ಕೆ ಕೊನೆ ಎಲ್ಲಿ? ಹಣದ ಬೆನ್ನು ಹತ್ತಿ ಹೊರಟರೆ ಸುಂಟರಗಾಳಿಯನ್ನು ಹಿಡಿಯಲು ಹೊರಟಂತೆ ಸಾಯುವತನಕ ಅದರ ಬೆನ್ನ ಹಿಂದೆ ಓಡುತ್ತಲೇ ಇರುವುದಿಲ್ಲವೇ? ಜೋಪಾನ."

"ಅಪ್ಪಾ ಮಹಾತ್ಮ ಗಾಂಧಿ! 'ಕೈತುಂಬಾ' ಎಂದು ಒತ್ತಿ ಹೇಳುತ್ತೀಯಲ್ಲ ಕೇಳು! ಎಲ್ಲರ ಕೈಯೂ ಒಂದೇ ಸಮ ಅಲ್ಲ. ನಿನ್ನ ಪುಟಾಣಿ ಕೈ ಚಿಲ್ಲರೆ ಕಾಸಿಗೇ ತುಂಬಿ ಹೋಗಬಹುದು ಆದರೆ ನನ್ನದಲ್ಲ. ನೋಡಿಲ್ಲಿ, ಲಿಟರಲೀ ನನ್ನ ಕೈ ನಿನ್ನ ಕೈಗಿಂತ ಎರಡರಷ್ಟಿದೆ! ನಿನ್ನಂತಹ ಪುಟಾಣಿ ಕೈನವರನ್ನು ಹುಡುಕಿಕೊಂಡು ಅಮೆರಿಕಾದಿಂದ ಕೆಲಸ ಭಾರತಕ್ಕೆ ಬರುತ್ತದೆ. ನನ್ನಂತಹ ದೊಡ್ಡ ಕೈನವರು ಕೆಲಸ ಹುಡುಕಿಕೊಂಡು ಅಮೆರಿಕಕ್ಕೆ ಹೋಗುತ್ತೇವೆ. ನನಗೂ ನಿನಗೂ ಅಷ್ಟೇ ವ್ಯತ್ಯಾಸ."

ಮೀಟಿಂಗ್‌ಗೆ ಬರಬೇಕಿದ್ದ ಇತರರೆಲ್ಲಾ ಕಾನ್ಫರೆನ್ಸ್ ರೂಮಿಗೆ ಪ್ರವೇಶಿಸಿದ್ದರಿಂದ ನಾವು ಮೂವರ ಚರ್ಚೆ ಮುಕ್ತಾಯಗೊಂಡು ಪ್ರಾಜೆಕ್ಟ್‌ನ ಮಾತು ಆರಂಭವಾಯಿತು.

ಇನ್ಫೋವಾಯೆಜ್ ನಮ್ಮ ಕಂಪನಿಯನ್ನು ಕೊಂಡ ಮೇಲೆ ಹಿಂದೆ ಪ್ರಾರಂಭಿಸಿದ್ದ ಪ್ರಾಜೆಕ್ಟ್‌ಗಳನ್ನು ಪರಿಶೀಲಿಸಿ ಯಾವುದನ್ನು ಮುಂದುವರೆಸಬೇಕು ಯಾವುದನ್ನು

ನಿಲ್ಲಿಸಬೇಕು ಹಾಗೆ ನಿಲ್ಲಿಸುವುದಾದರೆ ಯಾವಾಗ ಎನ್ನುವ ನಿರ್ಧಾರದ ಸಂದಿಗ್ಧತೆಯಲ್ಲಿ ಮ್ಯಾನೇಜ್‌ಮೆಂಟ್ ಇತ್ತು. ಅನೇಕ ಪ್ರಾಜಕ್ಟ್‌ಗಳು ಕತ್ತರಿಯನ್ನು ಕಂಡವು. ಆ ರೀತಿಯಲ್ಲಿ ಕೊನೆಗೊಂಡ ಪ್ರಾಜಕ್ಟ್‌ಗಳಲ್ಲಿ ಕೆಲಸ ಮಾಡುವವರನ್ನು ಬೇರೇ ಪ್ರಾಜಕ್ಟ್‌ಗಳಿಗೆ ವರ್ಗ ಮಾಡಲಾಯಿತು. ಹಾಗೆಯೇ, ಆತರಹದ ಅನಿಶ್ಚಿತತೆಯ ಸಮಯದಲ್ಲಿ ಅನೇಕರು ಕಂಪನಿಯನ್ನು ಬಿಟ್ಟರು. ನಾನು ಕೆಲಸ ಮಾಡುವ ಪ್ರಾಜಕ್ಟ್ ಇನ್ನೂ ಅಡ್ಡಗೋಡೆಯ ಮೇಲಿದ್ದು ಮುಂದುವರೆಯುತ್ತದೋ ಇಲ್ಲವೋ ಎನ್ನುವ ವಿಷಯದಲ್ಲಿ ದಿನಕ್ಕೊಂದು ಸುದ್ದಿಯನ್ನು ಕೇಳುತ್ತಿದ್ದೆವು.

ನಿತಿನ್ ಜೋಷಿ ಯಾವುದೋ ಸಣ್ಣ ಕಂಪನಿಯನ್ನು ಹಿಡಿದು ಅಮೆರಿಕಾಕ್ಕೆ ವೀಸಾ ಮಾಡಿಸಿಕೊಂಡು ಹೊರಟುಹೋದ. ಅಮೆರಿಕಕ್ಕೆ ಪ್ರಯಾಣ ಮಾಡುವ ಹಿಂದಿನ ದಿನ ನಾನು ಮತ್ತು ರಾಘವೇಂದ್ರನನ್ನು ಇಂದಿರಾನಗರದ ಗೋಕುಲ ಕುಟೀರಕ್ಕೆ ಊಟಕ್ಕೆ ಕರೆದುಕೊಂಡು ಹೋಗಿದ್ದ.

"ಇಲ್ಲಿ ಇನ್ನೇನಿದೆ ಎಂದು ಕಾಯುತ್ತಾ ಕುಳಿತಿರುತ್ತೀರಿ? ಅವಕಾಶವಿದ್ದಾಗ ಯಾವುದಾದರೂ ಕಂಪನಿಯನ್ನು ಹಿಡಿದು ಅಮೆರಿಕಕ್ಕೆ ಹೊರಡುವುದನ್ನು ನೋಡಿಕೊಳ್ಳಿ. ನಾನು ಹಿಡಿದಂತಹ ಬಾಡಿ ಶಾಪಿಂಗ್ ಕಂಪನಿಗಳು ಸಾವಿರಾರಿವೆ. ನಾನ್ಯಾರು ಎಂದು ಅವರಿಗೆ ಗೊತ್ತಿಲ್ಲ, ನನ್ನನ್ನು ನೋಡೇ ಇಲ್ಲ ಅವರು! ನನ್ನ ಯಾವ ಗುಣ ಅವಗುಣಗಳು ಬೇಕಿಲ್ಲ. ಅವರಿಗೆ ಬೇಕಿರುವುದು ಬರೀ ನನ್ನ ಬಯೋಡೇಟಾ. ಕಂಪ್ಯೂಟರ್ ಜಗತ್ತಿನಲ್ಲಿ ನನ್ನ ಅನುಭವಗಳನ್ನು ದಾಖಲಿಸುವ ಪತ್ರ! ಒಂದಕ್ಷರದ 'ಸಿ' ಎನ್ನುವ ಕಂಪ್ಯೂಟರ್ ಭಾಷೆಯ ಮುಂದೆ ನನ್ನ ಥರ ಮರಾಠಿ ಮಾತನಾಡುತ್ತೀರೋ ನಿಮ್ಮಗಳ ಥರಹ ಕನ್ನಡವೋ ಎಲ್ಲಾ ಗೌಣ. ಸಾಫ್ಟ್‌ವೇರ್ ಫೀಲ್ಡ್‌ನಲ್ಲಿ ಅನುಭವವಿದೆ ಎಂದು ಬಯೋಡೇಟಾ ಬರೆದರೆ ನಿನ್ನನ್ನಲ್ಲ ನಿನ್ನ ತಂದೆಯನ್ನೂ ಕೂಡ ಮಾರಾಟ ಮಾಡಿ ಗಂಟೆಗಿಷ್ಟು ಸಂಬಳ ಮತ್ತು ಅದರಲ್ಲಿ ನಮಗಿಷ್ಟು ನಿನಗಿಷ್ಟು ಎಂದು ಸೆಟ್ಲ್ ಮಾಡಿಬಿಡುವಂತಹ ಕಂಪನಿಗಳು ಇವು. ನಿಜವಾಗಿಯೂ ಬಾಡಿ ಶಾಪಿಂಗ್ ಕಂಪನಿಗಳು."

ನಾನು ರಾಘವೇಂದ್ರ ಮೌನವಾಗಿದ್ದೆವು. "ಏನೆನ್ನುತ್ತೀರಿ?" ನಿತಿನ್ ತನ್ನ ವಾದಕ್ಕೆ ಸಹಮತವನ್ನು ಬೇಡುವಂತೆ ನಮ್ಮನ್ನು ನೋಡಿದ. ನನಗೇನು ಹೇಳಬೇಕೆಂದು ತೋರಲಿಲ್ಲ. ರಾಘವೇಂದ್ರ ಮಾತ್ರ "ನಮ್ಮ ಬಾಡಿ ಇನ್ನೂ ಮಾರಾಟಕ್ಕೆ ರೆಡಿಯಾದಂತಿಲ್ಲ" ಎಂದು ನಕ್ಕ. ನಿತಿನ್‌ನ ಮುಖ ಕೆಂಪಾಯಿತು.

"ನಿಮ್ಮ ವರ್ತನೆಯನ್ನು ನೋಡಿದರೆ ಈ ದೇಶದಿಂದ ನಾನೊಬ್ಬ ಮಾತ್ರ ವೀಸಾಗಿಟ್ಟಿಸಿಕೊಂಡು ಅಂತರಾಷ್ಟ್ರೀಯ ಖದೀಮನಂತೆ ಗುಟ್ಟಾಗಿ ಅಮೆರಿಕಕ್ಕೆ ಓಡಿಹೋಗುತ್ತಿರುವಂತಿದೆ. ಸ್ವಲ್ಪ ಕಣ್ಣುಬಿಟ್ಟು ನೋಡಿ. ಬರೀ ನಾನೊಬ್ಬನಲ್ಲ, ಬೆಂಗಳೂರು, ಹೈದರಾಬಾದುಗಳಂತಹ ನಗರಗಳಿಂದ ಪ್ರತಿದಿನ ಜನ ಹಿಂಡುಹಿಂಡಾಗಿ ಅಮೆರಿಕಕ್ಕೆ ಹೋಗುತ್ತಿದ್ದಾರೆ. ಅವರಿಗೆ ಕೆಲಸಗಾರರು ಬೇಕು ನಮಗೆ ಕೆಲಸ ಬೇಕು.

ಇದು ಇನ್ನೆಷ್ಟು ದಿನ ನಡೆಯುತ್ತದೋ ಕಾಣೆ. ಆದರೆ ಈಗಂತೂ ನಡೆಯುತ್ತಿದೆ, ಅಷ್ಟು ಸಾಕು ನನಗೆ. ಯಾರೋ ನ್ಯಾಷನಲಿಸ್ಟ್‌ಗಳಂತೆ ಮಾತನಾಡಬೇಡಿ. ನನಗೆ ಮತ್ತೊಂದು ಬಿಯರ್ ಬೇಕು." ಎಂದು ವೈಟರ್‌ನ್ನು ಕೂಗಿದ. ನಾನು ಮತ್ತು ರಾಘವೇಂದ್ರ ಮತ್ತೂ ಮೌನಕ್ಕೆ ಆತುಕೊಂಡೆವು.

"ಮಿಲಿಟರಿಗೆ ಬಂದು ಸೇರಿಕೊಳ್ಳಿ ಎಂದು ಕರೆದಂತೆ ಆಡುತ್ತೀರಲ್ಲೋ!" ಎಂದು ನಿತಿನ್ ಹಂಗಿಸಿದ.

ಮಾರನೆಯ ದಿನವೇ ನಿತಿನ್ ನ್ಯೂಯಾರ್ಕಿಗೆ ಹೊರಟುಹೋದ. ಅವನು ಕೆಲಸ ಮಾಡುವ ಕಂಪನಿಯ ಬಗ್ಗೆ, ಇತರ ನಾಲ್ವರೊಡನೆ ಅವನಿರುವ ಅಪಾರ್ಟ್‌ಮೆಂಟಿನ ಬಗ್ಗೆ, ಟೈಮ್‌ಸ್ಕ್ವೆರ್, ವಾಲ್‌ಸ್ಟ್ರೀಟ್, ಎಂಪೈರ್‌ಸ್ಟೇಟ್ ಬಿಲ್ಡಿಂಗ್‌ಗಳನ್ನೆಲ್ಲ ವಾರಾಂತ್ಯದಲ್ಲಿ ಸಂದರ್ಶಿಸಿದ್ದರ ಬಗ್ಗೆ ಇ-ಮೈಲ್‌ಗಳಲ್ಲಿ ವಿವರವಾಗಿ ಬರೆದು ಫೋಟೋಗಳನ್ನು ಕಳುಹಿಸಿದ.

▸▸

ನಾನು ಮತ್ತು ರಾಘವೇಂದ್ರ ಕೆಲಸಮಾಡುತ್ತಿದ್ದ ಪ್ರಾಜಕ್ಟಿನ ವಿಷಯದಲ್ಲಿ ಕೊನೆಗೂ ಕಂಪನಿ ನಿರ್ಧಾರವನ್ನು ತೆಗೆದುಕೊಂಡಿತು. 'ಫೈನಾನ್ಷಿಯಲಿ ನಾಟ್‌ಫೀಸಿಬಲ್' ಎಂದು ಹೆಸರಿಸಿ ಪ್ರಾಜಕ್ಟನ್ನು ನಿಲ್ಲಿಸುವ ನಿರ್ಧಾರಕ್ಕೆ ಬರಲಾಯಿತು. ಡೈರೆಕ್ಟರ್ ರಣಜಿತ್ ವರ್ಮ ನನ್ನನ್ನು ತಮ್ಮ ಆಫೀಸು ಕೋಣೆಗೆ ಕರೆಸಿಕೊಂಡು ಈ ವಿಷಯವನ್ನು ತಿಳಿಸಿದರು.

"ನನಗೆ ಗೊತ್ತು, ಈ ಸುದ್ದಿ ನಿಮ್ಮನ್ನು ಎಷ್ಟು ಡಿಪ್ರೆಸ್ ಮಾಡುತ್ತದೆ ಎಂದು. ಪ್ರಾಜಕ್ಟ್‌ಗಾಗಿ ಹಗಲೂ ರಾತ್ರಿ ಕಷ್ಟಪಟ್ಟಿರುತ್ತೀರಿ. ಪ್ರಾಜಕ್ಟ್‌ನೊಂದಿಗೆ ದಿನಕಳೆದಂತೆಲ್ಲಾ ಅದನ್ನು ಮನೆ ಮಕ್ಕಳನ್ನು ಪ್ರೀತಿಸುವಂತೆ ಪ್ರೀತಿಸಿರುತ್ತೀರಿ. ಅದರಲ್ಲೂ ನಿನ್ನಂತಹ ಪ್ರತಿಭಾನ್ವಿತ ಇಂಜಿನಿಯರ್‌ಗೆ ಪ್ರಾಜಕ್ಟ್ ಈ ರೀತಿ ನಿಂತು ಹೋಗುವುದು ಎಷ್ಟು ನೋವಿನ ಸಂಗತಿ ಎಂದು ನನಗೆ ಗೊತ್ತು."

"ಯಾವ ಕಾರಣಕ್ಕೆ ಈ ಪ್ರಾಜಕ್ಟ್‌ನ್ನು ನಿಲ್ಲಿಸುತ್ತಿದ್ದೀರಿ ಸರ್?"

"ಈ ಪ್ರಾಜಕ್ಟ್‌ಗೆ ಹೂಡಿಕೆ ಮಾಡಿದ್ದ ಗ್ರಾಹಕ ಕಂಪನಿ ನಮ್ಮ ಈ ಕೆಲವು ದಿನಗಳ ಮ್ಯಾನೇಜ್‌ಮೆಂಟ್ ಬದಲಾವಣೆಯನ್ನು ಅಷ್ಟೊಂದು ಪಾಸಿಟಿವ್ ಆಗಿ ಸ್ವೀಕರಿಸಿಲ್ಲ. ಕಾರ್ಪೊರೇಟ್ ಪ್ರಪಂಚ ಎಷ್ಟು ವಿಚಿತ್ರ ಎನ್ನುವುದನ್ನು ಅದರೊಳಗಿದ್ದೇ ಅನುಭವಿಸಿ ತಿಳಿಯಬೇಕು. ಸುತ್ತಮುತ್ತಲಿನ ಸಣ್ಣಪುಟ್ಟ ಬದಲಾವಣೆಗಳನ್ನೂ ತಮ್ಮ ಅನುಕೂಲಕ್ಕಾಗಿ ಬಳಸಿಕೊಳ್ಳುವ ಸಮಯವಂಚಕತೆ ಕಾರ್ಪೊರೇಟ್ ಜಗತ್ತಿನಲ್ಲಿ ಹೇರಳವಾಗಿದೆ. ನಮ್ಮ ಮ್ಯಾನೇಜ್‌ಮೆಂಟ್ ಚೇಂಜನ್ನು ಉಪಯೋಗಿಸಿಕೊಂಡು ನಿನ್ನ ಪ್ರಾಜಕ್ಟ್‌ಗೆ ಸಹಿ ಮಾಡಿದ್ದ ಕಂಪನಿ ಮತ್ತೆ ಮಾರ್ಕೆಟ್‌ನಲ್ಲಿ ಬಿಡ್ ಮಾಡಿ ಕನ್ಸಲ್ಟಿಂಗ್ ಕಂಪನಿಯನ್ನು ಆರಿಸುವ

ನಿರ್ಧಾರ ಮಾಡಿದೆ. ಮ್ಯಾನೆಜ್‌ಮೆಂಟಿನ ಬದಲಾವಣೆಯಿಂದಷ್ಟೇ ನಾವು ಅವರಿಗೆ ನಂಬಿಕೆಗೆ ಅನರ್ಹರಾಗಿಬಿಟ್ಟಿದ್ದೇವೆ! ನಮ್ಮ ಕಾಂಟ್ರಾಕ್ಟ್ ಕ್ಯಾನ್ಸಲ್ ಆಗಿರುವುದರಿಂದ ನಾವು ಇಷ್ಟು ಕಾಲ ಕೆಲಸ ಮಾಡಿದ ಪ್ರಾಜಕ್ಟನ್ನು ಮತ್ತೆ ಪಡೆಯಬೇಕಾದರೆ ಮತ್ತೆ ಬಿಡ್ ಮಾಡಬೇಕಾಗುತ್ತದೆ. ಹಿಂದೆ ಒಪ್ಪಿಕೊಂಡಿದ್ದಕ್ಕಿಂತಲೂ ಕಡಿಮೆ ಹಣಕ್ಕೆ ಕೆಲಸ ಮಾಡಿಕೊಡುತ್ತೇವೆ ಎಂದರೆ ಮತ್ತೆ ನಮ್ಮನ್ನೇ ಆರಿಸುತ್ತಾರೆ. ಇಲ್ಲದಿದ್ದಲ್ಲಿ ಇದೇ ನಮ್ಮ ಬೆಂಗಳೂರಿನಿಂದಲೇ ಕೆಲಸ ಮಾಡುವ ದೈತ್ಯ ಕನ್ಸಲ್ಟಿಂಗ್ ಕಂಪನಿಗಳಲ್ಲಿ ಒಂದಕ್ಕೆ ಪ್ರಾಜಕ್ಟ್ ಹೋಗುತ್ತದೆ. ಐಐಟಿಯಲ್ಲಿ ಓದಿಬಂದು ಈಗಾಗಲೇ ಮ್ಯಾನೆಜ್‌ಮೆಂಟಿನ ಬಾಗಿಲು ತಟ್ಟುತ್ತಿರುವ ನಿನಗೆ ಇವೆಲ್ಲಾ ಬೇಗ ಅರ್ಥವಾಗುತ್ತದೆ."

"ನನ್ನ ಭವಿಷ್ಯವೇನು ಸರ್?"

"ಅದರ ಬಗ್ಗೆ ಮಾತನಾಡಲೆಂದೇ ನಿನ್ನನ್ನು ಕರೆಸಿದ್ದು." ಎಂದು ತಮ್ಮ ಕುರ್ಚಿಯಿಂದ ಎದ್ದು ತಮ್ಮ ಪರ್ಸನಲ್ ರೆಫ್ರಿಜೆರಟರಿನಿಂದ ಒಂದು ಪೆಪ್ಸಿ ಬಾಟಲು ತೆಗೆದುಕೊಳ್ಳುತ್ತ ನಿನಗೇನಾದರೂ ಕುಡಿಯಲು ಬೇಕಿತ್ತಾ ಎಂದು ಕೇಳಿದರು. ನಾನು ಇಲ್ಲವೆಂದೆ.

"ಬದಲಾವಣೆಗಳು ಎಲ್ಲಾ ಸಂದರ್ಭಗಳಲ್ಲೂ ಕೆಟ್ಟವಲ್ಲ. ಕಂಪನಿಯ ಮ್ಯಾನೆಜ್‌ಮೆಂಟಿನ ಬದಲಾವಣೆ ನಿನ್ನ ಪಾಲಿಗೆ ಅನುಕೂಲವಾಗೇ ಬಂದಿದೆ. ನೀನು ಈವರೆಗೂ ಮಾಡಿದ ಪ್ರಾಜಕ್ಟಿನ ತರಹದ್ದೇ ಮತ್ತೊಂದು ಕೆಲಸ ಇನ್ಫೋವಾಯೆಜ್‌ಗೆ ಬಂದಿದೆ. ಕೆಲವು ದಿನಗಳ ಹಿಂದೆ ನಮ್ಮ ಕ್ಯಾಲಿಫೋರ್ನಿಯಾ ಕಚೇರಿಯ ರೀಸೋರ್ಸ್ ಮ್ಯಾನೇಜರ್ ಒಬ್ಬರು ನನಗೆ ಕಾಲ್ ಮಾಡಿ ಈ ಪ್ರಾಜಕ್ಟ್‌ನಲ್ಲಿ ಕೆಲಸ ಮಾಡಬಲ್ಲ ಸಮರ್ಥ ಇಂಜಿನಿಯರುಗಳನ್ನು ಹುಡುಕಿಕೊಡಿ ಎಂದಾಗ ನಾನು ನಿನ್ನ ಮತ್ತು ರಾಘವೇಂದ್ರನ ಹೆಸರನ್ನು ಸೂಚಿಸಿದ್ದೆ. ಅವರು ಅಂತಿಮವಾಗಿ ನಿನ್ನನ್ನು ಆರಿಸಿದ್ದಾರೆ. ನಿನ್ನ ಹಿಂದಿನ ಪ್ರಾಜಕ್ಟ್‌ಗಳ ಡಿಸೈನ್‌ಗಳನ್ನು ಪರಿಶೀಲಿಸಿ ಈ ನಿರ್ಧಾರಕ್ಕೆ ಬಂದಿದ್ದಾರೆ. ಇದರಲ್ಲಿ ನಿನ್ನ ಬಗ್ಗೆ ನನ್ನ ರೆಕಮೆಂಡೇಷನ್ ಕೂಡ ಇತ್ತು ಎಂದರೆ ನಿನ್ನ ಮುಖಸ್ತುತಿಗೆ ಹೇಳುತ್ತಿದ್ದೇನೆ ಎಂದು ತಿಳಿಯಬೇಡ. ಇನ್ನೊಂದು ತಿಂಗಳಲ್ಲಿ ಈ ಹೊಸ ಪ್ರಾಜಕ್ಟ್‌ನ ಡಿಸೈನ್ ಕೆಲಸ ಪ್ರಾರಂಭವಾಗುವುದರಿಂದ ನೀನು ಆ ಪ್ರಾಜಕ್ಟ್ ಟೀಮನ್ನು ಸೇರಿ ಹೊಂದಿಕೊಳ್ಳಲು ಜಾಸ್ತಿ ಸಮಯ ಉಳಿದಿಲ್ಲ. ಈ ಪ್ರಾಜಕ್ಟ್‌ನ್ನು ನಮ್ಮ ಕ್ಯಾಲಿಫೋರ್ನಿಯಾ ಆಫೀಸಿನಿಂದಲೇ ಸಂಪೂರ್ಣವಾಗಿ ನಿಯಂತ್ರಿಸುವುದರಿಂದ ನಿನ್ನನ್ನು ಅಲ್ಲಿಗೇ ಬರುವಂತೆ ತಿಳಿಸಿದ್ದಾರೆ. ನಿನ್ನ ಒಪ್ಪಿಗೆಯನ್ನು ಆಧರಿಸಿ ನಮ್ಮ ಎಚ್‌ಆರ್ ಡಿಪಾರ್ಟ್‌ಮೆಂಟಿನವರು ನಿನ್ನ ವೀಸಾ ಮತ್ತು ರಿಲೊಕೇಷನ್ನಿನ ವ್ಯವಸ್ಥೆ ಮಾಡುತ್ತಾರೆ. ನಿನಗಿದು ಒಪ್ಪಿಗೆಯೇ?"

ತಮ್ಮ ಮೂಗಿನ ತುದಿಗೆ ಇಳಿಯುತ್ತಿದ್ದ ಕನ್ನಡಕದ ಸಂದಿನಿಂದ ನನ್ನನ್ನು ನೇರವಾಗಿ ನೋಡುತ್ತಾ ರಣಜಿತ್ ವರ್ಮ ನನ್ನ ಉತ್ತರವನ್ನು ನಿರೀಕ್ಷಿಸುತ್ತಿದ್ದರು. ತಕ್ಷಣಕ್ಕೆ ಏನು ಹೇಳಬೇಕೆಂದು ಹೊಳೆಯದೆ ನನಗೆ ತಳಮಳವಾಯಿತು. ಹುಟ್ಟಿ

ಮತ್ತು ಮೂವತ್ತುವರ್ಷಗಳ ನನ್ನ ಬದುಕನ್ನು ಕಳೆದ ನೆಲವನ್ನು ಬಿಟ್ಟು ಹದಿನಾರು ಸಾವಿರ ಕಿಲೋಮೀಟರುಗಳ ಆಚೆಯ ದೂರಕ್ಕೆ ಹಲವು ವರ್ಷಗಳ ಕಾಲ ಹೋಗುವಂತಹ ನಿರ್ಧಾರವನ್ನು ಇವರ ಮುಂದೆ ಕುಳಿತಂತೆಯೇ ಕ್ಷಣಾರ್ಧದಲ್ಲಿ ನಾನು ಮಾಡುತ್ತೇನೆ ಎಂದು ನಿರೀಕ್ಷಿಸುತ್ತಾ ಈ ಮಧ್ಯ ವಯಸ್ಸಿನ ಡೈರೆಕ್ಟರರು 'ಆಯಿತು ಎನ್ನುವುದನ್ನು ಬಿಟ್ಟು ಬೇರೆ ಉತ್ತರವನ್ನು ತೆಗೆದುಕೊಳ್ಳುವುದಿಲ್ಲ' ಎನ್ನುವಂತೆ ನನ್ನನ್ನು ನೋಟದಲ್ಲಿಯೇ ಇರಿಯುತ್ತಿರುವುದನ್ನು ಸಹಿಸಿಕೊಳ್ಳಲಾಗದೆ ಕಸಿವಿಸಿಯಾಯಿತು. ನಾನು ಈ ಪ್ರಾಜೆಕ್ಟಿನಲ್ಲಿ ಕೆಲಸ ಮಾಡುತ್ತೇನೆ ಎನ್ನುವುದು ಕೆಲವು ದಿನಗಳ ಹಿಂದೆಯೇ ನಿರ್ಧಾರವಾದಂತಿದೆ. ಆಗ ಏನನ್ನೂ ನನಗೆ ತಿಳಿಸಿಲ್ಲ. ಈಗ, ಇವೆಲ್ಲವನ್ನು ಕೇಳಿದ ಕ್ಷಣದಲ್ಲಿಯೇ ನಾನು 'ಆಯಿತು. ತುಂಬಾ ಸಂತೋಷ. ಯಾವತ್ತು ಪ್ರಯಾಣ ಮಾಡಲಿ?' ಎನ್ನಬೇಕು!

"ನಾನು ಯೋಚಿಸಬೇಕು ಸರ್. ನನ್ನ ಕುಟುಂಬದೊಂದಿಗೆ ಚರ್ಚಿಸಬೇಕು."

"ನಾಳೆ ಹೇಳುತ್ತೀಯಾ?"

"ಇಲ್ಲ. ಮೂರುದಿನಗಳ ಕಾಲಾವಕಾಶ ಕೊಡಿ. ಇವತ್ತು ಮಂಗಳವಾರ. ನಾನು ನಿಮಗೆ ಶುಕ್ರವಾರದ ಒಳಗೆ ತಿಳಿಸುತ್ತೇನೆ."

"ಅಮೆರಿಕಾಕ್ಕೆ ಹೋಗುತ್ತಿಯೇನಯ್ಯಾ ಎಂದರೆ ಯೆಸ್ ಎನ್ನಲು ಕಾಲಾವಕಾಶವನ್ನು ಕೇಳುತ್ತಿರುವವರಲ್ಲಿ ನೀನೇ ಮೊದಲು." ಎಂದು ನಕ್ಕರು. "ಆಯಿತು. ಫ್ಯಾಮಿಲಿಗೆ ಮೊದಲು ತಿಳಿಸುತ್ತೇನೆ ಎನ್ನುವ ನಿನ್ನ ಸೆಂಟಿಮೆಂಟ್ ನನಗೆ ಅರ್ಥವಾಗುತ್ತದೆ. ಶುಕ್ರವಾರದ ತನಕ ಕಾಯುತ್ತೇನೆ. ಕೆಲವು ವಿಷಯಗಳನ್ನು ಮನಸ್ಸಿನಲ್ಲಿಟ್ಟುಕೋ. ಒಂದು, ಈ ತರಹದ ಅವಕಾಶಗಳು ಲೈಫ್ ಟೈಮ್ ಅವಕಾಶಗಳು. ಒಮ್ಮೆ ಬಿಟ್ಟರೆ ಮತ್ತೆ ಜೀವನದಲ್ಲಿ ಸಿಕ್ಕೇ ಸಿಗುತ್ತದೆ ಎಂದು ಹೇಳಲಾಗುವುದಿಲ್ಲ. ಎರಡು, ನೀನು ಹೋಗುವುದು ಟೆಂಪರರಿ ವರ್ಕ್ ಪರ್ಮಿಟ್ ಮೇಲಲ್ಲ, ಕಂಪನಿಯ ಇಂಟರ್‌ನ್ಯಾಷನಲ್ ಟ್ರಾನ್ಸ್‌ಫರ್ ಎಂದು ಎಲ್‌ಒನ್ ವೀಸಾದ ಮೇಲೆ. ಬಹಳ ಅದೃಷ್ಟದ ವಿಷಯ ಅದು. ಏಕೆಂದರೆ ಅಲ್ಲಿದ್ದಾಗ ನಿನಗೆ ಅಮೆರಿಕಾದ ಗ್ರೀನ್‌ಕಾರ್ಡ್ ಮಾಡಿಸಿಕೊಳ್ಳುವ ಯೋಚನೆ ಬಂದರೆ, ಬರದೆ ಏನು ಬಂದೇ ಬರುತ್ತದೆ, ಆಗ ಎಲ್‌ಒನ್ ವೀಸಾದಲ್ಲಿದ್ದರೆ ಅದು ಸುಲಭ. ಯಾವುದಕ್ಕೂ ನಿನ್ನ ನಿರ್ಧಾರವನ್ನು ಬೇಗ ತಿಳಿಸು. ನಾನದನ್ನು ಕ್ಯಾಲಿಫೋರ್ನಿಯಾ ಆಫೀಸಿಗೆ ತಿಳಿಸಬೇಕು." ಎಂದು ಮಾತು ಮುಗಿಸಿದರು.

▸▸

ನಿಜ ಹೇಳಬೇಕೆಂದರೆ ನಾನು ಬದಲಾವಣೆಗಳನ್ನು ಅಷ್ಟಾಗಿ ಬಯಸದ ಮನುಷ್ಯ. ಬೆಂಗಳೂರನ್ನು ಬಿಟ್ಟು ಲಾಸ್ ಏಂಜಲಿಸ್‌ಗೆ ಹೋಗುವ ಯಾವ ಬಯಕೆಗಳು ನನಗೆ

ಕನಸಿನಲ್ಲೂ ಕಾಡಿರಲಿಲ್ಲ. ನಾನಿಲ್ಲಿ ದುಡಿಯುತ್ತಿರುವುದಕ್ಕಿಂತ ಅನೇಕ ಪಟ್ಟು ಹೆಚ್ಚಿನ ಹಣಗಳಿಸುವ ಎಲ್ಲ ಅವಕಾಶಗಳು ಅಲ್ಲಿರಬಹುದಾದರೂ ಮೂಲತಃವಾಗಿ ನಾನು ಹಣ ಮತ್ತು ವಸ್ತು ಸಂಗ್ರಹಕ್ಕೆ ಅತಿಯಾಗಿ ಪ್ರಾಮುಖ್ಯತೆ ಕೊಡುವ ಸ್ವಭಾವದವನಲ್ಲದ ಕಾರಣ ರಣಜಿತ್ ವರ್ಮರು ಕೊಟ್ಟ ಅಮೆರಿಕದ ಆಹ್ವಾನ ನನ್ನಲ್ಲಿ ಸಂತೋಷದ ಚಿಲುಮೆಯನ್ನೇನೂ ಹರಿಸಲಿಲ್ಲ. ನನ್ನ ಜಾಗದಲ್ಲಿ ನಿತಿನ್ ಇದ್ದಿದ್ದರೆ ಕುಣಿದು ಕುಪ್ಪಳಿಸುತ್ತಿದ್ದನೇನೋ. ನಿತಿನ್ ಒಬ್ಬನ ಬಗ್ಗೆಯೇ ಏಕೆ ಅಂತಹ ಮಾತನಾಡಬೇಕು? ಎಕ್ಸಿಕ್ಯುಟಿವ್ ಡೈರೆಕ್ಟರ್ ರಣಜಿತ್ ವರ್ಮರು ಹೇಳಿದಂತೆ ಅಮೆರಿಕೆಗೆ ಹೋಗುತ್ತೀಯಾ ಎಂದು ಕೇಳಿದಾಗ ತಕ್ಷಣಕ್ಕೆ ಆಯಿತು ಎನ್ನದ ವಿಲಕ್ಷಣ ಮನುಷ್ಯನಿರಬೇಕು ನಾನು. ಬಹುಶಃ ಎರಡು ವಿಷಯಕ್ಕೆ ರಣಜಿತ್ ನನ್ನನ್ನು ಆಯ್ದಿರಬಹುದು. ಒಂದು, ಯಾವ ಅಡೆತಡೆಗಳಿಲ್ಲದಂತೆ ಬಹಳ ಚೆನ್ನಾಗಿ ನಡೆಯುತ್ತಿದ್ದ ಪ್ರಾಜಕ್ಟನ್ನು ದಿಢೀರನೆ ಕೊಂದ ಪ್ರಾಯಶ್ಚಿತ್ತ ಭಾವವಿರಬಹುದು. ಎರಡು, ನನ್ನ ಕಾರ್ಯದಕ್ಷತೆಯನ್ನು ಮೆಚ್ಚುವ ಅವರ ಮಾತುಗಳಲ್ಲಿ ಪ್ರಾಮಾಣಿಕತೆ ಇದ್ದರೂ ಇರಬಹುದು. ಆದರೂ, ಅವರು ಅವಾಂತರ ಮಾಡಿದ ರೀತಿ ಮಾತ್ರ ನನ್ನನ್ನು ಅಲ್ಲಿಗೆ ಕಳುಹಿಸಿ ಕೈತೊಳೆದುಕೊಂಡರೆ ಸಾಕು ಎನ್ನುವಂತಿತ್ತು.

ರಾತ್ರಿ, ನನ್ನೆದೆಗೆ ಮುಖವೂರಿ ಮಲಗಿ ವಾಣಿ ಕೇಳಿದಳು – "ಹೋದರೆ ಎಷ್ಟು ದಿನಗಳಿರಬೇಕು ನಾವು ಅಲ್ಲಿ?"

"ಗೊತ್ತಿಲ್ಲ. ಅದನ್ನು ಸ್ಪಷ್ಟವಾಗಿ ಹೇಳುತ್ತಿಲ್ಲ. ಲಾಂಗ್‌ಟರ್ಮ್ ಪ್ರಾಜಕ್ಟ್ ಎಂದಷ್ಟೇ ಹೇಳುತ್ತಿದ್ದಾರೆ. ಮೂರ‍್ನಾಲ್ಕು ವರ್ಷಗಳಿರಬಹುದು."

"ಆ ವಿಷಯವನ್ನು ಸ್ಪಷ್ಟವಾಗಿ ಕೇಳಿಕೊಳ್ಳಬೇಕಾಗಿತ್ತು ನೀನು."

"ಕೇಳಿದೆ. ಅದನ್ನು ಅವರು ತಪ್ಪಾಗಿ ಅರ್ಥ ಮಾಡಿಕೊಂಡು, ಡೋಂಟ್ ವರಿ. ಈ ಪ್ರಾಜಕ್ಟ್ ಬೇಗ ಮುಗಿದರೆ ನಿನ್ನನ್ನು ಅಲ್ಲಿ ಬೇರೆ ಪ್ರಾಜಕ್ಟ್‌ಗೆ ಹಾಕಿಕೊಳ್ಳುತ್ತಾರೆ. ತಕ್ಷಣಕ್ಕೆ ನೀನೇನು ವಾಪಸ್ಸು ಬರುವುದಿಲ್ಲ ಎಂದರು."

ವಾಣಿಯನ್ನು ನನ್ನ ಮುಖದೆಡೆಗೆ ಎಳೆದುಕೊಂಡು "ಅಲ್ಲಿಗೆ ಹೋಗುವುದಕ್ಕೆ ನಿನಗೆ ಇಷ್ಟವಿದೆಯೇನೇ?" ಎಂದೆ.

ವಾಣಿ ತೋರುಬೆರಳಿನಲ್ಲಿ ನನ್ನ ಗಡ್ಡದೊಂದಿಗೆ ಆಡುತ್ತ ಕಿರುಗಣ್ಣಿನಲ್ಲಿ ನನ್ನೊಡನೆ ದೃಷ್ಟಿ ಕೂಡಿಸಿ ಮೆಲ್ಲನೆ ಹೇಳಿದಳು. "ಬೇಡ ಎನ್ನಲು ನನಗೇನೂ ಕಾರಣ ಕಾಣುತ್ತಿಲ್ಲ. ಒಂದು ಹೊಸ ದೇಶವನ್ನು ನೋಡಿದಂತಾಗುತ್ತದೆ. ಇನ್ನೂ ಮಕ್ಕಳಿಲ್ಲದ ನಮಗೆ ಅಂತಹದ್ದೇನು ಜವಾಬ್ದಾರಿ ಇದೆ ಇಲ್ಲಿ? ಹೋಗಿ ಬರೋಣ ಬಿಡು."

"ಸರಿ. ನಾಳೆ ರಣಜಿತ್ ವರ್ಮರನ್ನು ಕಂಡು ನಮ್ಮ ಒಪ್ಪಿಗೆಯನ್ನು ತಿಳಿಸುತ್ತೇನೆ." ಎಂದೆ.

"ಈ ಶನಿವಾರ ಊರಿಗೆ ಹೋಗಿ ನಿನ್ನ ತಂದೆಗೆ ತಿಳಿಸಿ ಬರೋಣ." ಎಂದಳು.

ನಾನು ಊರಿಗೆ ಹೋಗಿ ಬಹಳ ದಿನಗಳಾದವೆಂದು ನೆನಪಾಯಿತು. ಕೃಷ್ಣ

ಊರನ್ನು ತ್ಯಜಿಸಿದ ಮೇಲೆ ನಿಯಮಿತವಾಗಿ ಊರಿಗೆ ಹೋಗುವುದನ್ನು ನಿಲ್ಲಿಸಿ ಬಿಟ್ಟಿದ್ದೆ. ಗೊಲ್ಲರಹಳ್ಳಿಯೊಂದಿಗಿನ ನನ್ನ ಬಾಂಧವ್ಯವೇ ಕೃಷ್ಣನೊಂದಿಗೆ ದೂರ ಸರಿಯಿತು. ನಾನು ಬಿ.ಇ.ಯ ಮೂರನೆಯ ವರ್ಷದಲ್ಲಿದ್ದಾಗ ಕೃಷ್ಣ ಮನೆಬಿಟ್ಟುಹೋದದ್ದು. ಕೊನೆಯ ವರ್ಷದ ಓದು, ಕಾಲೇಜು ಪ್ರಾಜಕ್ಟ್, ಪಾಠದ ಹುಡುಗರು, ಸಮಯ ಸಿಕ್ಕಾಗ ಕೃಷ್ಣನನ್ನು ಹುಡುಕುವ ಸಾಹಸ ಇವುಗಳಲ್ಲಿ ಊರಿಗೆ ಹೋಗಲಾಗಿರಲಿಲ್ಲ. ಖರಗ್‌ಪುರದ ಐಐಟಿಯಲ್ಲಿ ಎಂ.ಟೆಕ್ ಓದಲು ತೆರಳುವ ಮುಂಚೆ ಊರಿಗೆ ಹೋಗಿದ್ದೆ. ಖರಗ್‌ಪುರದಲ್ಲಿ ಓದುವಾಗ ರಜದ ದಿನಗಳಲ್ಲಿ ಸ್ನೇಹಿತರೊಂದಿಗೆ ಅವರ ಊರುಗಳನ್ನು ಸಂದರ್ಶಿಸಿದ್ದೆ. ಗುಣದೀಪ ಸಿಂಗ್‌ನ ಬಲವಂತಕ್ಕೆ ಪಂಜಾಬಿನಲ್ಲಿನ ಅವನ ಅಜ್ಜನ ಮನೆಯಲ್ಲಿ ಎರಡುವಾರ ಅವನೊಂದಿಗಿದ್ದೆ. ವಾಪಸ್ಸು ಬೆಂಗಳೂರಿಗೆ ಬಂದ ಮೇಲೆ ಒಂದೆರಡು ಬಾರಿ ಊರಿಗೆ ಹೋಗಿ ಬಂದಿದ್ದೆನಾದರೂ ಒಂದು ರಾತ್ರಿಗಿಂತ ಹೆಚ್ಚಾಗಿ ಉಳಿದವನಲ್ಲ.

ನನ್ನ ಎದೆಗೆ ಒರಗಿ ಮಲಗಿದಂತೆಯೇ ವಾಣಿಗೆ ನಿದ್ರೆ ಹತ್ತಿದೆ ಎನ್ನುವುದು ಅವಳ ದೀರ್ಘ ಶ್ವಾಸೋಚ್ಛ್ವಾಸದಿಂದ ತಿಳಿಯುತ್ತಿತ್ತು. ಅಮೆರಿಕಕ್ಕೆ ವರ್ಷಗಳ ಕಾಲ ತೆರಳುವ ನಿರ್ಧಾರದಲ್ಲಿನ ನನ್ನ ಹಿಂಜರಿಕೆಗೆ ಕೃಷ್ಣನನ್ನು ಹುಡುಕುವ ಸಾಧ್ಯತೆಯಿಂದ ಬಹಳ ದೂರಕ್ಕೆ ಹೋಗುತ್ತಿದ್ದೇನೆ ಎನ್ನುವುದು ಕಾರಣವಿರಬಹುದೇ ಎನ್ನಿಸಿತು. ಬೆಂಗಳೂರನ್ನು ಬಿಟ್ಟು ಓದಲು ಖರಗಪುರಕ್ಕೆ ತೆರಳುವ ದಿನಗಳಲ್ಲೂ ಹೀಗೆಯೇ ಅನ್ನಿಸಿತ್ತು. ಕೃಷ್ಣ ಬೆಂಗಳೂರಿನಲ್ಲಿಯೇ ಇದ್ದಾನೆ ಎಂದು ಏಕೆ ನನಗೆ ಇಷ್ಟು ತೀವ್ರವಾಗಿ ಅನ್ನಿಸುತ್ತದೆಯೋ ದೇವರಿಗೇ ಗೊತ್ತು!

▸▸

ಫೋರ್ತ್ ಬ್ಲಾಕಿನಲ್ಲಿ ವ್ಯಾನಿಗೆ ಹತ್ತಿದ ಅಕೌಂಟ್ಸ್ ಡಿಪಾರ್ಟ್‌ಮೆಂಟಿನ ಹಿರಿಯರಾದ ಜಗನ್ನಾಥ ಶೆಟ್ಟಿ ನನ್ನ ಪಕ್ಕ ಕುಳಿತರು. ಮದುವೆಯ ನಂತರ ನಾನು ಮತ್ತು ವಾಣಿ ಪ್ರಜ್ಞಾಪೂರ್ವಕವಾಗಿ ಆಫೀಸಿನ ವ್ಯಾನಿನಲ್ಲಿ ಜೊತೆಯಾಗಿ ಕೂರುತ್ತಿರಲಿಲ್ಲ. ಆಫೀಸಿನಲ್ಲಿ ಕೂಡ ಜೊತೆಯಾಗುವ ಮುಖಾಮುಖಿಯ ಸಂದರ್ಭಗಳಿಂದ ತಪ್ಪಿಸಿಕೊಳ್ಳುತ್ತಿದ್ದೆವು. ಮಧ್ಯಾಹ್ನದ ಊಟಕ್ಕೆ ಅವಳು ತನ್ನ ಎಚ್‌ಆರ್ ಡಿಪಾರ್ಟ್‌ಮೆಂಟಿನ ಜೊತೆ ಹೋದರೆ ನಾನು ನನ್ನ ಪ್ರಾಜಕ್ಟ್ ಜೊತೆಗಾರರೊಂದಿಗೆ. ವ್ಯಾನಿನಲ್ಲಿ, ಬನಶಂಕರಿಯ ಕಡೆಯಿಂದ ಬರುತ್ತಿದ್ದ ಹುಡುಗಿಯೊಬ್ಬಳು ವಾಣಿಗೆ ಸ್ನೇಹಿತೆಯಾಗಿ ತನ್ನ ಪಕ್ಕದ ಜಾಗವನ್ನು ಇವಳಿಗಾಗಿ ಕಾದಿರಿಸಿಕೊಂಡಿರುತ್ತಿದ್ದಳು.

ಪಕ್ಕದಲ್ಲಿ ಕುಳಿತ ಜಗನ್ನಾಥ ಶೆಟ್ಟರು ಇನ್ನೂ ಏದುಸಿರಿನಲ್ಲಿದ್ದರು. "ಮನೆ ಬಿಟ್ಟಿದ್ದು ಎರಡು ನಿಮಿಷ ತಡ ಆಯ್ತು ನೋಡಿ. ಇವತ್ತು ವ್ಯಾನ್ ಮಿಸ್ಸೇ ಆಯ್ತು ಅಂದುಕೊಂಡೆ." ಎಂದರು.

ನಾನು ವಿಶ್ವಾಸದಲ್ಲಿ ಮುಗುಳುನಕ್ಕು ನ್ಯೂಸ್ ಪೇಪರ್ ಮಡಿಸಿ ಅವರ ತೊಡೆಯ ಮೇಲಿಟ್ಟೆ.

"ಇನ್ನೆಷ್ಟು ದಿನ ನಿಮ್ಮ ನ್ಯೂಸ್ ಪೇಪರ್ ಓದುವ ಭಾಗ್ಯ ನನಗೆ?"

"ಏಕೆ ಹಾಗೆನ್ನುವಿರಿ?"

"ಗೊತ್ತಾಯ್ತು ರೀ ವಿಷಯ. ನಿನ್ನೆ ಎಚ್‌ಆರ್ ಡೈರೆಕ್ಟರ್ ಅಂಜಲಿ ಅವರೇ ನಮ್ಮ ಡಿಪಾರ್ಟ್‌ಮೆಂಟಿಗೆ ಬಂದು ಈ ವಿಷಯ ತಿಳಿಸಿದರು. ಅಮೆರಿಕಕ್ಕೆ ಕಂಪನಿ ಟ್ರಾನ್ಸ್‌ಫರ್ ಮೇಲೆ ಹೊರಟಿದ್ದೀರಂತಲ್ಲಾ. ಬಹಳ ಸಂತೋಷ. ಸುಮ್ಮನೆ ಯಾವುದೋ ಆಂಧ್ರ ರೆಡ್ಡಿಗಳ ಬಾಡಿ ಶಾಪಿಂಗ್ ಕಂಪನಿ ಹಿಡಿದು ಹೋಗುವ ಬದಲು ನೀವಿಲ್ಲಿ ಕೆಲಸ ಮಾಡುತ್ತಿರುವಂತಹ ಕಂಪನಿಯೇ ನಿಮ್ಮನ್ನು ಅಮೆರಿಕಕ್ಕೆ ಕಳುಹಿಸುತ್ತಿದೆ ಎಂದರೆ ಬಹಳ ಒಳ್ಳೆದಾಯ್ತು ಬಿಡಿ. ಹೋದ ತಿಂಗಳು ಅಕೌಂಟ್ಸ್ ಸೆಟ್ಲ್ ಮಾಡಿದೆವಲ್ಲ, ಮರಾಠಿ ಹುಡುಗ, ನಿಮ್ಮ ಪ್ರಾಜಕ್ಟ್‌ನಲ್ಲೇ ಇದ್ದನಲ್ಲ, ಯಾವಾಗಲೂ ನಿಮ್ಮ ಜೊತೆನೇ ಇರ್ತಿದ್ದ. ಹೆಸರು ಮರೆತೆ ಆತನದ್ದು. ನಮ್ಮ ಮಂಗಳೂರು ಹುಡುಗರಂತೆ ಬೆಳ್ಳಗಿದ್ದ"

"ನಿತಿನ್ ಜೋಷಿ."

"ಹ್ಞೂ, ನಿತಿನ್ ಜೋಷಿ. ಆತ ಕೂಡ ಅಮೆರಿಕಕ್ಕೆ ಹೋದ ಎಂದು ಕೇಳಿದೆ. ನಿಜವೇ?"

"ಹೌದು. ನ್ಯೂಯಾರ್ಕ್ ನಗರದಲ್ಲಿದ್ದಾನೆ."

"ನ್ಯೂಯಾರ್ಕ್, ಲಾಸ್ ಏಂಜಲಿಸ್, ಸ್ಯಾನ್ ಫ್ರಾನ್ಸಿಸ್ಕೋ, ವಾಷಿಂಗ್‌ಟನ್ ಈ ನಗರಗಳೆಲ್ಲಾ ಬೆಂಗಳೂರು, ಶಿವಮೊಗ್ಗ, ಬಿಜಾಪುರ, ಕೊಲ್ಹಾಪುರದ ಥರ ಆಗೋಯ್ತು ನೋಡಿ ನಮಗೆ. ನಮ್ಮ ಕಂಪನಿಯಲ್ಲೇ ಪ್ರತಿ ತಿಂಗಳಿಗೆ ಕಡೇ ಪಕ್ಷ ಹತ್ತು ಜನರ ಅಕೌಂಟ್ಸ್ ಸೆಟ್ಲ್ ಮಾಡ್ತಿನಿ. ಕೇಳುದೇ ಬೇಡ ಎಲ್ಲಿಗೆ ಹೊರಟರು ಅಂತ. ಇನ್ನು ಬ್ಯುಸಿನೆಸ್ ಟ್ರಿಪ್‌ಗಳು ಅಂತ ದಿನಕ್ಕೆ ಕಡೇ ಪಕ್ಷ ಐದು ಜನರಿಗಾದರೂ ಟ್ರಾವಲರ್ಸ್ ಚೆಕ್ ಇಶ್ಯು ಮಾಡ್ತೀವಿ. ಅಷ್ಟು ಜನ ಅಷ್ಟು ಸರಳವಾಗಿ ಭೂಮಿಯ ಒಂದು ತುದಿಯಿಂದ ಇನ್ನೊಂದು ತುದಿಗೆ ಓಡಾಡ್ತಾರೆ ಅಂದರೆ ನಂಬುದಕ್ಕೇ ಆಗುದಿಲ್ಲ, ನೋಡಿ."

ನನ್ನ ದೃಷ್ಟಿ ಕಿಟಕಿಯ ಹೊರಗೆ ನೆಟ್ಟಿತ್ತು. ಯಾವುದೋ ಲೋಕದಲ್ಲಿ ತೇಲುತ್ತಿರುವಂತೆ ನಡೆಯುವ ಜನಜಂಗುಳಿಯ ನಡುವೆ, ಬಸ್ ಬರಲಿಲ್ಲ ಎಂದು ಆತಂಕದಲ್ಲಿ ಕ್ಷಣಕ್ಷಣಕ್ಕೂ ವಾಚು ನೋಡಿಕೊಳ್ಳುತ್ತ ಬಸ್‌ಸ್ಟಾಪಿನಲ್ಲಿ ಚಡಪಡಿಸುವ ಹೆಂಗಸರ ನಡುವೆ, ಜೇನುಗೂಡಿನಂತೆ ತುಂಬಿ ಹೋದ ಉಪಾಹಾರ ದರ್ಶಿನಿಗಳ ಮುಂದೆ ದಿನದ ಹವ್ಯಾಸದಂತೆ ನನ್ನ ಕಣ್ಣುಗಳು ಹುಡುಕಾಟವನ್ನು ನಡೆಸಿದ್ದವು.

ಜಗನ್ನಾಥ ಶೆಟ್ಟರು ನನ್ನಂತೆಯೇ ಕಿಟಕಿಯ ಆಚೆ ನೋಡಿ "ಎಷ್ಟು ಜನ ನೋಡಿ. ದಿನದಿನಕ್ಕೂ ನಮ್ಮ ಬೆಂಗಳೂರು ಬಲೂನಿಗೆ ಗಾಳಿ ತುಂಬಿದಂತೆ ಉಬ್ಬುತ್ತಲೇ ಇದೆ. ಯಾವತ್ತು ಢಮಾರ್ ಅಂತ ಸಿಡಿಯುತ್ತೋ ಗೊತ್ತಿಲ್ಲ." ಎಂದರು ದುಗುಡದಿಂದ.

"ಪ್ರತಿದಿನಾ ಅದೆಷ್ಟು ಸಾವಿರ ಜನ ಬಂದು ಬೀಳುತ್ತಿದ್ದಾರೋ ಈ ಊರಿಗೆ. ಎಲ್ಲದಕ್ಕೂ ಒಂದು ಲಿಮಿಟ್ಟು ಅಂತ ಇರುತ್ತೆ ನೋಡಿ."

"ಬೆಂಗಳೂರು ಒಂದೇ ಅಲ್ಲ. ನಮ್ಮೆಲ್ಲಾ ನಗರಗಳ ಕಥೆ ಇದೇ ತರಹ"

"ನೀವು ಲಾಸ್ ಏಂಜಲಿಸ್‌ಗೆ ಹೊರಡೋರಿದೀರಲ್ಲ ಹಾಗೆ ಮತ್ಯಾರಿಗೋ ಬೆಂಗಳೂರಿಗೆ ಬರುವ ಸಂಭ್ರಮ." ಎಂದು ನಕ್ಕು "ನಾನು ಪುತ್ತೂರಿನ ಹತ್ತಿರದ ನಮ್ಮ ಹಳ್ಳಿಯನ್ನು ಬಿಟ್ಟು ಬೆಂಗಳೂರು ಸೇರುವಾಗ ಹೊಟ್ಟೆಪಾಡಿಗಾಗಿ ಅಷ್ಟು ದೂರ ಹೋಗಬೇಕೇನೊ ಎಂದು ನನ್ನಮ್ಮ ಕಣ್ಣೀರಿಟ್ಟಿದ್ದಳು. ಈಗ ನೀವು ಲಾಸ್ ಏಂಜಲಿಸ್‌ಗೆ ಹೊರಟಾಗ ನಿಮ್ಮಮ್ಮ ಕೂಡ ಅದೇ ಮಾತನ್ನು ಹೇಳುತ್ತಿರಬಹುದು."

'ಹೊಟ್ಟೆ ಪಾಡಿಗೆ' ಎಂದದ್ದು ವಿಶೇಷವಾಗಿ ಕೇಳಿ ಅವರ ಮುಖವನ್ನು ನೋಡಿದೆ. ಅವರೇನು ನನ್ನನ್ನು ಹಂಗಿಸುವ ಭಂಗಿಯಲ್ಲಿ ಈ ಮಾತನ್ನು ಆಡಿದಂತಿರಲಿಲ್ಲ.

ಊರಿಗೆ ಹೋಗಿ ಅಪ್ಪನಿಗೆ ವಿಷಯ ತಿಳಿಸುವುದಿನ್ನೂ ಬಾಕಿ ಇತ್ತು. ಚಿಕ್ಕಪ್ಪ ಕೆಲಸದ ನಿಮಿತ್ತ ಮುಂಬಯಿಗೆ ಹೋದವರು ಅಲ್ಲಿಯೇ ಉಳಿದರು. ಕೃಷ್ಣ ಮನೆಬಿಟ್ಟು ಓಡಿ ಹೋದ. ಅಪರೂಪಕ್ಕೆ ಮುಖ ತೋರಿಸುವವನಾದರೂ ನಾನೊಬ್ಬ ಅವರ ವೃತ್ತದ ಪರಿಧಿಯೊಳಗೇ ಇರುವವನೆಂಬ ಒಳ ಸಮಾಧಾನವಿತ್ತು ಅವರಿಗೆ. ಹಿಂದಿರುಗುವ ದಿನದ ನಿಶ್ಚಿತವಿಲ್ಲದ ನನ್ನ ವಿದೇಶ ಪ್ರಯಾಣ ಅವರ ಆ ಸಮಾಧಾನವನ್ನು ಒಡೆಯಬಹುದು.

"ಹೊರಗಿನವರು ಬಂದು ಮುಂಬಯಿ ತುಂಬಿಕೊಂಡರು ಅಂತ ಬಾಳಾ ಠಾಕ್ರೆ ಕೂಗಾಡ್ತಾನೆ. ಐಟಿ ಬಿಟಿ ಇಂಡಸ್ಟ್ರೀಸ್‌ಗಳಿಂದಾಗಿ ಬೆಂಗಳೂರು ಹೈಜಾಕ್ ಆಗಿ ಹೋಯ್ತು. ನಮ್ಮೋರಿಗೇ ನೆಲೆ ಇಲ್ಲ ಬೆಲೆ ಇಲ್ಲ ಅಂತ ನಾವು ಕನ್ನಡಿಗರು ಬೇಜಾರು ಮಾಡಿಕೊಳ್ತೇವೆ. ಬಾಂಗ್ಲಾದೇಶಿಗಳು ಆವರಿಸಿಕೊಳ್ಳುತ್ತಿದ್ದಾರೆ ಅಂತ ಕೊಲ್ಕೋತಾದ ಜನ ಅಳ್ತಾರೆ. ಆದರೆ ನೋಡಿ, ಇವು ಯಾವೂ ನಮ್ಮ ನಿಯಂತ್ರಣದಲ್ಲಿ ನಡೆಯುವ ಕ್ರಿಯೆಗಳಲ್ಲ. ಸುಮ್ಮನೆ ಸಮಾಧಾನಕ್ಕೆ ಯಾವುದೋ ಕಾರಣ ಕಂಡುಹಿಡಿದು ಯಾರ್ದೋ ಮೇಲೆ ಗೂಬೆ ಕೂರಿಸಬಹುದು. ಕೊನೆಗೆ ಸರಕಾರ, ರಾಜಕಾರಣಿಗಳನ್ನ ಉಗಿಬಹುದು. ಆದರೆ ಈ ವಲಸೆ ಇದೆಯಲ್ಲಾ ಇದು ನಮ್ಮ ಯಾವ ನಿಯಂತ್ರಣಕ್ಕೂ ದಕ್ಕದೆ ನಡೆಯುವಂತದ್ದು. ಈಗ ನಿಮ್ಮನ್ನೇ ತಗೋಳ್ಳಿ. ನೀವೇನು ದೇಶ ಕೆಟ್ಟು ಹೋಗಿದೆ, ಭಾಷೆ ಹಾಳಾಯ್ತು, ಟ್ರಾಫ್ಟಿಕ್ ಜಾಮ್ ಆಯ್ತು, ಮುಖ್ಯಮಂತ್ರಿಗಳು ಕರಪ್ಟ್ ಆದರು ಅಂತ ದೇಶ ಬಿಡ್ತಿರೋರಲ್ಲ. ದೇಶ ಬಿಡೋ ಗಾಳಿ ಬೀಸ್ತಿದೆ, ನಿಮ್ಮಂತ ಲಕ್ಷಾಂತರ ಯುವಕರನ್ನ ಹಾರಿಸಿಕೊಂಡು ಹೋಗೋ ಶಕ್ತಿ ಇದೆ ಆ ಗಾಳಿಗೆ, ಹಾಗಾಗಿ ಹಾರಿಹೋಗ್ತಿದಿರ. ಹಾಗೇ, ಹಾರಿ ಹೋಗೋ ಮಜಾ ನಿಮಗೂ ಬೇಕಾಗಿದೆ; ಹೋಗ್ತಿರ. ಇಲ್ಲಿ ಇಂಡಿವಿಜುವಾಲಿಟಿ, ದೇಶತ್ವ, ಸ್ವಾಭಿಮಾನ ಅಂತೆಲ್ಲ ನೋಡೋದು ಮೂರ್ಖತನ. ಯಾಕೆ ದೇಶ ಬಿಡ್ತಾ ಇದ್ದಾರೆ ಅಂದರೆ ದೇಶ ಬಿಡುವ ಅವಕಾಶ ಬಂತು ಹೋಗ್ತಾ ಇದಾರೆ. ಅಷ್ಟೇ ಉತ್ತರ. ಆ ಪ್ರಶ್ನೆಯನ್ನ

ಆ ಉತ್ತರವನ್ನ ಹಿಂದೆ ಮುಂದೆ ಎಡಕ್ಕೆ ಬಲಕ್ಕೆ ಎಷ್ಟೇ ಉಜ್ಜಾಡಿದರೂ ಅದಕ್ಕಿಂತ ಮೀನಿಂಗ್‌ಫುಲ್ ಆದ ಪ್ರಶ್ನೆ ಅದಕ್ಕಿಂತಾ ಮೀನಿಂಗ್‌ಫುಲ್ ಆದ ಉತ್ತರ ಸಿಗೋಲ್ಲ. ಅವಕಾಶ ಹೇಗೆ ಬಂತು ಅಂದರೆ ಅದಕ್ಕೆ ಸಾವಿರ ಉತ್ತರ ಇದೆ. ಐಟಿ ಬಿಟಿಗಳೆಲ್ಲ ಯಾಕೆ ಬೆಂಗಳೂರಿಗೆ ಬರ್ತಿವೆ ಎನ್ನುವ ರೀತಿಯಲ್ಲೇ." ಎಂದು ಮಾತು ನಿಲ್ಲಿಸಿ ನ್ಯೂಸ್ ಪೇಪರ್ ಬಿಚ್ಚಿದರು.

"ಅದು ನಿಜನೇ. ನಮ್ಮೆಲ್ಲಾ ಕ್ರಿಯೆಗಳಿಗೂ ನಮಗೆ ಅರ್ಥವಾಗುವ ಮಟ್ಟದಲ್ಲಿ ಲಾಜಿಕಲ್ ರೀಸನ್ಸ್ ಇರೋದಿಲ್ಲ." ಎಂದೆ.

"ಹೌದು. ನಮ್ಮ ಗ್ರಹಿಕೆಯನ್ನು ಮೀರಿದ ಕ್ರಿಯೆಗಳು ನಮ್ಮಲ್ಲಿ ಗೊಂದಲಗಳಾಗಿ ಕಾಣುತ್ತವೆ. ನಮ್ಮ ವಿಚಾರ ಶಕ್ತಿಯ ಮತ್ತು ಮಿತ ಅನುಭವದ ಪರಿಧಿಯಲ್ಲೇ ಉತ್ತರ ಗಳನ್ನು ಹುಡುಕಲು ಹೊರಟಾಗ ಈ ಗೊಂದಲಗಳು ಮತ್ತೂ ಜಟಿಲಗೊಳ್ಳುತ್ತವೆ. ಕುರುಡನೊಬ್ಬ ಆನೆಯ ಕಾಲನ್ನು ಸವರಿ ಕಂಬ ಎಂದನಂತಲ್ಲ ಹಾಗೆ. ಆಧುನಿಕತೆ ಏಕೆ ನಮ್ಮನ್ನು ಈ ರೀತಿ ಅಲೆಮಾರಿಗಳನ್ನಾಗಿ ಮಾಡುತ್ತಿದೆ? ಹಳ್ಳಿಗಳನ್ನು ತಿರಸ್ಕರಿಸಿ ತುಂಬಿತುಳುಕುವ ನಗರಗಳ ಹೊಟ್ಟೆಯೊಳಗೆ ಏನನ್ನು ಹುಡುಕುತ್ತಿದ್ದೇವೆ? ನಮ್ಮಮ್ಮ ಹೇಳಿದಂತೆ ಬರೀ ಹೊಟ್ಟೆಪಾಡಿಗಾಗಿ ಪುತ್ತೂರನ್ನು ಬಿಟ್ಟು ಬೆಂಗಳೂರನ್ನು ಸೇರಿದವನೇ ನಾನು? ಇನ್ನೂ ಉತ್ತರ ಸಿಕ್ಕಿಲ್ಲ ನನಗೆ. ಒಬ್ಬ ಸರ್ಕಾರಿ ಶಾಲೆಯ ಉಪಾಧ್ಯಾಯ ಜೀವನಪೂರ್ತಿ ದುಡಿಯಬಲ್ಲುದನ್ನು ನೀವು ಸಾಫ್ಟ್‌ವೇರ್ ಇಂಜಿನಿಯರುಗಳಿಗೆ ಕೆಲವೇ ತಿಂಗಳುಗಳ ಸಂಬಳವಾಗಿ ಕೊಟ್ಟರೂ ನೀವೇಕೆ ಅಮೆರಿಕಕ್ಕೆ ಓಡಿ ಹೋಗುತ್ತೀರಿ? ಯಾವುವೂ ಕಪ್ಪುಬಿಳುಪಿನಂತೆ ನೇರವಾದ ಉತ್ತರವಿರುವ ಪ್ರಶ್ನೆಗಳಲ್ಲ. ಬರೀ ನಮಗೇ ಹೀಗಾಗುತ್ತಿದೆ ಎಂದು ಗಿಲ್ಟಿ ಮಾಡಿಕೊಳ್ಳಬೇಕಾಗಿಲ್ಲ. ನೀವು ಹೋಗೋ ಆ ದೇಶಕ್ಕೆ ಪ್ರಪಂಚವನ್ನೇ ಸೂಜಿಗಲ್ಲಿನಂತೆ ಆಕರ್ಷಿಸುವ ಶಕ್ತಿ ಇದೆ. ಇಲ್ಲಿರುವ ನಮ್ಮ ಕಲ್ಪನೆಯನ್ನು ಮೀರಿ ಆ ದೇಶ ಶಕ್ತಿಶಾಲಿ. ಯುದ್ಧಗಳನ್ನು ಪ್ರಾರಂಭಿಸುವ ಶಕ್ತಿಯಿದೆ. ಹಾಗೆಯೇ ಯುದ್ಧಗಳನ್ನು ನಿಲ್ಲಿಸುವ ಶಕ್ತಿಯೂ ಇದೆ. ಜನಗಳ ಮೇಲೆ ಅಣುಬಾಂಬು ಸಿಡಿಸುವ ಶಕ್ತಿಯಿದೆ. ಹಾಗೆಯೇ ಮಂಗಳ ಗ್ರಹಕ್ಕೆ ರಾಕೇಟುಬಿಡುವ ಶಕ್ತಿಯೂ ಇದೆ." ಎಂದವರು ನ್ಯೂಸ್ ಪೇಪರನ್ನು ಮಡಿಸಿ ನನ್ನ ಕೈನಲ್ಲಿಡುತ್ತಾ "ನಾನೇನು ಮಾಡುತ್ತಿದ್ದೇನೆ, ಅಮೆರಿಕಾಕ್ಕೆ ಹೊರಟಿರುವ ನಿಮಗೆ ಮೈಗ್ರೇಷನ್ ಥಿಯರಿಯ ಪಾಠ ಹೇಳಿ ಬೋರು ಹೊಡೆಸುತ್ತಿದ್ದೇನೆ." ಎಂದು ನಕ್ಕರು.

"ಹಾಗೇನಿಲ್ಲ. ನಿಮ್ಮೊಂದಿಗೆ ಮಾತನಾಡುವುದು ಯಾವತ್ತೂ ನನಗೆ ಸ್ಫೂರ್ತಿದಾ ಯಕವೇ." ಎಂದೆ.

"ಅಮೆರಿಕಾಕ್ಕೆ ಹೋಗುವ ನಿರ್ಧಾರ ವಾಣಿಯವರಿಗೂ ಸಂತೋಷವಾಗಿದೆಯೇ? ಬಹಳ ಒಳ್ಳೆಯ ಹುಡುಗಿ. ಬಹಳ ದಕ್ಷತೆಯಿಂದ ಕೆಲಸ ಮಾಡುವಂತವರು. ಇಲ್ಲಿಯೇ ಮುಂದುವರೆದಿದ್ದಲ್ಲಿ ಅವರ ಕೆಲಸ ಖಾಯಂ ಆಗುವುದರಲ್ಲಿ ಯಾವ ಸಂದೇಹವಿರಲಿಲ್ಲ. ಅಮೆರಿಕದಲ್ಲಿ ಕೆಲಸ ಮಾಡುವ ಉದ್ದೇಶ ಅವರಿಗಿದೆಯೇ?"

"ಅಮೆರಿಕದಲ್ಲಿ ಓದಬೇಕೆಂದು ಅಪೇಕ್ಷಿಸುತ್ತಿದ್ದಾಳೆ. ಏನಾಗುತ್ತದೋ ನೋಡಬೇಕು."

"ಅಲ್ಲಿಯೇ ನೆಲೆಸಬೇಡಿ ವಾಪಸ್ಸು ಬನ್ನಿ. ನಮ್ಮ ಕೈ ಮೀರುವ ಕ್ರಿಯೆಗಳು ಎಂದು ಎಷ್ಟೇ ಭಾಷಣ ಬಿಗಿದರೂ ಕೊನೆಯಲ್ಲಿ ಈ ಮಾತನ್ನು ನಿಮಗೆ ಹೇಳದೇ ಇರಲು ಸಾಧ್ಯವಾಗುತ್ತಿಲ್ಲ ನನಗೆ." ಎಂದು ನನ್ನ ಮುಂಗೈಯನ್ನು ತಟ್ಟಿದರು ಜಗನ್ನಾಥ ಶೆಟ್ಟಿ.

ಅಧ್ಯಾಯ 5

"ಲೆಟ್ ಮಿ ಗೆಸ್. ನೀನು ಆಂಧ್ರ ಪ್ರದೇಶ ಎನ್ನುವ ಪ್ರಾಂತ್ಯದವನು. ನೀನು ಮಾತನಾಡುವ ಭಾಷೆ ಟೆಲುಗು. ನಿನ್ನ ಫಸ್ಟ್‌ನೇಮಿನಲ್ಲೋ, ಲಾಸ್ಟ್‌ನೇಮಿನಲ್ಲೋ ಅಥವಾ ಮಿಡ್ಲ್‌ನೇಮಲ್ಲೋ 'ವೆಂಕಟ' ಎಂದಿರುತ್ತದೆ."

"ನಿನ್ನ ಎಲ್ಲಾ ಊಹೆಗಳೂ ತಪ್ಪು." ಎಂದೆ ನಾನು. ನನ್ನ ಹಣೆಯ ಮೇಲೇನಾದರೂ ಅದೃಶ್ಯರೂಪದಲ್ಲಿ ನಾಮ ಅವತರಿಸಿ 'ಇವನು ವೆಂಕಟರಮಣ' ಎಂದು ಈ ಬಿಳಿಯನಿಗೆ ಕೂಗಿ ಹೇಳಿತೋ ಎಂದು ಆಶ್ಚರ್ಯವಾಯಿತು.

"ಮೊದಲ ಬಾರಿಗೆ ಒಬ್ಬ ಭಾರತೀಯನ ಬಗ್ಗೆ ನನ್ನ ತಿಳುವಳಿಕೆ ತಪ್ಪಾಯಿತು." ಎಂದು ನಕ್ಕ ಅವನು. ಅವನ ಹೆಸರು ಫ್ರಾಂಕೋ ರಬ್ಬೆನೋ. ನನ್ನ ಪ್ರಾಜೆಕ್ಟ್ ಮ್ಯಾನೇಜರ್.

ಎತ್ತರವಾದ ಮತ್ತು ಬಿಗಿಯಾದ ಮೈಕಟ್ಟಿನವನು. ಒಂದು ಕರಿ ಮಚ್ಚೆಯೂ ಕಾಣದಂತಹ ಬಿಳಿಯ. ಯುರೋಪಿನ ಮೂಲವನ್ನು ತೋರಿಸುವ ನೀಳಾದ ಮೂಗು. ಮೇಲೆತ್ತಿಬಾಚಿದ ಕೆಂಚುಕೂದಲು. ಬಯಲಿನಲ್ಲಿ ಆಡುವ ಮಕ್ಕಳಂತೆ ಚಂಚಲವಾದ ಮತ್ತು ಸದಾ ಹೊಸದನ್ನು ಹುಡುಕುವ ಕಣ್ಣುಗಳು.

"ವೆಲ್‌ಕಮ್ ಅಬೋರ್ಡ್." ಎಂದು ಕೈಚಾಚಿದ. "ನಿನ್ನ ಹಿಂದಿನ ಪ್ರಾಜೆಕ್ಟ್‌ಗಳ ಬಗೆಗಿನ ವಿವರಗಳನ್ನು ಓದಿದೆ. ನಾನು ನೀನು ಜೊತೆಯಲ್ಲಿ ಕೆಲಸ ಮಾಡಲು ಎಷ್ಟು ಚೆನ್ನಾಗಿ ಹೊಂದುತ್ತೇವೆಂದರೆ ಮುಂದಿನ ಸಾವಿರದ ಐನೂರು ವರ್ಷ ಇದೇ ಕಂಪನಿಗೆ ಇದೇ ಫ್ಲೋರ್‌ನಲ್ಲಿ ಹೀಗೇ ಅಕ್ಕಪಕ್ಕ ಕುಳಿತು ಕೆಲಸ ಮಾಡುತ್ತೇವೆ." ಎಂದ.

ಬೆಂಗಳೂರಿನಲ್ಲಿ ನಾನು ಕೆಲಸ ಮಾಡುತ್ತಿದ್ದ ಆಫೀಸಿಗಿಂತ ಬಹು ವಿಶಾಲವಾದ ಆಫೀಸು ಇದು. ವಿಶಾಲವಾದ ಕ್ಯೂಬ್‌ಗಳು, ವಿಶಾಲವಾದ ಕೋಣೆಗಳು, ವಿಶಾಲವಾದ ಕಾನ್ಫರೆನ್ಸ್ ರೂಮುಗಳು, ವಿಶಾಲವಾದ ಹಾಲ್‌ವೇಗಳು. ಭಾರತದ ಆಫೀಸಿನಂತೆ ನೌಕರರ ಜೋರು ಮಾತಿನ ನಗುವಿನ ಶಬ್ದ ಮತ್ತು ಗಡಿಬಿಡಿಯ ಓಡಾಟ ಮಾತ್ರ ಇಲ್ಲಿ ನನಗೆ ಹೆಚ್ಚಾಗಿ ಕಾಣಲಿಲ್ಲ. ಭಾರತದ ಆಫೀಸಿಗೂ ಇಲ್ಲಿಗೂ

ನಾನು ಗಮನಿಸಿದ ಒಂದು ದೊಡ್ಡ ವ್ಯತ್ಯಾಸವೆಂದರೆ ನೌಕರರ ವಯಸ್ಸು. ನಮ್ಮ ಪ್ರಾಜಕ್ಟ್‌ಗೆ ಸಂಬಂಧಪಟ್ಟವರು ಎಂದು ಫ್ರಾಂಕೋ ಪರಿಚಯ ಮಾಡಿಕೊಟ್ಟವರಲ್ಲಿ ಹಲವರು ಐವತ್ತನ್ನು ಮೀರಿದವರು. ಇವನು ನಮ್ಮ ಪ್ರಾಜಕ್ಟ್‌ಗೆ ಸೇರಿದವನು ಎಂದು ಫ್ರಾಂಕೋ ಹೇಳುತ್ತಿದ್ದಂತೆಯೇ 'ನಮ್ಮ ಕೆಲಸದ ಬೆಟ್ಟವನ್ನು ಕೊರೆಯಲು ಬಂದ ಮತ್ತೊಂದು ಇರುವೆ' ಎಂದು ಕಣ್ಣು ಮಿಟುಕಿಸಿ ಫ್ರಾಂಕೋನೊಂದಿಗೆ ಹೈಫೈವ್ ಕೊಟ್ಟ ಜೆಫ್ ಮಿಲ್ಲರ್‌ಗೆ ಕಡೇಪಕ್ಷ ಅರವತ್ತು ವಯಸ್ಸಾಗಿದೆ. ಅವರ ಕ್ಯೂಬಿಕಲ್ ಸುತ್ತಕ್ಕೂ ಮೊಮ್ಮಕ್ಕಳ ಬಾಲಲೀಲೆಗಳ ಫೋಟೋಗಳೇ ತುಂಬಿವೆ. "ಯಂಗ್‌ಮ್ಯಾನ್, ಪ್ರಾಜಕ್ಟ್‌ನ ಡಿಸೈನ್ ವಿಷಯದಲ್ಲಿ ನನ್ನನ್ನು ಏನಾದರೂ ಪ್ರಶ್ನೆಗಳನ್ನು ಕೇಳುವುದಿದ್ದರೆ ಯಾವ ಸಂಕೋಚವೂ ಇಲ್ಲದೆ ಯಾವ ಸಮಯದಲ್ಲಾದರೂ ಸರಿ ನನ್ನ ಬಳಿ ಬಾ." ಎನ್ನುವಲ್ಲಿ ಅವರಿಂದ ಹೊಮ್ಮುತ್ತಿದ್ದ ವಿಶ್ವಾಸ ಮತ್ತು ವಯಸ್ಸಿನೊಂದಿಗೆ ಯಾವ ರೀತಿಯಲ್ಲೂ ಕುಂಟಿತವಾಗದ ಅವರ ಮನೋಸ್ಥೈರ್ಯ ನನ್ನಲ್ಲಿ ಆಶ್ಚರ್ಯವನ್ನು ಮೂಡಿಸಿತ್ತು. ಅದೇನೋ ಗೊತ್ತಿಲ್ಲ. ನಮ್ಮ ಬೆಂಗಳೂರಿನ ಆಫೀಸಿನಲ್ಲಿ ಐದುವರ್ಷಗಳಿಗಿಂತ ಹೆಚ್ಚಿನ ಅನುಭವವನ್ನು ಹೊಂದಿದ ಪ್ರೋಗ್ರಾಮರ್‌ಗಳನ್ನು ನೋಡುವುದೇ ಅಪರೂಪವಾಗಿತ್ತು. ಕಂಪನಿ ಅಂಥವರನ್ನು ಮ್ಯಾನೇಜರುಗಳನ್ನಾಗಿ ಮಾಡಿಬಿಡುತ್ತಿತ್ತು, ಹಾಗೆ ಮಾಡದಿದ್ದರೆ ನೌಕರರು ಕಂಪನಿಯನ್ನು ಬದಲಿಸಿ ಭಡ್ತಿ ಕೊಡುವ ಮತ್ತೊಂದು ಕಂಪನಿಯನ್ನು ಸೇರಿ ಬಿಡುತ್ತಿದ್ದರು. ಐವತ್ತನ್ನು ದಾಟಿದವರನ್ನು ನೋಡಬೇಕೆಂದರೆ ಪ್ರಾಜಕ್ಟ್ ಡಿಪಾರ್ಟ್‌ಮೆಂಟುಗಳನ್ನು ಹೊರತು ಪಡಿಸಿ ಅಕೌಂಟ್ಸ್, ಅಡ್ಮಿನಿಷ್ಟ್ರೇಷನ್, ಸೆಕ್ಯೂರಿಟಿ ಇಂತಹ ವಿಭಾಗಗಳಲ್ಲಿ ಕಾಣಬಹುದಿತ್ತು. ಜಗನ್ನಾಥ ಶೆಟ್ಟರಂತಹ ಅನೇಕ ಹಿರಿಯರು ಅಲ್ಲಿದ್ದರು. ಆದರೆ ಪ್ರಾಜಕ್ಟ್ ಡಿಪಾರ್ಟ್‌ಮೆಂಟಿನ ಡೈರೆಕ್ಟರ್‌ಗಳಿಗಿಂತ ಭಿನ್ನವಾಗಿ ಆ ಹಿರಿಯರು ಜೆಫ್ ಮಿಲ್ಲರ್‌ನಂತೆಯೇ ಚುರುಕಾಗಿ ಲಗುಬಗೆಯಿಂದ ಓಡಾಡುತ್ತ ಉತ್ಸಾಹದಲ್ಲಿರುತ್ತಿದ್ದರು. ಗುಡಾಣದ ಹೊಟ್ಟೆಯ ಪ್ರಾಜಕ್ಟ್ ಡೈರೆಕ್ಟರುಗಳು ಕುರ್ಚಿ ಬಿಟ್ಟು ಏಳಲಾಗದೆ ಜಗನ್ನಾಥ ಶೆಟ್ಟರಂತಹ ಹಿರಿಯರನ್ನು ಕೂಡ ಪ್ರಾಜಕ್ಟ್ ಇಂಜಿನಿಯರುಗಳನ್ನು ಕರೆದಂತೆ ಸಣ್ಣಪುಟ್ಟ ವಿಚಾರಗಳಿಗೂ ತಮ್ಮ ಆಫೀಸಿಗೆ ಕರೆಸಿಕೊಳ್ಳುತ್ತಿದ್ದುದುಂಟು.

"ಇವನು ಆಂಜನೇಯಲು. ಡೇಟಾಬೇಸ್ ಅಡ್ಮಿನಿಷ್ಟ್ರೇಟರ್ ಆಗಿದ್ದಾನೆ. ನಾನು ನಿನ್ನನ್ನು ನೋಡಿದೊಡನೆಯೆ ಮಾಡಿದ ಮೂರು ಊಹೆಗಳಿಗೆ ಇವನೇ ಸ್ಫೂರ್ತಿ." ಎಂದ ಫ್ರಾಂಕೋ.

ಫ್ರಾಂಕೋನ ಊಹೆಗಳ ಸಂದರ್ಭದ ಅರಿವಿಲ್ಲದ ಆಂಜನೇಯಲು ನನ್ನ ಕೈ ಕುಲುಕುತ್ತ "ಬರೀ ಮೂರು ಊಹೆಗಳಿಗಲ್ಲ ಇನ್ನೂ ಅನೇಕ ಊಹೆಗಳಿಗೆ ಮತ್ತು ಪ್ರಶ್ನೆಗಳಿಗೆ ಇಲ್ಲಿ ನಾನೇ ಸ್ಫೂರ್ತಿ ಮತ್ತು ನಾನೇ ಉತ್ತರ. ಏಕೆಂದರೆ ನಿಮ್ಮ ಪ್ರಾಜಕ್ಟ್‌ಗೆ ಇರುವುದು ಒಬ್ಬನೇ ಡೇಟಾಬೇಸ್ ಅಡ್ಮಿನಿಷ್ಟ್ರೇಟರ್ ಮತ್ತು ಅದು ನಾನು." ಎಂದ ಹೆಮ್ಮೆಯಿಂದ. "ನೀವು ಸಸ್ಯಾಹಾರಿಗಳೇ?" ಎಂದು ಕೇಳಿದ.

"ಹೌದು." ಎಂದೆ.

ಫ್ರಾಂಕೋ ಮಧ್ಯೆ ಬಾಯಿಹಾಕಿ "ಅದರಲ್ಲೇನಿದೆ ಪ್ರಶ್ನೆ? ಭಾರತದಿಂದ ಬರುವ ಪ್ರತಿಯೊಬ್ಬರೂ ಸಸ್ಯಾಹಾರಿಗಳೇ." ಎಂದು ನಗುತ್ತ ತನ್ನ ಡೆಸ್ಕಿಗೆ ಹೊರಟು ಹೋದ.

"ನೀವು ನನ್ನಂತೆಯೇ ಸಸ್ಯಾಹಾರಿಗಳಾಗಿರುವುದರಿಂದ ಈ ಬಿಲ್ಡಿಂಗ್‌ನ ಕೆಳಗಿನ ಫ್ಲೋರ್‌ನಲ್ಲಿರುವ ಕೆಫೆಗೆ ಊಟಕ್ಕೆ ಹೋಗಬೇಡಿ. ಅಲ್ಲೇನೂ ಸಿಗದು ನಿಮಗೆ."

"ನೀವೆಲ್ಲಿಗೆ ಹೋಗುತ್ತೀರಿ ತಿಳಿಸಿ. ನಾನೂ ಅಲ್ಲಿಗೆ ಬರುತ್ತೇನೆ."

"ನಮ್ಮ ಆಫೀಸಿನ ರಸ್ತೆಯಾಚೆಗೆ ಸಣ್ಣ ಬ್ರಿಡ್ಜ್ ಕಾಣುತ್ತದಲ್ಲ, ಅದನ್ನು ದಾಟಿದರೆ ನಮ್ಮ ಊಟದ ಹೊತ್ತಿಗೆ ಅಲ್ಲಿಗೆ ಒಂದು ಪಿಕಪ್ ಟ್ರಕ್ ಬರುತ್ತದೆ. ಒಬ್ಬ ದೇಸಿ ನಮ್ಮ ಭಾರತದ ಊಟವನ್ನು ಮನೆಯಲ್ಲಿ ತಯಾರಿಸಿ ಬಾಕ್ಸ್‌ಗಳಲ್ಲಿ ಪ್ಯಾಕ್ ಮಾಡಿಕೊಂಡು ತರುತ್ತಾನೆ. ಆಂಧ್ರ ಕಡೆಯ ರುಚಿ. ಬಹಳ ಚೆನ್ನಾಗಿರುತ್ತದೆ. ಶುಚಿಯ ಬಗ್ಗೆ ಜಾಸ್ತಿ ತಲೆಕೆಡಿಸಿಕೊಳ್ಳಬಾರದು ಆದರೆ ಸೋವಿ ಬೆಲೆ. ನಮ್ಮ ಆಫೀಸಿನ ಕೆಫೆಯಲ್ಲಿ ಸಿಗುವ ಹಾಳುಮೂಳಿಗೆ ಹೋಲಿಸಿದರೆ ಒಂದು ಡಾಲರ್ ಉಳಿಯುತ್ತದೆ. ಮೇಲಾಗಿ ದೇಸೀ ಊಟ. ಇವತ್ತು ಮಧ್ಯಾಹ್ನ ನಿಮ್ಮನ್ನು ಅಲ್ಲಿಗೇ ಕರೆದುಕೊಂಡು ಹೋಗುತ್ತೇನೆ." ಎಂದ.

ನನ್ನ ಭುಜಕ್ಕೆ ಬರುವಷ್ಟು ಎತ್ತರದ ಆದರೆ ನನ್ನ ಎರಡರಷ್ಟು ಗಾತ್ರವಿರುವ ಆಂಜನೇಯಲುವಿನೊಂದಿಗೆ ರಸ್ತೆ ದಾಟುತ್ತಿರಬೇಕಾದರೆ ಅವನು ತನ್ನ ತೆಲುಗು ಶೈಲಿಯ ಇಂಗ್ಲಿಷ್‌ನಲ್ಲಿ ದೇಸೀ ಕೇಟರರ್‌ನ ಕಥೆ ಹೇಳುತ್ತಿದ್ದ.

"ಮೊದಲು ಈ ತರಹ ರಸ್ತೆ ಹಾಯ್ದು ಹೋಗಬೇಕಾಗಿರಲಿಲ್ಲ. ಆ ಕೇಟರರ್ ನಮ್ಮ ಆಫೀಸಿನ ಮೈನ್‌ಡೋರ್‌ಗೇ ಬರುತ್ತಿದ್ದ. ನಮ್ಮ ಆಫೀಸಿನಲ್ಲಿ ಕಡಿಮೆ ದೇಸೀ ಜನ ಇದ್ದಾರಾ? ಎಲ್ಲರೂ ಇವನಿಂದ ಮುಗಿಬಿದ್ದು ಊಟ ಕೊಳ್ಳಲಾರಂಭಿಸಿದರು. ಕೊನೆಗೆ ಬಿಲ್ಡಿಂಗಿನ ಕೆಫೆಯ ಕೇಟರರ್ಸ್ ತಮಗೆ ಬ್ಯುಸಿನೆಸ್ ಕಡಿಮೆಯಾಗುತ್ತಿದೆ ಎಂದು ಗಲಾಟೆ ಮಾಡಿ ಇವನನ್ನು ಎತ್ತಂಗಡಿ ಮಾಡುವಂತೆ ಕಂಪನಿಯನ್ನು ಕೇಳಿ ಕೊಂಡರು. ಹೈಜೆನಿಕ್ ಪ್ರಾಬ್ಲಮ್ ಆಗುತ್ತದೆ ಎಂದು ನೆವ ಹೇಳಿ ಕಂಪನಿ ಈ ದೇಸೀ ಕೇಟರರ್‌ಗೆ ಆಫೀಸಿನ ಮುಂದೆ ಬರಬೇಡ ಎಂದು ತಾಕೀತು ಮಾಡಿತು. ಎಂಥಾ ಜನ ನೋಡಿ! ತಾವೂ ರುಚಿಯಾದ ಆಹಾರವನ್ನು ತಿನ್ನುವುದಿಲ್ಲ ಬೇರೆಯವರು ತಿಂದರೂ ಸಹಿಸುವುದಿಲ್ಲ. ನಮ್ಮ ದೇಶದಂತಲ್ಲ ಇದು. ನೀವು ಈಗಿನ್ನೂ ಬಂದಿದ್ದೀರಿ ಒಂದೊಂದಾಗಿಯೇ ಎಲ್ಲಾ ತಿಳಿಯುತ್ತದೆ."

ನನ್ನ ಮುಖ ನೋಡಿದ ಡಬ್ಬಾವಾಲಾ "ಹೊಸಬರಾ ನೀವು? ಎಲ್ಲಿಂದ ಬಂದಿದ್ದೀರಿ?" ಎಂದು ತೆಲುಗಿನಲ್ಲಿ ಕೇಳಿದ. ನನಗದು ಅರ್ಥವಾಗಿ ಅವನಿಗೆ ಹಿಂದಿಯಲ್ಲಿ ಉತ್ತರಿಸುತ್ತಿರುವಾಗ ಆಂಜನೇಯಲು "ಇವರಿಗೆ ತೆಲುಗು ಬರುವುದಿಲ್ಲ." ಎಂದು ಡಬ್ಬಾವಾಲನಿಗೆ ತಿಳಿಸಿದ. ಆತ "ಪರವಾಗಿಲ್ಲ. ಅದಕ್ಕೇನಂತೆ." ಎಂದು ಒಂದು ರೀತಿಯಲ್ಲಿ ವಿಚಿತ್ರವಾಗಿ ನನ್ನೆಡೆಗೆ ನೋಡಿ "ಒಂದು ತಿಂಗಳು ತಪ್ಪಿಸದಂತೆ

ನನ್ನಿಂದ ಊಟ ಕೊಂಡರೆ ಒಂದು ದಿನದ ಊಟವನ್ನು ಫ್ರೀಯಾಗಿ ಕೊಡುತ್ತೇನೆ." ಎಂದು ಹಿಂದಿಯಲ್ಲಿ ಹೇಳಿದ. ಆಂಜನೇಯಲು ನನ್ನೆಡೆಗೆ ತಿರುಗಿ "ನಿನಗೆ ಗೊತ್ತೇ? ಅಮೆರಿಕದಲ್ಲಿ ವಾಸಿಸುತ್ತಿರುವ ಭಾರತೀಯರಲ್ಲಿ ಬಹುಪಾಲು ಜನರ ಮಾತೃಭಾಷೆ ಹಿಂದಿಯಲ್ಲ ತೆಲುಗು." ಎಂದ. ನನಗದು ಗೊತ್ತಿರಲಿಲ್ಲ.

ಬ್ರಿಡ್ಜ್‌ನ ಕೆಳಗಿನ ಲೇಕ್‌ನ ಹತ್ತಿರದ ಕಲ್ಲುಬೆಂಚಿನ ಮೇಲೆ ಕುಳಿತು ಊಟ ಮಾಡಿದೆವು. ಆಂಜನೇಯಲು ಭಾರತದ ಆಫೀಸಿನ ಬಗ್ಗೆ ಪ್ರಶ್ನೆಗಳನ್ನು ಕೇಳುತ್ತಲೇ ಇದ್ದ. "ಟಿಪಿಕಲ್ ಆಗಿ ನನ್ನಷ್ಟು ಎಕ್ಸ್‌ಪೀರಿಯನ್ಸ್ ಆಗಿರುವವರಿಗೆ ಎಷ್ಟು ಸಂಬಳ ಕೊಡುತ್ತಾರೆ ಅಲ್ಲಿ?"

"ಟಿಪಿಕಲ್ ಆಗಿ ನನ್ನಷ್ಟು ಎಕ್ಸ್‌ಪೀರಿಯನ್ಸ್ ಆಗಿರುವವರಿಗೆ ಯಾವ ಪೊಸಿಷನ್ ಕೊಡುತ್ತಾರೆ ಅಲ್ಲಿ?"

"ಟಿಪಿಕಲ್ ಆಗಿ ನನ್ನಷ್ಟು ಎಕ್ಸ್‌ಪೀರಿಯನ್ಸ್ ಆಗಿರುವವರು ವಾಪಸ್ಸು ಹೋದರೆ ನನ್ನಷ್ಟೇ ಎಕ್ಸ್‌ಪೀರಿಯನ್ಸ್ ಆಗಿರುವ ಅಲ್ಲಿಯವರಿಗಿಂತ ಹೆಚ್ಚು ಪ್ರಾಮುಖ್ಯತೆಯನ್ನು ಕೊಡುತ್ತಾರಾ?"

"ಟಿಪಿಕಲ್ ಆಗಿ ನನ್ನಷ್ಟು ಎಕ್ಸ್‌ಪೀರಿಯನ್ಸ್ ಆಗಿರುವವರು ಯಾವ ಕಾರಿನಲ್ಲಿ ಓಡಾಡುತ್ತಾರೆ ಅಲ್ಲಿ?"

'ಸುಮ್ಮನೇ ಕೇಳುತ್ತಿದ್ದೇನೆ ಅಷ್ಟೆ. ವಾಪಸ್ಸು ಹೋಗುವ ಉದ್ದೇಶವೇನೂ ಇಲ್ಲ.' ಎಂದು ಪ್ರತಿಪ್ರಶ್ನೆಯ ಕೊನೆಯಲ್ಲಿ ಸೇರಿಸುತ್ತಿದ್ದ.

"ನೀವೆಲ್ಲಿ ಉಳಿದಿದ್ದೀರಿ?" ಎಂದು ಕೇಳಿದ.

"ಸದ್ಯಕ್ಕೆ ಕಂಪನಿ ಬುಕ್ ಮಾಡಿರುವ ಹೋಟೆಲಿನಲ್ಲಿ."

"ಬಾಡಿಗೆ ಮನೆ ಹುಡುಕುತ್ತಿದ್ದೀರಾ?"

"ಇನ್ನೂ ಶುರು ಮಾಡಿಲ್ಲ. ಆದರೆ ಹುಡುಕಲೇಬೇಕು. ಕಂಪನಿಯು ಕೊಟ್ಟಿರುವ ತಾತ್ಕಾಲಿಕ ನೆಲೆಯಲ್ಲಿ ಒಂದು ತಿಂಗಳಿಗಿಂತ ಹೆಚ್ಚು ದಿನ ಇರುವಂತಿಲ್ಲ."

"ನಾನೊಂದು ಒಳ್ಳೆಯ ಸಲಹೆಯನ್ನು ನಿಮಗೆ ಕೊಡುತ್ತೇನೆ. ಟಸ್ಟಿನ್‌ನಲ್ಲಿ ನನ್ನ ಮನೆಯಿಂದ ಮೂರು ಮನೆಗಳಾಚೆಗೆ ಒಬ್ಬ ತನ್ನ ಸ್ವಂತ ಮನೆಯನ್ನು ಬಾಡಿಗೆಗೆ ಕೊಟ್ಟು ಈಸ್ಟ್‌ಕೋಸ್ಟ್ ಕಡೆಗೆ ಹೋಗಲು ನೋಡುತ್ತಿದ್ದಾನೆ. ಇಲ್ಲಿಯವನೇ, ಬಿಳಿಯ. ಬಿಳಿಯ ಎಂದು ಯಾಕೆ ಒತ್ತಿ ಹೇಳುತ್ತಿದ್ದೇನೆ ಎಂದರೆ ಅವರು ಮನೆಯನ್ನು ಚೆನ್ನಾಗಿ ಇಟ್ಟುಕೊಂಡಿರುತ್ತಾರೆ. ಇಲ್ಲಿಯ ಬ್ಲಾಕ್ಸ್ – ನೋಡಿ ಹಾಗೆಲ್ಲಾ ಕರೆಯಬಾರದು ಅವರನ್ನ – ಆಫ್ರಿಕನ್ ಅಮೆರಿಕನ್ಸ್ ಅಂತನೇ ಕರೆಯಬೇಕು – ಅವರು ಮನೆ ಬಾಡಿಗೆಗೆ ಕೊಟ್ಟರೆ ಹೋಗಬೇಡಿ. ಅವರು ಮಹಾ ಕೊಳಕು! ಇನ್ನು ಚೈನೀಸ್, ಕೊರಿಯನ್ಸ್ ಮುಂತಾದ ಸಣ್ಣಕಣ್ಣಿನ ಜನಗಳ ಮನೆಗಳಿಗೆ ಹೋದರೆ ಅವರು ಮಾಂಸ ಬೇಯಿಸಿದ ವಾಸನೆಗೆ ಮೂರ್ಛೆ ಹೋಗುತ್ತೀರಿ. ಅದು ಯಾವ ಪ್ರಾಣಿಗಳ ಮಾಂಸ ಬೇಯಿಸುತ್ತಾರೋ ಆ ಭಗವಂತನಿಗೇ ಗೊತ್ತು. ಅವರು ಬಿಟ್ಟು ಹೋದ

ಮೇಲೂ ವರ್ಷಗಟ್ಟಲೆ ಮನೆಯಲ್ಲಿ ಅದೇ ವಾಸನೆ ತುಂಬಿರುತ್ತದೆ. ಇವರು ಹಾಗೆಲ್ಲಾ ಅಲ್ಲ. ನಾನು ಮನೆಯೊಳಗೆ ಹೋಗಿಯೇ ನೋಡಿದ್ದೇನೆ. ಮನೆಯನ್ನು ಬಹಳ ಚೆನ್ನಾಗಿ ಇಟ್ಟುಕೊಂಡಿದ್ದಾರೆ. ಮೂರು ಬೆಡ್ ರೂಂ. ನಮ್ಮ ಆಫೀಸಿನಿಂದ ಬರೀ ಮೂರೇ ಮೈಲು."

"ಮೂರು ಬೆಡ್‌ರೂಮಿನ ಮನೆ ಏನಕ್ಕೆ ನಮಗೆ. ಒಂದು ಬೆಡ್‌ರೂಮಿನ ಅಪಾರ್ಟ್‌ಮೆಂಟ್ ಮನೆಯನ್ನು ನೋಡೋಣವೆಂದುಕೊಂಡಿದ್ದೇವೆ."

"ಅದಕ್ಯಾಕೆ ಯೋಚನೆ? ಒಂದು ಬೆಡ್‌ರೂಮಿನ ಬಾಡಿಗೆಯನ್ನು ವಿಚಾರಿಸಿ ಬನ್ನಿ. ಅದಕ್ಕೆಷ್ಟು ಹೇಳುತ್ತಾರೋ ಸುಮಾರು ಅದೇ ರೇಂಜಿನಲ್ಲಿ ನಿಮಗೆ ಈ ಮನೆಯನ್ನು ಬಾಡಿಗೆಗೆ ನಾನು ಕೊಡಿಸುತ್ತೇನೆ. ಆ ಮನೆಯ ಮಾಲಿಕನಿಗೆ ಬಾಡಿಗೆ ಮುಖ್ಯವಲ್ಲ. ಬದಲಾಗಿ ಒಳ್ಳೆಯ ಜನ ಅಲ್ಲಿರುವುದು ಮುಖ್ಯ. ನಿಮಗೆ ಮಕ್ಕಳಿದ್ದಾರಾ?"

"ಇಲ್ಲ."

"ಸೂಪರ್. ಅವನಿಗೆ ಬೇಕಾದದ್ದೂ ಅದೇ. ಅವನಿಗೆ ಮೂರು ಮಕ್ಕಳಿದ್ದಾರೆ, ಆದರೆ ಬಾಡಿಗೆಗೆ ಬರುವವರಿಗೆ ಮಕ್ಕಳಿರಬಾರದು ಎನ್ನುವ ಬಯಕೆ ಅವನದ್ದು."

ಹಾಗೆ ಹೇಳಿದವನು ಆ ವಾರದ ಶನಿವಾರದಂದು ನಮ್ಮ ಹೋಟೆಲಿಗೆ ತಾನೇ ಬಂದು ನಾನು ಮತ್ತು ವಾಣಿಯನ್ನು ಕಾರಿನಲ್ಲಿ ಕರೆದುಕೊಂಡು ಹೋಗಿ ಮನೆಯನ್ನು ತೋರಿಸಿದ. ದಾರಿಯುದ್ದಕ್ಕೂ, ಆ ಮನೆಯ, ಮನೆ ಒಡೆಯನ, ಮನೆಯ ಸುತ್ತಲ ಪರಿಸರದ ಶಹಬ್ಬಾಸ್‌ಗಿರಿ ಮಾಡಿದ್ದೇ ಮಾಡಿದ್ದು. ಅವನ ಉತ್ಸಾಹವನ್ನು ಕಂಡು ವಾಣಿ 'ಇವನೇನು ರಿಯಲ್ ಎಸ್ಟೇಟ್ ಏಜೆಂಟ್‌ನೇ?' ಎಂದು ನನ್ನಲ್ಲಿ ಪಿಸುಗುಟ್ಟಿದಳು.

ಬೆಂಗಳೂರಿನಲ್ಲಿ ಸಣ್ಣ ಔಟ್‌ಹೌಸ್ ಮನೆಯಲ್ಲಿ ಬಾಡಿಗೆಗಿದ್ದ ನಮಗೆ ಟಸ್ಟಿನ್‌ನ ಲಿಬರ್ಟಿ ಸ್ಟ್ರೀಟ್‌ನ ಈ ಮನೆ ಬಹಳ ದೊಡ್ಡದಾಗಿ ಕಂಡಿತು. ಮೂರು ದೊಡ್ಡ ಬೆಡ್‌ರೂಮುಗಳು. ದೊಡ್ಡ ಲೀವಿಂಗ್ ರೂಂ. ಹಾರ್ಡ್‌ವುಡ್ ಫ್ಲೋರ್. ರೂಮಿನ ನೆಲಕ್ಕೆ ಮೆತ್ತನೆಯ ಕಾರ್ಪೆಟ್. ಅಡುಗೆಮನೆಗೆ ಗ್ರಾನೈಟ್ ಕೌಂಟರ್‌ಗಳು ಮತ್ತು ಇತ್ತೀಚೆಗಷ್ಟೇ ಬದಲಿಸಿದ ಸ್ಟೈನ್‌ಲೆಸ್ ಸ್ಟೀಲಿನ ಸ್ಟವ್, ಡಿಷ್‌ವಾಷರ್, ಒವನ್ ಮತ್ತು ರೆಫ್ರಿಜಿರೇಟರ್. ಫ್ಯಾಮಿಲಿ ರೂಮಿನಲ್ಲಿ ಒಂದು ಫೈರ್‌ಪ್ಲೇಸ್. ವಿಶಾಲ ಬ್ಯಾಕ್‌ಯಾರ್ಡಿನಲ್ಲಿ ಒಂದು ಕಿತ್ತಲೆಯ ಮತ್ತು ನಿಂಬೆಯ ಮರ. ಮನೆಯ ಮುಂದಿನ ಜಾಗದಲ್ಲಿ ಹಲವು ಬಗೆಯ ರೋಸ್ ಗಿಡಗಳು.

"ಡಿಸೆಂಬರ್‌ನಲ್ಲಿ ಕ್ರಿಸ್‌ಮಸ್‌ಗಾಗಿ ನಾವು ಹಾಕುವ ಲೈಟ್ಸ್ ನೋಡಬೇಕಿತ್ತು ನೀವು." ಎಂದು ಹೇಳುವಾಗ ಅದನ್ನು ನೆನೆದು ಮನೆಯಾತನ ಕಣ್ಣುಗಳು ಹೊಳೆಯುತ್ತಿದ್ದವು.

"ಕ್ರಿಸ್‌ಮಸ್‌ಗೆ ಮಾತ್ರವಲ್ಲ ಡ್ಯಾಡ್. ಹ್ಯಾಲೋವಿನ್‌ಗೂ ಎಷ್ಟೊಂದು ಲೈಟ್ಸ್ ಹಾಕುತ್ತೇವೆ." ಎಂದು ಪಕ್ಕದ ಕೋಣೆಯಿಂದ ಹುಡುಗ ಕೂಗಿದ.

"ಅವನು ನನ್ನ ಹಿರಿಯ ಮಗ. ಹತ್ತು ವರ್ಷ ವಯಸ್ಸು ಅವನಿಗೆ. ಮೂವರು ಮಕ್ಕಳು ನನಗೆ. ಎರಡು ಗಂಡು ಒಂದು ಹೆಣ್ಣು. ಹತ್ತು, ಎಂಟು ಮತ್ತು ಐದು

ವರ್ಷಗಳು ಅವರಿಗೆ. ಈ ಮನೆಯನ್ನು ಬಿಡುವುದನ್ನು ಅವರು ಸ್ವಲ್ಪವೂ ಇಷ್ಟ ಪಡುತ್ತಿಲ್ಲ." ಎಂದು ನಿಟ್ಟುಸಿರು ಬಿಟ್ಟ.

ಇವರು ಊರು ಬದಲಿಸುತ್ತಿರುವ ಕಾರಣವನ್ನು ಈ ಮೊದಲೇ ಆಂಜನೇಯಲು ನಮಗೆ ತಿಳಿಸಿದ್ದ. ಈತ ಟ್ವೆಂಟಿಫೋರ್ ಬೈ ಸೆವೆನ್ ಎನ್ನುವ ಫಿಟ್‌ನೆಸ್ ಸೆಂಟರಿನಲ್ಲಿ ತರಬೇತುದಾರನಂತೆ. ಆತನ ಹೆಂಡತಿ ಹಾಲಿವುಡ್‌ಗೆ ಸ್ಕ್ರೀನ್ ರೈಟರ್. ದೊಡ್ಡ ಸ್ಕ್ರೀನ್ ರೈಟರ್‌ಗಳಿಗೆ ಸಹಾಯಕಿಯಾಗಿ ಕೆಲಸ ಮಾಡುತ್ತಾಳಂತೆ. ಇತ್ತೀಚೆಗೆ ಆಕೆಗೆ ಬರುವ ಕೆಲಸ ಇಲ್ಲವೇ ಇಲ್ಲ ಎನ್ನುವಷ್ಟು ಕಡಿಮೆಯಾಗಿದೆಯಂತೆ. ಮೂಲತಃ ನ್ಯೂಯಾರ್ಕ್‌ನವನಾದ ಈತ ಅಲ್ಲಿ ನಾಲ್ವರು ಸ್ನೇಹಿತರೊಡನೆ ಸೇರಿ ತನ್ನದೇ ಆದ ಫಿಟ್‌ನೆಸ್ ಸೆಂಟರ್‌ನ್ನು ತೆರೆಯುವ ಉದ್ದೇಶದಿಂದ ವಾಪಸ್ಸು ಹೋಗುತ್ತಿದ್ದಾರಂತೆ. ಈಕೆಯೂ ಸ್ಕ್ರೀನ್ ರೈಟಿಂಗ್ ಬಿಟ್ಟು ಗಂಡನ ಫಿಟ್‌ನೆಸ್ ಸೆಂಟರಿನಲ್ಲಿ ಸಹಾಯಕಿಯಾಗಿ ದುಡಿಯಬಹುದೇ ಎಂದು ವಿಚಾರ ಮಾಡುತ್ತಿದ್ದಾಳಂತೆ.

"ನೋಡಿ, ಎರಡು ಕಾರುಗಳನ್ನು ನಿಲ್ಲಿಸಿಯೂ ಈ ಗರಾಜಿನಲ್ಲಿ ಎಷ್ಟೊಂದು ಜಾಗವಿದೆ." ಎಂದು ಆತ ಗರಾಜಿನ ಬಾಗಿಲು ತೆರೆದ. "ಎರಡಕ್ಕಿಂತಲೂ ಹೆಚ್ಚಿನ ಕಾರಿದ್ದರೆ ನೀವು ಮನೆಯಾಚೆಯ ರಸ್ತೆಯ ಪಕ್ಕ ಕೂಡ ನಿಲ್ಲಿಸಬಹುದು. ನಮ್ಮ ಹೌಸ್ ಓನರ್ಸ್ ಅಸ್ಸೋಸಿಯೇಷನ್ ಆ ವಿಷಯದಲ್ಲಿ ಸ್ವಲ್ಪ ಧಾರಾಳ. ಎಷ್ಟು ಕಾರಿದೆ ನಿಮ್ಮಲ್ಲಿ?"

"ನನ್ನ ಬಳಿ ಕಾರಿಲ್ಲ."

"ಕಾರಿಲ್ಲದೆ ಈ ಊರಿನಲ್ಲಿ ಬದುಕಲಿಕ್ಕಾದರೂ ಸಾಧ್ಯವೇ?" ಎಂದಾಗ ಅವನ ಕಣ್ಣುಗಳಲ್ಲಿ ಆಶ್ಚರ್ಯ ತುಂಬಿ ಹರಿಯುತ್ತಿತ್ತು. ತನ್ನ ಮಾತಿಗೆ ತಾನೇ ನಾಚಿಕೊಂಡು "ನನ್ನ ಅಸಭ್ಯತೆಗೆ ಕ್ಷಮಿಸಿ." ಎಂದ. "ಜಂಟಲ್‌ಮ್ಯಾನ್, ತಾವು ಬಯಸುವುದಾದರೆ ನನ್ನ ಬೈಸಿಕಲ್‌ನ್ನು ತಮಗೆ ಬಿಟ್ಟುಹೋಗುತ್ತೇನೆ. ತಮ್ಮ ಹತ್ತಿರದ ಓಡಾಟಕ್ಕೆ ಅನುಕೂಲವಾಗುತ್ತದೆ."

ಮತ್ತೆರಡು ವಾರಗಳಲ್ಲಿ ನಾನು ಮತ್ತು ವಾಣಿ ಬಾಡಿಗೆದಾರರಾಗಿ ಆ ಮನೆಯನ್ನು ಪ್ರವೇಶಿಸಿದಾಗ ಅದು ತನ್ನ ಖಾಲಿ ಜಾಗಗಳಿಂದಲೇ ನಮ್ಮನ್ನು ಹೆದರಿಸಿತ್ತು. ಲಿವಿಂಗ್‌ರೂಂ ಫುಟ್‌ಬಾಲ್ ಅಂಕಣದಂತೆ ಖಾಲಿ. ಒಂದು ಧೂಳಿನ ಕಣವೂ ಉಳಿಯದಂತೆ ಶುಚಿಗೊಂಡ ಕೋಣೆಗಳು ಕ್ಲಾಸೆಟ್‌ನ ಕನ್ನಡಿಯ ಪ್ರತಿಫಲನವನ್ನಷ್ಟೇ ಉಳಿಸಿಕೊಂಡಿದ್ದವು. ಅಡುಗೆಮನೆಯ ವಾರ್ನಿಷ್ ಹೊಳಪಿನ ಸ್ಟೋರೇಜಿನೊಳಗೆ ಮನುಷ್ಯನೊಬ್ಬ ಕಾಲುಚಾಚಿ ಮಲಗುವಷ್ಟು ಜಾಗವಿತ್ತು. ಹಿತ್ತಲಿನ ಕಿತ್ತಳೆಯ ಮರದಲ್ಲಿ ಹೀಚುಗಳು ಮೂಡಿದ್ದವು.

ಗರಾಜಿನಲ್ಲಿ ಮಾತ್ರ, ಎರಡು ಕಾರುಗಳನ್ನು ನಿಲ್ಲಿಸುವಷ್ಟು ಜಾಗದ ಮಧ್ಯದಲ್ಲಿ ರ್‍ಯಾಲಿ ಬ್ರಾಂಡಿನ ಬೈಸಿಕಲ್ ನಿಂತಿತ್ತು.

ಅಧ್ಯಾಯ 6

ಬೈಸಿಕಲ್ಲನ್ನು ಓಡಿಸುವುದೆಂದರೆ ನನಗೆ ಯಾವತ್ತೂ ಪ್ರಾಣವೇ. ಹೈಸ್ಕೂಲು ದಿನಗಳಲ್ಲಿ ಬೈಸಿಕಲ್ಲಿನಲ್ಲಿ ಸ್ಕೂಲಿಗೆ ಹೋಗೋಣವೆಂದು ಶಿವೇಗೌಡನನ್ನು ಕಾಡುತ್ತಿದ್ದುದುಂಟು. ಅವನ ಹತ್ತಿರ ಹೀರೋ ಬೈಸಿಕಲ್ ಇತ್ತು.

"ಬೇಲೂರು ತನಕ ಸೈಕಲ್ ತುಳಿಲಾರೆನಪ್ಪ." ಎನ್ನುತ್ತಿದ್ದ. "ತುಳಿ ಎಂದು ನಿನಗೆ ಯಾರು ಹೇಳಿದರು? ತುಳಿಯುವುದಕ್ಕೆ ನಾನು ನಿನಗೆ ಬಿಟ್ಟುಕೊಟ್ಟರೆ ತಾನೇ." ಎಂದು ಹೇಳಿದ ಮೇಲೆ ತರುತ್ತಿದ್ದ. ಅವನನ್ನು ಮುಂದಿನ ಬಾರ್ ಮೇಲೆ ಕೂರಿಸಿಕೊಂಡು ಸೈಕಲ್ ತುಳಿಯಲು ಪ್ರಾರಂಭಿಸಿದರೆ ಕಾಲುವೆಯ ಸೇತುವೆಯನ್ನು ದಾಟಿದ ಮೇಲೆ ತಗ್ಗಾಗುತ್ತಿದ್ದ ರಸ್ತೆಯಲ್ಲಿ ಅದು ವೇಗವಾಗಿ ಮುನ್ನುಗ್ಗುವಾಗ ಎಷ್ಟು ಆಹ್ಲಾದವೆನ್ನಿಸುತ್ತಿತ್ತು! ಮಣ್ಣಿನ ರಸ್ತೆ ಕಳೆದು ಟಾರ್ ರಸ್ತೆಗೆ ಕೂಡುವಾಗ ವೇಗವಾಗಿ ಹಾಯುವ ಬಸ್ಸು ಲಾರಿಗಳೊಂದಿಗೆ ಯಾವ ಆತಂಕವಿಲ್ಲದಂತೆ ಸ್ಪರ್ಧೆಗಿಳಿದಂತೆ ಸಾಗುತ್ತಿದ್ದೆ. ಸ್ಕೂಲು ಬಿಟ್ಟ ಮೇಲೆ ನೇರವಾಗಿ ಊರಿಗೆ ಮರಳದೆ ಬೈಸಿಕಲ್‌ನಲ್ಲಿ ಬೇಲೂರಿನ ರಸ್ತೆಗಳನ್ನೆಲ್ಲಾ ಕಾರಣವಿಲ್ಲದೇ ಅಲೆಯುತ್ತಿದ್ದೆವು. "ಮಳೆ ಬರ್ತಿದೆ. ಎಲ್ಲಾದ್ರೂ ನಿಂತ್ಕಳಣ ಕಣೋ." ಎಂದು ಶಿವು ಕೂಗಿದರೆ "ಇಷ್ಟೇ ಮಳೆಗೆ ಎಲ್ಲಿ ನಿಲ್ಲುದೋ. ಬೇಗ ಹೋಗಿ ಬಿಡೋಣ." ಎಂದು ಜೋರಾಗಿ ಬೈಸಿಕಲ್‌ನ್ನು ತುಳಿಯುತ್ತಿದ್ದೆ. ಮಳೆಯ ತುಂತುರು ಮುಖಕ್ಕೆ ರಾಚಿ ಕುತ್ತಿಗೆ, ಎದೆ, ಬೆನ್ನನ್ನು ಒದ್ದೆ ಮಾಡುವಾಗ ಆಗುತ್ತಿದ್ದ ತಂಪಿಗೆ ರೋಮಾಂಚನ ಗೊಳ್ಳುತ್ತಿದ್ದೆ. ಖರಗಪುರದಲ್ಲಿ ಓದುವಾಗಲೂ ಸೈಕಲ್ಲನ್ನು ಬಾಡಿಗೆಗೆ ತೆಗೆದುಕೊಂಡು ಸ್ನೇಹಿತರೊಂದಿಗೆ ಸುತ್ತಾಡುತ್ತಿದ್ದುದಿತ್ತು.

ಹೆಲ್ಮೆಟ್ ಹಾಕಿಕೊಂಡು ಆಫೀಸಿನ ಬ್ಯಾಗನ್ನು ಬ್ಯಾಕ್‌ಪ್ಯಾಕ್ ಮಾಡಿಕೊಂಡು ಬೈಸಿಕಲ್‌ನ್ನು ಹೊರಗೆ ತಂದಾಗ "ಯುದ್ಧಕ್ಕೆ ಹೊರಟ ಧೀರ" ಎಂದು ವಾಣಿ ಆಡಿಕೊಂಡಳು.

ಬೆಳಗಿನ ಎಂಟುಗಂಟೆಯಾದರೂ ಮುಂದಿನ ಹತ್ತು ಅಡಿಗಳನ್ನು ಮೀರಿ ಕಾಣದಂತೆ ದಟ್ಟವಾಗಿ ಮಂಜು ಮುಸುಕಿರುತ್ತಿತ್ತು. ತಲೆ ಸವರಿದಂತೆ ಹಾದು ಹೋಗಿ ರಸ್ತೆಯ ಕೊನೆಯ ಬದಲಾಗುತ್ತಿರುವ ಸಿಗ್ನಲ್‌ಲೈಟಿನಲ್ಲಿ ಕರಗಿದಂತೆ ಕಾಣುವ ಮಂಜು. ಅಡಗಿ ಕುಳಿತಂತೆ ಅರೆಮರೆಯಾಗಿ ಕಾಣುವ ಅಕ್ಕಪಕ್ಕದ ಮನೆಗಳು. ಪಶ್ಚಿಮದ ಸಮುದ್ರ ತೀರದಿಂದ ತಣ್ಣಗೆ ಬೀಸುವ ಗಾಳಿ.

ಮಂಜು ಸರಿದಂತೆಲ್ಲಾ ದೂರದ ಹಿಮಾವೃತ ಬೆಟ್ಟಗಳು ತಿರುವುಗಳಲ್ಲಿ ಕಂಡು ನನ್ನ ಬೈಸಿಕಲ್ಲು ಮುಂದೆ ಸಂಚರಿಸಿದಂತೆ ಹತ್ತಿರದ ಕಟ್ಟಡಗಳಿಂದ ಮರೆಯಾಗುತ್ತಿದ್ದವು. "ಆಗಲೇ ಬಿಗ್‌ಬೇರ್ ಮೌಂಟನ್ನಿನ ಮೇಲೆ ಎಷ್ಟೊಂದು ಹಿಮ ಬಿದ್ದಿದೆ ನೋಡು!' ಎಂದು ಕಣ್ಣು ಕಿರಿದಾಗಿಸಿ ಬೆಟ್ಟಗಳ ಕಡೆ ನೋಡುತ್ತ ರಸ್ತೆ ದಾಟಲು ಕಾಯುತ್ತಿದ್ದ ತೆಳ್ಳನೆಯ ಮುದುಕ ನನ್ನೊಡನೆ ಮಾತನಾಡುತ್ತಿದ್ದ. "ಡೆನ್‌ವರ್‌ನಲ್ಲಿರುವ ನನ್ನ ತಂಗಿ ಆಡಿಕೊಳ್ಳುತ್ತಾಳೆ ನಮ್ಮ ಮನೆಯ ಬ್ಯಾಕ್‌ಯಾರ್ಡ್‌ನಲ್ಲಿ ಬಿದ್ದಷ್ಟು ಸ್ನೋ ನಿಮ್ಮ ಇಡೀ ಬೆಟ್ಟದ ಸಾಲುಗಳನ್ನು ಸೇರಿಸಿದರೂ ಬೀಳುವುದಿಲ್ಲ ಎಂದು. ಆದರೂ ನೋಡು, ಈ ಬೆಟ್ಟಗಳ ಮೇಲೆ ಸ್ವಲ್ಪ ಹಿಮ ನಿಂತರೂ ನಮ್ಮ ಇಡೀ ದಕ್ಷಿಣ ಕ್ಯಾಲಿಫೋರ್ನಿಯಾ ಮದುವಣಗಿತ್ತಿಯಂತೆ ಹೇಗೆ ಸಂಭ್ರಮದಲ್ಲಿ ಕಾಣುತ್ತದೆ! ಅರವತ್ತೈದು ವರ್ಷಗಳಿಂದ ಈ ಸಂಭ್ರಮವನ್ನು ನೋಡುತ್ತ ಬಂದಿದ್ದೇನೆ." ಮುದುಕನಿಗೆ ವಿದಾಯ ಹೇಳಿ ನನ್ನ ಬೈಸಿಕಲ್ ಮುಂದೆ ಜಾರುತ್ತಿತ್ತು.

ಸೊನೊರಾ ರಸ್ತೆಗೆ ತಿರುಗಿದಾಗ ಒಂದೇ ತರಹ ಕಾಣುವ ಹಳೆಯ ಮನೆಗಳು. ಬೈಸಿಕಲ್‌ನಲ್ಲಿ ಶಾಲೆಗೆ ಹೋಗುವ ಮಕ್ಕಳು. ಒಬ್ಬರನ್ನೊಬ್ಬರು ಕೂಗಿ ಕರೆಯುವ ಚೇಷ್ಟೆ ಮಾಡುವ ಸಂಭ್ರಮದ ಕಲರವ. ಆರ್‌ಕಿಡ್ ಅವೆನ್ಯೂನಲ್ಲಿ ತಿರುಗಿದರೆ ಋತುವಿಗೆ ಎಲೆ ಉದುರಿಸಿಕೊಂಡ ಮರಗಳ ಜೊತೆಗೆ ಬಣ್ಣ ಬದಲಿಸಿಕೊಳ್ಳುವ ಮರಗಳ ಮೇಳ. ಕೇಸರಿ ಬಣ್ಣಕ್ಕೆ ತಿರುಗುತ್ತಿದ್ದ ಅಗಲದೆಲೆಗಳ ಶುಗರ್ ಮೇಪಲ್ ಮರಗಳು. ಗೊಂಚಲು ಗೊಂಚಲಿನಲ್ಲಿ ಬಿಳಿಯ ಹೂವುಗಳನ್ನು ಹೊತ್ತ ಐವರಿ ಸಿಲ್ಕ್ ಲೈಲಾಕ್ ಮರಗಳು, ಅಚ್ಚ ಹಸಿರು ಎಲೆಗಳ ರಿವರ್ ಬರ್ಚ್ ಮರಗಳು, ತ್ರಿಕೋನಾಕಾರದಲ್ಲಿ ಗೋಪುರದಂತೆ ನಿಂತ ಓಕ್ ಮರಗಳು, ಹಳದಿಬಣ್ಣಕ್ಕೆ ತಿರುಗಿದ ಬ್ಲಾಕ್ ಟುಪೆಲೊ ಮರಗಳು. ಈ ಕಾಮನಬಿಲ್ಲಿನ ರಸ್ತೆ ಸಾವಿರ ಮೈಲಿಗಳಿದ್ದರೂ ಆಯಾಸವಿಲ್ಲದೆ ಸೈಕಲ್ಲನ್ನು ತುಳಿಯುತ್ತಿರಬಲ್ಲೆ ಎಂದು ನನ್ನ ಮನಸ್ಸು ಸಂತೋಷದಿಂದ ಚೀರುತ್ತಿತ್ತು.

ಆಗೊಬ್ಬರು ಈಗೊಬ್ಬರನ್ನು ಬಿಟ್ಟರೆ ಬೈಸಿಕಲ್ ಲೇನ್ ನನಗಾಗಿಯೇ ಮೀಸಲಾಗಿದ್ದಂತ್ತಿತ್ತು. ಸುತ್ತಮುತ್ತಲ ಮನೆಗಳಲ್ಲಿ ಜನವೇ ಇಲ್ಲವೇನೋ ಎನ್ನುವಷ್ಟು ನಿಶ್ಯಬ್ದವಾಗಿರುತ್ತಿತ್ತು. ನವಂಬರ್ ಹೊತ್ತಿಗೆ ಮೊಫೆಟ್ ಡ್ರೈವ್‌ನಲ್ಲಿ ಪ್ರತಿಯೊಂದು ಮನೆಯೂ ಕ್ರಿಸ್‌ಮಸ್‌ಗಾಗಿ ಅಲಂಕೃತಗೊಂಡಿರುತ್ತಿತ್ತು. ಮನೆಯ ಮುಂದಿನ ಲಾನನ್ನು ಸಮವಾಗಿ ಕತ್ತರಿಸಿ ಸಾಂಟಾ ಕ್ಲಾಸ್‌ನ ಪ್ರತಿಮೆಗಳನ್ನು ನೆಡಲಾಗಿತ್ತು. ಗಾರ್ಡನ್‌ನ ಹೂಗಳಲ್ಲಿ ತೊಟ್ಟಿಕ್ಕುವ ಇಬ್ಬನಿ.

ಹಾರ್ವರ್ಡ್ ರಸ್ತೆಯ ಬ್ರಿಡ್ಜನ್ನು ದಾಟಿ ಹೋಗಬೇಕಾದರೆ ಮಾತ್ರ ಶಬ್ದದ ಕೋಲಾಹಲ. ಬ್ರಿಡ್ಜ್‌ನ ಕೆಳಗಿನ ಫ್ರೀವೇಯಲ್ಲಿ ಕಾರುಗಳು, ಟ್ರಕ್‌ಗಳು, ಮೋಟಾರ್ ಬೈಕ್‌ಗಳು ಮಿಂಚಿನವೇಗದಲ್ಲಿ ಹಾದು ಮರೆಯಾಗುತ್ತಿದ್ದವು. ನಾನು ಹೋಗುವ ಸೇತುವೆಗೆ ಸಮಾನಾಂತರವಾಗಿದ್ದ ಮತ್ತೊಂದು ಸೇತುವೆಯಲ್ಲಿ ಆಗಾಗ ಮೆಟ್ರೋ ಟ್ರೈನುಗಳು ಹಾದು ಹೋಗುತ್ತಿದ್ದವು. ಬ್ರಿಡ್ಜ್‌ನ ಮೇಲೆ ನನ್ನ ಬೈಸಿಕಲ್ ಕೂಡ ವೇಗದ ಅಮಲನ್ನು ಅನುಭವಿಸುತ್ತಿತ್ತು.

ಬ್ರಿಡ್ಜ್ ಇಳಿದು ಜಾಕ್‌ಸನ್ ಕೋರ್ಟಿನ ಬಲಕ್ಕೆ ತಿರುಗಿದರೆ ಜನರ ಕಲರವ ಕಾಣುತ್ತಿತ್ತು. ಅಲ್ಲಲ್ಲಿ ಮಾತನಾಡುತ್ತ ನಿಂತು ಸಿಗರೇಟು ಸೇದುವ ಜನ. ಮೆಕ್ಸಿಕೋ ಮೂಲದ ಸ್ಪಾನಿಷ್ ಜನರು ಇವರು. ಉಳಿದ ರಸ್ತೆಗಳಿಗಿಂತ ಬೇರೆಯಾಗಿ ನಿಲ್ಲುವ ರಸ್ತೆಯಿದು. ಅಲ್ಲಲ್ಲಿ ಆಟವಾಡಿಕೊಳ್ಳುವ ಮಕ್ಕಳು. ಹತ್ತಿರದ ಕೆಫೆಯ ಮೆಟ್ಟಿಲುಗಳ ಮೇಲೆ ಗುಂಪಿನಲ್ಲಿ ನಿಂತ ಜನ. ಸಣ್ಣ ಮತ್ತು ಹಳೆಯ ಮನೆಗಳು. ಮನೆಗಳಿಗೆ ಕಬ್ಬಿಣದ ಬಾಗಿಲು. ನನ್ನ ಬೈಸಿಕಲ್ ಹಾದು ಹೋಗುವಾಗ ಸಿಗರೇಟು ಸೇದುತ್ತ ನಿಂತವರು ಒಂದು ಕ್ಷಣ ನನ್ನೆಡೆಗೆ ನೋಡುತ್ತಿದ್ದರು. ದೈಹಿಕ ನಿಲುವಿನಲ್ಲಿ ಬಿಳಿಯ ಅಮೆರಿಕನ್ನರಿಗಿಂತ ಇವರು ಭಿನ್ನ. ಒಂದು ದಿನ ಈ ರಸ್ತೆಯಲ್ಲಿ ಒಬ್ಬ ನನ್ನನ್ನು ಏನೋ ಪ್ರಶ್ನೆ ಕೇಳಿದ. ಸ್ಪಾನಿಷ್ ನನಗೆ ಬಾರದು ಇಂಗ್ಲಿಷ್ ಅವನಿಗೆ ತಿಳಿಯದು. ಕೊನೆಗೆ ಅಲ್ಲಿಯೇ ಆಟವಾಡುತ್ತಿದ್ದ ಹುಡುಗನೊಬ್ಬನನ್ನು ಕರೆದು ಅವನೇನು ಹೇಳುತ್ತಿದ್ದಾನೆ ಎಂದು ಕೇಳಿದೆ. ಅವನಿಗೆ ಒಂದು ಕ್ವಾರ್ಟರ್ ನಾಣ್ಯ ಬೇಕಿತ್ತಂತೆ. ಬಹುಶಃ ಪಬ್ಲಿಕ್ ಟೆಲಿಫೋನನ್ನು ಬಳಸಲು ಇರಬಹುದು. ನಾನು ನನ್ನ ಜೇಬಿನಿಂದ ಎರಡು ಕ್ವಾರ್ಟರ್‌ಗಳನ್ನು ತೆಗೆದೊಡನೆಯೇ ಸರಕ್ಕನೆ ಕೈ ಹಾಕಿ ಎರಡನ್ನೂ ತೆಗೆದುಕೊಂಡು ನನ್ನೆಡೆಗೆ ನಕ್ಕ.

ಒಂದೊಂದು ರಸ್ತೆಯೂ ತಮ್ಮದೇ ರೀತಿಯಲ್ಲಿ ಬದಲಾಗುತ್ತ ಹೋಗಿ ಗುಟ್ಟುಗಳನ್ನು ಎದೆಯಲ್ಲಿ ಹೊತ್ತು ನಿಗೂಢ ಭಂಗಿಯಲ್ಲಿ ಮೈಚಾಚಿಕೊಂಡಿರುತ್ತಿದ್ದವು. ಒಂದು ರಸ್ತೆ ಇನ್ನೊಂದನ್ನು ಕೂಡಿದಂತೆಲ್ಲ ಈ ಗುಟ್ಟುಗಳೂ ಒಂದರೊಳಗೊಂದು ಹೆಣೆದುಕೊಳ್ಳುತ್ತಿದ್ದವು. ರಸ್ತೆಯಿಂದ ರಸ್ತೆಗೆ ಮನೆಗಳ ಶೈಲಿಯೇ ಬದಲಾಗುತ್ತಿತ್ತು. ರಸ್ತೆಯಿಂದ ರಸ್ತೆಗೆ ಜನಗಳೂ ಬದಲಾಗುತ್ತಿದ್ದರು. ಮಂಜು ಕರಗಿದಂತೆಲ್ಲ ರಸ್ತೆಯ ತಿರುವುಗಳು ದೂರದ ತನಕ ತೆರೆದುಕೊಳ್ಳುತ್ತ ನನಗಿನ್ನೂ ಹೊಸದಾದ ಈ ನಗರವನ್ನು ಮತ್ತೂ ಆಶ್ಚರ್ಯದಿಂದ ನೋಡುವಂತೆ ಮಾಡುತ್ತಿದ್ದವು.

ಸಂಜೆ ವಾಪಸ್ಸು ಬರುವಾಗ ಈ ನಗರ ಇನ್ನೊಂದು ಬಗೆಯ ಚಿತ್ರವನ್ನು ನನಗೆ ಕಟ್ಟಿಕೊಡುತ್ತಿತ್ತು. ಆರು ಗಂಟೆಯ ಹೊತ್ತಿಗೆಲ್ಲ ಬೆಳಕು ಕರಗಿ ಕತ್ತಲಾಗಿ ಚಳಿ ಪ್ರಾರಂಭವಾಗಿರುತ್ತಿತ್ತು. ಆಫೀಸಿನ ಪ್ರದೇಶವನ್ನು ಬಿಟ್ಟು ಜನವಸತಿಗಳಿರುವ ರಸ್ತೆಗಳಿಗಿಳಿದಂತೆ ಕ್ರಿಸ್‌ಮಸ್‌ನ ಲೈಟುಗಳು ಸಂಭ್ರಮವನ್ನು ಬೆಳಗುತ್ತಿದ್ದವು. ಮನೆಯ ತಾರಸಿಯಿಂದ ಇಳಿಬಿಟ್ಟ ಸಾಲುದೀಪಗಳು, ಅಲಂಕೃತಗೊಂಡ ಕಿಟಕಿ ಬಾಗಿಲುಗಳು,

ಬಣ್ಣದ ಬೆಳಕಿನ ಕಾಂತಿಯಲ್ಲಿ ಮನೆಗಳ ಮುಂದಿನ ಗಾರ್ಡನ್. ಶುಭ್ರ ಗಗನದಲ್ಲಿ ಹೊಳೆಯುವ ಚುಕ್ಕಿಗಳು ಮತ್ತು ಆಗತಾನೇ ಮೂಡಿದ ಚಂದ್ರ. ಆಹ್ಲಾದಕರವಾದ ಸೈಕಲ್ಲಿನ ಪ್ರಯಾಣದಲ್ಲಿ ಜೀವನೋತ್ಸಾಹ ಇಮ್ಮಡಿಗೊಳ್ಳುತ್ತಿತ್ತು.

ಮನೆಗೆ ಬೇಕಾದ ಸಾಮಾನುಗಳನ್ನು ಪಟ್ಟಿ ಮಾಡಿಕೊಂಡು ಶನಿವಾರ ಮತ್ತು ಭಾನುವಾರಗಳಂದು ಸಿಟಿಬಸ್‌ಗಳಲ್ಲಿ ತಿರುಗಾಡುತ್ತ ನಾನು ಮತ್ತು ವಾಣಿ ಶಾಪಿಂಗಿನ ನೆವದಲ್ಲಿ ದಿನಕಳೆಯುತ್ತಿದ್ದೆವು. ಮಧ್ಯಾಹ್ನ ಯಾವುದಾದರೂ ಶಾಪಿಂಗ್ ಮಾಲ್‌ನ ಫುಡ್‌ಕೋರ್ಟ್‌ನಲ್ಲಿ ಚೈನೀಸ್, ಥಾಯ್, ಇಂಡಿಯನ್, ಮೆಕ್ಸಿಕನ್ ಎಂದು ಊಟ ಮಾಡಿ ಮಾಲ್‌ನ ಥಿಯೇಟರ್‌ಗಳಲ್ಲಿ ಯಾವುದಾದರೂ ಸಿನೆಮಾ ನೋಡಿ ಅಂಗಡಿ ಯಿಂದ ಅಂಗಡಿಗೆ ತಿರುಗುವುದಷ್ಟೇ ನಮ್ಮ ಕೆಲಸ. ಟಿವಿ, ಸೋಫಾ ಮತ್ತಿತರ ಫರ್ನಿಚರ್‌ಗಳನ್ನು ಕೊಂಡು ತಂದ ಮೇಲೆ ಲಿವಿಂಗ್‌ರೂಮು ಮೊದಲಿನಂತೆ ಆಟದ ಬಯಲಿನಂತೆ ಕಾಣದೆ ತುಂಬಿಕೊಂಡಿತು. ಟಿವಿ ಬಂದದ್ದು ಮನೆಯಲ್ಲಿ ಸಮಯ ಕಳೆಯುವುದಕ್ಕೂ ಅನುಕೂಲವಾಯಿತು. ರಾತ್ರಿ ಊಟವಾದ ಮೇಲೆ ದಪ್ಪನೆಯ ಚಾದರವನ್ನು ಹೊದ್ದು ಸೋಫಾ ಕೊನೆಯಲ್ಲಿ ತಬ್ಬಿ ಕುಳಿತು ಸಿನಿಮಾ ನೋಡತೊಡಗಿದರೆ ರಾತ್ರಿ ಒಂದು ಗಂಟೆಯ ತನಕ ಹಾಗೆಯೇ ಕುಳಿತಿರುತ್ತಿದ್ದೆವು. ಕೆಲವೊಂದು ದಿನಗಳು ಹಾಗೆ ಸೊಫಾದಲ್ಲಿಯೇ ನಿದ್ರೆ ಹೋದದ್ದಿದೆ.

“ನಿಮ್ಮ ಅಗತ್ಯದ ದಿನಸಿ ಪದಾರ್ಥಗಳನ್ನು ಪಟ್ಟಿ ಮಾಡಿಕೊಂಡರೆ ನಾನು ನಿಮ್ಮನ್ನು ಕಾರಿನಲ್ಲಿ ಅಂಗಡಿಗೆ ಕರೆದುಕೊಂಡು ಹೋಗುತ್ತೇನೆ.” ಎಂದು ಆಂಜನೇಯಲು ಹೇಳುತ್ತಿದ್ದ. ಆದರೆ ನಮಗೆ ಆಂಜನೇಯಲುವನ್ನು ದಿನಸಿ ಪದಾರ್ಥಗಳನ್ನು ಕೊಂಡು ತರಲು ಸಹಾಯ ಕೇಳುವ ಅಗತ್ಯವೇ ಬರಲಿಲ್ಲ. ಆ ಕೆಲಸವನ್ನು ಆಂಜನೇಯಲುವಿನ ಜೊತೆಯಲ್ಲಿ ಕಾರಿನಲ್ಲಿ ಹೋಗಿ ಮುಗಿಸಿಕೊಂಡರೆ ಶನಿವಾರ ಮತ್ತು ಭಾನುವಾರ ನಾವೇನು ಮಾಡಬೇಕು? ಬಸ್ಸಿನಲ್ಲಿ ಹೋಗಿ ದಿನಸಿ ತರುವುದು ನಮಗೆ ಒಂದು ರೀತಿಯ ಸಂಭ್ರಮವಾಗಿತ್ತು. ವಾರದ ಮಧ್ಯದಲ್ಲಿ ಅಡುಗೆಯ ಪದಾರ್ಥಗಳು ಮುಗಿದು ಹೋದರೆ ನಾಲ್ಕು ರಸ್ತೆಗಳಾಚೆಯಲ್ಲಿನ ‘ಸಬ್‌ವೇ’ಯಲ್ಲಿ ಸ್ಯಾಂಡ್‌ವಿಚ್ ತಿಂದು ಬರುತ್ತಿದ್ದೆವು. ದಿನಸಿ ಪದಾರ್ಥಗಳಿಗಲ್ಲದಿದ್ದರೂ ಆಂಜನೇಯಲುವಿನ ಸಹಾಯವು ಕಾರು ಕೊಂಡುಕೊಳ್ಳುವಲ್ಲಿ ಬಹಳ ಉಪಯೋಗಕ್ಕೆ ಬಂತು. “ನಾವು ವೀಸಾದಲ್ಲಿರುವ ಜನ ಹೊಸ ಕಾರು ಕೊಳ್ಳಬಾರದು. ಹೊಸ ಕಾರು ಕೊಂಡರೆ ವಾಪಸ್ಸು ಹೋಗುವಾಗ ಮಾರಿದರೆ ಬಹಳ ನಷ್ಟವಾಗುತ್ತದೆ. ನಾನೊಂದು ಹೇಳುತ್ತೇನೆ ಕೇಳಿ. ಉಪಯೋಗಿಸಿದ ಕಾರನ್ನು ಕೊಂಡುಕೊಳ್ಳಿ. ಸುಮಾರು ಐದು ವರ್ಷ ಓಡಿರಬೇಕು, ಐವತ್ತರಿಂದ ಅರವತ್ತು ಸಾವಿರ ಮೈಲುಗಳು ಓಡಿದ್ದರೂ ಪರವಾಗಿಲ್ಲ. ಜಪಾನೀಯರು ತಯಾರು ಮಾಡಿದ ಕಾರೇ ಆಗಿರಬೇಕು. ನಿಮಗೆ ಗೊತ್ತಿಲ್ಲ, ಅಮೆರಿಕನ್ ಮಾಡೆಲ್ಲುಗಳು ಬರೀ ಛಂದಕ್ಕೆ ಆದರೆ ರಿಪೇರಿ ಬಹಳ. ಫೋರ್ಡ್ ಅಂದರೆ ಏನು ಗೊತ್ತೆ? ‘ಫಿಕ್ಸ್ ಆರ್ ರಿಪೈರ್ ಡೈಲೀ’ ಅಂತ.” ಎಂದು

ಟಯೋಟ ಮತ್ತು ಹೋಂಡಾಗಳ ಹಳೆಯ ಕಾರಿನ ಮಾರಾಟದ ಜಾಹಿರಾತುಗಳನ್ನು ನನಗೆ ತೋರಿಸುತ್ತಿದ್ದ. "ಚೀನೀ ಜನ ಕಾರು ಮಾರಿದರೆ ಕೊಂಡುಕೊಳ್ಳಬೇಡಿ. ಒರಟು ಡ್ರೈವರುಗಳು ಅವರು. ಬರೀ ಆಕ್ಸಿಡೆಂಟ್ ಮಾಡಿ ಕೊಂಡಿರುತ್ತಾರೆ. ಕಾರಿನ ಮೈಯಿ ಆಕ್ಸಿಡೆಂಟ್‌ಗಳಿಂದ ಜಜ್ಜಿ ಹೋಗಿರುತ್ತೆ. ಅವರಿಗೆ ಪೂರ್ತಿ ರಸ್ತೆ ಕಾಣುತ್ತಾ ಅಂತ ನನಗೆ ಅನುಮಾನ, ಶ್ರೀಕಾಂತ್. ಅವರ ಕಣ್ಣುಗಳನ್ನು ನೋಡಿದ್ದೀರಲ್ಲಾ ಎಷ್ಟು ಚಿಕ್ಕದಾಗಿರುತ್ತೆ ಅಂತ!" ಎಂದು ತನ್ನ ಅನಿಸಿಕೆಗಳನ್ನು ಹಂಚಿಕೊಳ್ಳುತ್ತಿದ್ದ.

ಕಾರು ಮಾರುವವರ ಜಾಹಿರಾತುಗಳನ್ನು ಹಿಡಿದು ಅಲ್ಲಿಗೆ ಕರೆದುಕೊಂಡು ಹೋಗಿ ಜಾಹಿರಾತಿನಲ್ಲಿ ಅವರು ಬರೆದಿರುವುದಕ್ಕೂ ಅಲ್ಲಿರುವುದಕ್ಕೂ ಭೂತಗಾಜಿನಲ್ಲಿ ಪರೀಕ್ಷಿಸಿ ಮಾರುವವನನ್ನು ಕಟಕಟೆಗೆ ನಿಲ್ಲಿಸಿ ಅವನು ತಲೆ ಕೆಳಗು ಹಾಕುವ ತನಕ ಕ್ರಾಸ್ ಎಕ್ಸಾಮಿನೇಷನ್ ಮಾಡಿ "ಇದರ ಟ್ರಾನ್ಸ್‌ಮಿಷನ್ ಸರಿ ಇಲ್ಲ", "ಈ ಕಾರಿನ ಶಬ್ದ ನೋಡಿ. ನಮ್ಮೂರಿನ ಹಿಟ್ಟಿನ ಗಿರಣಿಯಂತಿದೆ. ಸರಿಯಾಗಿ ಮೈನ್‌ಟೆನೆನ್ಸೇ ಮಾಡಿಲ್ಲ ಇವನು." "ಈ ಕಾರು ಅವನು ನಿರೀಕ್ಷಿಸುವ ಬೆಲೆಗೆ ಯೋಗ್ಯವಾಗಿಲ್ಲ." ಎಂದೆಲ್ಲಾ ಟಿಪ್ಪಣಿಗಳನ್ನು ಹೇಳಿ ನನ್ನನ್ನು ವಾಪಸ್ಸು ಕರೆದುಕೊಂಡು ಬರುತ್ತ "ನಿರಾಶರಾಗ ಬೇಡಿ. ಎರಡು ದಿನ ತಡವಾದರೂ ಪರವಾಗಿಲ್ಲ ಆದರೆ ನಿಮಗೆ ಒಳ್ಳೆಯ ಕಾರನ್ನು ಕೊಡಿಸಬೇಕೆಂಬುದೇ ನನ್ನ ಉದ್ದೇಶ. ಕೆಟ್ಟ ಕಾರು ಕೊಂಡು ಅದು ಇಲ್ಲಿಯ ವೇಗದ ಹೈವೇಯ ಮಧ್ಯದಲ್ಲಿ ಕೆಟ್ಟು ನಿಂತರೆ ಏನು ಮಾಡುತ್ತೀರಿ? ನನ್ನ ಸ್ನೇಹಿತನೊಬ್ಬನಿಗೆ ಹೀಗೆಯೇ ಆಗಿತ್ತು." ಎಂದು ನಮ್ಮ ಹುಡುಕಾಟವನ್ನು ಸಮರ್ಥಿಸುವ ಉದ್ದೇಶದಲ್ಲಿ ನನಗೊಂದು ಭಯಾನಕ ದೃಶ್ಯದ ಕಲ್ಪನೆಯನ್ನು ನೀಡಿದ್ದ. ಒಂದು ತಿಂಗಳ ನಿರಂತರ ಹುಡುಕಾಟದ ನಂತರ ಬೆಳ್ಳಿಬಣ್ಣದ ಹೋಂಡಾ ಅಕಾರ್ಡ್ ಕಾರು ಆಂಜನೇಯಲುವಿನ ಎಲ್ಲ ಪರೀಕ್ಷೆಗಳನ್ನು ಪಾಸಾಗಿ ನಮ್ಮ ಮನೆಯ ಗರಾಜನ್ನು ಅಲಂಕರಿಸಿತು.

ಮತ್ತೆ ಆಂಜನೇಯಲುವಿನ ಸಹಾಯದೊಂದಿಗೆ ಟಾನ್ ಚು ಎನ್ನುವ ಚೀನೀಯ ನನ್ನ ಡ್ರೈವಿಂಗ್ ಗುರುವಾದ. "ಚೀನಿಯರು ಕೆಟ್ಟ ಡ್ರೈವರುಗಳಿರಬಹುದು. ಆದರೆ ಕಮ್ಮಿ ಹಣಕ್ಕೆ ಡ್ರೈವಿಂಗ್ ಹೇಳಿ ಕೊಡುವವರೂ ಅವರೇ." ಎಂದು ಚೀನೀ ಗುರುಗಳ ಆಯ್ಕೆಯನ್ನು ಸಮರ್ಥಿಸಿಕೊಂಡಿದ್ದ. ಆ ಮನುಷ್ಯ ಹತ್ತು ದಿನಗಳ ಕಾಲ ದಿನಕ್ಕೆ ಒಂದು ಗಂಟೆಯಂತೆ ಬೆಳಗ್ಗೆ ಆರರಿಂದ ಏಳರವರೆಗೆ ನನಗೆ ಡ್ರೈವಿಂಗ್ ಪಾಠವನ್ನು ಹೇಳಿಕೊಡುತ್ತಿದ್ದ. ಅವನ ಮಾತುಗಳನ್ನು ಅರ್ಥ ಮಾಡಿಕೊಳ್ಳುವುದೇ ಕಷ್ಟವಾಗುತ್ತಿತ್ತು. ಕೀರಲು ದನಿಯಲ್ಲಿ ಅವನು ಮಾತನಾಡುತ್ತಿದ್ದರೆ ಅದು ಇಂಗ್ಲೀಷೋ ಚೀನೀ ಭಾಷೆಯೋ ಎಂದು ಅನುಮಾನವಾಗುತ್ತಿತ್ತು. "ನಾವು ಏಷ್ಯಾದಿಂದ ಬಂದವರಿಗೆ ಇಲ್ಲಿ ಡ್ರೈವಿಂಗ್ ಕಷ್ಟವಾಗಲೇಬಾರದು. ನಮ್ಮೂರ ರಸ್ತೆಗಳು ಜನರಿಂದ ಹೇಗೆ ತುಂಬಿ ಹೋಗಿರುತ್ತವೆ ಎಂದರೆ ಅಲ್ಲಿ ಕಾರು ಓಡಿಸುವ ನಾವು ಇರುವೆ ಹುತ್ತದಲ್ಲಿ ಬೇಕಾದರೂ ಕಾರು ಓಡಿಸುವಷ್ಟು ನಿಷ್ಣಾತರಾಗಿರುತ್ತೇವೆ. ಇಲ್ಲಿ ಜನಗಳ ಸಮಸ್ಯೆ

ಇಲ್ಲ. ರಸ್ತೆಯ ಮಧ್ಯಕ್ಕೆ ಯಾರೋ ಬಂದು ಅಂಡು ಕೆರೆದುಕೊಳ್ಳುತ್ತ ನಿಲ್ಲುವುದಿಲ್ಲ. ಆದರೆ ವೇಗಕ್ಕೆ ಹೊಂದಿಕೊಳ್ಳಬೇಕು. ಎಂಬತ್ತೈದು ಮೈಲು ವೇಗದಲ್ಲಿ ಓಡುತ್ತಿರುವ ಟ್ರಾಫ಼ಿಕ್ಕಿನಲ್ಲಿ ನೀನು ಐವತ್ತರಲ್ಲಿ ಹೋಗಲಾರಂಭಿಸಿದರೆ ಬೇರೆ ಡ್ರೈವರುಗಳನ್ನು ಕೆರಳಿಸಿಬಿಡುತ್ತೀಯಾ. ಕೆಲವು ಸಾವಧಾನವಿಲ್ಲದವರು ಕಿಟಕಿಯ ಗಾಜು ಇಳಿಸಿ ಮಧ್ಯದ ಬೆರಳನ್ನು ತೋರಿಸುವ ತನಕ ಹೋಗುತ್ತಾರೆ. ಅಮೆರಿಕದಲ್ಲಿ ವೇಗಕ್ಕೆ ಹೊಂದಿಕೊಂಡರೆ ನೀನು ಡ್ರೈವಿಂಗ್ ಕಲಿತಂತೆಯೇ."

ಮತ್ತೆರಡು ವಾರಗಳಲ್ಲಿ ಚೀನೀ ಗುರುವಿಲ್ಲದೆಯೇ ಒಬ್ಬನೇ ಹತ್ತಿರದ ರಸ್ತೆಗಳಲ್ಲಿ ಕಾರನ್ನು ಓಡಿಸುವಷ್ಟು ತಯಾರಾದೆ. ವಾಣಿಯನ್ನು ಕೂರಿಸಿಕೊಂಡು ಎರಡು ರಸ್ತೆಗಳ ಆಚೆಯಲ್ಲಿದ್ದ ಅಲ್ಬರ್ಟ್‌ಸನ್ಸ್ ಎನ್ನುವ ಮಾರ್ಕೆಟಿಗೆ ಹೋಗಿ ಅಡುಗೆಗೆ ಬೇಕಾದ ದಿನಸಿ ಪದಾರ್ಥಗಳು, ತರಕಾರಿ, ಹಣ್ಣು ಮುಂತಾದವನ್ನು ಕೊಂಡು ರಾತ್ರಿಯಾಗುವುದರೊಳಗೆ ಮನೆ ಸೇರುವಷ್ಟಾದೆವು. ಟಾನ್ ಚುವಿನೊಂದಿಗೆ ಮೋಟಾರ್ ವೆಹಿಕಲ್ ಆಫೀಸಿಗೆ ಹೋಗಿ ಡ್ರೈವಿಂಗ್ ಪರೀಕ್ಷೆ ತೆಗೆದುಕೊಂಡು ಪರವಾನಗಿಯನ್ನೂ ಗಳಿಸಿಕೊಂಡೆ.

ಬೈಸಿಕಲ್ಲಿನಲ್ಲಿ ಹಾರ್ವರ್ಡ್ ಬ್ರಿಡ್ಜ್‌ನ ಮೇಲೆ ನಿಂತು ಕೆಳಗಿನ ಫ್ರೀವೇಯಲ್ಲಿ ಓಡುತ್ತಿರುವ ಕಾರುಗಳನ್ನು ನೋಡಿದರೆ ಒಮ್ಮೆ ಮೈ ಜುಂ ಎಂದು ಈ ವೇಗದಲ್ಲಿ ನಾನು ಹೋಗಬಲ್ಲೆನೇ ಎಂದು ಅಳುಕಾಗುತ್ತಿತ್ತು. ಮಿಂಚೊಂದು ಕಂಡು ಮರೆಯಾದಂತೆ ಕಾರುಗಳು ಕ್ಷಣಾರ್ಧದಲ್ಲಿ ಕಂಡು ರಸ್ತೆಯ ಅನಂತದಲ್ಲಿ ಜಾರಿ ಹೋಗುತ್ತಿದ್ದವು. ಆದರೆ ನನ್ನ ಡ್ರೈವಿಂಗ್ ಲೈಸೆನ್ಸ್ ಬರುವ ವೇಳೆಗೆ ಹೈವೇಗೆ ಮರ್ಜ್ ಆಗುವುದು, ಇತರ ಕಾರುಗಳ ವೇಗದಲ್ಲಿ ಟ್ರಾಫ಼ಿಕ್ಕಿಗೆ ಹೊಂದಿಕೊಂಡು ಕಾರು ಓಡಿಸುವುದು ಮತ್ತು ರಸ್ತೆಯ ವೇಗಕ್ಕೆ ಅಂಜಿಕೊಳ್ಳದಿರುವುದನ್ನು ಕಲಿತೆ. ಬೈಸಿಕಲ್ಲಿನಲ್ಲಿ ನಾನು ಕಾಣುತ್ತಿದ್ದ ಅಮೆರಿಕಕ್ಕೂ ಎಂಬತ್ತು ಮೈಲು ವೇಗದ ಅಮೆರಿಕಕ್ಕೂ ಊಹಿಸಲು ಅಸಾಧ್ಯವಾದ ಅಂತರವಿತ್ತು. ಬೈಸಿಕಲ್ಲಿನಲ್ಲಿ ನನ್ನ ಕಣ್ಣೆದುರೇ ಹೂವಿನಿಂದ ಇಬ್ಬನಿಯೊಂದು ತೊಟ್ಟಿಕ್ಕಿದರೆ ಕಾರಿನಲ್ಲಿ ರಸ್ತೆ ಬದಿಯ ಹೂವು ಕಾಣುವುದಿರಲಿ ಇಬ್ಬನಿ ತೊಟ್ಟಿಕ್ಕುವಷ್ಟರಲ್ಲಿ ಊರನ್ನೇ ದಾಟಿ ಹೋಗಿರುತ್ತಿದ್ದೆ. ಅಮೆರಿಕದ ರಸ್ತೆಗಳು ಆಡುವ ಭಾಷೆಯೊಂದೇ, ವೇಗ. ವೇಗಕ್ಕೆ ತಳುಕು ಹಾಕಿಕೊಂಡಂತೆ ಎಲ್ಲವೂ ಎನ್ನುವುದು ನಮ್ಮಿಬ್ಬರಿಗೆ ಅರ್ಥವಾಗತೊಡಗಿತು.

ವೇಗ ಅಭ್ಯಾಸವಾದಂತೆಲ್ಲ ಕಾರಿನ ಪ್ರಯಾಣ ಅಂಜಿಕೆಯಿಂದ ಆಹ್ಲಾದಕ್ಕೆ ಬದಲಾಗುವುದನ್ನು ನಾನು ಮತ್ತು ವಾಣಿ ಖುದ್ದು ಅನುಭವಿಸಿದೆವು. ಕನ್ನಡಿಯಂತಹ ರಸ್ತೆಗಳಲ್ಲಿ ನಮ್ಮ ಕಾರು ಸರಾಗವಾಗಿ ಜಾರಲಾರಂಭಿಸಿತು. "ಅಮೆರಿಕ ತೆರೆದುಕೊಳ್ಳುವುದು ನಿನ್ನ ಬೈಸಿಕಲ್ಲಿಗಲ್ಲ ಬದಲಾಗಿ ತೊಂಬತ್ತು ಮೈಲು ವೇಗದ ಕಾರಿಗೆ. ಅದನ್ನು ನಮ್ಮ ಪ್ರಾಜೆಕ್ಟ್‌ಗಳೂ ನಿನಗೆ ಕಲಿಸುತ್ತವೆ." ಎಂದು ನಕ್ಕ ಫ್ರಾಂಕೋ, ಸಿಗರೇಟಿನಿಂದ ಬೂದಿಯನ್ನು ಕೊಡವುತ್ತಾ.

▸▸

ಕಾರು ಬಂದ ಕೆಲವು ವಾರಗಳಲ್ಲಿ ಟೆಲಿಫೋನ್, ಇಂಟರ್‌ನೆಟ್, ಡೈನಿಂಗ್ ಟೇಬಲ್, ಕಂಪ್ಯೂಟರ್ ಟೇಬಲ್, ರೀಡಿಂಗ್ ಟೇಬಲ್, ಕುರ್ಚಿಗಳು ಹೀಗೆ ನಮ್ಮ ಅಗತ್ಯದ ಪ್ರತಿಯೊಂದೂ ಮನೆ ಪ್ರವೇಶಿಸಿದವು. "ವೀಸಾಗಿಟ್ಟಿಸಿಕೊಂಡು ಅಮೆರಿಕಕ್ಕೆ ಬರುವುದಷ್ಟೆ ಕಷ್ಟದ ಕೆಲಸ. ಇಲ್ಲಿಗೆ ಬಂದು ಬಿದ್ದ ಮೇಲೆ ಚಿಟಕಿ ಹೊಡೆದಂತೆ ಸೆಟ್ಲ್ ಆಗಿ ಬಿಡುತ್ತೇವೆ." ಆಂಜನೇಯಲು ಹೇಳುತ್ತಿದ್ದ. ಅವನ ಮಾತಿನಂತೆಯೇ ನಾವು ಮರದಿಂದ ಹಣ್ಣೊಂದು ಜಾರಿ ನೆಲಕ್ಕೆ ಬಿದ್ದಷ್ಟು ಸ್ವಾಭಾವಿಕವಾಗಿ ಅಮೆರಿಕದಲ್ಲಿ ಕಾಲೂರಿದೆವು. ಮನೆ ಮೊದಲಿನಂತೆ ಖಾಲಿ ಕಾಣದೆ ವಸ್ತುಗಳಿಂದ ತುಂಬಿ ಕಾಣತೊಡಗಿತು.

ನೆರೆಹೊರೆಯ ಜನರು ಪರಿಚಯವಾಗತೊಡಗಿದರು. ಹುಲಿಯಂತಹ ಜರ್ಮನ್ ಷಫರ್ಡ್ ನಾಯಿಯನ್ನು ಬೆಳಗಿನ ವಾಕಿಂಗ್‌ಗೆ ಕರೆದುಕೊಂಡು ಹೋಗುವ ಪಕ್ಕದ ಮನೆಯ ಮುದುಕ ದಂಪತಿ – ಮುದುಕ ವಿಯಾಟ್ನಾಂ ಯುದ್ಧದ ವೆಟರನ್ನಂತೆ, ನಮ್ಮೆಡೆಗೆ ಸ್ನೇಹದ ನಗೆ ಬೀರಿ ಗೇಟಿನ ಬಳಿ ನಿಂತು ಒಂದೆರಡು ಮಾತುಗಳನ್ನಾಡಿ ಮುಂದೆ ಹೋಗುತ್ತಿದ್ದರು. "ನಿನ್ನಿಂದ ಇಂಡಿಯನ್ ಡಿಷಸ್ ಕಲಿಯಬೇಕು ನಾನು." ಎಂದು ಮುದುಕಿ ವಾಣಿಗೆ ಹೇಳುತ್ತಿದ್ದಳು. ನಾನು ಬೈಸಿಕಲ್ಲನ್ನು ಹೊರಗೆ ತೆಗೆಯುವ ವೇಳೆಗೆ ತನ್ನ ಮೂವರು ಮಕ್ಕಳನ್ನು ಫೋರ್ಡ್ ವಿಂಡ್‌ಸ್ಟಾರ್ ವ್ಯಾನಿಗೆ ತುಂಬಿಕೊಳ್ಳುತ್ತ ಶಾಲೆಗೆ ಬಿಡಲು ಹೊರಟಿರುತ್ತಿದ್ದ ಎದುರು ಮನೆಯ ಬ್ಲಾಂಡ್ ಕೂದಲಿನ ಹೆಂಗಸು "ನೀವು ಮನೆಯನ್ನು ಕೊಂಡದ್ದೋ ಅಥವಾ ಬಾಡಿಗೆಗೆ ಬಂದದ್ದೋ?" ಎಂದು ಕೇಳಿಕೊಂಡು "ಏನಾದರೂ ಸಹಾಯಬೇಕಿದ್ದರೆ ಸಂಕೋಚವಿಲ್ಲದೆ ನನ್ನನ್ನು ಸಂಪರ್ಕಿಸಿ." ಎಂದಿದ್ದಳು. ಉಳಿದ ಅನೇಕ ಸುತ್ತಮುತ್ತಲಿನ ಸಂಸಾರಗಳು ನಿಂತು ಮಾತನಾಡಿಸುವಷ್ಟಲ್ಲದಿದ್ದರೂ ಮುಖ ಕಂಡರೆ ಸ್ನೇಹದ ನಗೆ ಬೀರುವಷ್ಟು ಪರಿಚಿತರಾದರು.

ಲಿಬರ್ಟಿ ಸ್ಟ್ರೀಟ್‌ನಲ್ಲಿ ನಾವು ಕಾಲೂರುತ್ತಿದ್ದ ಈ ದಿನಗಳಲ್ಲಿ ನಮಗೆ ಪರಿಚಯವಾದವರೆಂದರೆ ಅಶೋಕ್ ಮತ್ತು ಸುಜಾತ.

ಅಶೋಕರದ್ದು ದಕ್ಷಿಣ ಭಾರತೀಯನೆಂದು ಸುಲಭವಾಗಿ ಹೇಳಬಲ್ಲಂತಹ ಕಂದು ಬಣ್ಣದ ಮುಖ ಚಹರೆ. ತುಟಿಯನ್ನು ಮೀರಿ ಇಳಿಯುವ ಒತ್ತು ಪೊದರು ಮೀಸೆ. ಎಣ್ಣೆ ಸವರಿ ಮೇಲೆತ್ತಿ ಬಾಚಿದ ಗುಂಗುರು ಕೂದಲು. ದಪ್ಪ ಮೈಕಟ್ಟು ಮತ್ತು ಬೊಜ್ಜಿನ ಹೊಟ್ಟೆ, ನಲ್ವತ್ತರ ಆಸುಪಾಸಿನ ವಯಸ್ಸಿನವರಿರಬಹುದು. ಅವರ ಹೆಂಡತಿ ಸುಜಾತರದ್ದು ಮಾತ್ರ ಸಪೂರ ಮೈಕಟ್ಟು. ನಡೆಯುವಾಗ ಎಡಕ್ಕೆ ಬಾಗಿ ಕಾಲನ್ನು ಮುಂದೆ ಹಾಕುತ್ತಾರೆ. "ಚಿಕ್ಕ ವಯಸ್ಸಿನಲ್ಲಿ ಪೋಲಿಯೋಗೆ ತುತ್ತಾದವಳು ಆಕೆ." ಎಂದರು ಅಶೋಕ್ ನಮ್ಮಲ್ಲಿ ಮೂಡಬಹುದಾದ ಪ್ರಶ್ನೆಗೆ

ಉತ್ತರಿಸುವಂತೆ. ಕಾಫಿಯ ಲೋಟಗಳನ್ನು ನಮ್ಮೆಡೆಗೆ ಹಿಡಿಯುತ್ತಿದ್ದ ಸುಜಾತ ಸುಮ್ಮನೆ ಮುಗುಳುನಕ್ಕರು.

'ಕನ್ನಡ ಮಾತನಾಡುವ ಒಂದು ಸಂಸಾರದ ಪರಿಚಯ ನನಗಿದೆ. ನಮ್ಮ ಮನೆಯ ಹತ್ತಿರವೇ. ಅವರನ್ನು ನಿನಗೆ ಪರಿಚಯ ಮಾಡಿಕೊಡಬೇಕು.' ಎಂದು ಆಂಜನೇಯಲು ಅನೇಕ ಬಾರಿ ಹೇಳಿದ್ದ. ಆದರೆ ಅಶೋಕ್ ಮತ್ತು ಸುಜಾತರ ಪರಿಚಯವಾಗಿದ್ದು ಮಾತ್ರ ಆಂಜನೇಯಲುವಿನ ಮುಖಾಂತರವಲ್ಲ. ನಾನು ಆಫೀಸಿಗೆ ಹೋದ ಮೇಲೆ ವಾಣಿ ಸುತ್ತಮುತ್ತಲ ರಸ್ತೆಗಳಲ್ಲಿ ತಿರುಗಾಡಿ ಬರುತ್ತಿದ್ದಳಂತೆ ಸಮಯವನ್ನು ಕಳೆಯಲು ಮತ್ತು ಊರನ್ನು ತಿಳಿದುಕೊಳ್ಳಲು. ನಮ್ಮ ಮನೆ ಇರುವ ಲಿಬರ್ಟಿ ಸ್ಟ್ರೀಟಿನ ಮುಂದಿನ ರಸ್ತೆಯಲ್ಲಿ ತುಳಸಿಗಿಡದ ಕುಂಡವಿರುವ ಮನೆ ಅಶೋಕ್ ಮತ್ತು ಸುಜಾತರದ್ದು. ಮನೆಯ ಮುಂಬಾಗಿಲಿಗೆ ಓಂ ಅಕ್ಷರಗಳನ್ನು ಹೊತ್ತ ಹಸಿರು ಪ್ಲಾಸ್ಟಿಕ್ ಎಲೆಗಳ ತೋರಣ. ಹೂಗಿಡಗಳ ಅಂಚಿನ ಗೋಡೆಯ ಪಕ್ಕದಲ್ಲಿ ಕರಿಬೇವಿನ ಮರ. ಸಮವಾಗಿ ಕತ್ತರಿಸಲ್ಪಟ್ಟ ಹುಲ್ಲಿನ ಮಧ್ಯದಲ್ಲಿ ಪೋರ್ಸಿಲಿನ್‌ನ ಬೊಜ್ಜು ಮೈಯ ಲಾಫ್ಟಿಂಗ್ ಬುದ್ಧ. ವಾಣಿ ಆ ಮನೆಯನ್ನು ದಾಟುವ ಸಮಯದಲ್ಲೇ ಸುಜಾತ ಕೂಡ ಶಾಲೆಗೆ ಹೊರಟ ಮಗಳನ್ನು ಕಳುಹಿಸಲು ಮನೆಯಿಂದ ಹೊರಗೆ ಬಂದು ಮಗಳು ಬೈಸಿಕಲ್ಲಿನಲ್ಲಿ ಮತ್ತಿಬ್ಬರು ಹುಡುಗಿಯರೊಂದಿಗೆ ರಸ್ತೆಯ ಅಂಚಿನಲ್ಲಿ ಮರೆಯಾಗುವವರೆಗೂ ನೋಡುತ್ತ ನಿಂತಿರುತ್ತಿದ್ದರಂತೆ. ಸುಜಾತನೇ ವಾಣಿಯನ್ನು ಮಾತನಾಡಿಸಿ ಪರಿಚಯ ಮಾಡಿಕೊಂಡರಂತೆ. ಅಶೋಕ್ ಮತ್ತು ಸುಜಾತ ಇಬ್ಬರೂ ದಾವಣಗೆರೆಯ ಕಡೆಯವರು. ಅವರು ಇಲ್ಲಿಗೆ ಬಂದು ನೆಲಸಿ ಹದಿನೈದು ವರ್ಷಗಳಿಗೂ ಮಿಗಿಲಾಗಿದೆ. ವಾಣಿಯನ್ನು ಸುಜಾತರೊಂದಿಗೆ ಹೆಚ್ಚು ಬೆಸೆದದ್ದು ಅವರ ಮನೆಯಲ್ಲಿನ ಪುಸ್ತಕಗಳ ಸಂಗ್ರಹ. ಅದರಲ್ಲೂ ಕನ್ನಡ ಕಾದಂಬರಿಗಳು.

"ಇದರಲ್ಲಿ ನಾವು ತಂದುಕೊಂಡದ್ದು ಅಂತ ಏನೂ ಇಲ್ಲ. ಎಲ್ಲಾ ನಮ್ಮ ಮಾವನವರದ್ದು. ಅವರು ಇಲ್ಲಿಗೆ ಬಂದಾಗಲೆಲ್ಲಾ ಒಂದು ಸೂಟ್‌ಕೇಸ್ ಭರ್ತಿ ಪುಸ್ತಕಗಳನ್ನೇ ತುಂಬಿ ತರುತ್ತಾರೆ. ನಾನೂ ಓದುತ್ತೇನೆ, ಆದರೆ ಬಹಳ ನಿಧಾನ. ಒಂದು ಕಾದಂಬರಿಯನ್ನು ಓದಿ ಮುಗಿಸಲು ಆರು ತಿಂಗಳು ಬೇಕು ನನಗೆ. ಯಾವ ಸಂಕೋಚವೂ ಇಲ್ಲದೆ ನಿಮಗೆ ಬೇಕಾದ ಪುಸ್ತಕಗಳನ್ನು ತೆಗೆದುಕೊಂಡು ಹೋಗಿ ಓದಿ" ಎಂದರಂತೆ.

"ನೀವು ಒಬ್ಬ ಚೈನೀಸ್ ಜೊತೆ ಕಾರು ಓಡಿಸುತ್ತಿದ್ದುದನ್ನು ನಾನು ನೋಡಿದ್ದೆ." ಎಂದರು ಅಶೋಕ್. ನಮ್ಮನ್ನು ಅವರ ಮನೆಗೆ ಸಂಜೆಯ ಕಾಫಿಗೆ ಆಹ್ವಾನಿಸಿದ್ದರು. "ನೀವು ತುಂಬಾ ನಿಧಾನವಾಗಿ ಹೋಗುತ್ತಿದ್ದಿರಿ. ಎಷ್ಟು ನಿಧಾನ ಎಂದರೆ ನನ್ನ ತೊಂಬತ್ತೈದು ವರ್ಷದ ಅಜ್ಜ ಕೂಡ ಅದಕ್ಕಿಂತ ವೇಗವಾಗಿ ನಡೆಯುತ್ತಾನೆ." ತುಂಟತನದಲ್ಲಿ ನಗುತ್ತ ನನ್ನೆಡೆಗೆ ನೋಡಿದರು.

"ನಾನು ಆಗಿನ್ನು ಕಾರು ಓಡಿಸುವುದನ್ನು ಕಲಿಯುತ್ತಿದ್ದೆ."

"ಅದಾದರೆ ಪರವಾಗಿಲ್ಲ. ತಮಾಷೆಗೆ ಹೇಳಿದೆ ಅಷ್ಟೆ. ಒಂದು ಜೋಕು ನೆನಪಿಗೆ ಬಂತು. ಲಾಸ್ ಏಂಜಲಿಸ್ ಸಿಟಿ ಕಡೆಯಿಂದ ಸಾಂಟಾ ಮನಿಕಾ ಕಡೆಗೆ ಹೋಗುತ್ತದಲ್ಲ ಹೈವೇ ಹತ್ತು ಅದರಲ್ಲಿ ಒಬ್ಬ ಬಹಳ ನಿಧಾನವಾಗಿ ಹೋಗುತ್ತಿದ್ದನಂತೆ. ಹೈವೇಯ ಪೋಲೀಸ್ ಅವನನ್ನು ತಡೆದು ನಿಲ್ಲಿಸಿದನಂತೆ – ಏನಯ್ಯ ಇಷ್ಟು ನಿಧಾನವಾಗಿ ಹೋಗುತ್ತಿದ್ದೀಯಾ! ನನ್ನ ರಡಾರ್‌ಗನ್ ರೀಡಿಂಗಿನ ಪ್ರಕಾರ ನೀನು ಹತ್ತು ಮೈಲಿ ವೇಗದಲ್ಲೂ ಹೋಗುತ್ತಿಲ್ಲ. ಟ್ರಾಫ್ಫಿಕ್ಕಿಗೆ ಎಷ್ಟು ತೊಂದರೆ ಮಾಡುತ್ತಿದ್ದೀಯ ಗೊತ್ತಾ? ತಗೋ ಟಿಕೇಟು, ಕೋರ್ಟಿಗೆ ಬಂದು ಫೈನ್ ಕಟ್ಟು. ಆ ಡ್ರೈವರ್ ಒಮ್ಮೆ ಸಿಟ್ಟಿನಿಂದ ಪೋಲೀಸನೆಡೆಗೆ ನೋಡಿ – ಚೆನ್ನಾಗಿದೆ ಕಣ್ರೀ ನೀವು ಹೇಳುವುದು, ಈ ಹೈವೇಯ ಪ್ರಾರಂಭದಲ್ಲಿ ಹತ್ತು ಮೈಲಿ ವೇಗದಲ್ಲಿ ಹೋಗಿ ಎಂದು ಸಂಖ್ಯೆಯ ಬೋರ್ಡ್ ಹಾಕಿರುವವರು ನೀವೇ, ಈಗ ಅದನ್ನು ಅನುಸರಿಸಬೇಡ ಬೇರೇ ಕಾರುಗಳಂತೆ ಎಂಬತ್ತರಲ್ಲಿ ಹೋಗು ಎಂದು ಹೇಳುವವರೂ ನೀವೇ! ಎಲ್ಲಾ ದಗಲ್‌ಬಾಜಿ ಬುದ್ಧಿ! ಎಂದು ಜೋರು ಮಾಡಿದನಂತೆ. ಅದಕ್ಕೆ ಪೋಲೀಸ್ ಜೋರಾಗಿ ನಕ್ಕು, ಪೆದ್ದೇ ಅದು ಹತ್ತು ಎಂದು ಬರೆದಿರುವುದು ವೇಗದ ಮಿತಿಯಲ್ಲ ಹೈವೇಯ ನಂಬರು ಎಂದನಂತೆ. ಆ ಡ್ರೈವರ್ ಒಮ್ಮೆ ಕಣ್ಣನ್ನು ದುಂಡಗೆ ತಿರುಗಿಸಿ, ಹೌದೇ, ಅದು ಹೈವೇಯ ನಂಬರೇ, ವೇಗದ ಮಿತಿಯಲ್ಲವೇ? ಮೊದಲೇ ತಿಳಿಯಲಾರದೆ ಹೋಯಿತು. ಈ ಹೈವೇಯನ್ನು ಸೇರುವ ಮೊದಲು ಹೈವೇ ತೊಂಬತ್ತೊಂದರಲ್ಲಿ ಬಂದೆ. ಅದಕ್ಕೂ ಹಿಂದೆ ಹೈವೇ ನೂರಹತ್ತರಲ್ಲಿ ಓಡಿಸುವಾಗ ಎಲ್ಲ ಕಾರುಗಳೂ ನನಗೆ ಜಾಗ ಬಿಟ್ಟುಕೊಟ್ಟಾಗಲೇ ನನಗೆ ತಿಳಿಯಬೇಕಿತ್ತು, ಅದು ಹೈವೇಯ ನಂಬರು ವೇಗದ ಮಿತಿಯಲ್ಲ ಎನ್ನುವುದು ಎಂದು ಮರುಗಿಕೊಂಡನಂತೆ."

ಅಶೋಕ್ ಬಹಳ ಹಾಸ್ಯ ಪ್ರವೃತ್ತಿಯ ವ್ಯಕ್ತಿಯಂತೆ ಕಂಡರು. ಅವರೊಂದಿಗೆ ಮಾತನಾಡುತ್ತ ಒಂದು ಗಂಟೆಗೂ ಮೀರಿ ಸಮಯ ಕಳೆದದ್ದು ತಿಳಿಯಲೇ ಇಲ್ಲ.

"ಅಮೆರಿಕದಲ್ಲಿರುವ ಭಾರತೀಯರಲ್ಲಿ ಮೈನಾರಿಟಿ ನಾನು. ಹಾಗಾಗಿ ಇಲ್ಲಿರುವ ಭಾರತೀಯರು ನನಗೆ ರಿಸರ್ವೇಷನ್ ಕೋಟಾ ಕೊಡಬೇಕು. ಯಾಕೆನ್ನುತ್ತೀರೋ? ನಾನು ಸಾಫ್ಟ್‌ವೇರ್ ಇಂಜಿನಿಯರ್ ಅಲ್ಲ ನಾನೊಬ್ಬ ಲಾಯರ್. ಅದರಲ್ಲೂ ಕೋರ್ಟಿಗೇ ಹೋಗದ ಲಾಯರ್. ಬರೀ ಡೆಸ್ಕಿನ ಕೆಲಸ ಮಾಡುವ ಲಾಯರ್. ಹೀಗಾಗಿ, ಬರ್ತ್‌ಡೇ ಪಾರ್ಟಿಗಳಲ್ಲಿ ತುಂಬಿಕೊಳ್ಳುವ ಸಾಫ್ಟ್‌ವೇರ್ ಸ್ನೇಹಿತರ ನಡುವೆ ನಾನು ಏಕಾಂಗಿ. 'ನಿಮ್ಮೊಳಗಿದ್ದೂ ನಿಮ್ಮಂತಾಗದೆ' ಅಂತಾರಲ್ಲ ಯಾವುದೋ ನಾಟಕದಲ್ಲಿ, ಹಾಗೆ ನನ್ನ ಕಥೆ. ಒಂದೇನಪ್ಪ ಅಂದ್ರೆ ನೀವು ಟೆಕಿಗಳು ಬರೀ ಆಕ್ರೋನಿಮ್‌ಗಳಲ್ಲೇ ಮಾತಾಡ್ತೀರಿ. ಎಚ್‌ಟಿಟಿಪಿ, ಎಸ್‌ಟಿಟಿಪಿ, ಇಬಿಎಸ್, ಎಸ್‌ಎಸ್‌ಎಲ್ ಅಂತೆಲ್ಲಾ ಎಷ್ಟೊಂದು ಹೇಳ್ತನೇ ಇರ್ತೀರ! ಇಂಗ್ಲಿಷ್ ಭಾಷೆಯ ಎಲ್ಲಾ ಅಕ್ಷರಗಳನ್ನೂ ಕಾಂಬಿನೇಷನ್‌ನಲ್ಲಿ ಹಾಕಿ ಬರೀ ಶಾರ್ಟ್‌ಫಾರ್ಮ್‌ನಲ್ಲೇ ಮಾತಾಡ್ತೀರಿ. ಅವುಗಳನ್ನೆಲ್ಲಾ ಹೇಗೆ ನೆನಪಿನಲ್ಲಿಟ್ಟುಕೊಳ್ಳುತ್ತೀರೋ

ಆ ಶಿವನಿಗೇ ಗೊತ್ತು. ಮೊನ್ನೆ ಒಂದು ಪಾರ್ಟಿಯಲ್ಲಿ ಈ ಆಕ್ರೋನಿಮ್ ಪ್ರವಾಹವನ್ನ ತಡೆಕೊಳ್ಳುಕ್ಕಾಗ್ದೆ 'ದಯವಿಟ್ಟು ಎಲ್ಲರೂ ಮನುಷ್ಯ ಭಾಷೆಯಲ್ಲಿ ಮಾತಾಡೋಣವೇ?' ಅಂತ ಬೇಡಿಕೊಂಡೆ." ಎಂದು ನಕ್ಕರು. "ಅನೇಕರು ನಿಮ್ಮಂತಹ ತರಲೆ ಲಾಯರಿಗೆ ವೀಸಾ ಕೊಟ್ಟವರು ಯಾರ್ರೀ ಎಂದು ಆಶ್ಚರ್ಯಪಟ್ಟಿದ್ದಾರೆ. ಆದರೆ ನಾನು ಓದಲಿಕ್ಕಾಗಿ ಇಲ್ಲಿಗೆ ಬಂದು ಆಮೇಲೆ ಈ ಕೋರ್ಟಿಗೆ ಹೋಗದ ಲಾಯರ್ ಕೆಲಸವನ್ನು ಹುಡುಕಿಕೊಂಡವನು. ನಾನಿಲ್ಲಿ ಓದುವಾಗ ನನ್ನಿಂದ ಇಂಗ್ಲಿಷ್ ವರ್ಣಮಾಲೆಯ ಕೊನೆಯ ಅಕ್ಷರವನ್ನು 'ಝಡ್' ಎಂದು ಹೇಳಿಸಿ ನನ್ನ ಅಮೆರಿಕನ್ ಸ್ನೇಹಿತರು ಕೇಕೆ ಹಾಕಿ ನಗುತ್ತಿದ್ದರು."

ಅಶೋಕ್ ಮತ್ತು ಸುಜಾತರಿಗೆ ಹತ್ತು ವರ್ಷದ ಮಗಳು ಮೃಣಾಲಿನಿ. ಅಶೋಕ್ ತರಹ ದಪ್ಪ ಮೈಕಟ್ಟಿನ ಹುಡುಗಿ. ಆವೇಳೆಗಾಗಲೇ ವಾಣಿಯನ್ನು ಪರಿಚಯ ಮಾಡಿಕೊಂಡಿದ್ದರಿಂದ ತನ್ನ ಕೋಣೆಯಲ್ಲಿ ಓದುತ್ತಿದ್ದವಳು ಹೊರಗೆ ಬಂದು ವಾಣಿಯೆಡೆಗೆ ಸ್ನೇಹದ ನಗೆ ಬೀರಿ ಹಲೋ ಎಂದಳು.

ಮುಂದಿನ ದಿನಗಳಲ್ಲಿ ಅಶೋಕ್ ಮತ್ತು ಸುಜಾತ ನಮಗೆ ಹತ್ತಿರದ ಸ್ನೇಹಿತರಾದರು. ಭಾಷೆ ಮತ್ತು ಸಂಸ್ಕೃತಿಯ ಸಾಮ್ಯತೆಗಳು ಮತ್ತು ಸ್ವಾಭಾವಿಕವಾಗಿ ಬೆರೆತು ಹೋಗುವ ಅವರ ಸ್ವಭಾವ ಅವರನ್ನು ನಮಗೆ ಮತ್ತೂ ಹತ್ತಿರವಾಗಿಸಿತು.

▸▸

"ಇಟಲಿಯಲ್ಲಿ ಒಂದು ಕಥೆ ಇದೆ. ಜಾನಪದ ಕಥೆ ಇರಬೇಕು." ಎಂದ ಫ್ರಾಂಕೋ ಕೈಗಳೆರಡನ್ನು ಗೂಡಿನಂತೆ ಮಾಡಿಕೊಂಡು ಲೈಟರ್‌ನಿಂದ ಸಿಗರೇಟನ್ನು ಹಚ್ಚಿಕೊಳ್ಳುತ್ತಾ. ಬೆಳಗಿನ ಎಂಟುಗಂಟೆಯ ಸಮಯ. ಆಫೀಸಿಗೆ ಆಗಿನ್ನೂ ಜನರು ಹೆಜ್ಜೆ ಹಾಕುತ್ತಿದ್ದರು. ಪಾರ್ಕಿಂಗಿನ ಜಾಗಗಳಿನ್ನೂ ತುಂಬಿರಲಿಲ್ಲ. ಆಫೀಸಿನ ಎದುರಿನ ಲೇಕ್‌ನಿಂದ ತಣ್ಣನೆಯ ಗಾಳಿ ಹಿತವಾಗಿ ಬೀಸುತ್ತಿತ್ತು.

"ಆ ಕಥೆ ಎಂದರೆ ನಮ್ಮಮ್ಮನಿಗೆ ಬಹಳ ಇಷ್ಟ. ನನಗೆ ಅದೆಷ್ಟು ಬಾರಿ ಹೇಳಿದ್ದಾಳೋ. ಅದೊಂದು ದೊಡ್ಡ ಫ್ಯಾಂಟಸಿ ಕಥೆ. ನೀನು ಎಂಟು ವರ್ಷದ ಹುಡುಗನಾಗಿದ್ದಾಗ ಮಾತ್ರ ಆ ಕಥೆಯನ್ನು ಕೇಳಬೇಕು. ಈಗ ಕೇಳಿದರೆ ಸಿಲ್ಲಿ ಎಂದು ನಕ್ಕು ಬಿಡುತ್ತೀಯಾ. ಅದರಲ್ಲಿ ಒಬ್ಬ ಜ್ಯೂಯಿಷ್ ಹುಡುಗ. ನಮ್ಮಮ್ಮ ಹೇಳುತ್ತಿದ್ದುದ್ದೆಲ್ಲಾ ಜ್ಯೂಯಿಷ್ ಕಥೆಗಳೇ. ಈ ಜ್ಯೂಯಿಷ್ ಕಥೆಗಳೇ ನಮ್ಮಮ್ಮನನ್ನು ಹುಚ್ಚಿಯಾಗದಂತೆ ಇಟ್ಟಿದ್ದಂತೆ ಹಿಟ್ಲರ್‌ನ ಹಿಂಸೆಯ ಕ್ಯಾಂಪುಗಳಲ್ಲಿ. ಇರಲಿ, ಏನೇನೋ ಹೇಳುತ್ತಿದ್ದೇನೆ. ಕಥೆ ಏನಪ್ಪಾ ಅಂದರೆ, ಆ ಯಹೂದಿ ಹುಡುಗನ ಅರ್ಧಭಾಗ ಮಾತ್ರ ಈ ಲೋಕದಲ್ಲಿರುತ್ತದೆ ಉಳಿದರ್ಧ ಯಾವುದೋ ಪರಲೋಕದಲ್ಲಿ. ಪರಲೋಕದಲ್ಲಿ ಬೇರೇ ಹುಡುಗನ ರೂಪದಲ್ಲಿ. ಹೊಟ್ಟೆ ತುಂಬ ಬೇಕಾದರೆ ಇಬ್ಬರೂ ಊಟ ಮಾಡಬೇಕು. ಮೈ ಮುಚ್ಚಬೇಕೆಂದರೆ ಇಬ್ಬರೂ ಬಟ್ಟೆ

ಹಾಕಿಕೊಳ್ಳಬೇಕು. ಬಾಯಾರಿಕೆಯಾದರೆ ಇಬ್ಬರೂ ನೀರು ಕುಡಿಯಬೇಕು. ಇಲ್ಲದಿದ್ದರೆ ಎಲ್ಲವೂ ಅರ್ಧ. ಅರ್ಧ ಮಾತ್ರ ಹಸಿವು ಇಂಗುತ್ತದೆ, ಅರ್ಧ ಮಾತ್ರ ಮೈಮುಚ್ಚುತ್ತದೆ ಅರ್ಧ ಮಾತ್ರ ಬಾಯಾರಿಕೆ ತಣಿಯುತ್ತದೆ, ಹಾಗೆ. ಆದರೆ ಈ ಅರ್ಧ ಮನುಷ್ಯ ಮತ್ತೊಂದು ಲೋಕದಲ್ಲಿರುವ ತನ್ನ ಮತ್ತರ್ಧದೊಂದಿಗೆ ಮಾತುಕತೆಯಾಡುವುದು ಹೇಗೆ? ನನಗೆ ಬಹಳ ಚಳಿಯಾಗುತ್ತಿದೆ ನೀನೂ ಬೆಚ್ಚನೆಯ ಬಟ್ಟೆ ಹಾಕಿಕೊಳ್ಳಯ್ಯ ಎಂದು ಹೇಳುವುದು ಹೇಗೆ? ಕೊನೆಗೆ ಇಬ್ಬರ ಲೋಕದಲ್ಲೂ ಸಮಾನವಾಗಿ ಕಾಣಿಸಿಕೊಳ್ಳುವ ಒಂದು ನಕ್ಷತ್ರದೊಂದಿಗೆ ಸಂಭಾಷಣೆಯನ್ನು ಮಾಡುತ್ತಾರೆ. ಈ ಅರ್ಧ ಮನುಷ್ಯ ಹೇಳಿದ್ದನ್ನು ಆ ನಕ್ಷತ್ರ ಇನ್ನರ್ಧ ಮನುಷ್ಯನಿಗೆ ಹೇಳುತ್ತದೆ ಅವನು ಹೇಳಿದ್ದನು ಇವನಿಗೆ ತರುತ್ತದೆ. ಎಷ್ಟು ಕಷ್ಟ ನೋಡು ಮಹರಾಯ! ಒಮ್ಮೆ ಈ ಪೋಸ್ಟ್‌ಮ್ಯಾನ್ ನಕ್ಷತ್ರ ಮುನಿಸಿಕೊಂಡು ಅನೇಕ ದಿನಗಳು ಕಾಣಿಸಿಕೊಳ್ಳುವುದೇ ಇಲ್ಲ. ಅವರಿಬ್ಬರ ಪರದಾಟಕ್ಕೆ ಮಿತಿಯೇ ಇಲ್ಲವಾಗುತ್ತದೆ. ಫ್ಯಾಂಟಸಿ ಕಥೆ ಎಲ್ಲೆಲ್ಲೋ ಸುತ್ತಿಕೊಂಡು ಮುಂದೆ ಹೋಗುತ್ತದೆ. ಅವೆಲ್ಲ ಬೇಡ ಈಗ. ನಿನಗೆ ಏಕೆ ಆ ಕಥೆ ಹೇಳಿದೆ ಎಂದರೆ, ನಮ್ಮ ಪ್ರಾಜಕ್ಟಿನ ವಿಷಯದಲ್ಲಿ ನಮ್ಮಿಬ್ಬರದೂ ಸ್ವಲ್ಪ ಅದೇ ಕಥೆ."

ಅವನ ಈ ಯಹೂದಿ ಕಥೆಗೂ ನಮ್ಮ ಪ್ರಾಜಕ್ಟ್‌ಗಳಿಗೂ ಏನು ಸಂಬಂಧವೆಂದು ಆಶ್ಚರ್ಯದಲ್ಲಿ ನಾನು ಅವನ ಮುಖ ನೋಡುವಾಗ, ಅವನೇ ಮಾತನ್ನು ಮುಂದುವರೆಸಿದ.

"ಓ.ಕೆ. ನನ್ನ ಕಥೆಗೂ ನಮ್ಮ ಸಾಫ್ಟ್‌ವೇರ್ ಕನ್ಸಲ್ಟನ್ಸಿಗೂ ಒಂದಕ್ಕೊಂದು ಸಾಮ್ಯತೆ ಇಲ್ಲದ ಉದಾಹರಣೆಯಾಗಿದ್ದರೆ ಅದನ್ನು ಮರೆತು ಬಿಡು. ನಾನು ಸಾಹಿತ್ಯದ ಮನುಷ್ಯನಲ್ಲ. ರಸಪೂರಿತವಾಗಿ ಮಾತನಾಡುವವನಲ್ಲ. ನನ್ನ ಹೆಂಡತಿಯ ದೃಷ್ಟಿಯಲ್ಲಿ ಅದೇ ನನ್ನ ಅತಿದೊಡ್ಡ ಕಪ್ಪು ಚುಕ್ಕಿ. ಇರಲಿ ಬಿಡು. ಕಪ್ಪುಚುಕ್ಕಿಗಳನ್ನು ನೆನೆದು ದಿನದ ಪ್ರಾರಂಭದಲ್ಲೇ ಮೂಡ್ ಹಾಳುಮಾಡಿಕೊಳ್ಳುವುದು ಬೇಡ. ನನ್ನ ಪಾಯಿಂಟನ್ನು ನೇರವಾಗಿ ಹೇಳಬೇಕೆಂದರೆ ನಮ್ಮ ಪ್ರಾಜಕ್ಟಿನಲ್ಲಿ ಪ್ರಾಜಕ್ಟ್ ಮ್ಯಾನೇಜ್‌ಮೆಂಟಿನ ಅನೇಕ ಕೆಲಸಗಳನ್ನು ನಾನು ಸುಲಭವಾಗಿ ನಿಭಾಯಿಸುತ್ತಿದ್ದರೂ ಬರೀ ಪ್ರಾಜಕ್ಟ್ ಮ್ಯಾನೇಜ್‌ಮೆಂಟಿಗೇ ನಮ್ಮ ಗ್ರಾಹಕರು ಮನಸೋಲುವುದಿಲ್ಲ. ಅವರಿಗೆ ನನ್ನಂತಹ ಬಡಾಯಿಗಾರನ ಜೊತೆಯಲ್ಲಿ ತಾಂತ್ರಿಕ ನೈಪುಣ್ಯವಿರುವ ನಿನ್ನಂತವರು ಮೀಟಿಂಗುಗಳಲ್ಲಿ ಇರಬೇಕು. ನನಗೆ ಅರ್ಥವಾಗದ್ದು ನಿನಗೆ ಅರ್ಥವಾಗಬೇಕು ನಿನಗೆ ಅರ್ಥವಾಗದ್ದು ನನಗೆ ಅರ್ಥವಾಗಬೇಕು. ಇಬ್ಬರಿಗೂ ಅರ್ಥವಾಗದಿದ್ದರೆ ಇಬ್ಬರೂ ಅರ್ಥವಾದಂತೆ ತಲೆದೂಗಬೇಕು. ಕೆಲಸ ಎಷ್ಟು ಮಾಡಿಕೊಡುತ್ತೇವೋ ಗೊತ್ತಿಲ್ಲ, ಆದರೆ ಅವರ ಎಲ್ಲಾ ಸಮಸ್ಯೆಗಳನ್ನೂ ನಾವೇ ಬಗೆಹರಿಸುವಂತೆ ಸೂಪರ್‌ಮ್ಯಾನ್ ರೂಪದಲ್ಲಿ ನಾವು ಕಾಣಿಸಿಕೊಂಡು ಅವರಿಗೆ ಅಭಯ ನೀಡುತ್ತಿರಬೇಕು. ಒಬ್ಬ ಅನುಭವಿ ಪ್ರಾಜಕ್ಟ್ ಮ್ಯಾನೇಜರ್ ಮತ್ತು ಒಬ್ಬ ನಿಪುಣ ಸಲ್ಯೂಷನ್ಸ್ ಆರ್ಕಿಟೆಕ್ಟ್ ಬಂದು ನಮ್ಮೆಲ್ಲಾ ಐಟಿ ಸಮಸ್ಯೆಗಳನ್ನು ಆಲಿಸಿ ಹೋದರು ಎನ್ನುವ ಸಮಾಧಾನ ನಮ್ಮ

ಕಸ್ಟಮರ್‌ಗಳಲ್ಲಿ ಮೂಡಬೇಕು. ಅಲ್ಲಿಗೆ ನಮ್ಮ ಕೆಲಸವಾದಂತೆಯೇ. ನಮ್ಮ ಕಂಪನಿಗೆ ಆ ಗ್ರಾಹಕರಿಂದ ಪ್ರಾಜೆಕ್ಟ್‌ಗಳು ಬಂದಂತೆಯೇ. ನನ್ನೊಂದಿಗೆ ತಿರುಗುವ ತಂತ್ರಜ್ಞಾನ ಪಂಡಿತನಾಗುತ್ತೀಯಾ ನೀನು?"

ನಾನು ಸಂತೋಷವಾಗಿ ಒಪ್ಪಿಕೊಂಡೆ. ಮುಂದಿನ ಒಂದೆರಡು ವರ್ಷಗಳು ನನ್ನ ಮತ್ತು ಫ್ರಾಂಕೋನ ಓಡಾಟದ ದಿನಗಳಾದವು. ನಮ್ಮ ಸೇಲ್ಸ್ ಡಿಪಾರ್ಟ್‌ಮೆಂಟಿನವರು ತೋರಿಸಿದ ಗ್ರಾಹಕ ಕಂಪನಿಗಳಿಗೆಲ್ಲಾ ಹೋಗಿ ಐಟಿ ವಹಿವಾಟುಗಳನ್ನು ನಮಗೆ ಔಟ್‌ಸೋರ್ಸ್ ಮಾಡಿದರೆ ಹೇಗೆ ಉಳಿತಾಯ ಮಾಡುತ್ತೇವೆ ಹೇಗೆ ದಕ್ಷತೆಯಿಂದ ನಿರ್ವಹಿಸುತ್ತೇವೆ ಇವತ್ತಿನ ಅವರ ಸಮಸ್ಯೆಗಳೇನು ನಮ್ಮ ಕಂಪನಿ ಅವುಗಳನ್ನು ಹೇಗೆ ಪರಿಹರಿಸಬಲ್ಲುದು, ನಾವೆಷ್ಟು ಕ್ರಿಯೇಟಿವ್ ಆಗಿದ್ದೇವೆ, ನಾವೆಷ್ಟು ಸ್ನೇಹಮಯಿಗಳಾಗಿದ್ದೇವೆ ಎಂದೆಲ್ಲಾ ತೋರಿಸಿಕೊಂಡು ನಮ್ಮ 'ಸಂತೃಪ್ತ ಗ್ರಾಹಕರ' ಪಟ್ಟಿಯನ್ನು ತೋರಿಸಿ ಸಂತೃಪ್ತ ಗ್ರಾಹಕರ ಸಂತೃಪ್ತ ಅಭಿಪ್ರಾಯಗಳನ್ನು ಪಟ್ಟಿ ಮಾಡಿ ಹೇಳಿ ಇನ್ಫೋವಾಯೆಜ್ ಹೆಸರಿರುವ ಪೆನ್ನು ಮತ್ತು ಟೊಪ್ಪಿಗೆಯನ್ನು ನಮ್ಮ ಬ್ಯುಸಿನೆಸ್ ಕಾರ್ಡ್‌ಗಳ ಜೊತೆಗೆ ಕೊಡುತ್ತಿದ್ದೆವು. ಅಮೆರಿಕದ ನಗರಗಳಿಂದ ನಗರಗಳಿಗೆ ಹಾರುತ್ತ ಇನ್ಫೋವಾಯೆಜ್‌ನ ಬಹುಪರಾಕನ್ನು ಹೇಳುವುದೇ ನಮ್ಮಿಬ್ಬರ ಕೆಲಸವಾಯಿತು. ನ್ಯೂಯಾರ್ಕಿನ ಮೇಲಾದ ಭಯೋತ್ಪಾದಕರ ದಾಳಿಯ ಪರಿಣಾಮವಾಗಿ ವಿಪರೀತ ಸೆಕ್ಯುರಿಟಿಯ ಏರ್‌ಪೋರ್ಟ್‌ಗಳಲ್ಲಿ ಕುಳಿತು ವಿಮಾನದ ಬೋರ್ಡಿಂಗಿಗಾಗಿ ಕಾಯುತ್ತ ಆವತ್ತಿನ ಮೀಟಿಂಗ್‌ಗಳಿಗಾಗಿ ಲ್ಯಾಪ್‌ಟಾಪಿನಲ್ಲಿ ಕಡತಗಳನ್ನು ಅಣಿ ಮಾಡಿಕೊಳ್ಳುವುದು ಅಭ್ಯಾಸವಾಯಿತು. ಊರಿಂದ ಊರಿಗೆ ಓಡಾಡುವ ಹೊಸ ಅನುಭವ ನನಗೆ ಅಮೆರಿಕವನ್ನು ಸ್ವಲ್ಪ ಸ್ವಲ್ಪವಾಗಿ ತೆರೆದಿಡುತ್ತಿತ್ತು. ಸದಾ ಜೊತೆಯಲ್ಲಿರುವ ಮೂಲಕ ಫ್ರಾಂಕೋ ರಬ್ಬೆನೋ ಅರ್ಥವಾಗತೊಡಗಿದ. ಅವನು ಹೇಳಿದ ಕಥೆ ತೀರ ಅಸಂಬದ್ಧವಾಗದೆ ಕೆಲಸದ ವಿಷಯದಲ್ಲಿ ನಾವಿಬ್ಬರು ಅರ್ಧ ಸೀಳಲ್ಪಟ್ಟ ಹುಡುಗನಂತೆ ಒಬ್ಬರಿಗೊಬ್ಬರು ಪೂರಕವಾದೆವು.

ನಾನು ನ್ಯೂಯಾರ್ಕ್, ಬಾಸ್ಟನ್, ಹ್ಯೂಸ್ಟನ್, ಸಿಯಾಟಲ್ ಎಂದೆಲ್ಲ ಪ್ರಯಾಣಕ್ಕೆ ಸಿದ್ಧಗೊಳ್ಳುವಾಗ ವಾಣಿ ಮಂಕಾಗುತ್ತಿದ್ದಳು. ನನ್ನ ಪ್ರಯಾಣದ ದಿನಗಳಲ್ಲಿ ಅವಳು ಒಂಟಿತನದಿಂದ ನರಳುತ್ತಿದ್ದಳು. ಅವಳು ಡ್ರೈವಿಂಗ್ ಕಲಿತು ಆತಂಕವಿಲ್ಲದೆ ಕಾರನ್ನು ಚಲಾಯಿಸುತ್ತಿದ್ದುದರಿಂದ ಅಗತ್ಯಕ್ಕೆ ಮತ್ತು ಮನೆಯ ಹತ್ತಿರದ ಓಡಾಟಕ್ಕೆ ತೊಂದರೆಯಾಗಿರಲಿಲ್ಲ. ಹತ್ತಿರದ ಪಬ್ಲಿಕ್ ಲೈಬ್ರರಿಯಿಂದ ಪುಸ್ತಕಗಳನ್ನು ತಂದು ಓದುತ್ತಿದ್ದಳು. ಅಶೋಕ್ ಮತ್ತು ಸುಜಾತರಂತೆ ಇನ್ನೂ ಅನೇಕರ ಪರಿಚಯವಾಗಿದ್ದು ಮನೆಗೆ ಬಂದು ಹೋಗುವ ಮಟ್ಟದಲ್ಲಿ ಸ್ನೇಹಿತರಾಗಿದ್ದರು. ಆದರೂ ನಾನು ಏರ್‌ಪೋರ್ಟಿಗೆ ಹೊರಡಲು ಟ್ಯಾಕ್ಸಿ ಕರೆದು ನನ್ನ ಲ್ಯಾಪ್‌ಟಾಪನ್ನು ಬ್ಯಾಗಿಗೆ ತುಂಬಿಕೊಳ್ಳುವಾಗ ಮೌನವಾಗಿ ನನ್ನ ಬೆನ್ನನ್ನು ತಬ್ಬುತ್ತಿದ್ದಳು. ಕಣ್ಣುಗಳು ಒದ್ದೆಯಾಗಿರುತ್ತಿದ್ದವು.

ಅಧ್ಯಾಯ 7

"ನಮ್ಮ ಮನೆಯ ಕಾದಂಬರಿಗಳು ಮುಗಿದು ಹೋದರೆ ವಾಣಿಯವರ ವಾಚ್ ಕೂಡ ನಿಂತು ಹೋಗುತ್ತದಲ್ಲ, ಆ ದಿನಗಳು ಹತ್ತಿರದಲ್ಲೇ ಕಾಣುತ್ತಿವೆ." ಎಂದರು ಅಶೋಕ್ ತಮಾಷೆಯಾಗಿ. "ವಾಣಿಯವರೇ, ನೀವೇಕೆ ಇಲ್ಲಿ ನಿಮ್ಮ ಓದನ್ನು ಮುಂದುವರೆಸಬಾರದು? ಕಾದಂಬರಿಯ ಓದಲ್ಲ ನಾನು ಹೇಳುತ್ತಿರುವುದು. ಈ ಮನುಷ್ಯ ಬ್ರೀಫ್‌ಕೇಸ್ ಹಿಡಿದುಕೊಂಡು ದೇಶವನ್ನೆಲ್ಲಾ ಸುತ್ತಾಡುವಾಗ ನೀವು ಕಾಲೇಜು ಸೇರಿದರೆ ಚೆನ್ನಾಗಿ ಸಮಯ ಹೋಗುತ್ತದೆ ಮತ್ತು ಮುಂದೆ ಅನುಕೂಲವೂ ಆಗುತ್ತದೆ. ಏನನ್ನು ಓದಿದ್ದೀರಿ ನೀವು? ನೀವೂ ಇಂಜಿನಿಯರ್ರೋ?"

"ಅಲ್ಲ. ನಾನು ಸೈಕಾಲಜಿಯಲ್ಲಿ ಎಂ.ಎ. ಮಾಡಿದ್ದೇನೆ." ಎಂದಳು ವಾಣಿ.

"ಈ ಐಟಿ ಬಿಟಿ ಕಾಲ್ ಸೆಂಟರುಗಳ ಕಾಲದಲ್ಲಿ ಬೆಂಗಳೂರಿನಲ್ಲಿನ್ನೂ ಸೈಕಾಲಜಿ ಓದುವವರು ಇದ್ದಾರೇನ್ರೀ?" ಎಂದು ನಕ್ಕು "ನಿಮಗೆ ಆಸಕ್ತಿ ಇದ್ದರೆ ಇಂಡಸ್ಟ್ರಿಯಲ್ ಸೈಕಾಲಜಿಯಲ್ಲಿ ಏನಾದರೂ ಓದಿ. ಫುಲೆರ್ಟಾನ್ ಸ್ಟೇಟ್ ಕಾಲೇಜಿನಿಂದ ಕೋರ್ಸ್ ಕ್ಯಾಟಲಾಗ್ ತರಿಸಿಕೊಂಡು ನೋಡಿ. ಇಂಡಸ್ಟ್ರಿಯಲ್ ಆರ್ಗನೈಜ಼ೇಷನಲ್ ಸೈಕಾಲಜಿ ನನ್ನ ಮೆಚ್ಚಿನ ವಿಷಯ ಕೂಡ. ನಾನು ಬೇಕಾದರೆ ನಿಮಗೆ ಗೈಡ್ ಮಾಡುತ್ತೇನೆ. ನನ್ನ ಬಳಿ ಆ ವಿಷಯದಲ್ಲಿ ಅನೇಕ ಪುಸ್ತಕಗಳಿವೆ. ಹೀಗೇ ಒಳ್ಳೆಯ ಕೂರ್ಗ್ ಕಾಫಿ ಮಾಡಿಕೊಡುತ್ತಿದ್ದರೆ ಆ ಪುಸ್ತಕಗಳನ್ನು ನನ್ನಿಂದ ಎರವಲು ಪಡೆಯಲು ಯಾವ ಅಭ್ಯಂತರವಿಲ್ಲ."

ಅಶೋಕ್ ಆ ಮಾತನ್ನು ಹೇಳುವ ಮೊದಲೇ ಓದನ್ನು ಮುಂದುವರೆಸುವ ಬಗ್ಗೆ ವಾಣಿ ಗಂಭೀರವಾಗಿ ಚಿಂತಿಸುತ್ತಿದ್ದಳು. ಬೆಂಗಳೂರಿನಲ್ಲಿ ಚಟುವಟಿಕೆಯ ಜೀವನವನ್ನು ನಡೆಸುತ್ತಿದ್ದವಳಿಗೆ ಇಲ್ಲಿ ಮನೆಯಲ್ಲಿ ಕಾಲ ಕಳೆಯುವುದು ಕಷ್ಟವಾಗಿತ್ತು. ಹೊಸ ಊರನ್ನು ತಿಳಿದುಕೊಳ್ಳುವ ಮತ್ತು ನೆಲೆಗೊಳ್ಳುವ ಮನಸ್ಥಿತಿಯಲ್ಲಿ ವರ್ಷದ

ಮೇಲೆ ಕಳೆದು ಈಗ ದಿನನಿತ್ಯದ ಚಟುವಟಿಕೆಗಳ ಏಕತಾನತೆ ಅವಳನ್ನು ಕಾಡುತ್ತಿತ್ತು. ಮೇಲಾಗಿ, ನನ್ನ ಕೆಲಸ ನನ್ನನ್ನು ಓಡಾಟಕ್ಕೆ ಹಚ್ಚಿದ್ದರಿಂದ ಆಕೆ ಮನೆಯಲ್ಲಿ ಒಬ್ಬಳೇ ಆಗುತ್ತಿದ್ದಳು.

ವಾಣಿಯ ಓದಿನ ಬಗ್ಗೆ ನಾವು ಚಿಂತಿಸಲು ಇನ್ನೊಂದು ಮುಖ್ಯ ಕಾರಣವಿತ್ತು. ಒಂದು ರೀತಿಯಲ್ಲಿ ಅವಳನ್ನು ಬಹಳ ಡಿಪ್ರೆಸ್ ಮಾಡಿದ ಕಾರಣವದು. ಹೋದ ತಿಂಗಳು ಅವಳಿಗಾಗಿದ್ದ ವಿಪರೀತ ಋತುಸ್ರಾವವನ್ನು ಅವಳ ಡಾಕ್ಟರರು ಗರ್ಭಪಾತವಾಗಿರಬಹುದೆನ್ನುವ ಅನುಮಾನದಲ್ಲಿ ಮಾತನಾಡಿದ್ದರು. ಅದು ನಮ್ಮಿಬ್ಬರನ್ನು ಬಹಳ ಕುಗ್ಗಿಸಿತ್ತು. ಇದು ಹೀಗಾದದ್ದು ಎರಡನೇ ಬಾರಿ. ಮೊದಲ ಬಾರಿಯಾದಾಗ ನಾವು ಬೆಂಗಳೂರಿನಲ್ಲಿದ್ದೆವು. ಮದುವೆಯಾದ ವರ್ಷದಲ್ಲೇ ಹನ್ನೆರಡು ವಾರಗಳು ಬೆಳೆದು ಸಂಭ್ರಮವನ್ನು ಸೃಷ್ಟಿಸಿದ್ದ ಗರ್ಭ ನಮಗೆ ಉಳಿಸಿಕೊಳ್ಳುವ ಯಾವ ಅವಕಾಶಗಳನ್ನೂ ಕೊಡದಂತೆ ಜಾರಿ ಹೋಗಿಬಿಟ್ಟಿತ್ತು. ನಡುರಾತ್ರಿಯಲ್ಲಿ ರಕ್ತಸ್ರಾವದ ಚಿಹ್ನೆಗಳು ಕಂಡನಂತರ ಒಂದು ಕ್ಷಣವೂ ತಡ ಮಾಡದೆ ಆಸ್ಪತ್ರೆಗೆ ಓಡಿದೆವಾದರೂ ಆ ವೇಳೆಗಾಗಲೇ ತಡವಾಗಿತ್ತು. ವಾಣಿಯ ದೇಹ ಪ್ರಕೃತಿಯಿಂದಾಗಿ ಗರ್ಭಧಾರಣೆ ಸೂಕ್ಷ್ಮದ್ದು ಎನ್ನುವಂತಹ ಮಾತುಗಳನ್ನು ಆ ಸಂದರ್ಭದಲ್ಲಿ ಅವಳ ಸ್ತ್ರೀರೋಗತಜ್ಞೆಯಾಡಿದ್ದರು. ಹೋದ ತಿಂಗಳದ್ದು ಮಾತ್ರ ನಮಗೆ ತಿಳಿಯಲೇ ಇಲ್ಲ. ಅದರ ಆಘಾತದಿಂದಾಗಿ ಈ ಒಂದು ತಿಂಗಳಲ್ಲಿ ವಾಣಿ ಪಟ್ಟ ಮಾನಸಿಕ ಯಾತನೆಗಳಿಂದ ಅವಳನ್ನು ವಿಮುಖಗೊಳಿಸಲು ಓದು ಮುಂದುವರೆಸುವುದು ನಮ್ಮ ಮನಸ್ಸಿನಲ್ಲಿ ಒಂದು ಸಕಾಲಿಕ ಕಾರಣವಾಗಿ ಕಾಣತೊಡಗಿತು.

ಮಧ್ಯಾಹ್ನ ಊಟದ ಸಮಯದಲ್ಲಿ ಆಂಜನೇಯಲು ಗಂಭೀರವಾಗಿ ಹೇಳಿದ – "ಓದಬೇಕು ಎಂದು ತಲೆಗೆ ಹತ್ತಿದೊಡನೆಯೇ ಯಾವುದೋ ಒಂದಕ್ಕೆ ಸೇರಿಕೊಂಡು ಬಿಡುವುದಲ್ಲ. ಸೈಕಾಲಜಿ ಓದಿದರೆ ಯಾವ ಕಂಪನಿಯಲ್ಲಿ ಕೆಲಸ ಕೊಡುತ್ತಾರೆ? ಸ್ಕೂಲ್ ಟೀಚರ್ ಆಗಬೇಕು ಅಷ್ಟೇ. ಕಂಪ್ಯೂಟರ್ ಸೈನ್ಸ್‌ನಲ್ಲಿ ಎಂಎಸ್ ಮಾಡಲಿ. ಹೇಗೆ ಕೆಲಸ ಸಿಗುತ್ತದೆ ಎಂದು ನೀವೇ ಖುದ್ದು ನೋಡುವಿರಂತೆ. ನಮ್ಮ ದೇಸೀ ಹೆಂಗಸರಿಗೆ ಸಾಫ್ಟ್‌ವೇರ್ ಟೆಸ್ಟಿಂಗ್ ಹೇಳಿ ಮಾಡಿಸಿದಂತಹ ಕೆಲಸ. ನನ್ನ ಹೆಂಡತಿಯೊಂದಿಗೆ ಮಾತನಾಡುವಂತೆ ವಾಣಿಗೆ ಹೇಳಿ. ಸುಮತಿಗೆ ಎಂಎಸ್ ಮುಗಿಸುವ ಮುನ್ನವೇ ಕ್ಯಾಂಪಸ್‌ನಲ್ಲೇ ಹೇಗೆ ಕೆಲಸ ಸಿಕ್ಕಿತು ಗೊತ್ತೇ? ಸೈಕಾಲಜಿ ಆರ್ಕಿಯಾಲಜಿಗಳೆಲ್ಲಾ ಗಣಿತ ತಲೆಗೆ ಹತ್ತದ ಜನಗಳಿಗೆ ಸರಿ, ನಮಗಲ್ಲ."

ಆಂಜನೇಯಲು ಹೇಳಿದ್ದನ್ನು ನಾನು ವಾಣಿಗೆ ತಿಳಿಸಿರಲೇ ಇಲ್ಲ. ವಾಣಿಯ ಓದಿನ ಉದ್ದೇಶದ ಅರಿವಿದ್ದ ನನಗೆ ಆಂಜನೇಯಲುವಿನ ಈ ವಿಷಯದ ಯೋಚನಾ ಲಹರಿ ಯಾವ ರೀತಿಯಲ್ಲೂ ಹೊಂದಿಕೆಯಾಗದು ಎಂದು ತಿಳಿದಿತ್ತು. ಅಶೋಕ್ ಮನೆಗೆ ಬಂದು ಓದನ್ನು ಮುಂದುವರೆಸು ಎಂದು ವಾಣಿಗೆ ಹೇಳುವಾಗ ಆಂಜನೇಯಲು ಹೇಳಿದ್ದನ್ನು ತಿಳಿಸಿದೆ. ಇಬ್ಬರೂ ಜೋರಾಗಿ ನಕ್ಕು ಬಿಟ್ಟರು.

"ಆ ಹನುಮಂತನದು ಯಾವಾಗಲೂ ವಕ್ರ ಬುದ್ಧಿಯೇ. ನನಗೆ ಚೆನ್ನಾಗಿ ಗೊತ್ತು ಅವನು. ಯಾವಾಗಲೂ ಮೂಗಿನ ನೇರದ ಮಾತುಗಳು. ತಾನು ಮಾಡಿದ್ದೆಲ್ಲಾ ಸರಿ ತಾನು ಮಾಡುವುದೆಲ್ಲ ಬುದ್ಧಿವಂತಿಕೆಯ ಕೆಲಸ ಎಂದು ಸದಾ ಸಮರ್ಥನೆಯಲ್ಲೇ ಮುಳುಗುವ ಮನುಷ್ಯ ಅವನು. ಮನಃಶಾಸ್ತ್ರ ಎಂದೊಡನೆಯೇ ಹುಚ್ಚಾಸ್ಪತ್ರೆಯ ಡಾಕ್ಟರರಷ್ಟೇ ನೆನಪಿಗೆ ಬರುವುದು ಅವನಿಗೆ." ಎಂದರು.

ವಾಣಿಗೂ ಇಂಡಸ್ಟ್ರಿಯಲ್ ಸೈಕಾಲಜಿಯನ್ನು ಓದುವ ಹಂಬಲವಿತ್ತು. ಹೈಪರ್‌ಲಿಂಕ್‌ನ ಎಚ್‌ಆರ್ ಡಿಪಾರ್ಟ್‌ಮೆಂಟಿನಲ್ಲಿ ಕೆಲಸ ಮಾಡುವಾಗ ಆದ ಅನುಭವಗಳು ಅವಳಿಗೆ ಆರ್ಗನೈಸೇಷನಲ್ ಸೈಕಾಲಜಿಯ ಮೇಲೆ ಹೆಚ್ಚಿನ ಆಸಕ್ತಿಯನ್ನು ಬೆಳೆಸಿತ್ತು. ಕಾರ್ಮಿಕರ ಹಿತಾಸಕ್ತಿಗಳು, ಕಾರ್ಮಿಕ ಶ್ರಮದ ನಿಷ್ಕರ್ಷೆ, ಸಂಸ್ಥೆಯ ಇತ್ಯರ್ಥಗಳು ತೀರ್ಪುಗಳು ಮತ್ತು ನಿರ್ಧಾರಗಳು ಮಾನವೀಯ ನೆಲೆಗಳಲ್ಲಿ ಮೂಡುವಂತೆ ಮಧ್ಯವರ್ತಿಗಳಾಗುವುದು ಮುಂತಾದ ಸಾಂಸ್ಥಿಕ ಮನಃಶಾಸ್ತ್ರದ ವಿಷಯಗಳು ವಾಣಿಗೆ ಮೆಚ್ಚಿನವು ಎಂದು ನನಗೆ ತಿಳಿದಿತ್ತು.

ಕಾಲೇಜು ಹದಿನೈದು ಮೈಲುಗಳಷ್ಟು ದೂರದಲ್ಲಿತ್ತು. ಪರಊರುಗಳ ಓಡಾಟವಿರದ ದಿನಗಳಲ್ಲಿ ನಾನು ಬೈಸಿಕಲ್ಲಿನಲ್ಲಿ ಆಫೀಸಿಗೆ ಹೋಗುತ್ತಿದ್ದುದರಿಂದ ವಾಣಿಯೇ ಕಾರನ್ನು ತೆಗೆದುಕೊಂಡು ಕಾಲೇಜಿಗೆ ಹೋಗುತ್ತಿದ್ದಳು. ವಾಣಿಯ ಓದು ಪ್ರಾರಂಭವಾದ ಮೇಲೆ ನಮ್ಮ ಜೀವನ ಶೈಲಿಯೂ ಬಹಳಷ್ಟು ಬದಲಾಯಿತು. ನಮ್ಮ ದಿನಚರಿ ಬೆಳಗ್ಗೆ ಐದೂವರೆಗೆ ಏಳುವುದರೊಂದಿಗೇ ಪ್ರಾರಂಭವಾಗುತ್ತಿತ್ತು. ದಿನದ ಸಂಜೆ ಮತ್ತು ವಾರಾಂತ್ಯಗಳಲ್ಲೂ ಮೊದಲಿನಷ್ಟು ಸಲೀಸಾಗಿ ಹೊರಗೆ ತಿರುಗಾಡಲು ಆಗುತ್ತಿರಲಿಲ್ಲ. ದಿನದ ಸಮಯ ಮತ್ತು ದೈನಂದಿನ ಚಟುವಟಿಕೆಗಳ ನಿರ್ವಹಣೆಯಲ್ಲಿ ಒಂದು ರೀತಿಯ ಶಿಸ್ತು ನಮ್ಮಲ್ಲಿ ಮೂಡಿತು.

"ನಮ್ಮ ಪ್ರಾಜಕ್ಟ್‌ಗಳ ಪ್ರೊಡಕ್ಟಿವಿಟಿಯನ್ನು ಹೇಗೆ ಹೆಚ್ಚು ಮಾಡಬಹುದು ಎಂದು ಇಂಡಸ್ಟ್ರಿಯಲ್ ಸೈಕಾಲಜಿಯನ್ನು ಓದುತ್ತಿರುವ ನಿನ್ನ ಹೆಂಡತಿಯಿಂದ ಕೇಳಿಕೊಂಡು ಬಾ." ಎಂದು ಫ್ರಾಂಕೋ ನಕ್ಕ.

⏩

ಇನ್ಫೋವಾಯೆಜ್ ತನ್ನ ವ್ಯವಹಾರಗಳಲ್ಲಿ ಸಮೃದ್ಧವಾಗಿ ಬೆಳೆದ ವರ್ಷಗಳಿವು. ಉತ್ಪಾದನಾ ಉದ್ಯಮಕ್ಕೆ ಅದರಲ್ಲೂ ಕಾರನ್ನು ತಯಾರು ಮಾಡುವ ಉದ್ಯಮಕ್ಕೆ ಸಾಫ್ಟ್‌ವೇರ್ ತಂತ್ರಜ್ಞಾನವನ್ನು ಮತ್ತು ಸರ್ವೀಸಸ್ಸನ್ನು ನೀಡುವಲ್ಲಿ ತನ್ನ ನೈಪುಣ್ಯತೆಯನ್ನು ಕಂಪನಿ ಗುರುತಿಸಿಕೊಂಡಿತ್ತು. ಹಾಗಾಗಿ ಡೆಟ್ರಾಯಿಟ್‌ನಲ್ಲಿರುವ ಅನೇಕ ಬೃಹತ್ ಕಾರು ತಯಾರಕ ಉದ್ಯಮಗಳೊಂದಿಗೆ ಇನ್ಫೋವಾಯೆಜ್‌ನ ನೇರ ಸಂಬಂಧವಿತ್ತು. ಅದರಲ್ಲೂ ವಿಶೇಷವಾಗಿ ಪ್ರಪಂಚದ ಅತಿದೊಡ್ಡ ಕಾರು ಉತ್ಪಾದನಾ

ಕಂಪನಿಯಾದ ಜನರಲ್ ಮೋಟಾರ್ಸ್‌ನೊಂದಿಗೆ. ಫ್ರಾಂಕೋ ಮತ್ತು ನನ್ನಂತಹ ಇಂಜಿನಿಯರುಗಳು ಉತ್ಪಾದನಾ ಕ್ಷೇತ್ರದ ಅನೇಕ ಕಂಪನಿಗಳಲ್ಲಿ ಇನ್ಫೋವಾಯೆಜ್‌ನ ಸಾಫ್ಟ್‌ವೇರ್, ತಂತ್ರಜ್ಞಾನ ಮತ್ತು ನಿರ್ವಹಣಾ ಸೇವೆಯನ್ನು ಪ್ರತಿಷ್ಠಾಪಿತಗೊಳಿಸುವಲ್ಲಿ ಮತ್ತು ಹೊಸ ಪ್ರಾಜೆಕ್ಟ್‌ಗಳನ್ನು ಕಂಪನಿಗೆ ತರುವಲ್ಲಿ ಯಶಸ್ವಿಯಾಗಿದ್ದೆವು.

ಆಟೋಮೊಬೈಲ್ ಕಂಪನಿಗಳಲ್ಲಿ ಕಂಪನಿ ಅದೃಷ್ಟವನ್ನು ಹುಡುಕುತ್ತಿರುವ ಈ ಸಂದರ್ಭದಲ್ಲಿ ನನಗೂ ಮತ್ತು ಫ್ರಾಂಕೋಗೂ ಸಿಎಫ್‌ಒ ಆಫೀಸಿನಿಂದ ಒಂದು ಇ–ಮೈಲ್ ಬಂತು. ತಕ್ಷಣವೇ ಸಿಯಾಟಲ್ ನಗರದ ಸಮೀಪದ ರೋಸಲಿನ್ ಎನ್ನುವ ಊರಿನಲ್ಲಿರುವ ಜೆನ್‌ಸನ್ ಗ್ರೀನ್ ಎನರ್ಜಿ ಎನ್ನುವ ಕಂಪನಿಯ ಪ್ರಾಜಕ್ಟುಗಳಲ್ಲಿ ಕೆಲಸ ಮಾಡುವಂತೆ ನಿರ್ದೇಶಿಸಲಾಗಿತ್ತು. ಈ ಕಂಪನಿಯೊಂದಿಗಿನ ವ್ಯವಹಾರಗಳು ಇನ್ಫೋವಾಯೆಜ್‌ಗೆ ಹೊಸ ದಿಕ್ಕನ್ನು ತೋರಿಸುವಂಥವು ಎಂದು ಬರೆಯಲಾಗಿತ್ತು. ನಮ್ಮ ಕಂಪನಿಯ ಚೀಫ್ ಫೈನಾನ್ಷಿಯಲ್ ಆಫೀಸರ್ ಕ್ಯಾರೊಲಿನ್ ರಾವ್ ಮತ್ತು ಆಕೆಯ ಪತಿ ಚೀಫ್ ಟೆಕ್ನಿಕಲ್ ಆಫೀಸರ್ ಭೂಷಣ ರಾವ್ ಖುದ್ದು ನಿರ್ವಹಿಸುತ್ತಿರುವ ಪ್ರಾಜೆಕ್ಟ್‌ಗಳಿವು.

ಉಳಿದೆಲ್ಲ ಕೆಲಸಗಳನ್ನು ಬದಿಗಿಟ್ಟು ಈ ಗ್ರಾಹಕ ಕಂಪನಿಯ ಕೆಲಸಕ್ಕೆ ಧುಮುಕಿ ಎಂದು ನಮ್ಮ ಉನ್ನತಾಧಿಕಾರಿಗಳು ಹೇಳಬೇಕೆಂದರೆ ಈ ಕಂಪನಿಯ ವಿಶೇಷವೇನಿರಬಹುದು ಎಂದು ಆಶ್ಚರ್ಯವಾಗಿತ್ತು. ಜೆನ್‌ಸನ್ ಗ್ರೀನ್ ಎನರ್ಜಿ ಕಂಪನಿಯ ಬಗ್ಗೆ ಮಾಹಿತಿಗಳನ್ನು ಕಲೆಹಾಕುತ್ತ ಹೋದೆ. 'ತೀರಾ ಅಬ್ಸೆಸ್ಸಿವ್ ಆಗಿ ಆ ಕಂಪನಿಯ ಬಗ್ಗೆ ಯೋಚಿಸುತ್ತಿದ್ದೀಯ' ಎಂದು ಫ್ರಾಂಕೋನಿಂದ ಟೀಕಿಸಿಕೊಂಡರೂ ನಾನು ಸಂಗ್ರಹಿಸಿದ ವಿಷಯಗಳು ಆ ಕಂಪನಿಯ ಬಗ್ಗೆ ಅದರಲ್ಲೂ ಮುಖ್ಯವಾಗಿ ಅದರ ಉಗಮದ ಕುರಿತಾಗಿ ಒಂದು ರೋಚಕ ಕಥೆಯನ್ನೇ ಹೇಳುತ್ತಿದ್ದವು. ಆ ಕಂಪನಿಯ ಬಗ್ಗೆ ಹೊಸ ಮಾಹಿತಿಗಳು ಲಭ್ಯವಾದಂತೆಲ್ಲ ನನ್ನ ನೋಟ್‌ಬುಕ್ಕಿನಲ್ಲಿ ದಾಖಲಿಸುತ್ತ ಹೋದೆ.

ಜೆನ್‌ಸನ್ ಗ್ರೀನ್ ಎನರ್ಜಿಯನ್ನು ಒಂದೇ ವಾಕ್ಯದಲ್ಲಿ ಸಂಕ್ಷಿಪ್ತವಾಗಿ ಹೇಳಬೇಕೆಂದರೆ ಅದು ಜೋಳದಲ್ಲಿ ಪೆಟ್ರೋಲ್ ತರಹದ ಇಂಧನವನ್ನು ತಯಾರಿಸುವ ಕಂಪನಿ. ಆ ಕಂಪನಿಯು ವೇಗವಾಗಿ ತನ್ನ ವೃದ್ಧಿಯನ್ನು ಕಾಣುವಲ್ಲಿ ಅಂದಿನ ಅಮೆರಿಕದ ಪರಿಸ್ಥಿತಿಯೂ ಕಾರಣವಾಗಿತ್ತು.

ನನ್ನ ನೋಟ್‌ಬುಕ್ಕಿನಲ್ಲಿ ಜೆನ್‌ಸನ್ ಗ್ರೀನ್ ಎನರ್ಜಿ ಕಂಪನಿಯ ಉಗಮದ ಪ್ರಮೇಯ ಮತ್ತು ಅದರ ವಿಶೇಷಗಳನ್ನು ಕುರಿತಾಗಿ ಈ ಕೆಳಗಿನ ಸಾಲುಗಳನ್ನು ಬರೆದುಕೊಂಡೆ:

'ಟಾರ್ ರಸ್ತೆಯ ಹೆದ್ದಾರಿಯಲ್ಲಿ ಬಹಳ ದೂರ ಪಯಣಿಸಿ ಇದ್ದಕ್ಕಿದ್ದಂತೆ ಹಳ್ಳಿಯ ರಸ್ತೆಗೆ ತಿರುಗಿಕೊಂಡಂತೆ ಅಮೆರಿಕದ ಅರ್ಥವ್ಯವಸ್ಥೆ ಸುಳಿವು ಕೊಡದಂತೆ ಉಬ್ಬುತಗ್ಗುಗಳ ರಸ್ತೆಗೆ ಇಳಿದ ದಿನಗಳಿವು. ಸ್ಯಾನ್‌ಫ್ರಾನ್ಸಿಸ್ಕೋದ ಸಿಲಿಕಾನ್ ವ್ಯಾಲಿಯಲ್ಲಿ

ಹುಟ್ಟಿಕೊಂಡಿದ್ದ ಡಾಟ್ ಕಾಮ್ ಕಂಪನಿಗಳು ಗುಂಡುಸೂಜಿಯನ್ನು ಚುಚ್ಚಿಸಿಕೊಂಡ ಬಲೂನಿನಂತೆ ಮುದುರಿ ಸಿಪ್ಪೆಯಾಗಿ ಇತಿಹಾಸ ಸೇರಿಯಾಗಿದೆ. ಈ ನಡುವೆ ಅಮೆರಿಕ ಎರಡು ಯುದ್ಧಗಳಲ್ಲಿ ಭಾಗಿಯಾಗಿದೆ – ಒಂದು, ಅಫಘಾನಿಸ್ತಾನದಲ್ಲಿ ಮತ್ತೊಂದು ಇರಾಕಿನಲ್ಲಿ. ಎರಡು ಯುದ್ಧಗಳ ನೇರ ಪರಿಣಾಮವಾಗುತ್ತಿರುವುದು ಅರ್ಥವ್ಯವಸ್ಥೆಯ ಮೇಲೆ. ಈ ವೇಳೆಗಾಗಲೇ ರಿಸೆಷನ್‌ಗೆ ಜಾರುತ್ತಿರುವ ಅರ್ಥವ್ಯವಸ್ಥೆಯು ಯುದ್ಧದ ಪರಿಣಾಮಗಳಿಂದ ಮತ್ತೂ ತತ್ತರಿಸಿದೆ. ಈ ಪರಿಣಾಮಗಳು ಬಹಳಷ್ಟು ಮಟ್ಟಿಗೆ ಜಾಗತಿಕವಾಗಿ ಬಿಸಿ ಮುಟ್ಟಿಸುತ್ತಿದ್ದರೂ ಅವುಗಳ ನೇರ ಮತ್ತು ತೀಕ್ಷ್ಣ ಪರಿಣಾಮ ವಾಗುತ್ತಿರುವುದು ಅಮೆರಿಕದ ಮೇಲೆ. ತೆರಿಗೆದಾರರ ಹಣದ ದೊಡ್ಡ ಪಾಲು ಯುದ್ಧಕ್ಕಾಗಿ ಪೋಲಾಗುತ್ತಿದೆ. ಈ ದುಸ್ತರದ ದಿನಗಳಲ್ಲಿ ಲಕ್ಷಾಂತರ ಜನರು ಕೆಲಸ ಕಳೆದುಕೊಳ್ಳುತ್ತಿದ್ದಾರೆ. ಪದಾರ್ಥಗಳ ಬೆಲೆ ಏರತೊಡಗಿದೆ. ಅದರಲ್ಲೂ ವಿಶೇಷವಾಗಿ ಪೆಟ್ರೋಲಿನ ಬೆಲೆ.

ಈ ಸಂದಿಗ್ಧತೆಯಲ್ಲಿ ಹುಟ್ಟಿಕೊಂಡ ಕಂಪನಿ ಜೆನ್‌ಸನ್ ಗ್ರೀನ್ ಎನರ್ಜಿ. ಯುದ್ಧಗಳು ಸಾಮಾನ್ಯ ಮನುಷ್ಯನ ಮೇಲೆ ಹೊರೆಯಾದರೂ ಅಪವಾದವೆನ್ನುವಂತೆ ಅವು ಅವಕಾಶಗಳನ್ನೂ ಸೃಷ್ಟಿಸುತ್ತವೆ ಮತ್ತು ಅಂತಹ ಅವಕಾಶಗಳನ್ನು ಉಪಯೋಗಿಸಿಕೊಳ್ಳಲು ಬುದ್ಧಿವಂತ ಕಂಪನಿಗಳು ಮತ್ತು ಬುದ್ಧಿವಂತ ಜನರು ಸದಾ ಸಿದ್ಧವಾಗಿರುತ್ತಾರೆ ಎನ್ನುವುದಕ್ಕೆ ಜೆನ್‌ಸನ್ ಗ್ರೀನ್ ಎನರ್ಜಿ ಮತ್ತು ಅದರ ಮುಖ್ಯಸ್ಥ ಟಿಮೋತಿ ಮೆಕ್‌ನೀಲರ್ ಒಳ್ಳೆಯ ಉದಾಹರಣೆ.'

ವಾಲ್‌ಸ್ಟ್ರೀಟ್ ಜರ್ನಲ್ ಪತ್ರಿಕೆಯ ಗಂಭೀರ ಅಂಕಣದಂತೆ ಮೂಡಿಬಂದ ನನ್ನ ಸಾಲುಗಳನ್ನು ಓದಿ ನನಗೇ ನಗುಬಂತು. ಅದರಲ್ಲೂ, 'ಹಳ್ಳಿಯ ರಸ್ತೆಗೆ ಇಳಿದ ಬಸ್ಸು' 'ಸೂಜಿ ಚುಚ್ಚಿಸಿಕೊಂಡ ಬಲೂನು' ಮುಂತಾದ ಹೋಲಿಕೆಗಳು ನನಗೆ ಪರಕೀಯವಾದ ಬರವಣಿಗೆ! ಯಾರಿಗಾದರೂ ನನ್ನ ಈ ನೋಟ್ ಪುಸ್ತಕ ಸಿಕ್ಕಿಬಿಟ್ಟರೆ ನಾನು ನಗೆಪಾಟಲಾಗುವುದಿಲ್ಲವೇ ಎನ್ನಿಸಿತು. ಆದರೂ, ವಿಷಯ ಸಂಗ್ರಹದ ವ್ಯಾಮೋಹ ಎಷ್ಟು ಬಲವಾಗಿತ್ತೆಂದರೆ ಪುಸ್ತಕದಲ್ಲಿ ಗುರುತು ಹಾಕಿಕೊಳ್ಳುವುದನ್ನು ನಾನು ಬಿಡಲಿಲ್ಲ. ಯಾರು ನೋಡಿದರೇನು ಎಂದು ಮನಸ್ಸನ್ನು ಗಟ್ಟಿ ಮಾಡಿಕೊಂಡೆನಾದರೂ ಹೇಗಾದರಾಗಲಿ ಎಂದು ಯಾರಿಗೂ ಅರ್ಥವಾಗದ ರೀತಿಯಲ್ಲಿ – ಇಂಗ್ಲಿಷ್, ಕನ್ನಡ ಮತ್ತು ಹಿಂದಿಯನ್ನು ಬೆರೆಸಿ ಮೋಡಿ ಅಕ್ಷರಗಳಲ್ಲಿ – ಬರೆದುಕೊಳ್ಳಲಾರಂಭಿಸಿದೆ. ಬರೆದಿಟ್ಟ ಪುಟಗಳನ್ನು ಹಿಂತಿರುಗಿ ನೋಡಿದರೆ ಒಮ್ಮೊಮ್ಮೆ ನನಗೇ ಓದಿಕೊಳ್ಳುವುದು ಕಷ್ಟವಾಗುತ್ತಿತ್ತು.

ಈ ಇಂಧನ ಕಂಪನಿ ಕ್ಷಿಪ್ರ ಕಾಲದಲ್ಲಿ ಎಷ್ಟು ಹೆಸರು ಮಾಡಿತು ಎಂದರೆ ಸಿಎನ್‌ಬಿಸಿಯಲ್ಲಿ ಅದರ ಕುರಿತಾಗಿ ಒಂದು ಸಾಕ್ಷ್ಯಚಿತ್ರವೇ ಮೂಡಿ ಬಂತು. ಟಿಮೋತಿ ಮೆಕ್‌ನೀಲರ್‌ನ ಸಂದರ್ಶನ ಕೂಡ ಪ್ರಸಾರವಾಯಿತು. ನನ್ನೊಂದಿಗೆ ವಾಣಿ ಕೂಡ ಕುಳಿತು ಆ ಕಾರ್ಯಕ್ರಮವನ್ನು ಆಸಕ್ತಿಯಿಂದ ನೋಡಿದಳು.

ಕಾರ್ಯಕ್ರಮದ ನಿರೂಪಕ ಹೇಳುತ್ತಿದ್ದ –

ಆಧುನಿಕ ಪ್ರಪಂಚದಲ್ಲಿ ಯುದ್ಧಗಳು ತರುವ ಅತಿ ದೊಡ್ಡ ಅನಿಶ್ಚಿತತೆ ಎಂದರೆ ಪೆಟ್ರೋಲಿನ ಸರಬರಾಜು. ಪ್ರಪಂಚದ ಆರ್ಥಿಕ ವ್ಯವಸ್ಥೆಗಳು ಪೆಟ್ರೋಲ್ ಎನ್ನುವ ದಾರಕ್ಕೆ ಮಣಿಗಳಂತೆ ಅಂಟಿಕೊಂಡಿವೆ. ಇವತ್ತಿನ ನಾಗರಿಕತೆಗಳಿಗೆ ನೀರಿನಷ್ಟೇ ಮಹತ್ವದ್ದಾಗಿ ಪೆಟ್ರೋಲ್ ಬೇಕು. ಆದರೆ ಯುದ್ಧಗಳು ಪೆಟ್ರೋಲಿನ ಜೊತೆ ಆಟವಾಡುತ್ತವೆ. ಸಂಕ್ಷಿಪ್ತ ನಿಕ್ಷೇಪ ಪೆಟ್ರೋಲ್ ಭೂಮಿಯೊಳಗಿನ ಪಾತಾಳದಲ್ಲಿ ಸಮವಾಗಿ ಹಂಚಿಕೆಯಾಗಿಲ್ಲ. ಭೂಮಿಯ ಅತಿದೊಡ್ಡ ನಲ್ವತ್ತು ಪೆಟ್ರೋಲ್ ನಿಕ್ಷೇಪಗಳಲ್ಲಿ ಇಪ್ಪತ್ತಾರು ಮಧ್ಯಪ್ರಾಚ್ಯ ರಾಷ್ಟ್ರಗಳಲ್ಲಿವೆ. ಸೌದಿ ಅರೇಬಿಯಾ, ಇರಾಕ್, ಕುವೈತ್ ಮತ್ತು ಅಬುದಾಬಿಯಂತಹ ದೇಶಗಳು ತಮ್ಮ ಪೆಟ್ರೋಲ್ ನಿಕ್ಷೇಪಗಳ ದೆಸೆಯಿಂದ ಪ್ರಪಂಚದ ರಾಜಕೀಯ ಮತ್ತು ಅರ್ಥವ್ಯವಸ್ಥೆಯನ್ನು ನಿರ್ದೇಶಿಸುತ್ತವೆ. ಈ ಕೊಲ್ಲಿ ರಾಷ್ಟ್ರಗಳ ರಾಜಕೀಯ ತಳಮಳಗಳು ಪೆಟ್ರೋಲ್‌ನ ಬೆಲೆಯನ್ನು ಏರಿಸುತ್ತ ಅಥವಾ ಇಳಿಸುತ್ತ ನಾಗರಿಕ ಜೀವನದಲ್ಲಿ ಮತ್ತಷ್ಟು ಸಮಸ್ಯೆಗಳನ್ನು ಹುಟ್ಟುಹಾಕುತ್ತವೆ. ಅಮೆರಿಕದ ಬಹುಪಾಲು ಪೆಟ್ರೋಲ್ ಈ ದೇಶಗಳಿಂದ ಆಮದಾಗುವುದರಿಂದ ಕೊಲ್ಲಿರಾಷ್ಟ್ರಗಳೊಂದಿಗಿನ ಅಮೆರಿಕದ ಒಂದೊಂದು ನಡೆನುಡಿಯೂ ಪ್ರತಿದಿನಾ ಪ್ರತಿಗಂಟೆಗೂ ಪೆಟ್ರೋಲ್ ಬೆಲೆಯನ್ನು ಏರುಪೇರು ಮಾಡುತ್ತಿರುತ್ತದೆ. ಅದರಲ್ಲೂ ಇರಾಕ್‌ನ ಮೇಲಿನ ಯುದ್ಧ ಪೆಟ್ರೋಲ್ ಬೆಲೆಯನ್ನು ತೀರಾ ರೋಲರ್‌ಕೋಸ್ಟರ್‌ನಂತೆ ಆಟವಾಡಿಸಿ ಅಮೆರಿಕದ ಜನತೆಯಲ್ಲಿ ಕೋಲಾಹಲವನ್ನು ಸೃಷ್ಟಿಸಿದೆ. ಬ್ಯಾರಲ್‌ಗೆ ಮೂವತ್ತಮೂರು ಡಾಲರಿದ್ದ ಪೆಟ್ರೋಲ್ ಇರಾಕಿನ ಉಗ್ರಗಾಮಿಗಳು ಕೆಲವು ಪೈಪ್‌ಲೈನ್‌ಗಳನ್ನು ಸಿಡಿಸುತ್ತಿದ್ದಂತೆಯೇ ಬ್ಯಾರಲ್‌ಗೆ ಎಪ್ಪತ್ತಾರು ಡಾಲರ್ ಮುಟ್ಟಿ ಮತ್ತೂ ಮೇಲಕ್ಕೆ ಏರುವ ಎಲ್ಲಾ ಲಕ್ಷಣಗಳನ್ನು ತೋರಿಸುತ್ತಿದೆ.

ಹೀಗೆ ಪೆಟ್ರೋಲ್, ಡೀಸೆಲ್, ಗ್ಯಾಸೋಲಿನ್, ಅಡುಗೆ ಅನಿಲ, ಸಂಯುಕ್ತಗಳ ಪೆಟ್ರೋ ರಾಸಾಯನಿಕಗಳು, ಪಿವಿಸಿ ಪೈಪ್‌ಗಳು, ರಬ್ಬರ್ ಟ್ಯೂಬ್‌ಗಳು, ನೈಲಾನ್, ಪಾಲಿಥಿನ್, ಕೊನೆಗೆ ಬಹುಉಪಯೋಗಿ ವ್ಯಾಸಲಿನ್ ಕೂಡ ಭೂಮಿಯೊಳಗಿನ ಪಳಿಯುಳಿಕೆಗಳ ಕರಗುರಸದ ಮೇಲಿನ ಅವಲಂಬನೆಯಿಂದಾಗಿ ಅಮೆರಿಕವನ್ನು ಒಳಗೊಂಡಂತೆ ಇಡೀ ಪ್ರಪಂಚದಲ್ಲಿ ಹಾಹಾಕಾರವನ್ನು ಸೃಷ್ಟಿಸಿವೆ. ಈ ತಲ್ಲಣದ ಸಂದರ್ಭದಲ್ಲಿಯೇ ಆಶಾಕಿರಣಗಳಂತೆ ಜೈವಿಕ ಇಂಧನಗಳು ಕಾಣಿಸಿಕೊಂಡಿವೆ. ಬಯೋಫ್ಯೂಯಲ್ – ಬಯೋಡೀಸೆಲ್ – ಎಂದು ಕರೆಸಿಕೊಳ್ಳುವ ಈ ಇಂಧನಗಳು ನಮ್ಮ ಭವಿಷ್ಯದ ಶಕ್ತಿಮೂಲಗಳ ಸಮಸ್ಯೆಗೆ ಸೂಕ್ತ ಪರಿಹಾರಗಳಾಗಿ ಕಾಣುತ್ತಿವೆ. ದಿನನಿತ್ಯದ ಆಹಾರಕ್ಕಾಗಿ ನಾವು ಉಪಯೋಗಿಸುವ ಜೋಳದಿಂದ ಇಂಧನವನ್ನು ತಯಾರಿಸಬಹುದು ಎನ್ನುವ ಮಹತ್ತರ ಸಂಶೋಧನೆಯ ಫಲವಾಗಿ ಈ ಇಂಧನಗಳು ಇಂದು ನಮ್ಮ ಮುಂದಿವೆ. ಸರ್ಕಾರ ಕೂಡ ಇದನ್ನು ಗುರುತಿಸಿ ಜೋಳದಿಂದ ಇಂಧನದ ಉತ್ಪಾದನೆಗೆ ಸಬ್ಸಿಡಿ ಘೋಷಿಸಿದೆ. ಜೋಳದ ಬೆಳೆಗಾರರಿಗೆ

ಪ್ರೋತ್ಸಾಹಧನವನ್ನು ನೀಡುತ್ತಿದೆ. ಉತ್ಪಾದನೆಗೆ ಬೇಕಾದ ಸಂಸ್ಕರಣಾ ಘಟಕಗಳನ್ನು ನಿರ್ಮಿಸಿಕೊಳ್ಳಲು ಕೂಡ ಅನೇಕ ಸಹಾಯಗಳನ್ನು ಮಾಡುತ್ತಿದೆ.

ಸರ್ಕಾರಗಳಂತೆಯೇ ಪರಿಸರವಾದಿಗಳು ಕೂಡ ಈ ಬಯೋ-ಇಂಧನ ಕಂಪನಿಗಳ ಬೆಂಬಲಕ್ಕೆ ನಿಂತಿದ್ದಾರೆ. ಭೂಮಿಯ ಪೆಟ್ರೋಲ್‌ಗೆ ಹೋಲಿಸಿದರೆ ಜೋಳದ ಪೆಟ್ರೋಲ್ ಅತಿ ಕಡಿಮೆ ಮಾಲಿನ್ಯವನ್ನು ಮಾಡುತ್ತದೆ. ಭೂಮಿಯಿಂದ ಬಸಿದು ತಂದ ಪೆಟ್ರೋಲ್ ಪರಿಸರಕ್ಕೆ ಬಿಡುಗಡೆ ಮಾಡುವ ಇಂಗಾಲಕ್ಕೆ ಹೋಲಿಸಿದರೆ ಜೈವಿಕ ಇಂಧನ ಶೇಕಡಾ ಎಪ್ಪತ್ತಮೂರರಷ್ಟು ಕಡಿಮೆ ವಾಯುಮಾಲಿನ್ಯ ಮಾಡುತ್ತದೆ. ನೆಲ ಸಮುದ್ರಗಳಲ್ಲಿ ತೈಲದ ಸೋರಿಕೆಯಾದರೆ ಪೆಟ್ರೋಲ್‌ನಂತೆ ಪರಿಸರಕ್ಕೆ ಮಾರಕವಾಗಿ ಲಕ್ಷಾಂತರ ಪ್ರಾಣಿಗಳ ಹತ್ಯೆಯಾಗುವುದರ ಬದಲು ಅದು ಪ್ರಾಣಿಪಕ್ಷಿಗಳ ಆಹಾರ ವಾಗುತ್ತದೆ. ಭೂಮಿಯ ಪೆಟ್ರೋಲ್‌ಗೆ ಉತ್ಕರ್ಷಣಕಾರಿಯಾಗಿ ಬೆರೆಸುವ ಎಂಟಿಬಿಯಿ ಎನ್ನುವ ಪರಿಸರಕ್ಕೆ ಮಾರಕವಾದ ರಾಸಾಯನಿಕವನ್ನು ಜೈವಿಕ ಇಂಧನಕ್ಕೆ ಬೆರೆಸಬೇಕಾಗಿಲ್ಲ.

ಪರಿಸರವಾದಿಗಳ ಮೆರವಣಿಗೆಗಳ ಚಿತ್ರಗಳನ್ನು ತೋರಿಸಲಾಯಿತು. ಪರಿಸರವಾದಿಗಳ ಜೊತೆಜೊತೆಯಲ್ಲಿ ಯುದ್ಧ ವಿರೋಧಿಗಳೂ ತಮ್ಮ ಘೋಷಣೆ ಮತ್ತು ಬ್ಯಾನರುಗಳೊಂದಿಗೆ ಮೆರವಣಿಗೆಯಲ್ಲಿದ್ದರು.

"ನೋ ಬ್ಲಡ್ ಫಾರ್ ಆಯಿಲ್!"

"ಹೌ ಮೆನಿ ಲೈವ್ಸ್ ಪರ್ ಗ್ಯಾಲನ್, ಮಿಸ್ಟರ್ ಬುಷ್?"

"ಪೆಟ್ರೋಲ್ ಉದ್ಯಮ = ನೆತ್ತರು ಹೀರುವ ರಾಕ್ಷಸ!"

ಸೌದಿ ಅರೇಬಿಯಾದ ಶೇಖ್‌ನ ಚಿತ್ರದ ಮೇಲೆ ಕೆಂಪುಬಣ್ಣದಲ್ಲಿ ಅಡ್ಡಗೆರೆ ಎಳೆದ ಮತ್ತು ಅರ್ಧ ಸಿಪ್ಪೆ ಸುಲಿದ ಮುಸುಕಿನ ಜೋಳಕ್ಕೆ ರೈಟ್ ಮಾರ್ಕ್ ಹಾಕಿದ ಚಿತ್ರಗಳು ಎಲ್ಲೆಲ್ಲೂ ಹಾರಾಡುತ್ತಿದ್ದವು. ಅರಬ್ಬರ ಬಟ್ಟೆಯಲ್ಲಿರುವ ಬುಷ್‌ನ ಚಿತ್ರಕ್ಕೆ ಥಂಬ್ಸ್‌ಡೌನ್ ಮಾಡಿ ಅಮೆರಿಕನ್ನನಂತೆ ಹ್ಯಾಟ್ ಧರಿಸಿದ್ದ ಜೋಳದ ಚಿತ್ರಕ್ಕೆ ಥಂಬ್ಸ್‌ಅಪ್ ಮಾಡಲಾಗಿತ್ತು.

ನಿರೂಪಕ ಮುಂದುವರೆಸಿದ –

ಪಶ್ಚಿಮ ಅಮೆರಿಕದ ನಗರ ಸಿಯಾಟಲ್‌ನ ಸಮೀಪದ ರೋಸಲಿನ್ ಎನ್ನುವಲ್ಲಿ ಕಾರ್ಯ ನಿರ್ವಹಿಸುತ್ತಿರುವ ಜೆನ್‌ಸನ್ ಎನರ್ಜಿ ಕಂಪನಿ ಬಯೋಫ್ಯೂಯಲ್ ಬ್ಯುಸಿನೆಸ್ಸಿನಲ್ಲಿ ವೇಗವಾಗಿ ಯಶಸ್ಸನ್ನು ಗಳಿಸುತ್ತಿದ್ದು ಈ ಹೊತ್ತಿಗೆ ತನ್ನ ಹೆಸರನ್ನು ಜೆನ್‌ಸನ್ ಗ್ರೀನ್ ಎನರ್ಜಿ ಎಂದು ಬದಲಿಸಿಕೊಂಡು ಹೊಸ ಮುಖ್ಯಸ್ಥನನ್ನು ಪಡೆದಿದೆ. ಸಾಫ್ಟ್‌ವೇರ್ ಬೃಹತ್ ಕಂಪನಿ ಮೈಕ್ರೋಸಾಫ್ಟ್‌ನಲ್ಲಿ ಉನ್ನತ ಹುದ್ದೆಯಲ್ಲಿದ್ದ ಟಿಮೋತಿ ಮೆಕ್‌ನೀಲರ್ ಜೆನ್‌ಸನ್ ಗ್ರೀನ್ ಎನರ್ಜಿಗೆ ಮುಖ್ಯಸ್ಥರಾಗಿ ನೇಮಕಗೊಂಡಿದ್ದಾರೆ.

ಟಿಮೋತಿ ಮೆಕ್‌ನೀಲರನೊಂದಿಗೆ ಸಂದರ್ಶನವನ್ನು ತೋರಿಸಲಾಯಿತು.

ಸುಮಾರು ಐವತ್ತರ ಪ್ರಾಯದ ಮನುಷ್ಯ. ಉದ್ದನೆಯ ಮತ್ತು ಸಪೂರ ಮೈಕಟ್ಟು. ಕೋಲು ಮುಖ, ಉದ್ದ ಮೂಗು ಮತ್ತು ಬಾಲ್ಡ್ ಆಗಿ ಹೊಳೆಯುವ ತಲೆ. ಕೇಳುವುದೇ ಇಲ್ಲ ಎನ್ನುವಷ್ಟರ ಮಟ್ಟಿಗೆ ಆತನ ಧ್ವನಿ ಮೆಲ್ಲಗೆ.

ಸಿಎನ್‌ಬಿಸಿಯ ಸಂದರ್ಶಕ ಪ್ರಶ್ನೆಗಳನ್ನು ಕೇಳುತ್ತಿದ್ದ –

"ಸಾಫ್ಟ್‌ವೇರ್ ಕಂಪನಿಯಿಂದ ಎನರ್ಜಿ ಕಂಪನಿಗೆ ಸೇರುವುದು ಒಂದು ದೊಡ್ಡ ಬದಲಾವಣೆಯಲ್ಲವೇ? ಅಂತಹ ದೊಡ್ಡ ಬದಲಾವಣೆಯನ್ನು ತೆಗೆದುಕೊಳ್ಳುವ ಧೈರ್ಯ ನಿಮಗೆ ಹೇಗೆ ಬಂತು?"

ಟಿಮೋತಿ ತನ್ನ ಮೆಲ್ಲನೆಯ ದನಿಯಲ್ಲಿ ನುಡಿದ "ದೊಡ್ಡ ಟ್ರಾನ್ಸಿಷನ್ ನಿಜ, ಆದರೆ ಹಸಿರು ಶಕ್ತಿಮೂಲಗಳ ವಲಯವನ್ನು ಇಂದು ಹಿಡಿಯದವರು ನಾಳೆ ಖಂಡಿತವಾಗಿ ಪಶ್ಚಾತ್ತಾಪ ಪಡುತ್ತಾರೆ. ಕೆಲಸದ ವಿಷಯವಿರಬಹುದು, ಬಂಡವಾಳ ಹೂಡಿಕೆ ಇರಬಹುದು ಅಥವಾ ಕೊನೆಗೆ ನೀವು ಬರೆಯಬೇಕೆಂದಿರುವ ಲೇಖನವಿರಬಹುದು. ಇಂದು ನಮ್ಮನ್ನು ಜ್ವಲಿಸುವ ಸಮಸ್ಯೆಗಳ ಪರಿಹಾರದಲ್ಲೇ ನಾಳಿನ ಭವಿಷ್ಯವಿದೆ ಎನ್ನುವುದನ್ನು ಮರೆಯಬಾರದು."

"ಜೋಳದಂತಹ ಪ್ರಮುಖ ಆಹಾರ ಧಾನ್ಯವನ್ನು ನೀವು ಇಂಧನ ತಯಾರಿಕೆಗೆ ಬಳಸಿದರೆ ಪ್ರಪಂಚದ ಆಹಾರ ವ್ಯವಸ್ಥೆಯಲ್ಲಿ ಏರುಪೇರಾಗುವುದಿಲ್ಲವೇ? ಅದರಲ್ಲೂ, ಉತ್ತರ ಅಮೆರಿಕ ಮತ್ತು ಮೆಕ್ಸಿಕೋದ ಮುಖ್ಯ ಆಹಾರ ಜೋಳವಲ್ಲವೇ?"

"ಹಾಗೇನೂ ಆಗುವುದಿಲ್ಲ. ಪ್ರಪಂಚದ ಏರು ಜನಸಂಖ್ಯೆಗೆ ತಕ್ಕಂತೆ ಆಹಾರದ ಉತ್ಪಾದನೆಯನ್ನೂ ಉತ್ಕರ್ಷಗೊಳಿಸುವ ಕೃಷಿ ತಂತ್ರಜ್ಞಾನಗಳು ನಮ್ಮಲ್ಲಿವೆ. ಬಯೋ-ಫ್ಯೂಯಲ್‌ನ ತಯಾರಿಕೆಗೆ ತಕ್ಕಂತೆ ಭೂ ವ್ಯವಸಾಯದಲ್ಲೂ ಕ್ರಾಂತಿಗಳೇ ನಡೆಯುತ್ತಿವೆ. ಇಂಧನಕ್ಕೂ ಜೋಳವನ್ನು ಒದಗಿಸಿ ಆಹಾರವನ್ನೂ ಕಡಿಮೆ ಬೆಲೆಗೆ ಕೊರತೆಯಿಲ್ಲದಂತೆ ಕೊಡುವಷ್ಟು ಉತ್ಪಾದನಾ ಮತ್ತು ಸರಬರಾಜು ತಂತ್ರಜ್ಞಾನಗಳು ನಮ್ಮಲ್ಲಿವೆ. ಆದರೂ ಕೆಲವು ಅಪವಾದಗಳು ಇವೆ ಎನ್ನುವುದನ್ನು ನಾನು ಒಪ್ಪಿಕೊಳ್ಳುತ್ತೇನೆ. ಪ್ರಪಂಚವನ್ನೇ ಕಾಡುವಂತಹ ಬರ ಪರಿಸ್ಥಿತಿ ಬಂದು ಆಹಾರದ ತೀವ್ರ ಮುಗ್ಗಟ್ಟು ಎದುರಾದಾಗ ಮಾತ್ರ ನಾವು ಚಿಂತಿಸಬೇಕಾಗುತ್ತದೆ. ಆಹಾರ ಮುಖ್ಯವೋ ಇಂಧನವೋ, ಆಹಾರಕ್ಕೆ ಎಷ್ಟು ಜೋಳ ಇಂಧನಕ್ಕೆ ಎಷ್ಟು ಜೋಳ, ಎನ್ನುವ ಪ್ರಶ್ನೆಗಳೆಲ್ಲಾ ಎದುರಾಗುತ್ತವೆ. ಅಂತಹ ಸಂದರ್ಭಗಳಲ್ಲಿ ನಾವು ಬೆಳೆಯುವ ಜೋಳವು ಪೆಟ್ರೋಲ್ ಉತ್ಪಾದನೆಗಿಂತ ಮೆಕ್ಸಿಕನ್ ಟೋರ್ಟಿಯಾ ರೊಟ್ಟಿಯ ಉತ್ಪಾದನೆಗೆ ಹೆಚ್ಚು ವಿನಿಯೋಗವಾಗಲಿ ಎಂದು ಮೊದಲು ಪ್ರತಿಪಾದಿಸುವವನು ನಾನು. ಆದರೆ ಅಂತಹ ಕ್ರೈಸಿಸ್‌ಗಳು ನಮ್ಮ ಸಮೀಪದ ದೃಷ್ಟಿಯಲ್ಲಂತೂ ಗೋಚರಿಸುತ್ತಿಲ್ಲ. ಅಂಕಿಅಂಶಗಳ ಪ್ರಕಾರ ಅಂತಹ ಬರಗಾಲ ಮೂವತ್ತೋ ಅಥವಾ ನಲವತ್ತೋ ವರ್ಷಗಳಿಗೊಮ್ಮೆ ಬರುತ್ತದೆ ಮತ್ತು ಸದ್ಯಕ್ಕೆ ಬರಬಾರದು. ಮುಂದೆ ಅಂತಹ ವಿಪತ್ಕಾಲ ಎದುರಾಗುವ ವೇಳೆಗೆ ನಾವು ಜೈವಿಕ ಇಂಧನ ಮತ್ತು ಆಹಾರ ಎರಡನ್ನೂ ಸಮರ್ಥವಾಗಿ ನಿರ್ವಹಿಸುವುದನ್ನು

ಕಲಿತಿರುತ್ತೇವೆ. ಮತ್ತೆ, ಈ ರೀತಿ ಯೋಚನೆ ಮಾಡಿ. ಭೂಮಿಯಲ್ಲಿ ಸಿಗುವ ಸಂಕ್ಷಿಪ್ತ ಪೆಟ್ರೋಲನ್ನು ನಂಬಿ ಎಷ್ಟು ದಿನ ಎಂದು ಬದುಕಲು ಸಾಧ್ಯ? ಇಂದಲ್ಲ ನಾಳೆಗೆ ಅದನ್ನು ಬರಿದು ಮಾಡಿಯೇ ಮಾಡುತ್ತೇವೆ. ಕೆಲವು ವಿಜ್ಞಾನಿಗಳ ಅಂದಾಜಿನ ಪ್ರಕಾರ ಅಬ್ಬಬ್ಬ ಎಂದರೆ ಇನ್ನು ಇಪ್ಪತ್ತು ಅಥವಾ ಮೂವತ್ತು ವರ್ಷಗಳಿಗೆ ಆಗುವಷ್ಟೇ ಪೆಟ್ರೋಲ್ ಭೂಮಿಯಲ್ಲಿ ಉಳಿದುಕೊಂಡಿದೆ. ಪೆಟ್ರೋಲ್ ಮುಗಿಯುತ್ತಬಂದಂತೆ ಅದಕ್ಕಾಗಿ ಆಗುವ ವಿಪ್ಲವಗಳು, ಸಂಚು, ರಕ್ತಪಾತಗಳನ್ನು ಯೋಚಿಸಿ ನೋಡಿ. ಮೇಲಾಗಿ, ನಾವು ಭೂಮಿಯಿಂದ ಸಿಗುವ ಫಾಸಿಲ್ ಪೆಟ್ರೋಲನ್ನು ಉರಿಸಿ ಭೂಮಿಯ ಉಷ್ಣತೆಯನ್ನು ಏರಿಸಿ ಅದನ್ನು ನಿರ್ವಹಿಸಲು ಪಡುವ ಕಷ್ಟಕ್ಕಿಂತಾ ಇಂಧನ ಮತ್ತು ಆಹಾರ ಎರಡಕ್ಕೂ ಜೋಳವನ್ನು ಒದಗಿಸುವುದು ಹೇಗೆ ಎನ್ನುವ ಪ್ರಶ್ನೆ ಬಗೆಹರಿಸಲು ಸಾಧ್ಯವಿರುವ ಪ್ರಶ್ನೆಯಂತೆ ಕಾಣುತ್ತದೆ. ಇವತ್ತಿನ ಈ ನಾಜೂಕಿನ ವಿಶ್ವ ರಾಜಕೀಯ ಪರಿಸ್ಥಿತಿಯಲ್ಲಿ ಯಾರ ಮೇಲೂ ಅವಲಂಬಿತವಾಗದೆ ನಮ್ಮ ಇಂಧನವನ್ನು ನಾವೇ ತಯಾರಿಸಿಕೊಂಡರೆ ಅದೆಷ್ಟು ಚೆನ್ನಾಗಿರುತ್ತದೆ ನೋಡಿ. ನಮ್ಮ ನಾಗರಿಕತೆಯ ಆ ಕನಸಿನ ಫಲ ಜೆನ್‌ಸನ್ ಗ್ರೀನ್ ಎನರ್ಜಿ."

"ಮೈಕ್ರೋಸಾಫ್ಟ್‌ನ ಪಾಲುದಾರಿಕೆ ಏನಾದರೂ ಇದೆಯೇ ಇದರಲ್ಲಿ?"

"ನಾನು ಮೈಕ್ರೋಸಾಫ್ಟ್‌ನಲ್ಲಿ ಕೆಲಸ ಮಾಡಿದ್ದಿರಬಹುದು ಮತ್ತು ಈ ಎರಡೂ ಕಂಪನಿಗಳು ಒಂದೇ ರಾಜ್ಯದಲ್ಲಿ ಮತ್ತು ಒಂದಕ್ಕೊಂದು ಹತ್ತಿರವಿದ್ದಿರಬಹುದು. ಆದರೆ ಜೆನ್‌ಸನ್ ಎನರ್ಜಿಗೂ ಮೈಕ್ರೋಸಾಫ್ಟ್‌ಗೂ ಯಾವ ಸಂಬಂಧವೂ ಇಲ್ಲ. ನಮ್ಮೆಲ್ಲಾ ಸಾಫ್ಟ್‌ವೇರ್ ಅಗತ್ಯಗಳನ್ನು ಕ್ಯಾಲಿಫೋರ್ನಿಯಾ ಮೂಲದ ಇನ್ಫೋವಾಯೆಜ್ ಎನ್ನುವ ಸಂಸ್ಥೆ ನಿರ್ವಹಿಸುತ್ತಿದೆ."

ಟಿಮೋತಿ ಮೆಕ್‌ನೀಲರ್ ತನ್ನ ಸಂದರ್ಶನದಲ್ಲಿ ಹಾಗೆ ಹೇಳಿದ್ದೇ ತಡ ನಮ್ಮ ಇನ್ಫೋವಾಯೆಜ್ ಕಂಪನಿ 'ಡಿಜಿಟಲ್ ಗ್ರೀನ್ ಕಂಪನಿ' ಎಂದು ಹಸಿರು ಪುಕ್ಕವನ್ನು ತನಗೆ ತಾನೇ ಮುಡಿದುಕೊಂಡಿತು. ಲಾಸ್ ಏಂಜಲಿಸ್ ಟೈಮ್ಸ್‌ನ ಬ್ಯುಸಿನೆಸ್ ಪುಟಗಳಲ್ಲಿ ಇನ್ಫೋವಾಯೆಜ್‌ನ ಬಗ್ಗೆ 'ಡಿಜಿಟಲ್ ಹಸಿರು' ಎನ್ನುವ ಲೇಖನವೊಂದು ಪ್ರಕಟವಾಯಿತು. ಸ್ಯಾನ್ ಫ್ರಾನ್ಸಿಸ್ಕೋ ಕ್ರಾನಿಕಲ್‌ನಲ್ಲಿ 'ಅನ್‌ಸಂಗ್ ಹೀರೋಸ್ ಆಫ್ ಕ್ಲೀನ್ ಎನರ್ಜಿ' ಎನ್ನುವ ಶೀರ್ಷಿಕೆಯಡಿಯಲ್ಲಿನ ಲೇಖನಗಳಲ್ಲಿ ಇನ್ಫೋವಾಯೆಜ್ ಕಾಣಿಸಿಕೊಂಡಿತು. ಹಚ್ಚ ಹಸುರು ಕೈದೋಟದ ಮಧ್ಯೆ ಕೈಕಟ್ಟಿ ನಿಂತ ನಮ್ಮ ಕಂಪನಿಯ ಮುಖ್ಯಸ್ಥ ಶೆನ್ ಹ್ವಾಂಗ್‌ನ ಫೋಟೊ ಮತ್ತು ಕೊಟೇಷನ್‌ನಲ್ಲಿ ಅವನ ಉದ್ಧರಣ ವಾಕ್ಯ "ಗ್ಲೋಬಲ್ ವಾರ್ಮಿಂಗ್‌ನಿಂದ ಭೂಮಿಯನ್ನು ಉಳಿಸುವಲ್ಲಿ ಶಕ್ತಿಯ ನಿರ್ವಹಣೆಗೆ ಬೇರೆಯೇ ಬ್ರಾಂಡಿನ ಸಾಫ್ಟ್‌ವೇರ್ ಮತ್ತು ಬೇರೆಯೇ ಬ್ರಾಂಡಿನ ಸರ್ವೀಸಸ್‌ಗಳು ಬೇಕಾಗುತ್ತವೆ. ಅಸಾಂಪ್ರದಾಯಿಕವಾಗಿ ನೋಡುವ ದೃಷ್ಟಿಕೋನವಿರಬೇಕಾಗುತ್ತದೆ. ಅವೆಲ್ಲವನ್ನೂ ನಾವು ಶ್ರದ್ಧೆಯಿಂದ ಗಳಿಸಿಕೊಂಡಿದ್ದೇವೆ. ನೋಡುತ್ತಿರಿ, ಹಸಿರು ಶಕ್ತಿಯ ಈ ಕ್ರಾಂತಿಯಲ್ಲಿ ನಮ್ಮದು ಎಂತಹ ಮಹತ್ವದ ಪಾತ್ರವೆಂದು."

ಜೆನ್‌ಸನ್ ಎನರ್ಜಿಯ ಶೇರು ಬೆಲೆ ಆರು ತಿಂಗಳಲ್ಲಿ ಹತ್ತು ಪಟ್ಟು ಮೇಲಕ್ಕೆ ಏರಿತು. ಜೆನ್‌ಸನ್ ಗ್ರೀನ್ ಎನರ್ಜಿಯನ್ನು ಹೊಂದಿದ ಮ್ಯೂಚುವಲ್ ಫಂಡ್‌ಗಳು ಮಾರುಕಟ್ಟೆಯಲ್ಲಿ ವಿಜೃಂಭಿಸಿದವು. ವಾಲ್‌ಸ್ಟ್ರೀಟ್ ಪಂಡಿತರು ತಮ್ಮ ಲೇಖನಗಳಲ್ಲಿ ಜೆನ್‌ಸನ್ ಗ್ರೀನ್ ಎನರ್ಜಿಯಂತಹ ಕಂಪನಿಗಳು ಭವಿಷ್ಯದಲ್ಲಿ ಪ್ರಪಂಚದ ಅರ್ಥವ್ಯವಸ್ಥೆಯನ್ನು ನಿಯಂತ್ರಿಸುತ್ತವೆ ಎನ್ನುವಂತಹ ಭವಿಷ್ಯವಾಣಿಯನ್ನು ನುಡಿದು ಶೇರುಗಳನ್ನು ಕೊಳ್ಳಲು ಶಿಫಾರಸು ಮಾಡಿದರು. ಜೆನ್‌ಸನ್ ಗ್ರೀನ್ ಎನರ್ಜಿಯ ಜೊತೆಗೆ ಇನ್ಫೋವಾಯೆಜ್‌ನ ಶೇರುಗಳು ಕೂಡ ಮೇಲಕ್ಕೆ ಏರಿದವು. ಅರ್ಥವ್ಯವಸ್ಥೆಯಲ್ಲಿ ಕಷ್ಟದ ದಿನಗಳಾದುದರಿಂದ ನಮ್ಮ ಮಾರುಕಟ್ಟೆಯ ಪ್ರತಿಸ್ಪರ್ಧಿಗಳು ನೌಕರರನ್ನು ಲೇಆಫ್ ಮಾಡುತ್ತ ವ್ಯವಹಾರದ ದೊಡ್ಡ ಸಂಕಟದಲ್ಲಿರುವಾಗ ಇನ್ಫೋವಾಯೆಜ್ ಮಾತ್ರ ನಿಲ್ದಾಣದಿಂದ ಆಕಾಶಕ್ಕೆ ಜಿಗಿದ ವಿಮಾನದಂತೆ ಮೇಲಮೇಲಕ್ಕೆ ಏರತೊಡಗಿತು.

ಫ್ರಾಂಕೋ ಮತ್ತು ನಾನು ಸಿಯಾಟಲ್‌ನ ಬಳಿಯ ಜೆನ್‌ಸನ್ ಗ್ರೀನ್ ಎನರ್ಜಿ ಆಫೀಸಿಗೆ ಕಾರ್ಯ ನಿಮಿತ್ತ ಪ್ರಯಾಣ ಮಾಡುವುದು ನಿಯತಕ್ರಮವಾಯಿತು. ಪ್ರತಿ ಬಾರಿಯೂ ಅಲ್ಲಿ ಹೊಸತನ್ನು ನೋಡುತ್ತಿದ್ದೆ. ಕಂಪನಿ ಪ್ರತಿದಿನವೂ ಬೆಳೆಯುತ್ತಿತ್ತು. ಸುತ್ತಮುತ್ತಲ ಜಾಗವನ್ನು ಭರದಿಂದ ಸ್ವಾಧೀನಪಡಿಸಿಕೊಳ್ಳುತ್ತಿತ್ತು. ರಾಷ್ಟ್ರ ಮತ್ತು ಅಂತರರಾಷ್ಟ್ರಗಳಿಂದ ಬರುತ್ತಿದ್ದ ಜೋಳದ ಟ್ರಕ್ಕುಗಳು ನೂರಾರು ಸಂಖ್ಯೆಯಲ್ಲಿ ಸಾಲಿನಲ್ಲಿ ನಿಲ್ಲುತ್ತಿದ್ದವು. ಬಂದ ಜೋಳವನ್ನು ಶೇಖರಿಸಲು, ಪರಿಷ್ಕರಿಸಲು ಮತ್ತು ಸಂಸ್ಕರಿಸಲು ಇದ್ದ ಹತ್ತು ಘಟಕಗಳು ಏನೇನೂ ಸಾಲದಾಗಿ ಮತ್ತೆ ಹನ್ನೆರಡು ಘಟಕಗಳ ನಿರ್ಮಾಣದ ಯೋಜನೆ ಭರಾಟೆಯಿಂದ ಸಾಗುತ್ತಿತ್ತು. ಜೆನ್‌ಸನ್ ಗ್ರೀನ್ ಎನರ್ಜಿಯಲ್ಲಿ ಹೊಸಹೊಸ ಯೋಜನೆಗಳು ಪ್ರಾರಂಭವಾದಂತೆಲ್ಲಾ ಸಾಫ್ಟ್‌ವೇರ್ ಅಗತ್ಯಗಳಿಂದಾಗಿ ನಮ್ಮ ಕಂಪನಿ ಇನ್ಫೋವಾಯೆಜ್‌ಗೆ ಪ್ರಾಜೆಕ್ಟ್‌ಗಳು ದಂಡಿಯಾಗಿ ಹರಿದುಬರತೊಡಗಿದವು.

"ಅಲ್ಲಾವುದ್ದೀನ್ ತನ್ನ ಕಷ್ಟ ಕಾಲಕ್ಕೆ ಅದ್ಭುತ ದೀಪವನ್ನು ಉಜ್ಜಿ ದೈತ್ಯನನ್ನು ಸಹಾಯಕ್ಕೆ ಕರೆಯುತ್ತಾನಲ್ಲ ಹಾಗೆ ನಮ್ಮ ಕಂಪನಿ ಎಕನಾಮಿಕ್ ಡಿಪ್ರೆಷನ್ ಸಮಯದಲ್ಲಿ ದೀಪ ಉಜ್ಜಿ ಜೆನ್‌ಸನ್ ಗ್ರೀನ್ ಎನರ್ಜಿ ಎನ್ನುವ ದೈತ್ಯನನ್ನು ಹಿಡಿದುಬಿಟ್ಟಿತು." ಎಂದೆ ಫ್ರಾಂಕೋನೊಂದಿಗೆ, ಲಾಸ್ ಏಂಜಲಿಸ್ ಏರ್‌ಪೋರ್ಟಿನಿಂದ ಸಿಯಾಟಲ್‌ಗೆ ಹೊರಟಿದ್ದ ವಿಮಾನದಲ್ಲಿ ಸೀಟಿನ ಬೆಲ್ಟನ್ನು ಬಿಗಿಗೊಳಿಸಿಕೊಳ್ಳುತ್ತ.

"ನಮ್ಮ ಸಿಇಓ ಶೆನ್ ಹ್ವಾಂಗ್ ಜಂಭ ಹೊಡೆಯುತ್ತಾನೆ ಈ ವಿಷಯದಲ್ಲಿ. ಕಂಪನಿಯ ಈ ಬೆಳವಣಿಗೆಯಲ್ಲಿ ಆತನ ಪಾತ್ರ ಏನೂ ಇಲ್ಲ. ಎಲ್ಲಾ ನಮ್ಮ ಹಣಕಾಸಿನ ಜುಟ್ಟು ಹಿಡಿದಿರುವ ಕ್ಯಾರೊಲಿನ್‌ಳ ಪ್ರಭಾವ. ಆಕೆ ಮತ್ತು ಜೆನ್‌ಸನ್ ಎನರ್ಜಿಯ ಟಿಮೋತಿ ಮೆಕ್‌ನೀಲರ್ ಹಾರ್ವರ್ಡ್ ಬ್ಯುಸಿನೆಸ್ ಸ್ಕೂಲಿನಲ್ಲಿ ಸಹಪಾಠಿಗಳಾಗಿದ್ದರಂತೆ. ಅದರ ವಶೀಲಿ ಇದು." ಎಂದ.

ನನಗದು ಹೊಸ ವಿಚಾರವಾಯಿತು. ಕಂಪನಿಯ ಮ್ಯಾನೆಜ್‌ಮೆಂಟಿನಲ್ಲಿ, ಅದರ ಬೆಳವಣಿಗೆಗಳಲ್ಲಿ, ಅದು ತೆಗೆದುಕೊಳ್ಳುವ ನಿರ್ಧಾರಗಳಲ್ಲಿ ಕ್ಯಾರೊಲಿನ್ನಳ ಪ್ರಭಾವ ಬಹಳವಿದೆ ಎಂದು ತಿಳಿದಿದ್ದೆನಾದರೂ ಜೆನ್‌ಸನ್ ಎನರ್ಜಿಯ ಜೊತೆಗಿನ ಈ ಯಶಸ್ವೀ ಕೂಟದಲ್ಲಿ ಅದು ಕ್ಯಾರೊಲಿನ್ನಳ ವೈಯಕ್ತಿಕ ಮಟ್ಟದಿಂದ ಬಂದದ್ದು ಎನ್ನುವ ವಿಚಾರ ನನಗೆ ತಿಳಿದಿರಲಿಲ್ಲ. ಫ್ರಾಂಕೋ ಮತ್ತು ನಮ್ಮ ಪ್ರಾಜಕ್ಟ್ ಟೀಮಿನಿಂದ ಕ್ಯಾರೊಲಿನ್ನಳ ಬಗ್ಗೆ ವಿಷಯ ಸಂಗ್ರಹಿಸಿದೆ. ಹಾಲ್‌ವೇಗಳಲ್ಲೋ, ಕೆಫೆಯಲ್ಲೋ, ಊಟದ ಸಮಯದಲ್ಲೋ, ಸುಮ್ಮನೆ ಹರಟೆ ಹೊಡೆಯುವಾಗಲೋ ಹೀಗೆ ಅನಧಿಕೃತವಾಗಿ ಆಕೆಯ ಬಗ್ಗೆ ನನ್ನ ಕುತೂಹಲಕ್ಕಾಗಿ ಮಾಹಿತಿಗಳನ್ನು ತಿಳಿಯತೊಡಗಿದೆ.

ಆಂಜನೇಯಲುವಿನೊಂದಿಗೆ ಈ ವಿಷಯ ಎತ್ತಿದಾಗ ಅವನು "ಜೆನ್‌ಸನ್ ಗ್ರೀನ್ ಎನರ್ಜಿಯ ಎಷ್ಟೊಂದು ಪ್ರಾಜಕ್ಟ್‌ಗಳ ಮೇಲೆ ಕೆಲಸ ಮಾಡಿದ್ದೀರ, ಆದರೂ ನಿಮಗೆ ಇಲ್ಲಿಯವರೆಗೂ ನಮ್ಮ ಕ್ಯಾರೊಲಿನ್ ಮತ್ತು ಅವರ ಟಿಮ್ ಸಹಪಾಠಿಗಳಾಗಿದ್ದರೆಂದು ಗೊತ್ತೇ ಇರಲಿಲ್ಲವೇ?" ಎಂದು ಮೂದಲಿಸಿದ. "ಬರೀ ಸಹಪಾಠಿಗಳಷ್ಟೇ ಅಲ್ಲವಂತೆ ಅದಕ್ಕಿಂತಲೂ ಹತ್ತಿರವಾಗಿದ್ದರಂತೆ! ಆಗಿದ್ದರಂತೆ ಏನು ಈಗಲೂ ಆಗಿದ್ದಾರೆ ಅಂತ ಬಹಳ ಜನ ಮಾತನಾಡಿಕೊಳ್ಳುತ್ತಾರಪ್ಪ. ಅದರಲ್ಲೇನು ಆಶ್ಚರ್ಯ ಇಲ್ಲ ಬಿಡಿ. ಇಲ್ಲಿಯ ಜನಗಳ ಬುದ್ಧಿ ಗೊತ್ತಲ್ಲ ನಿಮಗೆ, ಜೀವನದಲ್ಲಿ ಒಂದೇ ಹೆಣ್ಣು ಒಂದೇ ಗಂಡು ಅನ್ನೋ ಯಾವ ನಿಯಮಗಳೂ ಇಲ್ಲ. ಏನೇ ಆಗಲಿ ಬಿಡಿ, ಆಕೆಯಿಂದ ನಮ್ಮ ಕಂಪನಿಗೆ ದಂಡಿಯಾಗಿ ಪ್ರಾಜಕ್ಟುಗಳು ಬಂತು. ಪ್ರಾಜಕ್ಟ್ ಯಾವ ಕಾರಣದಿಂದ ಬಂದರೇನು? ಅದರಲ್ಲೇನು ಕ್ಲೀನ್ ಪ್ರಾಜಕ್ಟ್ ಕೊಳಕು ಪ್ರಾಜಕ್ಟ್ ಅಂತ ಇರುತ್ತಾ? ಹಣದಲ್ಲೇನು ಸೂಳೆ ಹಣ ಸಾಧು ಹಣ ಅಂತ ಇರುತ್ತಾ? ಎಲ್ಲಾ ಒಂದೇ. ಏನಂತಿರೀ?"

"ಕ್ಯಾರೊಲಿನ್ ನಮ್ಮ ಚೀಫ್ ಟೆಕ್ನಾಲಜಿ ಆಫೀಸರ್ ಭೂಷಣ ರಾವ್ ಅವರ ಹೆಂಡತಿಯಲ್ಲವೇ?"

"ಅದೊಂದು ಕುರಿ ಬಿಡಿ. ಚೆನ್ನಾಗಿ ಉಪಯೋಗಿಸ್ಕೊಳ್ತಾ ಇದ್ದಾಳೆ. ನಮ್ಮ ಸಂಸ್ಕೃತಿ ಎಲ್ಲಿ ಈ ಜನಗಳ ಸಂಸ್ಕೃತಿ ಎಲ್ಲಿ? ಇವೆಲ್ಲಾ ವರ್ಕ್ ಆಗುವಂಥದ್ದೇ? ಈತರಹದ ಇಂಟರ್‌ನ್ಯಾಷನಲ್ ಮ್ಯಾರೇಜ್‌ಗಳು ಎಷ್ಟು ದಿನ ಸರ್ವೈವ್ ಆಗುತ್ತವೆ? ಬರೀ ಬೆಳೆಯೋದಕ್ಕೋಸ್ಕರ ಅವನನ್ನ ಉಪಯೋಗಿಸಿಕೊಳ್ಳುತ್ತಿದ್ದಾಳೆ. ಒಂದೇ ಕಂಪನಿಯಲ್ಲಿ ಕೆಲಸ ಮಾಡ್ತಾ ಇದ್ದರಂತೆ ಮುಂಚೆನೂ. ಅವನು ಅವಳನ್ನ ಪ್ರೀತಿಸಿ ಮದುವೆ ಆದಾಗ ಅವಳು ಬರೀ ಫೈನಾನ್ಸ್ ಮ್ಯಾನೇಜರ್ ಆಗಿದ್ದಳಂತೆ, ಇವನಿಗೇ ರಿಪೋರ್ಟ್ ಮಾಡಿಕೊಳ್ತಾಇದ್ದಳಂತೆ. ಈತ ಯಾವತ್ತೂ ದೊಡ್ಡ ಪೊಸಿಷನ್ನಲ್ಲಿ ಇದ್ದವನು. ಇಬ್ಬರೂ ಇನ್ಫೋವಾಯೆಜ್ ಸೇರಿಕೊಂಡರು. ಇವತ್ತು ನೋಡಿ. ಅವನು ಇದ್ದಲ್ಲೇ ಇದಾನೆ, ಅವಳು ಆಕಾಶ ಮುಟ್ತಾಇದಾಳೆ. ಅವರ ಮಕ್ಕಳನ್ನ ನೋಡಬೇಕು ನೀವು. ದೊಡ್ಡ ಹುಡುಗಿ ಈ ಕಡೆ ನಮ್ಮ ಥರನೂ ಇಲ್ಲ ಆ ಕಡೆ ಅವರ ಹಾಗೂ

ಇಲ್ಲ. ಅರ್ಧ ಕಪ್ಪು ಅರ್ಧ ಬಿಳಿ. ಜೀಬ್ರಾ ಥರ. ಎರಡನೇದು ಥೇಟ್ ಅದರಮ್ಮನ ಥರನೇ. ಇವನ ಯಾವ ಲಕ್ಷಣಗಳು ಇಲ್ಲ. ನನಗೆ ಯಾವತ್ತೂ ಅನುಮಾನ ಕಣ್ರೀ, ಎರಡನೆಯದು ಟಿಮ್ಮೋತಿದಾ ಅಂತ." ಎಂದ.

ಇಷ್ಟು ಭಯಂಕರ ಆಪಾದನೆಯನ್ನು ಮಾಡುವ ಈ ಮನುಷ್ಯ ಟಿಮೋತಿ ಮೆಕ್‌ನೀಲರ್‌ನ್ನು ನೋಡಿದ್ದಾನೆಯೇ ಎಂದು ಆಶ್ಚರ್ಯವಾಯಿತು. ಆದರೆ ಕೇಳಲು ಹೋಗಲಿಲ್ಲ.

ಅಧ್ಯಾಯ 8

“ಮುಂದಿನ ಶುಕ್ರವಾರ ಆರೇಂಜ್ ಕೌಂಟಿ ಕ್ಯಾಮರಾ ಕ್ಲಬ್‌ನಲ್ಲಿ ನನ್ನ ಛಾಯಾಚಿತ್ರಗಳ ಪ್ರದರ್ಶನವಿದೆ. ನನ್ನೊಬ್ಬನದು ಮಾತ್ರವಲ್ಲ ಇನ್ನೂ ಅನೇಕ ಕ್ಲಬ್ ಸದಸ್ಯರ ಚಿತ್ರಗಳ ಪ್ರದರ್ಶನ ಅದು. ಮನೆಯಲ್ಲಿ ಮಾಡಲು ಏನೂ ಕೆಲಸವಿಲ್ಲದಿದ್ದರೆ ಅಥವಾ ಹೆಂಡತಿಯಿಂದ ಒಂದೆರಡು ಗಂಟೆಗಳ ಬಿಡುಗಡೆ ಬೇಕಿದ್ದರೆ ಅಥವಾ ನನ್ನಂತಹ ತಲೆ ಹಿಡುಕ ಹೇಗೆ ಫೋಟೊ ತೆಗೆದಿದ್ದಾನು ಎಂದು ನೋಡುವ ಕುತೂಹಲ ತೀವ್ರವಾಗಿದ್ದರೆ ಅಲ್ಲಿಗೆ ಬಾ. ಬಾರದಿದ್ದರೆ ಯಾವ ಚಿಂತೆಯೂ ಇಲ್ಲ.” ಎಂದ ಫ್ರಾಂಕೋ.

“ನಿನ್ನ ಫೋಟೋಗ್ರಫಿ ಪ್ರದರ್ಶನಕ್ಕೆ ಎಷ್ಟು ಚೆನ್ನಾಗಿ ಆಹ್ವಾನಿಸುತ್ತೀಯ ನೋಡು!” ಎಂದು ನಕ್ಕೆ.

ಫ್ರಾಂಕೋ ನಾವು ಓಡಾಡುವ ಊರುಗಳಿಗೆಲ್ಲ ತನ್ನ ಫೋಟೋಗ್ರಫಿ ಸಲಕರಣೆ ಗಳನ್ನು ಹಿಡಿದು ತರುತ್ತಿದ್ದ. ನಗರ ಜೀವನದ ಚಿತ್ರಗಳು ಅವನಿಗೆ ಇಷ್ಟವಾದ ವಸ್ತು ಎಂದು ನನಗೆ ಅನ್ನಿಸಿತ್ತು. ಅನೇಕ ಬಾರಿ ನಾವು ಹೋಗುವ ಆಫೀಸುಗಳಿಗೂ ಮೀಟಿಂಗ್ ರೂಮುಗಳಿಗೂ ತನ್ನ ಕ್ಯಾಮರಾ ಬ್ಯಾಗನ್ನು ಹೊತ್ತು ತಂದು ಮುಜುಗರಕ್ಕೆ ಒಳಗಾಗಿದ್ದು ಇದೆ. ಒಮ್ಮೆ ನ್ಯೂಯಾರ್ಕ್‌ನ ಮನ್‌ಹಟನ್‌ನಲ್ಲಿನ ಎತ್ತರದ ಕಟ್ಟಡದೊಳಗಿನ ಕಂಪನಿಯೊಂದರಲ್ಲಿ ಮೀಟಿಂಗಿನ ನಂತರ ಮೂವತ್ತೆರಡನೇ ಫ್ಲೋರಿನ ಕಿಟಕಿಯಿಂದ ಹೊರಗಿನ ರಸ್ತೆಯನ್ನೇ ಬೆರಗಿನಿಂದ ನೋಡುತ್ತಾ “ನಾನಿಲ್ಲಿಂದ ಒಂದು ಫೋಟೋವನ್ನು ತೆಗೆಯಬಹುದೇ?” ಎಂದು ಕೇಳಿದ್ದ. ಒಂದು ಕ್ಷಣದ ಹಿಂದೆಯಷ್ಟೇ ಕಾಂಟ್ರಾಕ್ಟ್‌ನ ಟರ್ಮ್ಸ್ ಬಗ್ಗೆ ಮಾತಿನ ಯುದ್ಧವನ್ನೇ ಮಾಡಿದ್ದ ಆ ಕಂಪನಿಯ ಐಟಿ ಮ್ಯಾನೇಜರ್ ಈ ಅನಿರೀಕ್ಷಿತ ಪ್ರಶ್ನೆಗೆ ಗಲಿಬಿಲಿಗೊಂಡು “ನೀವು ಈ ವಿಷಯಕ್ಕೆ ನಮ್ಮ ಸೆಕ್ಯುರಿಟಿಯನ್ನು ಕೇಳಿ ಬಂದರೆ ಒಳ್ಳೆಯದು.” ಎಂದಿದ್ದ.

ಅಂದು ಸಂಜೆ ನಾವು ಉಳಿದುಕೊಂಡಿದ್ದ ಹೋಟೆಲಿನ ಬಾರ್‌ನಲ್ಲಿ ಬಿಯರ್ ಕುಡಿಯುತ್ತ ಕುಳಿತಾಗ ನಾನು ಫ್ರಾಂಕೋನನ್ನು ಕೇಳಿದೆ – "ಆ ಅಸಹನೆಯ ಐಟಿ ಮ್ಯಾನೇಜರ್‌ನ ಆಫೀಸಿನಿಂದ ರಸ್ತೆಯ ಫೋಟೋವನ್ನು ತೆಗೆಯುವ ಬಯಕೆ ನಿನಗೇಕೆ ಬಂತು?"

"ಏಕೆಂದರೆ ನಾನೊಬ್ಬ ಸ್ಟ್ರೀಟ್ ಫೋಟೋಗ್ರಾಫರ್."

"ಅಪರೂಪದ್ದು ಅದು. ಲ್ಯಾಂಡ್‌ಸ್ಕೇಪ್ ಫೋಟೋಗ್ರಫಿಯ ಹುಚ್ಚು ಹಚ್ಚಿಕೊಂಡವರನ್ನು ನೋಡಿದ್ದೇನೆ. ಜನರ ಮುಖಭಾವಗಳನ್ನು ಕ್ಲೋಸ್‌ಅಪ್‌ಗಳಲ್ಲಿ ಸೆರೆಹಿಡಿದು ಖುಷಿ ಪಡುವ ಹವ್ಯಾಸಗಾರರನ್ನು ಕಂಡಿದ್ದೇನೆ. ಆದರೆ ಬರೀ ರಸ್ತೆಯ ಚಿತ್ರಗಳನ್ನು ತೆಗೆಯುವ ಕಲಾವಿದರನ್ನು ಕಂಡಿದ್ದಿಲ್ಲ."

"ಈಗ ನೋಡುತ್ತಿದ್ದೀಯಲ್ಲಾ ಫ್ರಾಂಕೋ ರಬ್ಬೆನೋ ಎನ್ನುವ ವಿರಳ ಮನುಷ್ಯನನ್ನು."

ಹೋಟೆಲ್‌ನ ಬಾರ್‌ನಲ್ಲಿ ಸಣ್ಣದನಿಯಲ್ಲಿ ಸಂಗೀತ ತುಂಬಿತ್ತು. ಬೆಳಗಿನ ವ್ಯವಹಾರ ಮುಗಿಸಿ ಹೋಟೆಲ್‌ಗೆ ವಾಪಸ್ಸು ಬಂದ ಜನರು ನಿಧಾನವಾಗಿ ಗುಂಪಿನಲ್ಲಿ ಬಾರ್‌ನಲ್ಲಿ ತುಂಬಿಕೊಳ್ಳುತ್ತಿದ್ದರು. ಫ್ರಾಂಕೋ ಮತ್ತೆರಡು ಬಿಯರ್‌ಗೆ ಆರ್ಡರ್ ಮಾಡಿದ.

"ಈ ರಸ್ತೆ ಚಿತ್ರಣ ನಿನಗೆ ಅಂಟಿಕೊಂಡಿದ್ದಾದರೂ ಹೇಗೆ?" ಎಂದು ಕೇಳಿದೆ.

"ಇವತ್ತು ಎರಡು ಬಿಯರ್‌ನ ನಂತರವೂ ನೀನು ನನ್ನನ್ನು ಬಿಡುವಂತೆ ಕಾಣುವುದಿಲ್ಲ." ಎಂದು ನಕ್ಕು "ವಿಲ್ಲಿ ರೋಲಿಸ್ ಎನ್ನುವ ಹೆಚ್ಚು ಹೆಸರು ಮಾಡದ ಫೋಟೋಗ್ರಾಫರ್‌ನ ದ ಲಿಟ್ಲ್ ಪ್ಯಾರೀಸಿಯನ್ ಎನ್ನುವ ಸಾವಿರದ ಒಂಬೈನೂರ ಐವತ್ತರ ಒಂದು ಚಿತ್ರದಿಂದ." ಎಂದ.

ಉಡಾಫೆಯಿಂದ ಮಾತನಾಡುತ್ತಿದ್ದಾನಾ ಎನ್ನುವ ಅನುಮಾನದಲ್ಲಿ ಅವನ ಕಣ್ಣುಗಳನ್ನೇ ದೃಷ್ಟಿಸುತ್ತ ಕೇಳಿದೆ – "ಏನು ಚಿತ್ರ ಅದು?"

"ಪ್ಯಾರಿಸ್‌ನ ರಸ್ತೆಯಲ್ಲಿ ಒಂದು ಉದ್ದನೆಯ ಫ್ರೆಂಚ್ ಬ್ರೆಡ್‌ನ ಲೋಫ್ ಹಿಡಿದು ಓಡುತ್ತಿರುವ ಹುಡುಗನ ಚಿತ್ರ ಅದು. ಕಪ್ಪು ಬಿಳುಪಿನ ಚಿತ್ರ. ನನ್ನ ಅಪ್ಪ ಆ ಚಿತ್ರವನ್ನು ನನಗೆ ಕೊಟ್ಟಾಗ ನನಗೆ ಬಹುಶಃ ಹದಿನೈದೋ ಹದಿನಾರೋ ವರ್ಷಗಳು. ನನ್ನಪ್ಪನಿಗೆ ಆ ಫೋಟೋವನ್ನು ತರಬೇಕೆಂದು ಏಕೆ ಅನ್ನಿಸಿತೋ ಗೊತ್ತಿಲ್ಲ. ನಾವು ಆಗ ಇದ್ದ ಲಾಸ್ ಏಂಜಲಿಸ್‌ನ ಫೋರ್ತ್ ಸ್ಟ್ರೀಟ್‌ನಿಂದ ಚೈನಾ ಟೌನ್‌ಗೆ ನಡೆದುಕೊಂಡು ಹೋಗಿ ಒಟ್ಟು ಮೂರು ಫ್ರೇಮ್ ಹಾಕಿದ ಫೋಟೋಗಳನ್ನು ಮನೆಯ ಅಲಂಕಾರಕ್ಕೆ ತಂದ. ಅವನಿಗೆ ಸ್ವಲ್ಪ ಕಲೆಯ ಗಂಧವಿತ್ತು. ಮೂರು ಚಿತ್ರಗಳೂ ಇಟಲಿಯ ಮೂಲದ್ದು ಮತ್ತು ಅವನ್ನು ನೋಡುತ್ತಿದ್ದರೆ ಊರಿನ ನೆನಪಾಗುತ್ತದೆ ಎನ್ನುವ ಊಹೆಯಲ್ಲಿ ತಂದ. ಆದರೆ ಆ ಮೂರೂ ಚಿತ್ರಗಳು ಫ್ರಾನ್ಸ್‌ನಲ್ಲಿ ತೆಗೆದಿರುವುದು ಎನ್ನುವುದು ನನಗೆ ಆಮೇಲೆ ತಿಳಿಯಿತು. ನಾನವನಿಗೆ ಹೇಳಲು ಹೋಗಲಿಲ್ಲ. ಸಾಯುವ ತನಕವೂ ತನ್ನೂರಿನ ನೆನಪಾಯಿತೆಂದರೆ ಆ ಫೋಟೋಗಳ ಮುಂದೆ

ಕುಳಿತುಕೊಳ್ಳುತ್ತಿದ್ದ. ಒಂದು ಚಿತ್ರ, ಕೈಯಲ್ಲಿ ಕೈ ಹಿಡಿದು ದೃಷ್ಟಿ ಬೆಸೆಯುತ್ತ ಕುಳಿತ ಗಂಡು ಹೆಣ್ಣಿನದು. ಕ್ಯಾಮರಾಕ್ಕೋಸ್ಕರವೇ ಕುಳಿತಂತೆ ಬಹಳ ನಾಟಕೀಯವಾದ ಚಿತ್ರ. ಅದು ನನ್ನ ಅಪ್ಪ ಅಮ್ಮನ ಬೆಡ್‌ರೂಮಿಗೆ ಹೋಯಿತು. ಎರಡನೆಯ ಚಿತ್ರ ಬೆಟ್ಟ ಒಂದರಿಂದ ಕಾಣುವ ಒಂದು ಸಣ್ಣ ಊರಿನ ಲ್ಯಾಂಡ್‌ಸ್ಕೇಪ್. ನೋಡಿದೊಡನೆಯೇ ಯುರೋಪಿನ ಊರು ಎಂದು ಹೇಳುವಂತಹದ್ದು. ಅದು ಲಿವಿಂಗ್ ರೂಮಿಗೆ ಹೋಯಿತು. ನನ್ನ ಕೋಣೆಗೆ ಬಂದದ್ದು ಬ್ರೆಡ್ ಹಿಡಿದು ಓಡುವ ಹುಡುಗನೊಬ್ಬನ ಚಿತ್ರ. ಇಕ್ಕಟ್ಟಿನ ರಸ್ತೆ ಅದು. ಪ್ಯಾರಿಸ್‌ನ ರಸ್ತೆ. ಅಥವಾ ನನ್ನಪ್ಪ ಅಂದುಕೊಂಡಂತೆ ಇಟಲಿಯ ಅವನೂರಿನದು ಎಂದಂದುಕೊಂಡರೆ ಯಾವ ನಷ್ಟವಿಲ್ಲ. ಆ ರಸ್ತೆಯಲ್ಲಿ ಓಡುವ ಆ ಹುಡುಗನ ಚಿತ್ರ ಅದೆಷ್ಟು ನನ್ನ ಮನಸ್ಸನ್ನು ಸೆಳೆಯಿತು ಎಂದರೆ ಗಂಟೆಗಟ್ಟಲೆ ದೃಷ್ಟಿಯಿಟ್ಟು ಅದನ್ನೇ ನೋಡುತ್ತ ಕುಳಿತಿರುತ್ತಿದ್ದೆ! ಅದೆಂತಹ ಖುಷಿ ಆ ಹುಡುಗನ ಮುಖದಲ್ಲಿ! ಬ್ರೆಡ್ ಬರೀ ನೆವ ಮಾತ್ರ, ಆದರೆ ಆ ಹುಡುಗನ ಖುಷಿ ಅವನ ಸ್ವತಂತ್ರದ್ದು. ಹಕ್ಕಿಯಂತೆ ಎಷ್ಟು ನಿರಾಳ ಆ ಹುಡುಗ. ಆಮೇಲೆ ತಿಳಿಯಿತು – ನನ್ನನ್ನು ಆ ಫೋಟೋಗೆ ಅಂಟಿಸಿದ್ದು ಆ ಚಿತ್ರದಲ್ಲಿನ ಕಲೆಗಿಂತಲೂ ನನ್ನ ಅಂದಿನ ಪರಿಸ್ಥಿತಿ. ನನ್ನ ಅಂದಿನ ಮನೋಭಾವ. ಹಿಟ್ಲರ್‌ನಿಂದ ಜಜ್ಜಿಸಿಕೊಂಡು ಹಣ್ಣಾಗಿ ಬಂದಿದ್ದ ನನ್ನ ಅಪ್ಪ ಅಮ್ಮನಿಂದ ಉಡುಗೊರೆಯಾಗಿ ಬಂದ ವ್ಯಾಕುಲತೆ – ಡಿಪ್ರೆಷನ್! ಪ್ರಪಂಚದ ಮೇಲಿನ ಅಧೈರ್ಯ! ಅದೂ ಎಂತಹದ್ದು! ಮಿಡತೆಯ ರೆಕ್ಕೆಯ ಬಡಿತಕ್ಕೂ ಬೆಚ್ಚಿಬೀಳುವಂತಹ ಅಧೈರ್ಯ!

ಸರ್ವೈವರ್ ಸಿಂಡ್ರೋಮ್ ಎನ್ನುವ ರೋಗವನ್ನು ಕೇಳಿದ್ದೀಯ ನೀನು? ಯುದ್ಧದಲ್ಲಿ ಬದುಕುಳಿದವರನ್ನು ಕಾಡುವ ರೋಗ. ಅವರ ಬದುಕಿನುದ್ದಕ್ಕೂ ಕಾಡುವ ಖಿನ್ನತೆ, ಪಿಶಾಚಿಗಳಂತೆ ಕಾಡುವ ದುಃಸ್ವಪ್ನಗಳು, ಮುಟ್ಟಿದರೆ ಮುನಿಯ ಎಲೆಗಳಂತೆ ಬೀಸುವ ಗಾಳಿಗೂ ಮುದುಡಿ ಹೋಗುವ ಜೀವ, ಸ್ವಂತ ಐಡೆಂಟಿಟಿಯನ್ನು ಕಳೆದುಕೊಂಡ ಬದುಕು! ಹತ್ತೋ ಹನ್ನೆರಡೋ ವರ್ಷದವರಂತೆ ಅವರಿಬ್ಬರು ಕಾನ್ಸಂಟ್ರೇಷನ್ ಕ್ಯಾಂಪ್ ಸೇರಿದಾಗ. ಅಂದಿನಿಂದ ಅವರ ಸಾವಿನ ತನಕ ಆ ಕ್ಯಾಂಪುಗಳು ನೆನಪಿನ ಮುಖಾಂತರ ಬಂದು ಅವರನ್ನು ಹಿಂಸಿಸಿದವು. ಹಿಟ್ಲರ್ ಮತ್ತು ಮುಸಲೋನಿಗಳು ಪಿಶಾಚಿಗಳಾಗಿ ಬಂದು ಅವರನ್ನು ಕಾಡಿದರು. ಪ್ರತಿದಿನಾ ಮಧ್ಯರಾತ್ರಿಯಲ್ಲಿ ಕನಸಿನಿಂದ ಎಚ್ಚೆತ್ತು ಅಪ್ಪ ಕಿರುಚಿಕೊಳ್ಳುತ್ತಿದ್ದ. ಇಲ್ಲವೇ ಅಮ್ಮ ಕಿರುಚಿಕೊಳ್ಳುತ್ತಿದ್ದಳು. ಕೆಲವು ದಿನಗಳು ಇಬ್ಬರೂ. ಅನ್ಹೆಡೋನಿಯಾ ಎನ್ನುವ ಕೆಟ್ಟ ಪದವನ್ನು ಕೇಳಿದ್ದೀಯಾ ನೀನು? ಡಿಪ್ರೆಷನ್‌ನ ಒಂದು ತಳವಿರದ ಬಾವಿ ಅದು. ಅನ್ಹೆಡೋನಿಯಾ ಎಂದರೆ ಸಣ್ಣಪುಟ್ಟ ಸಂತೋಷವನ್ನು ಅನುಭವಿಸುವುದಕ್ಕೂ ಅಯೋಗ್ಯನಾದವನು ಎಂದರ್ಥ. ನನ್ನ ಅಪ್ಪ ಮತ್ತು ಅಮ್ಮ ಇಬ್ಬರಿಗೂ ಅನ್ಹೆಡೋನಿಯಾ ಅಂಟಿಕೊಂಡಿತ್ತು. ನನ್ನ ಪರಿಸ್ಥಿತಿಯನ್ನು ಊಹಿಸು. ಈ ಸರ್ವೈವರ್ ಸಿಂಡ್ರೋಮ್ ಬರೀ ಅಪ್ಪ ಅಮ್ಮನನ್ನು ಮಾತ್ರ ಕಾಡಲಿಲ್ಲ, ನನ್ನನ್ನು ಕೂಡ ಕಾಡಿತು. ನೋಡು, ಯುದ್ಧದಲ್ಲಿ ಬುಲೆಟ್

ಹೊಡೆಯುವವರು ತಮ್ಮೆದುರಿನ ಮನುಷ್ಯನಿಗೆ ಮಾತ್ರ ಹೊಡೆದಿರುವುದಿಲ್ಲ ಅವನ ಬೆನ್ನ ಹಿಂದೆ ಅಡಗಿರುವ ಅನೇಕ ಸಂತಾನಗಳಿಗೂ ಹೊಡೆದಿರುತ್ತಾರೆ, ಇನ್ನೂ ಭೂಮಿಗೆ ಬಾರದ ಸಂತತಿಯನ್ನೂ ಯುದ್ಧದ ಗಾಯಾಳುಗಳನ್ನಾಗಿಸಿ ಬಿಡುತ್ತಾರೆ. ಅಪ್ಪ ಅಮ್ಮನ ಖಿನ್ನತೆ ನೆರಳಿನಂತೆ ನನ್ನನ್ನೂ ಆಕ್ರಮಿಸಿಕೊಂಡಿತು. ಅವರಂತೆಯೇ ನನ್ನ ಮುಖದ ನಗುವು ಕೂಡ ಅಳಿಸಿಹೋಯಿತು. ಆಮೇಲೆ ತಿಳಿಯಿತು, ಇದು ನನ್ನೊಬ್ಬನದಲ್ಲ, ನನ್ನಂತೆ ಸರ್ವೈವರ್ ಸಿಂಡ್ರೋಮನ್ನು ಅಪ್ಪ ಅಮ್ಮನಿಂದ ಬಳುವಳಿಯಾಗಿ ಪಡೆದವರು ಅಮೆರಿಕದಲ್ಲೇ ಸಾವಿರಾರು ಜನರಿದ್ದಾರೆ ಎಂದು. ಅವರುಗಳ ಒಂದು ಸಂಘವೇ ಇದೆ ಇಲ್ಲಿ.

ಈ ಒಡೆದ ಗಾಜಿನಂತಹ ಮನಸ್ಸಿನ ಸ್ಥಿತಿಯ ದಿನಗಳಲ್ಲೇ ನನ್ನಪ್ಪ ನನಗೆ ಆ ಲಿಟ್ಲ್ ಪ್ಯಾರಿಸಿಯನ್ ಫೋಟೋವನ್ನು ತಂದು ಕೊಟ್ಟದ್ದು. ನೇರವಾಗಿ ನನ್ನ ಮಂಚದೆದುರು ಆ ಚಿತ್ರವನ್ನು ನೇತು ಹಾಕಿಕೊಂಡು ನೋಡಿಯೇ ನೋಡಿದೆ ಆ ಬಾಲಕನನ್ನು. ಪ್ರಮಾಣ ಮಾಡಿ ಹೇಳಬಲ್ಲೆ ನನ್ನ ಬಳಿ ಇದ್ದುದು ಮೂಲ ಚಿತ್ರವಲ್ಲ ಎಂದು. ಕಳಪೆದರ್ಜೆಯಲ್ಲಿ ಕಾಪಿಗೊಂಡು ಚೈನಾಟೌನ್ ಹೊಕ್ಕ ಚಿತ್ರ. ಚೈನಾಟೌನ್‌ನಲ್ಲಿ ಮೂಲ ಚಿತ್ರಗಳು ಎಲ್ಲಿ ಸಿಗುತ್ತವೆ ಹೇಳು? ನಕಲಿನ ದೋಷದ ಕಪ್ಪು ಚುಕ್ಕಿಗಳ ನಡುವೆಯೂ ಅದು ಅಷ್ಟು ಚೆನ್ನಾಗಿ ಆ ಹುಡುಗನ ಬಿಡುಗಡೆಯನ್ನು ತೋರಿಸುವಾಗ ಮೂಲಪ್ರತಿ ಯಾರಿಗೆ ಬೇಕು? ಆ ಬ್ರೆಡ್ ಹೊತ್ತು ಓಡುವ ಹುಡುಗನನ್ನು ಗಂಟೆಗಟ್ಟಲೆ ನೋಡುತ್ತಿದ್ದೆ. ಎಂಟನೇ ಅಂತಸ್ತಿನಲ್ಲಿದ್ದ ನಮ್ಮ ಮನೆಯ ಕಿಟಕಿಯ ಅಂಚಿನಲ್ಲಿ ಕುಳಿತು ಹೊರಗೆ ಕಾಣುತ್ತಿದ್ದ ರಸ್ತೆಯಲ್ಲಿ ಆ ಹುಡುಗನನ್ನು ಹುಡುಕುತ್ತಿದ್ದೆ. ಕೆಳವರ್ಗದ ಜನರೇ ಹೆಚ್ಚು ಹೆಚ್ಚಾಗಿ ಓಡಾಡುವ ರಸ್ತೆಯದು. ಎಷ್ಟೊಂದು ಜನ, ಎಷ್ಟೊಂದು ಬಿಡುಗಡೆಯ ದಾರಿಗಳು ಎನ್ನಿಸುತ್ತಿತ್ತು. ರಸ್ತೆಯಲ್ಲಿ ಓಡಾಡುವ ಪ್ರತಿಯೊಬ್ಬರೂ ವಿಲ್ಲಿ ರೋಲಿಸ್‌ನ ಹುಡುಗನಂತೆಯೇ ಸ್ವಚ್ಛಂದ ಹಕ್ಕಿಗಳಂತೆ ಕಾಣಲಾರಂಭಿಸಿದರು. ನನ್ನನ್ನು ಕಾಡಿದ ಹುಡುಗನನ್ನು ಪೈಂಟಿಂಗ್ ಮಾಡಲು ನೋಡಿದೆ. ಆದರೆ ಪೈಂಟಿಂಗಿನ ಸಮಸ್ಯೆ ಎಂದರೆ ಮೂಡುವ ಚಿತ್ರಗಳು ಅರಿವಿಲ್ಲದಂತೆ ಚಿತ್ರಗಾರನನ್ನು ಹೊತ್ತುಬಿಡುತ್ತವೆ. ನಾನು ಬಿಡಿಸಿದ ಹುಡುಗ ನನ್ನಂತೆಯೇ ನಗುವನ್ನು ಕಳೆದುಕೊಂಡ.

ನನ್ನ ಹದಿನೇಳನೇ ಹುಟ್ಟುಹಬ್ಬಕ್ಕೆ ನನ್ನಮ್ಮನಿಂದ ಕಾಡಿ ಬೇಡಿ ಒಂದು ಕ್ಯಾಮೆರಾ ಕೊಂಡುಕೊಂಡೆ. ಕ್ಯಾಮೆರಾ ಕೈಗೆ ಬಂದೊಡನೆಯೇ ನಾನು ಮಾಡಿದ ಮೊದಲ ಕೆಲಸ ಎಂದರೆ ನನ್ನ ಕೋಣೆಯ ಕಿಟಕಿಯಿಂದ ರಸ್ತೆಯ ಚಿತ್ರ ತೆಗೆದದ್ದು. ಹಾಗೆ ಚಿತ್ರ ತೆಗೆಯುವುದು ಮತ್ತು ತೆಗೆದ ಚಿತ್ರಗಳ ಆತ್ಮಗಳನ್ನು ಗಂಟೆಗಟ್ಟಲೆ ವೀಕ್ಷಿಸುತ್ತ ಅವುಗಳ ಸ್ವತಂತ್ರವನ್ನು ಅಳೆಯುವುದು ಹವ್ಯಾಸವಾಯಿತು. ಅಪರಿಚಿತ ಮುಖಗಳ ಅನಿರೀಕ್ಷಿತ ಚಿತ್ರಗಳು ನನ್ನ ಸಂತೋಷದ ಬುಗ್ಗೆಗಳಾದವು. ನನ್ನ ಜೀವನವೇ ಅನಿರೀಕ್ಷಿತ ಚಿತ್ರಗಳ ಅಲ್ಬಮ್ ಆಯಿತು." ತಲೆ ತಿರುಗಿಸಿ ಬಾರ್‌ನ ಪರಿಚಾರಕನನ್ನು ಹುಡುಕುತ್ತ "ನಿನಗಿನ್ನೊಂದು ಪಿಂಟ್ ಬಿಯರ್ ಬೇಕೆ?" ಎಂದ. ನಾನು ಬೇಡವೆಂದು

ತಲೆಯಾಡಿಸಿದೆ. ಬಾರ್‌ಟೆಂಡರ್ ತಂದಿಟ್ಟ ನೊರೆ ತುಂಬಿದ ಬಿಯರ್‌ನ ಗ್ಲಾಸನ್ನು ಬಾರ್‌ನ ಮಂದ ಬೆಳಕಿನಲ್ಲಿ ದೃಷ್ಟಿಸುತ್ತ ಮುಂದುವರೆಸಿದ.

"ಶ್ರೀ, ನನ್ನಲ್ಲಿ ಯಾವತ್ತೂ ಒಂದು ಪ್ರಶ್ನೆ ಇದೆ – ಕಲೆ ಎನ್ನುವುದು ನೋಡುವವರ ಕಣ್ಣಿನ ಭ್ರಾಮಕವಲ್ಲವೇ? ಇಂಗ್ಲಿಷ್ ಲೇಖಕ ಎ.ಎಸ್. ಬ್ಯಾಟ್‌ನ ಮ್ಯಾಟಿಸ್ ಸ್ಟೋರಿಸ್ ಓದಿದ್ದೀಯಾ ನೀನು? ಒಂದು ಕಥೆಯಲ್ಲಿ ಒಬ್ಬ ಹೆಣ್ಣು, ಅವಳೊಬ್ಬಳು ಯೂನಿವರ್ಸಿಟಿ ಲೆಕ್ಚರರ್, ಒಂದು ಬ್ಯೂಟಿ ಪಾರ್ಲರ್‌ನ ಕಿಟಕಿಯ ಒಳಗಿನಿಂದ ಕಾಣುತ್ತಿದ್ದ ಹೆನ್ರಿ ಮ್ಯಾಟಿಸ್‌ನ ಒಂದು ಬೆತ್ತಲೆ ಹೆಣ್ಣಿನ ಪೈಂಟಿಂಗನ್ನು ಬಹಳವಾಗಿ ಮೆಚ್ಚುತ್ತಾಳೆ. ಪ್ರತಿದಿನ ಹಾದು ಹೋಗುವಾಗ ಆ ಪೈಂಟಿಂಗನ್ನು ನೋಡಿಯೇ ನೋಡುತ್ತಾಳೆ. ಆ ಪೈಂಟಿಂಗಿಗೋಸ್ಕರವೇ ಆ ಬ್ಯೂಟಿಪಾರ್ಲರಿಗೂ ಹೋಗಲಾರಂಭಿಸುತ್ತಾಳೆ. ಆದರೆ, ಮುಂದೆ ಅವಳ ಅರಿವಿಗೆ ಬರುವ ವಿಚಾರವೆಂದರೆ, ತಾನು ಮೆಚ್ಚಿದ್ದು ಆ ಚಿತ್ರದ ಕಲೆಗಿಂತಲೂ ಹೆಚ್ಚಾಗಿ ಅದರಲ್ಲಿ ನಿಗೂಢವಾಗಿ ಹೊಮ್ಮುತ್ತಿದ್ದ ಲೈಂಗಿಕ ಸಂದೇಶದಿಂದಾಗಿ ಎಂದು ಮತ್ತು ಆ ಸಂದೇಶ ತನ್ನ ಹರೆಯದ ದಿನಗಳಲ್ಲಿ ನಡೆದಿದ್ದ ಒಂದು ಪ್ರಣಯ ಪ್ರಸಂಗಕ್ಕೆ ತಳುಕು ಹಾಕಿಕೊಂಡಿದೆ ಎನ್ನುವುದು. ಯಾವ ರೀತಿ ತಳುಕು ಹಾಕಿಕೊಂಡಿದೆ – ಬಣ್ಣದಲ್ಲೋ, ಗೆರೆಯಲ್ಲೋ, ಹಾವಭಾವಗಳಲ್ಲೊ, ಒಟ್ಟಾರೆಯಾಗಿಯೋ, ಯಾರು ಹೇಳಬಲ್ಲರು? ಈಗ ಏನು ಹೇಳುತ್ತೀಯ ಆ ನಗ್ನ ಚಿತ್ರದ ಬಗ್ಗೆ? ಅದರ ಜೀವವನ್ನು ರೂಪಿಸಿದ್ದು ಕಲಾವಿದನ ಮಾಯೆಯೋ ಅಥವಾ ಆ ಯೂನಿವರ್ಸಿಟಿ ಲೆಕ್ಚರರ್‌ಳ ಪ್ರಣಯ ಪ್ರಸಂಗವೋ? ನಾನೂ ಹಾಗೆಯೇ. ನನ್ನ ಬಿಡುಗಡೆಯನ್ನು ಬ್ರೆಡ್ ಹೊತ್ತ ಆ ಫ್ರೆಂಚ್ ಹುಡುಗನ ಬಿಡುಗಡೆಯೊಂದಿಗೆ ಸಮೀಕರಿಸಿಕೊಂಡು ಹುಡುಕಿಯೇ ಹುಡುಕಿದೆ. ನಿರಂತರವಾಗಿ ಹುಡುಕುತ್ತಲೇ ಇದ್ದೇನೆ. ಆಸೆ ಮೂಡಿಸಿದ ಪ್ರತಿ ರಸ್ತೆಯ ಫೋಟೊ ತೆಗೆದು ಮೂಡಿದ ಪ್ರತಿಯೊಂದು ಮುಖವನ್ನು ಕೆದಕಿ ನೋಡುತ್ತೇನೆ. ಆರೇಂಜ್ ಕೌಂಟಿ ಕ್ಯಾಮರಾ ಕ್ಲಬ್‌ನವರು ಅದನ್ನು ಕಲೆ ಎಂದು ಕರೆದು ತಮ್ಮ ಚಿತ್ರಗಳ ಪ್ರದರ್ಶನದ ಜೊತೆಗೆ ನನ್ನದನ್ನೂ ಸೇರಿಸಿದ್ದಾರೆ." ಎಂದು ನಕ್ಕ.

ನಾನು ಮೂಕನಾಗಿ ಕುಳಿತುಬಿಟ್ಟೆ, ಫ್ರಾಂಕೋನ ಹುಡುಕಾಟ ಏಕೋ ನನ್ನ ಹುಡುಕಾಟದಂತೆ ಕಂಡಿತು. ಹೃದಯದ ಆಳದಲ್ಲೆಲ್ಲೋ ನೋವಿನ ತಳದಲ್ಲಿ ನಾವಿಬ್ಬರು ಒಂದೇ ಎನ್ನಿಸಿತು. ಫ್ರಾಂಕೋನ ಕಥೆ ತೀರಾ ಹತ್ತಿರದ ರೂಪದಲ್ಲಿ ನನ್ನ ಮನಸ್ಸನ್ನು ಪ್ರವೇಶಿಸಿತ್ತು. ಅದರ ಯಾವ ಧ್ವನಿಯೂ ಅಪರಿಚಿತವಲ್ಲ ಅದರ ಯಾವ ಚಿತ್ರವೂ ನಾನು ನೋಡದಿರುವುದಲ್ಲ ಎನ್ನಿಸತೊಡಗಿತು. ಇದು ನಾನು ನಡೆಸುತ್ತಿರುವ ಕೃಷ್ಣನ ಹುಡುಕಾಟವೋ ಅಥವಾ ಕೃಷ್ಣ ತನ್ನ ಬಿಡುಗಡೆಗೆ ನಡೆಸುತ್ತಿದ್ದ ಹುಡುಕಾಟವೋ? ಬೆತ್ತದ ಕೋಲಿನ ತುದಿಯಿಂದ ಮಣ್ಣನ್ನು ಕೆದಕಿ ಮನೆಯ ಹಿತ್ತಲಿನಲ್ಲಿ ನಾವು ಕುಳಿತಿರುವಷ್ಟೂ ಸಮಯ ಕೃಷ್ಣ ನಡೆಸುತ್ತಿದ್ದ ಹುಡುಕಾಟ. ಬಿಯರಿನ ಮತ್ತಿನಲ್ಲಿ ಭಾರವಾಗುತ್ತಿದ್ದ ಫ್ರಾಂಕೋನ ಕಣ್ಣುಗಳಲ್ಲಿ ನನಗೆ ಕೃಷ್ಣ ಕಾಣತೊಡಗಿದ. "ನನ್ನನ್ನು

ಬಿಟ್ಟು ಹೋಗಬೇಡ ಕಾಂತು" ಎಂದು ದೈನ್ಯವಾಗಿ ಕೂಗುತ್ತಿದ್ದ. ನನ್ನ ಕಣ್ಣುಗಳಲ್ಲಿ ಹನಿಗಳು ಉರುಳಿದವು. ಬಿಯರ್ ಗ್ಲಾಸನ್ನು ಹಿಡಿದಿದ್ದ ಫ್ರಾಂಕೋನ ಬಲಗೈಯನ್ನು ಬಲವಾಗಿ ಹಿಡಿದೆ. ಹಿಡಿದ ರಭಸಕ್ಕೆ ಜೇನು ಬಣ್ಣದ ಬಿಯರ್ ಮತ್ತು ಅದರ ನೊರೆ ನಮ್ಮಿಬ್ಬರ ಕೈ ಮೇಲೆ ಚೆಲ್ಲಿತು. ಫ್ರಾಂಕೋ ಅಚ್ಚರಿಯಿಂದ ನನ್ನೆಡೆಗೆ ನೋಡಿದ.

"ಹನ್ನೆರಡು ವರ್ಷಗಳ ಹಿಂದೆ ಓಡಿ ಹೋದ ನನ್ನ ತಮ್ಮ ನಿನ್ನ ಕಣ್ಣುಗಳಲ್ಲಿದ್ದಾನೆ." ಎಂದೆ. ನನಗೇ ಅರ್ಥವಾಗದಷ್ಟು ಅಸ್ಪಷ್ಟವಾಗಿ ಹೊರಹೊಮ್ಮಿದ್ದವು ನನ್ನ ಮಾತುಗಳು. ನನಗೇ ಅರ್ಥವಾಗದ ರೀತಿಯಲ್ಲಿ ತೊದಲಿದ್ದೆ. ಕನ್ನಡದಲ್ಲಿ ಹೇಳಿದೆನೋ ಇಂಗ್ಲಿಷ್‌ನಲ್ಲೋ ಗುಣದೀಪ ಸಿಂಗ್‌ನೊಂದಿಗೆ ಮಾತನಾಡುತ್ತಿದ್ದ ಹಿಂದಿಯಲ್ಲೋ, ಗೊತ್ತಿಲ್ಲ. ಆ ವೇಳೆಗಾಗಲೆ ತುಂಬಿದ್ದ ಜನಗಳ ಗುಜುಗುಜು ಮತ್ತು ಹೋಟೆಲಿನ ಮೆಲು ಜಾಝ್‌ನ ನಡುವೆ ಆ ತುಣುಕು ಮಾತುಗಳು ಫ್ರಾಂಕೋನ ಕಿವಿಗಳನ್ನು ತಲುಪುವುದಿರಲಿ ಕೈಚಾಚುವಷ್ಟು ದೂರದ ಬಿಯರ್ ಗ್ಲಾಸಿನ ತನಕವೂ ಹಾಯಲಾರದೆ ಗಾಳಿಯಲ್ಲಿ ಚೆಲ್ಲಾಪಿಲ್ಲಿಯಾದವು.

ನನ್ನ ಈ ಅನಿರೀಕ್ಷಿತ ವರ್ತನೆಯಿಂದ ಫ್ರಾಂಕೋ ಅಚ್ಚರಿಗೊಂಡಿದ್ದ.

ಅಧ್ಯಾಯ 9

ಫ್ರಾಂಕೋನ ಕಣ್ಣುಗಳಲ್ಲಿ ಕೃಷ್ಣನನ್ನು ಕಂಡ ನಂತರ ಅವನೊಂದಿಗಿನ ನನ್ನ ಸಂಬಂಧವೇ ಸಂಪೂರ್ಣವಾಗಿ ಬದಲಾಗಿ ಹೋಯಿತು. ಫ್ರಾಂಕೋ ನನ್ನೊಂದಿಗೆ ನಾಲ್ಕೈದು ವರ್ಷಗಳಿಂದ ಕೆಲಸ ಮಾಡುವ ಸಹೋದ್ಯೋಗಿಯಾಗಿರದೆ ನಾನು ಗೊಲ್ಲರಹಳ್ಳಿಯ ದಿನಗಳಿಂದ ಕಂಡ ಮತ್ತು ಹುಟ್ಟಿನೊಂದಿಗೇ ನನ್ನಿಂದ ಸಂಬಂಧವನ್ನು ಹೊಂದಿದ ತಮ್ಮನಂತೆ ಕಾಣಲಾರಂಭಿಸಿದ. ನನಗಿಂತಲೂ ಹತ್ತುವರ್ಷಕ್ಕೆ ದೊಡ್ಡವನಾದ ಅವನೊಂದಿಗೆ ನಾನು ದೊಡ್ಡ ಅಣ್ಣನಂತೆ ವರ್ತಿಸಲಾರಂಭಿಸಿದೆ. ಫ್ರಾಂಕೋನ ಮಾತು ನಡೆ ನುಡಿಗಳಲ್ಲೆಲ್ಲಾ ನನಗೆ ಕೃಷ್ಣನೇ ಕಾಣಲಾರಂಭಿಸಿದ. ಒಮ್ಮೆ ಸಿಯಾಟಲ್‌ನಲ್ಲಿ ಉಳಿದಾಗ ಜ್ವರ ಬಂದಂತಿದೆ ಎಂದು ಅವನು ಮುದುಡಿ ಮಲಗಿದ್ದಕ್ಕೆ ರಾತ್ರಿ ಹನ್ನೆರಡು ಗಂಟೆಯಲ್ಲಿ ಸೂಪರ್ ಮಾರ್ಕೆಟ್ ಒಂದನ್ನು ಹುಡುಕಿ ಹೋಗಿ ಅವನಿಗೆ ಜ್ವರವಿಳಿಸುವ ಔಷಧಿಯನ್ನು ತಂದುಕೊಟ್ಟಿದ್ದೆ. ಆ ಅವೇಳೆಯಲ್ಲಿ ಅವನ ಕೋಣೆಯ ಬಾಗಿಲು ತಟ್ಟಿ ಔಷಧವನ್ನು ಅವನ ಕೈಗಿಟ್ಟಾಗ ಅವನ ಮುಖದಲ್ಲೊಂದು ಸೋಜಿಗದ ಭಾವ ಹಾದುಹೋಯಿತು. "ಥ್ಯಾಂಕ್ಸ್. ಔಷಧಿಯನ್ನು ತೆಗೆದುಕೊಳ್ಳುವಂತಹದ್ದು ಏನೂ ಆಗಿಲ್ಲ. ನಿದ್ರೆ ಮಾಡಿದರೆ ಎಲ್ಲಾ ಸರಿ ಹೋಗುತ್ತದೆ. ಇಷ್ಟು ರಾತ್ರಿಯಲ್ಲಿ ಹೋಟೆಲಿನಿಂದ ಹೊರಗೆ ಹೋಗುವ ಶ್ರಮವನ್ನೇಕೆ ತೆಗೆದುಕೊಂಡೆ?" ಎಂದಿದ್ದ.

ಅನಿರೀಕ್ಷಿತವಾಗಿ ಮೂಡಿ ಬಂದಿದ್ದ ನನ್ನ ವರ್ತನೆಯ ಬದಲಾವಣೆಗಳು ಅವನಿಗೆ ಆಶ್ಚರ್ಯವನ್ನು ತಂದಂತೆಯೇ ಇರುಸುಮುರುಸನ್ನೂ ತಂದಿತ್ತು. ಅವನು ಊಟ ಮಾಡಿಲ್ಲವೆಂದು ಜ್ಞಾಪಿಸುವುದು, ಅವನಿಗೆ ಸಂಬಂಧ ಪಟ್ಟ ವಸ್ತುಗಳನ್ನು ಜತನದಲ್ಲಿ ನೋಡಿಕೊಳ್ಳುವುದು, ಸಣ್ಣಪುಟ್ಟ ಬುದ್ಧಿವಾದಗಳನ್ನು ಹೇಳುವುದು ಹೀಗೆ ನಾನು ಅವನ ರಕ್ಷಣೆಯನ್ನು ಹೊತ್ತವನಂತೆ ವರ್ತಿಸುತ್ತಿದ್ದರೆ ಫ್ರಾಂಕೋ ಗೊಂದಲದಿಂದ

ನನ್ನೆಡೆಗೆ ನೋಡುತ್ತಿದ್ದ. ಎಲ್ಲದಕ್ಕಿಂತ ಹೆಚ್ಚಿನ ವ್ಯತ್ಯಾಸ ಕಾಣುತ್ತಿದ್ದುದು ನಮ್ಮ ಪ್ರಾಜಕ್ಟ್‌ನ ಕಾರ್ಯವೈಖರಿಯಲ್ಲಿ.

ಕೆಲಸದ ವಿಷಯದಲ್ಲಿ ಫ್ರಾಂಕೋನನ್ನು ಟೀಕಿಸುವುದಕ್ಕೆ ಮನಸ್ಸಾಗುತ್ತಿರಲಿಲ್ಲ. ಪ್ರಾಜಕ್ಟ್‌ನ ಅನೇಕ ಹಂತಗಳಲ್ಲಿ ಆವರೆಗೂ ನಾವು ನಡೆಸುತ್ತಿದ್ದ ವಿಷಯಾಧಾರಿತ ಚರ್ಚೆಗಳು ಏಕಮುಖವಾಗತೊಡಗಿದವು. ಪ್ರಾಜಕ್ಟ್‌ಗೆ ಸಂಬಂಧಿಸಿದಂತೆ ತಾಂತ್ರಿಕ ಚರ್ಚೆಗಳಲ್ಲಿ ಅಥಾರಿಟಿಯಿಂದ ಮಾತನಾಡಿ "ಈ ವಿಷಯದಲ್ಲಿ ನಿನಗೆ ಎದುರಾಡುವವರಿಲ್ಲ" ಎನ್ನುವ ಹೆಗ್ಗಳಿಕೆಯನ್ನು ಪಡೆಯುತ್ತಿದ್ದ ನಾನು ಈಗ ಅಂತಹ ಚರ್ಚೆಯ ಸಂದರ್ಭಗಳಲ್ಲಿ ಅವನನ್ನು ತಿದ್ದಿ ಅವನು ಸೋತ ರೀತಿಯಲ್ಲಿ ಪೆಚ್ಚುಮೋರೆ ಹಾಕಿಕೊಳ್ಳುವುದನ್ನು ನೋಡಲು ಮನಸ್ಸಾಗದೆ "ನೀನು ಹೇಳುವುದೂ ಒಂದು ರೀತಿಯಲ್ಲಿ ಸರಿ" ಎಂದು ಚರ್ಚೆಯ ಸನ್ನಿವೇಶದಿಂದ ತಪ್ಪಿಸಿಕೊಳ್ಳುತ್ತಿದ್ದೆ. ಕಂಪನಿಯ ವೃತ್ತಿಪರ ಅಭಿವೃದ್ಧಿಗೆ ಸಂಬಂಧಿಸಿದಂತೆ ಕೇವಲ ಒಂದು ಸ್ಥಾನದಲ್ಲಿ ಫ್ರಾಂಕೋನಿಂದ ಹಿಂದೆ ಇದ್ದ ನಾನು ಅವನೊಂದಿಗೆ ಇರಬೇಕಾದ ವೃತ್ತಿಪರ ಸ್ಪರ್ಧೆಯನ್ನು ಬಿಟ್ಟುಕೊಟ್ಟು "ಫ್ರಾಂಕೋಗೆ ಪ್ರಮೋಷನ್ ಕೊಟ್ಟರೂ ಒಂದೇ, ನನಗೆ ಕೊಟ್ಟರೂ ಒಂದೇ." ಎನ್ನುವಂತೆ ವರ್ತಿಸಲಾರಂಭಿಸಿದೆ. ಈ ಪರಿಸ್ಥಿತಿಗೆ ಫ್ರಾಂಕೋನೇ ಕಳವಳಗೊಂಡು ಒಮ್ಮೆ "ಏನಾಯಿತು ನಿನಗೆ? ಏಕೆ ಎಲ್ಲದರಲ್ಲೂ ಆಸಕ್ತಿ ಕಳೆದುಕೊಂಡವನಂತೆ ಬದಲಾಗಿ ಬಿಟ್ಟಿದ್ದೀಯಾ? ರಿಟೈರ್‌ಮೆಂಟ್ ತೆಗೆದುಕೊಳ್ಳುವ ಪ್ಲಾನಿನಲ್ಲಿದ್ದೀಯೋ ಹೇಗೆ?" ಎಂದು ಸಿಡಿಮಿಡಿಗೊಂಡಿದ್ದ.

ಒಬ್ಬ ಮನುಷ್ಯನೊಡನೆಯ ನಮ್ಮ ವ್ಯವಹಾರಗಳು ಆತನ ಬಗೆಗಿನ ನಮ್ಮ ಮನೋನಕ್ಷೆಯಿಂದ ಪ್ರೇರಿತವಾಗಿರುತ್ತವೆ. ಹಾಗಾಗಿ ನಮ್ಮ ಪ್ರತಿಯೊಂದು ಮುಖಾಮುಖಿಯೂ ನಮ್ಮ ಮನಸ್ಸು ನೀಡುವ ನಕ್ಷೆಯ ಆಧಾರಿತವಾಗಿ ಬದಲಾಗುತ್ತಾ ಹೋಗುತ್ತದೆ. ಇಬ್ಬರು ವ್ಯಕ್ತಿಗಳೊಂದಿಗಿನ ಮುಖಾಮುಖಿಯಲ್ಲಿ ಎರಡು ನಕ್ಷೆಗಳು ನಮ್ಮ ಮನಸ್ಸಿನಲ್ಲಿ ಕೆಲಸ ಮಾಡಿ ನಮ್ಮ ಸಂವಹನವನ್ನು ಸ್ಪಷ್ಟಗೊಳಿಸುತ್ತವೆ. ನಕ್ಷೆಗೆ ತಕ್ಕಂತೆ ಭಾವಗಳಿರುತ್ತವೆ ಮತ್ತು ನಕ್ಷೆಗೆ ತಕ್ಕಂತೆ ನಮ್ಮ ಮಾತುಗಳು ಹೊಮ್ಮುತ್ತವೆ. ಆವರೆಗೂ ಸ್ಪಷ್ಟವಿದ್ದ ಫ್ರಾಂಕೋ ಬಗೆಗಿನ ನನ್ನ ನಕ್ಷೆ ಅವನ ಕಣ್ಣುಗಳಲ್ಲಿ ಕೃಷ್ಣನನ್ನು ಕಂಡನಂತರ ಗೊಂದಲಮಯವಾಗಿ ಹೋಯಿತು. ವೃತ್ತಿ, ಪ್ರವೃತ್ತಿ, ಲಾಸ್ ಏಂಜಲಿಸ್, ಗೊಲ್ಲರಹಳ್ಳಿ, ಹಿಂಸೆಯ ಕ್ಯಾಂಪ್‌ನಿಂದ ಬಂದ ತಂದೆ ತಾಯಿಯರು ಮತ್ತು ಮಣ್ಣು ಕೆದಕುವ ಕೃಷ್ಣ ಎಲ್ಲವನ್ನೂ ಕೂಡಿಸಿಕೊಂಡು ಟಿವಿಯೊಳಗಿನ ವೈರಿನ ಗೊಂಚಲಿನಂತೆ ಗೋಜಲಾಗಿಬಿಟ್ಟಿತು. ನನ್ನ ಮನಸ್ಸಿನ ಆಳದಲ್ಲೆಲ್ಲೋ ಫ್ರಾಂಕೋನೊಂದಿಗೆ ಚರ್ಚೆ ಬೇಡವಾಗಿತ್ತು. ಯಾವ ರೀತಿಯಲ್ಲೂ ಫ್ರಾಂಕೋನನ್ನು ನೋಯಿಸುವುದು ನನಗೆ ಬೇಡವಾಗಿತ್ತು. ಕುಟುಂಬದವರನ್ನು ಯಾರಾದರೂ ಮೂರನೆಯವರು ನಿಂದಿಸಿದರೆ ಅಸಾಧ್ಯ ಸಿಟ್ಟುಬರುತ್ತದಲ್ಲ ಹಾಗೆ ಫ್ರಾಂಕೋನನ್ನು ಯಾರಾದರೂ ಹೀಯಾಳಿಸಿದರೆ ನನಗೆ ಕೋಪ ಉಕ್ಕೇರುತ್ತಿತ್ತು. ಪ್ರಾಜಕ್ಟಿನ ಒಳಗಾಗಲಿ ಹೊರಗಾಗಲಿ ಯಾರಾದರೂ

ಫ್ರಾಂಕೋ ಹೇಳಿದ್ದನ್ನು ಖಂಡಿಸಿದರೆ ನೇರವಾಗಿ ಅವನ ಪರವಾಗಿ ವಾದಕ್ಕೆ ಇಳಿಯುತ್ತಿದ್ದೆ. ಇದು ನನ್ನ ಸ್ವಭಾವವೇ ಎಂದು ನನಗೇ ಆಶ್ಚರ್ಯವಾಗುವಷ್ಟು ವಿವಶನಾಗಿ ವರ್ತಿಸಲಾರಂಭಿಸಿದೆ.

ಒಮ್ಮೆ ಯಾವುದೋ ಸಂದರ್ಭದಲ್ಲಿ ಆಂಜನೇಯಲು "ನಿಮ್ಮ ಆ ಇಟಾಲಿಯನ್ ಕನ್ನಿಂಗ್ ಜ್ಯೂ ಇದ್ದಾನಲ್ಲ ಅವನ ಬಗ್ಗೆ ಎಚ್ಚರದಿಂದ ಇರಬೇಕು ನೀವು. ಯಹೂದಿಗಳ ಬಗ್ಗೆ ನೀವು ಕೇಳಿದ್ದೀರೋ ಇಲ್ಲವೋ ಗೊತ್ತಿಲ್ಲ. ಬಹಳ ಮಹತ್ವಾಕಾಂಕ್ಷಿಗಳು ಮತ್ತು ತಮ್ಮ ಉನ್ನತಿಗಾಗಿ ಏನನ್ನು ಮಾಡಲೂ ಹೇಸದ ಅಪರ್ಚುನಿಸ್ಟರು. ಜೆನ್‌ಸನ್ ಎನರ್ಜಿ ಪ್ರಾಜಕ್ಟುಗಳಲ್ಲಿ ನಿಮ್ಮ ಸಾಧನೆಗಳನ್ನೆಲ್ಲಾ ತನ್ನದು ಎಂದು ಹೇಳಿಕೊಂಡು ಅವನು ಪ್ರಮೋಷನ್ ಗಿಟ್ಟಿಸಿಕೊಂಡರೆ ಆಶ್ಚರ್ಯವಿಲ್ಲ. ಬಿ ಕೇರ್‌ಫುಲ್." ಎಂದ.

ನನಗೆ ಅವನ ಈ ಸಣ್ಣಬುದ್ಧಿಯ ಮಾತುಗಳನ್ನು ಕೇಳಿ ಕೋಪವನ್ನು ತಡೆದು ಕೊಳ್ಳಲಾಗಲಿಲ್ಲ. ನನ್ನ ಮುಖ ಕೆಂಪಾಯಿತು ಮತ್ತು ಧ್ವನಿ ನನಗರಿವಿಲ್ಲದಂತೆ ನಿಷ್ಠುರವಾಯಿತು. "ನೀನು ಬಾಯಿ ಮುಚ್ಚಿಕೊಂಡಿರು. ಯಾರ ಸ್ವಭಾವ ಎಂಥದ್ದು ಎಂದು ನನಗೆ ಚೆನ್ನಾಗಿ ತಿಳಿದಿದೆ. ನನ್ನ ಮತ್ತು ಫ್ರಾಂಕೋನ ನಡುವೆ ತಂದು ಹಾಕುವ ಕೆಲಸ ಮಾಡಬೇಡ." ಎಂದೆ. ನಾನು ಅಬ್ಬರಿಸಿದ ರೀತಿಗೆ ಅವನು ಗಾಬರಿ ಯಾಗಿ "ರಿಲ್ಯಾಕ್ಸ್ ಶ್ರೀಕಾಂತ್! ಏನೋ ನಮ್ಮವರೇ ಎನ್ನುವ ಕಾರಣಕ್ಕೆ ಮತ್ತು ಇವರುಗಳನ್ನು ನಿಮಗಿಂತಲೂ ಮೊದಲು ನೋಡಿದ ಅನುಭವಕ್ಕೆ ಒಂದು ಮಾತು ಹೇಳಿದೆ. ಅದಕ್ಕೇಕೆ ಅಷ್ಟು ಕೋಪ ಮಾಡಿಕೊಳ್ಳುತ್ತೀರಿ?" ಎಂದು ಮತ್ತೇನೂ ಮಾತು ಮುಂದುವರೆಸದೆ ಆ ಅಸಹಜ ಸನ್ನಿವೇಶದಿಂದ ದೂರ ಸರಿದಿದ್ದ.

ಆಂಜನೇಯಲುವಿನೊಂದಿಗಿನ ನನ್ನ ವರ್ತನೆ ನನಗೇ ನಾಚಿಕೆಯನ್ನು ತರಿಸಿತ್ತು. ಭಾರತೀಯ ಚಿತ್ರಗಳಲ್ಲಿ ರೌಡಿಗಳಿಂದ ತಮ್ಮನನ್ನು ರಕ್ಷಿಸಲು ಹೊಡೆದಾಡುವ ಹಿರಿ ಅಣ್ಣನಂತೆಯೇ ನಾನು ವರ್ತಿಸಿದ್ದೆ. ಆಂಜನೇಯಲು ಫ್ರಾಂಕೋನ ಬಗೆಗೆ ಹಗುರವಾಗಿ ಮಾತನಾಡಿದ್ದು ಅದೇ ಮೊದಲಾಗಿರಲಿಲ್ಲ. ಹಾಗೆ ನೋಡಿದರೆ ಯಾರ ಬಗ್ಗೆಯೂ ಆಂಜನೇಯಲು ಗೌರವದಿಂದ ಮಾತನಾಡಿದ್ದು ಇಲ್ಲ. ಅವನು ಫ್ರಾಂಕೋನನ್ನು 'ದ ಕನ್ನಿಂಗ್ ಜ್ಯೂ' ಎಂದು ಕರೆದದ್ದೂ ಇದೇ ಮೊದಲಲ್ಲ. ನನ್ನೊಂದಿಗಿನ ಮಾತುಗಳಲ್ಲಿ ಅವನು ಫ್ರಾಂಕೋನನ್ನು ಸಂಬೋಧಿಸುತ್ತಿದ್ದುದೇ ಹಾಗೆ. ಅವನ ಅಂತಹ ಮಾತುಗಳಿಗೆ ಎಂದೂ ಬೆಂಬಲದಿಂದ ನಾನು ಮಾತನಾಡುತ್ತಿರಲಿಲ್ಲವಾದರೂ ಸಹಿಸಿಕೊಳ್ಳುವ ಸಹನೆ ನನ್ನಲ್ಲಿ ಇತ್ತು. ಆಂಜನೇಯಲುನ ಮಾತಿನ ಬಗೆಯನ್ನು ವರ್ಷಗಳಿಂದ ತಿಳಿದವನಾದರೂ ಇಂದು ನನ್ನ ಸಹನೆಯ ಕಟ್ಟೆ ಒಡೆದುಹೋಗಿತ್ತು. ಆಂಜನೇಯಲುವಿನಂತಹ ಸ್ನೇಹಿತನಿಗೆ ಬಾಯಿ ಮುಚ್ಚಿಕೊಂಡು ಹೋಗು ಎಂದು ವಿಕಾರವಾಗಿ ಬೈಯ್ದದ್ದು ನನಗೆ ಸಹಿಸಲಾಗದ ನೋವಿನ ಸಂಗತಿಯಾಗಿತ್ತು.

ಅಂದು ಸಂಜೆ ಆಫೀಸು ಬಿಡುವ ಮುಂಚೆ ಆಂಜನೇಯಲುನನ್ನು ಮಾತನಾಡಿಸಲು ಹೋದರೆ ಅವನು ತನ್ನ ಡೆಸ್ಕಿನಲ್ಲಿ ಇರಲಿಲ್ಲ. ನೇರವಾಗಿ ಅವನ

ಮನೆಗೆ ಹೋಗಿ ಬಾಗಿಲು ತಟ್ಟಿದಾಗ ಆಂಜನೇಯಲು ಬಾಗಿಲು ತೆರೆದು ಮೊದಲಿನಷ್ಟೇ ವಿಶ್ವಾಸದಲ್ಲಿ ಮುಗುಳುನಗೆ ಬೀರಿದ. ನನ್ನ ಅಂದಿನ ಅನುಚಿತ ವರ್ತನೆಗಾಗಿ ಅವನಲ್ಲಿ ಕ್ಷಮೆಯಾಚಿಸಿದೆ. "ಪರವಾಗಿಲ್ಲ ಬಿಡಿ. ನೀವೇನು ಹೊಸಬರ ನನಗೆ? ಏನೋ ಕೆಲಸದ ಒತ್ತಡದಲ್ಲಿ ಹಾಗೆ ಮಾತನಾಡಿದ್ದೀರ." ಎಂದು ಸಮಾಧಾನ ಮಾಡುತ್ತ ಭಾರತ್ ಸ್ವೀಟ್ಸ್ ಆ್ಯಂಡ್ ಸ್ಪೈಸಸ್‌ನಿಂದ ತಂದಿದ್ದ ಸಮೋಸ, ರಸ್ಕ್ ಮತ್ತು ಹುರಿದು ಉಪ್ಪು ಸವರಿದ ಗೋಡಂಬಿಯ ಜೊತೆಗೆ ಕಿತ್ತಳೆಯ ಜ್ಯೂಸಿನ ಟ್ರೇಯನ್ನು ನನ್ನ ಮುಂದಿಟ್ಟಿದ್ದ. ನನ್ನ ಆ ಅನಿರೀಕ್ಷಿತ ವರ್ತನೆ ಆಂಜನೇಯಲುವಿನಲ್ಲಿ ಅವಮಾನಕ್ಕಿಂತಲೂ ಹೆಚ್ಚಾಗಿ ಆಶ್ಚರ್ಯವನ್ನು ಮೂಡಿಸಿದೆ ಎನ್ನುವುದು ನನಗೆ ಸ್ಪಷ್ಟವಾಗಿತ್ತು.

ಫ್ರಾಂಕೋವಿನೊಂದಿಗಿನ ನನ್ನ ಅತಾರ್ಕಿಕ ವರ್ತನೆಗಳನ್ನು ನನಗೆ ನಾನೇ ಅಸಹಾಯಕತೆಯಿಂದ ಗಮನಿಸುತ್ತಿರುವ ಹೊತ್ತಿಗೇ ಮತ್ತೊಂದು ಸಂಗತಿ ನಡೆದು ನನ್ನನ್ನು ಮತ್ತೂ ಗೊಂದಲದ ಕೂಪದಲ್ಲಿ ತಳ್ಳಿತು. ಅದು ಭೂಷಣ ರಾವ್‌ಗೆ ಸಂಬಂಧಿಸಿದ ಪ್ರಕರಣ.

ಜೆನ್‌ಸನ್ ಗ್ರೀನ್ ಎನರ್ಜಿಯ ಪ್ರಾಜಕ್ಟ್‌ಗಳನ್ನು ನಮ್ಮ ಕಂಪನಿಯ ಉನ್ನತಾಧಿಕಾರಿಗಳು ಖುದ್ದು ನಿಗಾ ವಹಿಸುತ್ತಿದ್ದರಷ್ಟೆ. ಅದರಲ್ಲೂ ವಿಶೇಷವಾಗಿ ಕ್ಯಾರೊಲಿನ್ ಮತ್ತು ಭೂಷಣ ರಾವ್ ದಂಪತಿಗಳು. ಜೆನ್‌ಸನ್ ಎನರ್ಜಿ ಪ್ರಾಜಕ್ಟ್‌ಗಳು ಕಂಪನಿಗೆ ಹಣ ಮತ್ತು ಕೀರ್ತಿ ಎರಡನ್ನೂ ತರುತ್ತಿದ್ದುದರಿಂದ ಕ್ಯಾರೊಲಿನ್ ಮತ್ತು ಭೂಷಣ ರಾವ್‌ರ ನಾಯಕತ್ವವನ್ನು, ಅದರಲ್ಲೂ ವಿಶೇಷವಾಗಿ ಕ್ಯಾರೊಲಿನ್ನಳ ಮುಂದಾಳತ್ವವನ್ನು ಇಡೀ ಕಂಪನಿಯೇ ಬಯಸಿದಂತಿತ್ತು. ಜೆನ್‌ಸನ್ ಎನರ್ಜಿ ಪ್ರಾಜಕ್ಟುಗಳಿಗೆ ಸಂಬಂಧಿಸಿದಂತೆ ಸಣ್ಣಪುಟ್ಟ ಸಂಗತಿಗಳನ್ನೂ ಪ್ರಾಜಕ್ಟ್ ಮ್ಯಾನೇಜರ್‌ಗಳು ಮತ್ತು ಮುಖ್ಯ ಇಂಜಿನಿಯರುಗಳು ಇವರಿಬ್ಬರಿಗೆ ತಿಳಿಸಬೇಕಿತ್ತು. ರಿಸೋರ್ಸ್, ಕಾಂಟ್ರಾಕ್ಟ್ಸ್, ಆಯವ್ಯಯಗಳಿಗೆ ಸಂಬಂಧಿಸಿದ ವಿಷಯವಾಗಿದ್ದರೆ ತಪ್ಪದೆ ಕ್ಯಾರೊಲಿನ್‌ಗೂ ಟೆಕ್ನಾಲಜಿಯ ವಿಷಯಕ್ಕೆ ಸಂಬಂಧಿಸಿದ್ದರೆ ಭೂಷಣ ರಾವ್‌ಗೂ ಇ–ಮೈಲ್‌ಗಳ ಮುಖಾಂತರ ಮಾಹಿತಿಗಳನ್ನು ತಲುಪಿಸಬೇಕಾಗಿತ್ತು. ಅಂತಹ ಮಾಹಿತಿಗಳಲ್ಲಿ ಬಹುತೇಕವಾಗಿರುತ್ತಿದ್ದ ಸಣ್ಣಪುಟ್ಟ ನಿರ್ಧಾರಗಳಿಗೆ, ಸಣ್ಣಪುಟ್ಟ ಬದಲಾವಣೆಗಳಿಗೆ ಕ್ಯಾರೊಲಿನ್ ಆಗಲಿ ಭೂಷಣ ರಾವ್ ಆಗಲಿ ಉತ್ತರಿಸುತ್ತಲೇ ಇರಲಿಲ್ಲ. ಅವರ ಕೆಲಸದ ಒತ್ತಡದಲ್ಲಿ ಅಂತಹ ಇ–ಮೈಲ್‌ಗಳನ್ನು ಉತ್ತರಿಸುವುದು ಹೋಗಲಿ ಓದುವ ಗೋಜಿಗಾದರೂ ಹೋಗುತ್ತಿದ್ದರೆ ಎನ್ನುವುದು ನನಗೆ ಅನುಮಾನದ ವಿಷಯವಾಗಿತ್ತು. ಆದರೂ, ಜೆನ್‌ಸನ್ ಗ್ರೀನ್ ಎನರ್ಜಿಯ ಪ್ರಾಜಕ್ಟ್‌ಗಳಲ್ಲಿ ರೂಪಿತವಾಗಿದ್ದ ಸಂಪ್ರದಾಯದಂತೆ ಅವರಿಗೆ ಎಲ್ಲವನ್ನೂ ತಿಳಿಸಬೇಕಾಗಿತ್ತು. ನಾನು ಕೆಲಸ ಮಾಡುವ ಆಫೀಸಿನಲ್ಲಿರದೆ ನಮ್ಮಿಂದ ಅರವತ್ತು ಮೈಲುಗಳ ದೂರದ ಶರ್‌ಮನ್ ಓಕ್ಸ್ ಎನ್ನುವ ಊರಿನಲ್ಲಿನ ಕಾರ್ಪೊರೆಟ್ ಆಫೀಸಿನಲ್ಲಿರುತ್ತಿದ್ದ ಅವರುಗಳನ್ನು ನಾನು ನೋಡಿಯೇ ಇರಲಿಲ್ಲ. "ನಮ್ಮ ಹೈಯರ್ ಮ್ಯಾನೇಜ್‌ಮೆಂಟ್‌ನ್ನು

ನೋಡುವುದಕ್ಕಾಗಿಯಾದರೂ ಯಾವುದಾದರೂ ನೆವದಲ್ಲಿ ಶರ್‌ಮನ್ ಓಕ್ಸ್‌ಗೆ ಹೋಗಿ ಬನ್ನಿ." ಎಂದು ಆಂಜನೇಯಲು ಅನೇಕ ಬಾರಿ ನನಗೆ ಸಲಹೆಯನ್ನು ನೀಡಿದ್ದ. ಬಹಳಷ್ಟು ದಿನಗಳು ಪ್ರಯಾಣದಲ್ಲಿರುತ್ತಿದ್ದ ನನಗೆ ಹಾಗೆ ಹೋಗುವ ಅವಕಾಶವೂ ಬಂದಿರಲಿಲ್ಲ ಮತ್ತು ನನ್ನ ಕಂಪನಿಯ ಉನ್ನತಾಧಿಕಾರಿಗಳನ್ನು ನೋಡಲು ಅರವತ್ತು ಮೈಲು ಡ್ರೈವ್ ಮಾಡಿ ಹೋಗುವ ಯಾವ ಉತ್ಸಾಹವೂ ಹುಟ್ಟಿರಲಿಲ್ಲ.

ಜೆನ್‌ಸನ್ ಗ್ರೀನ್ ಎನರ್ಜಿಯ ಪ್ರಾಜಕ್ಟ್‌ಗಳಲ್ಲಿ ಕೆಲಸ ಮಾಡುವ ನಮ್ಮ ಕಂಪನಿಯ ಎಲ್ಲರನ್ನು ಸೇರಿಸಿ ಒಂದು ಸಭೆಯನ್ನು ಕರೆಯುವ ಮುಖಾಂತರ ಕ್ಯಾರೊಲಿನ್ ರಾವ್ ಅಂತಹ ಒಂದು ಸಂದರ್ಭವನ್ನು ಒದಗಿಸಿ ಕೊಟ್ಟಳು.

ಶರ್ಮನ್ ಓಕ್ಸ್‌ನಲ್ಲಿರುವ ನೀಲಿಗಾಜಿನ ಕಿಟಕಿಗಳ ಹನ್ನೆರಡು ಅಂತಸ್ತಿನ ನಮ್ಮ ಕಾರ್ಪೊರೆಟ್ ಆಫೀಸನ್ನು ನಾವು ಪ್ರವೇಶಿಸುವ ವೇಳೆಗೆ ಮೀಟಿಂಗ್ ಪ್ರಾರಂಭವಾಗಿತ್ತು. ನನ್ನೊಡನೆ ನಮ್ಮ ಪ್ರಾಜಕ್ಟ್ ಟೀಮಿನ ಫ್ರಾಂಕೋ, ಜೆಫ್ ಮಿಲ್ಲರ್, ವ್ಯಾಂಗ್, ಮಿಲಿಂದ್, ಮೆಲಿಂದಾ ಜಾಕೊಬ್ ಮತ್ತು ಆಂಜನೇಯಲು ಇದ್ದರು. ಕಾನ್ಫರೆನ್ಸ್ ಕೋಣೆ ಭರ್ತಿಯಾಗಿತ್ತು. ನಮ್ಮ ಕಂಪನಿಯ ಬೇರೆ ಬೇರೆ ಆಫೀಸುಗಳ ಬಹಳಷ್ಟು ನೌಕರರು ಜೆನ್‌ಸನ್ ಎನರ್ಜಿಯ ಅನೇಕ ಪ್ರಾಜಕ್ಟ್‌ಗಳ ಮೇಲೆ ಕೆಲಸ ಮಾಡುತ್ತಿದ್ದಾರೆ ಎಂದು ಕೇಳಿದ್ದೆನಾದರೂ ಅಂದು ಆ ಸಭಾಂಗಣದಲ್ಲಿ ಸೇರಿದ್ದ ಅಷ್ಟು ಜನರನ್ನು ಒಟ್ಟಿಗೇ ನೋಡಿದಾಗ ಜೆನ್‌ಸನ್ ಎನರ್ಜಿಯಲ್ಲಿ ನಮ್ಮ ಭಾಗಿತನದ ವಿಸ್ತಾರದ ಅರಿವಾಯಿತು.

ಸಭೆಯನ್ನು ಉದ್ದೇಶಿಸಿ ಮಾತನಾಡುತ್ತಿದ್ದ ಕ್ಯಾರೊಲಿನ್ ನಾವು ಕಾನ್ಫರೆನ್ಸ್ ಕೋಣೆಗೆ ಪ್ರವೇಶಿಸಿದ್ದರಿಂದ ಒಂದು ಕ್ಷಣ ನಮ್ಮೆಡೆಗೆ ನೋಡುತ್ತ ಮಾತು ನಿಲ್ಲಿಸಿ ಮುಗುಳುನಕ್ಕು "ಬನ್ನಿ. ಈ ಮೀಟಿಂಗಿಗೋಸ್ಕರವೇ ದೂರದ ಆರೇಂಜ್ ಕೌಂಟಿ ಆಫೀಸಿನಿಂದ ಇಲ್ಲಿಯ ತನಕ ಬಂದದ್ದಕ್ಕೆ ಧನ್ಯವಾದಗಳು." ಎಂದಾಗ ಸಭೆಯಲ್ಲಿ ಸೇರಿದ್ದ ಉಳಿದವರು ಚಪ್ಪಾಳೆ ತಟ್ಟಿ ನಮ್ಮನ್ನು ಸ್ವಾಗತಿಸಿದರು.

ಕ್ಯಾರೊಲಿನ್ ತನ್ನ ವಯಸ್ಸನ್ನು ಮುಚ್ಚುವಂತಹ ದೈಹಿಕ ಆಕರ್ಷಣೆಯನ್ನು ಉಳಿಸಿಕೊಂಡಿರುವ ಹೆಂಗಸು. ಎತ್ತರ, ಗಾತ್ರ, ಆಕೃತಿ ಮತ್ತು ಮುಖದಲ್ಲಿನ ತೆಳುನಗೆಯಲ್ಲಿ ತನ್ನ ಸೌಂದರ್ಯವನ್ನು ಸದಾ ಹೊರಚೆಲ್ಲುವ ಆಕರ್ಷಕ ವ್ಯಕ್ತಿತ್ವದವಳು. ಗಂಭೀರ ಮತ್ತು ನಿಖರವಾಗಿ ಬರುವ ಆಕೆಯ ಮಾತುಗಳಲ್ಲಿ ಮತ್ತು ಅವಳ ವ್ಯಕ್ತಿತ್ವಕ್ಕೆ ಅನುಗುಣವಾಗಿ ಬಳಕೆಯಾಗುವ ಭಾಷೆಯಲ್ಲಿ ಅವಳ ಅಥಾರಿಟಿ, ಪ್ರಾಜಕ್ಟ್‌ಗಳಿಗೆ ಸಂಬಂಧಿಸಿದಂತೆ ಅವಳ ಅರಿವು, ಮ್ಯಾನೇಜ್‌ಮೆಂಟಿನ ಅವಳ ಆಳ ಜ್ಞಾನ ಮತ್ತು ಯಾವ ಕೆಲಸವನ್ನಾದರೂ ಸಾಧಿಸಬಲ್ಲೆ ಎನ್ನುವಂತಹ ವಿಶ್ವಾಸ ಆ ಕೋಣೆಯನ್ನು ತುಂಬಿಕೊಳ್ಳುತ್ತಿತ್ತು.

ಜೆನ್‌ಸನ್ ಎನರ್ಜಿಯ ಯಶೋಗಾಥೆಯಲ್ಲಿ ಹೇಗೆ ನಮ್ಮ ಪಾಲಿದೆ ಎನ್ನುವುದರ ಬಗ್ಗೆ ವಿವರವಾಗಿ ಮಾತನಾಡಿದಳು. ನಮಗೆ ಸಿಗುತ್ತಿರುವ ಅವಕಾಶಗಳನ್ನು ಹೇಗೆ ವಿಸ್ತರಿಸಬಹುದು ಎನ್ನುವುದರ ಬಗ್ಗೆ ಉತ್ಸಾಹ ಮೂಡಿಸುವಂತೆ ತನ್ನ

ಅಭಿಪ್ರಾಯಗಳನ್ನು ಹಂಚಿಕೊಂಡಳು. ತಾನು ಜೆನ್‌ಸನ್ ಪ್ರಾಜೆಕ್ಟ್‌ಗಳಲ್ಲಿ ಬಹುಪಾಲು ತೊಡಗಿಕೊಂಡಿರುವುದರಿಂದ ಕಂಪನಿಯ ಬೇರೆ ಚಟುವಟಿಕೆಗಳಲ್ಲಿ ಹಿನ್ನಡೆಯಾಗದಂತೆ ತನ್ನ ಸಹಾಯಕ್ಕೆ ನೇಮಕವಾಗಿದ್ದ ಮುಕುಲ್ ದೇಸಾಯಿ ಎನ್ನುವ ಕಂಪನಿಯ ವೈಸ್ ಪ್ರೆಸಿಡೆಂಟ್‌ನ್ನು ಪರಿಚಯಿಸಿ ಆತನ ಕಾರ್ಯದಕ್ಷತೆಯ ಬಗ್ಗೆ ಒಂದೆರಡು ಒಳ್ಳೆಯ ಮಾತುಗಳನ್ನಾಡಿದಳು.

ಜೆನ್‌ಸನ್ ಎನರ್ಜಿಯ ಪ್ರಾಜೆಕ್ಟ್‌ಗಳಿಗೆ ಸಂಬಂಧಪಟ್ಟ ಎಲ್ಲರನ್ನೂ ಒಟ್ಟು ಈ ಸಭೆಗೆ ಸೇರಿಸಿರುವುದು ಕ್ಯಾರೊಲಿನ್ ತನ್ನ ಪ್ರಭುತ್ವವನ್ನು ನಮ್ಮಲ್ಲಿ ನಿಚ್ಚಳಗೊಳಿಸಲಿಕ್ಕಾಗಿ ಎನ್ನುವ ಸಂದೇಶ ಸ್ಪಷ್ಟವಾಗಿ ಎಲ್ಲರನ್ನು ತಲುಪಿದಂತಿತ್ತು.

ಕ್ಯಾರೊಲಿನ್‌ಳ ನಂತರ ಸಭೆಯನ್ನು ಉದ್ದೇಶಿಸಿ ಮಾತನಾಡಲು ಬಂದ ಭೂಷಣ ರಾವ್ ತನ್ನ ನೋಟ್‌ಬುಕ್ಕನ್ನು ಪಕ್ಕದಲ್ಲಿಟ್ಟುಕೊಂಡು ಎದುರು ಮೇಜಿನ ಮೇಲೆ ಲ್ಯಾಪ್‌ಟಾಪ್ ಕಂಪ್ಯೂಟರ್‌ನ್ನು ಸಿದ್ಧಗೊಳಿಸಿಕೊಳ್ಳುತ್ತ ಸೇರಿದ್ದ ಜನರೆಡೆಗೆ ತಲೆ ಎತ್ತಿ ಮುಗುಳುನಗೆ ನಕ್ಕ.

ನಾನು ಅವಾಕ್ಕಾಗಿಬಿಟ್ಟೆ. ಇದು ನನಗೆ ಬಹಳ ಪರಿಚಿತ ಮುಖ ಎನ್ನಿಸತೊಡಗಿತು. ಅವನು ಮಾತನಾಡಿದಂತೆಲ್ಲಾ ಅವನ ಮುಖದಲ್ಲಿ ಹಾದು ಹೋಗುವ ಗೆರೆಗಳು, ಕಣ್ಣನ್ನು ಕಿರಿದು ಮಾಡಿ ನೋಡುವ ರೀತಿ, ದೃಷ್ಟಿಯನ್ನು ಬೆಸೆಯುವಾಗ ಮೂಡಿ ಹೋಗುವ ಸಂಕೋಚದ ಎಳೆ, ಮುದುಡಿ ಕೂರುವ ರೀತಿ, ಸ್ವರದಲ್ಲಿನ ಆವೇಗ, ವಾಕ್ಯ ವಾಕ್ಯಗಳ ನಡುವಿನ ಮೌನವನ್ನು ಅನುಭವಿಸುವ ಪರಿ! ಇವನು ಬೇರೆಯಾಗಿರಲು ಸಾಧ್ಯವೇ ಇಲ್ಲ ಎಂದು ನನ್ನ ಮನಸ್ಸು ಚೀರಿತು. ನನ್ನ ತಂದೆಯ ಯಥಾವತ್ತು ರೂಪ ಈ ಭೂಷಣ ರಾವ್! ನಾನು ಕಣ್ಣುರೆಪ್ಪೆ ಮುಚ್ಚದಂತೆ ಅವನನ್ನೇ ನೋಡುತ್ತಿದ್ದೆ. ನೋಡಿದಷ್ಟೂ ಅವನೆಲ್ಲಾ ಚಹರೆಗಳು ನನ್ನಪ್ಪನನ್ನು ಹೋಲುತ್ತಿದ್ದವು. ಕ್ಷಣ ಕ್ಷಣಕ್ಕೂ ಅವನು ನನ್ನ ತಂದೆಯ ಸ್ವರೂಪದೆಡೆಗೆ ಬದಲಾಗುತ್ತಿದ್ದ. ನನ್ನ ಮನಸ್ಸು ವಿಚಲಗೊಳ್ಳುತ್ತಿತ್ತು. ಬರೀ ಅವನ ಆಕೃತಿಯನ್ನು ದೃಷ್ಟಿಸುತ್ತ ಅವನ ಶಬ್ದಗಳನ್ನು ಕಿವಿಗಳಲ್ಲಿ ತುಂಬಿಕೊಳ್ಳುತ್ತಿದ್ದೆನಾದರೂ ಅವನು ಮಾತನಾಡುತ್ತಿದ್ದ ಯಾವ ವಿಷಯವನ್ನೂ ಗ್ರಹಿಸುವಂತಹ ಮನಃಸ್ಥಿತಿಯಲ್ಲಿ ನಾನಿರಲಿಲ್ಲ.

ಯಾರಿವನು? ನನ್ನ ತಂದೆಯಂತೆಯೇ ಇರುವ ಇವನು ನಾನು ಈವರೆಗೂ ಕಂಡಿರದ ನನ್ನ ಚಿಕ್ಕಪ್ಪನಿರಬಹುದೇ ಎನ್ನುವ ಪ್ರಶ್ನೆ ನನ್ನ ಮನಸ್ಸಿನಲ್ಲಿ ಸಣ್ಣ ಸಂಶಯದಂತೆ ಮೊಳಕೆ ಎದ್ದು, ನಾನು ಆ ಮನುಷ್ಯನನ್ನು ದೃಷ್ಟಿಸಿದಂತೆಲ್ಲಾ ಗಿಡವಾಗಿ ಮರವಾಗಿ ಅಗಲ ಎತ್ತರವಾಗಿ ಹಬ್ಬುತ್ತಲೇ ಹೋಯಿತು ಯಾವುದೋ ಮಾಂತ್ರಿಕ ವೃಕ್ಷದಂತೆ. ಅವನ ಧ್ವನಿ ನನ್ನ ಕಿವಿಗೆಬಿದ್ದಷ್ಟೂ ನನ್ನ ಕಣ್ಣುಗಳು ಅವನನ್ನು ತುಂಬಿಕೊಂಡಷ್ಟೂ ಚಿಕ್ಕಪ್ಪನಿರಬಹುದೇ ಚಿಕ್ಕಪ್ಪನಿರಬಹುದೇ ಎನ್ನುವ ಪಿಸುಮಾತು ಕಾನ್ಫರೆನ್ಸ್ ರೂಮನ್ನೂ ದಾಟಿ ಆ ಹನ್ನೆರಡು ಅಂತಸ್ತಿನ ಕಟ್ಟಡದ ಮೂಲೆ ಮೂಲೆಗಳನ್ನು ತಲುಪಬಲ್ಲ ಗಟ್ಟಿಧ್ವನಿಯ ಕೂಗಾಯಿತು. ನನ್ನ ಮನಸ್ಸಿನ

ಆವೇಗಗಳನ್ನು ತಾಳಲಾರದೆ ಕುಳಿತಲ್ಲಿಯೇ ತಲೆತಗ್ಗಿಸಿ ಎರಡೂ ಕೈಗಳಲ್ಲಿ ತಲೆಯನ್ನು ಗಟ್ಟಿಯಾಗಿ ಹಿಡಿದು ಕೆಲವು ನಿಮಿಷಗಳವರೆಗೆ ಕಣ್ಣು ಮುಚ್ಚಿದೆ. ಫ್ರಾಂಕೋ ನನ್ನ ಕಿವಿಯೆಡೆಗೆ ಬಾಗಿ ಪಿಸುದನಿಯಲ್ಲಿ "ಆರ್ ಯು ಓಕೆ?" ಎಂದು ಕೇಳಿದ.

ಭಾಷಣ ಮತ್ತು ಪ್ರಶ್ನೋತ್ತರಗಳ ನಂತರ ಕ್ಯಾರೊಲಿನ್ ಮತ್ತು ಭೂಷಣ ರಾವ್ ಅಲ್ಲಿ ಸೇರಿದ್ದ ಪ್ರತಿಯೊಂದು ಪ್ರಾಜಕ್ಟ್ ಟೀಮಿನೊಂದಿಗೂ ಬೆರೆತು ಪರಿಚಯ ಮಾಡಿಕೊಳ್ಳತೊಡಗಿದರು.

"ನಿನ್ನ ಹೆಸರು ಕೇಳಿದ್ದೆ." ಎಂದಳು ಕ್ಯಾರೊಲಿನ್. "ನಿನ್ನ ಅನೇಕ ಬ್ರಿಲಿಯಂಟ್ ಸಲಹೆಗಳಿಂದಾಗಿ ಒಳ್ಳೆಯ ಡಿಸೈನ್‌ಗಳು ಮೂಡಿಬಂದು ನಾವು ಪ್ರಾಜಕ್ಟ್‌ಗಳನ್ನು ಯಶಸ್ವಿಯಾಗಿ ನಿರ್ವಹಿಸಲು ಸಾಧ್ಯವಾಗುತ್ತಿದೆ. ಇನ್ಫೋವಾಯೆಜ್‌ನಲ್ಲಿ ನಿನಗೆ ಉತ್ತಮ ಭವಿಷ್ಯವಿದೆ." ನನ್ನೊಂದಿಗೆ ಒಂದೆರಡು ಮಾತುಗಳ ನಂತರ ಕ್ಯಾರೊಲಿನ್ ಮುಂದೆ ಹೆಜ್ಜೆ ಹಾಕಿ ಫ್ರಾಂಕೋನೊಂದಿಗೆ ನಮ್ಮ ಪ್ರಾಜಕ್ಟ್‌ಗಳ ಕುರಿತಾದ ಹೆಚ್ಚಿನ ಮಾತುಗಳನ್ನಾಡುತ್ತಿದ್ದಳು.

ಜೆಫ್ ಮಿಲ್ಲರ್‌ನೊಂದಿಗೆ ಏನೋ ಹಾಸ್ಯದಲ್ಲಿ ಮಾತನಾಡುತ್ತಿದ್ದ ಭೂಷಣ ರಾವ್ ನನ್ನ ಕಡೆ ಸರಿದಂತೆಲ್ಲ ನನ್ನ ಆವೇಗ ಹೆಚ್ಚುತ್ತಿತ್ತು. ಅವನೇನಾದರು ನನ್ನ ಗುರುತಿಸಿದರೆ? ಅವನಿಗೆ ಕಾಣದಂತೆ ತಪ್ಪಿಸಿಕೊಂಡು ಹೋಗಿಬಿಡೋಣ ಎನ್ನುವ ತುಡಿತ ತೀವ್ರವಾಗುತ್ತಿತ್ತು. ಬಾತ್‌ರೂಮಿಗೆ ಹೋಗುವ ನೆವದಲ್ಲಿ ಹತ್ತು ನಿಮಿಷ ಆಚೆ ಸರಿದರೆ ವಾಪಸ್ಸು ಬರುವ ವೇಳೆಗೆ ನಮ್ಮ ಪ್ರಾಜಕ್ಟ್ ಟೀಮಿನಿಂದ ದೂರ ಸರಿದಿರುತ್ತಾನೆ ಎನ್ನುವ ಉಪಾಯ ಮನಸ್ಸಿನಲ್ಲಿ ಗಟ್ಟಿಯಾಗುತ್ತಿತ್ತು. ಆದರೆ ಆ ಉಪಾಯಗಳಾವುದಕ್ಕೂ ಅವಕಾಶ ಕೊಡದಂತೆ ಭೂಷಣ ರಾವ್ ಹತ್ತಿರ ಬಂದೇ ಬಿಟ್ಟ. ಆಂಜನೇಯಲುನನ್ನು ಪರಿಚಯ ಮಾಡಿಕೊಂಡವನು ನನ್ನೆಡೆಗೆ ತಿರುಗಿದ. ಅಪ್ಪನದೇ ಎತ್ತರ, ಅದೇ ಮುಖ, ಶೃಂಗೇರಿಯ ಚಿಕ್ಕಪ್ಪನಂತೆ ಮೇಲೆತ್ತಿ ಬಾಚಿದ ಒರಟು ಕೂದಲು.

"ಶ್ರೀಕಾಂತ್." ನಡುಗುವ ದನಿಯಲ್ಲಿ ಪರಿಚಯ ಮಾಡಿಕೊಂಡೆ.

ಅವನ ಕಣ್ಣುಗಳು ಕಿರಿದಾಗಿ ಇರಿಯುವ ದೃಷ್ಟಿಯನ್ನು ನನ್ನ ಮೇಲೆ ಊರಿದವು. ಕುಲುಕಿದ ಕೈಯನ್ನು ಅವನಿನ್ನೂ ಬಿಟ್ಟಿರಲಿಲ್ಲ. ಅವನು ನನ್ನನ್ನು ಗುರುತಿಸಿಬಿಟ್ಟರೆ ಎಂದು ಎದೆ ಹೊಡೆದುಕೊಳ್ಳುತ್ತಿತ್ತು. ದೇವರೇ, ಅವನು ಇನ್ನೊಂದು ಮಾತನಾಡದೆ ಮುಂದೆ ಸರಿಯಲಿ ಎಂದು ಪ್ರಾರ್ಥಿಸುತ್ತಿದ್ದೆ.

"ನೈಸ್ ಟು ಮೀಟ್ ಯು." ಎಂದು ಮುಂದೆ ಹೆಜ್ಜೆ ಇಟ್ಟವನು "ಮತ್ತೇನನ್ನೋ ಕೇಳಬೇಕೆನ್ನಿಸುತ್ತಿದೆ ನಿಮ್ಮೊಂದಿಗೆ." ಎಂದ ಅನುಮಾನಿಸುತ್ತ.

"ಕೇಳಿ."

"ಹ್ಞಾಂ. ನಮ್ಮ ಜೆನ್‌ಸನ್ ಪ್ರಾಜಕ್ಟ್‌ಗಳಿಗೆ ನೀವು ಸಲೂಷನ್ಸ್ ಆರ್ಕಿಟೆಕ್ಟ್ ಅಲ್ಲವೇ?"

"ಹೌದು."

"ಎಲ್ಲಿ ಓದಿದ್ದು ನೀವು?"

"ಐಐಟಿ ಖರಗಪುರ."

ನನ್ನ ಕೈಯನ್ನು ಮತ್ತೆ ಭದ್ರವಾಗಿ ಕುಲುಕಿ ಮುಂದೆ ನಡೆದ.

▸▸

ಅಂದು ಶೆರ್ಮನ್ ಓಕ್ಸ್‌ನಿಂದ ವಾಪಸ್ಸು ಬರುವಾಗ ನನ್ನ ಮನಸ್ಸು ತೀರ ಉದಾಸವಾಗಿತ್ತು. ಇದು ಸಾಧ್ಯವೇ ಎಂದು ಮನಸ್ಸು ಪ್ರಶ್ನಿಸಿಕೊಳ್ಳುತ್ತಲೇ ಇತ್ತು. ಎಂದೂ ನೋಡದ ವ್ಯಕ್ತಿಯನ್ನು, ಆತನ ಬಗೆಗಿನ ಪ್ರಾಥಮಿಕ ತಿಳಿವಳಿಕೆಗಳೂ ಇಲ್ಲದೆ, ಗುರುತಿಸಲು ಸಾಧ್ಯವೇ?

ಏಕೆ ಸಾಧ್ಯವಿಲ್ಲ? ಅಷ್ಟೊಂದು ಹೋಲಿಕೆಗಳು ಕಣ್ಣಿಗೆ ರಾಚುವಂತೆ ಹೊರಹೊಮ್ಮುತ್ತಿರುವಾಗ! ಅವನ ಸಂಪೂರ್ಣ ಚಹರೆಯೇ ಅಪ್ಪನದು. ಪ್ರತಿ ಮನುಷ್ಯನೊಂದಿಗೂ ನಾವು ಗುರುತಿಸಿ ಪದಗಳಿಗೆ ರೂಪಾಂತರಿಸಬಲ್ಲ ಚಹರೆಗಳು ಒಂದಿಷ್ಟಿದ್ದರೆ ಅವ್ಯಕ್ತವಾಗಿ ಹೊರಹೊಮ್ಮುವ ಚಹರೆಗಳು ಸಾವಿರವಿರುತ್ತವೆ. ಅಂತಹ ವ್ಯಕ್ತ ಮತ್ತು ಅವ್ಯಕ್ತ ಚಹರೆಗಳನ್ನು ಈ ಮನುಷ್ಯನಿಗೂ ಮತ್ತು ಅಪ್ಪನಿಗೂ ಹೋಲಿಸಿ ಈತನನ್ನು ನನ್ನ ಚಿಕ್ಕಪ್ಪನೆಂದು ಮನಸ್ಸು ಗುರುತಿಸಲಾರದೇಕೆ?

ಫ್ರಾಂಕೋ ಡ್ರೈವ್ ಮಾಡುತ್ತಿದ್ದ. ಅವನ ಪಕ್ಕದಲ್ಲಿ ಕುಳಿತಿದ್ದ ಜೆಫ್ ಮಿಲ್ಲರ್ ಅವನೊಂದಿಗೆ ಏನೋ ಗಹನ ಚರ್ಚೆಯಲ್ಲಿ ತೊಡಗಿದ್ದ. ಹಿಂದಿನ ಸೀಟಿನಲ್ಲಿ ನನ್ನ ಪಕ್ಕ ಕುಳಿತಿದ್ದ ಆಂಜನೇಯಲು "ಏನ್ರೀ, ನಾನು ನೋಡುತ್ತಲೇ ಇದ್ದೇನೆ. ನೀವೇನೋ ಸುದೀರ್ಘ ಆಲೋಚನೆಯಲ್ಲಿ ಮುಳುಗಿ ಹೋಗಿದ್ದೀರಿ! ಏನು ಅಂತಹ ಯೋಚನೆಗಳು? ಯಾವಾಗಲೂ ನಮ್ಮ ಪ್ರಾಜೆಕ್ಟ್‌ಗಳ ಬಗ್ಗೆ ಯೋಚಿಸಿ ಎಂದು ಆ ಹೆಣ್ಣು ಹೇಳಿದ್ದನ್ನು ಅಷ್ಟೊಂದು ಗಂಭೀರವಾಗಿ ತೆಗೆದುಕೊಳ್ಳಬೇಡಿ." ಎಂದು ಹಾಸ್ಯ ಮಾಡಿದ.

ಅವನೊಂದಿಗೆ ಮಾತನಾಡಲೆಂದೇ ಕೇಳಿದೆ. "ಆಂಜನೇಯಲು, ಭೂಷಣ ರಾವ್ ಭಾರತದಲ್ಲಿ ಎಲ್ಲಿಯವರೆಂದು ತಿಳಿದಿದೆಯೇನು ನಿಮಗೆ?"

"ಹೆಸರು ನೋಡಿದರೆ ಆಂಧ್ರಾದವನಿರಬಹುದು. ಅಥವಾ ನಿಮ್ಮಂತೆ ಕರ್ನಾಟಕದವನಾಗಿದ್ದರೂ ಆಗಿರಬಹುದು. ರಾವ್ ಎಂದು ನೀವು ಕನ್ನಡಿಗರೂ ಇಟ್ಟುಕೊಳ್ಳುತ್ತೀರಲ್ಲವೇ? ಕೇಳುವುದೇನು ಬಂತು ಸಾಕ್ಷಾತ್ ನೀವೇ ಇದ್ದೀರಲ್ಲ? ಏಕೆ ಕೇಳುತ್ತಿದ್ದೀರಿ? ಭೂಷಣ ರಾವ್‌ನನ್ನು ಕನ್ನಡ ಸಂಘದ ಉದ್ಘಾಟನೆಗೆ ಕರೆಯಲಿಕ್ಕೋ?"

"ಸುಮ್ಮನೆ ಕೇಳಿದೆ."

"ಇಂಗ್ಲಿಷ್ ಅಕ್ಸೆಂಟಿನಲ್ಲಿ ಹೇಳಲಾಗುವುದಿಲ್ಲ. ಪೂರಾ ಅಮೆರಿಕನ್ ಅಕ್ಸೆಂಟಿನಲ್ಲೇ ಮಾತನಾಡುತ್ತಾನೆ. ಮುಖದ ಚಹರೆಯನ್ನು ನೋಡಿದರೆ ನಿಮ್ಮ ಮೈಸೂರಿನ ಕಡೆಯವನಿರಬಹುದು. ನಿಮ್ಮ ಕನ್ನಡ ಸಂಗಮಂ ಉದ್ಘಾಟನೆಗೆ ಕರೆಸುವುದಿದ್ದರೆ ಅವನ ಬ್ಲಾಂಡ್ ಹೆಂಡತಿಯನ್ನು ಮತ್ತು ಜೀಬ್ರಾ ಮಕ್ಕಳನ್ನೂ ಕರೆಸಿನೋಡಿ. ಹೀ ಹೀ ಹೀ" ಎಂದು ತನ್ನ ಜೋಕಿಗೆ ತಾನೇ ಜೋರಾಗಿ ನಕ್ಕ.

ಅಂದು ಪೂರ್ತಿ ದಿನ ನನ್ನ ಮನಸ್ಸು ಖಿನ್ನವಾಗಿತ್ತು. ಸಂಜೆ ಟಿವಿ ನೋಡುತ್ತ ಕುಳಿತರೆ ರಾತ್ರಿ ಊಟ ಮಾಡುತ್ತಿದ್ದರೆ ನಾನು ನಾನಾಗಿಯೇ ಇರಲಿಲ್ಲ. ನನ್ನ ಮನಸ್ಸೆಲ್ಲೋ ಸಾವಿರ ಗಾವುದ ದೂರದಲ್ಲಿತ್ತು.

"ಇಂದು ಏಕೋ ನಿನ್ನ ಮುಖ ಬಾಡಿಹೋಗಿದೆ. ಆರೋಗ್ಯವಾಗಿದ್ದೀಯೇನೋ?" ವಾಣಿ ಸೋಫಾದಲ್ಲಿ ತಬ್ಬಿ ಕುಳಿತುಕೊಳ್ಳುತ್ತ ಕೇಳಿದಳು. ವಾಣಿಗೆ ಹೇಳಿಬಿಡೋಣ ಎನ್ನಿಸಿತು. ವಾಣಿಯೊಂದಿಗೆ ಈ ವಿಷಯವನ್ನು ಹೇಳಿಕೊಳ್ಳಬೇಕೆಂದು ಸಂಜೆಯಿಂದಲೂ ಅಂದುಕೊಳ್ಳುತ್ತಿದ್ದೆ. ಆದರೆ ಈ ಯೋಚನೆಗಳು ತೀರಾ ಅವ್ಯಕ್ತವೆನಿಸಿ ಪದಗಳಲ್ಲಿ ನಿಲ್ಲಲಾರದಾದವು. ತೀರಾ ತುಂಡು ತುಂಡು. ಹೇಳಲು ಹೊರಟರೆ ತೀರಾ ಬಾಲಿಶ ಎನ್ನಿಸಿಬಿಡಬಹುದು. ಅವಳನ್ನು ತಲುಪುವಂತೆ ಸ್ಪಷ್ಟವಾಗಿ ಖಂಡಿತಾ ಹೇಳಲಾರೆ ಎನ್ನಿಸಿತು. ಹೇಳಲು ಹೊರಟರೆ ಅವಳನ್ನು ಗಾಬರಿ ಬೀಳಿಸಿಯೇನು ಎನ್ನುವ ದುಗುಡ ಅಡ್ಡಬಂತು.

"ನನಗೇನಾಗಿದೆ! ಚೆನ್ನಾಗಿದ್ದೀನಿ." ಎಂದು ಮಾತು ಮರೆಸಿದೆ.

ರಾತ್ರಿ ಪೂರ ಕಣ್ಣುರೆಪ್ಪೆಯನ್ನು ಮುಚ್ಚಲಿಲ್ಲ ನಾನು. ನನಗೇನಾಗಿದೆ? ಫ್ರಾಂಕೋ ಎನ್ನುವ ಮನುಷ್ಯನಲ್ಲಿ ತಮ್ಮನನ್ನು ಕಂಡೆ. ಅವನೋ, ಕೆಲಸದಲ್ಲಿ ಬಿಟ್ಟರೆ ಇನ್ನು ಯಾವ ರೀತಿಯಲ್ಲೂ ನನಗೆ ಸಂಬಂಧಪಡದವ, ನನ್ನ ಸಂಸ್ಕೃತಿಯನ್ನು ತಿಳಿಯದವ, ನನ್ನ ಭಾಷೆಯನ್ನು ಆಡದವ. ನನಗಿಂತಲೂ ಕಡೇಪಕ್ಷ ಹತ್ತು ವರ್ಷಗಳಷ್ಟು ದೊಡ್ಡವ. ಈಗ, ಕಂಪನಿಯ ಕಾನ್ಫರೆನ್ಸ್ ರೂಮಿನಲ್ಲಿ ಕಾಣಿಸಿಕೊಂಡು ಮರೆಯಾದ ಯಾವನೋ ವ್ಯಕ್ತಿಯಲ್ಲಿ ಅಪ್ಪನ ಚಹರೆಗಳನ್ನು ಕಾಣುತ್ತಿದ್ದೇನಲ್ಲ? ಇದು ಯಾವುದೋ ಮನೋವ್ಯಾಧಿ ಎಂದು ಪದೇಪದೆ ಅನ್ನಿಸತೊಡಗಿತು. ಅವನು ಚಿಕ್ಕಪ್ಪನಿರಬಹುದು ಎಂದು ಯಾವ ಯಾವ ಸಾಮ್ಯತೆಗಳನ್ನು ಊಹಿಸಲು ನೋಡಿದ್ದೆನೊ, ಅಪ್ಪನ ಎತ್ತರ, ಇನ್ನೊಬ್ಬ ಚಿಕ್ಕಪ್ಪನಂತೆ ತಲೆಗೂದಲು, ಅವೆಲ್ಲಾ ನಿಜವಾಗಿಯೂ ಇಬ್ಬರು ಮನುಷ್ಯರನ್ನು ಹೋಲಿಸಲು ದೃಢವಾದ ಗುಣಲಕ್ಷಣಗಳೇ? ಭೂಷಣ ರಾವ್‌ನ ಗುಣ ಲಕ್ಷಣಗಳನ್ನು ಭಾರತೀಯ ಮೂಲದ ಮುಕ್ಕಾಲು ಪಾಲು ಗಂಡಸರಲ್ಲಿ ಕಾಣಬಹುದು. "ಅವನು ಯಾವುದೋ ಫಾರಿನ್ ಯೂನಿವರ್ಸಿಟಿಯಲ್ಲಿ ಓದಲು ಹೋದ." ಎಂದು ಶೃಂಗೇರಿಯ ಚಿಕ್ಕಪ್ಪ ಹೇಳಿದೊಡನೆಯೇ ಆ ಮನುಷ್ಯ ಇಲ್ಲಿ, ಈ ಊರಿನಲ್ಲಿ, ನಾನು ಕೆಲಸ ಮಾಡುವ ಕಂಪನಿಯಲ್ಲಿ, ನನ್ನ ಪ್ರಾಜಕ್ಟ್‌ಗಳಲ್ಲಿ, ನಾನು ಭಾಗವಹಿಸುವ ಮೀಟಿಂಗ್‌ಗಳಲ್ಲಿ

ಕಾಣಿಸಿಕೊಳ್ಳುತ್ತಾನೆ ಎಂದರೆ ಅದು ನನ್ನ ಮನಸ್ಸಿನ ಭ್ರಮೆಯಲ್ಲದೆ ಇನ್ನೇನಾಗಲು ಸಾಧ್ಯ?

ಮನಸ್ಸಿನ ಭ್ರಾಂತಲ್ಲದೆ ನಿಜವಾಗಿದ್ದರೆ? ಚಿಕ್ಕಪ್ಪ ಕರೆಯುವ 'ನಾಗಣ್ಣ' ಈ 'ನಾಗಭೂಷಣ' ನಾಗಿದ್ದರೆ?

ಆಗಿದ್ದರೆ ಏನೀಗ? ನಾನು ಹುಟ್ಟುವ ಮುಂಚೆಯೇ, ಅನೇಕ ಅನೇಕ ವರ್ಷಗಳ ಮುಂಚೆಯೇ ಸಂಬಂಧಗಳನ್ನು ಕತ್ತರಿಸಿ ನಡೆದವನನ್ನು ಗುರುತಿಸಿ ಮಾಡುವುದೇನಿದೆ?

ಅದು ಕೃಷ್ಣನಿಗೂ ಅನ್ವಯವಾಗುತ್ತದೆಯೇ?

ಆ ಪ್ರಶ್ನೆ ಬಾಣದಂತೆ ಕತ್ತಲೆಯ ಮೂಲೆಯಿಂದೆಲ್ಲೋ ಹೂಡಿ ಬಂದು ಆಳವಾಗಿ ಚುಚ್ಚಿಕೊಂಡು ನನ್ನನ್ನು ಘಾಸಿಗೊಳಿಸಿತು. ನನಗರಿವಿಲ್ಲದಂತೆ ಕಣ್ಣೀರು ಹರಿದು ದಿಂಬನ್ನು ಒದ್ದೆ ಮಾಡಿತ್ತು.

ಕಿಟಕಿಯ ಗಾಜಿನಿಂದ ತಿಂಗಳ ಬೆಳಕು ಕೋಣೆಯನ್ನು ತುಂಬುತ್ತಿತ್ತು. ಕಾಲೇಜಿನ ಓಡಾಟದಲ್ಲಿ ದಣಿದುಬಂದಿದ್ದ ವಾಣಿ ಗಾಢ ನಿದ್ರೆಯಲ್ಲಿದ್ದಳು. ಸಮುದ್ರದೆಡೆಯಿಂದ ಬೀಸುವ ರಾತ್ರಿಯ ಗಾಳಿಗೆ ಕಿಟಕಿಯಾಚೆಯ ಮರ ಅಲುಗುತ್ತ ಪರಪರ ಶಬ್ದ ಮಾಡುತ್ತಿತ್ತು. ಬೆಳಗಿನ ಜಾವದ ಹೊತ್ತಿಗೆ ದೂರದಲ್ಲಿ ಟ್ರೈನು ಶಿಳ್ಳೆ ಹಾಕಿ ಹೋಗುತ್ತಿತ್ತು. ಗಢಗಢನೆ ಕಂಪಿಸುತ್ತ ಸರಿಯುವ ಒಂದೊಂದು ಬೋಗಿಯೂ ಸ್ಪಷ್ಟವಾಗಿ ಕೇಳುತ್ತಿತ್ತು. ನನಗೆ ಯಾವಾಗ ಕಣ್ಣು ಹತ್ತಿತೊ ಗೊತ್ತಿಲ್ಲ.

ಯಾವುದೇ ತರ್ಕವಿರದಂಥ ಛಿದ್ರ ವಿಚ್ಛಿದ್ರ ಕನಸುಗಳು. ಗೊಲ್ಲರಹಳ್ಳಿಯೋ ಲಾಸ್ ಏಂಜಲಿಸೋ ತಿಳಿಯದಂತಹ ಪರಿಸರ. ಚಿತ್ರಕಾರನೊಬ್ಬ ಬೆರೆಸಿದಂತೆ ಸರಬರನೆ ಮಿಶ್ರವಾಗುತ್ತ ಸಾಗುವ ಬಣ್ಣಗಳು. "ಅಷ್ಟೊಂದು ಬಣ್ಣಗಳನ್ನು ಏಕೆ ಬೆರೆಸುತ್ತಿದ್ದೀಯೋ. ಪ್ರಜ್ಞೆ ಇದೆಯೇನು ನಿನಗೆ?" ಯಾರೋ ಕೂಗುವ ಧ್ವನಿ. ಅದು ಯಾವ ಮುಖವೋ, ಮಂಜಿನಿಂದ ಅರೆ ಮರೆ. ಆ ಮುಖಕ್ಕೆ ಕೃಷ್ಣನ ಅಗಲ ಕಣ್ಣುಗಳು ಮತ್ತು ಫ್ರಾಂಕೋನ ನೀಳ ಮೂಗು. "ಬೇಡ ಕಣೋ" ಎಂದು ಅವನು ಕೂಗುತ್ತಿದ್ದರೂ ಬ್ರಷ್‌ನಿಂದ ಅವನ ಮುಖಕ್ಕೆಲ್ಲಾ ಬಣ್ಣ ಬಳಿಯಲಾರಂಭಿಸಿದೆ. ನಾನು ಬಣ್ಣ ಬಳಿದಷ್ಟೂ ಮಂಜು ಅವನ ಮುಖವನ್ನು ಮತ್ತೂ ಮರೆ ಮಾಡುತ್ತಿತ್ತು. ಅವನು ಗಂಭೀರವಾಗಿ ಕೇಳಿದ – "ಏನು ನಿನ್ನ ಉದ್ದೇಶ? ಮಂಜು ಕರಗಿದ ಮೇಲೆ ನನ್ನ ಮುಖ ಗುರುತಿಗೆ ಸಿಗಬಾರದು ಎಂದು ಹೀಗೆ ಮಾಡುತ್ತಿರುವೆಯಾ?"

"ಇಲ್ಲ. ನಿನ್ನಾಣೆಗೂ ನಿನ್ನನ್ನು ಗುರುತಿಸಲು ಹೀಗೆ ಮಾಡುತ್ತಿದ್ದೇನೆ. ನಿನ್ನ ಮುಖವನ್ನು ಬರೆದು ನೋಡಲು ಪ್ರಯತ್ನಿಸುತ್ತಿದ್ದೇನೆ."

"ಹಾಗಾದರೆ ಅಷ್ಟೊಂದು ಬಣ್ಣಗಳೇಕೆ?"

ಬೆಳಗ್ಗೆ ನಾನು ಕಣ್ಣು ಬಿಟ್ಟಾಗ ವಾಣಿ ಕಾಲೇಜಿಗೆ ಹೊರಡಲು ಸಿದ್ಧವಾಗುತ್ತಿದ್ದಳು. ನಾನು ಎಚ್ಚರವಾಗಿದ್ದನ್ನು ಗಮನಿಸಿ ಹತ್ತಿರ ಬಂದು ಪಕ್ಕದಲ್ಲಿ ಕುಳಿತು ನನ್ನ ತಲೆಗೂದಲಲ್ಲಿ ಕೈಯಾಡಿಸಿದಳು.

"ಶ್ರೀ, ನೀನು ನಿದ್ರೆಯಲ್ಲಿ ತುಂಬಾ ನರಳುತ್ತಿದ್ದೆ." ಎಂದವಳು ನನ್ನ ಹಣೆಯ ಮೇಲೆ ಕೈಯಾಡಿಸಿ "ಅಯ್ಯೋ ದೇವರೆ, ನಿನ್ನ ಮೈ ಸುಟ್ಟುಹೋಗುತ್ತಿದೆ. ನಿನ್ನ ಕಣ್ಣುಗಳು ಹೇಗೆ ಕೆಂಪಾಗಿವೆ ಗೊತ್ತೆ? ಇವತ್ತು ಆಫೀಸಿಗೆ ಹೋಗಬೇಡ. ಚೆನ್ನಾಗಿ ರೆಸ್ಟ್ ತಗೋ. ನಾನೂ ಕಾಲೇಜಿಗೆ ಹೋಗುವುದಿಲ್ಲ." ಎಂದು ನಾನೆಷ್ಟೇ ಹೇಳಿದರೂ ಬಲವಂತವಾಗಿ ಉಳಿದುಕೊಂಡಳು.

ಅಧ್ಯಾಯ 10

ಸಮಿಂದ ಮಧುರಸಿಂಘೆ!

ಈ ಶ್ರೀಲಂಕಾ ಮೂಲದ ಮಧ್ಯವಯಸ್ಕರನ್ನು ನಾನು ಭೇಟಿಯಾದದ್ದು ಫುಲೆರ್ಟಾನ್ ಕ್ಯಾಮೆರಾ ಕ್ಲಬ್‌ನ ಛಾಯಾಚಿತ್ರ ಪ್ರದರ್ಶನದ ಹಾಲಿನಲ್ಲಿ.

"ಎಲ್ಲೋ ದೂರದ ದ್ವೀಪವ ಬಯಸಿ" ಎನ್ನುವ ಶೀರ್ಷಿಕೆಯನ್ನು ಹೊತ್ತ ಅವರ ಛಾಯಾಚಿತ್ರಗಳ ಪ್ರದರ್ಶನದ ಪರಿಚಯವನ್ನು ಮಾಡಿಕೊಡುತ್ತ "ಒಂದು ಗಂಭೀರ ವ್ಯತ್ಯಾಸವನ್ನು ನಾವು ಗಮನಿಸಬೇಕು." ಎಂದರು. ಅಚ್ಚ ಕಪ್ಪು ಮೈಬಣ್ಣದವರು ಅವರು. ಕಪ್ಪು ಮತ್ತು ಬಿಳಿಯ ಕೂದಲುಗಳ ಮಿಶ್ರಿತ ತಲೆಗೂದಲು ಮತ್ತು ಗಡ್ಡ.

"ನಮ್ಮ ಅರಿವಿನ ಸತ್ಯ ಮತ್ತು ಪ್ರಪಂಚದ ನಿಜಸ್ಥಿತಿಯ ನಡುವಿನ ಅಂತರ ಅದು. ಸತ್ಯ ನಮ್ಮ ಅರಿವಿನ ಸ್ಥಿತಿ. ಸತ್ಯ ಒಂದು ಮನೋಸ್ಥಿತಿ. ಪ್ರಪಂಚದ ನೈಜರೂಪ ಸತ್ಯವನ್ನು ಮೀರಿದ್ದು. ಸತ್ಯ ವ್ಯಕ್ತಿಯಿಂದ ವ್ಯಕ್ತಿಗೆ ಬದಲಾಗುತ್ತ ಹೋಗುತ್ತದೆ. ಸತ್ಯ ಮನುಷ್ಯನ ಸೃಷ್ಟಿ. ಪ್ರಕೃತಿಗೆ ಸತ್ಯ ಅಸತ್ಯವೆಂಬುದಿಲ್ಲ. ಸತ್ಯದ ಮೂಲ ಅಸ್ತಿತ್ವವೇ ವಿವಾದಕ್ಕೆ ಸಂಬಂಧಿಸಿದ್ದು. ಈ ಭೂಮಿಯಲ್ಲಿ ಬಂದೆದ್ದ ಪ್ರತಿಯೊಬ್ಬನೂ ಕೂಡ ಸತ್ಯ ತನ್ನ ಕಡೆಯೇ ಇದೆ ಎಂದು ಭಾವಿಸುತ್ತಾನೆ. ಯುದ್ಧದಲ್ಲಿ ಎರಡೂ ಪಕ್ಷಗಳು ತಾವು ಸತ್ಯಕ್ಕಾಗಿ ಹೋರಾಡುತ್ತಿರುವುದಾಗಿ ಘೋಷಿಸುತ್ತವೆ. ಹಾಗಾಗಿ, ಯಾರಾದರೂ, ಫೋಟೋಗ್ರಫ್ಲಿಯ ಮೂಲಕ ಸತ್ಯದ ಅನ್ವೇಷಣೆಯನ್ನು ನಡೆಸುತ್ತಿದ್ದೀರಾ ಎಂದು ನನ್ನನ್ನು ಕೇಳಿದರೆ ಒಂದು ತಳ ಕಾಣದ ಹೊಂಡದಲ್ಲಿ ಬಿದ್ದ ಅನುಭವವಾಗುತ್ತದೆ ನನಗೆ! ಸತ್ಯ ಎಂದೊಡನೆಯೇ ಯಾರ ದೃಷ್ಟಿಯ ಸತ್ಯ ಎನ್ನುವ ಪ್ರಶ್ನೆ ಎದ್ದು ಬರುತ್ತದೆ. ಫೋಟೊ ತೆಗೆಯುವವನದ್ದೋ, ಫೋಟೊ ತೆಗೆಸಿಕೊಳ್ಳುವವನದ್ದೋ, ಅಥವಾ ಫೋಟೊ ನೋಡುವವನದ್ದೋ? ಯಾರ ದೃಷ್ಟಿಯ ಸತ್ಯ? ಸತ್ಯ ಮನೋಸ್ಥಿತಿ ಎಂದು ಹೇಳಿದ ಮೇಲೆ ಅದು ವ್ಯಕ್ತಿಯಿಂದ ವ್ಯಕ್ತಿಗೆ ಬದಲಾಗೇ ಬದಲಾಗುತ್ತದೆ.

ಹಾಗಿರುವಾಗ ನಿಮ್ಮ ದೃಷ್ಟಿಯ ಸತ್ಯಕ್ಕೆ ನಾನೆಂತಹ ಅಥವಾ ನನ್ನ ಫೋಟೊ ಎಂತಹ ಅರ್ಥವನ್ನು ಕಟ್ಟಲಿಕ್ಕೆ ಸಾಧ್ಯ? ಸತ್ಯ ಬರೀ ಭಾಷೆ. ಪದಗಳ ಪುಂಜ. ನೀಚೆ ಹೇಳಿಲ್ಲವೇ, ಟ್ರೂತ್ ಈಸ್ ಎ ಮೊಬೈಲ್ ಆರ್ಮಿ ಆಫ್ ಮೆಟಫರ್ಸ್, ಮೆಟನಿಮ್ಸ್ ಆ್ಯಂಡ್ ಆ್ಯಂತ್ರಪೊಮಾರ್ಫಿಸಮ್ಸ್. ಫೋಟೊ ತನಗೆ ತಾನೇ ಏನನ್ನೂ ಹೇಳುವುದಿಲ್ಲ. ಛಾಯಾಚಿತ್ರಗಳು ನಿಶ್ಚಿತವಾಗಿ ಸತ್ಯವನ್ನೇ ಹೇಳುವುದಿದ್ದರೆ ಪತ್ರಿಕೆಗಳ ಪ್ರತಿ ಜಾಹಿರಾತೂ ಸತ್ಯವಾಗಬೇಕಿತ್ತು. ಪ್ರತಿ ಮೈಸೋಪೂ ನಮ್ಮ ಮೈಯನ್ನು ಗಂಧವಾಗಿಸಬೇಕಿತ್ತು. ನನ್ನಂತಹ ಕುರೂಪಿ ಕೂಡ ಗ್ರೀಕ್ ಸೌಂದರ್ಯ ದೇವತೆ ಅಪೊಲೊವಿನಂತೆ ಅಮೃತಶಿಲೆಯ ಮೈಯನ್ನು ಹೊಂದಬೇಕಿತ್ತು. ಅದೆಲ್ಲ ಆಗಿ ಹೋಗುವ ವಿಚಾರವಲ್ಲ ಎಂದು ನಮಗೆ ಸ್ಪಷ್ಟವಾಗಿ ಗೊತ್ತಿದೆ. ಹಾಗಾಗಿ, ಜಾಹಿರಾತನ್ನು ಕುರಿತಾದ ನಿಮ್ಮ ಅನುಮಾನದ ಬುದ್ಧಿಯನ್ನು ಮುಂದಿಟ್ಟುಕೊಂಡು ನನ್ನ ಈ ಯುದ್ಧದ ಚಿತ್ರಗಳನ್ನು ನೋಡಿದರೆ ಜಾಹಿರಾತನ್ನು ಅನುಮಾನಪಟ್ಟಂತೆಯೇ ನನ್ನನ್ನೂ ಅನುಮಾನಿಸುತ್ತೀರಿ. ಕಲೆಯ ಉದ್ದೇಶ ಅದಲ್ಲ, ಜಾಹಿರಾತಿನಂತೆ ಮಾರಾಟ ಮಾಡುವುದಲ್ಲ. ಅದಲ್ಲದೆ, ಯಾವ ಅನುಮಾನಗಳನ್ನೂ ತೋರದೆ ಕನ್ನಡಿಯಲ್ಲಿ ನಿಮ್ಮ ಬಿಂಬವನ್ನು ಕಂಡಂತೆ ನನ್ನ ಚಿತ್ರಗಳನ್ನು ನೋಡಿದರೆ ಕನ್ನಡಿಯ ಬಿಂಬದಂತೆಯೇ ಯಥಾಸ್ಥಿತಿಯನ್ನು ಮೀರಿದ ಅರ್ಥವನ್ನು ಕೊಡುವಲ್ಲಿ ನನ್ನ ಚಿತ್ರಗಳು ವಿಫಲವಾಗುತ್ತವೆ. ಕಲೆಯ ಉದ್ದೇಶ ಅದೂ ಅಲ್ಲ. ಹಾಗಾಗಿ, ನಿಮ್ಮ ದೃಷ್ಟಿ, ನಿಮ್ಮ ಕನ್ನಡಕ ಮತ್ತು ನಿಮ್ಮ ಮೆಂಟಲ್ ಸ್ಟೇಟ್. ನನ್ನದು ಬರೀ ಚಿತ್ರ ಮಾತ್ರ."

ಫ್ರಾಂಕೋನೊಂದಿಗೆ ಅಂದು ಅಲ್ಲಿಗೆ ಬಂದಿದ್ದೆ. ಹೆಚ್ಚುಕಡಿಮೆ ಒಂದು ವಾರ ಪೂರಾ ಜ್ವರಬಂದು ಮಲಗಿ ಎದ್ದಿದ್ದ ನನಗೆ ಏನಾದರೂ ಬದಲಾವಣೆ ಬೇಕಿತ್ತು. ಮಾತನಾಡಿಸಿಕೊಂಡು ಹೋಗಲು ಬಂದಿದ್ದ ಅಶೋಕರೊಂದಿಗೆ ಕೆಲಸದ ಯಾಂತ್ರಿಕತೆಯಿಂದ ಬೇಸರವಾಗುತ್ತಿದೆ ಎಂದಾಗ ಅವರು ಯಾವುದಾದರೂ ಹವ್ಯಾಸವನ್ನು ರೂಢಿಸಿಕೊಳ್ಳುವಂತೆ ಸಲಹೆ ನೀಡಿದ್ದರು. ತಮ್ಮ ಛಾಪಿನ ಮಾತುಗಳಲ್ಲಿ ಹೇಳಿದ್ದರು – "ನಿನ್ನಾಕೆಯಾದರೋ, ಪ್ರಕಟವಾದ ಪ್ರತಿಯೊಂದು ಪುಸ್ತಕವನ್ನೂ ಓದಬೇಕೆನ್ನುವವಳು. ನೀನೋ, ಪರೀಕ್ಷೆಗೆ ಬರೆಯುವಾಗ ಬಿಟ್ಟರೆ ಮತ್ತೆ ಪುಸ್ತಕದ ಕಡೆ ತಲೆ ಹಾಕದ ಜಾತಿಯವನು. ಬರೀ ಕೆಲಸದ ಒತ್ತಡದಲ್ಲಿ ಬದುಕುವಾಗ ಇಂತಹ ಬೇಸರ ಸಾಮಾನ್ಯ. ಬರೇ ಟಿವಿ ನೋಡುವುದ ಬಿಟ್ಟು ಬೇರೆ ಏನಾದರೂ ಹವ್ಯಾಸ ಬೆಳೆಸಿಕೋ. ಚಿತ್ರ ಬರೆಯುತ್ತೀಯೋ? ಐದನೇ ಕ್ಲಾಸಿನಲ್ಲಿ ಅಮೀಬದ ಚಿತ್ರ ಬರೆದು ಬಣ್ಣ ತುಂಬಿದ್ದು ಬಿಟ್ಟರೆ ಮತ್ತೇನಾದರೂ ಚಿತ್ರ ಬರೆದಿದ್ದೀಯೋ? ಸಂಗೀತ ಹೇಳುತ್ತೀಯೋ, ಜನಗಣ ಮನ ಬಿಟ್ಟು?"

ಅಶೋಕ್ ನನ್ನ ಉತ್ತರವನ್ನು ಕೇಳಲಿಲ್ಲ. ನಗುತ್ತಾ ಎದ್ದು ಹೋಗಿದ್ದರು. ಅವರು ಮನೆಗೆ ಬಂದಾಗಲೆಲ್ಲಾ ವಾಣಿಯೊಂದಿಗೆ ಇಂಡಸ್ಟ್ರಿಯಲ್ ಸೈಕಾಲಜಿಯನ್ನು ಮಾತನಾಡುವುದರಲ್ಲಿ ಎಷ್ಟು ತೊಡಗಿಕೊಂಡಿರುತ್ತಾರೆಂದರೆ ನನ್ನೊಂದಿಗೆ

ನಡೆಯುವುದು ಇಂತಹ ತುಣುಕು ಮಾತುಗಳಷ್ಟೇ. ಅವರ ಚರ್ಚೆಗಳಲ್ಲಿ ಆಗಾಗ ಹೋಗಿ ಕೂರುವೆನಾದರೂ ಪರ್‌ಫಾರ್ಮೆನ್ಸ್ ಮಾಡೆಲಿಂಗ್, ಪ್ರೊಡಕ್ಟಿವಿಟಿ ಮಾಡೆಲಿಂಗ್, ಸೋಷಿಯೋ-ಟೆಕ್ನಿಕಲ್ ಡಿಸೈನ್, ಕ್ವಾಲಿಟಿ ಸರ್ಕಲ್ಸ್ ಮುಂತಾದ ಮಾತುಗಳು ನನ್ನ ತಲೆಯ ಮೇಲೆ ಹಾರಿ ಹೋಗಲು ತೊಡಗಿ ಆಕಳಿಕೆ ಬಂದು ಮೆಲ್ಲನೆ ಜಾಗ ಖಾಲಿ ಮಾಡಿ ಟಿವಿಯ ಮುಂದೆ ಕುಳಿತುಕೊಳ್ಳುತ್ತೇನೆ.

ಅಶೋಕರ ಮಾತು ನನ್ನಲ್ಲಿ ನಾಟಿತ್ತು. ಯಾವುದಾದರೂ ಹವ್ಯಾಸವನ್ನು ಹಚ್ಚಿಕೊಂಡು ಮನಸ್ಸನ್ನು ಬೇರೆ ಕಡೆ ಹರಿಯಬಿಟ್ಟರೆ ಕಾಡುವ ಗೊಂದಲಗಳಿಗೆ ಮುಕ್ತಿ ಸಿಗಬಹುದು ಎನ್ನಿಸಿಬಿಟ್ಟಿತು. ಅಮೆಝಾನ್ ಡಾಟ್ ಕಾಮ್‌ನಿಂದ ಫೋಟೋಗ್ರಫಿಯ ಕುರಿತಾದ ಕೆಲವು ಪುಸ್ತಕಗಳನ್ನು ತರಿಸಿದೆ. ಯಾವ ಕ್ಯಾಮರಾ ಕೊಳ್ಳಬಹುದು ಏನೇನು ಪರಿಕರಗಳು ಬೇಕು ಎನ್ನುವುದನ್ನು ಇಂಟರ್‌ನೆಟ್ಟಿನಲ್ಲಿ ಸಂಶೋಧಿಸಿದೆ. ಫ್ರಾಂಕೋನ ಆಹ್ವಾನದ ಮೇರೆಗೆ ಫುಲೆರ್ಟಾನ್ ಕ್ಯಾಮರಾ ಕ್ಲಬ್‌ಗೆ ಹೋಗಿ ಛಾಯಾಚಿತ್ರದ ಹವ್ಯಾಸದಲ್ಲಿ ತೊಡಗಿಕೊಂಡವರನ್ನು ಭೇಟಿ ಮಾಡಿದರೆ ಮತ್ತು ಅವರೊಂದಿಗೆ ಒಂದೆರಡು ಫೀಲ್ಡ್ ಟ್ರಿಪ್ಪುಗಳಲ್ಲಿ ಭಾಗವಹಿದರೆ ನನ್ನ ಆಸಕ್ತಿಯನ್ನು ಬೆಳೆಸಿಕೊಳ್ಳುವಲ್ಲಿ ಅನುಕೂಲವಾಗಬಹುದು ಎನ್ನಿಸಿತು.

"ಹವ್ಯಾಸವು ಸಾಂಕ್ರಾಮಿಕ ರೋಗ ಎನ್ನುವುದು ನಿಜ." ಫ್ರಾಂಕೋ ನಕ್ಕ. "ನನ್ನ ರೀತಿಯಲ್ಲೇ ಹಾಳು ರಸ್ತೆಗಳ ಚಿತ್ರ ತೆಗೆಯುತ್ತೀಯೋ ಅಥವಾ ಮುರುಕು ಕಟ್ಟಡಗಳದ್ದೋ?"

ಕ್ಯಾಮರಾ ಕ್ಲಬ್‌ನಲ್ಲಿ ಫ್ರಾಂಕೋನ ಚಿತ್ರಗಳ ಪ್ರದರ್ಶನವಿಡಲು ಸಹಾಯಮಾಡಿದೆ. ಇಪ್ಪತ್ತೈದು ಬೈ ಇಪ್ಪತ್ತೈದು ಅಳತೆಯಲ್ಲಿದ್ದ ಫ್ರೇಮುಗಳನ್ನು ಅವನ ಬ್ಲಾಕ್‌ರೂಮಿನಿಂದ ವ್ಯಾನಿಗೆ ನೀಟಾಗಿ ಜೋಡಿಸಿಕೊಟ್ಟೆ. ಫ್ರಾಂಕೋನ ಮನೆಗೆ ನಾನು ಹೋದದ್ದು ಅದೇ ಮೊದಲು. ಅವ್ಯವಸ್ಥೆಯ ಆಗರ ಅವನ ಮನೆ. ಹೆಜ್ಜೆ ಊರಲಾಗದಷ್ಟು ವಸ್ತುಗಳು ಅವನ ಮನೆಯ ತುಂಬಾ. ಅಂಗಡಿಯೊಂದರ ಗೋಡೌನಿಗೆ ಹೋದ ಅನುಭವ.

"ನನ್ನ ಹೆಂಡತಿಯಿಂದಲೇ ಅಮೆರಿಕದ ಬಂಡವಾಳಶಾಹಿ ಮಾರುಕಟ್ಟೆ ಜೀವಂತವಾಗಿರುವುದು." ಎಂದ ಫ್ರಾಂಕೋ. "ದಿನಕ್ಕೆ ಕೊನೆಯ ಪಕ್ಷ ನಾಲ್ಕು ಹೊಸವಸ್ತುಗಳು ಅಂಗಡಿಯ ಶೆಲ್ಫ್‌ಗಳಿಂದ ಮನೆಯ ಕಾರ್ಪೆಟ್‌ನ ಮೇಲೆ ಬಿದ್ದು ಅನಾಥವಾಗದಿದ್ದರೆ ಅವಳಿಗೆ ನೆಮ್ಮದಿ ಎನ್ನಿಸುವುದಿಲ್ಲ." ಅವನ ಮನೆಯ ಗರಾಜಿನಲ್ಲಿ ಸಣ್ಣಪುಟ್ಟ ಡಬ್ಬಗಳು ಹೇಗೆ ಪೇರಿಸಿಕೊಂಡಿದ್ದವು ಎಂದರೆ ಕಾರುಗಳನ್ನು ಆ ಗರಾಜಿನಲ್ಲಿ ನಿಲ್ಲಿಸುವುದಿರಲಿ ಸರಿಯಾಗಿ ಓಡಾಡಲಿಕ್ಕೂ ಜಾಗವಿರಲಿಲ್ಲ. ಕಾರುಗಳೆರಡೂ ಹೊರಗಿನ ರಸ್ತೆಯ ಬದಿಯಲ್ಲಿ ನಿಲ್ಲುತ್ತಿದ್ದವು. ಕುತೂಹಲಕ್ಕಾಗಿ ಗರಾಜಿನಲ್ಲಿದ್ದ ಒಂದು ಡಬ್ಬವನ್ನು ಕೈಗೆ ತೆಗೆದುಕೊಂಡು ನೋಡಿದರೆ ಅದು ರೆವಲಾನ್ ಹೇರ್ ಡ್ರೈಯರ್. ಅಂಗಡಿಯಿಂದ ತಂದ ಮೇಲೆ ಡಬ್ಬಿಯನ್ನು ಒಡೆಯುವ ಗೋಜಿಗೂ ಯಾರೂ ಹೋದಂತಿರಲಿಲ್ಲ.

"ಜೀವಂತ ರಸ್ತೆಗಳು" ಎನ್ನುವ ಶೀರ್ಷಿಕೆಯಡಿ ಫ್ರಾಂಕೋನ ಎಂಟು ಫೋಟೋಗಳನ್ನು ಪ್ರದರ್ಶನಕ್ಕಾಗಿ ಸಿದ್ಧ ಮಾಡಿದೆವು. ಪ್ರದರ್ಶನಕ್ಕಾಗಿ ನೇತು ಹಾಕಿದ ಅವನೆಲ್ಲಾ ಚಿತ್ರಗಳು ನ್ಯೂಯಾರ್ಕ್ ಮತ್ತು ಲಾಸ್ ಏಂಜಲಿಸ್ ನಗರಗಳ ಜನನಿಬಿಡ ರಸ್ತೆಗಳ ವಿಭಿನ್ನ ಕೋನಗಳು. ಎಲ್ಲೋ ತೆರೆಮರೆಯಿಂದ ತೆಗೆದ ವಿಶೇಷ ಕೋನಗಳು. ಅಂದು ಆ ವಿಶಾಲ ಕೋಣೆಯಲ್ಲಿ ಫ್ರಾಂಕೋ ಸೇರಿದಂತೆ ಒಟ್ಟು ಎಂಟು ಕಲಾವಿದರ ಛಾಯಾಚಿತ್ರಗಳ ಪ್ರದರ್ಶನವಿತ್ತು. ಈ ತರಹದ ಪ್ರದರ್ಶನಕ್ಕೆ ನಾನು ಭೇಟಿ ಕೊಡುತ್ತಿರುವುದು ಇದೇ ಮೊದಲ ಬಾರಿಯಾದುದರಿಂದ ನನಗೆ ಪ್ರತಿಯೊಂದೂ ಕುತೂಹಲವನ್ನು ಮೂಡಿಸುವಂತಿತ್ತು. ಪ್ರದರ್ಶನಗೊಂಡಿದ್ದ ಪ್ರತಿಯೊಂದು ಚಿತ್ರವನ್ನೂ ಸಾವಧಾನವಾಗಿ ಆಸ್ವಾದಿಸಿದೆ. ಫ್ರಾಂಕೋನ ಚಿತ್ರಗಳ ಪ್ರದರ್ಶನದ ಪಕ್ಕದಲ್ಲಿ ಡಯಾನ ಜಾಕ್ಸನ್ ಎನ್ನುವವರು "ಹಾರಾಡುವ ಕಥೆಗಳು" ಎನ್ನುವ ಶೀರ್ಷಿಕೆಯಡಿ ವಿಶೇಷ ಕೋನಗಳಿಂದ ತೆಗೆದ ಕೆಲವು ಅಪರೂಪದ ಹಕ್ಕಿಗಳ ಚಿತ್ರಗಳನ್ನು ಪ್ರದರ್ಶಿಸಿದ್ದರು. ಆ ಹಕ್ಕಿಯ ಚಿತ್ರಗಳಿಗಾಗಿ ಸಿಯಾರ ಬೆಟ್ಟಗಳಲ್ಲಿ ಅನೇಕ ದಿನಗಳನ್ನು ಕಳೆದರಂತೆ. ಬ್ಲಾಕ್‌ಪೋಲ್ ವಾರ್‌ಬ್ಲರ್ ಎನ್ನುವ ಸಿಯಾರ ಬೆಟ್ಟಗಳಿಗೆ ಅಪರೂಪವಾಗಿ ಭೇಟಿ ಕೊಡುವ ಗುಬ್ಬಚ್ಚಿಯಂತಹ ಹಕ್ಕಿಯ ಚಿತ್ರವನ್ನು ತೆಗೆಯಲೆಂದೇ ಒಂದು ವಾರ ಮರವೊಂದರಲ್ಲಿ ಅಡಗಿ ಕುಳಿತಿದ್ದರಂತೆ. ಅವರ ಪಕ್ಕದಲ್ಲಿ ಕೆವಿನ್ ಮಲೋನಿ ಎನ್ನುವವರು "ಹವಾಯಿಯ ಸ್ವಪ್ನಗಳು" ಎಂದು ಹವಾಯಿ ದ್ವೀಪ ಸಮೂಹಗಳ ಸಮುದ್ರ, ತೀರ, ಮೂಲನಿವಾಸಿಗಳು, ಹಸಿರು ಬೆಟ್ಟಗಳು ಮುಂತಾಗಿ ಹವಾಯಿಯ ವಿಶೇಷಗಳನ್ನು ಸಾರುವ ಚಿತ್ರಗಳನ್ನು ಪ್ರದರ್ಶನಕ್ಕೆ ಇಟ್ಟಿದ್ದರು.

ಕೊನೆಯ ಆವರಣದಲ್ಲಿ ಸಮಿಂದ ಮದುರಸಿಂಘೆಯವರ ಚಿತ್ರಗಳಿದ್ದವು. "ಎಲ್ಲೋ ದೂರದ ದ್ವೀಪವ ಬಯಸಿ" ಎನ್ನುವ ಅವರ ಚಿತ್ರಗಳ ತಲೆಬರಹವೇ ನನಗೆ ಬಹಳ ಇಷ್ಟವಾಯಿತು. ತಮ್ಮ ಚಿತ್ರಗಳೊಡನೆಯೇ ನಿಂತಿದ್ದು ಭೇಟಿ ಕೊಟ್ಟ ಪ್ರತಿಯೊಬ್ಬರನ್ನೂ ನಗುಮುಖದಲ್ಲಿ ಸ್ವಾಗತಿಸುತ್ತ ಚಿತ್ರಗಳ ಬಗ್ಗೆ ವಿವರಗಳನ್ನು ವಿಚಾರಿಸಿದವರಿಗೆ ಕಾಳಜಿಯಿಂದ ಉತ್ತರಿಸುತ್ತಿದ್ದರು. ಅವರ ಎಂಟೂ ಚಿತ್ರಗಳು ಶ್ರೀಲಂಕಾದ ಹಿನ್ನೆಲೆಯನ್ನು ಉಳ್ಳವು. ಶ್ರೀಲಂಕಾದ ಆಂತರಿಕ ಯುದ್ಧಕ್ಕೆ ಸಂಬಂಧಪಟ್ಟವು. ನಾಲ್ಕೈದು ಆಸಕ್ತರೊಂದಿಗೆ ಅವರು ತಮ್ಮ ಚಿತ್ರದ ಬಗ್ಗೆ ಮಾತನಾಡುತ್ತಿರುವಾಗ ನಾನು ಆ ಗುಂಪಿನೊಂದಿಗೆ ಸೇರಿಕೊಂಡೆ. ಸಮಿಂದ ಕ್ಷಣಕಾಲ ಮಾತು ನಿಲ್ಲಿಸಿ ನಾನು ಸೇರಿದ್ದನ್ನು ಗಮನಿಸಿ ತಮ್ಮ ಪರಿಚಯ ಮಾಡಿಕೊಂಡರು. "ತಾವು ಭಾರತದವರೆಂದು ತಿಳಿಯುತ್ತೇನೆ. ನಾನು ನಿಮ್ಮ ನೆರೆಯವನು. ಶ್ರೀಲಂಕಾ ನನ್ನೂರು."

"ತಮ್ಮ ಚಿತ್ರಗಳಲ್ಲಿ ಕಾಣುವ ಹಿನ್ನೆಲೆಯಿಂದ ಊಹಿಸಿದೆ." ಎಂದೆ.

"ಹ್ಞಾಂ. ನಾನೇನೋ ಹೇಳುತ್ತಿದ್ದೆ." ಎಂದು ಉಳಿದವರ ಕಡೆ ತಿರುಗಿದವರು ಮತ್ತೆ ನನ್ನೆಡೆಗೆ ನೋಡಿ "ನೀವು ಬರುವ ನಿಮಿಷದ ಮುನ್ನ ಮಹನೀಯರೊಬ್ಬರು ಕೇಳಿದ ಪ್ರಶ್ನೆ ಎಂದರೆ ಯುದ್ಧ ವಿರೋಧಿ ಜಾಗೃತಿಯನ್ನು ಉಂಟು ಮಾಡಲು ನಾನು

ಈ ಫೋಟೋಗಳನ್ನು ತೆಗೆದದ್ದೇ ಎಂದು. ನಾನು ಯುದ್ಧ ವಿರೋಧಿ ಎನ್ನುವುದು ಶೇಕಡಾ ನೂರರಷ್ಟು ಸತ್ಯವಾದರೂ, ಇಲ್ಲಿ, ನಾನು ತೆಗೆದ ಚಿತ್ರಗಳಲ್ಲಿ, ನನ್ನ ಉದ್ದೇಶ ಯುದ್ಧವಿರೋಧಿ ಸಂದೇಶವನ್ನು ಸಾರುವುದಿರಲಿಲ್ಲ. ಬದಲಾಗಿ, ನಮ್ಮ ಹುಡುಕಾಟವನ್ನು ಕುರಿತಾಗಿರುವಂಥದ್ದು. ಇದೋ, ಈ ಚಿತ್ರವನ್ನು ನೋಡಿ. ಯುದ್ಧದಲ್ಲಿ ಬಸವಳಿದು ವಿಶ್ರಾಂತಿಗೆ ಮರದ ಕೆಳಗೆ ಕುಳಿತ ಸೈನಿಕರು ತಮ್ಮ ಬಂದೂಕುಗಳನ್ನು ನೆಲದ ಮೇಲೆ ಚೆಲ್ಲಿ ಆರಾಮದ ಅವಸ್ಥೆಯಲ್ಲಿ ಕಣ್ಣು ಮುಚ್ಚಿದ್ದಾರೆ. ಅವರ ಸಮವಸ್ತ್ರದ ಕೊಳೆ ಮತ್ತು ಮುಖದ ಮೇಲಿನ ಆಯಾಸದಿಂದ ಅವರು ಅನೇಕ ದಿನಗಳಿಂದ ಯುದ್ಧದಲ್ಲಿದ್ದಾರೆ ಎನ್ನುವ ಸತ್ಯವನ್ನು ಮನಗಾಣಬಹುದು. ಆದರೆ ಅದು ಈ ಚಿತ್ರದ ವಿಶೇಷವಲ್ಲ. ಈ ಚಿತ್ರದ ವಿಶೇಷವೆಂದರೆ, ಇಗೋ ಇಲ್ಲಿ ನೋಡಿ, ಫ್ರೇಮಿನ ಬಲಭಾಗದ ಅಂಚಿನಲ್ಲಿ ಅರ್ಧ ಮಾತ್ರ ಮೂಡಿಬಂದ ಸೈನಿಕನನ್ನು ನೋಡಿ. ಅವನೂ ಆಯಾಸಗೊಂಡಿದ್ದಾನೆ. ಅವನ ಕೆನ್ನೆ, ಹಣೆ ಮತ್ತು ತಲೆಗೆಲ್ಲಾ ಕೆಮ್ಮಣ್ಣು ಮೆತ್ತಿಕೊಂಡಿದೆ. ಹೊಂಗೆಮರದ ಬುಡಕ್ಕೆ ಜಾರಿದಂತೆ ಒರಗಿ ಕುಳಿತ ಅವನ ಭುಜಕ್ಕೆ ತಾಗಿಕೊಂಡೇ ಬಂದೂಕು ಬಿದ್ದಿದೆ. ಆದರೆ ಅವನ ಕೈನಲ್ಲಿ ಪುಸ್ತಕವಿದೆ. ಅವನ ನಿಲುವಿನಿಂದ ಆ ಪುಸ್ತಕವನ್ನು ಬಹಳ ಆಸಕ್ತಿಯಿಂದ ಓದುತ್ತಿದ್ದಾನೆ ಎನ್ನುವುದು ಖಾತ್ರಿಯಾಗುತ್ತದೆ. ಬಡರಾಷ್ಟ್ರಗಳಲ್ಲಿ ಹೊಟ್ಟೆಪಾಡಿಗೆ ಸುಲಭವಾಗಿ ಸಿಗುವ ಸೈನಿಕ ವೃತ್ತಿಯನ್ನು ತೆಗೆದುಕೊಳ್ಳುವ ಹಿನ್ನೆಲೆಯಲ್ಲಿ ಪುಸ್ತಕ ಓದುವ ಸೈನಿಕ ಅಪರೂಪವಾದರೂ ಅದೇನು ಅಷ್ಟೊಂದು ವಿಶೇಷವಲ್ಲ. ಅವನ ಕೈನಲ್ಲಿರುವ ಪುಸ್ತಕವನ್ನು ಗಮನಿಸಿ. ಚಿತ್ರದಲ್ಲಿ ಅಸ್ಪಷ್ಟವಾಗಿ ಕಾಣುವ ಅದರ ಮುಖಪುಟದ ಚಿತ್ರವನ್ನು ನೋಡಿ. ಅದು ಭಗವಾನ್ ಬುದ್ಧನ ಚಿತ್ರ! ಸಿಂಹಳ ಭಾಷೆಯ ಆ ಪುಸ್ತಕ ಬುದ್ಧನ ಬೋಧನೆಯನ್ನು ಕುರಿತಾದ ಧರ್ಮಗ್ರಂಥ. ಆ ಧರ್ಮಗ್ರಂಥದ ಪ್ರತಿಪುಟದಲ್ಲೂ ಪ್ರೀತಿ, ಕರುಣೆ, ಸಹನೆ ಮತ್ತು ಸಹಜೀವನದ ಬಗೆಗೆ ಶ್ಲೋಕಗಳಿವೆ. ಏನನ್ನು ಹುಡುಕುತ್ತಿದ್ದಾನೆ ಈ ಸೈನಿಕ? ರಣರಂಗದಲ್ಲಿ ಬುದ್ಧನನ್ನೇ?

ಇಲ್ಲಿ ಇನ್ನೊಂದು ಚಿತ್ರವನ್ನು ಗಮನಿಸಿ. ಸಾಲುಸಾಲಿನಲ್ಲಿ ಬಂದೂಕುಧಾರಿಗಳಾಗಿ ಗಂಭೀರ ಮುಖದ ಸೈನಿಕರು ಸಾಗುವಾಗ ಬಳಿಯಲ್ಲೇ ಆಟವಾಡುತ್ತಿರುವ ಈ ಇಬ್ಬರು ಸಣ್ಣ ಹುಡುಗಿಯರನ್ನು ನೋಡಿ. ಬಳಪದ ಕಲ್ಲಿನ ಬಚ್ಚೆ ಎಸೆದು ಕುಂಟಾಬಿಲ್ಲೆ ಆಡುತ್ತಿರುವ ಅವರಿಬ್ಬರ ಮುಖದ ಆಹ್ಲಾದವನ್ನು ಗಮನಿಸಿ. ಅವರಿಬ್ಬರೂ ತಮಿಳು ಹುಡುಗಿಯರು. ಹಾದು ಹೋಗುತ್ತಿರುವ ಸೈನಿಕರು ಸಿಂಹಳೀಯರು. ಒಂದೇ ಫ್ರೇಮಿನಲ್ಲಿ ಮೂಡಿಬಂದಿರುವ ತದ್ವಿರುದ್ಧಾರ್ಥಗಳಲ್ಲವೇ ಇದು? ಯುದ್ಧದಿಂದ ಅಯೋಮಯವಾದ ಆ ಪ್ರದೇಶದಲ್ಲಿ ಏನನ್ನು ಹುಡುಕುತ್ತಿದ್ದಾರೆ ಈ ಹೆಣ್ಣು ಮಕ್ಕಳು? ಹೇಗೆ ಇಷ್ಟು ಖುಷಿಯಾಗಿದ್ದಾರೆ?

ಬೇರೆ ಯುದ್ಧಗಳ ಪರಿಸ್ಥಿತಿ ನನಗೆ ಗೊತ್ತಿಲ್ಲ ಆದರೆ ಶ್ರೀಲಂಕಾದ ಯುದ್ಧದ ಬಗ್ಗೆ ಮಾತನಾಡಬಲ್ಲೆ. ಏಕೆಂದರೆ ನಾನು ಕಣ್ಣಾರೆ ಕಂಡಿರುವ ಸಂಗತಿಯದು. ಇಡೀ ಯುದ್ಧ ಯಾವುದೋ ಕನಸನ್ನು ಬೆನ್ನು ಹತ್ತಿದಂತಿದೆ. ಯಾವುದೋ ದೊರೆಯದ

ವಸ್ತುವನ್ನು ಬಯಸಿದಂತಿದೆ. ದೊರೆಯುವುದಿಲ್ಲ ಎಂದು ಮನದಟ್ಟಾದಷ್ಟೂ ಬಯಕೆಯ ತೀವ್ರತೆ ಹೆಚ್ಚುತ್ತದೆ. ಆ ಸಣ್ಣ ದ್ವೀಪವನ್ನು ಎರಡು ದೇಶಗಳಾಗಿ ವಿಭಾಗಿಸಿ ನೆಮ್ಮದಿಯಿಂದ ಬಾಳಲು ಸಾಧ್ಯವೇ? ಗೊತ್ತಿಲ್ಲ. ಅದು ತಮಿಳರ ಕನಸು. ಅಷ್ಟು ವಿಮುಖವಾದ ಎರಡು ಜನಾಂಗಗಳು ಯುದ್ಧದ ನಂತರವೂ ಒಂದುಗೂಡಿ ಆ ಒಂದು ಸಣ್ಣ ದ್ವೀಪದಲ್ಲಿ ಬದುಕಲು ಸಾಧ್ಯವೇ? ಗೊತ್ತಿಲ್ಲ. ಅದು ಸಿಂಹಳೀಯರ ಕನಸು. ಸ್ವಪ್ನದಲ್ಲಿ ಕಂಡದ್ದನ್ನು ಬೆನ್ನಟ್ಟಿ ಹೋಗುವ ಪರಿಯಿದು."

ಸಮಿಂದ ಮಧುರಸಿಂಘೆ ಪರವಶರಾಗಿ ಮಾತನಾಡುತ್ತಿದ್ದರು. 'ನಿಮ್ಮ ದೃಷ್ಟಿ, ನಿಮ್ಮ ಕನ್ನಡಕ ಮತ್ತು ನಿಮ್ಮ ಮನೋಸ್ಥಿತಿ' ಎಂದವರು ಹೇಳಿದ್ದರಾದರೂ ಅವರ ವಿವರಣೆಯಡಿಯಲ್ಲಿ ಅವರ ಚಿತ್ರಗಳನ್ನು ಲಕ್ಷ್ಯವಿಟ್ಟು ನೋಡುವಾಗ ಹೊಸ ಅರ್ಥಗಳು ಸ್ಫುರಿಸುತ್ತಿದ್ದವು. ನನ್ನ ಅವಲೋಕನದಲ್ಲಿ ಹೊಳೆದ ವಿಚಾರಗಳನ್ನು ಅವರೊಂದಿಗೆ ಹಂಚಿಕೊಂಡಾಗ ಆ ದೃಷ್ಟಿಯಿಂದಲೂ ನೋಡಬಹುದು ಎಂದು ಪ್ರೋತ್ಸಾಹಿಸಿದರು. ನೆರೆದಿದ್ದ ಗುಂಪು ಸಮಿಂದರಿಗೆ ಧನ್ಯವಾದಗಳನ್ನು ಹೇಳಿ ಮುಂದೆ ಸರಿಯಿತು. ಅದೇ ಸಮಯಕ್ಕೆ ಫ್ರಾಂಕೋ ಅಲ್ಲಿಗೆ ಬಂದ. "ನೀನಿಲ್ಲಿದ್ದೀಯಾ! ತಮ್ಮ ಚಿತ್ರಗಳ ಬಗ್ಗೆ ಈ ಶ್ರೀಲಂಕಾದ ಸೂಪರ್‌ಮ್ಯಾನ್ ಚೆನ್ನಾಗಿ ಕೊರೆದರು ತಾನೇ? ನಾನವರಿಗೆ ಎಷ್ಟು ಬಾರಿ ಹೇಳಿದ್ದೇನೆ ಕಲ್ಪನೆಗೂ ಸ್ವಲ್ಪ ರಿಯಾಯಿತಿ ಕೊಡಿ ಎಂದು. ಕೇಳುವ ಮನುಷ್ಯನಾ ಅವರು? ಪ್ರಪಂಚದ ಎಲ್ಲಾ ಅರ್ಥಗಳೂ ಅವರಿಗೆ ತಮ್ಮ ಚಿತ್ರಗಳಲ್ಲಿ ಹೊಳೆಯುತ್ತವೆ." ಎಂದ. ಸಮಿಂದ ನಕ್ಕರು. ಅವರಿಬ್ಬರ ಮಾತುಗಳಲ್ಲಿ ಅವರದು ಹಳೆಯ ಪರಿಚಯ ಎಂದು ತಿಳಿಯುತ್ತಿತ್ತು.

ರಾತ್ರಿ ಎಂಟರ ತನಕ ಪ್ರದರ್ಶನದ ಹಾಲಿನಲ್ಲೇ ಇದ್ದು ನಂತರ ಫೋಟೋಗಳನ್ನು ವಾಪಸ್ಸು ಕಾರಿಗೆ ಸಾಗಿಸಲು ಫ್ರಾಂಕೋಗೆ ಸಹಾಯ ಮಾಡಿದೆ. ಸಮಿಂದರಿಗೆ ಸಹಾಯ ಮಾಡಲು ಅವರ ಮಗ ಬಂದಿದ್ದ. "ಇವನು ನನ್ನ ಮಗ ಮಹಿಂದ" ಎಂದು ಸಮಿಂದ ತಮ್ಮ ಮಗನನ್ನು ನನಗೆ ಪರಿಚಯ ಮಾಡಿಕೊಟ್ಟರು. ತೆಳ್ಳಗೆ ಉದ್ದವಾಗಿರುವ ಹುಡುಗ ಮುಖ ಚಹರೆಯಲ್ಲಿ ಮತ್ತು ಬಣ್ಣದಲ್ಲಿ ಥೇಟು ಅಪ್ಪನಂತೆಯೇ.

"ಇಂದು ನಮ್ಮ ಜೊತೆಯಲ್ಲಿರುವ ಭಾರತೀಯ ಸ್ನೇಹಿತನ ಗೌರವಾರ್ಥವಾಗಿ ಯಾವುದಾದರೂ ಇಂಡಿಯನ್ ರೆಸ್ಟೋರೆಂಟ್‌ಗೆ ಊಟಕ್ಕೆ ಹೋಗೋಣ." ಎಂದರು ಸಮಿಂದ.

"ಇಂಡಿಯನ್‌ಗಾದರೂ ಹೋಗಿ, ಹಂಗೇರಿಯನ್‌ಗಾದರೂ ಹೋಗಿ. ಈ ನಿಮ್ಮ ಭಾರತೀಯ ಸ್ನೇಹಿತ ತಿನ್ನುವುದು ಬರೀ ಕಾಯಿಪಲ್ಯೆಗಳನ್ನು ಮಾತ್ರ." ಎಂದು ಫ್ರಾಂಕೋ ಕೀಟಲೆ ಮಾಡಿದ.

ಬ್ರೆಯಾದ ಶಹನಾಯ್ ಇಂಡೋ-ಪಾಕ್ ಕುಸೈನ್‌ಗೆ ಊಟಕ್ಕೆ ಹೋದೆವು. ನನ್ನಲ್ಲಿ ಛಾಯಾಚಿತ್ರಗ್ರಹಣದ ಆಸಕ್ತಿ ಮೂಡುತ್ತಿರುವ ಬಗ್ಗೆ ಸಮಿಂದರೊಂದಿಗೆ

ತಿಳಿಸಿ ಅವರ ಒಡನಾಟದಿಂದ ಕಲಿಯಬಯಸುವುದಾಗಿ ಹೇಳಿದಾಗ ಯಾವ ತರಹದ ಫೋಟೋಗ್ರಫ್ಪಿ ಇಷ್ಟ ನಿಮಗೆ ಎಂದು ಕೇಳಿದರು. "ಪ್ರಕೃತಿಯ ಚಿತ್ರಗಳನ್ನು ತೆಗೆಯುವುದು."

"ಹಾಗಾದರೆ ಹತ್ತಿರದ ಬಿಗ್‌ಬೇರ್ ಮೌಂಟನ್‌ಗೋ ಸಾಂಟಾ ಬಾರ್ಬರಕ್ಕೋ ಹೋಗಿ ಬರೋಣ. ನೀವೇ ಯಾವುದಾದರೂ ವಾರಾಂತ್ಯವನ್ನು ನಿಗದಿಪಡಿಸಿ ನಮಗೆ ತಿಳಿಸಿ. ಫ್ರಾಂಕೋ, ನೀನು ಬರುತ್ತೀಯಾ?" ಎಂದು ಸಮಿಂದ ಕೇಳಿದರು.

ಫ್ರಾಂಕೋ ಇಲ್ಲವೆಂದು ತಲೆಯಲ್ಲಾಡಿಸಿದ. "ನಿಮಗೆ ಗೊತ್ತು. ಬೆಳಕಿಗಾಗಿ ಕಾದು ಕುಳಿತು ಚಿತ್ರಗಳನ್ನು ತೆಗೆಯುವಷ್ಟು ತಾಳ್ಮೆ ನನಗಿಲ್ಲವೆಂದು."

ಮಹಿಂದ ಒಂದೂ ಮಾತನಾಡದೆ ಸಂಕೋಚದಿಂದ ಮುದುಡಿ ಕುಳಿತು ಊಟ ಮಾಡುತ್ತಿದ್ದ.

"ನಿಮ್ಮ ತಂದೆಯಂತೆ ನಿಮಗೂ ಫೋಟೋಗ್ರಫ್ಪಿಯಲ್ಲಿ ಆಸಕ್ತಿಯೇ?" ಎಂದೆ.

"ಮನೆಯಲ್ಲಿ ಒಬ್ಬ ಫೋಟೋಗ್ರಾಫರ್ ಇರುವುದೇ ಸಾಕುಸಾಕೆಂದು ಆ ಕಲೆಯನ್ನು ತಂದೆಯವರಿಗೆ ಬಿಟ್ಟುಕೊಟ್ಟಿದ್ದೇವೆ." ಎಂದು ನಕ್ಕ.

ಆಗ ಸಮಿಂದರು "ಮಹಿಂದನಿಗೆ ಬರವಣಿಗೆಯಲ್ಲಿ ಆಸಕ್ತಿ. ಅವನ ಅನೇಕ ಕಥೆಗಳು ಇಲ್ಲಿನ ನಿಯತಕಾಲಿಕಗಳಲ್ಲಿ ಪ್ರಕಟವಾಗಿವೆ. ಲಾಸ್ ಏಂಜಲಿಸ್ ಟೈಮ್ಸ್ ಮತ್ತು ಆರೇಂಜ್ ಕೌಂಟಿ ರಿಜಿಸ್ಟರ್‌ಗಳಿಗೆ ಗೆಸ್ಟ್ ಕಾಲಮಿಸ್ಟ್ ಆಗಿ ಆಗಾಗ ಬರೆಯುತ್ತಿರುತ್ತಾನೆ. ಜರ್ನಲಿಸಂನಲ್ಲಿ ಕಾಲೇಜು ಡಿಗ್ರಿ ಮುಗಿಸಿದ್ದಾನೆ." ಎಂದರು.

ನಾನು ಅಭಿಮಾನದಿಂದ ಮಹಿಂದನೆಡೆಗೆ ನೋಡಿದೆ. ತಂದೆ ಮಾಡಿಕೊಟ್ಟ ಪರಿಚಯಕ್ಕೆ ಅವನು ಸಂಕೋಚಪಟ್ಟು "ಅವರು ಕೇಳಿದ್ದೇ ಬೇರೆ ನೀನು ಉತ್ತರಿಸುತ್ತಿರುವುದೇ ಬೇರೆ." ಎಂದು ಗದರಿಸಿದ.

ಸಮಿಂದ ಸುಮ್ಮನೆ ಮುಗುಳುನಕ್ಕರು.

▸▸

ಸಮಿಂದರೊಂದಿಗೆ ಮುಂದಿನ ಒಂದೆರಡು ವೀಕೆಂಡುಗಳಲ್ಲಿ ಛಾಯಾಚಿತ್ರ ಗ್ರಹಣಕ್ಕಾಗಿಯೇ ಪ್ರವಾಸಗಳನ್ನು ಕೈಗೊಂಡದ್ದು ನನ್ನ ಆಸಕ್ತಿಯನ್ನು ರೂಪಿಸಿಕೊಳ್ಳುವಲ್ಲಿ ಬಹಳ ಸಹಾಯಕವಾಯಿತು. ಫೋಟೋಗ್ರಫ್ಪಿಯಲ್ಲಿ ತಂತ್ರಜ್ಞಾನ ಮತ್ತು ಕಲೆ ಎರಡಕ್ಕೂ ಹೊಂದಾಣಿಕೆಯಾಗುವಂತೆ ಹೇಗೆ ಕೆಲಸ ಮಾಡಬೇಕು ಎನ್ನುವುದನ್ನು ಸಮಿಂದರು ತಮ್ಮ ಅನುಭವದಿಂದ ರುಜುವಾತುಪಡಿಸುತ್ತಿದ್ದರು. ಸುತ್ತಲ ಪರಿಸರವನ್ನು ಗ್ರಹಿಸಿ ಕ್ಯಾಮರಾದ ಜೋಡಣೆಯಲ್ಲಿ ಅವರು ತೋರುತ್ತಿದ್ದ ವೇಗಕ್ಕೆ ವಿಸ್ಮಿತನಾಗುತ್ತಿದ್ದೆ. ಕ್ಯಾಮರಾದ ಷಟರ್‌ಸ್ಪೀಡ್, ಅಪರ್ಚರ್, ಐಎಸ್‌ಒ ಮುಂತಾದ ಸೆಟ್ಟಿಂಗ್‌ಗಳನ್ನು ಬೆಳಕಿಗೆ ಮತ್ತು ದೃಶ್ಯಕ್ಕೆ ಅನುಗುಣವಾಗಿ ಜೋಡಣೆಯನ್ನು ಮಾಡುತ್ತ ತಾವು

ರೂಪಿಸುತ್ತಿದ್ದ ಸಂಯೋಜನೆಯ ಬಗೆಗೆ ನನಗೆ ಅರ್ಥವಾಗುವಂತೆ ಪ್ರಾಥಮಿಕ ಹಂತದ ಮಾತುಗಳಲ್ಲಿ ವಿವರಿಸುತ್ತಿದ್ದರು. ನನ್ನಿಂದಲೂ ದೃಶ್ಯ ಸಂಯೋಜನೆಗಳನ್ನು ಮಾಡಿಸಿ ಅಭ್ಯಾಸ ಮಾಡಿಸುತ್ತಿದ್ದರು.

"ಇದು ಬೆಳಕಿನಲ್ಲಿ ಪೈಂಟಿಂಗ್ ಮಾಡುವ ಕಲೆ." ಎಂದರು. "ಫೋಟೋಗ್ರಫ಼ಿಯಲ್ಲಿ ಬೆಳಕೇ ಎಲ್ಲವೂ. ನಿನ್ನ ಕಲೆ ಮತ್ತು ತಂತ್ರಗಳು ಬೆಸೆದುಕೊಳ್ಳುವುದು ಬೆಳಕನ್ನು ಸಂಯೋಜಿಸುವುದರಲ್ಲಿ. ಬೆಳಕಿಗೆ ಗೌರವ ಕೊಡುವ ಕಲೆಗಾರನಾಗಬೇಕು ನೀನು. ಬೆಳಕಿನೆಡೆಗೆ ಸೂಕ್ಷ್ಮ ದೃಷ್ಟಿಯನ್ನು ಬೆಳಸಿಕೊಳ್ಳಬೇಕು. ಪ್ರಥಮ ಉಷಾ ಕಿರಣಗಳನ್ನು ಹಿಡಿಯಲು ಹಾತೊರೆಯುವ ಚಿತ್ರಗಾರನಾಗಬೇಕು. ಮಧ್ಯಾಹ್ನ ಫೋಟೊ ತೆಗೆಯುವವನು ಹೊಟ್ಟೆಪಾಡಿಗೆ ಸ್ಟೂಡಿಯೊ ನಡೆಸುವವನು, ನೀನಲ್ಲ."

ಅವರ ಮಾತಿನಂತೆಯೇ ನಾವು ಹೋಗುವ ಸ್ಥಳಗಳಿಗೆ ಸೂರ್ಯೋದಯವಾಗುವ ಮುನ್ನವೇ ತಲುಪುವ ಪೂರ್ವನಿಶ್ಚಿತ ಯೋಜನೆಯಲ್ಲಿ ಹೋಗುತ್ತಿದ್ದೆವು.

ಸಾಂಟಾ ಬಾರ್ಬರಾದ ಸಮುದ್ರದ ಚಿತ್ರಗಳು, ಏಂಜಲ್ ಫಾರೆಸ್ಟ್‌ನ ಲ್ಯಾಂಡ್ ಸ್ಕೇಪ್‌ಗಳು, ಕ್ವಿಯೇಮಕ ಸ್ಟೇಟ್ ಪಾರ್ಕಿನ ಕಾಡು ಹೂವುಗಳು, ಬಿಗ್‌ಬೇರ್‌ನ ಹಿಮಚ್ಛಾದಿತ ಪರ್ವತ ಹೀಗೆ ದಕ್ಷಿಣ ಕ್ಯಾಲಿಫೋರ್ನಿಯಾದ ಅನೇಕ ಪ್ರಾಕೃತಿಕ ಸೊಬಗಿನ ಸ್ಥಳಗಳಲ್ಲಿ ನಮ್ಮ ಫೋಟೋಗ್ರಫ಼ಿಯನ್ನು ನಡೆಸಿದೆವು.

"ಕ್ಯಾಮರಾದ ಕಣ್ಣಿನಲ್ಲಿ ನೀನು ಏನನ್ನು ನೋಡುತ್ತಿ ಎನ್ನುವುದನ್ನು ನಿನ್ನ ಕಣ್ಣುಗಳ ಬದಲಾಗಿ ನಿನ್ನ ಪ್ರಜ್ಞೆ ನಿರ್ಧರಿಸಬೇಕು. ಕ್ಯಾಮರಾದ ಗುಂಡಿಯನ್ನು ಒತ್ತಿದಾಗ ನೀನು ಸೆರೆ ಹಿಡಿಯುವುದು ಬೆಳಕಿನ ಒಂದು ದೃಶ್ಯವನ್ನು ಮಾತ್ರವಲ್ಲ, ಪ್ರಜ್ಞೆಯ ಒಂದು ತುಣುಕನ್ನು ಕೂಡ. ಕಲ್ಲರಾಶಿಯ ನಡುವೆ ಚಂದ್ರಶಿಲೆಯನ್ನು ಹುಡುಕಿದಂತೆ."

ಬರೀ ಫೋಟೋಗ್ರಫ಼ಿಗಷ್ಟೇ ಅಲ್ಲದೆ ಹತ್ತಿರದಲ್ಲಿ ಕುಳಿತು ವೈಯಕ್ತಿಕವಾಗಿ ಮಾತನಾಡಬಲ್ಲ ಸ್ನೇಹಿತರೂ ಆದರು. ಒಂದು ದೊಡ್ಡ ಹಣಕಾಸು ಸಂಸ್ಥೆಯಲ್ಲಿ ಉನ್ನತಹುದ್ದೆಯಲ್ಲಿ ಕೆಲಸ ಮಾಡುವ ಅವರು ಫೋಟೋಗ್ರಫ಼ಿಗಷ್ಟೇ ಪುರುಸೊತ್ತು ಮಾಡಿಕೊಳ್ಳುವವರಲ್ಲ. ಅನೇಕ ಚಾರಿಟಿ ಸಂಸ್ಥೆಗಳಿಗೆ ಸ್ವಯಂಸೇವೆಯನ್ನು ನೀಡುತ್ತಾರೆ. ಏಷ್ಯಾ ಮತ್ತು ಆಫ಼್ರಿಕಾದ ಅನೇಕ ರಾಷ್ಟ್ರಗಳ ಬಡತನವನ್ನು ಚೆನ್ನಾಗಿ ಅಭ್ಯಾಸಿಸಿರುವ ಅವರು ಅನೇಕ ಸಂಘ ಸಂಸ್ಥೆಗಳಲ್ಲಿ ಈ ವಿಷಯವಾಗಿ ಭಾಷಣಗಳನ್ನು ನೀಡುವ ವಿದ್ವಾಂಸರು. ವಿಶ್ವಸಂಸ್ಥೆಯ ಯೂನಿಸೆಫ್ ಅಂಗಸಂಸ್ಥೆಯ ಅನೇಕ ಸಭೆಗಳಿಗೆ ಆಹ್ವಾನಿತರಾಗಿ ಹೋಗಿ ಭಾಗವಹಿಸಿ ಬಂದವರು. ಆಸಕ್ತಿಪೂರ್ಣ ವ್ಯಕ್ತಿತ್ವ ಅವರದ್ದು.

ನಮ್ಮ ಈ ಪ್ರವಾಸಗಳು ಚಿತ್ರಕಲೆಯ ಬಗ್ಗೆ ನನ್ನಲ್ಲಿ ಆಸಕ್ತಿಯನ್ನು ವೃದ್ಧಿಸಿದ್ದೇ ಅಲ್ಲದೆ ಸಮಿಂದ ಮಧುರಸಿಂಫೆಯಂತಹ ಸ್ನೇಹಮಯಿ ಮತ್ತು ಜ್ಞಾನಿಯನ್ನು ಹತ್ತಿರದಿಂದ ಪರಿಚಯ ಮಾಡಿಕೊಳ್ಳಲು ನೆರವಾಯಿತು.

ಸಮಿಂದ ಮತ್ತು ಅವರ ಕುಟುಂಬವನ್ನು ಮನೆಗೂ ಆಹ್ವಾನಿಸಿ ವಾಣಿಗೆ ಅವರ ಪರಿಚಯವನ್ನು ಮಾಡಿಕೊಟ್ಟೆ. ಅಂದು ಅಶೋಕ್ ಮತ್ತು ಸುಜಾತ ಕೂಡ ನಮ್ಮ ಮನೆಗೆ

ಬಂದಿದ್ದರು. ಮಾತನಾಡಲು ಹೊಸಬರ ಜೊತೆ ಸಿಕ್ಕರೆ ಅಶೋಕರನ್ನು ಕೇಳಬೇಕೇ? ಅವರ ಕಾನೂನು ಸಲಹಾ ಸಂಸ್ಥೆ ಇತ್ತೀಚೆಗೆ ತೆಗೆದುಕೊಂಡ ಲಾಸ್ ಏಂಜಲಿಸ್ ಟ್ರಕ್ ಡ್ರೈವರುಗಳ ಯೂನಿಯನ್ ವಿವಾದಗಳನ್ನು ಕುರಿತಾದ ಘಟನೆಗಳನ್ನು ರಸವತ್ತಾಗಿ ಸಮಿಂದರಿಗೆ ವರ್ಣಿಸುತ್ತಿದ್ದರು. ಸಮಿಂದರ ಪತ್ನಿ ಅಡುಗೆಯ ಕೋಣೆಯಲ್ಲಿ ವಾಣಿಯೊಂದಿಗೆ ಸಂಭಾಷಣೆಯಲ್ಲಿದ್ದರು. ಸಂಕೋಚದಿಂದ ಟಿವಿ ನೋಡುತ್ತ ಕುಳಿತ ಮಹಿಂದ ಆಮೇಲೆ ವಾಣಿಯ ಪುಸ್ತಕಗಳನ್ನು ಆಸಕ್ತಿಯಿಂದ ಗಮನಿಸಿ ಒಂದು ಪುಸ್ತಕವನ್ನು ಹಿಡಿದು ತಂದು "ಅಲಿಸ್ ಸೆಬೋಲ್ಡ್‌ಳ ಈ ಪುಸ್ತಕ ದ ಲವ್ಲೀ ಬೋನ್ಸ್ ಓದಿದ್ದೀರಾ? ನಾನು ನಿನ್ನೆಯಷ್ಟೇ ಅದನ್ನು ಮುಗಿಸಿದೆ." ಎಂದ. ಓದುವುದು ವಾಣಿಯ ಹವ್ಯಾಸ ಎಂದು ನಾನೆಂದಾಗ ಅವನು ವಾಣಿಯೊಂದಿಗೆ ಸಾಹಿತ್ಯಸಂಬಂಧವಾಗಿ ಮತ್ತು ಇತ್ತೀಚೆಗೆ ಓದಿದ ಪುಸ್ತಕಗಳ ಕುರಿತಾಗಿ ಆಸಕ್ತಿಯಿಂದ ಮಾತನಾಡಿದ.

ರಾತ್ರಿಯ ಊಟವನ್ನು ಮುಗಿಸಿ ಸಮಿಂದ ಮತ್ತು ಅವರ ಕುಟುಂಬ ನಮಗೆ ವಿದಾಯ ಹೇಳಿ ಹೊರಟು ಹೋದ ಮೇಲೆ ಡೈನಿಂಗ್ ಟೇಬಲನ್ನು ಸ್ವಚ್ಛಗೊಳಿಸಲು ನನಗೆ ಸಹಾಯ ಮಾಡುತ್ತ ಅಶೋಕ್ "ನಿನ್ನ ಈ ಶ್ರೀಲಂಕಾ ಬುದ್ಧನದು ಆಕರ್ಷಕ ವ್ಯಕ್ತಿತ್ವ" ಎಂದರು.

"ಆ ಇಡೀ ಸಂಸಾರದಲ್ಲೇ ಜೀವನಾಸಕ್ತಿ ತುಂಬಿ ತುಳುಕುತ್ತಿದೆ." ಎಂದರು ಸುಜಾತ ಅಡುಗೆಮನೆಯಿಂದ.

ಅಧ್ಯಾಯ 11

ವಾಣಿ ಖಿನ್ನಳಾಗಿದ್ದಳು. ಅವಳ ಕೊನೆಯ ಸೆಮಿಸ್ಟರಿನ ಫೀಲ್ಡ್ ಪ್ರಾಜಕ್ಟ್‌ನಲ್ಲಿ ಒಂದು ಸಮಸ್ಯೆ ಎದುರಾಗಿತ್ತು. ಅದು ಆಕೆಯ ಸಹಪಾಠಿಯಾಗಿದ್ದ ಕ್ರಿಸ್ ಬ್ರೆಂಟನ್ ಎನ್ನುವವನ ಮೂಲಕ ಬಂದ ಸಮಸ್ಯೆ.

ಕೊನೆಯ ಸೆಮಿಸ್ಟರಿನಲ್ಲಿ ಹೆಚ್ಚಿನ ಅಂಕಗಳಿಗೋಸ್ಕರ ಯಾವುದಾದರೂ ಇಂಡಸ್ಟ್ರಿಯಲ್ಲಿ ಪ್ರಾಜಕ್ಟನ್ನು ತೆಗೆದುಕೊಂಡು ಉದ್ದಿಮೆಗಳೊಂದಿಗೆ ಕೆಲಸ ಮಾಡಿ ನಿಜಸ್ಥಿತಿಯಲ್ಲಿ ಅವರ ಸಮಸ್ಯೆಗಳನ್ನು ಅರಿತು ಪರಿಹಾರದ ಅವಕಾಶಗಳನ್ನು ವಿಶ್ಲೇಷಿಸುವಂತೆ ಅವರ ಪ್ರೊಫೆಸರ್ ತರಗತಿಗೆ ಸಲಹೆ ನೀಡಿದ್ದರು. ಅದರಂತೆಯೇ, ತಲಾ ನಾಲ್ಕು ವಿದ್ಯಾರ್ಥಿಗಳ ತಂಡಗಳು ರಚಿತವಾಗಿ ತಮ್ಮ ಪರಿಚಯಗಳ ಮುಖಾಂತರ ಯಾವುದಾದರೂ ಕಾರ್ಖಾನೆಗಳನ್ನೋ ಆಫೀಸುಗಳನ್ನೋ ಹಿಡಿದು ಕಾಲೇಜಿನ ಶಿಫಾರಸು ಪತ್ರವನ್ನು ತೋರಿಸಿ ಅಲ್ಲಿನ ಮಾನವ ಸಂಪನ್ಮೂಲ ವಿಭಾಗಗಳ ಮುಖಾಂತರ ನೌಕರರನ್ನು ಸಂಪರ್ಕಿಸಿ ಅವರ ಕಾರ್ಯವಿಧಾನ ಮತ್ತು ಸಮಸ್ಯೆಗಳನ್ನು ಅವಲೋಕಿಸುತ್ತಿದ್ದರು. ವಾಣಿಯೊಂದಿಗೆ ಅರ್ಪಿತಾ ಸಿಂಗ್ ಎನ್ನುವ ದೆಹಲಿಯ ಮೂಲದ ಹುಡುಗಿ, ಪ್ಯಾಟ್ರೇಷಿಯಾ ಹರ್ನಾಂಡಿಸ್ ಮತ್ತು ಕ್ರಿಸ್ ಬ್ರೆಂಟನ್ ಎನ್ನುವವರು ಜೊತೆಯಾಗಿದ್ದರು. ಕರಿಯ ಜನಾಂಗಕ್ಕೆ ಸೇರಿದ ಪ್ಯಾಟ್ರೇಷಿಯಾ ಮತ್ತು ಕ್ರಿಸ್ ನಮ್ಮಲ್ಲಿಗೆ ಸಮೀಪದ ಅನಹೇಮ್ ಊರಿನವರು ಮತ್ತು ಒಬ್ಬರಿಗೊಬ್ಬರು ಚಿಕ್ಕವಯಸ್ಸಿನಿಂದಲೂ ಪರಿಚಿತರು. ಜೊತೆಯಲ್ಲೇ ಓದಿದವರು. ಒಂದೇ ಕಾರಿನಲ್ಲಿ ಕಾಲೇಜಿಗೆ ಬರುತ್ತಿದ್ದವರು. ಈ ನಾಲ್ವರ ತಂಡ ಆಗಾಗ ನಮ್ಮ ಮನೆಯಲ್ಲಿ ಸೇರಿ ತಮ್ಮ ಅಸೈನ್‌ಮೆಂಟ್‌ಗಳ ಕೆಲಸ ಮುಗಿಸಿಕೊಳ್ಳುತ್ತ ತಮ್ಮ ವಿಷಯಗಳ ಚರ್ಚೆ ನಡೆಸುತ್ತಿದ್ದುದುಂಟು. ಅರ್ಪಿತಾ ಸಿಂಗ್‌ರದ್ದು ಸಣ್ಣ ಅಪಾರ್ಟ್‌ಮೆಂಟ್ ಆದುದರಿಂದ, ಕ್ರಿಸ್ ಮತ್ತು ಪ್ಯಾಟ್ರೇಷಿಯರ ಮನೆಗಳಲ್ಲಿ ಜನರು

ಜಾಸ್ತಿ ಇದ್ದುದರಿಂದ ದೊಡ್ಡ ಮನೆಯಾದ ನಮ್ಮದು ಇವರ ಓದಿನ ಕುರಿತಾದ ಚರ್ಚೆಗೆ ಮತ್ತು ಕೆಲಸಕಾರ್ಯಗಳಿಗೆ ಕಲೆಯಲು ಸಹಜವಾಗಿ ಅನುಕೂಲವಾಗಿತ್ತು.

ಮೂವರು ಹೆಂಗಸರ ಉತ್ಸಾಹದ ಚರ್ಚೆಗಳಲ್ಲಿ ಬರೀ ನೋಟ್ಸ್ ಮಾಡಿಕೊಳ್ಳುತ್ತ ಕುಳಿತಿರುತ್ತಿದ್ದ ಏಳು ಅಡಿ ಉದ್ದನೆಯ ಗುಂಗುರು ಕೂದಲಿನ ಮನುಷ್ಯ ಕ್ರಿಸ್ ಬ್ರೆಂಟನ್ ತಾನೂ ಭಾಗವಹಿಸುತ್ತಿದ್ದೇನೆ ಎಂದು ತೋರಿಸಿಕೊಳ್ಳಲು ಆಗಾಗ ತಲೆ ಎತ್ತಿ "ಐ ಸೀ ಯುವರ್ ಪಾಯಿಂಟ್" ಅಥವಾ "ಐ ಅಗ್ರೀ ವಿಥ್ ಯೂ" ಎನ್ನುವುದನ್ನು ಬಿಟ್ಟರೆ ಜಾಸ್ತಿ ಮಾತನಾಡುತ್ತಿದ್ದವನಲ್ಲ. ನಾನೇನಾದರೂ ಮನೆಯಲ್ಲಿ ಇದ್ದರೆ ಮೂವರು ಹೆಂಗಸರ ಚರ್ಚೆಯಿಂದ ಉಪಾಯವಾಗಿ ತಪ್ಪಿಸಿಕೊಂಡು ನನ್ನೊಂದಿಗೆ ಸೋಫಾದಲ್ಲಿ ಟಿವಿ ನೋಡುತ್ತ ಕುಳಿತುಬಿಡುತ್ತಿದ್ದ. "ಈ ಇಂಡಸ್ಟ್ರಿಯಲ್ ಸೈಕಾಲಜಿ ಕ್ಲಾಸಿಗೆ ಸೇರಿ ಈ ಸಲದ ಎನ್‌ಬಿಎ ಪಂದ್ಯಗಳನ್ನೆಲ್ಲಾ ಮಿಸ್ ಮಾಡಿಕೊಂಡೆ." ಎಂದು ಹಲುಬುತ್ತಿದ್ದ. ಈ ನಾಲ್ವರು ಆಗಾಗ ಅಶೋಕರೊಂದಿಗೆ ಚರ್ಚಿಸುತ್ತ ತಮ್ಮ ಅಭ್ಯಾಸಗಳಿಗೆ ಸಹಾಯ ಪಡೆಯುತ್ತಿದ್ದರು.

"ನನ್ನ ಸ್ನೇಹಿತನೊಬ್ಬನ ಮುಖಾಂತರ ಲಾಂಗ್‌ಬೀಚ್ ಊರಿನಲ್ಲಿರುವ ಬೋಯಿಂಗ್‌ನ ವಿಮಾನ ತಯಾರಿಕಾ ಘಟಕದಲ್ಲಿ ನಿಮ್ಮ ಫೀಲ್ಡ್ ಪ್ರಾಜಕ್ಟ್‌ನ ಬಗ್ಗೆ ಮಾತನಾಡಿದ್ದೇನೆ. ನೀವು ನಾಲ್ವರೂ ಅಲ್ಲಿಗೆ ಹೋಗಿ ಬನ್ನಿ." ಎಂದು ಅಶೋಕ್ ತಮ್ಮ ಸ್ನೇಹಿತನ ಫೋನ್ ನಂಬರನ್ನು ಕೊಟ್ಟರು. ಅದರಂತೆಯೇ ವಾಣಿ ಮತ್ತು ಆಕೆಯ ಈ ಮೂವರು ಸಹಪಾಠಿಗಳು ಅಶೋಕರ ಸ್ನೇಹಿತರನ್ನು ಸಂಪರ್ಕಿಸಿ ಸಮಯವನ್ನು ಗುರುತುಪಡಿಸಿಕೊಂಡು ಬೋಯಿಂಗ್ ಕಾರ್ಖಾನೆಗೆ ಹೋದರು. ಅಶೋಕರ ಸ್ನೇಹಿತ ಇವರನ್ನು ಬರಮಾಡಿಕೊಂಡು ಕ್ವಾಲಿಟಿ ಅಶ್ಯೂರೆನ್ಸ್ ಡಿಪಾರ್ಟ್‌ಮೆಂಟಿನ ಈಗೋರ್ ವೋಲ್ಕೋವ್ ಎನ್ನುವ ಮ್ಯಾನೇಜರ್‌ಗೆ ಇವರನ್ನು ಪರಿಚಯಿಸಿ ಸಹಾಯ ಮಾಡುವಂತೆ ಕೇಳಿಕೊಂಡರಂತೆ.

ರಷ್ಯನ್ ಮೂಲದ ಈಗೋರ್ ವೋಲ್ಕೋವ್ ಇವರ ಓದಿನ ಹಿನ್ನೆಲೆಯನ್ನು ವಿಚಾರಿಸಿಕೊಂಡು 'ನನ್ನ ನೌಕರರ ಪ್ರೊಡಕ್ಟಿವಿಟಿಯನ್ನು ಹೇಗೆ ಹೆಚ್ಚು ಮಾಡಬಹುದು ಎನ್ನುವ ವಿಚಾರದಲ್ಲಿ ನನಗೆ ನೆರವಾಗಿ.' ಎಂದನಂತೆ. ಉಳಿದ ಮೂವರು ಪ್ರತಿಕ್ರಿಯಿಸುವ ಮೊದಲು ಕ್ರಿಸ್ ಬ್ರೆಂಟನ್ "ನಿನ್ನ ನೌಕರರ ಉತ್ಪಾದಕತೆಯನ್ನು ಜಾಸ್ತಿ ಮಾಡುವ ಮೊದಲು ಪ್ರೊಡಕ್ಟಿವಿಟಿ ಎಂದರೆ ಏನು ಎನ್ನುವುದರ ಬಗ್ಗೆ ನಿಮ್ಮ ಅಭಿಪ್ರಾಯವನ್ನು ನಾನು ತಿಳಿದುಕೊಳ್ಳಬೇಕು." ಎಂದನಂತೆ. ಆ ಪ್ರಶ್ನೆ ಈಗೋರ್ ವೋಲ್ಕೋವ್‌ನನ್ನು ಕೆಣಕಿತ್ತು. "ಇಂಡಸ್ಟ್ರಿಯಲ್ ಆರ್ಗನೈಸೇಷನ್ ಓದಿ ಬಂದಿರುವ ನಿನಗೆ ಪ್ರೊಡಕ್ಟಿವಿಟಿ ಎಂದರೆ ಏನು ಎನ್ನುವುದು ಗೊತ್ತಿಲ್ಲವೇ? ಸುಮ್ಮನೆ ನನ್ನನ್ನು ಕೆಣಕಲು ಕೇಳುತ್ತಿದ್ದೀಯಾ?" ಎಂದು ಸಿಡಿಮಿಡಿಗೊಂಡಾಗ ಕ್ರಿಸ್ "ನನ್ನ ಅರ್ಥದ ಪ್ರೊಡಕ್ಟಿವಿಟಿಯನ್ನು ಹೇಳಿದರೆ ನೀವು ಖಂಡಿತಾ ಒಪ್ಪಲಾರಿರಿ. ನೀವಿಲ್ಲಿ ಸುತ್ತಮುತ್ತ ನೇತು ಹಾಕಿಕೊಂಡಿರುವ ನಿಮ್ಮ ಚಾರ್ಟ್‌ಗಳಲ್ಲೇ ನನಗೆ ತಿಳಿಯುತ್ತದೆ ನಿಮ್ಮ

ಪ್ರೊಡಕ್ಟಿವಿಟಿ ಲಾಭಕ್ಕೆ ಸಂಬಂಧಿಸಿದ್ದು. ದಿನದ ಕೊನೆಯಲ್ಲಿ ಎಷ್ಟು ಉತ್ಪಾದನೆಯಾಯಿತು ಎನ್ನುವುದಕ್ಕೆ ಸಂಬಂಧಿಸಿದ್ದು. ನಿಮ್ಮದು ಸಂಸ್ಥೆಗೆ ಸಂಬಂಧಿಸಿದಂತಹ ಪ್ರೊಡಕ್ಟಿವಿಟಿ. ನನ್ನದು ವ್ಯಕ್ತಿಗೆ ಸಂಬಂಧಿಸಿದ್ದು. ಕಾರ್ಯಕ್ಷಮತೆಯ ಮಾತು ಬಂದರೆ ನಾನು ವ್ಯಕ್ತಿಗೆ ಮಹತ್ವಕೊಡುತ್ತೇನೆ." ಎಂದನಂತೆ. ಈಗೋರ್ ವೋಲ್ಕೋವ್ ಕಣ್ಣು ಕೆಂಪಗೆ ಮಾಡಿಕೊಂಡು "ನಮ್ಮ ಉದ್ದಿಮೆ ನಡೆಯುವ ರೀತಿಯನ್ನು ಗಮನಿಸಿ ಅದನ್ನು ಹೇಗೆ ಹೆಚ್ಚಿನ ಶೃತಿಗೆ ಒಳಪಡಿಸಬಹುದು, ನಮ್ಮ ಉತ್ಪಾದಕತೆಯನ್ನು ಹೇಗೆ ಹೆಚ್ಚಿಸಬಹುದು, ಕಡಿಮೆ ನೌಕರರ ಬೆಂಬಲದಲ್ಲಿ ಹೆಚ್ಚಿನ ಫಲಿತಾಂಶವನ್ನು ನಾವು ಹೇಗೆ ಪಡೆಯಬಹುದು ಎಂದು ಆಳವಾಗಿ ಅಭ್ಯಾಸಿಸಿ ಸಲಹೆ ನೀಡುವಂತಹ ನಿಪುಣರು ಬೇಕೇ ಹೊರತು ನಿನ್ನಂತಹ ತಲೆಹರಟೆಗಳಲ್ಲ. ಸುಮ್ಮನೆ ಕಾಲಹರಣವನ್ನು ಮಾಡಲು ಇಲ್ಲಿಗೆ ಬಂದಿದ್ದೀಯೇನು?" ಎಂದು ಎತ್ತರದ ಸ್ವರದಲ್ಲಿ ಕೇಳಿದಾಗ ಕ್ರಿಸ್ ಬ್ರೆಂಟನ್ ಕೂಡ ಕೋಪಗೊಂಡು ಎತ್ತರದ ಸ್ವರದಲ್ಲಿ ಮಾತನಾಡಿದನಂತೆ. ದುಂಡುಮುಖ ಮತ್ತು ತೊಣಚು ಮೂಗಿನ ಈಗೋರ್ ವೋಲ್ಕೋವ್ ಸಿಟ್ಟಿನಿಂದ ಉರಿಯುತ್ತ "ನಿಮ್ಮಂತಹ ಅವಿವೇಕಿಗಳನ್ನು ಇಲ್ಲಿಗೆ ಕಳುಹಿಸಿದವರು ಯಾರು? ಈ ಕೂಡಲೇ ನನ್ನ ಕೋಣೆಯಿಂದ ಆಚೆ ನಡೆಯಿರಿ ಇಲ್ಲದಿದ್ದರೆ ಸೆಕ್ಯುರಿಟಿಯನ್ನು ಕರೆಯುತ್ತೇನೆ. ನಿಮ್ಮನ್ನು ಇಲ್ಲಿಗೆ ಕಳುಹಿಸಿದವರೊಂದಿಗೆ ಮಾತನಾಡುತ್ತೇನೆ. ನಿಮ್ಮ ಕಾಲೇಜಿಗೂ ವಿಷಯ ತಿಳಿಸುತ್ತೇನೆ. ಕಲಿಯಲು ಬಂದವರಲ್ಲ ನೀವು ತರಲೆ ಮಾಡಲು ಬಂದವರು." ಎಂದು ನಾಲ್ವರನ್ನೂ ಹೊರಗಟ್ಟಿದನಂತೆ.

ಅಂದು ಸಂಜೆ ನಮ್ಮ ಮನೆಯಲ್ಲಿ ಶೋಕ ಸಭೆ ಇತ್ತು. ಅಶೋಕ್ ತಲೆಯ ಮೇಲೆ ಕೈಹೊತ್ತು ಕುಳಿತಿದ್ದರು. ಟೇಬಲ್ಲಿನ ಸುತ್ತ ವಾಣಿ, ಅರ್ಪಿತಾ ಮತ್ತು ಪ್ಯಾಟ್ರೇಷಿಯಾ ಕುಳಿತಿದ್ದರು. ದೂರದ ಸೋಫಾದಲ್ಲಿ ಕುಳಿತ ನಾನು ಮೂಕ ಪ್ರೇಕ್ಷಕನಾಗಿದ್ದೆ. ಹಾಗೆ ನೋಡಿದರೆ ಮಾತನಾಡುವವರೇ ಅಲ್ಲಿರಲಿಲ್ಲ. ಕ್ರಿಸ್ ಬ್ರೆಂಟನ್ ಇನ್ನೂ ಬಂದಿರಲಿಲ್ಲ. ಪ್ಯಾಟ್ರೇಷಿಯಾ ಮತ್ತು ಕ್ರಿಸ್ ಒಂದೇ ಕಾರಿನಲ್ಲಿ ಬಂದದ್ದಾದರೂ ಅಂದು ನಮ್ಮ ಮನೆಯ ಮುಂದೆ ಇಳಿದಾಗ ಕ್ರಿಸ್‌ನ ಅಶಾಂತ ಮನಃಸ್ಥಿತಿಯನ್ನು ಕಂಡು ಪ್ಯಾಟ್ರೇಷಿಯಾ 'ಎದುರು ಪಾರ್ಕಿನಲ್ಲಿ ಒಂದು ಸುತ್ತು ಓಡಿ ಬಾ, ದೈಹಿಕ ಆಯಾಸ ಮನಸ್ಸನ್ನು ಸಮಸ್ಥಿತಿಗೆ ತರುತ್ತದೆ.' ಎಂದು ಕಳುಹಿಸಿದಳಂತೆ. ಕ್ರಿಸ್‌ನ ಅನುಪಸ್ಥಿತಿಯಲ್ಲಿ ನಾಲ್ವರೂ ಮಾತನಾಡದೇ ಕುಳಿತುಬಿಟ್ಟಿದ್ದರು. ಕ್ರಿಸ್‌ನ ಬಗ್ಗೆಯಾಗಲಿ, ಬೋಯಿಂಗ್‌ನ ಘಟನೆಯ ಬಗ್ಗೆಯಾಗಲಿ, ಸಬ್ಜೆಕ್ಟ್‌ಗಳ ಬಗ್ಗೆಯಾಗಲಿ, ಮಾತಿಲ್ಲ. ಅಸಹನೀಯ ಮೌನ. ಸ್ಫೋಟದ ಮುನ್ನಿನ ಮೌನ. ಕ್ರಿಸ್ ಏಕೆ ಹೀಗೆ ಮಾಡಿದ ಎನ್ನುವ ಪ್ರಶ್ನೆ ಭೂತದಂತೆ ಅವರುಗಳನ್ನು ಕಾಡುತ್ತಿದೆ ಎನ್ನುವುದನ್ನು ಅರ್ಥ ಮಾಡಿಕೊಳ್ಳಲು ಮಾತೇ ಬೇಕಿರಲಿಲ್ಲ.

ಕೊನೆಗೂ ಆತ ಬಂದ. ಆ ಅರ್ಧಗಂಟೆಯಲ್ಲಿ ಅದೆಷ್ಟು ಓಡಿದ್ದನೋ! ಅವನ ಮೈನಿಂದ ಬೆವರು ತೊಟ್ಟಿಕ್ಕುತ್ತಿತ್ತು. ಸೀದಾ ಬಂದವನು ಉಳಿದವರ ಕಡೆ

ನೋಡಿಯೂ ನೋಡದಂತೆ ನನ್ನ ಮುಂದೆ ನಿಂತು "ದಯವಿಟ್ಟು ನಾನು ನಿಮ್ಮ ಶವರನ್ನು ಉಪಯೋಗಿಸಬಹುದೇ?" ಎಂದು ಕೇಳಿದ.

ಕ್ರಿಸ್ ಬ್ರೆಂಟನ್ ಸ್ನಾನ ಮಾಡಿ ಬಂದು ಅಶೋಕರ ಸುತ್ತಾ ಕುಳಿತಿದ್ದ ಉಳಿದವರನ್ನು ಸೇರಿಕೊಂಡ. ಕುಳಿತಿದ್ದವರಾರೂ ಸ್ವಾಗತದ ನಗು ಹೋಗಲಿ ಅವನೆಡೆಗೆ ನೋಡಲೂ ಇಲ್ಲ.

ಕೊನೆಗೆ ಅಶೋಕರೇ ಮಾತನಾಡಿದರು – "ಏಕೆ ಹೀಗೆ ಮಾಡಿದಿರಿ? ನಿಮಗೆ ನಾನು ಪರಿಚಯ ಮಾಡಿಕೊಟ್ಟ ನನ್ನ ಸ್ನೇಹಿತ ಬೇಸರದಿಂದ ಫೋನ್ ಮಾಡಿದ್ದ. ನನ್ನನ್ನು ನಂಬಿ ನಿಮ್ಮ ಯಾವ ಅರ್ಹತೆಗಳನ್ನೂ ಪರೀಕ್ಷಿಸದೆ ನೇರವಾಗಿ ಪ್ರೊಡಕ್ಷನ್ ಮ್ಯಾನೇಜರುಗಳ ತನಕ ಬಿಟ್ಟಿದ್ದಕ್ಕೆ ಅವನು ಕೆಟ್ಟ ಹೆಸರು ಹೊತ್ತಿದ್ದಾನೆ ಈಗ. ಈ ಘಟನೆ ಹೇಗೆ ನಡೆಯಿತು ಎಂದು ಅವನ ಕಂಪನಿ ವಿಚಾರಣೆ ನಡೆಸುತ್ತಿದೆಯಂತೆ. ಬೋಯಿಂಗ್‌ನಂತಹ ಕಂಪನಿಯ ಆವರಣದಲ್ಲಿ ಏನು ಮಾತನಾಡಬೇಕು ಏನು ಮಾತನಾಡಬಾರದು ಎನ್ನುವ ಸಾಮಾನ್ಯ ಜ್ಞಾನ ಬೇಡವೇ ನಿಮಗೆ? ಏಕೆ ಹೀಗೆ ಮಾಡಿದಿರಿ?"

ಕ್ರಿಸ್ ತಲೆತಗ್ಗಿಸಿದಂತೆಯೇ ಮೆಲ್ಲನೆಯ ಧ್ವನಿಯಲ್ಲಿ ಮಾತನಾಡಿದ. ಎಷ್ಟು ಮೆಲ್ಲನೆಯ ಧ್ವನಿ ಎಂದರೆ ಅವರಿಂದ ದೂರ ಕುಳಿತ ನನಗೆ ಸ್ಪಷ್ಟವಾಗಿ ಕೇಳಿಸಲಾಗದಷ್ಟು ಕ್ಷೀಣ ದನಿಯಲ್ಲಿ. "ದಯವಿಟ್ಟು ನನ್ನನ್ನು ಕ್ಷಮಿಸಿಬಿಡಿ. ನಾನು ಹಾಗೆ ಮಾಡಬಾರದಿತ್ತು. ಅಂತಹ ವರ್ತನೆಯನ್ನು ತೋರಬಾರದಿತ್ತು. ನಿಮಗೆಲ್ಲ ಸಾಕಷ್ಟು ನೋವುಂಟು ಮಾಡಿದ್ದೇನೆಂದು ಗೊತ್ತು. ನೀವೆಲ್ಲಾ ನಾಚಿಕೆಯಿಂದ ತಲೆ ತಗ್ಗಿಸುವಂತೆ ಮಾಡಿದ್ದೇನೆ. ನಾನೊಂದು ನಿರ್ಧಾರಕ್ಕೆ ಬಂದಿದ್ದೇನೆ. ಏನೆಂದರೆ..."

ಅವನು ಮಾತು ಮುಗಿಸುವ ಮುನ್ನವೇ ಅಶೋಕ್ ಅವನ ಮಾತುಗಳನ್ನು ತುಂಡರಿಸುತ್ತಾ "ಏಕೆ ಹೀಗೆ ಮಾಡಿದಿರಿ ಎಂದು ಹೇಳಲಿಲ್ಲ ನೀವು. ಒಬ್ಬ ಪ್ರೊಡಕ್ಷನ್ ಮ್ಯಾನೇಜರ್‌ನನ್ನು 'ನಾಯಿ, ನಿನಗೆ ಪ್ರೊಡಕ್ಟಿವಿಟಿ ಎಂದರೆ ಏನೆಂದು ಗೊತ್ತೇನೋ?' ಎಂದು ಕೇಳುವ ಅಗತ್ಯವೇನಿತ್ತು? ಯಾವ ಅರ್ಥದ ಪ್ರಶ್ನೆ ಅದು? ಆ ಮ್ಯಾನೇಜರ್‌ನೊಂದಿಗೆ ಏಕೆ ಹಾಗೆ ಕದನಕ್ಕೆ ಇಳಿದಿರಿ ಎನ್ನುವುದನ್ನು ನಮಗೆ ವಿವರಿಸುವ ಕನಿಷ್ಟ ಸೌಜನ್ಯ ಬೇಡವೇ ನಿಮಗೆ?" ಎಂದರು.

ಕ್ರಿಸ್ ತಗ್ಗಿದ ಧ್ವನಿಯಲ್ಲೇ ಹೇಳಿದ – "ನಾನು ಅವ್ಯಾಚ್ಯ ಶಬ್ದಗಳನ್ನು ಬಳಸಲಿಲ್ಲ. ನಿಮ್ಮ ಸ್ನೇಹಿತರು ನಿಮಗೆ ಸ್ವಲ್ಪ ಉತ್ಪ್ರೇಕ್ಷೆಯಲ್ಲಿ ಹೇಳಿದ್ದಾರೆ ಎನ್ನಿಸುತ್ತದೆ. ಆದರೂ, ಹಾಗೆ ಆಗಬಾರದಿತ್ತು. ನಾನು ಸಹನೆ ಕಳೆದುಕೊಂಡುಬಿಟ್ಟೆ. ದಯವಿಟ್ಟು ಕ್ಷಮಿಸಿ."

"ಸಹನೆ ಏಕೆ ಕಳೆದು ಹೋಯಿತು?"

"ನೋಡಿ. ನೀವು ಅವನ ಆಫೀಸಿನಲ್ಲಿ ನಿಂತು ಒಮ್ಮೆ ಸುತ್ತಲೂ ನೋಡಿದರೆ ಒಂದು ಕ್ಷಣದಲ್ಲಿ ನಿಮಗೆ ತಿಳಿದುಹೋಗುತ್ತದೆ ಯಾವ ತರಹದ ಮ್ಯಾನೇಜರ್ ಅವನು ಎಂದು. ಅವನು ತನ್ನ ಟೇಬಲ್ಲಿನ ಮೇಲೆ ಹರಡಿಕೊಂಡಿದ್ದ ಅಂಕಿಅಂಶಗಳು,

ಚಾರ್ಟ್‌ಗಳು, ಟೇಬಲ್ಲಿನ ಗ್ಲಾಸಿನ ಹಾಳೆಯ ಒಳಗೆ ದಪ್ಪಕ್ಷರಗಳಲ್ಲಿ ಬರೆದುಕೊಂಡಿದ್ದ ಕಾರ್ಯದಕ್ಷತೆಗೆ ಸಂಬಂಧಿಸಿದ ವ್ಯಾಖ್ಯಾನಗಳು, ಸ್ಲೋಗನ್ನುಗಳು ನನ್ನನ್ನು ಕೆರಳಿಸಿದವು. ನಾನಾಬಣ್ಣಗಳಲ್ಲಿ ಸುಂದರವಾಗಿ ಪ್ರಿಂಟ್ ಮಾಡಿ ನೇತು ಹಾಕಿಕೊಂಡ ಅವನ ಒಂದು ಚಾರ್ಟಿನಲ್ಲಿ:

'ಉತ್ಪನ್ನ ಸಾಮರ್ಥ್ಯವನ್ನು ಅಳೆಯುವ ವಿಧಾನಗಳು'

1. ಬಂಡವಾಳಕ್ಕೆ ಸಿಗುವ ಪ್ರತಿಫಲ
2. ಕಂಪನಿ ಗಳಿಸುವ ಲಾಭ
3. ಒಟ್ಟು ಉತ್ಪಾದನೆ
4. ಉತ್ಪಾದನೆಯ ಗುಣಮಟ್ಟ
5. ಶ್ರಮದ ವೆಚ್ಚ'

ಎಂದಿತ್ತು. ಅವನ ಆ ಪ್ರೊಡಕ್ಟಿವಿಟಿಯ ವ್ಯಾಖ್ಯಾನವನ್ನೇ ನನಗೆ ಸಹಿಸಲಾಗಲಿಲ್ಲ, ಮೇಲಾಗಿ, ನೌಕರರ ದಕ್ಷತೆಯನ್ನು ಹೇಗೆ ಹೆಚ್ಚು ಮಾಡುವಿರಿ ಎನ್ನುವಂತಹ ಜಿದ್ದಿನ ಪ್ರಶ್ನೆಯನ್ನು ನಮ್ಮೆಡೆಗೆ ಎಸೆದ."

"ನನಗೇನೋ ನಿಮ್ಮ ಮಾತು ವಿಚಿತ್ರವಾಗಿ ಕಾಣುತ್ತಿದೆ. ಅವನ ಪ್ರೊಡಕ್ಟಿವಿಟಿಯ ಡೆಫ್ಲಿನಿಷನ್ ಯಾವುದೋ ಕ್ಲಾಸಿಕಲ್ ಇಂಡಸ್ಟ್ರಿಯಲ್ ಸೈಕಾಲಜಿಯ ಗ್ರಂಥದಿಂದಲೇ ಬಂದಂತಿದೆ. ಅದೇ ಅಲ್ಲವೇ ನೀವೂ ಓದಿರುವುದು? ಅದೇ ಅಲ್ಲವೇ ಇಷ್ಟು ದಿನ ನೀವುಗಳಿಲ್ಲಿ ಸೇರಿ ಚರ್ಚಿಸುತ್ತಿದ್ದುದು? ಕೆಲಸಕ್ಕೆ ಸೇರಿದಂತೆಯೇ ಅಕಡೆಮಿಕ್ ವ್ಯಾಖ್ಯಾನಗಳನ್ನು ಮರೆತುಬಿಡುವ ಅನೇಕರ ಮಧ್ಯೆ ಪುಸ್ತಕದ ಒಕ್ಕಣೆಯನ್ನು ಬರೆದು ಗೋಡೆಗಂಟಿಸಿಕೊಂಡ ಆ ಮ್ಯಾನೇಜರ್ ನನಗೆ ಬುದ್ಧಿವಂತ ಮನುಷ್ಯನಂತೆ ಕಾಣುತ್ತಾನೆ. ಇದರಲ್ಲಿ ಪ್ರಕ್ಷುಬ್ಧಗೊಳ್ಳುವಂತಹದ್ದು ಏನಿದೆ ಎನ್ನುವುದು ನನಗಂತೂ ಇನ್ನೂ ಅರ್ಥವಾಗುತ್ತಿಲ್ಲ. ಈ ವಿಷಯದಲ್ಲಿ ನಿಮಗೆ ಭಿನ್ನಾಭಿಪ್ರಾಯಗಳಿದ್ದರೆ ನಿಮ್ಮ ಪ್ರೊಫೆಸರ್‌ರೊಂದಿಗೆ ಜಗಳಕ್ಕೆ ಇಳಿಯಬೇಕಿತ್ತು ನೀವು, ಆ ಬೋಯಿಂಗ್ ಮ್ಯಾನೇಜರ್‌ನೊಂದಿಗಲ್ಲ!"

"ಅಶೋಕ್, ನನಗೆ ಗೊತ್ತು. ನಾನು ತೋರಿದ ಬೇಜವಾಬ್ದಾರಿ ವರ್ತನೆಗೆ ಯಾವುದೇ ಸಮರ್ಥನೆ ಇಲ್ಲ. ಅದನ್ನು ಕೊಡುವ ಸಾಹಸಕ್ಕೂ ನಾನು ಹೋಗುತ್ತಿಲ್ಲ. ಆದರೆ ಅಂದಿನ ಘಟನೆಯ ನಂತರ ನನ್ನ ಮನಸ್ಸು ತನ್ನ ದಾರಿಯನ್ನು ಕಂಡುಕೊಂಡಿದೆ. ಯಾವುದೋ ಅಸ್ಪಷ್ಟ ರೂಪದಲ್ಲಿದ್ದು ನನ್ನನ್ನು ಉದ್ವಿಗ್ನಗೊಳಿಸುತ್ತಿದ್ದ ಪ್ರಶ್ನೆಗಳು–ಆ ಮ್ಯಾನೇಜರ್‌ನೊಂದಿಗೆ ನನ್ನ ಕೆಟ್ಟ ಮುಖಾಮುಖಿಯನ್ನು ರೂಪಿಸಿದ ಪ್ರಶ್ನೆಗಳು – ಇಂದು ನನಗೆ ನಿಚ್ಚಳವಾಗಿವೆ. ನನ್ನ ಪ್ರಶ್ನೆಗಳು ಮತ್ತು ನಾನು ಕಂಡುಕೊಳ್ಳಲು ಪ್ರಯತ್ನಿಸುತ್ತಿರುವ ಉತ್ತರಗಳು ನಿಮಗೆ ಸರಿ ಎಂದು ಕಾಣದಿರಬಹುದು. ಬಾಲಿಶವೆನಿಸಬಹುದು, ಅತಿರೇಕವೆನಿಸಬಹುದು. ಆದರೆ ಅದಕ್ಕೆ ನನಗೆ ಚಿಂತೆ ಇಲ್ಲ. ನೀವು ಸರಿ ಎಂದು ಒಪ್ಪಬಹುದೆನ್ನುವ ಯಾವ ನಿರೀಕ್ಷೆಯೂ ನನಗಿಲ್ಲ. ಏಕೆಂದರೆ

ನನ್ನ ಈ ತರ್ಕ ನಿಮ್ಮೆಲ್ಲಾ ಪುಸ್ತಕಗಳಿಗೆ ನಿಮ್ಮೆಲ್ಲಾ ಸಾಂಪ್ರದಾಯಿಕ ವ್ಯಾಖ್ಯಾನಗಳಿಗೆ ವ್ಯತಿರಿಕ್ತವಾದುದು."

ಅಶೋಕರನ್ನು ಸೇರಿದಂತೆ ಉಳಿದ ಮೂವರೂ ಅವನೆಡೆಗೇ ದೃಷ್ಟಿಯಿಟ್ಟಿದ್ದರು. ನಾನು ಕೂಡ ಕ್ರಿಸ್‌ನ ಮುಂದಿನ ಮಾತುಗಳ ನಿರೀಕ್ಷೆಯಲ್ಲಿದ್ದೆ. ಪ್ಯಾಟ್ರೇಷಿಯಾ ಮಾತ್ರ ಸ್ವಲ್ಪ ಅಸಹನೆಯಿಂದ "ಕ್ರಿಸ್, ಏನೇನೋ ಮಾತನಾಡಿ ಸುಮ್ಮನೆ ಕಾಲಹರಣ ಮಾಡಬೇಡ. ನಮ್ಮ ಸಮಯವನ್ನು ಹಾಳು ಮಾಡಿದ್ದಲ್ಲದೆ ನಮಗೆ ಸಹಾಯ ಮಾಡಲು ಬಂದ ಅಶೋಕರ ಸಮಯವನ್ನೂ ಹಾಳು ಮಾಡಬೇಡ. ನಾವಿಲ್ಲಿಗೆ ಬರುವ ಮುನ್ನ ಕಾರಿನಲ್ಲಿ ಏನನ್ನು ಮಾತನಾಡಿಕೊಂಡಿದ್ದೆವು? ನೀನೀಗ ಮಾತನಾಡುತ್ತಿರುವುದು ಏನು?" ಎಂದಳು ಸಿಡಿಮಿಡಿಯ ಧ್ವನಿಯಲ್ಲಿ.

ಅಶೋಕ್ ಪ್ಯಾಟ್ರೇಷಿಯಾಳ ಮಾತನ್ನು ತಡೆಯುತ್ತಾ "ಇಲ್ಲ. ಇದು ಕಾಲಹರಣವಲ್ಲ. ಮಾತನಾಡಲಿ ಬಿಡಿ ಅವನು. ಇಂದು ಇದು ಒಂದೇ ಬಾರಿಗೆ ಬಗೆಹರಿಯಬೇಕು. ಈ ತರಹದ ಘಟನೆಗಳು ಮತ್ತೆ ಮತ್ತೆ ನಡೆದರೆ ಸಹಿಸಲಾಗುವುದಿಲ್ಲ. ಅವನ ಮಾತನ್ನೂ ಕೇಳಿ ಏನಾದರೂ ಪರಿಹಾರವನ್ನು ಹುಡುಕೋಣ." ಎಂದರು.

ಕ್ರಿಸ್ ಪ್ಯಾಟ್ರೇಷಿಯಾಳೆಡೆಗೆ ದೈನ್ಯವಾಗಿ ನೋಡುತ್ತ "ಪ್ಯಾಟ್, ನನ್ನನ್ನು ಕ್ಷಮಿಸಿಬಿಡು. ಇಲ್ಲಿ ಬಂದು ಕ್ಷಮಾಪಣೆ ಕೇಳಿ ಏನೂ ನಡೆದೇ ಇಲ್ಲ ಎನ್ನುವಂತೆ ನಿಮ್ಮೊಂದಿಗೆ ಮುಂದುವರೆಯುವುದು ನನಗೆ ಸಾಧ್ಯದ ಕೆಲಸವಲ್ಲ. ಎದುರು ಪಾರ್ಕಿನಲ್ಲಿ ಓಡುವಾಗ ನನ್ನೆಲ್ಲಾ ಆವೇಗಗಳು ಒಂದು ತಹಬಂದಿಗೆ ಬಂದವು. ನನ್ನೆಲ್ಲಾ ಯೋಚನೆಗಳು ನಿಚ್ಚಳವಾದವು. ಇಪ್ಪತ್ತು ವರ್ಷಗಳಿಂದ ನನ್ನನ್ನು ಕಂಡವಳು ನೀನು. ನನಗೆ ಸರಿ ಎನ್ನಿಸಿದ ನಿರ್ಧಾರಕ್ಕೆ ನಾನು ಬಂದರೆ ಅದಕ್ಕೆ ಹೇಗೆ ಅಂಟಿಕೊಳ್ಳುತ್ತೇನೆ ಎನ್ನುವುದು ನಿನಗೆ ಚೆನ್ನಾಗಿ ತಿಳಿದಿದೆ. ಇನ್ನು ನನ್ನನ್ನು ತಡೆಯಲು ಹೋಗಬೇಡ." ಎಂದವನು ಅಶೋಕರತ್ತ ತಿರುಗಿ "ನನ್ನೆಲ್ಲಾ ಯೋಚನೆಗಳನ್ನು ಸರಳವಾಗಿ ಒಟ್ಟು ಸೇರಿಸಿ ಹೇಳ ಬೇಕೆಂದರೆ, ಒಂದು ಉತ್ಪಾದನಾ ಘಟಕದಲ್ಲಿ ಎಷ್ಟು ವಸ್ತುಗಳು ತಯಾರಾದವು ಅವುಗಳಲ್ಲಿ ಎಷ್ಟು ಸರಿ ಇವೆ ಎಷ್ಟು ಕುಂದುಗಳಿಂದ ಕೂಡಿವೆ ಎಂದು ಅಳೆದು ಬರೀ ಅವುಗಳಿಂದಲೇ ಆ ಘಟಕದ ನೌಕರರ ಪ್ರೊಡಕ್ಟಿವಿಟಿಯನ್ನು ಹೇಳುವುದಾದರೆ ಅದು ನನ್ನ ಆತ್ಮಕ್ಕೆ ವಿರುದ್ಧವಾದದ್ದು. ಮಾನವೀಯತೆಯನ್ನು ಅವಮಾನ ಮಾಡುವಂತಹದ್ದು. ಅಂಥಾದ್ದಕ್ಕೆ ನನ್ನಲ್ಲಿ ಕಿಲುಬುಕಾಸಿನ ಬೆಲೆಯಿಲ್ಲ. ನಾನು ಜಗಳಕಾದ ಮ್ಯಾನೇಜರ್ ಆ ತರಹದ ಅಳತೆಗೋಲನ್ನು ಹಿಡಿದು ಹೊರಟವನು. ಅದನ್ನು ಸಹಿಸುವುದು ನನ್ನಿಂದ ಸಾಧ್ಯವಾಗಲಿಲ್ಲ, ಸಾಧ್ಯವಾಗುವುದೂ ಇಲ್ಲ."

"ಸಾಧ್ಯವಿಲ್ಲ ಎಂದರೆ ಏನು ಅರ್ಥ? ಅವುಗಳೇನೂ ಆ ಬೋಯಿಂಗ್‌ನ ಮ್ಯಾನೇಜರ್‌ನ ತಲೆಯಲ್ಲಿ ಉದ್ಭವಿಸಿದ ಕ್ರಿಯೇಟಿವ್ ಯೋಚನೆಗಳಲ್ಲ.

ಪೀಳಿಗೆಯಿಂದ ಪೀಳಿಗೆಗೆ ಜನಕಲ್ಯಾಣಕ್ಕಾಗಿ ಕಂಡುಕೊಂಡದ್ದು. ನೂರಾಐವತ್ತು ವರ್ಷಗಳಿಂದ ಕೈಗಾರಿಕೀಕರಣದ ಕ್ರಾಂತಿಯಲ್ಲಿ ಸಿದ್ಧಿಸಿಕೊಂಡಂಥಾದ್ದು. ಫುಲೆರ್ಟಾನ್ ಕಾಲೇಜಿಗೆ ಸುಮ್ಮನೆ ಕಾಲಹರಣಕ್ಕೆ ಸೇರಿಕೊಂಡವರು ಡ್ರಗ್ಸ್ ತೆಗೆದುಕೊಂಡು ಬರೆದದ್ದಲ್ಲ."

ಕ್ರಿಸ್‌ನ ಮುಖ ಕೆಂಪಾಯಿತು. ಕ್ರಿಸ್ ಡ್ರಗ್ಸ್‌ನ ಮನುಷ್ಯನಿರಬಹುದೇ, ಅಂದು ಬೋಯಿಂಗ್‌ನ ಕಾರ್ಖಾನೆಗೆ ಹೋಗುವ ಮುನ್ನ ಆಲ್ಕೋಹಾಲ್ ಸೇವಿಸಿದ್ದನೇ ಎಂದೆಲ್ಲ ಅವರು ಪ್ಯಾಟ್ರೇಷಿಯಾಳನ್ನು ಕ್ರಿಸ್ ಬರುವ ಮುನ್ನ ಕೇಳುತ್ತಿದ್ದ ರೀತಿಯಿಂದಲೇ ಅವರು ಈ ಅನುಮಾನಗಳನ್ನು ಇಟ್ಟುಕೊಂಡಿರುವುದು ತಿಳಿಯುತ್ತಿತ್ತು.

"ಡ್ರಗ್ಸ್ ತೆಗೆದುಕೊಂಡವರು ಬರೆದದ್ದಾಗಿರಲಿಕ್ಕಿಲ್ಲ, ಆದರೆ ಬರೆದವರು ಖಂಡಿತಾ ಮನುಷ್ಯನ ಹಿತೈಷಿಗಳಲ್ಲ. ನೌಕರನ ಕಾರ್ಯಕ್ಷಮತೆ ಎಂದರೆ ಕಂಪನಿಯ ಸ್ಟಾಕ್‌ನ ಬೆಲೆ ಎನ್ನುವ ಮನುಷ್ಯನನ್ನು ಮತ್ತು ಡ್ರಗ್ ಅಡಿಕ್ಟನ್ನು ನೀವು ನನ್ನ ಮುಂದಿಟ್ಟು ಆರಿಸಿಕೋ ಎಂದರೆ ನಾನು ಡ್ರಗ್ ನಶೆಯ ಮನುಷ್ಯನನ್ನೇ ಆರಿಸಿಕೊಳ್ಳುತ್ತೇನೆ. ನನ್ನ ಪ್ರಕಾರ, ಅವನೇ ನಮ್ಮ ಪರಿಸರಕ್ಕೆ ಕಡಿಮೆ ಮಾರಕ. ಮನುಷ್ಯನ ಏಳಿಗೆಯನ್ನು ಲಾಭದಲ್ಲಿ ಅಳೆಯುವ ವ್ಯವಸ್ಥೆಯಿಂದ ಏನಾಗುತ್ತಿದೆ ನಮಗೆ, ಸರ್ವನಾಶವಲ್ಲದೇ? ಕಂಪನಿ ನೌಕರರನ್ನು ಲೇಆಫ್ ಮಾಡಿದರೆ ಅದರ ಸ್ಟಾಕ್ ಬೆಲೆ ಏರುತ್ತದೆ! ನೌಕರರನ್ನು ಮನೆಗೆ ಕಳುಹಿಸುವ ಮೂಲಕ ವೆಚ್ಚವನ್ನು ಕಡಿಮೆ ಮಾಡಿಕೊಂಡಿತೆಂದು ಸ್ಟಾಕ್ ಮಾರ್ಕೆಟ್ ಚಪ್ಪಾಳೆ ತಟ್ಟುತ್ತದೆ! ಆ ಕಂಪನಿಗೆ ಕೆಲಸ ಮಾಡಿದ ಮನುಷ್ಯನ ಬೆಲೆ ಏನಾಯಿತು ಅಲ್ಲಿಗೆ? 'ಉತ್ಪಾದನೆಯನ್ನು ಜಾಸ್ತಿ ಮಾಡಬೇಕು' 'ಉತ್ಪಾದನೆಯನ್ನು ಜಾಸ್ತಿ ಮಾಡಬೇಕು' ಕಂಪನಿ ಲೌಡ್ ಸ್ಪೀಕರಿನಲ್ಲಿ ಮಂತ್ರವನ್ನು ಹೇಳುತ್ತದೆ. ಉತ್ಪಾದನೆಯನ್ನು ಏಕೆ ಜಾಸ್ತಿ ಮಾಡಬೇಕು? ಏಕೆಂದರೆ ಉತ್ಪಾದನೆಯನ್ನು ಜಾಸ್ತಿ ಮಾಡಿದರೆ ಮತ್ತು ಮಾಡಿದ್ದನ್ನು ಭರದಿಂದ ಮಾರಾಟ ಮಾಡಿದರೆ ಲಾಭ ಜಾಸ್ತಿಯಾಗುತ್ತಲೇ ಹೋಗುತ್ತದೆ, ಕಂಪನಿಯ ಸ್ಟಾಕ್‌ನ ಬೆಲೆ ಏರುತ್ತಲೇ ಹೋಗುತ್ತದೆ. ಬಂಡವಾಳಗಾರರು ಸಂತೃಪ್ತರಾಗಿ ಮತ್ತಷ್ಟು ಬಂಡವಾಳವನ್ನು ಹೂಡುತ್ತಾರೆ. ಲಾಭದ ಚಕ್ರ ತಿರುಗುತ್ತಲೇ ನಡೆಯುತ್ತದೆ. ಅಗತ್ಯಕ್ಕಿಂತ ಹೆಚ್ಚೇಕೆ ಉತ್ಪಾದನೆ ಮಾಡಬೇಕು ಎಂದು ಕೇಳುವ ಗಂಡಸುತನ ಯಾರಿಗೆ ಇದೆ? ಇಂದು ನಿಮ್ಮ ಸುತ್ತಲೂ ತಿರುಗಿ ನೋಡಿ! ಅಗತ್ಯವಿಲ್ಲದ ವಸ್ತುಗಳು! ಅಗತ್ಯ ಮೀರಿದ ವ್ಯಾಪಾರ ವಹಿವಾಟುಗಳು. ನಮ್ಮ ಪಂಚೇಂದ್ರಿಯಗಳನ್ನು ಮುಟ್ಟುವ ಪ್ರತಿ ಮಾಧ್ಯಮಕ್ಕೂ ಈ ವ್ಯಾಪಾರದ ಭಯಂಕರ ರೋಗ ಬಡಿದುಕೊಂಡಿದೆ. ನೀವು ನೋಡುವ ಮತ್ತು ಕೇಳುವ ಒಂದೊಂದು ಜಾಹಿರಾತು ಕೂಡ ನಮ್ಮನ್ನು ವಸ್ತುಗಳ ಭ್ರಮಾಲೋಕಕ್ಕೆ ತಳ್ಳುತ್ತಿವೆ. ಕೊಳ್ಳಿ ಕೊಳ್ಳಿ ಕೊಳ್ಳಿ ಕೊಳ್ಳಿ ಎಂದು ಸಮಾಜ ಒಂದೇ ಸಮನೆ ನಿಮ್ಮ ಕಿವಿಯಲ್ಲಿ ಉಸುರುತ್ತಿದೆ. ಭೂಮಿಯನ್ನು ಉರಿಸಿಕೋ ಅದೊಂದು ಉರುವಲು ಎನ್ನುತ್ತದೆ ಬಂಡವಾಳಶಾಹೀ ಸಮಾಜ. ಅದರ ಪ್ರಕಾರ ಭೂಮಿ ಅಪರಿಮಿತ ಕಚ್ಚಾಪದಾರ್ಥಗಳ ಗಣಿ. ದೋಚಿದಷ್ಟೂ ತುಂಬಿಸಿ ಕೊಡುವ

ಕಾಮಧೇನು. ನಿಮಗೆ ವಸ್ತುಗಳನ್ನು ತಲುಪಿಸಲು ರಾಕ್ಷಸಾಕಾರದಲ್ಲಿ ಜೇಡರಬಲೆ ಹರಡಿಕೊಂಡಿದೆ. ನೀವು ಹಾಕಿಕೊಂಡಿರುವ ಈ ಟಿ–ಶರ್ಟನ್ನು ಗಮನಿಸಿ. ನೀವು ಸುಮಾರು ಎಂಟು ಡಾಲರು ಕೊಟ್ಟಿರಬಹುದು ಇದಕ್ಕೆ ವಾಲ್–ಮಾರ್ಟ್‌ನಲ್ಲಿ. ಅದನ್ನು ತಯಾರಿಸಲು ನಿಕರಾಗುವಾದಲ್ಲಿ ಎಂಟುವರ್ಷದ ಸಣಕಲು ಹುಡುಗ ಕಣ್ಣೀರು ಸುರಿಸಿರುತ್ತಾನೆ. ಅವನ ಅಪ್ಪನಿಗೆ ಆ ಶರ್ಟಿನಿಂದ ಇಪ್ಪತ್ತು ಸೆಂಟಿನಷ್ಟೂ ದುಡ್ಡು ಸಿಕ್ಕಿರುವುದಿಲ್ಲ! ಪ್ರಪಂಚದ ಈ ವೈರುಧ್ಯಗಳನ್ನು ಗಮನಿಸಿದ್ದೀರಾ? ಕಣ್ಣೀರಿನ ಆ ಹುಡುಗನಿಂದ ಎಷ್ಟು ಶರಟುಗಳನ್ನು ಹೊಲಿಸಿ ವಾಲ್‌ಮಾರ್ಟಿನ ಶೆಲ್ಫ್‌ಗಳಲ್ಲಿ ನೇತು ಹಾಕಿದೆವು ಎನ್ನುವುದು ನಿಮ್ಮ ಇಂಡಸ್ಟ್ರಿಯಲ್ ಸೈಕಾಲಜಿಯ ಪ್ರೊಡಕ್ಟಿವಿಟಿ!" ಕ್ರಿಸ್ ಕಂಪಿಸುತ್ತಿದ್ದ.

ಅಶೋಕ್ ಒಮ್ಮೆ ತಲೆಗೊಡವಿ "ನೀವು ಕ್ಯಾಪಿಟಲಿಸಮ್ಮನ್ನು ಬಹಳ ತಪ್ಪಾಗಿ ಅರ್ಥ ಮಾಡಿಕೊಂಡಿದ್ದೀರಿ. ಯಾರೋ ಎಡಪಂಥೀಯ ಸ್ನೇಹಿತರು ನಿಮ್ಮ ತಲೆ ಕೆಡಿಸಿದ್ದಾರೆ. ನಿಮ್ಮ ಈ ವಾದಸರಣಿ ಹೊಸದಲ್ಲ. ಕಮ್ಯೂನಿಸ್ಟರು ಸದಾ ಕಾರುವ ವಿಷ ಅದು." ಎಂದರು.

"ಅಶೋಕ್, ಯಾರೇಕೆ ನನ್ನ ತಲೆ ಕೆಡಿಸಬೇಕು? ನಮ್ಮ ನಡುವೆ ನಡೆಯುತ್ತಿರುವುದಲ್ಲವೇ ಇದು? ಯಾವ ಸಮಾಜವಾದವೂ ನನ್ನ ಮನಸ್ಸನ್ನು ಮುಟ್ಟಿದ್ದಿಲ್ಲ. ಸಮಾಜ ವಾದದ ಹೆಸರಿನಲ್ಲಿ ಅನೇಕ ದೇಶಗಳು ಹೇಗೆ ತಮ್ಮ ಜನರನ್ನೇ ಹಿಂಸಿಸಿವೆ ಎನ್ನುವುದೂ ನಮ್ಮ ಕಣ್ಣೆದುರಿಗೇ ಇದೆ. ಎರಡೂ ವ್ಯವಸ್ಥೆಗಳನ್ನು ಕಂಡು ಬಂದ ನನ್ನ ಪೋಲೆಂಡಿನ ಸ್ನೇಹಿತನೊಬ್ಬ ಒಂದು ಮಾತನ್ನ ಹೇಳುತ್ತಿದ್ದ – ಅಂಡರ್ ಕ್ಯಾಪಿಟಾಲಿಸಂ ಮ್ಯಾನ್ ಎಕ್ಸ್‌ಪ್ಲಾಯ್ಟ್ಸ್ ಮ್ಯಾನ್; ಅಂಡರ್ ಸೋಷಿಯಾಲಿಸಂ ದ ರಿವರ್ಸ್ ಈಸ್ ಟ್ರೂ. ಆರ್ಥಿಕ ಲಾಭದ ಮುಂದೆ ಎರಡೂ ವ್ಯವಸ್ಥೆಗಳು ಸಮಾನವಾಗಿ ತಲೆಬಾಗಿ ನಿಲ್ಲುತ್ತವೆ. 'ಬಹುಜನರ ಕಲ್ಯಾಣಕ್ಕಾಗಿ' ಎನ್ನುವ ಸ್ಲೋಗನ್ನಿನ ಅಡಿಯಲ್ಲಿ ಏನು ಬೇಕಾದರೂ ಮಾಡಬಹುದು ಕೊನೆಗೆ ಹಿಂಸೆಯನ್ನು ಕೂಡಾ ಎಂದು ಎರಡೂ ವ್ಯವಸ್ಥೆಗಳು ನಮಗೆ ಸ್ಪಷ್ಟವಾಗಿಯೇ ಸಂದೇಶವನ್ನು ಕೊಡುತ್ತವೆ. ನಾವು ನಿಂತ ನೆಲವನ್ನೇ ನಾಶಮಾಡಿ ನಮ್ಮನ್ನು ನಿರ್ಮೌಲ್ಯಗೊಳಿಸಿ ಅಭ್ಯುದಯದ ಕನಸನ್ನು ನಮ್ಮಲ್ಲಿ ಬಿತ್ತಲು ನೋಡುತ್ತವೆ. ಮುಕ್ತ ಮಾರುಕಟ್ಟೆಯ ಬಂಡವಾಳಶಾಹಿಗಳ ವಸ್ತುದಾಹಕ್ಕೆ ನಿರಂತರವಾಗಿ ಸರಬರಾಜು ಮಾಡುತ್ತಿರುವವರು ಯಾರು? ಸಮಾಜವಾದಿ ಎಂದು ಕರೆದುಕೊಳ್ಳುವ ಚೀನಾ! ಲಾಭದ ವಿಷಯದಲ್ಲಿ ಎಲ್ಲರೂ ಪಾಲುದಾರರು. ಭೂಮಿಯ ಉಷ್ಣ ಏರಿದರೆ ಏನಾಯಿತು? ಆಫ್ರಿಕನ್ನರು ಒಬ್ಬರನ್ನೊಬ್ಬರು ಕೊಂದುಕೊಂಡರೆ ಏನಾಯಿತು? ಏಷ್ಯಾದಲ್ಲಿ ಮಿಲಿಯಗಟ್ಟಲೆ ಮಕ್ಕಳು ಉಪವಾಸ ಸತ್ತರೆ ಏನಾಯಿತು? ನನ್ನ ವ್ಯವಹಾರ ನನಗೆ ಎನ್ನುವಲ್ಲಿ ಎಲ್ಲರೂ ನಿಸ್ಸೀಮರು."

"ನಿಮಗೆ ಈ ರೀತಿ ಮಾತನಾಡುವ ಸ್ವಾತಂತ್ರ್ಯವನ್ನು ಕೊಟ್ಟಿರುವುದೂ ಅದೇ ಕ್ಯಾಪಿಟಲಿಸ್ಟ್ ಮತ್ತು ಡೆಮೊಕ್ರಾಟಿಕ್ ಸಮಾಜವೇ ಎನ್ನುವುದನ್ನು ಮರೆಯಬೇಡಿ."

“ಮರೆತಿಲ್ಲ. ಆದರೆ ನಿಮ್ಮ ಮಾತಿನ ತರ್ಕ ಹೇಗಿದೆ ಎಂದರೆ ಹುಲಿಯೊಂದು ಜಿಂಕೆಯನ್ನು ಹಿಡಿದು ಇವತ್ತು ನಿನ್ನನ್ನು ತಿನ್ನದೇ ಬಿಟ್ಟಿದ್ದೇನೆ ಬದುಕಿಕೋ ಎಂದು ಹೇಳಿ ತನ್ನ ಒಳ್ಳೆಯತನಕ್ಕೆ ತಾನೇ ಹೆಮ್ಮೆಪಟ್ಟಂತೆ. ಹುಟ್ಟುತ್ತಲೇ ಎಲ್ಲರೂ ಸ್ವತಂತ್ರರು. ಹುಟ್ಟಿನಿಂದಲೇ ಬಂದ ಬಿಡುಗಡೆಯನ್ನು ಯಾವ ದೇಶ ಮತ್ತು ಯಾವ ಸಮಾಜ ವ್ಯವಸ್ಥೆಯೂ ಕೊಡಬೇಕಾಗಿಲ್ಲ ಮತ್ತು ಕೊಟ್ಟಿಲ್ಲ. ನನ್ನ ಬಿಡುಗಡೆ ನನ್ನಿಂದ ಕಳೆದು ಹೋಗಿಯೇ ಇಲ್ಲ. ‘ಸದ್ದಾಂ ಹುಸೇನನನ್ನು ನೋಡು. ವಿರೋಧಿಸಿದವರನ್ನೆಲ್ಲಾ ಕೊಂದ, ತನ್ನ ಜನಗಳನ್ನೇ ಕೊಂದ. ಆದರೆ ನಾನು ನಿನ್ನನ್ನು ಬದುಕಲು ಬಿಡುತ್ತೇನೆ.’ ಎನ್ನುವುದು ನಾನೂ ಬದುಕುತ್ತೇನೆ ನೀನೂ ಬದುಕು ಎನ್ನುವ ಮಾತಲ್ಲ ಬದಲಾಗಿ ‘ನನ್ನ ಕೃಪೆಯಿಂದ ನೀನು ಬದುಕು’ ಎನ್ನುವಂತಹ ಮಾತು. ಅದು ಸಮಾನತೆಯಲ್ಲ.

ಈ ವ್ಯವಸ್ಥೆಗೆ ಸಮಾನತೆ ಗೊತ್ತಿಲ್ಲ ಆದರೆ ವಿಘಟನೆ ಗೊತ್ತಿದೆ. ವಿಘಟನೆಯೇ ಅದರ ಶಕ್ತಿ. ಸಮುದಾಯ, ಸಮಾಜ, ಕುಟುಂಬ ಕೊನೆಗೆ ವ್ಯಕ್ತಿಯನ್ನೂ ಭಾಗಮಾಡುತ್ತಾ ಹೋಗುವ ಗುಣ ಅದಕ್ಕೆ ಸಹಜವಾಗಿ ಸಿದ್ಧಿಸಿದೆ. ಲಾಭದ ಮಾತನಾಡಿ ಕೈಗಾರಿಕೆಗಳು ನಮ್ಮನ್ನು ವಿಘಟಿಸುತ್ತವೆ. ರಕ್ಷಣೆಯ ಮಾತನಾಡಿ ಸರಕಾರ ವಿಘಟಿಸುತ್ತದೆ. ವಿಘಟಿಸುವ ತಮ್ಮ ಕತ್ತಿಯನ್ನು ಹರಿತಗೊಳಿಸಿಕೊಳ್ಳಲು ಇವೆಲ್ಲವೂ ಶಿಕ್ಷಣವನ್ನು ಬಳಸಿಕೊಳ್ಳುತ್ತವೆ; ಈ ಇಂಡಸ್ಟ್ರಿಯಲ್ ಸೈಕಾಲಜಿ ಇದ್ದಂತೆ. ನಮ್ಮನ್ನು ಒಂದುಗೂಡಿಸುವ ಶಕ್ತಿಗಳೇ ಕಳೆದುಹೋಗಿವೆ. ಮೂಲಭೂತವಾಗಿ ಏನೋ ತಪ್ಪಾಗಿದೆ. ಮನೆಯ ಅಡಿಪಾಯವೇ ದುರ್ಬಲವಾಗಿದ್ದು ಛಾವಣಿ ಪದೇಪದೇ ಕುಸಿಯುತ್ತಿದೆ. ಅದು ಕುಸಿದಂತೆಲ್ಲಾ ತೇಪೆ ಹಾಕುವ ಕೆಲಸವನ್ನು ಮಾಡಿಯೇ ಮಾಡಿದ್ದೇವೆ. ಆದರೆ ಅಡಿಪಾಯದೆಡೆಗೆ ನೋಡುವ ದಾರ್ಶನಿಕತೆ ನಮಗೆ ಲಭಿಸಿದಂತೆಯೇ ಇಲ್ಲ.

ಬಂಡವಾಳಶಾಹಿಯನ್ನು ಆಳಲು ಬಿಟ್ಟಿದ್ದೇವೆ. ಆದರೆ ನಮಗೆ ಸ್ಪಷ್ಟವಾಗಿ ಗೊತ್ತು ಅದು ನೈತಿಕತೆಗೆ ಯಾವ ಬೆಲೆಯನ್ನೂ ಕೊಡದು ಎಂದು. ಕ್ಯಾಪಿಟಲಿಸಮ್ಮಿಗೆ ನೈತಿಕತೆಯ ಕೋಟನ್ನು ತೊಡಿಸಹೋಗುವವರು ಮೂರ್ಖರು ಅಷ್ಟೇ. ಏಕೆಂದರೆ, ಅದರ ಅಣುಅಣುವೂ ಅರ್ಥ ಮಾಡಿಕೊಳ್ಳುವ ಭಾಷೆ ಎಂದರೆ ಮಾರುಕಟ್ಟೆಯ ಲಾಭ. ಪ್ರಾಫಿಟ್! ಅಣಕವೆಂದರೆ ಈ ಬಂಡವಾಳಶಾಹಿ ರಾಜನೊಂದಿಗೆ ನೈತಿಕತೆಯ ಮಾತನಾಡಲು ಹೋಗಿ ಪದೇಪದೆ ನಿರಾಶರಾಗುತ್ತೇವೆ. ಯಾರಿಗೆ ನಮ್ಮ ಭಾಷೆಯೇ ಅರ್ಥವಾಗುವುದಿಲ್ಲವೋ ಅವರೊಂದಿಗೆ ಸಂಭಾಷಣೆಯಾದರೂ ಹೇಗೆ ಸಾಧ್ಯ? ಬೋಯಿಂಗ್, ಫೋರ್ಡ್, ಜನರಲ್ ಮೋಟಾರ್ಸ್, ಜನರಲ್ ಎಲೆಕ್ಟ್ರಿಕ್, ಪೆಟ್ರೋಲ್ ಉದ್ಯಮಗಳಿಗೆ ನಮ್ಮ ಮಾತು ಅರ್ಥವಾಗುವುದಾದರೂ ಹೇಗೆ? ನನ್ನೊಂದಿಗೆ ಜಗಳವಾಡಿದ ಆ ಮ್ಯಾನೇಜರ್‌ನನ್ನು ದೂರುವುದಿಲ್ಲ ನಾನು. ಏಕೆಂದರೆ ನಮ್ಮ ಭಾಷೆ ಅರ್ಥವಾಗದ ಕಾರ್ಪೊರೇಟ್ ವ್ಯವಸ್ಥೆಯ ಒಂದು ಸಣ್ಣ ಕೊಂಡಿ ಅವನು.

ಬಂಡವಾಳಶಾಹಿ ನಮಗೆ ಲೋಭವನ್ನು ಪ್ರೀತಿಸಲು ಹೇಳುತ್ತದೆ. ಲೋಭವಂತರಾಗುವುದರಲ್ಲಿ ತಪ್ಪೇನಿಲ್ಲ ಎನ್ನುತ್ತದೆ. ಲೋಭವಂತನನ್ನು ಸಮಾಜದ

ಹೀರೋನನ್ನಾಗಿಸಿ ಅವನನ್ನು ಅನುಸರಿಸುವಂತೆ ಉಳಿದವರನ್ನು ಪ್ರೋತ್ಸಾಹಿಸುತ್ತದೆ. ಲೋಭವನ್ನೇ ನೈತಿಕತೆಯೆಂದು ಕರೆಯುತ್ತ ಬಾಟಲಿಯೊಳಗೆ ತುಂಬಿ ನಮಗೆ ಕುಡಿಸುತ್ತದೆ. ವಾಲ್‌ಸ್ಟ್ರೀಟ್ ಸಿನಿಮಾದಲ್ಲಿ ಮೈಕಲ್ ಡಗ್ಲಸ್ ತನ್ನ ಚೂಪು ಗಲ್ಲವನ್ನು ಸವರುತ್ತ ಹೇಳುತ್ತಾನಲ್ಲ 'ದ ಪಾಯಿಂಟ್ ಈಸ್, ಲೇಡಿಸ್ ಆ್ಯಂಡ್ ಜಂಟಲ್‌ಮೆನ್, ಗ್ರೀಡ್ ಈಸ್ ಗುಡ್, ಗ್ರೀಡ್ ಈಸ್ ರೈಟ್, ಗ್ರೀಡ್ ವರ್ಕ್ಸ್.' ಕ್ಯಾಪಿಟಲಿಸಂ ನಿರಂತರವಾಗಿ ನಮ್ಮೆದೆಯಲ್ಲಿ ಅದನ್ನೇ ಪ್ರತಿಪಾದಿಸಲು ನೋಡುತ್ತದೆ. 'ಗ್ರೀಡ್ ಈಸ್ ಗುಡ್. ಅದನ್ನು ಅನುಸರಿಸು. ಸಂಪತ್ತನ್ನು ಕ್ರೋಢೀಕರಿಸಿಕೋ.' ನಾವು ಸಂಪತ್ತು ಎನ್ನುವ ಗೂಳಿಯ ಹಿಂದೆ ಓಡಿಯೇ ಓಡುತ್ತೇವೆ ಲೋಭದ ಕತ್ತಿ ಹಿಡಿದು. ಸ್ಪೇನಿನ ಗೂಳಿ ಕಾಳಗದಂತೆ ಅದಕ್ಕೆ ಕತ್ತಿಯಿಂದ ಚುಚ್ಚಿಯೇ ಚುಚ್ಚುತ್ತೇವೆ. ಚುಚ್ಚಿ ಚುಚ್ಚಿ ರಕ್ತ ಹಿಂಡುತ್ತೇವೆ. ಆದರೆ ಗೂಳಿಯ ರಕ್ತ ನಮ್ಮ ರಕ್ತವೇ ಆಗಿರುತ್ತದೆ. ನನ್ನ, ನಿಮ್ಮ, ನಿಮ್ಮ ಮಕ್ಕಳ, ನಿಮ್ಮ ಅಪ್ಪ ಅಮ್ಮಂದಿರ ರಕ್ತವೇ ಆಗಿರುತ್ತದೆ. ಕೊನೆಯಲ್ಲಿ ಗೂಳಿಯೊಂದಿಗೆ ನಮ್ಮ ಅವಸಾನವೂ ಆಗಿರುತ್ತದೆ. ಸಂಪತ್ತನ್ನು ಕ್ರೋಢೀಕರಿಸಿಕೊಳ್ಳುವ ನೆಪದಲ್ಲಿ ಆತ್ಮಹತ್ಯೆ ಮಾಡಿಕೊಳ್ಳುತ್ತೇವೆ, ಕವಿ ಗೋಲ್ಡ್‌ಸ್ಮಿಥ್ ಹೇಳಿದಂತೆ – where wealth accumulates, and men decay."

ಕ್ರಿಸ್ ಬ್ರೆಂಟನ್ ಅಳುತ್ತಿದ್ದ. ಅವನ ಮಾತುಗಳು ಎಲ್ಲರ ಎದೆಯನ್ನು ತಟ್ಟಿರುವುದು ಸ್ಪಷ್ಟವಾಗಿತ್ತು.

ಆದರೆ ಅಶೋಕ್ ಮಾತ್ರ ತಮ್ಮ ಧ್ವನಿಯ ಹರಿತವನ್ನು ಮತ್ತು ವ್ಯಂಗ್ಯವನ್ನು ಕಡಿಮೆಯಾಗದಂತೆ ಎಚ್ಚರವಹಿಸಿ "ಇಷ್ಟೆಲ್ಲಾ ಭಾಷಣ ಮಾಡುವ ತಾವು ಏನು ಮಾಡಬೇಕೆಂದಿರುವಿರಿ?" ಎಂದರು.

"ಗೊತ್ತಿಲ್ಲ. ಆದರೆ ಇವೆಲ್ಲದರಿಂದಲೂ ದೂರವಿರುವಂತೆ ಬದುಕುವುದು. ಸಂಪೂರ್ಣವಾಗಿ ದೂರವಿರುವುದು ಅಸಾಧ್ಯದ ಮಾತು. ಏಕೆಂದರೆ ವ್ಯವಸ್ಥೆಗೆ ಹಿಡಿದ ಈ ಗ್ರಹಣ ಯಾವ ಮೂಲೆಯನ್ನೂ ಬಿಟ್ಟಂತೆ ಕಾಣುವುದಿಲ್ಲ. ಸಾಧ್ಯವಾದಷ್ಟು ವ್ಯವಸ್ಥೆಯನ್ನು ಸರಿಪಡಿಸಲು ನೋಡುವುದು."

"ಚೆನ್ನಾಯಿತು. ನೀವು ಹೇಳಿದಂತೆ ವ್ಯವಸ್ಥೆ ಸಂಪೂರ್ಣವಾಗಿ ಕೆರಹಿಡಿದುಹೋಗಿದೆ ಎಂದಿಟ್ಟುಕೊಂಡರೂ, ಮನುಷ್ಯ ಮನುಷ್ಯನನ್ನು ಕಿತ್ತು ತಿನ್ನುತ್ತಿದ್ದಾನೆ ಎನ್ನುವ ಭಯಂಕರ ಕಲ್ಪನೆಯನ್ನು ನಿಜವೆಂದಿಟ್ಟುಕೊಂಡರೂ ನೀವೊಬ್ಬರು ತಾನೇ ಏನು ಮಾಡಲು ಸಾಧ್ಯ?"

"ಚಿಕನ್ ಸೂಪ್ ಫಾರ್ ದ ಸೋಲ್‌ನಲ್ಲಿ ಒಂದು ಕಥೆ ಬರುತ್ತದೆ. ಒಂದು ಬೇಸಿಗೆಯ ಬೆಳಗ್ಗೆ ಮೆಕ್ಸಿಕೋದ ಬೀಚಿನಲ್ಲಿ ಒಬ್ಬ ಮನುಷ್ಯ ಅಲೆಗಳ ಉಬ್ಬರಕ್ಕೆ ಕೊಚ್ಚಿಬಂದು ದಡಕ್ಕೆ ಬಿದ್ದಿದ್ದ ಸ್ಟಾರ್‌ಫಿಷ್‌ಗಳನ್ನು ಸಮುದ್ರಕ್ಕೆ ವಾಪಸ್ಸು ಬಿಡುತ್ತಿರುತ್ತಾನೆ. ಲೋಳೆಲೋಳೆಯಾಗಿ ಮುಟ್ಟಲಿಕ್ಕೇ ಅಸಹ್ಯವಾದ ಪರಿಸ್ಥಿತಿಯಲ್ಲಿರುತ್ತವೆ ಅವು. ಅದೇ ತೀರದಲ್ಲಿ ಜಾಗಿಂಗ್ ಮಾಡುತ್ತ ಬಂದ ಮನುಷ್ಯನೊಬ್ಬ ಇವನ ಚಟುವಟಿಕೆಯನ್ನು

ನೋಡಿ ಕುತೂಹಲಗೊಂಡು ಏನು ಮಾಡುತ್ತಿದ್ದೀಯಾ ಎಂದು ಕೇಳುತ್ತಾನೆ. ಕೈನಲ್ಲಿದ್ದ ನಕ್ಷತ್ರದ ಮೀನನ್ನು ಸವರುತ್ತ ಆ ಮನುಷ್ಯ 'ನಿನ್ನೆ ರಾತ್ರಿಯ ಸಮುದ್ರದ ಉಬ್ಬರಕ್ಕೆ ಈ ನಕ್ಷತ್ರ ಮೀನುಗಳು ದಡಕ್ಕೆ ಬಂದು ಬಿದ್ದಿವೆ. ಮಧ್ಯಾಹ್ನದೊಳಗೆ ಇವುಗಳನ್ನು ಸಮುದ್ರಕ್ಕೆ ವಾಪಸ್ಸು ಸೇರಿಸದಿದ್ದರೆ ಉಸಿರಾಟದ ತೊಂದರೆಯಿಂದಾಗಿ ಮತ್ತು ಏರುವ ಬಿಸಿಲಿನಿಂದಾಗಿ ಅವು ಇಲ್ಲೇ ಸತ್ತುಹೋಗುತ್ತವೆ. ಹಾಗಾಗಿ ಇವುಗಳನ್ನು ಸಮುದ್ರಕ್ಕೆ ವಾಪಸ್ಸು ಬಿಡುತ್ತಿದ್ದೇನೆ.' ಆ ಜಾಗಿಂಗ್‌ನ ಮನುಷ್ಯ ಜೋರಾಗಿ ನಕ್ಕು 'ಈ ತೀರದಲ್ಲಿ ಸ್ವಲ್ಪ ಓಡಾಡಿ ನೋಡಿದ್ದೀಯಾ ನೀನು? ನಾನು ಐದು ಮೈಲುಗಳಾಚೆಯಿಂದ ಜಾಗಿಂಗ್ ಮಾಡಿಕೊಂಡು ಬರುತ್ತಿದ್ದೇನೆ. ನೀನು ಕೈನಲ್ಲಿ ಹಿಡಿದಿರುವಂತಹ ಸ್ಟಾರ್‌ಫ಼ಿಷ್‌ಗಳು ಎಷ್ಟು ಸಾವಿರ ಸಂಖ್ಯೆಯಲ್ಲಿ ಬಂದು ಬಿದ್ದಿವೆ ಗೊತ್ತೇನು ನಿನಗೆ? ನೀನು ಇಲ್ಲಿ ಕೆಲವನ್ನು ನೀರಿಗೆ ಬಿಟ್ಟರೆ ಯಾವ ವ್ಯತ್ಯಾಸವಾಗುತ್ತದೆ?' ಎಂದಾಗ ನಕ್ಷತ್ರಮೀನನ್ನು ನೀರಿಗೆ ಬಿಡುತ್ತಿದ್ದ ಮನುಷ್ಯ ತಿರುಗಿಯೂ ನೋಡದೆ ಜತನದಿಂದ ಆ ಮೀನನ್ನು ನೀರಿಗೆ ಸೇರಿಸುತ್ತ 'ನೋಡು, ಆ ಮೀನಿನ ಜೀವನದಲ್ಲಿ ವ್ಯತ್ಯಾಸವಾಗುತ್ತದೆ.' ಎನ್ನುತ್ತಾನೆ. ಈ ಕಥೆಯ ಜಾಗಿಂಗ್ ಮನುಷ್ಯನಂತೆ ನೀವು ಮಾತನಾಡುತ್ತಿದ್ದೀರಿ."

"ಇಂಡಸ್ಟ್ರಿಯಲ್ ಸೈಕಾಲಜಿ ಓದಿ ಇಂಡಸ್ಟ್ರಿಗಳನ್ನೇ ತಿರಸ್ಕರಿಸುತ್ತೇನೆ ಎಂದರೆ ನೀವು ಆ ಸಮುದ್ರದ ತೀರದ ಮನುಷ್ಯನಂತೆ ಮೀನುಗಳನ್ನು ವಾಪಸ್ಸು ಬಿಡುವುದನ್ನು ಬಿಟ್ಟು ಮತ್ತೇನೂ ಮಾಡಲಾರಿರಿ."

"ಸಂತೋಷ. ಅದನ್ನೇ ಮಾಡಿದರಾಯಿತು. ಅಶೋಕ್, ದಯವಿಟ್ಟು ಈ ತರಹದ ಮಾತುಗಳನ್ನು ನಿಲ್ಲಿಸೋಣ. ನಿಮ್ಮ ವ್ಯಂಗ್ಯಗಳಿಗೆ ಉತ್ತರಿಸಿ ನನಗೆ ರೇಜಿಗೆ ಬರುತ್ತಿದೆ. ನಾನು ಎಲ್ಲವನ್ನೂ ತೊರೆದು ಹರೇಕೃಷ್ಣ ಪಂಥವನ್ನು ಸೇರುತ್ತಿಲ್ಲ. ಹಿಮಾಲಯಕ್ಕೆ ತಪಸ್ಸಿಗೆ ಹೋಗುತ್ತಿಲ್ಲ. ಅಮೆಜ಼ಾನ್‌ನ ಆದಿವಾಸಿಗಳನ್ನು ಸೇರುತ್ತಿಲ್ಲ. ಯಾವುದು ನನ್ನ ಮನಸ್ಸಿಗೆ ಹಿಡಿಸದೋ ಅದರೊಂದಿಗೆ ರಾಜಿ ಮಾಡಿಕೊಳ್ಳುವ ಮನಸ್ಸಿಲ್ಲ ಅಷ್ಟೆ. ಆ ದಿಕ್ಕಿನಲ್ಲಿ ನನಗೆ ಕಡಿಮೆ ನೋವು ಕೊಡುವವರೊಂದಿಗೆ ಹೊಂದಾಣಿಕೆ ಮಾಡಿ ಕೊಳ್ಳುತ್ತೇನೆ. ಕಡಿಮೆ ನೋವು ಕೊಡುವ ವ್ಯವಸ್ಥೆಯಲ್ಲಿ ಕೆಲಸ ಮಾಡುತ್ತೇನೆ. ಅದು ಕಿಂಡರ್‌ಗಾರ್ಟನ್ ಟೀಚರ್ ಕೆಲಸವಾಗಿರಬಹುದು, ರಸ್ತೆ ಗುಡಿಸುವ ಪೌರ ಕಾರ್ಮಿಕನಾಗಿರಬಹುದು ಅಥವಾ ನನ್ನ ದೈಹಿಕ ಸಾಮರ್ಥ್ಯಕ್ಕೆ ಅನುಗುಣವಾಗಿ ಪೋಲೀಸ್, ಫೈರ್‌ಫೈಟರ್ ಕೆಲಸಗಳಾಗಿರಬಹುದು. ವ್ಯವಸ್ಥೆಯನ್ನು ವಿರೋಧಿಸಿದೊಡನೆಯೇ ನಮ್ಮ ಪಾಲಿಗೆ ಪ್ರಪಂಚದ ಅಂತ್ಯವಾಗುವುದಿಲ್ಲ."

ಅಶೋಕ್ ಅವನೆಡೆಗೆ ಸರಿದು ಅವನ ಭುಜಗಳನ್ನು ಹಿಡಿದು ಹಗುರ ದನಿಯಲ್ಲಿ "ಹಾಗಲ್ಲ ಕ್ರಿಸ್. ನಿನ್ನ ಮತ್ತು ನಿನ್ನ ನಂಬಿಕೊಂಡವರ ಸುಖಗಳನ್ನೂ ನೋಡಬೇಕು. ಜಾನಿಟರ್ ಆಗಿ ಆಫೀಸುಗಳನ್ನು ಗುಡಿಸುವವನಿಗೆ ಸಿಗುವ ಸಂಬಳ ಗೊತ್ತೇ ನಿನಗೆ..." ಎಂದು ಇನ್ನೂ ಏನೋ ಹೇಳುವವರಿದ್ದರು. ಕ್ರಿಸ್ ಎದ್ದುನಿಂತವನು ಅವರ ಕೈಗಳನ್ನು ಧಡಾರನೆ ಕೊಡವಿ ಮತ್ತದೇ ಕೆಂಪುಕಣ್ಣು ಮತ್ತು ದೊಡ್ಡ ಧ್ವನಿಯಲ್ಲಿ

"ಸ್ವಂತ ಸುಖಕ್ಕಾಗಿ ತನ್ನೂರಿನಿಂದ ಓಡಿಬಂದು ಇಲ್ಲಿ ಜೀತದ ಕೆಲಸ ಮಾಡುವ ಒಬ್ಬ ಇಮಿಗ್ರೇಷನ್ ಲಾಯರಿನಿಂದ ನಾನು ಲೈಫ್‌ನ ಇಂಟಗ್ರಿಟಿಯ ಪಾಠವನ್ನು ಕೇಳಬೇಕಾಗಿಲ್ಲ." ಎಂದು ಬಿಟ್ಟ. ಅಶೋಕ್ ಸ್ತಂಭೀಭೂತರಾದರು. ಪ್ಯಾಟ್ರೇಷಿಯಾ "ಕ್ರಿಸ್!!" ಎಂದು ಕೂಗಿದ್ದು ಎಷ್ಟು ಜೋರಾಗಿತ್ತೆಂದರೆ ಲಿವಿಂಗ್‌ರೂಮಿನ ಉದ್ದಗಲ ಸಾಲದೆ ಕರ್ಕಶ ಪ್ರತಿಧ್ವನಿಯಾಯಿತು. ಪ್ಯಾಟ್ರೇಷಿಯಾ ಕ್ರಿಸ್‌ನನ್ನು ಹೊರಗೆ ಕರೆದುಕೊಂಡು ಹೋದಳು.

ಅಶೋಕ್ ಕುರ್ಚಿಯ ಮೇಲೆ ಕುಸಿದು ಕುಳಿತರು. ಆ ಕ್ಷಣದ ಅವಮಾನಕ್ಕೆ ಮತ್ತು ನೋವಿಗೆ ಅವರ ಮುಖ ಕಳೆಗುಂದಿತು. ವಾಣಿ ಅಸಹಾಯಕಳಾಗಿ ನನ್ನೆಡೆಗೆ ನೋಡಿದಳು. ಹೇಗೆ ಪ್ರತಿಕ್ರಿಯಿಸಬೇಕೆಂಬ ಯಾವ ಸುಳಿವೂ ಇಲ್ಲದೆ ನಾನು ಸುಮ್ಮನೆ ಕುಳಿತಿದ್ದೆ.

ಕೆಲವು ನಿಮಿಷಗಳ ನಂತರ ಕ್ರಿಸ್ ಪ್ಯಾಟ್ರೇಷಿಯಾಳ ಹಿಂದೆ ವಾಪಸ್ಸು ಬಂದ. ಅಶೋಕ್‌ರ ಮುಂದೆ ನಿಂತು "ದಯವಿಟ್ಟು ನನ್ನನ್ನು ಕ್ಷಮಿಸಿ." ಎಂದ. ಅಶೋಕ್ ತಲೆಯನ್ನು ಮೇಲೆತ್ತಲಿಲ್ಲ.

"ಒಮ್ಮೊಮ್ಮೆ ಸಿಟ್ಟಿನ ಭರದಲ್ಲಿ ನಾನು ನಾನಾಗಿಯೇ ಇರುವುದಿಲ್ಲ. ದಯವಿಟ್ಟು ಕ್ಷಮಿಸಿಬಿಡಿ. ನಿಮ್ಮ ತಂಡದಲ್ಲಿರಲು ನಾನು ಲಾಯಕ್ಕಿನ ಮನುಷ್ಯನಲ್ಲ. ನನಗದು ಇಷ್ಟು ತಡವಾಗಿ ಜ್ಞಾನೋದಯವಾದುದಕ್ಕೆ ಕ್ಷಮೆ ಇರಲಿ. ನಾನು ನನ್ನ ಸ್ಟಡಿಯನ್ನು ಮುಂದುವರೆಸುವುದಿಲ್ಲ. ನಾನು ಹೋಗುತ್ತೇನೆ. ಬಹುಶಃ ಇದೇ ನಮ್ಮ ಕೊನೆಯ ಭೇಟಿ." ಎಂದವನು ತಿರುಗಿ ನೋಡದೆ ಬಾಗಿಲನ್ನು ತೆರೆದುಕೊಂಡು ದಾಪುಗಾಲನ್ನು ಹಾಕಿಕೊಂಡು ಹೊರಗೆ ನಡೆದುಬಿಟ್ಟ.

ಪ್ಯಾಟ್ರೇಷಿಯಾ ಅಶೋಕರ ಪಕ್ಕದ ಕುರ್ಚಿಯಲ್ಲಿ ಕುಳಿತಳು. ಯಾರೂ ಮಾತನಾಡುವ ಸ್ಥಿತಿಯಲ್ಲಿ ಇರಲಿಲ್ಲ. ಪ್ಯಾಟ್ರೇಷಿಯಾ ಅಶೋಕರ ಮುಂಗೈಯನ್ನು ಹಿಡಿದು "ಈ ತರಹದ ಘಟನೆಗಳನ್ನು ನಾನು ಊಹಿಸಿಯೂ ಇರಲಿಲ್ಲ. ನಿಜವಾಗಿಯೂ ನನಗೆ ಬಹಳ ದುಃಖವಾಗುತ್ತಿದೆ." ಎಂದಳು. ಅವಳ ಕಣ್ಣುಗಳಲ್ಲಿ ನೀರು ತುಂಬಿತ್ತು. ಅಶೋಕ್ ಸಾವರಿಸಿಕೊಂಡು "ಪರವಾಗಿಲ್ಲ ಬಿಡಿ. ಚಿಂತೆ ಬೇಡ." ಎಂದವರು ಮತ್ತೇನೂ ಮಾತನಾಡದೆ ಲಿವಿಂಗ್‌ರೂಮಿನಿಂದ ಹೊರಗೆ ನಡೆದು ಚಪ್ಪಲಿಗಳನ್ನು ಮೆಟ್ಟಿಕೊಂಡು ತಮ್ಮ ಮನೆಗೆ ಹೋಗಿಬಿಟ್ಟರು.

ವಾಣಿ ಯಾವುದೋ ನೆವದಲ್ಲಿ ರೂಮನ್ನು ಸೇರಿಕೊಂಡವಳು ಎಷ್ಟು ಹೊತ್ತಾದರೂ ವಾಪಸ್ಸು ಬರಲಿಲ್ಲ. ಅರ್ಪಿತಾ ಸಿಂಗ್ ಪ್ಯಾಟ್ರೇಷಿಯಾಳೊಂದಿಗೆ "ನೀನು ಮತ್ತು ಕ್ರಿಸ್ ಒಟ್ಟಿಗೇ ಒಂದೇ ಕಾರಿನಲ್ಲಿ ಬಂದದ್ದು ಅಲ್ಲವೇ? ಅವನು ಕಾರು ತೆಗೆದುಕೊಂಡು ಹೋಗಿದ್ದರೆ ನಿನ್ನನ್ನು ಮನೆಗೆ ಬಿಡುವವರು ಯಾರು? " ಎಂದಳು.

ಪ್ಯಾಟ್ರೇಷಿಯಾ ಆಗ ನೆನಪಿಸಿಕೊಂಡವಳಂತೆ ದಿಢೀರನೆ ಮೇಲೆದ್ದವಳು "ಅಯ್ಯೋ, ನನ್ನ ಬಳಿಯೇ ಕಾರಿನ ಕೀ ಇದೆ. ಅವನು ಹೇಗೆ ಮನೆಗೆ ಹೋದಾನು?"

ಎಂದು ಹೊರಗೆ ಓಡಿದವಳು ಸ್ವಲ್ಪ ಹೊತ್ತಿನ ನಂತರ ಬಂದು "ಅವನೆಲ್ಲೂ ಸಿಕ್ಕಲೇ ಇಲ್ಲ." ಎಂದಳು ಆತಂಕದಿಂದ. ಕ್ರಿಸ್‌ನನ್ನು ಹುಡುಕಲು ಹೊರಗೆ ಹೊರಟ ನಾನು ಹೊರಡುವ ಮುಂಚೆ "ಅವನ ಸೆಲ್‌ಫೋನಿಗೆ ಕಾಲ್ ಮಾಡಿ ನೋಡಿ." ಎಂದೆ.

"ಅವನ ಬಳಿ ಸೆಲ್‌ಫೋನ್ ಇಲ್ಲ." ಎಂದಳು ಪ್ಯಾಟ್ರೇಷಿಯಾ.

ಹೊರಗೆ ಎರಡು ಮೂರು ರಸ್ತೆಗಳಾಚೆಗೆ ಓಡಾಡಿದೆ. ಹತ್ತಿರದ ಪಾರ್ಕಿನ ಬೆಂಚುಗಳನ್ನೆಲ್ಲಾ ಹುಡುಕಿದೆ. ಹಿಂಡಿನಲ್ಲಿ ಆಟವಾಡುವ ಮಕ್ಕಳ ಗುಂಪನ್ನು ಬಿಟ್ಟರೆ ಕ್ರಿಸ್ ಬ್ರೆಂಟನ್ ನನಗೆ ಸಿಗಲಿಲ್ಲ.

ವಾಣಿಯ ಪ್ರಾಜಕ್ಟ್‌ನ ಕಥೆ ಹೀಗೆ ಆತಂಕದಲ್ಲಿ ಕಳೆದು ಹೋಯಿತು. ಅಂದು ರಾತ್ರಿ ಊಟದ ನಂತರ ಅಶೋಕರ ಮನೆಗೆ ಹೋಗಿ ಅವರೊಂದಿಗೆ ಸ್ವಲ್ಪ ಕಾಲ ಕಳೆದು ಬಂದೆ.

"ಫೈರ್‌ಬ್ರಾಂಡ್ ಅದು." ಎಂದರು ಅಶೋಕ್. "ಲಾವಾರಿಸ್ಸೋ ಶೋಲೆನೋ ಸಿನಿಮಾದಲ್ಲಿ ಅಮಿತಾಬ್ ಬಚ್ಚನ್ ಡೈಲಾಗ್ ಹೊಡಿತಾನಲ್ಲ ಜಿಸ್‌ಕೆ ಸೀನೇ ಮೆ ದಿಲ್ ಹೀ ನಹೀ ಉಸ್‌ಕೊ ದಿಲ್ ಕಾ ಬಾತ್ ಕೈಸೆ ಸಮಜೇಗಾ ಅಂತ, ಹಾಗೆ. ನಿಮಗೆಲ್ಲಿ ತಿಳಿಯುತ್ತೆ ಮೂರ್ಖರಾ ನಿಮಗೆಲ್ಲಿ ತಿಳಿಯುತ್ತೆ ಮೂರ್ಖರಾ ಅಂತ ಡೈಲಾಗ್ ಮೇಲೆ ಡೈಲಾಗ್ ಹೊಡೆದು ಹೋದ. ನಮ್ಮ ಹರಿಕಥೆ ದಾಸರು ಶಶಿರೇಖಾ ಪರಿಣಯವನ್ನು ಮಾಡಿದಂತೆ ಕತೆ ಉಪಕತೆ ಎಲ್ಲವನ್ನೂ ವದರಿ ಹೋದ." ಸುಜಾತ ಹೆಚ್ಚಿತಂದ ಹಣ್ಣನ್ನು ನನ್ನ ಮುಂದೆ ಇಡುತ್ತ "ಅವನು ಹೇಳುವುದೆಲ್ಲಾ ಸರಿ. ಎಲ್ಲವೂ ಒಪ್ಪಿಕೊಳ್ಳುವ ಮಾತೇ. ಆದರೆ ವಾಸ್ತವತೆಯ ಅರಿವೇ ಇಲ್ಲದೆ ಅವನು ಸೃಷ್ಟಿಸಿಕೊಳ್ಳುತ್ತಿರುವ ಪ್ರಪಂಚದಲ್ಲಿ ಬಾಳಲು ಸಾಧ್ಯವೇ? ಅವನಿಗೆ ಸಹಾಯ ಮಾಡಲು ನೋಡಿದೆ. ಆದರೆ ಬೆಂಕಿಯನ್ನು ತಬ್ಬಿದ ಅನುಭವವಾಯಿತು." ಎಂದರು.

ಕ್ರಿಸ್ ಮತ್ತೆರಡು ದಿನಗಳಲ್ಲಿ ಫುಲೆರ್ಟಾನ್ ಕಾಲೇಜಿಗೆ ಅಧಿಕೃತವಾಗಿ ಕಾಗದ ಬರೆದು ತನ್ನ ನೋಂದಣಿಯನ್ನು ಕ್ಯಾನ್ಸಲ್ ಮಾಡಿಕೊಂಡನಂತೆ.

ನಮ್ಮ ಮನೆಯ ಮೈಲ್‌ಬಾಕ್ಸ್‌ಗೆ ಅಶೋಕರ ಹೆಸರಿನಲ್ಲಿ ಗ್ರೀಟಿಂಗ್ ಕಾರ್ಡೊಂದು ಬಂದು ಬಿತ್ತು. ಕಳಿಸಿದವರ ವಿಳಾಸದಲ್ಲಿ ಕ್ರಿಸ್ ಬ್ರೆಂಟನ್ ಎಂದಿತ್ತು. ಅದನ್ನು ಅಶೋಕರ ಕೈಗಿತ್ತಾಗ "ಆ್ಯಂತ್ರಾಕ್ಸ್ ಪುಡಿ ಸವರಿ ಕಳುಹಿದ್ದಾನೋ ನೋಡಿ ಒಡೀಬೇಕ್ರೀ." ಎಂದು ನಗುತ್ತಲೇ ಲಕೋಟೆಯನ್ನು ಒಡೆದಾಗ ಒಳಗೆ ಹೂಗುಚ್ಛದ ಚಿತ್ರದ ಗ್ರೀಟಿಂಗ್ ಕಾರ್ಡಿನೊಳಗೆ "ನಿಮ್ಮನ್ನು ಅವಮಾನಿಸುವ ಮಾತುಗಳನ್ನಾಡಿದ್ದಕ್ಕೆ ನನ್ನನ್ನು ಕ್ಷಮಿಸಿ." ಎಂದು ಕೆಟ್ಟ ಹಸ್ತಾಕ್ಷರದಲ್ಲಿ ಪೆನ್ಸಿಲ್ಲಿನಲ್ಲಿ ಬರೆದ ನ್ಯಾಪ್‌ಕಿನ್ ಕಾಗದದ ತುಂಡಿತ್ತು. ವಾಣಿಯು ತನ್ನ ಇತರ ಪ್ರಾಜಕ್ಟ್ ಸ್ನೇಹಿತರಿಗೆ ಆ ವಿಷಯವನ್ನು ತಿಳಿಸಿದಾಗ ಪ್ಯಾಟ್ರೇಷಿಯಾ ನಕ್ಕು, ಅಶೋಕರಿಗಷ್ಟೇ ಅಲ್ಲದೆ ಬೋಯಿಂಗ್ ಕಂಪನಿಯಲ್ಲಿ ಅವನು ಜಗಳವಾಡಿದ ರಷ್ಯನ್ ಮ್ಯಾನೇಜರನಿಗೂ ಈ ತರಹದ ಪತ್ರವನ್ನು ಬರೆದಿದ್ದಾನೆ ಎಂದು ಹೇಳಿದಳಂತೆ.

ದಿನಗಳೆದಂತೆ ಇನ್ನೂ ಅನೇಕ ವಿಷಯಗಳು ನಮಗೆ ತಿಳಿದವು.

ಕ್ರಿಸ್ ಮತ್ತು ಪ್ಯಾಟ್ರೇಷಿಯಾ ಒಬ್ಬರನ್ನೊಬ್ಬರು ಪ್ರೀತಿಸುತ್ತಾರಂತೆ. ಅದು ಇವತ್ತು ನಿನ್ನೆಯದಲ್ಲ, ಅವರ ಹೈಸ್ಕೂಲಿನ ದಿನಗಳಿಂದ ಪ್ರಾರಂಭವಾದದ್ದಂತೆ.

ಕ್ರಿಸ್ ತನ್ನ ಮಾತಿನಂತೆಯೇ ಅಗ್ನಿಶಾಮಕದಳದಲ್ಲಿ ಕೆಲಸಕ್ಕೆ ಸೇರಿಕೊಂಡನಂತೆ. ಈ ಎಲ್ಲಾ ಘಟನೆಗಳ ಮೊದಲೇ ಎಲ್.ಎ. ಕೌಂಟಿ ಫೈರ್ ಡಿಪಾರ್ಟ್‌ಮೆಂಟಿನಲ್ಲಿ ಆಯ್ಕೆಯಾಗಿರುವ ಬಗ್ಗೆ ಪ್ಯಾಟ್ರೇಷಿಯಾಳೊಂದಿಗೆ ಹೇಳಿದ್ದನಂತೆ.

ಅಂದು ನಮ್ಮ ಮನೆಯಿಂದ ಹೊರಟವನು ಪ್ಯಾಟ್ರೇಷಿಯಾಳಿಗೆ ಕಾಯದೆ ಹದಿನಾಲ್ಕು ಮೈಲುಗಳು ಓಡಿ ಮಧ್ಯರಾತ್ರಿಯ ಹೊತ್ತಿಗೆ ತನ್ನ ಮನೆ ಸೇರಿದನಂತೆ!

ಅಧ್ಯಾಯ 12

ಕ್ರಿಸ್ ಬ್ರೆಂಟನ್‌ನೊಂದಿಗಿನ ಘಟನೆಯನ್ನು ಅಶೋಕ್ ಅಷ್ಟೊಂದು ಮನಸ್ಸಿಗೆ ಹಚ್ಚಿಕೊಂಡಂತೆ ಕಾಣಲಿಲ್ಲ. ಅವರ ಸ್ವಭಾವವೇ ಹಾಗೆ, ಹಗುರವಾಗಿ ತೆಗೆದುಕೊಳ್ಳುವಂತಹದ್ದು. "ಅವನು ನನ್ನನ್ನು ವಲಸೆ ಬಂದ ಭಿಕ್ಷುಕ ಎಂದು ಬೈದಿದ್ದಕ್ಕೆ ಬೇಸರವಾಗಲಿಲ್ಲ. ಆದರೆ ಲೇಬರ್ ಲಾಯರ್ ಆದ ನನ್ನನ್ನು ಜುಜುಬಿ ಇಮಿಗ್ರೇಷನ್ ಲಾಯರ್ ಎಂದನಲ್ಲ, ಶಿವನೇ! ಆ ಮಾತನ್ನು ಕೇಳಿಯೂ ಹೇಗೆ ಬದುಕಿರಲಿ?" ಎಂದು ನಾಟಕೀಯವಾಗಿ ತಮ್ಮ ಕೈಗಳನ್ನು ಎದೆಗೆ ಒತ್ತಿಕೊಂಡರು. ಅಲ್ಲಿಯೇ ಇದ್ದ ಸುಜಾತ "ಸಾಕು ಸುಮ್ಮನಿರಿ. ಹೆಚ್ಚಾಯಿತು ನಿಮ್ಮ ನಾಟಕ." ಎಂದು ಹುಸಿ ಮುನಿಸು ತೋರಿದರು. ನಾನು ಮತ್ತು ವಾಣಿ ಮನಸಾರೆ ನಕ್ಕೆವು. ಆ ಘಟನೆಯ ನಂತರವೂ ವಾಣಿ ಮತ್ತು ಅವಳ ಉಳಿದ ಸಹಪಾಠಿಗಳಿಗೆ ಎಂದಿನ ಉತ್ಸಾಹದಲ್ಲಿಯೇ ಅಶೋಕ್ ಸಹಾಯ ಮಾಡಿದರು. ಹಿಂದೆ ಸಹಾಯ ಮಾಡಿದ ತಮ್ಮ ಸ್ನೇಹಿತನೊಂದಿಗೆ ಮತ್ತೆ ಮಾತನಾಡಿ ಬೋಯಿಂಗ್ ಸಂಸ್ಥೆಯಲ್ಲೇ ಮತ್ತೊಮ್ಮೆ ಪ್ರಾಜಕ್ಟಿನ ಅವಕಾಶವನ್ನು ವಾಣಿ ಮತ್ತು ಅವಳ ಸ್ನೇಹಿತರಿಗೆ ಒದಗಿಸಿಕೊಟ್ಟರು. ಅಶೋಕರ ಸ್ನೇಹಿತರಿಗೆ ಈ ಜಗಳದ ವಿಷಯ ತಿಳಿದೇ ಇರಲಿಲ್ಲವಂತೆ. ಆ ರಷ್ಯನ್ ಮ್ಯಾನೇಜರ್ ಈ ಘಟನೆಯ ಬಗ್ಗೆ ಯಾವ ದೂರನ್ನೂ ಕೊಟ್ಟಿರಲಿಲ್ಲ. "ಮತ್ತೆ ಅಂದು, ನನ್ನ ಸ್ನೇಹಿತ ಬಹಳ ಬೇಜಾರು ಮಾಡಿಕೊಂಡಿದ್ದಾನೆ; ಕಂಪನಿ ವಿಚಾರಣೆ ಮಾಡುತ್ತಿದೆ ಎಂದೆಲ್ಲಾ ಹೇಳಿದಿರಿ ಕ್ರಿಸ್ ಬ್ರೆಂಟನ್‌ನೊಂದಿಗೆ!" ಎಂದೆ ಅಶೋಕರನ್ನು ಕೆಣಕುವಂತೆ. "ಸುಳ್ಳೇ ಹೇಳುವುದಿಲ್ಲ ಎಂದು ನಾನೇನಾದರೂ ಪ್ರತಿಜ್ಞೆ ತೆಗೆದುಕೊಂಡಿರುವೆನೇನಯ್ಯಾ ನಿನ್ನಬಳಿ?" ಎಂದರು ಅಶೋಕ್. "ಅದೂ, ಹೇಳಿ ಕೇಳಿ ಲಾಯರ್ ಆಗಿ ಹುಟ್ಟಿ!"

ಅಶೋಕರ ಸ್ನೇಹಿತ ಈ ಸಲ ವಾಣಿಯ ತಂಡವನ್ನು ಆ ಹಳೆಯ ಮ್ಯಾನೇಜರನ ಹತ್ತಿರ ಕಳುಹಿಸದೆ ಮತ್ತೊಂದು ವಿಭಾಗದಲ್ಲಿ ಸೀನಿಯರ್ ಮ್ಯಾನೇಜರ್ ಆಗಿದ್ದ

ಆತ್ಮಾರಾಮ ಶಾಸ್ತ್ರಿ ಎನ್ನುವ ಚಿಂತಾಮಣಿ ಮೂಲದ ಕನ್ನಡಿಗರ ಬಳಿ ಕಳುಹಿಸಿದರಂತೆ. ರಿಟೈರ್‌ಮೆಂಟಿನ ಹತ್ತಿರದ ದಿನಗಳಲ್ಲಿದ್ದ ಆತ್ಮಾರಾಮ ಶಾಸ್ತ್ರಿಗಳು ಬಹಳ ತಾಳ್ಮೆಯ ಸ್ವಭಾವದವರಾಗಿದ್ದು ಇವರುಗಳನ್ನು ಬಹಳ ಪ್ರೀತಿ ಮತ್ತು ಗೌರವದಿಂದ ಕಂಡು ಆಸಕ್ತಿಯಿಂದ ಪ್ರಾಜಕ್ಟಿನ ಮಾರ್ಗದರ್ಶನ ಮಾಡಿದರಂತೆ.

ಈ ನಡುವೆ ಅಶೋಕರ ಮನೆಯಿಂದ ಮೂರು ಸಿಹಿ ಸಮಾಚಾರಗಳು ನಮ್ಮನ್ನು ತಲುಪಿದವು. ಮೊದಲನೆಯದು, ಸುಜಾತ ಗರ್ಭಿಣಿಯಾಗಿದ್ದರು. ಆಗಲೇ ಮೂರು ತಿಂಗಳು ತುಂಬಿತ್ತು. ಎರಡನೆಯದು, ಮೃಣಾಲಿನಿಯು ಶಾಲೆಯ ಮಟ್ಟದ ಸ್ಪೆಲ್ಲಿಂಗ್ ಬೀ ಸ್ಪರ್ಧೆಯಲ್ಲಿ ವಿಜಯಿಯಾಗಿ ರಾಜ್ಯಮಟ್ಟದ ಸ್ಪರ್ಧೆಗೆ ಹೊರಟಿದ್ದಳು. ಅಮೆರಿಕದ ಶಾಲಾ ವಿದ್ಯಾರ್ಥಿಗಳಲ್ಲಿ ಸ್ಪೆಲ್ಲಿಂಗ್-ಬೀ ಬಹಳ ಪ್ರತಿಷ್ಠೆಯ ವಿಷಯ. ಮೂರನೆಯ ಸುದ್ದಿ ಎಂದರೆ ಅಶೋಕರಿಗೆ ಆಫೀಸಿನಲ್ಲಿ ಭಡ್ತಿ ಸಿಕ್ಕಿತ್ತು. ಪ್ರಿಂಟಾಗಿ ಬಂದ ತಮ್ಮ ಹೊಸ ಬ್ಯುಸಿನೆಸ್ ಕಾರ್ಡನ್ನು ನನಗೆ ಕೊಡುತ್ತಾ "ನೋಡ್ರೀ, ನೆಗೋಷಿಯೇಟರ್ ಅಂತ ಇದ್ದುದನ್ನ ಸೀನಿಯರ್ ನೆಗೋಷಿಯೇಟರ್ ಅಂತ ಮಾಡುದಕ್ಕೆ, ಅಂದರೆ ಬರೀ ಒಂದು ಪದ ಜಾಸ್ತಿ ಸೇರ್ಸುದಕ್ಕೆ ನನ್ನ ಜೀವನದ ಹದಿನೈದು ವರ್ಷಗಳನ್ನ ಈ ಕಂಪನಿ ತಿಂದು ಹಾಕಿತು." ಎಂದರು. ಅಶೋಕರಲ್ಲಿ ಈ ಭಡ್ತಿ ಬಹಳ ಸಂತೋಷವನ್ನು ಉಂಟುಮಾಡಿತ್ತು. ಬಹಳ ಉತ್ಸಾಹದಲ್ಲಿದ್ದರು. ಲಾಸ್ ಏಂಜಲಿಸ್‌ನ ಟ್ರಕ್ ಡ್ರೈವರ್‌ಗಳ ಯೂನಿಯನ್‌ಗೂ ಮತ್ತು ಟ್ರಕ್ ಮಾಲಿಕರಿಗೂ ಬಿದ್ದ ವ್ಯಾಜ್ಯವನ್ನು ಬಗೆಹರಿಸಲು ಮುಖ್ಯ ನೆಗೋಷಿಯೇಟರ್ ಆಗಿ ಕಂಪನಿ ಇವರನ್ನು ನೇಮಿಸಿತ್ತು. "ಸ್ವಲ್ಪ ತರಲೇ ಕೇಸು. ಆದರೆ ಹೊಸದೇನಲ್ಲ. ಡ್ರೈವರ್‌ಗಳಿಗೂ ಮಾಲಿಕರಿಗೂ ಇರುವ ಹಳೇ ಜಗಳ. ಯೂನಿಯನ್ ಮತ್ತು ಮಾಲಿಕರ ಗಿಲ್ಡ್‌ನ್ನು ಒಂದು ಒಪ್ಪಂದಕ್ಕೆ ತಂದುಬಿಟ್ಟರೆ ನನ್ನ ಕೆಲಸ ಮುಗಿದಂತೆಯೇ." ಎಂದರು.

"ಪ್ರಮೋಷನ್ನು ಅಂತ ಬಾಯಿ ತುಂಬಾ ಹೇಳಿಕೊಳ್ಳಬೇಕು ಅಷ್ಟೇ, ಸಂಬಳ ಜಾಸ್ತಿ ಮಾಡಿದ್ದು ಅಷ್ಟರಲ್ಲೇ ಇದೆ. ಇಲ್ಲಿ ದುಡಿದದ್ದೆಲ್ಲಾ ಅಕ್ಕಿ, ತೊಗರೀಬೇಳೆ ಮತ್ತೆ ಪೆಟ್ರೋಲಿಗೇ ಹೋಗುತ್ತಲ್ರೀ! ಸೋನಾ ಮಸೂರಿ ಅಕ್ಕಿಯ ಬೆಲೆ ನೋಡಿದ್ರಾ? ಆಕಾಶ ಮುಟ್ಟಿದೆ!"

ಅಶೋಕರನ್ನಷ್ಟೇ ಅಲ್ಲ. ಅಮೆರಿಕಾದಲ್ಲಿರುವ ಭಾರತೀಯರನ್ನೆಲ್ಲಾ ಅಕ್ಕಿ ಮತ್ತು ಬೇಳೆಯ ಬೆಲೆ ಕಂಗೆಡಿಸಿತ್ತು. ಅಮೆರಿಕಾದ ಭಾರತೀಯರು ಹೆಚ್ಚಾಗಿ ಉಪಯೋಗಿಸುವ ಸೋನಾಮಸೂರಿ ಮತ್ತು ಬಾಸುಮತಿ ಅಕ್ಕಿ ಭಾರತದಿಂದ ಆಮದಾಗುತ್ತಿದ್ದು ಅದು ಸಂಪೂರ್ಣವಾಗಿ ನಿಂತು ಹೋಗಿತ್ತು. ಭಾರತದಿಂದ ಮಾತ್ರವಲ್ಲ, ಥಾಯ್ಲೆಂಡ್, ವಿಯಾಟ್ನಾಂ, ಜಪಾನ್ ಮುಂತಾದ ಪ್ರಮುಖ ಅಕ್ಕಿ ಬೆಳೆಗಾರ ದೇಶಗಳಿಂದ ಅಕ್ಕಿ ಆಮದಾಗಿ ಬರುವುದು ಹೆಚ್ಚುಕಡಿಮೆ ಸಂಪೂರ್ಣವಾಗಿ ನಿಂತು ಹೋಗಿತ್ತು. ವಾಣಿ ಮತ್ತು ನಾನು ಟಸ್ಟಿನ್‌ನ ಭಾರತೀಯ ದಿನಸಿ ಅಂಗಡಿಗೆ ಹೋದಾಗ ನನ್ನೊಂದಿಗೆ ಕನ್ನಡ ಮಾತನಾಡುವ ಕಪ್ಪನೆಯ ಆಂಧ್ರಾ ಶೆಟ್ಟರು "ಸೋನಾಮಸೂರಿ ಅಕ್ಕಿ

ಕೇಳಲೇಬೇಡ ಬಾಬು." ಎಂದು ಕೈಯಾಡಿಸಿದವರು ನಂತರ ಸುತ್ತಲು ಯಾರೂ ಇಲ್ಲ ಎನ್ನುವುದನ್ನು ಖಚಿತಪಡಿಸಿಕೊಂಡು "ಒಕ ನಿಮಿಷಂ" ಎಂದು ಒಳಗೆ ಹೋಗಿ ಇಪ್ಪತ್ತು ಪೌಂಡಿನ ಬ್ಯಾಗನ್ನು ತಂದು ಮುಂದಿಡುತ್ತ "ಎವರ್ಕಿ ಚಪ್ಪದ್ದು. ಶೆಟ್ರು ಅಕ್ಕಿ ಮುಚ್ಚಿಟ್‌ಕಂಡ್ ರೇಟ್ ಏರುದ್ನೇ ಕಾಯ್ತಿದಾರೆ ಅಂತ ಇಲ್ಲದ್ ಮಾತಾಡ್ಕಳ್ತಾರೆ ಜನ. ಏನೋ ಸ್ನೇಹಿತ್ರಿಗೆ ಅಂತ ಒಂದೆರಡು ಬ್ಯಾಗು ಇಟ್ಟಿರ್ತಿನಿ ಅಷ್ಟೇ. ಮೂಪ್ಪೈಏಡು ಡಾಲರ್ ಕೊಡು."

"ಮೂವತ್ತೇಳು ಡಾಲರ್ರೇ ಇಪ್ಪತ್ತು ಪೌಂಡಿಗೆ??"

"ಆಯ್ತಪ್ಪಾ ತಗಬ್ಯಾಡಾ! ಮುಂದಿನ್ ವಾರ ಬಂದ್ರೆ ನಲ್ವತ್ತೈದು ಡಾಲರ್ರು ಆಗಿರುತ್ತೆ. ಆಗ್ಲೇ ಕೊಂಡ್‌ಕೊಳ್ಳುವಂತೆ." ಎಂದು ಅವರು ಬ್ಯಾಗನ್ನು ಒಳಗಿಡಲು ಹೊರಟಾಗ "ಇಲ್ಲ ಇಲ್ಲ. ಈಗಲೇ ಕೊಡಿ." ಎಂದು ಬೇಡಿ ಕೊಂಡುತಂದಿದ್ದೆ.

ತೊಗರಿಬೇಳೆಯ ಕಥೆಯೂ ಅದೇ.

"ಎಲ್ಲಿಂದನೂ ಬರ್ತನೇ ಇಲ್ಲ, ನಾನೆಲ್ಲಿಂದ ಕೊಡ್ಲೀ? ಅಕ್ಕೀ, ಬ್ಯಾಳೇ ಎಕ್ಸ್‌ಪೋರ್ಟ್ ಮಾಡುದನ್ನ ಭಾರತ ಬ್ಯಾನ್ ಮಾಡಿದೆ. ಸೌತ್ ಆಫ್ರಿಕಾದಿಂದ ಸ್ವಲ್ಪ ದಿನ ಬಂತು. ಪಾಕಿಸ್ತಾನ ಸ್ವಲ್ಪ ದಿನ ಕಳುಸ್ತು. ಈಗ ಯಾರೂ ಕಳಸಹಂಗಿಲ್ಲ. ಈ ಫುಡ್ ಪ್ರಾಬ್ಲಮ್ ಕಾಲದಲ್ಲಿ ನಾವು ಬೆಳೆಯೋ ದಾಲು ನಮ್ಮ ಶಿಟಿಜನ್ಸ್‌ಗೆ ಮಾತ್ರಾ ಅಂತ ಅನ್ನುತಂತೆ ಭಾರತದ್ ಸರಕಾರ. ನಮ್ಮ ಕಥೆ ಏನ್ ನೋಡು! ಈ ಕಡೆ ಇಲ್ಲಿ ಜನಗಳಂಗೆ ಹಂದಿ, ಹಸ ಅಂತ ತಿನ್ನಹಂಗಿಲ್ಲ ಆ ಕಡೆ ನಮಗೆ ಅಕ್ಕಿ ಸಿಗಹಂಗಿಲ್ಲ. ಎಲ್ಲಾ ಎಡವಟ್ಟಾಗ್ ಕೂತಿದೆ. ಎಲ್ಲಾ ಕಡೆನೂ ಇದೇ ಗೋಳು. ನ್ಯೂಯಾರ್ಕಿಗಾದ್ರೂ ಹೋಗು ಸ್ಯಾನ್ ಫ್ರಾನ್ಸಿಸ್ಕೋಗಾದ್ರೂ ಹೋಗು. ಬ್ಯಾಳೇ ಬ್ಯಾಗ್ ಕೊಡ್ಲಾ? ಹತ್ ಪೌಂಡಿಗೆ ಇಪ್ಪತ್ತು ಡಾಲರ್ರು. ಯಾರ್ಗೂ ಹೇಳ್ಬೇಡ ಬಾಬೂ."

ಶೆಟ್ಟರು ಹೇಳಿದಂತೆ ಸಮಸ್ಯೆ ಎಲ್ಲಾ ಕಡೆ ಇತ್ತು. ಪತ್ರಿಕೆಗಳೂ ಇದನ್ನು ವರದಿ ಮಾಡಿದ್ದವು. ಲಾಸ್ ಏಂಜಲಿಸ್ ಟೈಮ್ಸ್‌ನಲ್ಲಿ ಪ್ರಕಟವಾದ ವರದಿಯಲ್ಲಿ ಅಕ್ಕಿ ಮತ್ತು ಬೇಳೆಯ ಅಭಾವದಿಂದಾಗಿ ಅಮೆರಿಕದಲ್ಲಿರುವ ಭಾರತೀಯರು ಪಡುತ್ತಿರುವ ಕಷ್ಟಗಳನ್ನು ಬಣ್ಣಿಸಿರುವುದನ್ನು ನಾನು ಓದಿದ್ದೆ.

ಆದರೆ ಸಮಸ್ಯೆ ಅಮೆರಿಕಾದಲ್ಲಿರುವ ಭಾರತೀಯರದ್ದಷ್ಟೇ ಆದಂತೆ ಕಾಣಲಿಲ್ಲ.

"ಇಡೀ ಪ್ರಪಂಚಕ್ಕೇ ಆಹಾರದ ಅಭಾವ ಎದುರಾಗಿದೆ. ಆಹಾರದ ಬೆಲೆ ರಾಕೇಟಿನ ವೇಗದಲ್ಲಿ ಮೇಲಕ್ಕೆ ಏರುತ್ತಿದೆ. ಆಫ್ರಿಕಾದಲ್ಲಿ ಆಹಾರಕ್ಕಾಗಿ ದಂಗೆಗಳೇ ನಡೆಯುತ್ತಿವೆ. ಇದು ವರ್ಲ್ಡ್ ಫುಡ್ ಕ್ರೈಸಿಸ್!" ಟಿವಿಯ ವಾರ್ತೆಯಲ್ಲಿ ವಿಶ್ವಸಂಸ್ಥೆಯ ಜನರಲ್ ಸೆಕ್ರೆಟರಿಯವರು ತಮ್ಮ ಎತ್ತಿದ ಕೊರಿಯನ್ ಕಂಠದಲ್ಲಿ ಮಾತನಾಡುತ್ತಿದ್ದರು.

"ಜೋಳವನ್ನು ಇಂಧನವಾಗಿ ಉರಿಸುತ್ತಿರುವುದು ಇದಕ್ಕೆ ಕಾರಣವೇ?" ಸಿಎನ್‌ಎನ್‌ನ ನ್ಯೂಸ್ ಆ್ಯಂಕರ್ ಬಿಡಿಸಿ ಕೇಳಿದ.

"ಅದೂ ಒಂದು ಕಾರಣ." ಎಂದರು ವಿಶ್ವಸಂಸ್ಥೆಯ ಸೆಕ್ರೆಟರಿ. ಅವರಾಡಿದ ಆ

ಮೂರು ಪದಗಳು ಜೆನ್‌ಸನ್ ಗ್ರೀನ್ ಎನರ್ಜಿಯ ಹಣೆಬರಹವನ್ನು ಬರೆಯುತ್ತವೆ ಎಂದು ನನಗೆ ಅನ್ನಿಸಿಬಿಟ್ಟಿತು. ಫ್ರಾಂಕೋಗೆ ಫೋನ್ ಮಾಡಿದೆ. "ಸುಮ್ಮನೆ ಒಂದು ಬಿಯರ್ ಕುಡಿದು ಮಲಗು. ಅದಕ್ಕಿನ್ನೂ ಅಭಾವವಾಗಿಲ್ಲ!" ಎಂದ ಉಡಾಫೆಯ ಸ್ವರದಲ್ಲಿ.

▸▸

ನಾನು ಹಿಂದೆ ಜೆನ್‌ಸನ್ ಗ್ರೀನ್ ಎನರ್ಜಿಯನ್ನು ಕುರಿತಾಗಿ ಮಾಡುತ್ತಿದ್ದ ಟಿಪ್ಪಣಿಗಳ ಪುಸ್ತಕವನ್ನು ಹೆಕ್ಕಿ ತೆಗೆದೆ. ಆಫೀಸಿನ ನನ್ನ ಪುಸ್ತಕದ ಶೆಲ್ಫಿನಲ್ಲಿ ಪ್ರಾಜಕ್ಟಿನ ಪುಸ್ತಕಗಳ ತಳದಲ್ಲಿ ಹುದುಗಿ ಹೋಗಿತ್ತು ಅದು. ಪುಟಗಳನ್ನು ತಿರುಗಿಸಿದಾಗ 'ಟಿಮೋತಿ ಮೆಕ್‌ನೀಲರ್ ಸಿಎನ್‌ಬಿಸಿ ಸಂದರ್ಶನದಲ್ಲಿ ಹೇಳಿದ್ದು' ಎಂದು ಅಂಡರ್‌ಲೈನ್ ಮಾಡಿದ ಸಾಲಿನ ಕೆಳಗಿನ ಪ್ಯಾರಾಗ್ರಾಫ್ಹಿನೊಂದಿಗೆ ನನ್ನ ಬರವಣಿಗೆ ನಿಂತಿತ್ತು. ಆ ಪ್ಯಾರಾದ ಕೊನೆಯ ಸಾಲನ್ನು ಕೂಡ ಅಂಡರ್‌ಲೈನ್ ಮಾಡಿದ್ದೆ – 'ನಮ್ಮ ನಾಗರಿಕತೆಯ ಕನಸಿನ ಫಲ ಜೆನ್‌ಸನ್ ಗ್ರೀನ್ ಎನರ್ಜಿ.'

ಅದೇ ಪರಿಚ್ಛೇದದ ಪ್ರಾರಂಭದಲ್ಲಿ ಟಿಮೋತಿಯ ಉಳಿದ ಮಾತುಗಳನ್ನು ದಾಖಲಿಸಿದ್ದೆ.

ಜೋಳವನ್ನು ಇಂಧನಕ್ಕಾಗಿ ಉಪಯೋಗಿಸುವುದರಿಂದ ಆಹಾರದ ಸಮಸ್ಯೆ ಎದುರಾಗುವುದಿಲ್ಲ. ಪ್ರಪಂಚದ ಏರು ಜನಸಂಖ್ಯೆಗೆ ತಕ್ಕಂತೆ ಆಹಾರದ ಉತ್ಪಾದನೆಯನ್ನೂ ಉತ್ಕರ್ಷಗೊಳಿಸುವ ಕೃಷಿ ತಂತ್ರಜ್ಞಾನಗಳು ನಮ್ಮಲ್ಲಿವೆ. ಬಯೋ-ಫ್ಯೂಯಲ್‌ನ ತಯಾರಿಕೆಗೆ ತಕ್ಕಂತೆ ಭೂ ವ್ಯವಸಾಯದಲ್ಲೂ ಕ್ರಾಂತಿಗಳೇ ನಡೆಯುತ್ತಿವೆ. ಇಂಧನಕ್ಕೂ ಜೋಳವನ್ನು ಒದಗಿಸಿ ಆಹಾರವನ್ನೂ ಕಡಿಮೆ ಬೆಲೆಗೆ ಕೊರತೆಯಿಲ್ಲದಂತೆ ಕೊಡುವಷ್ಟು ಉತ್ಪಾದನಾ ಮತ್ತು ಸರಬರಾಜು ತಂತ್ರಜ್ಞಾನಗಳು ನಮ್ಮಲ್ಲಿವೆ. ಆದರೂ ಕೆಲವು ಅಪವಾದಗಳು ಇವೆ ಎನ್ನುವುದನ್ನು ನಾನು ಒಪ್ಪಿಕೊಳ್ಳುತ್ತೇನೆ. ಪ್ರಪಂಚವನ್ನೇ ಕಾಡುವಂತಹ ಬರ ಪರಿಸ್ಥಿತಿ ಬಂದು ಆಹಾರದ ತೀವ್ರ ಮುಗ್ಗಟ್ಟು ಎದುರಾದಾಗ ಮಾತ್ರ ನಾವು ಚಿಂತಿಸಬೇಕಾಗುತ್ತದೆ. ಆಹಾರ ಮುಖ್ಯವೋ ಇಂಧನವೋ, ಆಹಾರಕ್ಕೆ ಎಷ್ಟು ಜೋಳ ಇಂಧನಕ್ಕೆ ಎಷ್ಟು ಜೋಳ, ಎನ್ನುವ ಪ್ರಶ್ನೆಗಳೆಲ್ಲಾ ಎದುರಾಗುತ್ತವೆ. ಅಂತಹ ಸಂದರ್ಭಗಳಲ್ಲಿ ನಾವು ಬೆಳೆಯುವ ಜೋಳವು ಪೆಟ್ರೋಲ್ ಉತ್ಪಾದನೆಗಿಂತ ಮೆಕ್ಸಿಕನ್ ಟೋರ್ಟಿಯಾ ರೊಟ್ಟಿಯ ಉತ್ಪಾದನೆಗೆ ಹೆಚ್ಚು ವಿನಿಯೋಗವಾಗಲಿ ಎಂದು ಮೊದಲು ಪ್ರತಿಪಾದಿಸುವವನು ನಾನು. ಆದರೆ ಅಂತಹ ಕ್ರೈಸಿಸ್‌ಗಳು ನಮ್ಮ ಸಮೀಪದ ದೃಷ್ಟಿಯಲ್ಲಂತೂ ಗೋಚರಿಸುತ್ತಿಲ್ಲ. ಅಂಕಿಅಂಶಗಳ ಪ್ರಕಾರ ಅಂತಹ ಬರಗಾಲ ಮೂವತ್ತೋ ಅಥವಾ ನಲವತ್ತೋ ವರ್ಷಗಳಿಗೊಮ್ಮೆ ಬರುತ್ತದೆ ಮತ್ತು ಸದ್ಯಕ್ಕೆ ಬರಬಾರದು. ಮುಂದೆ ಅಂತಹ ವಿಪತ್ಕಾಲ ಎದುರಾಗುವ ವೇಳೆಗೆ ನಾವು

ಜೈವಿಕ ಇಂಧನ ಮತ್ತು ಆಹಾರ ಎರಡನ್ನೂ ಸಮರ್ಥವಾಗಿ ನಿರ್ವಹಿಸುವುದನ್ನು ಕಲಿತಿರುತ್ತೇವೆ." ಮುಂದಿನ ಎರಡು ಸಾಲುಗಳನ್ನು ಓದಲಾಗದಷ್ಟು ಮೋಡಿ ಅಕ್ಷರಗಳಲ್ಲಿ ಬರೆದಿದ್ದೆ. 'ನಮ್ಮ ನಾಗರಿಕತೆಯ ಕನಸಿನ ಫಲ ಜೆನ್‌ಸನ್ ಗ್ರೀನ್ ಎನರ್ಜಿ.' ಎನ್ನುವ ಸಾಲಿನೊಂದಿಗೆ ಪ್ಯಾರಾಗ್ರಾಫ್ ಅಂತ್ಯವಾಗಿತ್ತು.

ಗ್ರಂಥಾಲಯಕ್ಕೆ ಹೋಗಿ ಹಳೆಯ ಪತ್ರಿಕೆಗಳು ಮತ್ತು ನಿಯತಕಾಲಿಕೆಗಳನ್ನು ಒಟ್ಟು ಹಾಕಿಕೊಂಡು ವರ್ಲ್ಡ್ ಫುಡ್ ಕ್ರೈಸಿಸ್‌ನ ಬಗ್ಗೆ ವಿಷಯಗಳನ್ನು ಸಂಗ್ರಹಿಸಲಾರಂಭಿಸಿದೆ. ಅನೇಕ ಅಚ್ಚರಿ ಮೂಡಿಸುವ ಸಂಗತಿಗಳು ತಿಳಿಯತೊಡಗಿದವು. ಅದರಲ್ಲೂ ವಿಶೇಷವಾಗಿ, ಆಹಾರದ ಸಮಸ್ಯೆ ಎಂದು ಪ್ರಾರಂಭವಾಯಿತು ಎನ್ನುವಾಗಿನ ನಿಷ್ಕರ್ಷೆಗಳು. ಯಾವುದನ್ನು ಟಿಮೋತಿ ಮೆಕ್‌ನೀಲರ್ ಟಿವಿಯಲ್ಲಿ ಅಂಕಿಅಂಶಗಳ ಸಮೇತ ಇನ್ನು ಮೂವತ್ತು ವರ್ಷಗಳು ಕಾಣಿಸಬಾರದು ಎಂದಿದ್ದನೋ ಅದು ಆತ ಆ ಮಾತುಗಳನ್ನು ಮುಗಿಸಿ ಮನೆ ತಲುಪುವುದರೊಳಗಾಗಿ ಕಾಣಿಸಿಕೊಂಡಿತ್ತು. ಪತ್ರಿಕೆಗಳ ಅನೇಕ ಉದಾಹರಣೆಗಳನ್ನು ಗಮನಿಸಿದರೆ ಪ್ರಪಂಚದ ಆಹಾರ ಸಮಸ್ಯೆ ಟಿಮೋತಿಯ ಮಾತುಗಳಿಗಿಂತ ಮೊದಲೇ ಪ್ರಾರಂಭವಾಗಿತ್ತು. ಟಿಮೋತಿ ಗಮನಿಸಿರಲಿಲ್ಲವೋ ಅಥವಾ ಗಮನಿಸಿಯೂ ಇದು ದೊಡ್ಡ ಸಮಸ್ಯೆ ಎಂದು ಕೊಂಡಿರಲಿಲ್ಲವೋ ಅಥವಾ ದೊಡ್ಡ ಸಮಸ್ಯೆ ಎಂದು ಗೊತ್ತಿದ್ದರೂ ಇನ್ನೆಲ್ಲಿ ತನ್ನ ಕಂಪನಿಗೆ ಮಾರಕವಾಗುವುದೋ ಎಂದು ಸಮಸ್ಯೆಯೇ ಇಲ್ಲವೆಂದು ವರ್ತಿಸಿದನೋ? ಹೇಳುವವರು ಯಾರು?

ನಾನು ಲೈಬ್ರರಿಯ ಹಳೆಯ ದಿನಪತ್ರಿಕೆಗಳಲ್ಲಿ, ನಿಯತಕಾಲಿಕಗಳಲ್ಲಿ ಮತ್ತು ಪುಸ್ತಕಗಳಲ್ಲಿ ಸಂಗ್ರಹಿಸಿದ ಮಾಹಿತಿಗಳನ್ನು ಕ್ರೋಢೀಕರಿಸಿ ಒಂದು ನಿಯತಕ್ರಮದಲ್ಲಿ ಟಿಪ್ಪಣಿ ಬರೆಯಲಾರಂಭಿಸಿದೆ.

– ಪ್ರಪಂಚದ ಆಹಾರದ ಹಾಹಾಕಾರ ಅನೇಕ ಕಾರಣಗಳಿಂದ ಕಾಣಿಸಿಕೊಂಡಿದೆ. ಮೊಟ್ಟಮೊದಲನೆಯದಾಗಿ ಪೆಟ್ರೋಲಿನ ಅಭಾವ ಮತ್ತು ಅದರ ಬೆಲೆಯಲ್ಲಾದ ಉಲ್ಬಣದಿಂದಾಗಿ. ಪೆಟ್ರೋಲ್ ಮತ್ತು ಡೀಸೆಲ್‌ಗಳ ಬೆಲೆಯಲ್ಲಿ ಏರಿಕೆಯಾದರೆ ಸಾಗಾಣಿಕೆಯ ವೆಚ್ಚದಲ್ಲಿಯೂ ಏರಿಕೆಯಾಗುತ್ತದೆ ಹಾಗಾಗಿ ಅನುಗುಣವಾಗಿ ಪದಾರ್ಥಗಳ ಬೆಲೆಯೂ ಏರುತ್ತದೆ. ಧಾನ್ಯಗಳ ಬೆಲೆಯೂ ಪೆಟ್ರೋಲಿನ ಬೆಲೆಯ ಜೊತೆಗೆ ಸ್ಪರ್ಧೆಯಲ್ಲಿ ಮೇಲುಮೇಲಕ್ಕೆ ಏರುತ್ತಿದೆ. (ದ ಎಕನಾಮಿಸ್ಟ್)

– ಪೆಟ್ರೋಲಿನ ಬೆಲೆಯ ಆತಂಕಕ್ಕೆ ಉರುವಲು ಸುರಿಯುವಂತೆ ಪ್ರಪಂಚದ ಅನೇಕ ದೇಶಗಳಲ್ಲಿ ಹವಾಮಾನದ ವೈಪರೀತ್ಯಗಳು ಕಾಣಿಸಿಕೊಂಡು ಬರ ಇಲ್ಲವೆ ನೆರೆಯಿಂದ ಜನಜೀವನವು ಅಸ್ತವ್ಯಸ್ತವಾಗಿದೆ. ಏಷ್ಯಾ ಮತ್ತು ಆಫ್ರಿಕ ಅತಿಹೆಚ್ಚು ಪೀಡಿತ ಖಂಡಗಳು. ಈ ಹವಾಮಾನ ವೈಪರೀತ್ಯ ಗ್ಲೋಬಲ್ ವಾರ್ಮಿಂಗ್‌ನ ಫಲ. (ಆರೇಂಜ್ ಕೌಂಟಿ ರಿಜಿಸ್ಟಾರ್)

– ಒಂದೇ ಸಮನೆ ಏರುತ್ತಿರುವ ನಮ್ಮ ಜನಸಂಖ್ಯೆಗೂ ಹಾಗೂ ಕೃಷಿಯ ವಿಸ್ತಾರಕ್ಕೆ ನಡೆಯುತ್ತಿರುವ ಅರಣ್ಯನಾಶಕ್ಕೂ ಮತ್ತು ಹವಾಮಾನ ವೈಪರೀತ್ಯಗಳನ್ನು

ಕೊಡುತ್ತಿರುವ ಭೂತಾಪದ ಏರಿಕೆಗೂ ನೇರ ಸಂಬಂಧಗಳಿವೆ. ಇದು ನಾನು ಸೃಷ್ಟಿಸುತ್ತಿರುವ ಮಾತುಗಳಲ್ಲ. ವಿಶ್ವಸಂಸ್ಥೆಯ ಹವಾಮಾನ ಬದಲಾವಣೆಯ ಕುರಿತಾದ ಸಮಿತಿಯ ಅಧ್ಯಕ್ಷರಾದ ರಾಜೇಂದ್ರ ಪಚೌರಿಯವರು ಅವಕಾಶ ಸಿಕ್ಕಲ್ಲೆಲ್ಲ ಹೇಳುತ್ತಲೇ ಬಂದಿರುವ ಮಾತುಗಳು. ನಮ್ಮ ಕೈಗಾರಿಕೋದ್ಯಮಗಳು ಹವಾಮಾನಕ್ಕೆ ಬಿಡುತ್ತಿರುವ ಇಂಗಾಲದ ಪ್ರಮಾಣವನ್ನು ಗಣನೀಯವಾಗಿ ಕಡಿಮೆ ಮಾಡದಿದ್ದರೆ ವಿನಾಶವೆಂಬುದು ಕಟ್ಟಿಟ್ಟಬುತ್ತಿ. ಈ ವಿನಾಶದ ಆಗಮನದ ಮೊದಲ ಚಿಹ್ನೆ ನಾವಿಂದು ಅನುಭವಿಸುತ್ತಿರುವ ಆಹಾರದ ಸಮಸ್ಯೆ. (ರಾಜ್ ಪಟೇಲರ ಪುಸ್ತಕದಿಂದ – ರಾಜ್ ಪಟೇಲರು ಡಬ್ಲ್ಯೂಎಫ್‌ಒನಲ್ಲಿ ಸಕ್ರಿಯ ಪಾತ್ರವಹಿಸುತ್ತಿದ್ದಾರೆ)

– ವರ್ಲ್ಡ್ ಫುಡ್ ಕ್ರೈಸಿಸ್‌ನಲ್ಲಿ ಅಮೆರಿಕದ ನಿರ್ಣಾಯಕ ಪಾತ್ರವಿದೆ ಎನ್ನುವುದನ್ನು ಅಧ್ಯಕ್ಷರಾದ ಜಾರ್ಜ್ ಬುಷ್ ತಳ್ಳಿಹಾಕಿದ್ದಾರೆ. 'ಭಾರತ ಮತ್ತು ಚೀನಾ ದೇಶಗಳಲ್ಲಿನ ಬದಲಾದ ಆರ್ಥಿಕ ಪರಿಸ್ಥಿತಿಗಳಿಂದಾಗಿ ಸೃಷ್ಟಿಯಾದ ದೊಡ್ಡ ಸಂಖ್ಯೆಯ ಮಧ್ಯಮ ವರ್ಗವು ಪೌಷ್ಠಿಕ ಆಹಾರ ಮತ್ತು ಮಾಂಸದ ಬೇಡಿಕೆಯನ್ನು ವಿಪರೀತ ಜಾಸ್ತಿ ಮಾಡಿರುವುದೇ ಇವತ್ತಿನ ಆಹಾರ ಸಮಸ್ಯೆಗೆ ಮೂಲ ಕಾರಣ.' ಎಂದು ಹೇಳಿಕೆಯನ್ನು ಕೊಟ್ಟಿದ್ದಾರೆ. ಭಾರತ ಮತ್ತು ಚೀನಾ ದೇಶಗಳು ಬುಷ್‌ರ ಈ ಮಾತನ್ನು ಬಲವಾಗಿ ವಿರೋಧಿಸಿವೆ. ಭಾರತದ ಕೇಂದ್ರ ಮಂತ್ರಿ ಜೈರಾಮ್ ರಮೇಶ್ ಹೇಳಿಕೆಯೊಂದನ್ನು ನೀಡಿ 'ಬುಷ್‌ರ ಈ ಮಾತುಗಳು ಅವರ ಎಂದಿನ ಮಾತುಗಳಂತೆ ಮೂರ್ಖತನದಿಂದ ಕೂಡಿದ್ದವಾಗಿವೆ.' ಎಂದು ತೀಕ್ಷ್ಣವಾಗಿ ಟೀಕಿಸಿದ್ದಾರೆ. 'ವಿಶ್ವಸಂಸ್ಥೆಯ ಸಂಶೋಧನೆಯ ಪ್ರಕಾರ ಸರಾಸರಿ ಭಾರತೀಯ ಒಂದು ದಿನಕ್ಕೆ ತಿನ್ನುವ ಕ್ಯಾಲೊರಿಗಳು 2440, ಅದೇ ಒಬ್ಬ ಅಮೆರಿಕನ್ ತಿನ್ನುವ ಕ್ಯಾಲೊರಿಗಳು 3770. ಈಗ ತಾನೇ ಗಣಿತ ಕಲಿಯುತ್ತಿರುವ ನಾಲ್ಕು ವರ್ಷದ ಮಗು ಕೂಡ ಹೇಳಬಲ್ಲುದು ಯಾರು ಹೆಚ್ಚು ತಿನ್ನುತ್ತಿದ್ದಾರೆ ಎಂದು!' (ದ ನ್ಯೂಯಾರ್ಕ್ ಟೈಮ್ಸ್)

– ಹೆಚ್ಚಿನ ಆಹಾರ ಬೆಳೆಯಲು ಕಾಡು ಕಡಿಯುವ ಮತ್ತು ಕಾಡು ಕಡಿದದ್ದರಿಂದ ಹವಾಮಾನ ವೈಪರೀತ್ಯಗಳನ್ನು ಕಾಣುವ ಮತ್ತು ಹವಾಮಾನ ವೈಪರೀತ್ಯಗಳಿಂದಾಗಿ ಹೆಚ್ಚಿನ ಆಹಾರ ಬೆಳೆಯಲಾಗದ ವಿಷವರ್ತುಲದಲ್ಲಿ ಭೂಮಿ ಸಿಲುಕಿಕೊಂಡಿದೆ. ಭಾರತ, ಬ್ರೆಜಿಲ್, ಅರ್ಜಂಟೈನಾ, ಇಂಡೋನೇಷ್ಯಾ, ಮಲೇಷಿಯಾ ಮತ್ತು ಆಫ್ರಿಕಾದ ರಾಷ್ಟ್ರಗಳಲ್ಲಿ ಅರಣ್ಯಗಳು ಮೊದಲಿಗಿಂತಲೂ ವೇಗವಾಗಿ ಕಣ್ಮರೆಯಾಗುತ್ತಿವೆ. ಅರಣ್ಯ ನಾಶಕ್ಕೆ ಜನರ ಹಸಿವು ಸಕಾರಣವಾಗಿ ಕಾಣತೊಡಗಿದೆ. ಆಹಾರದ ಸಮಸ್ಯೆ ಆಹಾರದ ರಾಜಕೀಯವಾಗಿಯೂ ಬದಲಾಗಿದೆ. (ವೆಂಡಲ್ ಬೆರ್ರಿ – ಹೆಸರಾಂತ ಪರಿಸರವಾದಿ – ಹಾರ್‌ಪರ್ಸ್ ಮ್ಯಾಗಝೈನ್‌ನಲ್ಲಿ)

– 'ಈ ವೈಪರೀತ್ಯವನ್ನು ಮೊದಲು ಸರಿಪಡಿಸಿ!' ಎನ್ನುತ್ತಿದ್ದಾರೆ ಮಾನವತಾವಾದಿಗಳು. 'ಆಹಾರ ಹೆಚ್ಚಾಗಿ ಮ್ಯಾಕ್‌ಡೋನಾಲ್ಡ್ಸ್‌ನಂತಹ ಆಹಾರ

ಬಿಕರಿ ಚೈನುಗಳು ದನದ ಮಾಂಸದ ಬಿಗ್ ಮ್ಯಾಕ್‌ಗಳನ್ನು ಒಂದು ಡಾಲರಿಗೂ ಕೆಲವು ಸೆಂಟುಗಳು ಕಡಿಮೆಯಷ್ಟು ಅಗ್ಗದ ಬೆಲೆಗೆ ಮಾರಿ ಜನ ವಿಪರೀತ ತಿಂದು ಹೃದಯಾಘಾತಕ್ಕೆ ಒಳಗಾಗಿ ಮಿಲಿಯಗಟ್ಟಲೆ ಜನರು ಶ್ರೀಮಂತ ದೇಶಗಳಲ್ಲಿ ಸತ್ತರೆ ಆಫ್ರಿಕಾದ ಸುಡಾನ್‌ನಲ್ಲಿ ಆಹಾರವಿಲ್ಲದೆ ಹಸಿವಿನಿಂದ ಮಿಲಿಯನ್ ಲೆಕ್ಕದಲ್ಲಿ ಜನರು ಪ್ರಾಣ ಕಳೆದುಕೊಳ್ಳುತ್ತಿದ್ದಾರೆ!! ಇದೇನು ವಿಪರೀತ?' (ಲಾಸ್ ಏಂಜಲಿಸ್ ಟೈಮ್ಸ್ – ಎಡಿಟೋರಿಯಲ್‌ನಲ್ಲಿ)

– ಪ್ರಪಂಚದ ಇಂತಹ ಪರಿಸ್ಥಿತಿಯಲ್ಲಿ ಜೈವಿಕ ಇಂಧನ ಕಂಪನಿಗಳು ಮನುಷ್ಯತ್ವದ ಸುಳಿವೂ ಇಲ್ಲದ ಕಾಡುಮೃಗಗಳಂತೆ ಕಾಣುತ್ತಿವೆ. ಜನರಿಗೆ ತಿನ್ನಲಿಕ್ಕೇ ಆಹಾರದ ಕೊರತೆಯಾಗಿರುವಾಗ ಇಂಧನ ತಯಾರಿಕೆಗೆ ಜೋಳವನ್ನು ಸುಡುವ ಕಂಪನಿಗಳು ನಮ್ಮ ನಾಗರಿಕತೆಯಿಂದ ಹುಟ್ಟಿರುವವು ಎಂದು ಒಪ್ಪಿಕೊಳ್ಳಲೇ ನಾಚಿಕೆಯಾಗುತ್ತದೆ. (ದ ಫಾರಿನ್ ಅಫೈರ್ಸ್ ಪತ್ರಿಕೆಯಲ್ಲಿ ಅರ್ಥಶಾಸ್ತ್ರಜ್ಞ ಪೌಲ್ ಕೊಲಿಯರ್, "ದ ಪೊಲಿಟಿಕ್ಸ್ ಆಫ್ ಹಂಗರ್" ಎನ್ನುವ ಲೇಖನದಲ್ಲಿ)

– ಪ್ರಪಂಚದಲ್ಲೇ ಅತಿ ಹೆಚ್ಚು ಜೋಳವನ್ನು ಬೆಳೆಯುವ ದೇಶವೆಂದರೆ ಅಮೆರಿಕ. ಪ್ರಪಂಚದ ಜೋಳದಲ್ಲಿ ಶೇಕಡಾ ಐವತ್ತರಷ್ಟನ್ನು ಅಮೆರಿಕ ದೇಶವೊಂದೇ ಬೆಳೆಯುತ್ತದೆ. ಅಮೆರಿಕಾದ ಅಯೋವಾ ರಾಜ್ಯವನ್ನು ಪ್ರಪಂಚದ ಜೋಳದ ಕಣಜ ಎಂದು ಕರೆಯಲಾಗುತ್ತದೆ. ತನ್ನ ನಾಗರಿಕರ ಹೊಟ್ಟೆ ತುಂಬಿ ಅನೇಕ ದೇಶಗಳಿಗೆ ರಫ್ತು ಮಾಡಿ ಇನ್ನೂ ಉಳಿಯುವ ಜೋಳವನ್ನು ಅನೇಕ ಬಡ ರಾಷ್ಟ್ರಗಳಿಗೆ, ಮುಖ್ಯವಾಗಿ ಆಫ್ರಿಕಾದ ರಾಷ್ಟ್ರಗಳಿಗೆ ದಾನವಾಗಿ ಕೊಡುತ್ತಿದ್ದ ಅಮೆರಿಕಾದಿಂದ ಕೋಟಿಗಟ್ಟಲೆ ಜನರ ಹಸಿವು ಇಂಗಿದ್ದು ಸುಳ್ಳಲ್ಲ. ಆದರೆ ಈಗ ತಾನು ಬೆಳೆಯುವ ಜೋಳದಲ್ಲಿ ಅರ್ಧಪಾಲಿಗೂ ಮಿಗಿಲಾಗಿ ಇಂಧನ ತಯಾರಿಕೆಗೆ ಅಮೆರಿಕ ಸುರಿಯುತ್ತಿದೆ. ಹಿಂದೆ ಆಹಾರವ್ಯವಸ್ಥೆಯನ್ನು ತಲುಪುತ್ತಿದ್ದ ಜೋಳ ಇಂದು ಬಯೋ–ಇಂಧನ ಕಂಪನಿಗಳ ಶೀತಲ ಸಂಸ್ಕರಣ ಘಟಕಗಳ ಕಾಂಕ್ರೀಟ್ ಕತ್ತಲಲ್ಲಿ ಶೇಖರಣೆಯಾಗಿ ಇಂಧನವಾಗುವ ತನ್ನ ಮುಹೂರ್ತಕ್ಕೆ ಕಾದು ಕುಳಿತಿದೆ. ಆಫ್ರಿಕದಲ್ಲಿ ಹಸಿವು ಹೊತ್ತಿ ಉರಿಯುವಾಗ ಅಮೆರಿಕದಲ್ಲಿ ಜೋಳ ತಣ್ಣಗೆ ಕುಳಿತಿದೆ! (ವಾಲ್‌ಸ್ಟ್ರೀಟ್ ಜರ್ನಲ್)

– ಜೋಳಕ್ಕೆ ಎಲ್ಲಿಲ್ಲದ ಬೇಡಿಕೆ ಈಗ! ಆಹಾರಕ್ಕೂ ಬೇಕು ಇಂಧನಕ್ಕೂ ಬೇಕು. ಮಾರುಕಟ್ಟೆಯ ಜೋಳವನ್ನು ಆಹಾರದ ಕಂಪನಿಗಳು ಮತ್ತು ಇಂಧನದ ಕಂಪನಿಗಳು ಸ್ಪರ್ಧೆಯಲ್ಲಿ ಖರೀದಿಸತೊಡಗಿವೆ. ಅಮೆರಿಕದ ಮಾರುಕಟ್ಟೆಯಲ್ಲಿ ಜೋಳವನ್ನು ಕೊಂಡುಕೊಳ್ಳಲು ಬಯೋ–ಇಂಧನ ಕಂಪನಿಗಳು ವಾಲ್‌ಮಾರ್ಟ್‌ನಂತಹ ದೈತ್ಯ ಕಂಪನಿಗಳೊಂದಿಗೆ ಪೈಪೋಟಿಗಿಳಿದಿವೆ. ಜೋಳದ ಬೆಲೆ ಗಗನವನ್ನು ಮುಟ್ಟಿದೆ. ಜೈವಿಕ ಇಂಧನಕ್ಕೆ ಈ ಬಗೆಯಲ್ಲಿ ಜೋಳವನ್ನು ಸುರಿಯತೊಡಗಿದ ಮತ್ತು ಕೊಲ್ಲಿಯ ಪೆಟ್ರೋಲ್ ಬೆಲೆ ಒಂದೇ ಸಮ ಏರಿದ ಎರಡೇ ವರ್ಷಗಳಲ್ಲಿ ಜೋಳದ ಬೆಲೆ ಶೇಕಡಾ ಇನ್ನೂರೇಳರಷ್ಟು ಜಾಸ್ತಿಯಾಗಿದೆ. ಜೋಳದ ಬೆಲೆಯ ಈ ಹುಚ್ಚು

ಏರಿಕೆಯಿಂದ ಚಕಿತರಾದ ಅಮೆರಿಕನ್ ರೈತರು ಉಳಿದ ಯಾವ ಬೆಳೆಯನ್ನೂ ಬೆಳೆಯದೆ ಬರೀ ಜೋಳವನ್ನೇ ಬೆಳೆಯತೊಡಗಿದ್ದಾರೆ. ಇದರಿಂದಾಗಿ ಗೋಧಿ, ಬಾರ್ಲಿ, ಓಟ್‌ಮೀಲ್, ಅಕ್ಕಿ ಸೇರಿದಂತೆ ಉಳಿದೆಲ್ಲಾ ಧಾನ್ಯಗಳು ಅಭಾವವನ್ನು ಕಂಡು ಬೇಡಿಕೆಗೆ ಅನುಗುಣವಾಗಿ ಬೆಲೆ ಏರಿಕೆಯನ್ನು ಕಂಡಿವೆ. ಧಾನ್ಯಗಳ ಬೆಲೆಯಲ್ಲಿ ಈ ರೀತಿಯ ಏರಿಕೆ ಕಾಣುತ್ತಿದ್ದಂತೆಯೇ ಕೋಳಿ, ಕುರಿ, ದನ, ಹಂದಿ ಮುಂತಾದ ಸಾಕುಪ್ರಾಣಿಗಳ ಧಾನ್ಯಪೂರಿತ ಆಹಾರದಲ್ಲಿಯೂ ಬೆಲೆಯ ಉಬ್ಬರವಾಗಿ ಅನುಗುಣವಾಗಿ ಹಾಲು, ಮೊಟ್ಟೆ ಮತ್ತು ಮಾಂಸಗಳು ತುಟ್ಟಿಯಾಗಿವೆ. (ಟೈಮ್ ಪತ್ರಿಕೆ)

– ಬಯೋ-ಇಂಧನದ ವಿರುದ್ಧ ವೈಟ್‌ಹೌಸ್‌ನ ಮುಂದೆ ಪ್ರದರ್ಶನ – ಆಹಾರದ ಬೆಲೆ ಏರಿಕೆ ಅಮೆರಿಕದಲ್ಲಿ ನಾಗರಿಕರನ್ನು ಕೆರಳಿಸಿರುವುದಕ್ಕೆ ಸಾಕ್ಷಿಯಾಗಿ ಶ್ವೇತಭವನದ ಮುಂದೆ ಮತ್ತು ಕಾಂಗ್ರೆಸ್ ಕಾರ್ಯನಿರ್ವಹಿಸುವ ಕ್ಯಾಪಿಟೋಲ್‌ನ ಮುಂದೆ ದೊಡ್ಡ ಪ್ರದರ್ಶನಗಳು ನಡೆದಿವೆ. ಜೈವಿಕ ಇಂಧನಗಳಿಗೆ ಜೋಳವನ್ನು ಒದಗಿಸದೆ ಆಹಾರಕ್ಕೆ ವಿನಿಯೋಗಿಸಲು ಬಿಡಿ ಎಂದು ಚಳುವಳಿಗಾರರು ಘೋಷಣೆಗಳನ್ನು ಕೂಗುತ್ತಿದ್ದರು. ಬಯೋ-ಇಂಧನಕ್ಕೆ ಇಷ್ಟೊಂದು ಜೋಳವನ್ನು ಒದಗಿಸಿದ್ದೂ ಅಲ್ಲದೆ ಆ ಕಂಪನಿಗಳಿಗೆ ತೆರಿಗೆಯಲ್ಲಿ ವಿನಾಯಿತಿಯನ್ನು ಮತ್ತು ಉತ್ಪಾದನೆಯಲ್ಲಿ ಸಬ್ಸಿಡಿಗಳನ್ನು ಕೊಡುತ್ತಿರುವ ಸರಕಾರದ ನೀತಿಯನ್ನು ಭಾಷಣಕಾರರು ಕಟುವಾಗಿ ಟೀಕಿಸಿದರು. ಈ ಮಾದರಿಯ ಚಳುವಳಿಗಳು ಇನ್ನೂ ಅನೇಕ ನಗರಗಳಿಂದ ವರದಿಯಾಗಿವೆ. (ಲಾಸ್ ಏಂಜಲಿಸ್ ಟೈಮ್ಸ್)

– ಯಾವ ಪುರುಷಾರ್ಥಕ್ಕೆ ಜೋಳವನ್ನು ಸುಟ್ಟು ಪೆಟ್ರೋಲ್ ಮಾಡುತ್ತಿದ್ದೀರಿ? ಯಾವ ಪುರುಷಾರ್ಥಕ್ಕೆ ಬಡವರ ಹೊಟ್ಟೆಯ ಮೇಲೆ ಹೊಡೆದು ಶ್ರೀಮಂತರ ಲಕ್ಸುರಿ ಕಾರಿನ ಗ್ಯಾಸ್‌ಟ್ಯಾಂಕನ್ನು ಭರ್ತಿ ಮಾಡುತ್ತೀರಿ? ಒಂದು ಎಸ್‌ಯುವಿ ಗಾಡಿಯ ಪೆಟ್ರೋಲ್ ಟ್ಯಾಂಕನ್ನು ಒಮ್ಮೆ ತುಂಬಿಸಲು ನಾಲ್ಕುನೂರ ಐವತ್ತು ಪೌಂಡ್ ಜೋಳವನ್ನು ಸುಡಬೇಕು. ಒಬ್ಬ ಅಮೆರಿಕನ್ನನ ಮೂರು ದಿನಗಳ ಓಡಾಟಕ್ಕಷ್ಟೇ ಬರುವ ಅದು ಒಬ್ಬ ಆಫ್ರಿಕನ್ನನ ಒಂದು ವರ್ಷದ ಆಹಾರ! (ದಿ ಅಟ್ಲಾಂಟಿಕ್)

– ಎಂತಹ ಅನರ್ಥ ಇದು! ನಮ್ಮಲ್ಲಿರುವ ಎಲ್ಲಾ ಜೋಳವನ್ನು ಸುಟ್ಟರೂ ಅಮೆರಿಕದ ಪೆಟ್ರೋಲ್ ಬೇಡಿಕೆಯ ಶೇಕಡಾ ಆರರಷ್ಟನ್ನು ಪೂರ್ತಿ ಮಾಡಲಾಗುವುದಿಲ್ಲ. ಜೋಳದಿಂದ ಇಂಧನ ತಯಾರಿಸಿ ಕೊಲ್ಲಿಯ ಪೆಟ್ರೋಲಿನ ಅವಲಂಬನೆಯಿಂದ ಮುಕ್ತಗೊಳಿಸುತ್ತೇವೆ ಎಂದು ಹೇಳಿದವರು ಯಾರು? ಇವೆಲ್ಲಾ ವಾಷಿಂಗ್‌ಟನ್‌ನ ರಾಜಕೀಯ ಕುತಂತ್ರಗಳು. (ಸ್ಯಾನ್ ಫ್ರಾನ್ಸಿಸ್ಕೋ ಕ್ರಾನಿಕಲ್‌ನ ಸಂಪಾದಕೀಯ)

– ಎಥೆನಾಲ್ ಭ್ರಷ್ಟಾಚಾರ! (ದಿ ಎಕನಾಮಿಸ್ಟ್)

– ಬಯೋಫ್ಯುಯಲ್‌ನ ವಿಷಯದಲ್ಲಿ ಸರಕಾರ ಇಕ್ಕಟ್ಟಿಗೆ ಸಿಲುಕಿಕೊಂಡಿದೆ. ಸರಕಾರಕ್ಕೆ ವಿರೋಧ ಪಕ್ಷದಿಂದ ತೊಂದರೆ ಬಂದಿಲ್ಲ. ಬಯೋಫ್ಯೂಯಲ್‌ನ ಈ

ಹೂಡಿಕೆಯಲ್ಲಿ ವಿರೋಧಪಕ್ಷ ಡೆಮೊಕ್ರಾಟಿಕ್ ಪಕ್ಷದ ಪಾಲುದಾರಿಕೆಯೂ ಇದೆ. ಮೇಲಾಗಿ ಜೋಳದ ಕಣಜ ರಾಜ್ಯ ಐಯೋವಾದ ಶ್ರೀಮಂತ ರೈತರು ಮತ್ತು ರಾಜಕಾರಣಿಗಳು ಜೋಳವನ್ನು ಇಂಧನ ಉದ್ಯಮಕ್ಕೆ ಮಾರಲು ಮತ್ತು ಜೋಳದ ಬೆಳೆಗಾರರಿಗೆ ಮತ್ತು ಇಂಧನ ತಯಾರಕರಿಗೆ ಸಬ್ಸಿಡಿಯನ್ನು ಮುಂದುವರೆಸಲು ಸರಕಾರದ ಮೇಲೆ ಇನ್ನಿಲ್ಲದ ಒತ್ತಡವನ್ನು ಹಾಕುತ್ತಿದ್ದಾರೆ. ಐಯೋವಾ ರಾಜಕೀಯವಾಗಿ ಬಹಳ ಬಲಿಷ್ಠ ರಾಜ್ಯ. ಹಾಗಾಗಿ ಬಯೋ-ಇಂಧನದ ವಿರುದ್ಧ ಮಾತನಾಡುವುದು ಒಂದು ರೀತಿಯಲ್ಲಿ ಜೋಳದ ಬೆಳೆಗಾರರ ವಿರುದ್ಧ ಮಾತನಾಡಿದಂತೆ ಧ್ವನಿಸಿ ಐಯೋವಾದ ರೈತರನ್ನು ಎದುರು ಹಾಕಿಕೊಳ್ಳುವುದು ಆಳುವ ಪಕ್ಷದಲ್ಲಿ ಮತ್ತು ವಿರೋಧ ಪಕ್ಷದಲ್ಲಿ ರಾಜಕೀಯ ಆತ್ಮಹತ್ಯೆ ಎಂದು ಪರಿಗಣಿತವಾಗಿದೆ. ಅಧ್ಯಕ್ಷೀಯ ಚುನಾವಣೆ ಎದುರು ಬರುತ್ತಿರುವ ಈ ದಿನಗಳಲ್ಲಿ ರಾಜಕಾರಣಿಗಳು ಜೈವಿಕ ಇಂಧನದ ಪರವಾಗಿ ಅಥವಾ ವಿರೋಧವಾಗಿ ಮಾತನಾಡಲಿಕ್ಕೇ ಹೋಗುತ್ತಿಲ್ಲ. ಒಂದು ರೀತಿಯ ದಿವ್ಯ ನಿರ್ಲಕ್ಷ್ಯ ನೀತಿಯನ್ನು ಅನುಸರಿಸುತ್ತಿದ್ದಾರೆ. ಸರಕಾರ ಎಷ್ಟೇ ಬಯಸಿದರೂ, ಹೀಗೆ ಏನೂ ಆಗಿಲ್ಲ ಎನ್ನುವಂತೆ ಇರಲು ಸಾಧ್ಯವಿಲ್ಲ. ಬಯೋ-ಇಂಧನವನ್ನು ನಿಯಂತ್ರಿಸುವಂತೆ ಸರಕಾರದ ಮೇಲೆ ಆಹಾರದ ಲಾಬಿಗಳ, ಪರಿಸರವಾದಿಗಳ, ಯುರೋಪಿನ ಒಕ್ಕೂಟವೂ ಒಳಗೊಂಡಂತೆ ಸ್ನೇಹಿತ ರಾಷ್ಟ್ರಗಳ ಒತ್ತಡ ದಿನದಿನಕ್ಕೂ ಹೆಚ್ಚುತ್ತಿದೆ. ಎಲ್ಲದಕ್ಕಿಂತಾ ಮುಖ್ಯವಾಗಿ ವಿಶ್ವಸಂಸ್ಥೆಯ ಆಗ್ರಹ ಬಹಳವಾಗಿದೆ. (ಆರೇಂಜ್ ಕೌಂಟಿ ರಿಜಿಸ್ಟಾರ್)

– ಬಯೋ-ಇಂಧನದ ವಿರುದ್ಧದ ರ್‍ಯಾಲಿಗಳಲ್ಲಿ ಕಂಡ ಬ್ಯಾನರುಗಳು:

"ಬಡವರ ರಕ್ತದಲ್ಲಿ ನಿಮ್ಮ ಲಕ್ಸುರಿ ಕಾರನ್ನು ಓಡಿಸಬೇಡಿ!"

"ಸ್ಟಾಪ್ – ದ ಕಾರ್ನ್ ಎಥೆನಾಲ್ ಸ್ಕ್ಯಾಮ್!"

"ಥಿಂಕ್ ಬಿಯಾಂಡ್ ಪೆಟ್ರೋಲ್ ಕ್ರೈಸಿಸ್ – ಥಿಂಕ್ ಫುಡ್ ಕ್ರೈಸಿಸ್!"

"ಕಾರ್ನ್ ಈಸ್ ಫಾರ್ ಫುಡ್ – ನಾಟ್ ಫಾರ್ ಫೋರ್ಡ್!!"

– ನೀವು ಬೆಳೆದ ಜೋಳಕ್ಕೆ ನೀವೇ ವಾರಸುದಾರರು ಮತ್ತು ಅದನ್ನು ನಿಮಗೆ ಹೇಗೆ ತೋಚುತ್ತದೋ ಹಾಗೆ ಬಳಸುವುದರ ಬಗ್ಗೆ ನನಗೆ ಮಾತನಾಡುವ ಹಕ್ಕಿಲ್ಲ. ಆದರೂ, ಪ್ರಪಂಚ ಹಸಿವಿನಿಂದ ನರಳುತ್ತಿರಬೇಕಾದರೆ ಆಹಾರದಿಂದ ಇಂಧನವನ್ನು ತಯಾರಿಸಿಕೊಂಡು ಉರಿಸುವುದು ರಾಕ್ಷಸ ಪ್ರವೃತ್ತಿಯಂತೆ ಕಾಣುತ್ತದೆ. (ವಿಶ್ವಸಂಸ್ಥೆಯ ಕಾರ್ಯಾಧ್ಯಕ್ಷರು)

– ನಾವು ಎದುರಿಸುತ್ತಿರುವ ಶಕ್ತಿಮೂಲಗಳ ಸಮಸ್ಯೆಗೆ ಈ ಪರ್ಯಾಯಗಳಾವುವೂ ನಮ್ಮ ಅರ್ಥವ್ಯವಸ್ಥೆಗೆ ಹೊಂದುವಂತಹ ಪರಿಹಾರಗಳಲ್ಲ. ನಮ್ಮ ಅಲಸ್ಕಾ ರಾಜ್ಯದಲ್ಲಿ ಪೆಟ್ರೋಲಿನ ದೊಡ್ಡ ನಿಕ್ಷೇಪವೇ ಇದೆ. ಅಲ್ಲಿ ಭೂಮಿಯನ್ನು ಕೊರೆಯೋಣ. ನಮ್ಮ ಇಂಧನದ ಬೇಡಿಕೆಯಲ್ಲಿ ಬಹಳಷ್ಟನ್ನು ನಾವೇ ಹುಡುಕಿಕೊಂಡಂತಾಗುತ್ತದೆ. ಅರಬ್ಬರ ಸಮಸ್ಯೆಯೂ ಇರುವುದಿಲ್ಲ. ಜೋಳವನ್ನು

ಉರಿಸಬೇಕಾಗಿಯೂ ಇಲ್ಲ. (ಬುಷ್ ನೇಮಿಸಿದ್ದ ಎನರ್ಜಿ ಕಮಿಷನ್)

ಅಮೆರಿಕಾದಲ್ಲಿ ಜೋಳವು ಹೊಟ್ಟೆಗೋ ಕಾರಿಗೋ, ಅಲಸ್ಕಾದಲ್ಲಿ ತೈಲಕ್ಕಾಗಿ ನೆಲ ಕೊರೆಯಬೇಕೋ ಬೇಡವೋ ಎನ್ನುವ ಚರ್ಚೆಗಳು ಮುಟ್ಟಲಾರದಷ್ಟು ಬಿಸಿಯನ್ನು ಹೊತ್ತಿಸಿಕೊಳ್ಳುತ್ತಿರುವ ಸಮಯದಲ್ಲೇ ಗಾಬರಿಗೆ ಬಿದ್ದಂತೆ ಮಧ್ಯಪ್ರಾಚ್ಯ ರಾಷ್ಟ್ರಗಳ ನಾಯಕರು ಮತ್ತು ಪ್ರಮುಖ ಪೆಟ್ರೋಲ್ ಉತ್ಪಾದಕರು ಒಪ್ಯಾಕ್ ಸಭೆ ಸೇರಿ ಭೂಮಿಯಿಂದ ತೆಗೆಯುವ ಪೆಟ್ರೋಲಿನ ಉತ್ಪಾದನೆಯನ್ನು ಹೆಚ್ಚು ಮಾಡುವ ನಿರ್ಧಾರಕ್ಕೆ ಬಂದುಬಿಟ್ಟರು ಎಂದು ಸಿಎನ್ಎನ್ ವರದಿ ಮಾಡಿತು. ಅಮೆರಿಕದ ಬೃಹತ್ ಮಾರುಕಟ್ಟೆ ಯನ್ನು ಕಳೆದುಕೊಳ್ಳುವುದು ಎಂದರೆ ದಿವಾಳಿ ಎದ್ದಂತೆಯೇ ಎಂದು ಅರಿತು ಈ ಪೆಟ್ರೋಲ್ ರಾಷ್ಟ್ರಗಳು ಉತ್ಪಾದನೆಯನ್ನು ಜಾಸ್ತಿ ಮಾಡಿ ಬೆಲೆಯನ್ನು ಇಳಿಸುವ ನಿರ್ಧಾರಕ್ಕೆ ಬಂದವಂತೆ. ಅರಬ್ ರಾಷ್ಟ್ರಗಳು ಪೆಟ್ರೋಲಿನ ಉತ್ಪಾದನೆಯನ್ನು ಹೆಚ್ಚು ಮಾಡಿದ್ದೇ ತಡ ಪೆಟ್ರೋಲಿನ ಬೆಲೆ ಸೂತ್ರ ಕಳಚಿಕೊಂಡ ಗಾಳಿಪಟದಂತೆ ಧೊಪ್ಪನೆ ಆಕಾಶದಿಂದ ನೆಲಕ್ಕೆ ಬಿದ್ದಿತು. ಪೆಟ್ರೋಲಿನ ಬೆಲೆ ಯಾವಾಗ ಬ್ಯಾರೆಲ್‌ಗೆ ನೂರನಲ್ವತ್ತು ಡಾಲರುಗಳಿಂದ ಮೂವತ್ತು ಡಾಲರಿಗೆ ಇಳಿಯಿತೋ ಅಮೆರಿಕಕ್ಕೆ ಪೆಟ್ರೋಲ್ ಮಳೆಗಾಲದ ನದಿಯಂತೆ ಹರಿದು ಬರತೊಡಗಿತು.

ಕೆಲಸದ ನಿಮಿತ್ತ ರೋಸಲಿನ್‌ನ ಜೆನ್‌ಸನ್ ಗ್ರೀನ್ ಎನರ್ಜಿಗೆ ಹೋದಾಗ ಸಾವಿನ ಮನೆಯನ್ನು ಹೊಕ್ಕಂತೆ ಇಡೀ ಕಂಪನಿ ಬಿಕೋ ಎನ್ನುತ್ತಿತ್ತು. ವಾಹನ ಸಂಚಾರ ನಿರಾಳವಾಗಿತ್ತು. ಕಂಪನಿಯ ಮುಂದೆ ಮೈಲುಗಟ್ಟಲೆ ಸಾಲುನಿಲ್ಲುತ್ತಿದ್ದ ಜೋಳದ ಟ್ರಕ್ಕುಗಳು ಗಣನೀಯವಾಗಿ ಕಡಿಮೆಯಾಗಿದ್ದವು. ಕಂಪನಿಯ ಹತ್ತು ಸಂಸ್ಕರಣಾ ಘಟಕಗಳಲ್ಲಿ ಎರಡರಲ್ಲಷ್ಟೇ ಉತ್ಪಾದನಾ ಚಟುವಟಿಕೆಗಳು ನಡೆಯುತ್ತಿದ್ದು ಉಳಿದವು ಸ್ತಬ್ಧವಾಗಿ ಗೋರಿಗಳಂತಿದ್ದವು. ಚಟುವಟಿಕೆಯಿಂದ ಕೂಡಿದ್ದ ಸಂಸ್ಕರಣಾ ಘಟಕಗಳೇ ಗೋರಿಗಳಾದ ಮೇಲೆ ಹೊಸ ಸಂಸ್ಕರಣಾ ಘಟಕಗಳ ನಿರ್ಮಾಣ ಯಾವ ಸ್ಥಿತಿಯಲ್ಲಿತ್ತೋ ಅದೇ ಸ್ಥಿತಿಯಲ್ಲಿ ಹಾಳುಬಿದ್ದು ಅಪೂರ್ಣ ರಚನೆಗಳು ಅರೆ ಬೆತ್ತಲೆಯಲ್ಲಿ ತಪಸ್ಸಿಗೆ ನಿಂತ ಯೋಗಿಗಳಂತೆ ಧ್ಯಾನಸ್ಥವಾಗಿದ್ದವು. ನಮ್ಮ ಪ್ರಾಜಕ್ಟುಗಳ ಬಗ್ಗೆ ಮಾತನಾಡಲು ಯಾರಿಗೂ ಉಲ್ಲಾಸವೇ ಇದ್ದಂತಿರಲಿಲ್ಲ.

ಸಂಜೆಯ ವೇಳೆಗೆ ಮನೆಗೆ ಹೊರಡುವ ಸಮಯವನ್ನು ಸಾಧಿಸಿ ಮಿಷೆಲ್ ಸ್ಮಿಥ್‌ಳನ್ನು ಭೇಟಿ ಮಾಡಿದೆ. ಜೆನ್‌ಸನ್ ಎನರ್ಜಿಯಲ್ಲಿ ಅವಳು ಸೇಲ್ಸ್ ಮ್ಯಾನೇಜರ್ ಆಗಿದ್ದಾಳೆ. ಅವಳ ವಿಭಾಗಕ್ಕೆ ಸಂಬಂಧಿಸಿದಂತೆ ಅನೇಕ ಪ್ರಾಜಕ್ಟುಗಳನ್ನು ನಾನು ಮತ್ತು ಆಕೆ ಜೊತೆಯಲ್ಲಿ ನಿರ್ವಹಿಸಿದ್ದರಿಂದ ಆತ್ಮೀಯವಾಗಿ ಮಾತನಾಡಬಲ್ಲಷ್ಟು ಹತ್ತಿರದ ಸ್ನೇಹಿತೆಯಾಗಿದ್ದಳು.

"ಈ ಆಫೀಸಿನಲ್ಲಿ ಬಹುಶಃ ಈ ದಿನವೆ ನಿನ್ನ ಮತ್ತು ನನ್ನ ಕೊನೆಯ ಭೇಟಿ ಅನ್ನಿಸುತ್ತದೆ."

"ಹಾಗೇಕೆ?"

"ಇನ್ನೊಂದು ವಾರದಲ್ಲಿ ನಮ್ಮ ಕಂಪನಿಯ ಅರ್ಧದಷ್ಟು ನೌಕರರು ಕೆಲಸ ಕಳೆದುಕೊಳ್ಳಲಿದ್ದಾರೆ. ನಮ್ಮ ಸೇಲ್ಸ್ ಡಿವಿಷನ್ ಹಾಗೆಯೇ ಉಳಿಯುವ ಸಾಧ್ಯತೆಯೇ ಇಲ್ಲ. ಡಿವಿಷನ್ ಉಳಿದರೂ ನಾನು ಉಳಿಯುವ ಅವಕಾಶ ಲವಶೇಷವೂ ಇಲ್ಲ."

"ಅದೇನು, ಅಷ್ಟು ಖಡಾಖಂಡಿತವಾಗಿ ಹೇಳುತ್ತೀಯಲ್ಲಾ!"

"ಮತ್ತೇನು? ಹೊರಗೆ ಜೋಳವನ್ನು ಹೊತ್ತ ಎಷ್ಟು ಟ್ರಕ್ಕುಗಳು ಬಂದು ನಿಂತಿವೆ ನೋಡಿದೆಯಲ್ಲ! ಇಲ್ಲಿಯ ಹತ್ತು ಸಂಸ್ಕರಣ ಘಟಕಗಳಲ್ಲಿ ಎರಡಷ್ಟೇ ಕಾರ್ಯ ನಿರ್ವಹಿಸುತ್ತಿವೆ. ನಾಳೆಯಿಂದ ಆ ಎರಡರಲ್ಲೂ ಒಂದು ಬಂದ್ ಆಗುತ್ತದಂತೆ. ಜೋಳವನ್ನು ನೆಚ್ಚಿಕೊಂಡು ಕಟ್ಟಿಕೊಂಡ ಈ ಸಾಮ್ರಾಜ್ಯಕ್ಕೆ ಜೋಳವೇ ಸಿಗದಿದ್ದರೆ ಹೇಗೆ ನಡೆದೀತು?"

"ಐಯೋವಾದಿಂದಲೂ ಜೋಳ ಸಿಗುತ್ತಿಲ್ಲವೇ?"

"ಐಯೋವಾದಲ್ಲಿ ಜೋಳವಿದೆ, ಆದರೆ ನಮ್ಮಂತಹ ಸಣ್ಣ ಕಂಪನಿಗಳಿಗೆ ಅದು ಎಟುಕುವುದಿಲ್ಲ. ಅಮೆರಿಕದ ಪಶ್ಚಿಮ ಭಾಗದಲ್ಲಿರುವ ನಮಗೆ ಮೆಕ್ಸಿಕೋದಿಂದ ಜೋಳ ಬರುತ್ತಿತ್ತು. ಮೆಕ್ಸಿಕೋದಿಂದ ಜೋಳವನ್ನು ಆಮದು ಮಾಡಿಕೊಳ್ಳುವುದು ನಮಗೆ ಲಾಭವಾಗಿತ್ತು ಕೂಡ. ಅಮೆರಿಕನ್ ರೈತನಿಗೆ ಕೊಡುವಷ್ಟು ಧಾರಣೆಯನ್ನು ನಾವು ಮೆಕ್ಸಿಕನ್ ಬಡ ರೈತನಿಗೆ ಕೊಡುತ್ತಿರಲಿಲ್ಲ, ಹಾಗಾಗಿ ಲಾಭವಾಗುತ್ತಿತ್ತು. ಇದು ಮೋಸ ಎಂದರೆ ಮೋಸ ನ್ಯಾಯ ಎಂದರೆ ನ್ಯಾಯ. ಅಮೆರಿಕನ್ ರೈತನಿಗೆ ಕೊಡುವ ಧಾರಣೆಗಿಂತ ಮೆಕ್ಸಿಕನ್ ರೈತನಿಗೆ ಬಹಳ ಕಡಿಮೆ ಕೊಡುವುದು ಮೋಸ ನಿಜ, ಆದರೆ ನಾವು ಆ ಮೋಸವನ್ನು ಮಾಡದಿದ್ದರೆ ಮೆಕ್ಸಿಕನ್ ರೈತ ತನ್ನೂರಿನಲ್ಲಿ ತಾನು ಬೆಳೆದ ಜೋಳವನ್ನು ಮಾರಿಕೊಂಡರೆ ಅವನಿಗೆ ನಾವು ಕೊಡುತ್ತಿದ್ದುದಕ್ಕಿಂತ ಬಹಳ ಕಡಿಮೆ ಹಣ ದಕ್ಕುತ್ತಿತ್ತು. ಈಗ ಮೆಕ್ಸಿಕೋದ ಜೋಳವೂ ನಮಗೆ ತಪ್ಪಿ ಹೋಗಿದೆ. ಮೆಕ್ಸಿಕೋದಲ್ಲಿ ಬರ ಬಂದು ಆಹಾರದ ಹಾಹಾಕಾರ ಉಂಟಾಗಿದೆ. ಜನ ಹೊಟ್ಟೆಗಿಲ್ಲದೆ ಸಾಯುತ್ತಿದ್ದಾರೆ. ಆಹಾರಕ್ಕಾಗಿ ಕೊಲೆ, ಸುಲಿಗೆ, ದೊಂಬಿ, ಲೂಟಿಗಳು ನಡೆಯುತ್ತಿವೆ. ಅಧಿಕಾರವನ್ನು ಕಳೆದುಕೊಳ್ಳುವ ಭಯದಲ್ಲಿ ಮೆಕ್ಸಿಕೋ ಸರಕಾರ ಜೋಳದ ರಫ್ತನ್ನು ಪ್ರತಿಬಂಧಿಸಿದೆ. ನಮಗಿನ್ನೆಲ್ಲಿ ಸಿಗಬೇಕು?"

ವಾಪಸ್ಸು ಲಾಸ್ ಏಂಜಲಿಸ್‌ಗೆ ಬರುವ ವಿಮಾನದಲ್ಲಿ ಕುಳಿತಾಗ ಆ ಕಂಪನಿಗೆ ಅದೇ ನಮ್ಮ ಕೊನೆಯ ಭೇಟಿ ಎನ್ನುವ ಸಂವೇದನೆ ನನ್ನನ್ನು ಸ್ಪಷ್ಟವಾಗಿ ಕಾಡುತ್ತಿತ್ತು. ಫ್ರಾಂಕೋ ಕೂಡ ಅದೇ ಮಾತನ್ನು ಆಡಿದ. ವಾಪಸ್ಸು ಬಂದಮೇಲೂ ಜೆನ್‌ಸನ್ ಗ್ರೀನ್ ಎನರ್ಜಿಯ ಆಗುಹೋಗುಗಳನ್ನು ಬಯೋ-ಡೀಸೆಲ್ ಮ್ಯಾಗಝೀನ್, ಬಯೋ-ಫ್ಯೂಯಲ್ ಇಂಟರನ್ಯಾಷನಲ್, ಬಯೋ-ಎನರ್ಜಿ ಜರ್ನಲ್ ಮುಂತಾದ ಪತ್ರಿಕೆಗಳಲ್ಲಿ ಆಸಕ್ತಿಯಿಂದ ಗಮನಿಸುತ್ತಿದ್ದೆ.

"ಜೋಳವೇ ಆಗಬೇಕಿಲ್ಲ. ಹುಲ್ಲಾದರೂ ಸರಿ; ಮರದ ಚಕ್ಕೆಯಾದರೂ ಸರಿ; ನಿಮಗೆ ಪೆಟ್ರೋಲ್ ಉತ್ಪಾದಿಸಿ ತೋರಿಸುತ್ತೇನೆ. ದಯವಿಟ್ಟು ಅಪ್ಪಣೆ ಕೊಡಿ."

ಟಿಮೋತಿ ಮೆಕ್‌ನೀಲರ್ ಸರಕಾರವನ್ನು ವಿನಂತಿಸಿಕೊಂಡಿದ್ದರು. ಸರಕಾರ ಉತ್ತರಿಸುವ ಮೊದಲೇ ಅಯೋವಾ ಮೂಲದ ಅಯೋವಾ ರಿನ್ಯೂವಬಲ್ಸ್ ಕಂಪನಿ ಟಿಮೋತಿಯ ಪ್ರಸ್ತಾಪಕ್ಕೆ ತನ್ನ ಬಲವಾದ ವಿರೋಧವನ್ನು ವ್ಯಕ್ತಪಡಿಸಿತು. ಅಯೋವಾ ರಿನ್ಯೂವಬಲ್ಸ್‌ನಲ್ಲಿ ಹೂಡಿಕೆದಾರರಾಗಿ ಐಯೋವಾದ ಬಲವಾದ ರಾಜಕಾರಣಿಗಳು ಮತ್ತು ರೈತರಿದ್ದಾರೆ, ಜೋಳದ ಹೊರತಾಗಿ ಬೇರೆ ಮೂಲವನ್ನು ಬಯೋ-ಇಂಧನಕ್ಕೆ ಬಳಸುವುದನ್ನು ಅವರು ಒಪ್ಪುವ ಸಾಧ್ಯತೆಯೇ ಇಲ್ಲ ಎಂದು ಪತ್ರಿಕೆ ಬರೆದಿತ್ತು. "ಟಿಮೋತಿ ಮೆಕ್‌ನೀಲರ್‌ನ ಮಾತುಗಳು ಮೂರ್ಖತನದ್ದು." ಎಂದಿತು ಅಯೋವಾ ರಿನ್ಯೂವಬಲ್ಸ್‌ನ ಪತ್ರಿಕಾ ಪ್ರಕಟಣೆ. "ಮೈಕ್ರೋಸಾಫ್ಟ್‌ನ ತಂತ್ರಜ್ಞನಿಗೇನು ಗೊತ್ತು ಶಕ್ತಿಮೂಲಗಳ ಉದ್ಯಮ?"

ಟಿಮೋತಿ ಉತ್ತರಿಸುವ ಮೊದಲೇ ಜೆನ್‌ಸನ್ ಎನರ್ಜಿಯ ಬೋರ್ಡ್ ಆಫ್ ಡೈರೆಕ್ಟರ್ಸ್ ತುರ್ತು ಸಭೆ ಸೇರಿ ಸರ್ವಾನುಮತದಿಂದ ಕಂಪನಿಯ ಮುಖ್ಯಸ್ಥನ ಸ್ಥಾನದಿಂದ ಟಿಮೋತಿಯನ್ನು ವಜಾ ಮಾಡಿದರು. "ಕಂಪನಿಯ ಈ ದುಃಸ್ಥಿತಿಗೆ ಟಿಮೋತಿ ಮೆಕ್‌ನೀಲರ್‌ನ ಅನೇಕ ತಪ್ಪು ನಿರ್ಧಾರಗಳು ಕಾರಣವಾಗಿದ್ದು ನಿರ್ವಾಹವಿಲ್ಲದೆ ಆತನನ್ನು ಮುಖ್ಯಸ್ಥ ಸ್ಥಾನದಿಂದ ಇಳಿಸಬೇಕಾಗಿದೆ." ಎಂದು ಒಂದು ಸಾಲಿನ ಪ್ರಕಟಣೆಯನ್ನು ಕಂಪನಿ ಹೊರಡಿಸಿತು. ಸಿಎನ್‌ಬಿಸಿಯ ಬ್ಯುಸಿನೆಸ್ ಚಾನಲ್‌ನಲ್ಲಿ ಟಿಮೋತಿ ಕಾಣಿಸಿಕೊಂಡಾಗ ವಯಸ್ಸನ್ನು ಮೀರಿ ಮುದುಕನಂತೆ ಆಗಿಹೋಗಿದ್ದ. ಮೊದಲೇ ತೆಳ್ಳನೆಯ ಮೈಕಟ್ಟಿನ ಅವನು ಮತ್ತೂ ಸಪೂರವಾಗಿದ್ದ. ಎರಡು ವರ್ಷಗಳ ಹಿಂದೆ ಇದೇ ಚಾನಲ್‌ನಲ್ಲಿ ನಾನು ನೋಡಿದ್ದ ಮನುಷ್ಯ ಇವನೇನು ಎಂದು ಆಶ್ಚರ್ಯವಾಗುವಷ್ಟು ಕುಸಿದು ಹೋಗಿದ್ದ. ಮೊದಲೇ ಮೆಲ್ಲಗೆ ಮಾತನಾಡುತ್ತಿದ್ದವನ ಧ್ವನಿ ಮತ್ತೂ ಕ್ಷೀಣವಾಗಿತ್ತು.

"ಪ್ರಪಂಚದ ಈ ಆಹಾರ ಸಂಕಟಕ್ಕೆ ನೀವೂ ಕಾರಣರಾದಿರೆಂಬ ಬಗ್ಗೆ ನಿಮ್ಮಲ್ಲಿ ವಿಷಾದವಿದೆಯೇ?"

ಟಿಮೋತಿ ಮೆಕ್‌ನೀಲರ್ ಕೋಪದಿಂದ ಕಂಪಿಸಿಬಿಟ್ಟ. "ನಿಮಗೆ ಬರೀ ನಾವು ಕಾಣುತ್ತೇವೆ, ಅಲ್ಲವೇ? ವಾಲ್‌ಸ್ಟ್ರೀಟ್ ಕಂಪನಿಗಳು ಕಾಣುವುದೇ ಇಲ್ಲ. ಗೋಲ್ಡ್‌ಮನ್ ಸ್ಯಾಕ್ಸ್, ಎಐಜಿ, ಜೆ.ಪಿ. ಮಾರ್ಗನ್ ಕಂಪನಿಗಳು ಆಹಾರ ಧಾನ್ಯಗಳ ಮೇಲೆ ಕಮಾಡಿಟಿ ಇಂಡೆಕ್ಸ್ ಫಂಡ್‌ಗಳನ್ನು ಮಾಡಿ ಬಿಲಿಯನ್‌ಗಟ್ಟಲೆ ಡಾಲರುಗಳನ್ನು ಮಾರುಕಟ್ಟೆಯಿಂದ ದೋಚಿದ್ದು ಗೊತ್ತಿಲ್ಲವೇ ನಿಮಗೇ? ನಿಜ ಜೀವನದಲ್ಲಿ ಹಸಿರೂಪದ ಧಾನ್ಯವನ್ನೇ ನೋಡದ ಜನರು ಧಾನ್ಯದ ಹೆಸರಿನಲ್ಲಿ ಜನರನ್ನು ಲೂಟಿ ಮಾಡಿದರು. ನೂರುವರ್ಷಗಳಲ್ಲಿ ಒಂದೇ ಸಮನಾಗಿದ್ದ ಗೋಧಿಯ ಬೆಲೆ ಈ ವಾಲ್‌ಸ್ಟ್ರೀಟ್ ಕಂಪನಿಗಳು ಸೃಷ್ಟಿಸಿದ ಫುಡ್ ಬಬ್ಬಲ್‌ನಿಂದಾಗಿ ಒಂದೇ ವರ್ಷದಲ್ಲಿ ಮೂರರಷ್ಟು ಏರಿದ್ದನ್ನು ಎಂದಾದರೂ ಪ್ರಸಾರ ಮಾಡಿದಿರಾ? ನನಗೆ ಕೇಳಿದ ಇದೇ ಪ್ರಶ್ನೆಯನ್ನು ವಾಲ್‌ಸ್ಟ್ರೀಟ್‌ನ ಸಿಇಒಗಳಿಗೆ ಕೇಳಿದಿರಾ? ಇಂಧನ ತಯಾರಿಸಲು

ಜೋಳ ಕೊಂಡ ನಮ್ಮ ಹಸ್ತಗಳು ನಿಮಗೆ ಕಂಡವು. ಆದರೆ ಮೂಲಭೂತ ಆಹಾರ ಧಾನ್ಯವನ್ನು ಸ್ಟಾಕ್ ಮಾರ್ಕೆಟಿನ ವ್ಯವಹಾರವನ್ನಾಗಿ ಮಾಡಿ ವಿಪರೀತ ಬೆಲೆ ಏರಿಕೆಯಾಗುವಂತೆ ಮಾಡಿದ ಕಂಪನಿಗಳು ನಿಮಗೆ ಕಾಣಲೇ ಇಲ್ಲ! ಆಹಾರದ ಬೆಲೆ ಏಕೆ ಏರುತ್ತಿದೆ ಎಂದು ಸತ್ಯ ತಿಳಿಯುವ ಗೋಜಿಗೇ ನೀವು ಹೋಗದಿರುವಾಗ 'ನಿನಗೆ ವಿಷಾದವಾಗುತ್ತದೆಯೇ' ಎಂದು ಕೇಳುವ ಧೂರ್ತತನವನ್ನು ಏಕೆ ತೋರಿಸುತ್ತೀರಿ? ಇದು ಸೆಲೆಕ್ಟೀವ್ ವಿಕ್ಟಿಮೈಜ಼ೇಷನ್!"

"ಬಯೋ-ಇಂಧನವೆನ್ನುವುದು ಮುಗಿದ ಕಥೆಯೇ?"

"ಏರೋಪ್ಲೇನ್ ಆಕಾಶದೆತ್ತರದಲ್ಲಿ ಹಾರುವಾಗ ಒಮ್ಮೊಮ್ಮೆ ಏರ್ ಟರ್ಬುಲೆನ್ಸ್‌ಗಳನ್ನು ಹೊಕ್ಕು ನಡುಗುತ್ತದಲ್ಲ ಹಾಗೆ ನಡುಗಿತು ಜೈವಿಕ ಇಂಧನ ಉದ್ಯಮ. ಅಷ್ಟು ನಡುಗಾಟವನ್ನು ಜೆನ್‌ಸನ್ ಗ್ರೀನ್ ಎನರ್ಜಿಗೆ ತಡೆದುಕೊಳ್ಳಲಾಗಲಿಲ್ಲ. ಆದರೆ ಕೇಳಿ, ಈ ನಡುಕ ತಾತ್ಕಾಲಿಕ. ವಿಮಾನ ಪ್ರಯಾಣದಲ್ಲಿ ಏರ್ ಟರ್ಬುಲೆನ್ಸ್ ತಾತ್ಕಾಲಿಕವಲ್ಲವೇ, ಹಾಗೆ. ಈಗಲೂ ಹೇಳುತ್ತೇನೆ, ಬಯೋ ಇಂಧನಕ್ಕೆ ಭವಿಷ್ಯವಿದೆ."

ನಿನ್ನ ಭವಿಷ್ಯವೇನು ಎಂದು ಕೇಳಿದ ಪ್ರಶ್ನೆಗೆ ಮೆಲ್ಲನೆ ನಕ್ಕು "ಕಾರ್ನೆಗಿ ಇನ್ಸ್ಟಿಟ್ಯೂಟ್‌ನಲ್ಲಿ ಶಕ್ತಿಮೂಲಗಳ ಬಗೆಗೆ ಹೆಚ್ಚಿನ ಸಂಶೋಧನೆಯನ್ನು ಮಾಡಲು ಹೋಗುತ್ತೇನೆ." ಎಂದ. "ಬ್ಯುಸಿನೆಸ್‌ನ ಕಾರಣದಿಂದ ನನ್ನೊಳಗಿರುವ ವಿಜ್ಞಾನಿಯನ್ನು ಕಡೆಗಾಣಿಸಿದ್ದೆ. ಆದರೆ ಈಗ ತಿಳಿಯುತ್ತಿದೆ ವ್ಯವಹಾರಕ್ಕಿಂತಲೂ ವಿಜ್ಞಾನವನ್ನು ಪ್ರೀತಿಸುವವನು ನಾನು."

ಟಿಮೋತಿಯನ್ನು ವಜಾ ಮಾಡಿದ ಒಂದೇ ತಿಂಗಳಲ್ಲಿ ಜೆನ್‌ಸನ್ ಎನರ್ಜಿ ಕಂಪನಿಯನ್ನು ತಾನು ಕೊಂಡುಕೊಂಡಿರುವುದಾಗಿ ಅಯೋವಾ ರಿನ್ಯೂವಬಲ್ಸ್ ಪ್ರಕಟಣೆಯನ್ನು ಹೊರಡಿಸಿತು. ಈ ಎರಡು ವರ್ಷಗಳಿಂದಲೂ ಅಯೋವಾ ರಿನ್ಯೂವಬಲ್ಸ್‌ಗೆ ಜೆನ್‌ಸನ್ ಎನರ್ಜಿಯ ಮೇಲೆ ಕಣ್ಣಿತ್ತು ಆದರೆ ಟಿಮೋತಿ ಮೆಕ್‌ನೀಲರ್ ಅದಕ್ಕೆ ವಿರೋಧಿಯಾಗಿದ್ದ ಎಂದು ಬಯೋ-ಎನರ್ಜಿ ಜರ್ನಲ್ ಪತ್ರಿಕೆಯು ಬರೆಯಿತು.

ಕಂಪನಿಯನ್ನು ಕೊಂಡ ಕ್ಷಣವೇ ಅಯೋವಾ ರಿನ್ಯೂವಬಲ್ಸ್‌ನ ಆಡಳಿತಗಾರರು ಜೆನ್‌ಸನ್ ಗ್ರೀನ್ ಎನರ್ಜಿಯು ಹಿಂದೆ ಸಹಿ ಮಾಡಿದ್ದ ಬಹುಪಾಲು ಕಾಂಟ್ರಾಕ್ಟ್‌ಗಳನ್ನು ವಜಾ ಮಾಡಿದರು. ಜೆನ್‌ಸನ್ ಎನರ್ಜಿಯೊಂದಿಗೆ ನಡೆಯುತ್ತಿದ್ದ ಇನ್ಫೋವಾಯೆಜ್‌ನ ಎಲ್ಲಾ ಸರ್ವೀಸಸ್ ಮತ್ತು ಪ್ರಾಜಕ್ಟುಗಳು ಕೊನೆಗೊಂಡವು. ಅಯೋವಾ ರಿನ್ಯೂವಬಲ್ಸ್‌ನ ಮಾಲಿಕತ್ವದ ಜೆನ್‌ಸನ್ ಎನರ್ಜಿಯ ಜೊತೆಗೆ ಇನ್ಫೋವಾಯೆಜ್‌ನ ಯಾವ ಸಂಬಂಧವೂ ಇಲ್ಲವಾಯಿತು.

ಕಳೆದ ಎರಡು ವರ್ಷಗಳಲ್ಲಿ ತನ್ನೆಲ್ಲಾ ಸಂಪನ್ಮೂಲಗಳನ್ನು ಜೆನ್‌ಸನ್ ಎನರ್ಜಿಯ ಪ್ರಾಜಕ್ಟುಗಳಲ್ಲಿ ಸುರಿದಿದ್ದ ಇನ್ಫೋವಾಯೆಜ್ ಬದಲಾದ ಪರಿಸ್ಥಿತಿಯಿಂದ ನಿರೀಕ್ಷೆಗೂ ಮೀರಿ ಪೆಟ್ಟುತಿಂದಿತ್ತು. ನಾನು, ಫ್ರಾಂಕೋ ಮತ್ತು ನಮ್ಮ ಪ್ರಾಜಕ್ಟ್ ಟೀಮು ಸೇರಿದಂತೆ

ಕಂಪನಿಯ ಶೇಕಡಾ ಐವತ್ತಕ್ಕೂ ಹೆಚ್ಚು ನೌಕರರಿಗೆ ಮಾಡಲು ಏನೂ ಕೆಲಸವೇ ಇಲ್ಲದಂತಾಯಿತು.

ಒಂದು ದೊಡ್ಡ ಲೇಆಫ್ ಯಾವ ಕ್ಷಣಕ್ಕೆ ಬೇಕಾದರೂ ಆಗಬಹುದು ಎನ್ನುವ ಆತಂಕ ಇನ್ಫೋವಾಯೆಜ್ ಕಂಪನಿಯ ನೌಕರರ ಮೇಲೆ ಕಾರ್ಮೋಡದಂತೆ ಆವರಿಸಿ ಕೊಂಡಿತು.

"ಈ ಇಬ್ಬರು ಸೂಳೆಮಕ್ಕಳಿಂದ ನಮ್ಮ ಕಂಪನಿ ಮಣ್ಣು ತಿಂದಿತು. ನಾವು ಕೆಲಸ ಕಳೆದುಕೊಳ್ಳುವ ಭೀತಿಯಲ್ಲಿ ಬಾಳುವಂತಾಯಿತು. ಎಂತಹ ಮೋಸ ನೋಡಿ." ಎಂದ ಆಂಜನೇಯಲು.

"ಯಾರಿಬ್ಬರು?"

"ಇನ್ಯಾರು? ಕ್ಯಾರೊಲಿನ್ ಮತ್ತು ಆಕೆಯ ಮಿಂಡ ಟಿಮೋತಿ. ಜೆನ್‌ಸನ್ ಎನರ್ಜಿ ಅವನನ್ನು ಫೈರ್ ಮಾಡಿತು. ನಮ್ಮ ಕಂಪನಿ ಇವಳನ್ನು ಎತ್ತಿಹಾಕದಿದ್ದರೆ ಕೇಳಿ? ಆದರೇನು, ಎಷ್ಟು ಡ್ಯಾಮೇಜ್ ಆಗಬೇಕೋ ಅಷ್ಟೂ ಆಗಿಯಾಗಿದೆ. ಇಬ್ಬರೂ ಕೋಟಿ ಕೋಟಿ ಲೂಟಿ ಹೊಡೆದಿದ್ದಾರೆ. ಜೀವನ ಪೂರ್ತಿ ಕೂತು ತಿನ್ನುವಷ್ಟು ಹಣ ಮಾಡಿಕೊಂಡಾಗಿದೆ ಇನ್ನೇಕೆ ಉದ್ಯೋಗ ಬೇಕು ಅವಳಿಗೆ. ಇನ್ನೆಲ್ಲಿ ಆ ಭೂಷಣ ರಾವ್ ಅನ್ನುವ ಕೋತಿಗೆ ಅಂಟಿಕೊಂಡಿರುತ್ತಾಳೆ? ನೋಡುತ್ತಿರಿ, ಆ ಟಿಮೋತಿ ಜೊತೆ ಇವಳು ಓಡಿಹೋಗದಿದ್ದರೆ?"

ಕ್ಯಾರೋಲಿನ್ ರಾವ್ ತನ್ನ ಕೆಲಸಕ್ಕೆ ರಾಜೀನಾಮೆ ಕೊಟ್ಟಳು. ನಿಜವಾಗಿ ಅವಳನ್ನು ವಜಾ ಮಾಡಲಾಗಿದ್ದು ಕಂಪನಿಯ ವರ್ಚಸ್ಸಿಗೆ ಧಕ್ಕೆ ಬರಬಾರದೆಂದು ಆಕೆಯೇ ಬಿಟ್ಟಳೆಂದು ಹೇಳಿಕೆ ನೀಡಲಾಗಿದೆ ಎಂಬ ಸುದ್ದಿ ಕಂಪನಿಯ ತುಂಬೆಲ್ಲಾ ಹಬ್ಬಿತ್ತು. ಭೂಷಣ ರಾವ್ ಮಾತ್ರ ಕಂಪನಿಯಲ್ಲೇ ಮುಂದುವರೆದ.

ಅಧ್ಯಾಯ 13

ಸಮಿಂದರ ಫೋನು ಬಂದಾಗ ನಾನು ಮತ್ತು ವಾಣಿ ಅಶೋಕರ ಮನೆಯಲ್ಲಿ ಇದ್ದೆವು. ಹಿಂದಿನ ರಾತ್ರಿಯಷ್ಟೇ ಸುಜಾತಾಳ ತಂದೆ ಮತ್ತು ತಾಯಿ ಭಾರತದಿಂದ ಬಂದಿದ್ದರು. ಹಿರಿಯರ ಆಗಮನದಿಂದಾಗಿ ಮನೆಯಲ್ಲಿ ಸಡಗರ ಮತ್ತು ಸಂಭ್ರಮಗಳು ತುಂಬಿದ್ದವು. ಐದು ತಿಂಗಳ ಗರ್ಭಿಣಿಯಾಗಿದ್ದ ಸುಜಾತಾಳ ಖುಷಿಯಂತೂ ಹೇಳತೀರದು.

"ಅವಳ ಅಪ್ಪ, ಅಮ್ಮ ಊರಿನಿಂದ ಬಂದ ಮೇಲೆ ಉಳಿದವರನ್ನು ಮಾತನಾಡಿಸುವುದು ಹೋಗಲಿ ತಿರುಗಿ ನೋಡುವಂತೆಯೂ ಇಲ್ಲ ಆಕೆ." ಎಂದು ಅಶೋಕ್ ಸುಜಾತಾಳನ್ನು ರೇಗಿಸುತ್ತಿದ್ದರು. ಮೃಣಾಲಿನಿ ಅಜ್ಜಿಯ ಮಗ್ಗುಲನ್ನು ಬಿಟ್ಟು ಏಳುವಂತೆಯೇ ಇರಲಿಲ್ಲ. ಅಜ್ಜಿಯೊಂದಿಗೆ ಪ್ರಜ್ಞಾಪೂರ್ವಕವಾಗಿ ಕನ್ನಡದಲ್ಲೇ ಮಾತನಾಡುತ್ತಿದ್ದಳು. ಅಜ್ಜಿಗೆ ಏನನ್ನೋ ವಿವರಿಸುವ ಆತುರದಲ್ಲಿ ಅರಿವಿಲ್ಲದಂತೆ ಇಂಗ್ಲೀಷಿನಲ್ಲಿ ಮಾತನಾಡುವವಳಿಗೆ "ಹಂಗಂದ್ರೇನವ್ವಾ?" ಎನ್ನುವ ಅಜ್ಜಿಯ ಪ್ರಶ್ನೆ ಎಚ್ಚರಗೊಳಿಸಿ ಮತ್ತೆ ಕಷ್ಟಪಟ್ಟು ಕನ್ನಡದಲ್ಲಿ ವಿವರಿಸುವ ಅವಳ ಮಾತಿನ ಬಗೆ ಕೇಳಲು ಚೆಂದವಿತ್ತು. "ನಿಮ್ಮಜ್ಜಿಗೆ ಇಂಗ್ಲೀಷ್ ಬರುದಿಲ್ವೇ ಹುಡುಗೀ." ಸುಜಾತಾಳ ತಂದೆ ಚೆನ್ನಬಸಪ್ಪ ದೂರದಲ್ಲಿ ನಿಂತು ನಗುತ್ತಿದ್ದರು. ಬಿಳೀಪಂಚೆ ಮತ್ತು ಬಿಳೀಜುಬ್ಬ, ಹಣೆಯ ತುಂಬಾ ವಿಭೂತಿ. "ಉದಯಾ ಟಿವೀ ಜನಗಳಮ್ಮಾ ನಾವು. ನಿಮ್ಮಜ್ಜಿಗೆ ಇಂಗ್ಲೀಷು ಅಂದ್ರೆ ಭಾರತದಿಂದ ಅಮೆರಿಕಾಕ್ಕೆ ಬಂದಷ್ಟೇ ದೂರ. ಆಕೆಯ ಜೀವನದಲ್ಲಿ ನೀನೇ ಮೊದ್ಲು ಕನ್ನಡ ಬಿಟ್ಟು ಬೇರೆ ಭಾಷೆಯಲ್ಲಿ ಮಾತಾಡ್ಸಿರೋದು."

"ನೋಡ್ತಾ ಇರು ಅಜ್ಜ. ನೀವು ವಾಪಸ್ಸು ಊರಿಗೆ ಹೋಗುವುದರೊಳಗೆ ಅಜ್ಜಿಗೆ ಇಂಗ್ಲೀಷ್ ಕಲಿಸ್ತಿನಿ." ಎಂದಳು ಮೃಣಾಲಿನಿ.

ಆ ಮಾತಿಗೆ ಅಜ್ಜ ಮತ್ತು ಅಜ್ಜಿ ಬಾಯಿತುಂಬಾ ನಕ್ಕರು.

"ಹಂಗೆ ಮಾಡ್ಬೇಡಾ ನನ್ತಾಯಿ. ಆಕೆ ಕನ್ನಡದಲ್ಲಿ ಬೈಯ್ದದ್ದನ್ನೇ ತಡಕೊಳ್ಳೋಕ್ಕೆ ಕಷ್ಟವಾಗಿದೆ ನನಗೆ. ಇನ್ನು ಹೋಗೋ ಹೊತ್ತಿಗೆ ಆಕಿ ಇಂಗ್ಲೀಷಲ್ಲೂ ಬೈಯ್ಯುಹಾಗ್ ಮಾಡ್ಬೇಡಮ್ಮಾ."

ಕೋಡುಬಳೆ, ಚಕ್ಕುಲಿ, ತೇನ್ತೊಳಲು, ಅನೇಕ ಬಗೆಯ ಉಂಡೆಗಳು, ಚೂಡವಲಕ್ಕಿ ಮತ್ತು ಮೈಸೂರುಪಾಕನ್ನು ಅಗಲದ ತಟ್ಟೆಯಲ್ಲಿ ತುಂಬಿಸಿ ಎದುರಿಗಿಡುತ್ತ ಸುಜಾತ "ನಮ್ಮೂರಿನ ತಿಂಡಿಗಳ ರುಚಿ ನೋಡಿ." ಎಂದರು. ಚೆನ್ನಬಸಪ್ಪನವರು ಉತ್ಸಾಹದಲ್ಲಿ ತಮ್ಮ ಏರೋಪ್ಲೇನ್ ಪ್ರವಾಸದ ಅನುಭವವಗಳನ್ನು ನಮಗೆ ವರ್ಣಿಸುತ್ತಿದ್ದರು.

"ಏರೋಪ್ಲೇನಲ್ಲಿ ಅದೇನು ಊಟ ಅಂತ ಕೊಡ್ತಾರೋ ಆ ಶಿವನಿಗೇ ಪ್ರೀತಿ. ಮನುಷ್ಯರು ತಿನ್ನೋ ಆಹಾರದ ಹಾಗೇ ಕಾಣುದಿಲ್ಲ ಅದು. ನಾವು ಮಾತ್ರ ದಾರಿಗುಂಟಾ ಚಪಾತಿ ಜೊತೆಗೆ ಈರುಳ್ಳಿ ಚಟ್ನಿಯನ್ನೇ ತಿಂದುಕೊಂಡು ಬಂದ್ವು." ಎಂದರು.

"ಪಕ್ಕದಲ್ಲಿ ಕೂತೋರಿಗೂ ಕೊಟ್ರಿ ತಾನೇ?" ಎಂದರು ಅಶೋಕ್ ಕೀಟಲೆಯಿಂದ.

"ಇವಳು ಕೊಡುದಕ್ಕೆ ಹೋದ್ರೇ ಒಲ್ಲೇ ಎಂದು ಮುದುರಿ ಕುಳಿತಳಂತೆ ಪಕ್ಕದ ಹೆಂಗಸು!" ಎಂದರು ಚೆನ್ನಬಸಪ್ಪ ಆಶ್ಚರ್ಯದಲ್ಲಿ. ದಾವಣಗೆರೆಯ ಚಪಾತಿ ಮತ್ತು ಉಳ್ಳಾಗೆಡ್ಡಿ ಚಟ್ನಿಯನ್ನು ಬೇಡಾ ಎನ್ನುವ ಮಂದಿಯೂ ಈ ಪ್ರಪಂಚದಲ್ಲಿ ಇದ್ದಾರೆಯೇ ಎನ್ನುವ ಸೋಜಿಗದಲ್ಲಿ. ನಾವೆಲ್ಲಾ ಜೋರಾಗಿ ನಕ್ಕೆವು. ಸುಜಾತ ಅಶೋಕರೆಡೆಗೆ ಮುನಿಸು ತೋರುತ್ತ "ಏನೇನೋ ಕೀಟಲೆಯ ಪ್ರಶ್ನೆಗಳನ್ನು ಕೇಳಿ ಗೋಳು ಹುಯ್ದುಕೊಳ್ಳಬೇಡಿ ಅವರನ್ನು." ಎಂದರು.

ನಾವಲ್ಲಿ ಹರಟೆಕೊಚ್ಚುತ್ತ ಚೆನ್ನಬಸಪ್ಪನವರಿಂದ ಕಾಂಗ್ರೆಸ್, ಬಿಜೆಪಿ, ದೇವೇಗೌಡ, ಕುಮಾರಸ್ವಾಮಿ, ಯಡಿಯೂರಪ್ಪ ಎಂದೆಲ್ಲಾ ಕರ್ನಾಟಕದ ರಾಜಕೀಯವನ್ನು ಕೇಳುತ್ತಿರುವ ಹೊತ್ತಿಗೆ ನನಗೆ ಸಮಿಂದರ ಫೋನು ಬಂದಿತ್ತು. "ಶ್ರೀಕಾಂತ್, ನಿಮ್ಮೊಡನೆ ಮಾತನಾಡ ಬೇಕಿತ್ತು."

"ಹೇಳಿ."

ಒಂದು ಕ್ಷಣದ ಮೌನದ ನಂತರ ಮೆಲು ದನಿಯಲ್ಲಿ ಹೇಳಿದರು "ಒಂದು ಕೆಲಸ ಮಾಡೋಣ. ಇವತ್ತು ಸಂಜೆ ಕ್ಯಾಮರಾ ಕ್ಲಬ್‌ಗೆ ಬರಲಾಗುತ್ತದಾ? ಅಲ್ಲಿಯೇ ಮಾತನಾಡೋಣ."

ಆಯಿತು ಸಿಗುತ್ತೇನೆ ಎಂದು ಸಂಭಾಷಣೆಯನ್ನು ಮುಗಿಸಿದೆ.

"ಶ್ರೀಲಂಕಾದ ಬುದ್ಧ ನಿಮ್ಮ ಯಜಮಾನರಿಗೆ ಚೆನ್ನಾಗಿಯೇ ಫೋಟೊ ತೆಗೆಯುವ ಹುಚ್ಚನ್ನು ಹಚ್ಚಿದಂತಿದೆ. ಸ್ವಲ್ಪ ಜೋಪಾನವಾಗಿರಿ. ಹಾಲಿವುಡ್‌ಗೋ ಬೆವರ್ಲೀ ಹಿಲ್ಸ್‌ಗೋ ಹೋಗಿ ಜೆನಿಫರ್ ಲೊಪೆಸಳದ್ದೋ ಪ್ಯಾರಿಸ್ ಹಿಲ್ಟನಳದ್ದೋ ಫೋಟೊ ತೆಗೆಯುತ್ತಾ ನಿಂತಾನು." ಎಂದರು ಅಶೋಕ್ ವಾಣಿಯೊಂದಿಗೆ. ಅವಳೂ ನಗುತ್ತ "ನನಗೂ ಆ ಅನುಮಾನಗಳಿವೆ." ಎಂದಳು.

ಅಂದು ಸಂಜೆ ನಾನು ಫುಲೆರ್ಟಾನ್ ಕ್ಯಾಮರಾ ಕ್ಲಬ್ಬನ್ನು ತಲುಪುವ ವೇಳೆಗಾಗಲೇ ಸಮಿಂದರು ಬಾಗಿಲಲ್ಲಿ ನಿಂತು ಕಾಯುತ್ತಿದ್ದರು. ವಿನಯದಿಂದ "ನಿಮ್ಮ ಶನಿವಾರದ ಸಂಜೆಯನ್ನು ಹಾಳು ಮಾಡುತ್ತಿರುವುದಕ್ಕೆ ಕ್ಷಮೆಯಿರಲಿ." ಎಂದರು.

ಪ್ರತಿಸಲ ಕ್ಯಾಮರಾ ಕ್ಲಬ್‌ಗೆ ಬರುವಾಗ ಆಗಷ್ಟೇ ಪ್ರಿಂಟ್ ಹಾಕಿಸಿದ ಫೋಟೋಗಳನ್ನು ತಂದು ಅವುಗಳ ಬಗ್ಗೆ ಮಾತನಾಡುತ್ತ ಅಥವಾ ತಮ್ಮ ಲ್ಯಾಪ್‌ಟಾಪ್ ಕಂಪ್ಯೂಟರಿನಲ್ಲಿ ಫೋಟೋಗಳನ್ನು ತೋರಿಸುತ್ತ ನೆಳಲು, ಬೆಳಕು, ವರ್ಣ, ಸಾಂದ್ರತೆಗಳ ಎಡಿಟಿಂಗ್ ಕೆಲಸದಲ್ಲಿ ಮಗ್ನರಾಗಿ ನನಗೆ ವಿವರಗಳನ್ನು ನೀಡುತ್ತಿದ್ದ ಸಮಿಂದರು ಇಂದು ಬರಿಗೈನಲ್ಲಿ ಬಂದಿದ್ದರು. ಎಂದಿನಂತೆ ನಗುವಿಲ್ಲದ ಅವರ ಚಹರೆಯಿಂದಲೇ ಅವರನ್ನು ಏನೋ ಕಾಡುತ್ತಿರುವುದು ಸ್ಪಷ್ಟವಾಗಿತ್ತು.

"ಸ್ವಲ್ಪ ಹೊತ್ತು ಪೂಲ್ ಆಡೋಣವೇ?" ಎಂದು ಪೂಲ್ ಟೇಬಲ್ಲಿನತ್ತ ನಡೆದರು.

ಸಮಿಂದರ ಕ್ಯೂಸ್ಟಿಕ್ಕಿನಿಂದ ತಳ್ಳಿಸಿಕೊಂಡ ಬಿಳಿಯ ಬಾಲು ಬೋರ್ಡಿನಲ್ಲಿ ಮತ್ತೆ ಯಾವ ಬಾಲುಗಳಿಗೂ ತಾಗದೆ ಎರಡು ಸುತ್ತು ಹಾಕಿ ನಿಂತಿತ್ತು.

"ನೀವು ಒಮ್ಮೆ ಮಹಿಂದನೊಡನೆ ಮಾತನಾಡಲು ಆಗುತ್ತದೆಯೇ?" ಎಂದರು ನನ್ನೆಡೆಗೆ ನೋಡುತ್ತ.

"ಯಾವ ವಿಷಯವಾಗಿ?"

ಒಮ್ಮೆ ನಿಟ್ಟುಸಿರಿಟ್ಟು ಪೂಲ್‌ನ ಟೇಬಲ್ಲನ್ನು ಬಳಸಿ ನನ್ನ ಕಡೆಗೆ ಬಂದರು.

"ಮಹಿಂದ ಯುದ್ಧದ ವರದಿಗಾರನಾಗಿ ಯುನೈಟೆಡ್ ಮೀಡಿಯಾದೊಂದಿಗೆ ಕಾಂಟ್ರಾಕ್ಟ್ ಸಹಿ ಮಾಡಿ ಅಫಘಾನಿಸ್ತಾನಕ್ಕೆ ಹೊರಟಿದ್ದಾನೆ."

"ನಿಜವೇ?"

ಭಾರದಿಂದ ತಲೆದೂಗುತ್ತ "ಬೇಡ ಎಂದ ನನ್ನ ಮೇಲೆ ಮತ್ತು ಅವನ ತಾಯಿಯ ಮೇಲೆ ಬೇಸರಿಸಿಕೊಂಡಿದ್ದಾನೆ. ಏನು ಮಾಡಿದರೂ ಅವನಿಗೆ ಸಮಜಾಯಿಸಿ ಹೇಳಲು ಆಗುತ್ತಿಲ್ಲ. ಏನೇನೋ ಮಾತನಾಡಿ ನಮ್ಮ ಬಾಯಿ ಕಟ್ಟಿಸುತ್ತಾನೆ. ನನಗೂ ಮತ್ತು ಹಷಿನಿಗೂ ಇನ್ಯಾರಿದ್ದಾರೆ ಹೇಳಿ ಅವನನ್ನು ಬಿಟ್ಟರೆ? ಅಷ್ಟು ಅಪಾಯಕರವಾದ ಜಾಗಕ್ಕೆ ಏಕೆ ಹೋಗಬೇಕು ಅವನು? ಪಿಟ್ಜಾಹಟ್, ಬರ್ಗರ್ ಕಿಂಗ್‌ಗಳಲ್ಲಿ ಬೆಳೆದ ಹುಡುಗನಿಗೆ ಏನು ಗೊತ್ತು ಯುದ್ಧ ಎಂದರೆ? ನೀವು ಒಮ್ಮೆ ಅವನೊಂದಿಗೆ ಮಾತನಾಡಲಾಗುತ್ತದೆಯೇ? ದಯವಿಟ್ಟು ಏನಾದರೂ ಮಾಡಿ ಅವನನ್ನು ಕನ್ವಿನ್ಸ್ ಮಾಡಿ. ದಯವಿಟ್ಟು ನೀವೊಮ್ಮೆ ನಮ್ಮ ಮನೆಗೆ ಬಂದು ಅವನೊಂದಿಗೆ ಮಾತನಾಡಿ ನೋಡಿ." ಸಮಿಂದ ಮಧುರಸಿಂಘೆಯವರ ಬಾಡಿದ ಕಣ್ಣುಗಳಿಂದಲೆ ಅವರು ಈ ವಿಷಯವನ್ನು ಎಷ್ಟು ಆಳವಾಗಿ ಹಚ್ಚಿಕೊಂಡಿದ್ದಾರೆ ಎಂದು ತಿಳಿಯುತ್ತಿತ್ತು.

"ಅವನಿಗೆ ವಾರ್ ಕರೆಸ್ಪಾಂಡೆಂಟ್ ಆಗುವ ಯೋಚನೆ ಬಂದದ್ದಾದರೂ ಹೇಗೆ?"

"ಯುನೈಟೆಡ್ ಮೀಡಿಯಾದವರು ಇವನನ್ನು ಆಯ್ಕೆ ಮಾಡಿದ್ದಾರೆ. ಅಫಘಾನಿಸ್ತಾನದ ಯುದ್ಧದ ವರದಿಗೆ ಹೊರಟ ಅವರ ಒಬ್ಬ ಹಿರಿಯ ಪತ್ರಕರ್ತರಿಗೆ

ಇಬ್ಬರು ತರುಣ ಪತ್ರಕರ್ತ ಸಂಗಡಿಗರು ಬೇಕಿತ್ತಂತೆ. ಇವನು ಮತ್ತು ಸಿನ್ಸಿನಾಟಿ ವಾಯ್ಸ್‌ನ ವರದಿಗಾರನೊಬ್ಬ ಆ ಸಂಗಡಿಗರಾಗಿ ಆಯ್ಕೆಯಾಗಿದ್ದಾರೆ. ದೊಡ್ಡ ಮೀಡಿಯಾ ಹೌಸಿನ ಪತ್ರಕರ್ತರು ಮಿಲಿಟರಿಯ ಜೊತೆಗೇ ಹೋಗುತ್ತಾರೆ ಎಂಬೆಡೆಡ್ ಆಗಿ. ಹಾಗಾಗಿ ಅವರಿಗೆ ರಕ್ಷಣೆ ಜಾಸ್ತಿ. ಇವರೋ, ಸಕಲ ವ್ಯವಸ್ಥೆಯನ್ನೂ ತಾವೇ ಮಾಡಿಕೊಳ್ಳಬೇಕು. ತಮ್ಮ ಸೆಕ್ಯುರಿಟಿಗೆ ತಾವೇ ಹೊಣೆ. ಇವತ್ತಿನ ಪರಿಸ್ಥಿತಿಯಲ್ಲಿ ಪ್ರತಿದಿನಾ ಅಲ್ಲಿ ನಡೆಯುವ ಬಾಂಬು ದಾಳಿ, ಆತ್ಮಹತ್ಯಾದಳಗಳ ದಾಳಿ, ಕೊಲೆಗಳು, ಅಪಹರಣಗಳು ಇವೆಲ್ಲವನ್ನು ನೋಡಿಯೂ ಅವನನ್ನು ಅಲ್ಲಿಗೆ ಕಳುಹಿಸುವುದು ಹೇಗೆ ಸಾಧ್ಯ ಹೇಳಿ? ಯಾವ ತಂದೆ ತಾಯಿಯಾದರೂ ಒಪ್ಪುವಂತಹ ಮಾತೇ? ನೀವೇ ಹೇಳಿ."

ಪೂಲ್ ಆಟದ ಕ್ಯೂಸ್ಟಿಕ್ಕನ್ನು ಟೇಬಲ್ಲಿನ ಮೇಲಿಟ್ಟು ಹತ್ತಿರದ ಕುರ್ಚಿಯಲ್ಲಿ ಕುಳಿತು ನನ್ನೆಡೆಗೆ ದೈನ್ಯರಾಗಿ ನೋಡುತ್ತ ಕನ್ನಡಕವನ್ನು ತೆಗೆದು ತಮ್ಮ ಕಣ್ಣುಗಳನ್ನು ಒತ್ತಿಕೊಂಡು ಮಾತು ಮುಂದುವರೆಸಿದರು. "ನಾನು ಏನು ಹೇಳಿದರೂ ಕೇಳುತ್ತಿಲ್ಲ ಅವನು. ಒಂದೇ ಸಮನೆ ಹಠ. ಒಳ್ಳೆಯ ಸಂಬಳವನ್ನು ಕೊಡಲು ಒಪ್ಪಿದ್ದಾರಂತೆ. ಒಪ್ಪದೇ ಏನು? ಜೀವ ಒತ್ತೆ ಇಟ್ಟು ಅಲ್ಲಿಗೆ ಹೋಗಲು ಯಾರು ತಾನೇ ಸಿಗುತ್ತಾರೆ ಅವರಿಗೆ? ಸೈನಿಕರಿಗಿಂತಲೂ ಕಡೆಯದು ಇದು. ಸೈನಿಕರ ಕೈನಲ್ಲಿ ಸ್ವಯಂರಕ್ಷಣೆಗೆ ಬಂದೂಕಾದರೂ ಇರುತ್ತದೆ! ಮನುಷ್ಯ ಮನುಷ್ಯನನ್ನು ಕೊಚ್ಚಿ ಹಾಕುತ್ತಿರುವ ಅಲ್ಲಿಯ ಈ ಹೊತ್ತಿನ ಪರಿಸ್ಥಿತಿಯಲ್ಲಿ ಈ ಹುಡುಗನಿಗೆ ರಕ್ಷಣೆ ಕೊಡುವವರು ಯಾರು? ಅವೇನೂ ಹೋಗುತ್ತಿಲ್ಲ ಅವನ ತಲೆಗೆ! ಇಪ್ಪತ್ತೊಂದಕ್ಕೇ ಏನೋ ವಯಸ್ಸು ಮೀರಿದವನಂತೆ ಆಡುತ್ತಾನೆ. 'ಹೊಸ ಅನುಭವಕ್ಕೆ' ಎನ್ನುವ ವೈರಸ್ ಅವನ ತಲೆಯನ್ನು ಹೊಕ್ಕಿಬಿಟ್ಟಿದೆ."

"ಅವನ ಸ್ನೇಹಿತರಿಂದ ಹೇಳಿಸಿದರೆ?"

"ಯಾರಿದ್ದಾರೆ? ಅವನಿಗೆ ಹತ್ತಿರದವರು ಎಂದರೆ ಇಬ್ಬರು ಸ್ನೇಹಿತರು. ಒಬ್ಬ ಕಿಲಿಮಂಜಾರೋ ಪರ್ವತವನ್ನು ಹತ್ತಲು ಆಫ್ರಿಕಾಕ್ಕೆ ಹೋಗಿದ್ದಾನೆ ಮತ್ತೊಬ್ಬ ಮರೈನ್ ಆಗಿ ಸೈನ್ಯ ಸೇರಿ ಇರಾಕಿನಲ್ಲಿ ಯುದ್ಧ ಮಾಡುತ್ತಿದ್ದಾನೆ." ಆ ಮಾತನ್ನು ಹೇಳಿ ತಮ್ಮ ನೋವಿನಲ್ಲೂ ಸಮಿಂದರು ನಕ್ಕರು. ನಾನೂ ನಕ್ಕೆ.

"ನಾಳೆ ನಮ್ಮ ಮನೆಗೆ ಬರುತ್ತೀರಾ ದಯವಿಟ್ಟು?" ಎಂದರು. "ಸುಮ್ಮನೆ ನನ್ನೊಂದಿಗೆ ಫೋಟೋಗಳನ್ನು ಎಡಿಟ್ ಮಾಡುವ ನೆವದಲ್ಲಿ ಬನ್ನಿ. ಸಮಯ ಸಾಧಿಸಿ ಅವನೊಂದಿಗೆ ಮಾತನಾಡಿ."

"ಸಮಿಂದರೇ, ಮಾತಿನ ವಿಷಯದಲ್ಲಿ ನಾನು ಗಟ್ಟಿ ಮನುಷ್ಯನಲ್ಲ. ನನ್ನ ಇಂಜಿನಿಯರಿಂಗ್ ಕ್ಷೇತ್ರವನ್ನು ಬಿಟ್ಟು ಬೇರೆ ವಿಷಯಗಳಲ್ಲಿ ಯಾರನ್ನಾದರೂ ಮಾತಿನಲ್ಲಿ ಒಪ್ಪಿಸಿದ ಅನುಭವವೇ ಇಲ್ಲ ನನಗೆ. ಯಾವುದು ನನ್ನಿಂದ ಸಾಧ್ಯವಿಲ್ಲವೋ ಅಂತಹದ್ದನ್ನು ಒಪ್ಪಿಕೊಂಡು ನಿಮ್ಮನ್ನು ಮತ್ತೂ ನಿರಾಶರನ್ನಾಗಿಸುವುದು ನನಗೆ ಇಷ್ಟವಿಲ್ಲದ್ದು." ಎಂದೆ ಅಸಹಾಯಕತೆಯಿಂದ.

"ದಯವಿಟ್ಟು ಇಲ್ಲ ಎನ್ನಬೇಡಿ. ನಿಮಗೆ ಹೇಗೆ ತಿಳಿಯುತ್ತದೋ ಹಾಗೆಯೇ ಮಾತನಾಡಿ. ನನ್ನ ಇಬ್ಬರು ಮಿತ್ರರು ಅವನೊಂದಿಗೆ ಮಾತನಾಡಲು ನೋಡಿದರು. ಅವರೊಂದಿಗೆ ಮಾತನಾಡಲೇ ಇಲ್ಲ ಅವನು. ಅವರಿಗೂ ಏನೂ ಹೇಳಲು ತೋಚದೆ ಸುಮ್ಮನೆ ಬಂದುಬಿಟ್ಟರು. ಬಹುಶಃ ವಯಸ್ಸಿನ ಅಂತರದಿಂದ ಹೀಗಾಯಿತು ಎಂದು ಕಾಣುತ್ತದೆ. ನಿಮಗೆ ಹೇಗೆ ತಿಳಿಯುತ್ತದೋ ಹಾಗೆ ಮಾತನಾಡಿ. ಮನೆಯಲ್ಲಿ ಬೇಡ ಎನ್ನಿಸಿದರೆ ಅವನನ್ನು ಎಲ್ಲಿಗಾದರೂ ಹೊರಗೆ ಕರೆದುಕೊಂಡು ಹೋಗಿ. ಯಾವುದೇ ರೆಸ್ಟೋರೆಂಟಿಗೋ, ಬಾರಿಗೋ, ಕಾಫಿಶಾಪಿಗೋ ಎಲ್ಲಿಗಾದರೂ ಕರೆದುಕೊಂಡು ಹೋಗಿ ಅವನೊಂದಿಗೆ ಮಾತನಾಡಿ. ಅವನ ನಿಜ ಉದ್ದೇಶವೇನೆಂದು ತಿಳಿದುಕೊಳ್ಳಿ. ಅವರು ಕೊಡುವ ಆಕರ್ಷಕ ಸಂಬಳದ ಅವಶ್ಯಕತೆಯೇ ಅವನಿಗಿಲ್ಲ ಎನ್ನುವುದನ್ನು ಏನಾದರೂ ಮಾಡಿ ಸೂಕ್ಷ್ಮವಾಗಿ ಅವನ ಮನಗಾಣಿಸಿ. ಮನೆ ಇದೆ, ನಾನು ಚೆನ್ನಾಗಿಯೇ ಹಣ ಸಂಪಾದಿಸಿದ್ದೇನೆ, ಯಾವುದಕ್ಕೂ ಕೊರತೆ ಇಲ್ಲ. ಅವೆಲ್ಲಾ ಅವನಿಗಲ್ಲದೆ ಇನ್ಯಾರಿಗೆ?"

ನಾನು ಸಂದಿಗ್ಧಕ್ಕೆ ಬಿದ್ದೆ. ಸಂಕೋಚದಲ್ಲಿ ಆಯಿತು ಎಂದರೆ ಅದು ಎಂತಹ ಜವಾಬ್ದಾರಿ ಎಂದು ಹೆದರಿಕೆಯಾಗುತ್ತಿತ್ತು. ಇಲ್ಲ ಎಂದರೆ ಸಮಿಂದರಿಗೆ ನೋವಾಗುತ್ತಿತ್ತು. ಹದಿನಾಲ್ಕು ವರ್ಷದ ತಮ್ಮನನ್ನೇ ಮನೆ ಬಿಟ್ಟು ಹೋಗದಂತೆ ತಡೆಯಲಾಗದ ನಾನು ಈ ಜರ್ನಲಿಸಂ ಕಾಲೇಜು ಗ್ರಾಜುಯೇಟನ್ನು ಹೇಗೆ ತಡೆದೇನು? ಕೃಷ್ಣನ ಕಥೆಯನ್ನು ಹೇಳಿದರೆ ನನ್ನ ಅಸಹಾಯಕತೆಯನ್ನು ಮನಗಂಡು ನನ್ನಿಂದ ಈ ಕೆಲಸವನ್ನು ನಿರೀಕ್ಷಿಸಲಾರರೇನೋ ಎನ್ನಿಸಿತು.

ಕೃಷ್ಣನ ಕಥೆಯನ್ನು ಸಮಿಂದರಿಗೆ ಹೇಳಿದೆ. ಅದು ಅವರಿಗೆ ಅನಿರೀಕ್ಷಿತವಾಗಿತ್ತು. ಹತ್ತು ನಿಮಿಷ ಏನೂ ಮಾತನಾಡದೆ ಕುಳಿತರು.

"ಮನೆ ಬಿಟ್ಟು ಹೋಗುತ್ತಿರುವ ತಮ್ಮನನ್ನು ಹಿಡಿದು ನಿಲ್ಲಿಸಲು ಮತ್ತೊಂದು ಅವಕಾಶ ಇದು ಎಂದು ತಿಳಿದುಕೊಳ್ಳಿ. ದಯವಿಟ್ಟು ಪ್ರಯತ್ನಪಟ್ಟು ನೋಡಿ."

ಆ ಮಾತು ನನ್ನನ್ನು ಕಟ್ಟಿಹಾಕಿತ್ತು.

ಕ್ಯಾಮರಾ ಕ್ಲಬ್‌ನ ಹಾಲಿನಿಂದ ಹೊರಗೆ ಹೊರಟೆವು. ಬಾಗಿಲಿನ ಬಳಿಯೇ ಸಮಿಂದರ ಶ್ರೀಲಂಕಾ ಯೋಧರ ಚಿತ್ರವನ್ನು ನೇತು ಹಾಕಲಾಗಿತ್ತು. ಪ್ರದರ್ಶನಗಳಲ್ಲಿ ಮೆಚ್ಚುಗೆಯನ್ನು ಪಡೆದ ಚಿತ್ರಗಳನ್ನು ಆಯ್ದು ಕ್ಲಬ್‌ನ ಪ್ರದರ್ಶನ ಕೋಣೆಯಲ್ಲಿ ಮುಂದಿನ ಪ್ರದರ್ಶನದ ತನಕ ತೂಗುಹಾಕುವುದು ಕ್ಲಬ್‌ನ ಸಂಪ್ರದಾಯವಾಗಿತ್ತು.

ಸಮಿಂದರು ಆ ಚಿತ್ರದ ಮುಂದೆ ಒಂದು ಕ್ಷಣ ನಿಂತರು.

"ಶ್ರೀಕಾಂತ್, ನನ್ನ ಈ ಚಿತ್ರದಲ್ಲಿ ಬುದ್ಧನ ಪುಸ್ತಕವನ್ನು ಓದುತ್ತಿದ್ದಾನಲ್ಲ ಆ ಸೈನಿಕ, ಆ ಹುಡುಗ ಯಾವಾಗಲೂ ನನಗೆ ಮಹಿಂದನಂತೆಯೇ ಕಾಣುತ್ತಾನೆ. ಯುದ್ಧರಂಗದಲ್ಲಿ ಮಹಿಂದ ಇದಕ್ಕಿಂತಲೂ ಬೇರೆಯಾಗಿ ಬದುಕಲಾರ." ಎಂದರು.

ಕಪ್ಪು ಬಣ್ಣದ ಮತ್ತು ತೆಳು ಮೈಕಟ್ಟಿನ ಆ ಯುವ ಸೈನಿಕನ ಮುಖವನ್ನು

ದೃಷ್ಟಿಸಿದೆ. ಬಂದೂಕಿನ ಪಕ್ಕದಲ್ಲಿ ಓರೆಯಾದಂತೆ ಕುಳಿತು ಪುಸ್ತಕ ಓದುತ್ತಿರುವ ಅವನು ನನಗೂ ಮಹಿಂದನಂತೆಯೇ ಕಂಡ.

ಅಂದು ಮಧ್ಯರಾತ್ರಿಯ ತನಕ ನಾನು ಮತ್ತು ವಾಣಿ ನಾವು ಅರಿಯದ ಈ ಹೊಸ ಜವಾಬ್ದಾರಿಯ ಬಗ್ಗೆಯೇ ಯೋಚಿಸುತ್ತ ಕುಳಿತಿದ್ದೆವು. ಸೈಕಾಲಜಿ ಓದಿರುವ ನೀನೇ ಅವನೊಂದಿಗೆ ಮಾತನಾಡು ಎಂದೆ. ವಾಣಿ ತುಂಟತನದಲ್ಲಿ ನಕ್ಕು "ಹೀಗೆಲ್ಲಾ ತಪ್ಪಿಸಿಕೊಳ್ಳಲಾಗುವುದಿಲ್ಲ ರಾಯರೇ." ಎಂದಳು. ಯುದ್ಧಗಳ ಭೀಕರತೆಯನ್ನು ವಿವರಿಸಿದರೆ ಹೇಗೆ ಎಂದು ಮಾತನಾಡಿಕೊಂಡೆವು. ಇಬ್ಬರಿಗೂ ನಗು ಬಂತು. ಹಾಗೆ ವಿವರಿಸಲು ನಾವು ಯಾವ ಯುದ್ಧವನ್ನು ಕಂಡಿದ್ದೇವೆ? ಯುದ್ಧಕ್ಕೆ ಹೋಗಿ ಬಂದಿದ್ದೇನೆ ಎಂದು ಹೇಳುವಂತಹ ಯಾರನ್ನೂ ನಾವು ಇದುವರೆಗೂ ಕಂಡಿಲ್ಲ. ನಾವು ಕಂಡಿರಬಹುದಾದ ಯೋಧ ಎಂದರೆ ಜರ್ಮನ್ ಷಫರ್ಡ್ ನಾಯಿಯನ್ನು ಅದರ ಪ್ರಾತಃವಿಧಿಗಾಗಿ ಕರೆದುಕೊಂಡು ಹೋಗುವ ಪಕ್ಕದ ಮನೆಯ ಮುದುಕ. ನಾನು ವಿಯಾಟ್ನಾಂ ಯುದ್ಧದ ವೆಟರನ್ ಎಂದು ಪದೇಪದೇ ಹೇಳಿಕೊಳ್ಳುತ್ತಾನೆ. ಅದು ಬಿಟ್ಟರೆ ಯುದ್ಧಕ್ಕೂ ನಮಗೂ ಬಹಳ ದೂರ. ಬೇಸಿಗೆ ರಜಕ್ಕೆ ಶ್ರೀಲಂಕಾಕ್ಕೆ ಹೋದಾಗ ಮಹಿಂದ ಕಂಡಿರಬಹುದಾದಷ್ಟು ಮತ್ತು ಕೇಳಿರಬಹುದಾದಷ್ಟು ಯುದ್ಧವನ್ನು ನಾವು ಕಂಡಿಲ್ಲ, ಕೇಳಿಲ್ಲ. ಇನ್ನು ಅವನಿಗೆ ಹೇಳುವುದೇನು ಬಂತು? ಮೇಲಾಗಿ, ಯುದ್ಧ ಮಹಾಕ್ರೌರ್ಯದ್ದು, ಜೀವ ತೆಗೆಯುವಂತಹದ್ದು ಹತ್ತಿರ ಹೋಗಬೇಡ ಎಂದು ಹೇಳಲು ಅವನೇನು ಮಿಡ್ಲ್‌ಸ್ಕೂಲ್ ಹುಡುಗನೇ?

ನಾವಿಬ್ಬರು ಎಷ್ಟೇ ತಲೆ ಕೆಡಿಸಿಕೊಂಡರೂ ಮಹಿಂದನೊಂದಿಗೆ ಹೇಳಲು ಲಾಜಿಕ್ ಎನ್ನುಬಹುದಾದ ಯಾವ ಮಾತುಗಳೂ ನಮಗೆ ಹೊಳೆಯಲಿಲ್ಲ. ಯುದ್ಧ ಸಂಬಂಧವಾಗಿ ಯಾವುದಾದರೂ ಪುಸ್ತಕವನ್ನು ಹೇಳು ಎಂದರೆ "ಆಲ್ ಕ್ವೈಟ್ ಆನ್ ದ ವೆಸ್ಟ್ರನ್ ಫ್ರಂಟ್" ಎಂದಳು. "ಒಂದನೇ ಮಹಾಯುದ್ಧಕ್ಕೆ ಸಂಬಂಧಿಸಿದ್ದು." ಓದುವುದಿರಲಿ, ಸಾಹಿತ್ಯದಲ್ಲಿ ಆಸಕ್ತಿ ಇಲ್ಲದ ನಾನು ಆ ಪುಸ್ತಕದ ಹೆಸರನ್ನೂ ಕೇಳಿರಲಿಲ್ಲ. "ಪ್ರಸಿದ್ಧವಾದ ಪುಸ್ತಕ ಅದು. ನಿನಗೆ ಗೊತ್ತಿಲ್ಲ ಅಷ್ಟೆ. ನಮ್ಮ ಮನೆಗೆ ಬಂದಾಗ ಆ ಹುಡುಗ ಸಾಹಿತ್ಯದ ಬಗೆಗೆ ಆಸಕ್ತಿಯಿಂದ ಮಾತನಾಡುತ್ತಿದ್ದುದು ನೋಡಿದರೆ ಅವನು ಖಂಡಿತಾ ಓದಿರುತ್ತಾನೆ. ನೀನು ಓದಿಲ್ಲ ಎಂದು ಅವನೊಂದಿಗೆ ಹೇಳಲು ಹೋಗಬೇಡ. ಆ ಪುಸ್ತಕದಲ್ಲಿ ಪೌಲ್ ಬೌಮರ್ ಅನುಭವಿಸುತ್ತಾನಲ್ಲ ಹಾಗೆಯೇ ನೀನು ಬಹಳ ಕಷ್ಟಪಡುತ್ತೀ ಎಂದು ಹೇಳು. ಅವನಿಗೆ ಅರ್ಥವಾಗುತ್ತದೆ." ಎಂದು ತಮಾಷೆಯಾಡಿ ನಕ್ಕಳು.

ನಾನು ಮತ್ತು ವಾಣಿ ಸೆರಿಟೋಸ್‌ನಲ್ಲಿನ ಸಮಿಂದ ಮಧುರಸಿಂಘೆಯವರ ಮನೆಯನ್ನು ತಲುಪಿದಾಗ ಬೆಳಗ್ಗೆ ಹನ್ನೊಂದು ಗಂಟೆಯಾಗಿತ್ತು. ಸಮಿಂದ ಮತ್ತು ಹಷಿನಿ ನಮ್ಮನ್ನು ಆದರದಿಂದ ಬರಮಾಡಿಕೊಂಡರು. ಹಳೆಯದಾದರೂ ವಿಶಾಲವಾದ ಮನೆ ಅವರದ್ದು. ಮನೆಯ ವಸ್ತುಗಳು ಎಷ್ಟು ಅಚ್ಚುಕಟ್ಟಾಗಿ

ಜೋಡಿತವಾಗಿದ್ದವೆಂದರೆ ಹಿಲ್ಟನ್ ಹೋಟೆಲಿನ ಕೋಣೆಯನ್ನು ಹೊಕ್ಕ ಅನುಭವ ನಮಗಾಗುತ್ತಿತ್ತು. ಇಷ್ಟು ಸ್ವಚ್ಛವಾಗಿ ಮನೆಯನ್ನು ಇಟ್ಟುಕೊಳ್ಳಲಾದರೂ ಹೇಗೆ ಸಾಧ್ಯ ಎಂದು ನಾನು ಆಶ್ಚರ್ಯಪಟ್ಟಾಗ ಸಮಿಂದರು ನಕ್ಕು "ಈ ಮನೆಯಲ್ಲಿ ಕೊಳಕ ಎಂದರೆ ನಾನೇ. ಹಷಿನಿ ಮತ್ತು ಮಹಿಂದ ಕ್ಲೀನ್ ಫ್ರೀಕ್‌ಗಳು." ಎಂದರು.

ಕೆಲವು ನಿಮಿಷಗಳು ಸಮಿಂದರ ಜೊತೆ ಹರಟೆ ಹೊಡೆಯುತ್ತಿದ್ದು ನಂತರ ಮೆಲ್ಲನೆ ಹೆಜ್ಜೆ ಹಾಕುತ್ತ ಮೆಟ್ಟಿಲುಗಳನ್ನು ಹತ್ತಿ ಮೊದಲ ಅಂತಸ್ತಿನಲ್ಲಿದ್ದ ಮಹಿಂದ್ರನ ಕೋಣೆಯ ಕದವನ್ನು ತಟ್ಟಿದೆ. ಯಾವುದೋ ಪುಸ್ತಕವನ್ನು ಓದುತ್ತಿದ್ದವನು ಕೈನಲ್ಲಿ ಪುಸ್ತಕವನ್ನು ಹಿಡಿದಂತೆಯೇ ಬಂದು ಕದವನ್ನು ತೆಗೆದು ನನ್ನನ್ನು ನೋಡಿ ಆಶ್ಚರ್ಯಗೊಂಡು "ಶ್ರೀಕಾಂತ್! ಹೇಗಿದ್ದೀರಾ?" ಎಂದು ಸ್ನೇಹದ ನಗೆಯನ್ನು ಬೀರಿದ. "ಎಷ್ಟು ಹೊತ್ತಾಯಿತು ನಮ್ಮ ಮನೆಗೆ ಬಂದು? ನಾನು ಯಾವುದಾದರೂ ಪುಸ್ತಕ ಹಿಡಿದು ಕುಳಿತೆನೆಂದರೆ ನಮ್ಮಮ್ಮ ಬಂದು ಊಟಕ್ಕೆ ಗೋಳುಹುಯ್ದುಕೊಳ್ಳುವವರೆಗೂ ಈ ಪ್ರಪಂಚದಲ್ಲಿರುವುದಿಲ್ಲ." ಎಂದ.

"ನಿಮ್ಮ ಓದಿಗೆ ತೊಂದರೆಯಾಯಿತೇನೋ?" ಎಂದೆ ಒಳ ಹೋಗಲು ಅನುಮಾನಿಸುತ್ತಾ.

"ಖಂಡಿತಾ ಇಲ್ಲ. ದಯವಿಟ್ಟು ಒಳಗೆ ಬನ್ನಿ." ಎಂದು ಕರೆದು ತನ್ನ ಕಂಪ್ಯೂಟರ್ ಟೇಬಲ್ಲಿನ ಕುರ್ಚಿಯನ್ನು ನನಗಾಗಿ ಮುಂದೆ ಎಳೆದು ತಾನು ಹಾಸಿಗೆಯ ಮೇಲೆ ದಿಂಬಿನ ಕಡೆಯ ಗೋಡೆಗೆ ಒರಗಿ ಕುಳಿತ. ಸಮಿಂದರು ಹೇಳಿದಂತೆ ಸ್ವಚ್ಛತೆಯ ವಿಷಯದಲ್ಲಿ ಅತಿಯಾದವನೇ ಇರಬೇಕು ಇವನು. ಸಾಲು ಸಾಲು ಪುಸ್ತಕಗಳು ಕಪಾಟಿನಲ್ಲಿ ನೀಟಾಗಿ ಜೋಡಿಸಲ್ಪಟ್ಟಿದ್ದವು. ಹಾಸಿಗೆಯ ಮೇಲೆ ಹೊದಿಸಿದ್ದ ಹೊದಿಕೆಯಲ್ಲಿ ಒಂದು ಸಣ್ಣ ಸುಕ್ಕು ಕೂಡ ಕಾಣುವಂತಿರಲಿಲ್ಲ.

ಅವನ ಕಂಪ್ಯೂಟರ್ ಚೇರಿನ ಮೇಲೆ ಸಂಕೋಚದಿಂದ ಕೂರುತ್ತಲೇ "ನಿಮ್ಮೊಂದಿಗೆ ಮಾತನಾಡೋಣ ಎಂದು ಬಂದೆ." ಎಂದೆ.

ಅವನು ನನ್ನ ಕಣ್ಣುಗಳನ್ನೇ ಅಳೆಯುವಂತೆ ನೋಡುತ್ತ "ನನ್ನ ತಂದೆಯವರು ಸ್ನೇಹದಲ್ಲಿ ಕಟ್ಟಿಹಾಕಿ ನಿಮ್ಮನ್ನು ಇಲ್ಲಿಗೆ ಕಳುಹಿಸಿದರು ಅಲ್ಲವೇ?" ಎಂದ.

ನನಗೆ ಪೇಚಿಗೆ ಇಟ್ಟುಕೊಂಡಿತು. ಹ್ಞೂ ಎಂದರೂ ಕಷ್ಟ ಉಹ್ಞೂ ಎಂದರೂ ಕಷ್ಟ. "ಹಾಗೇನಿಲ್ಲ." ಎಂದೆ ತೊದಲುತ್ತಾ.

"ದಯವಿಟ್ಟು ಕ್ಷಮಿಸಿ. ನನ್ನಿಂದಾಗಿ ನನ್ನ ತಂದೆಯವರು ಅವರ ಸ್ನೇಹಿತರ ಸಮಯವನ್ನೆಲ್ಲಾ ವ್ಯರ್ಥ ಮಾಡುತ್ತಿದ್ದಾರೆ. ನನ್ನೊಂದಿಗೆ ಮಾತನಾಡಲು ಅವರು ಕಳುಹಿಸುತ್ತಿರುವವರಲ್ಲಿ ನೀವು ಮೂರನೆಯವರು. ಹೀಗೆ ಮಾಡಬೇಡಿರೆಂದು ಎಷ್ಟು ಕೇಳಿಕೊಂಡರೂ ಅರ್ಥವಾಗುತ್ತಿಲ್ಲ ಅವರಿಗೆ."

"ಇದರಲ್ಲಿ ಸಮಯ ವ್ಯರ್ಥದ ಪ್ರಶ್ನೆ ಏನು ಬಂತು ಬಿಡಿ. ಇವತ್ತು ಭಾನುವಾರ. ನನಗೆ ಮಾಡಲಾದರೂ ಅಂತಹ ಘನಂದಾರಿ ಕೆಲಸ ಏನಿದೆ? ನಿಮ್ಮ ಅಷ್ಟು ದೊಡ್ಡ

ನಿರ್ಧಾರದ ಬಗ್ಗೆ ಕೇಳಿ ಆಶ್ಚರ್ಯಗೊಂಡು ಹೆಚ್ಚಿಗೆ ತಿಳಿದುಕೊಳ್ಳುವ ಆಕಾಂಕ್ಷೆಯಿಂದ ಬಂದೆ, ಅಷ್ಟೇ." ಎಂದೆ.

"ನೀವು ಸಂಕೋಚದಿಂದ ಈ ಮಾತನ್ನು ಆಡುತ್ತಿದ್ದೀರೆಂದು ಗೊತ್ತು. ನನ್ನ ತಂದೆಯವರ ಕಿತಾಪತಿಯೇ ಇದೆಲ್ಲಾ." ಎಂದು ನಕ್ಕ.

"ಹೊರಗೆ ಹೋಗಿ ಬರೋಣವೇ? ಆರಾಮವಾಗಿ ಕಾಫಿ ಕುಡಿದು ಬರೋಣ."

ಆಗಲಿ ಎಂದು ನನ್ನೊಂದಿಗೆ ಕೋಣೆಯಿಂದ ಹೊರಗೆ ಬಂದ.

ಸಮಿಂದರು ನ್ಯೂಸ್‌ಪೇಪರ್ ಓದುತ್ತ ಸೋಫಾದ ಮೇಲೆ ಕುಳಿತಿದ್ದವರು ಒಮ್ಮೆ ಕಿರುಗಣ್ಣಿನಿಂದ ನಮ್ಮೆಡೆಗೆ ನೋಡಿದರು. ಮಹಿಂದ ತಂದೆಯ ಬಳಿ ನಿಂತ. ನನ್ನನ್ನು ಕಳುಹಿಸಿದ್ದಕ್ಕೆ ಇನ್ನೆಲ್ಲಿ ತಂದೆಯನ್ನು ಜೋರು ಮಾಡುತ್ತಾನೋ ಎಂದು ಹೆದರಿದ್ದೆ. "ಶ್ರೀಕಾಂತ್ ಮತ್ತು ನಾನು ಒಂದು ಸುತ್ತು ಹೊರಗೆ ಹೋಗಿ ಬರುತ್ತೇವೆ." ಎಂದ. ಸಮಿಂದರು ನ್ಯೂಸ್‌ಪೇಪರನ್ನು ಅಡ್ಡ ಹಿಡಿದಂತೆಯೇ "ಆಯಿತು ಹೋಗಿ ಬನ್ನಿ. ಊಟಕ್ಕೆ ಕಾಯುತ್ತಿರುತ್ತೇವೆ." ಎಂದರು.

ಮಹಿಂದ ಮತ್ತು ನಾನು ಸೆರಿಟೋಸ್ ಸೌತ್ ಸ್ಟ್ರೀಟಿನ ಸ್ಟಾರ್‌ಬಕ್ಸ್ ಕಾಫಿ ಅಂಗಡಿಯೊಳಗೆ ಪ್ರವೇಶಿಸಿದಾಗ ಜನ ವಿರಳವಾಗಿದ್ದರು. ಮೂಲೆಯ ಟೇಬಲ್ಲಿನಲ್ಲಿ ಇಬ್ಬರು ಹೆಂಗಸರು ಮತ್ತು ಮಧ್ಯದ ದೊಡ್ಡ ಟೇಬಲ್ಲಿನ ಸುತ್ತ ನಾಲ್ಕೈದು ಹದಿಹರೆಯದ ಹುಡುಗ ಹುಡುಗಿಯರನ್ನು ಬಿಟ್ಟರೆ ಹೆಚ್ಚಿನ ಜನರಿರಲಿಲ್ಲ. ಕಾಫಿಯನ್ನು ಕೊಂಡು ಅಂಗಡಿಯ ಆಚೆಯಲ್ಲಿ ರಸ್ತೆಗೆ ಮುಖ ಮಾಡಿದ್ದ ಕುರ್ಚಿಗಳನ್ನು ಹಿಡಿದು ಕುಳಿತೆವು. ನನಗೆ ಯಾವ ರೀತಿಯಲ್ಲಿ ಮಾತನ್ನು ಪ್ರಾರಂಭಿಸಬೇಕೆಂದು ತಿಳಿಯಲಿಲ್ಲ.

"ನೀವು ಅಫಘಾನಿಸ್ತಾನಕ್ಕೆ ಹೊರಟಿರುವುದನ್ನು ನಿಮ್ಮ ತಂದೆಯವರು ಎಷ್ಟು ಮನಸ್ಸಿಗೆ ಹಚ್ಚಿಕೊಂಡಿದ್ದಾರೆ ಎನ್ನುವುದು ಗೊತ್ತಿದೆಯೇ ನಿಮಗೆ?" ಎಂದೆ.

"ಗೊತ್ತು ಶ್ರೀಕಾಂತ್. ಅದು ನನಗಲ್ಲದೆ ಇನ್ಯಾರಿಗೆ ಅರ್ಥವಾಗಲಿಕ್ಕೆ ಸಾಧ್ಯ ಹೇಳಿ?"

"ಅವರ ನೋವು ನಿಮಗೆ ಪೂರ್ತಿ ತಟ್ಟಿದೆಯೇ ಎನ್ನುವ ಅನುಮಾನಗಳಲ್ಲೇ ಈ ಮಾತನ್ನು ಹೇಳುತ್ತಿದ್ದೇನೆ. ನಿಮಗೇನಾದರೂ ಅಚಾತುರ್ಯವಾದರೆ ಅದನ್ನು ತಡೆದುಕೊಳ್ಳುವ ಶಕ್ತಿ ನಿಮ್ಮ ಅಪ್ಪ ಅಮ್ಮನಿಗೆ ಇದೆಯೇ? ಆ ಬಗ್ಗೆ ಯೋಚಿಸಿದ್ದೀರಾ? ನಿಮಗಿನ್ನೂ ವಯಸ್ಸು ಚಿಕ್ಕದು. ಅವಘಡಗಳ ಮುಂದಿನ ಪರಿಣಾಮಗಳನ್ನು ಯೋಚಿಸುವ ಶಕ್ತಿ ಇರುವುದಿಲ್ಲ. ಯುದ್ಧ ಪ್ರದೇಶಗಳಲ್ಲಿ ಅಂಗವಿಹೀನರಾಗುವುದು ತೀರಾ ಸಾಮಾನ್ಯ. ನಿಮಗೇನಾದರೂ ಜೀವನಪರ್ಯಂತ ಅನುಭವಿಸುವಂತಹ ಹೆಚ್ಚುಕಡಿಮೆಯಾದಲ್ಲಿ ನೀವು ಕೈಗೆತ್ತಿಕೊಳ್ಳುತ್ತಿರುವ ಈ ಸಾಹಸಕ್ಕಾಗಿ ನಿಮ್ಮನ್ನು ನೀವೇ ಕ್ಷಮಿಸಿಕೊಳ್ಳುವಿರೇನು? ಮಹಿಂದ, ಶಾಂತಪ್ರದೇಶಗಳಲ್ಲಿರುವ ನಮ್ಮ ಕಲ್ಪನೆಗಳನ್ನು ಮೀರಿದ ಭೀಕರತೆ ಯುದ್ಧ ಎನ್ನುವುದು. ಯಾವ ಕಾರಣಕ್ಕಾಗಿ ಈ ಸಾಹಸಕ್ಕೆ ಕೈ ಹಾಕಿದ್ದೀರಿ? ಒಂದು ಬಗೆಯ ಥ್ರಿಲ್ಲಿಗೋ ಹಣಕ್ಕೋ ಯಾವುದಕ್ಕೆ?"

"ಶ್ರೀಕಾಂತ್ ಪ್ಲೀಸ್. ಹಣಕ್ಕಾಗಿ ಈ ನಿರ್ಧಾರ ಮಾಡುತ್ತಿದ್ದೇನೆ ಎನ್ನುವಂತಹ ತಳಮಟ್ಟದ ಮಾತುಗಳು ಬೇಡ." ಮಹಿಂದ ಬೇಡಿಕೊಂಡ. "ಯುನೈಟೆಡ್ ಮೀಡಿಯಾದವರು ಒಳ್ಳೆಯ ಸಂಬಳವನ್ನು ಮಾತನಾಡಿದ್ದಾರೆ ಎನ್ನುವುದು ನಿಜವಾದರೂ ಅದು ಯಾವ ಕಾರಣಕ್ಕೂ ನನ್ನ ಈ ನಿರ್ಧಾರದ ಪ್ರಚೋದನೆಯಲ್ಲ. ಅವರು ಕೊಡಲು ಒಪ್ಪಿರುವ ಸಂಬಳದ ಅರ್ಧದಷ್ಟನ್ನು ನನಗೆ ಕೊಟ್ಟಿದ್ದರೂ ನಾನು ಇದೇ ನಿರ್ಧಾರವನ್ನು ಮಾಡುತ್ತಿದ್ದೆ. ಅದರಲ್ಲಿ ಸಂಶಯಬೇಡ."

"ನಿಮ್ಮನ್ನು ಅವಮಾನಿಸುವ ಉದ್ದೇಶದಿಂದ ಆ ಮಾತುಗಳನ್ನು ನಾನು ಆಡಲಿಲ್ಲ. ಹಾಗೇನಾದರೂ ಅದು ಧ್ವನಿಸಿದ್ದರೆ ದಯವಿಟ್ಟು ನನ್ನನ್ನು ಕ್ಷಮಿಸಿ. ನಿಮ್ಮ ನಿರ್ಧಾರದ ಹಿಂದೆ ಇರುವ ನಿಜವಾದ ಸಂಕಲ್ಪವೇನು ಎಂದು ತಿಳಿದುಕೊಳ್ಳುವ ಕುತೂಹಲದಲ್ಲಿ ಕೇಳಿದೆ ಅಷ್ಟೇ. ನೀವು ಯೋಚಿಸಿಯೇ ನಿರ್ಧಾರವನ್ನು ತೆಗೆದುಕೊಂಡಿರುವಿರಿ ಎನ್ನುವ ನಂಬಿಕೆ ಖಂಡಿತಾ ನನಗಿದೆ. ನಿಮ್ಮ ತಂದೆಯವರ ನೋವನ್ನು ಹಂಚಿಕೊಳ್ಳುವ ಆತುರದಲ್ಲಿ ಆ ಮಾತನ್ನು ಹೇಳಿದೆ. ದಯವಿಟ್ಟು ಬೇಸರಿಸಿಕೊಳ್ಳಬೇಡಿ." ಎಂದೆ.

"ಇಲ್ಲ. ಬೇಸರವಿಲ್ಲ. ನೀವು ಸೂಕ್ಷ್ಮವಾಗಿಯೇ ಕೇಳಿದಿರಿ. ನನ್ನ ತಂದೆಯವರ ಉಳಿದ ಮಿತ್ರರು ಮೊದಲು ಕೇಳಿದ ಪ್ರಶ್ನೆ ಎಂದರೆ ಎಷ್ಟು ಮಿಲಿಯನ್ ದುಡಿಯಲು ಅಲ್ಲಿಗೆ ಹೋಗುತ್ತಿದ್ದೀಯೋ ಮೂರ್ಖಾ ಎಂದೇ." ಎಂದು ನಕ್ಕ.

"ನಿಮ್ಮ ಸ್ನೇಹಿತರೊಬ್ಬರು ಕಿಲಿಮಾಂಜರೋ ಹತ್ತಲು ಆಫ್ರಿಕಾಕ್ಕೆ ಹೋಗಿದ್ದಾರೆ ಎಂದು ನಿಮ್ಮ ತಂದೆಯವರು ಹೇಳುತ್ತಿದ್ದರು."

"ಹೌದು. ಮುಂದಿನ ವರ್ಷ ಮೌಂಟ್ ಎವರೆಸ್ಟ್ ಹತ್ತುತ್ತಾನಂತೆ. ಬಹಳ ಸಾಹಸ ಪ್ರವೃತ್ತಿಯವನು ಅವನು."

"ನಿಮ್ಮದೂ ಸಾಹಸವೇ."

"ಅವನಷ್ಟಿಲ್ಲ."

"ನನಗಂತೂ ಅದಕ್ಕಿಂತಲೂ ಹೆಚ್ಚು. ಸಿಎನ್ಎನ್ ನ್ಯೂಸ್ ನೋಡುವಾಗಲೆಲ್ಲಾ ಅಫಘಾನಿಸ್ತಾನ, ಪಾಕಿಸ್ತಾನ, ಇರಾಕ್ ಎಂದೆಲ್ಲ ಯುದ್ಧಪ್ರದೇಶಗಳಿಂದ ಮಾತನಾಡುವ ಕ್ರಿಸ್ಟೀನ್ ಅಮನ್‌ಪೋರ್‌ಳನ್ನು ನೋಡಿದಾಗಲೆಲ್ಲಾ ಆಕೆಯ ಸಾಹಸಕ್ಕೆ ನನ್ನಲ್ಲಿ ಅಚ್ಚರಿ ಮೂಡುತ್ತದೆ." ಎಂದೆ.

ಮಹಿಂದ ಮುಗುಳುನಕ್ಕು ನನ್ನ ಕಣ್ಣುಗಳನ್ನೇ ನೋಡುತ್ತಿದ್ದ. ನನ್ನ ಮೂಲಕ ಅವನ ತಂದೆ ಯಾವ ತಂತ್ರವನ್ನು ರೂಪಿಸಿರಬಹುದು ಏನು ಸಂದೇಶವನ್ನು ಕಳುಹಿಸಿರಬಹುದು ಎಂದು ತಿಳಿದುಕೊಳ್ಳುವ ಕುತೂಹಲ ಅವನಲ್ಲಿ ವ್ಯಕ್ತವಾಗುತ್ತಿತ್ತು.

ಎಷ್ಟೇ ಸುತ್ತುಬಳಸಿದರೂ ನನ್ನ ಗಾಡಿ ಸರಿದಾರಿಯನ್ನು ಕಂಡುಕೊಳ್ಳಲಿಲ್ಲ.

"ಮಹಿಂದ, ಒಂದು ವಿಷಯವನ್ನು ಹೇಳಿ. ನಿಮ್ಮ ಕ್ಷೇತ್ರದ ಬಗೆಗಿನ ನನ್ನ ಅಜ್ಞಾನದಿಂದಾಗಿ ಇದನ್ನು ಕೇಳುತ್ತಿದ್ದೇನೆ. ನೀವು ಇಲ್ಲಿಯೇ ಇದ್ದು ಇಲ್ಲಿಯೇ ಯಾವುದಾದರೂ ಜನಪ್ರಿಯ ಪತ್ರಿಕೆಗೆ, ಉದಾಹರಣೆಗೆ ಲಾಸ್ ಏಂಜಲಿಸ್ ಟೈಮ್ಸ್‌ಗೆ

ವರದಿಗಾರನಾಗುವುದಕ್ಕೂ ಅಫಘಾನಿಸ್ತಾನದಲ್ಲಿ ಯುದ್ಧದ ಕರೆಸ್‌ಪಾಂಡೆಂಟ್ ಆಗುವುದಕ್ಕೂ ನಿಮ್ಮಲ್ಲಿ ಯಾವ ವ್ಯತ್ಯಾಸವಾಗುತ್ತದೆ?"

"ಆಕಾಶ ಭೂಮಿಯ ವ್ಯತ್ಯಾಸವಾಗುತ್ತದೆ." ರಸ್ತೆಯಲ್ಲಿ ವೇಗವಾಗಿ ಚಲಿಸುತ್ತಿರುವ ವಾಹನಗಳನ್ನು ದೃಷ್ಟಿಸುತ್ತ ಹೇಳಿದ. "ನಾನು ಅಫಘಾನಿಸ್ತಾನಕ್ಕೆ ಹೋಗುತ್ತಿರುವುದರಲ್ಲಿ ಯುದ್ಧದ ವರದಿಗಾರನಾಗುವುದಕ್ಕಿಂತಲೂ ಏನೋ ಹೆಚ್ಚಿನ ಗುರಿಯಿದೆ. ಏನೋ ಹೆಚ್ಚಿನ ಸಾಧನೆಯ ತುಡಿತವಿದೆ. ಆದರೆ ಅದನ್ನು ಸ್ಪಷ್ಟವಾಗಿ ಮಾತುಗಳಲ್ಲಿ ನಿಮಗೆ ತಿಳಿಸಲಾರೆ ಏಕೆಂದರೆ ನನ್ನ ಆ ತುಡಿತಗಳನ್ನು ಮಾತಿನಲ್ಲಿ ಹೇಳುವಷ್ಟು ಸ್ಪಷ್ಟತೆ ನನಗೇ ಬಂದಿಲ್ಲ. ಸ್ಪಷ್ಟವಾಗಿ ತಿಳಿಸಲಾಗದ ನನ್ನ ಈ ಸ್ಥಿತಿಯಿಂದಲೇ ನನ್ನ ಸುತ್ತಮುತ್ತಲಿನವರಿಗೆ ಅದರಲ್ಲೂ ಹೆಚ್ಚಾಗಿ ನನ್ನ ಪ್ರೀತಿಪಾತ್ರರಿಗೆ ನನ್ನ ನಿರ್ಧಾರದಿಂದ ಗೊಂದಲವನ್ನು ತಂದಿದ್ದೇನೆ. ಒಂದಂತೂ ನಿಜ. ಈ ಪ್ರವಾಸ ನನ್ನ ಜೀವನವನ್ನು ಬದಲಿಸುತ್ತದೆ. ಯಾವ ರೀತಿಯಲ್ಲಿ ಎನ್ನುವುದು ತಿಳಿದಿಲ್ಲ. ಆದರೆ ಆ ಬದಲಾವಣೆಗಾಗಿ ಎಷ್ಟೋ ದಿನಗಳಿಂದ ಕಾದಿದ್ದೇನೆ.

ಇಲ್ಲಿಯೇ ಎಲ್‌ಎ ಟೈಮ್ಸ್‌ನಲ್ಲಿ ಹಾಲಿವುಡ್‌ನ ವರದಿಗಾರನಾಗಿಯೋ ಸಂಪಾದಕರ ಸಹಾಯಕನಾಗಿಯೋ ಕೆಲಸಕ್ಕೆ ಸೇರುವುದು ನನಗೆ ಕಷ್ಟದ ವಿಷಯವಲ್ಲ. ನನ್ನ ಬರವಣಿಗೆಯ ಕುಶಲತೆ ಮತ್ತು ಪತ್ರಿಕೋದ್ಯಮದ ಪದವಿ ಆ ಕೆಲಸಕ್ಕೆ ನನ್ನನ್ನು ಸುಲಭವಾಗಿ ಅಂಟಿಸಿಬಿಡುತ್ತದೆ. ಒಂದಿಷ್ಟು ಚಾಕಚಕ್ಯತೆಯಿಂದ, ಒಂದಿಷ್ಟು ಆಫೀಸು ಪೊಲಿಟಿಕ್ಸ್‌ನ ನಿರ್ವಹಣೆಯಿಂದ, ಒಂದಿಷ್ಟು ಹೆಚ್ಚಿನ ಶ್ರಮದಿಂದ ಮುಂದೆಯೂ ಬಂದುಬಿಡಬಹುದು. ಅದೃಷ್ಟ ಚೆನ್ನಾಗಿದ್ದರೆ ಸಂಪಾದಕನಾದರೂ ಆದೇನು. ಪತ್ರಿಕೋದ್ಯಮದ ಕಾರ್ಪೊರೇಟ್ ಬ್ಯುಸಿನೆಸ್ಸಿನಲ್ಲಿ ಹೆಚ್ಚಿನ ಹಣವನ್ನು ಮಾಡಿಕೊಂಡೇನು. ಆದರೆ ಅದು ಬೇಕಿಲ್ಲ ನನಗೆ. ನನ್ನ ಜೀವನವನ್ನು ಆ ದಾರಿಯಲ್ಲಿ ಕೊಂಡೊಯ್ಯಲಾರೆ. ಇಷ್ಟವಿಲ್ಲದ ಹಾದಿಯನ್ನು ಹೊಕ್ಕರೆ ಸರಿದಾರಿಯ ಕನಸು ಯಾವಾಗಲೂ ನಮ್ಮನ್ನು ಕಾಡುತ್ತದೆ. ನಮ್ಮ ತಂದೆಯವರು ತೆಗೆದ ಒಂದು ಫೋಟೋದಲ್ಲಿ ಭಗವಾನ್ ಬುದ್ಧನ ಪುಸ್ತಕವನ್ನು ಓದುತ್ತಿರುವ ಯೋಧನಿದ್ದಾನಲ್ಲ, ಹಾಗೇ ಆಗುತ್ತೇವೆ ನಾವು. ಬಯಸಿದ್ದು ಬುದ್ಧನ ಹಾದಿ ಹಿಡಿದದ್ದು ಬಂದೂಕಿನ ದಾರಿ! ನಮ್ಮ ಕ್ಯಾಲಿಫೋರ್ನಿಯಾದ ಬರಹಗಾರ ಪೋ ಬ್ರಾನ್‌ಸನ್‌ನ What should I do with my life? ಓದಿದ್ದೀರಾ? ಅದರಲ್ಲಿ ಹೇಳುತ್ತಾನೆ failure is hard, but success is far more dangerous ಎಂದು. ನಿಮ್ಮ ಹೃದಯ ಬಯಸದ ಕ್ಷೇತ್ರದಲ್ಲಿ ನೀವು ಯಶಸ್ವಿಯಾದರೆ ಅಲ್ಲಿ ಬಂಧಿಗಳಾಗಿ ಬಿಡುತ್ತೀರಿ. ಹಣ, ಕೀರ್ತಿ, ಯಶಸ್ಸಿನ ಸುತ್ತಲಿನ ಜನ ಮತ್ತು ಯಶಸ್ಸು ತಂದಿಡುವ ಸಂಪತ್ತಿಗೆ ಹೊಂದಿಕೊಂಡಂತಹ ಬದುಕು ನಿಮ್ಮನ್ನು ಶಾಶ್ವತವಾಗಿ ನಿಮ್ಮ ಹೃದಯದ ಬಯಕೆಯಿಂದ ದೂರ ಮಾಡಿಬಿಡುತ್ತದೆ. ಹಾಡಿನ ಹಕ್ಕಿ ಹಾಡುವ ಬದಲು ಲೋಕ ಸಂತೋಷಕ್ಕಾಗಿ ಕುಣಿಯಲಾರಂಭಿಸುತ್ತದೆ. ಇದಕ್ಕಿಂತ ಟ್ರಾಜಡಿ ಮತ್ತೊಂದಿದೆಯೇ? ಎಷ್ಟೋ ವರ್ಷಗಳ ನಂತರ ಒಂದು ದಿನ

ಮಧ್ಯರಾತ್ರಿ ಎಚ್ಚರವಾಗಿ ಇಷ್ಟು ದಿನಗಳ ಜೀವನದಲ್ಲಿ ಗಳಿಸಿದ್ದು ಬ್ಯಾಂಕ್ ಬ್ಯಾಲನ್ಸ್ ಮಾತ್ರವೇ ಎನ್ನುವ ಸತ್ಯ ಕಣ್ಣು ಕುಕ್ಕಿದರೆ ಆ ಕ್ಷಣದಲ್ಲೇ ಹೃದಯಾಘಾತವಾಗದೆ ಇರುತ್ತದೆಯೇ?"

"ಅದು ನಿಜ. ಅದರಲ್ಲೂ ನೀವು ನನ್ನ ದೇಶ ಭಾರತದಲ್ಲಿ ನೋಡಬೇಕು. ಅರಿವು ಮೂಡುವ ಮುನ್ನವೇ ವೃತ್ತಿಪರ ಶಿಕ್ಷಣಕ್ಕೆ ತಳ್ಳಲ್ಪಡುತ್ತಿದ್ದೇವೆ."

"ಅದು ತಿಳಿದಿದೆ ನನಗೆ. ಆ ವಿಷಯದಲ್ಲಿ ಅಮೆರಿಕದ ಸಮಾಜ ಬಹಳಷ್ಟು ಮುಕ್ತವಾಗಿದೆ. ಕನಸಿನ ಬೆನ್ನ ಹಿಂದೆ ಹೋಗುವವರನ್ನು ಸಹಿಸಿಕೊಳ್ಳುವ ಶಕ್ತಿಯನ್ನು ಬೆಳೆಸಿಕೊಳ್ಳುತ್ತಿದೆ."

ನನ್ನ ಬಾಯಿ ಕಟ್ಟಿತ್ತು. ಇನ್ನು ಯಾವ ರೀತಿಯಲ್ಲೂ ಸಮಿಂದರ ಆಕಾಂಕ್ಷೆಯ ಪರವಾಗಿ ಮಹಿಂದನೊಂದಿಗೆ ಸಂಭಾಷಣೆಯನ್ನು ಮುಂದುವರೆಸುವ ಪರಿಸ್ಥಿತಿಯಲ್ಲಿ ನಾನಿರಲಿಲ್ಲ. ಕಿಟಕಿ ಬಾಗಿಲುಗಳಿಲ್ಲದ ಗುಹೆಯೊಂದರಲ್ಲಿ ಬಂಧಿತನಾದಂತೆ ಅಸಹಾಯಕತೆ ನನ್ನನ್ನು ಕಾಡುತ್ತಿತ್ತು. ನಾನು ಮಹಿಂದನನ್ನು ಒಪ್ಪಿಸುವ ಬದಲು ಮಹಿಂದ ನನ್ನನ್ನು ಒಪ್ಪಿಸಿದ್ದ.

"ಶ್ರೀಕಾಂತ್, ನನಗೊಂದು ಸಹಾಯ ಮಾಡುವಿರಾ?" ಹುಡುಗ ದೈನ್ಯನಾಗಿ ಕೇಳಿದ.

"ಹೇಳಿ."

"ಒಂದಲ್ಲ ಎರಡು ಸಹಾಯ ಬೇಕು."

"ಹೇಳಿ."

"ನಾನು ಅಫಘಾನಿಸ್ತಾನದಲ್ಲಿದ್ದಾಗ ನನ್ನ ತಂದೆ ಮತ್ತು ತಾಯಿಯವರ ಬಗ್ಗೆ ವಿಚಾರಿಸಲು ನಿಮಗೆ ಫೋನ್ ಮಾಡುತ್ತಿರುತ್ತೇನೆ ಅಥವಾ ಈ-ಮೈಲ್ ಕಳುಹಿಸುತ್ತಿರುತ್ತೇನೆ. ದಯವಿಟ್ಟು ನನ್ನ ತಂದೆ ತಾಯಿಯರ ಆರೋಗ್ಯದ ಬಗ್ಗೆ ನನಗೆ ನಿಜ ಸ್ಥಿತಿಯನ್ನು ತಿಳಿಸುತ್ತಿರುತ್ತೀರಾ? ನನ್ನ ತಾಯಿ ಆರೋಗ್ಯವಾಗಿದ್ದಾರೆ ಆದರೆ ನನ್ನ ತಂದೆಯ ಆರೋಗ್ಯ ಮಾತ್ರ ಸೂಕ್ಷ್ಮದ್ದು. ಡಯಾಬಿಟಿಸ್, ರಕ್ತದೊತ್ತಡ ಮತ್ತು ಆಸ್ತಮಾದಿಂದ ನರಳುತ್ತಿರುವವರು ಅವರು. ಆದರೆ ಅಷ್ಟು ದೂರದಲ್ಲಿ ನಾನಿರುವಾಗ ನನ್ನೊಂದಿಗೆ ಯಾವ ನೋವನ್ನೂ ಹಂಚಿಕೊಳ್ಳಲಾರರು. ದಯವಿಟ್ಟು ಅವರ ಆರೋಗ್ಯದ ಬಗ್ಗೆ ನನಗೆ ತಿಳಿಸುತ್ತಿರುತ್ತೀರಾ?"

"ಅದಕ್ಕೇನಂತೆ ಮಹಿಂದ. ಯೋಚನೆ ಮಾಡಬೇಡಿ."

"ನಿಮ್ಮಿಂದ ನಾನು ಬಯಸುವ ಮತ್ತೊಂದು ಸಹಾಯವೆಂದರೆ, ಅಫಘಾನಿಸ್ತಾನ ದಲ್ಲಿ ನನ್ನನ್ನು ನಾನೇ ನಿಭಾಯಿಸಿಕೊಳ್ಳುವಷ್ಟು ಪ್ರಬುದ್ಧತೆ ನನಗಿದೆ ಎಂದು ನನ್ನ ತಂದೆಯವರಿಗೆ ಮನದಟ್ಟು ಮಾಡಿಕೊಡುವಿರಾ?"

ಅಲ್ಲಿಗೆ ಶ್ರೀಕಾಂತ ಸಂಧಾನ ಮುಕ್ತಾಯವಾಯಿತು. ಹುಡುಗ ತಂದೆಯ ಸಂಧಾನವನ್ನು ತನ್ನ ಸಂಧಾನವನ್ನಾಗಿ ಉಪಯೋಗಿಸಿಕೊಂಡಿದ್ದ. ತಂದೆಯ

ತಂತ್ರವನ್ನು ತಂದೆಗೇ ತಿರುಗಿಸಿದ್ದ. ಅವರಿಬ್ಬರ ನಡುವಿನಲ್ಲಿ ನಾನು ಕರೆದವರೆಡೆಗೆ ಓಡುವ ಸಾಕುನಾಯಿಯಂತಾಗಿದ್ದೆ.

ಸ್ಟಾರ್‌ಬಕ್ಸ್ ಈಗ ಜನರಿಂದ ತುಂಬುತ್ತಿತ್ತು. ನೀಲಿ ಸಮವಸ್ತ್ರ ತೊಟ್ಟಿದ್ದ ಸಾಕರ್ ತಂಡವೊಂದು ಕಾಫಿಗಾಗಿ ಸಾಲಿನಲ್ಲಿ ನಿಂತಿತ್ತು. ಆ ಹುಡುಗರ ಕೇಕೆ ಮಾತುಗಳು ಇಡೀ ಅಂಗಡಿಯನ್ನು ತುಂಬಿ ಗಾಳಿಯಲ್ಲಿ ಲವಲವಿಕೆಯನ್ನು ತಂದಿತ್ತು. ಸ್ವಲ್ಪ ಹೊತ್ತು ಸುಮ್ಮನೆ ಕುಳಿತೆವು. ಲಾಸ್ ಏಂಜಲಿಸ್‌ನ ಬಾಸ್ಕೆಟ್ ಬಾಲ್ ತಂಡ ಲೇಕರ್ಸ್ ಈ ಸಲದ ಎನ್‌ಬಿಎ ಚಾಂಪಿಯನ್‌ಶಿಪ್ ಗೆಲ್ಲಬಹುದೇ ಎಂದು ಚರ್ಚೆ ಮಾಡಿದೆವು. ನನ್ನ ಕೆಲಸದ ಬಗ್ಗೆ ವಿಚಾರಿಸಿದ. ಜೆನ್‌ಸನ್ ಗ್ರೀನ್ ಎನರ್ಜಿಯ ಕಥೆಯನ್ನು ಆಸಕ್ತಿಯಿಂದ ಕೇಳಿದ.

ವಾಪಸ್ಸು ಮನೆಗೆ ಹೊರಟೆವು. ಯಾಂತ್ರಿಕವಾಗಿ ಕಾರನ್ನು ಡ್ರೈವ್ ಮಾಡುವಾಗ ನನ್ನ ತಲೆಯಲ್ಲಿ ಸಮಿಂದರಿಗೆ ಏನು ಹೇಳುವುದು ಎನ್ನುವ ಯೋಚನೆ ಓಡುತ್ತಿತ್ತು.

"ಯುದ್ಧಗಳ ಬಗೆಗೆ ನನ್ನಲ್ಲಿ ಕುತೂಹಲವನ್ನು ಮೂಡಿಸಿದವರು ನನ್ನ ತಂದೆಯೇ." ಎಂದ ಮಹಿಂದ ಕಿಟಕಿಯಾಚೆಯ ರಸ್ತೆಯನ್ನು ನೋಡುತ್ತಾ.

"ನಿಜ. ಅವರ ಶ್ರೀಲಂಕಾದ ಯುದ್ಧದ ಚಿತ್ರಗಳನ್ನು ನೋಡಿದರೆ ಯಾರಿಗೆ ತಾನೇ ಆಸಕ್ತಿ ಮೂಡುವುದಿಲ್ಲ?" ಎಂದೆ.

"ಚಿತ್ರಗಳಿಂದಲ್ಲ. ನನ್ನಲ್ಲಿ ಅವರು ಆಸಕ್ತಿಯನ್ನು ಮೂಡಿಸಿದ್ದು ತಮ್ಮ ಕಥೆಗಳಿಂದಾಗಿ. ಅವರ ಸೈನಿಕ ಜೀವನದ ಕಥೆಗಳಿಂದಾಗಿ."

"ಸಮಿಂದರು ಸೈನಿಕರಾಗಿದ್ದರೇ? ನನಗಿದು ಗೊತ್ತೇ ಇರಲಿಲ್ಲ."

"ಆ ಜೀವನದ ಬಗ್ಗೆ ಯಾರೊಂದಿಗೂ ಸಾಮಾನ್ಯವಾಗಿ ಹಂಚಿಕೊಳ್ಳುವುದಿಲ್ಲ ಅವರು. ಶ್ರೀಲಂಕಾದ ಆರ್ಮಿಯಲ್ಲಿ ಸೈನಿಕರಾಗಿ ಕೆಲಸಕ್ಕೆ ಸೇರಿಕೊಂಡವರು ಅವರು. ಭಟ್ಟಿಕೊಲೋವಾ ಎನ್ನುವ ಊರಲ್ಲಿ ತಮಿಳು ಬಂಡುಕೋರರಿಗೆ ಸೋತು ಅಲ್ಲಿಂದ ತಪ್ಪಿಸಿಕೊಂಡು ಟ್ರಿನಕೋಮಲಿಗೆ ಬಂದ ಅವರ ಸಾಹಸದ ಕಥೆಯನ್ನು ಕೇಳಬೇಕು ನೀವು. ಅವರಿಗೆ ಈಗಲೂ ಶ್ರೀಲಂಕಾದ ಸೈನ್ಯದಲ್ಲಿ ಸ್ನೇಹಿತರಿದ್ದಾರೆ. ಆ ಯುದ್ಧದ ಚಿತ್ರಗಳನ್ನು ಅವರಿಗೆ ಹೇಗೆ ತೆಗೆಯಲು ಸಾಧ್ಯವಾಯಿತು ಎಂದುಕೊಂಡಿರಿ? ಸೈನ್ಯದಲ್ಲಿನ ಅವರ ಸ್ನೇಹಿತರ ಸಹಾಯದಿಂದ ಯುದ್ಧ ಪ್ರದೇಶಗಳ ಒಳಹೊಕ್ಕು ಚಿತ್ರ ತೆಗೆದಿದ್ದಾರೆ. ಇದೇ ಅಲ್ಲವೇ ಹೃದಯಕ್ಕೆ ಹತ್ತಿರವಾಗಿ ಬದುಕುವುದು? ಅದೇ ಸಾಹಸವನ್ನು ನಾನು ಮಾಡಲು ಹೊರಟರೆ ಬೇಸರಗೊಂಡು ಅಸ್ವಸ್ಥರಾಗಿದ್ದಾರೆ. ಇದಕ್ಕೇನು ಹೇಳುತ್ತೀರಿ?"

ನನಗೆ ಆಶ್ಚರ್ಯವಾಗಿತ್ತು. ಲಾಸ್ ಏಂಜಲಿಸ್‌ನ ಡೌನ್‌ಟೌನಿನಲ್ಲಿರುವ ದೊಡ್ಡ ಫೈನಾನ್ಸ್ ಕಂಪನಿಯಲ್ಲಿ ವೈಸ್ ಪ್ರೆಸಿಡೆಂಟ್ ಆಗಿರುವ ಸಮಿಂದರು ಹಿಂದೆ ಶ್ರೀಲಂಕಾದಲ್ಲಿ ಸೈನಿಕರಾಗಿದ್ದರು ಎಂದು ಊಹೆ ಮಾಡಿಕೊಳ್ಳುವುದೇ ಕಷ್ಟವಾಗಿತ್ತು ನನಗೆ.

“ಸೈನಿಕರ ಮಧ್ಯೆ ಬುದ್ಧನನ್ನು ಓದುತ್ತಿರುವ ಯೋಧನ ಚಿತ್ರ ಅಷ್ಟು ಆಪ್ತವಾಗಲು ಕಾರಣ ಅದು ಅವರ ಕಥೆಯೇ ಆದುದರಿಂದ. ಬುದ್ಧನನ್ನು ಓದುತ್ತಿರುವ ಆ ಸೈನಿಕನನ್ನು ನೋಡಿದಾಗಲೆಲ್ಲಾ ನನಗೆ ಆ ಸೈನಿಕ ನನ್ನ ತಂದೆಯವರಂತೆಯೇ ಕಾಣುತ್ತಾನೆ.”

“ಆಶ್ಚರ್ಯವೆಂದರೆ, ಆ ಸೈನಿಕನನ್ನು ನೋಡಿದರೆ ನಿಮ್ಮ ತಂದೆಗೆ ನೀವು ಕಾಣುತ್ತೀರಂತೆ.”

“ಹೌದಾ?” ಎಂದ ಮಹಿಂದ ಬೆರಗಿನಿಂದ.

ನಾವು ಮನೆಗೆ ಬರುವ ಹೊತ್ತಿಗೆ ಹಷಿನಿ, ಸಮಿಂದ ಮತ್ತು ವಾಣಿ ಸೇರಿ ಅನೇಕ ಬಗೆಯ ಭಕ್ಷ್ಯಗಳನ್ನು ಮಾಡಿ ನಮ್ಮನ್ನು ಊಟಕ್ಕೆ ಕಾಯುತ್ತಿದ್ದರು. ತಯಾರಿಸಿದ ಅನೇಕ ಭಕ್ಷ್ಯಗಳು ಶ್ರೀಲಂಕಾದ ಸಾಂಪ್ರದಾಯಿಕ ಆಹಾರಕ್ಕೆ ಸೇರಿದವು ಎಂದು ಹಷಿನಿ ತಿಳಿಸಿದರು. ವಾಣಿಯ ಸಹಾಯದಿಂದ ಭಾರತದ ರೀತಿಯ ಪಲಾವನ್ನು ಸಿದ್ಧ ಮಾಡಿದ್ದರು. ಮಹಿಂದನಿಗೆ ಪಲಾವು ಬಹಳ ಇಷ್ಟವಾಯಿತು. “ಭಾರತದ ಈ ಅಡುಗೆಯನ್ನು ಅಲ್ಲಿಯೇ ತಿನ್ನಲಿಕ್ಕಾದರೂ ನಾನು ಗಡಿಗಳನ್ನು ದಾಟಿಕೊಂಡು ಅಫಘಾನಿಸ್ತಾನದಿಂದ ಭಾರತಕ್ಕೆ ಹೋಗಿ ಬರಬೇಕು.” ಎಂದ.

ಸಮಿಂದರು ಸೂಕ್ಷ್ಮವಾಗಿ ನನ್ನ ಮುಖ ನೋಡಿದರು. ನಾನು ತಲೆ ತಗ್ಗಿಸಿದೆ.

ಅಧ್ಯಾಯ 14

"ನಮ್ಮ ಉದ್ಯೋಗಗಳು ಬ್ಯಾಂಗ್‌ಲೋರ್‌ಗೆ ಹೋಗುತ್ತವೆ ಮತ್ತು ಇಲ್ಲಿ ನಮ್ಮ ಲೇಆಫ್ ಆಗುತ್ತದೆ. ಕೆಲಸ ಕಳೆದುಕೊಳ್ಳುವುದಕ್ಕೆ ಇಲ್ಲಿ 'ಬ್ಯಾಂಗ್‌ಲೋರ್ಡ್' ಎನ್ನುವ ಸ್ಲ್ಯಾಂಗ್ ಪದವೇ ಹುಟ್ಟಿಕೊಂಡಿದೆ. ಇಲ್ಲಿ ನಮ್ಮ ಕೆಲಸಕ್ಕೆ ಗಂಟೆಗೆ ಎಂಬತ್ತು ಡಾಲರ್ ಕೊಡುವ ಕಂಪನಿ ಅಲ್ಲಿ ಬಡ ಭಾರತೀಯನಿಗೆ ಗಂಟೆಗೆ ಹತ್ತು ಡಾಲರ್ ಕೊಡುತ್ತದೆ. ಅವನೋ, ಅಷ್ಟೇ ದುಡ್ಡಿಗೆ ಹಗಲೂರಾತ್ರಿ ದುಡಿಯುತ್ತಾನೆ. ವೀಸಾ ಹಿಡಿದು ಇಲ್ಲಿಗೂ ಬರುತ್ತಾನೆ. ಡೆಂಟಲ್ ಇನ್ಸುರೆನ್ಸ್ ಕೊಟ್ಟರೂ ನಡೆದೀತು ಕೊಡದಿದ್ದರೂ ನಡೆದೀತು. ವಿಷನ್ ಇನ್ಸುರೆನ್ಸ್ ಕೊಟ್ಟರೂ ನಡೆದೀತು ಕೊಡದಿದ್ದರೂ ನಡೆದೀತು. ರಿಟೈರ್‌ಮೆಂಟ್ ಬೆನಿಫ಼ಿಟ್ಸ್ ಕೊಟ್ಟರೂ ನಡೆದೀತು ಕೊಡದಿದ್ದರೂ ನಡೆದೀತು. ನಮ್ಮ ಉದ್ಯೋಗಗಳಷ್ಟೇ ಬೇಕಾಗಿರುವುದು ಅವನಿಗೆ. ಅರೆ ಜೀವದ ಜಿಂಕೆಯನ್ನು ಕುಕ್ಕಿ ತಿನ್ನುವ ಹದ್ದುಗಳಂತೆ ಭಾರತೀಯರು ಮತ್ತು ಚೀನಿಯರು ಸ್ಪರ್ಧೆಯಲ್ಲಿ ನಮ್ಮ ಕೆಲಸಗಳನ್ನು ಕಿತ್ತುಕೊಳ್ಳುತ್ತಿದ್ದಾರೆ. ನಮ್ಮೂರ ಕಂಪನಿಗಳಿಗೂ ನಾವು ಬೇಡ, ನಮ್ಮ ಸರಕಾರಗಳಿಗೂ ನಾವು ಬೇಡ! ರಿಪಬ್ಲಿಕನ್ ಪಾರ್ಟಿ ಅಧಿಕಾರದಲ್ಲಿದ್ದರೂ ಅಷ್ಟೇ ಡೆಮೊಕ್ರಾಟಿಕ್ ಪಾರ್ಟಿ ಬಂದರೂ ಅಷ್ಟೇ. ಜಾಗತೀಕರಣದ ಹೆಸರಿನಲ್ಲಿ ನಮ್ಮ ನೆಲೆಯಲ್ಲೇ ನಮಗೆ ಎಂತಹಾ ಅನಾಥ ಪರಿಸ್ಥಿತಿ ಬಂತು ನೋಡಿ!" ಮೆಲಿಂದಾ ಜಾಕೊಬ್ ಬೆಂಕಿಯನ್ನು ಉಗುಳುವಂತೆ ಬುಸುಗುಟ್ಟುತ್ತ ಒಮ್ಮೆ ಸಿಟ್ಟಿನಿಂದ ಮುಷ್ಟಿಯಿಂದ ಟೇಬಲ್ಲನ್ನು ಬಡಿದು ನಂತರ ಅಸಹಾಯಕಳಾಗಿ ನಿಟ್ಟುಸಿರುಬಿಟ್ಟಳು.

ನಂತರ ಸಾವರಿಸಿಕೊಂಡು ಅವಳೆದುರು ಕುಳಿತಿದ್ದ ನಮ್ಮೆಡೆಗೆ ನೋಡುತ್ತ, ವಿಶೇಷವಾಗಿ ನಾನು ಮತ್ತು ಆಂಜನೇಯಲುನೆಡೆಗೆ, "ಸಾರಿ. ನಾನು ಸಿಟ್ಟಿನಲ್ಲಿ ಏನೇನೋ ಒದರಿಬಿಟ್ಟೆ, ವೈಯಕ್ತಿಕವಾಗಿ ನಿಮಗೆ ಅನ್ವಯವಾಗುವಂತೆ ಮಾತನಾಡಲಿಲ್ಲ." ಎಂದಳು ತಗ್ಗಿದ ಧ್ವನಿಯಲ್ಲಿ.

⏩

ಆ ತನಕ ಒಟ್ಟಾಗಿ ಜೆನ್‌ಸನ್ ಎನರ್ಜಿಯ ಪ್ರಾಜಕ್ಟುಗಳಲ್ಲಿ ನನ್ನೊಂದಿಗೆ ಕೆಲಸ ಮಾಡುತ್ತ ಒಂದೇ ಆಫೀಸಿನಲ್ಲಿ ಕೂರುತ್ತಿದ್ದ ನನ್ನ ಪ್ರಾಜಕ್ಟ್ ಟೀಮಿನ ಹಲವು ಸಹೋದ್ಯೋಗಿಗಳು ಅಂದು ಐದನೇ ಫ್ಲೋರಿನ ಕಾನ್ಫರೆನ್ಸ್ ರೂಮಿನಲ್ಲಿ ನನ್ನೊಂದಿಗಿದ್ದರು. ಕಾನ್ಫರೆನ್ಸ್ ರೂಮಿನಲ್ಲಿ ನಾವಂದು ಆ ರೀತಿ ಸೇರಿದ್ದು ಅಚಾನಕ. ಜೆನ್‌ಸನ್ ಎನರ್ಜಿಯ ಪ್ರಾಜಕ್ಟುಗಳನ್ನು ಕಳೆದುಕೊಂಡ ಮೇಲೆ ಬಹುತೇಕವಾಗಿ ಖಾಲಿ ಇರುವ ಕಾನ್ಫರೆನ್ಸ್ ರೂಮಿನಲ್ಲಿ ನಾನು ಮತ್ತು ಫ್ರಾಂಕೋ ಸುಮ್ಮನೆ ಕುಳಿತು ಹರಟೆ ಹೊಡೆಯುತ್ತಿದ್ದಾಗ ಆಂಜನೇಯಲು ಗಾಬರಿಯಲ್ಲಿ ದಾಪುಗಾಲು ಹಾಕುತ್ತ ಅಲ್ಲಿಗೆ ಬಂದ.

"ವಿಷಯ ಕೇಳಿದಿರಾ?"

"ಏನು?"

"ಇವತ್ತು ದೊಡ್ಡ ಲೇಆಫ್ ಅಂತೆ. ಅರ್ಧಕ್ಕರ್ಧ ಕಂಪನಿಯನ್ನು ಖಾಲಿ ಮಾಡುತ್ತಾರಂತೆ!"

ಜೆನ್‌ಸನ್ ಎನರ್ಜಿಯಿಂದ ವ್ಯವಹಾರವನ್ನು ಕಳೆದುಕೊಂಡ ನಂತರ, ದೊಡ್ಡ ರೀತಿಯಲ್ಲಿ ನೌಕರಿಗಳ ಕತ್ತರಿಯಾಗುತ್ತದೆಯಂತೆ ಇವತ್ತಂತೆ ನಾಳೆಯಂತೆ ಎನ್ನುವ ಗಾಳಿಮಾತುಗಳು ಬಹಳ ದಿನಗಳಿಂದ ಚಲಾವಣೆಯಲ್ಲಿದ್ದವು.

ಆಂಜನೇಯಲು ನಮ್ಮೊಂದಿಗೆ ಮಾತನಾಡುತ್ತಿರುವ ಹೊತ್ತಿಗೇ ಜೆಫ್ ಮಿಲ್ಲರ್ ಮತ್ತು ಮೆಲಿಂದಾ ಜಾಕೊಬ್ ಕೂಡ ಅಲ್ಲಿಗೆ ಬಂದರು.

"ತಿಳಿಯಿತಾ ವಿಷಯ?" ಎಂದಳು ಮೆಲಿಂದಾ. "ಎಲಿವೇಟರಿನಲ್ಲಿ ಸಿಕ್ಕಿದ ಎಚ್‌ಆರ್ ಡಿಪಾರ್ಟ್‌ಮೆಂಟಿನ ನನ್ನ ಸ್ನೇಹಿತೆ ಡಯಾನ ಪಿಸುಮಾತಿನಲ್ಲಿ ಇವತ್ತೇ ಆ ದಿನ ಎಂದು ಹೇಳಿದ ಮೇಲೆ ನನಗೆ ತಲೆತಿರುಗು ಬಂದು ಎರಡು ಬಾರಿ ವಾಂತಿ ಮಾಡಿದೆ." ಎಂದಳು ದುಗುಡದಿಂದ.

"ಬೆಳಗ್ಗೆ ಏಳು ಗಂಟೆಗೇ ನಮ್ಮ ವಿಪಿ ಡೆರಿಕ್‌ನನ್ನು ಅವನ ಆಫೀಸಿನಲ್ಲಿ ನೋಡಿದ ಮೇಲೆ ಈ ದಿನ ಪ್ರತಿದಿನಗಳಂತಲ್ಲ ಎನ್ನುವ ಅಪಶಕುನ ನನ್ನ ಮನಸ್ಸಿನಲ್ಲೂ ಬಂದಿತ್ತು." ಎಂದರು ಜೆಫ್ ಮಿಲ್ಲರ್. "ಜಂಟಲ್‌ಮೆನ್, ನಾವಿಬ್ಬರು ಇಲ್ಲಿ ನಿಮ್ಮೊಂದಿಗೆ ಕುಳಿತುಕೊಳ್ಳಬಹುದೇ? ಸ್ನೇಹಿತರೊಂದಿಗೆ ಮಾತನಾಡುತ್ತಿದ್ದರೆ ಬಹುಶಃ ದುಗುಡ ಕಡಿಮೆಯಾಗುತ್ತದೆ. ಮೇಲಾಗಿ, ಇವತ್ತು ಲೇಆಫ್ ಆಗಿ ನಾವೆಲ್ಲ ಚದುರಿಹೋದರೆ ಮತ್ತೆ ಈ ರೀತಿ ಹತ್ತಿರ ಕೂರುವ ಅವಕಾಶ ಸಿಗುತ್ತದೆಯೋ ಇಲ್ಲವೋ?" ಎಂದರು.

ನಾನು ಪಕ್ಕಕ್ಕೆ ಸರಿದು ಜಾಗ ಮಾಡಿಕೊಟ್ಟೆ. ಜೆಫ್ ಮಿಲ್ಲರ್ ಎರಡು ಕುರ್ಚಿಗಳನ್ನು ಮುಂದಕ್ಕೆ ಎಳೆದು ಒಂದರಲ್ಲಿ ತಾವು ಕುಳಿತು ಇನ್ನೊಂದನ್ನು ಮೆಲಿಂದಾಳ ಮುಂದೆ ತಳ್ಳಿದರು.

“ಇನ್ನೊಂದು ವರ್ಷದ ಒಳಗೆ ನಿವೃತ್ತಿಯನ್ನು ಪಡೆಯೋಣವೆಂದು ಗಂಭೀರವಾಗಿ ಯೋಚಿಸುತ್ತಿದ್ದೆ. ನೀನು ಕೆಲಸ ಮಾಡಿದ್ದು ಸಾಕು ಇನ್ನು ನನ್ನೊಂದಿಗೆ ಮನೆಯಲ್ಲಿರಲು ಏನು ತೊಂದರೆ ಎಂದು ನನ್ನ ಹೆಂಡತಿ ದಿನಾ ಗೋಳುಹುಯ್ದುಕೊಳ್ಳುತ್ತಾಳೆ. ಆದರೆ ನೋಡಿ, ನನಗೆ ನಾನೇ ಎಗ್ಸಿಟ್ ತೆಗೆದುಕೊಳ್ಳುವ ಮುಂಚೆ ಈ ಲೇಆಫ್ ಭೂತ ನನ್ನನ್ನು ಹೊರಗಟ್ಟಲು ನೋಡುತ್ತಿದೆ.” ಎಂದರು ವ್ಯಂಗ್ಯ ಮಿಶ್ರಿತ ನಗುವಿನಲ್ಲಿ.

ಫ್ರಾಂಕೋ ಒಂದು ರೀತಿಯ ಚಡಪಡಿಕೆಯ ಧ್ವನಿಯಲ್ಲಿ “ನಾವೆಲ್ಲಾ ಇಲ್ಲಿ ಒಂದು ಕೋಣೆಯಲ್ಲಿ ಸೇರಿ ‘ನಿನ್ನ ಕಥೆ ಮುಗಿಯಿತು ನೀನಿನ್ನು ಮನೆಗೆ ಹೋಗು’ ಎನ್ನುವ ಡೆರಿಕ್‌ನ ಕರೆಗೆ ಕಾಯುವುದೇ ನನಗೆ ಅಸಹ್ಯವಾಗಿ ಕಾಣುತ್ತಿದೆ. ನನ್ನ ಅಪ್ಪ ಓದುತ್ತಿದ್ದ ಒಂದು ಇಟಾಲಿಯನ್ ಪದ್ಯ ನೆನಪಾಗುತ್ತಿದೆ. ಅದರಲ್ಲಿ ಬೆಳಗ್ಗೆ ಮರಣ ದಂಡನೆಗೆ ಒಳಗಾಗಬೇಕಿದ್ದ ಐವರು ರಾತ್ರಿ ಮೂರು ಗಂಟೆಯ ನೀರವತೆಯಲ್ಲಿ ಚರ್ಚೆ ಮಾಡುತ್ತ ಕುಳಿತಿರುತ್ತಾರೆ. ವಿಸ್ಕಿ ಕುಡಿದರೆ ಜಾಸ್ತಿ ತಲೆನೋವು ಬರುತ್ತದೋ ವೋಡ್ಕಾ ಕುಡಿದರೋ, ಸೂಳೆಯ ಮನೆಗೆ ಹೋದರೆ ಮೊದಲು ಹಣ ಕೊಡಬೇಕೋ ಅಥವಾ ಕೆಲಸ ಮುಗಿದ ಮೇಲೋ, ಹಾಗೆ ಏನೇನೋ ಅಸಂಬದ್ಧ! ಇದೂ ಹಾಗೆಯೇ ಅನ್ನಿಸುತ್ತಿದೆ. ನಾನಿಲ್ಲಿ ನಿಮ್ಮೊಂದಿಗೆ ಕುಳಿತಿರಲಾರೆ.” ಎಂದು ಹೊರಟು ಬಾಗಿಲ ತನಕ ಹೋದವನು ಗಲಿಬಿಲಿಗೆ ಬಿದ್ದಂತೆ ನಮ್ಮೆಡೆಗೆ ತಿರುಗಿ ಪ್ರಶ್ನಿಸುವಂತೆ ನೋಡಿದ. ನಾನು ಮೌನದಲ್ಲಿ ಕುಳಿತಿದ್ದೆ. ‘ಡೆಸ್ಕಿಗೆ ಹೋಗಿ ಮಾಡುವುದೇನಿದೆ!’ ಎಂದು ಗೊಣಗುತ್ತ ವಾಪಸ್ಸು ಬಂದು ಮತ್ತೆ ತನ್ನ ಕುರ್ಚಿಯಲ್ಲಿ ಕುಳಿತುಕೊಂಡ.

ಫ್ರಾಂಕೋ ಅಸಹನೆಯಲ್ಲಿದ್ದ. ಆಂಜನೇಯಲು ಭಯದಲ್ಲಿದ್ದ. ನಾನು ಗೊಂದಲದಲ್ಲಿದ್ದೆ. ಮೆಲಿಂದಾ ಯಾವ ಕ್ಷಣದಲ್ಲಾದರೂ ಮತ್ತೊಮ್ಮೆ ವಾಂತಿ ಮಾಡಿಕೊಳ್ಳುವಂತೆ ಕಾಣುತ್ತಿದ್ದಳು. ಎಲ್ಲರ ಮುಖಗಳನ್ನು ಒಮ್ಮೆ ಪರೀಕ್ಷಿಸಿದಂತೆ ನೋಡಿ ಜೆಫ್ ಮಿಲ್ಲರ್ ಮಾತನಾಡಿದರು.

“ನೀವು ತರುಣರು ಬಹುಶಃ ನನ್ನ ಅರ್ಧ ವಯಸ್ಸಿನವರು. ನಿಮಗೆ ನಾನು ಕೆಲವು ಮಾತುಗಳನ್ನು ಹೇಳಲೇ ಬೇಕು. ನೀವು ಮಾತ್ರ ಇವತ್ತು ಸಂಭವಿಸಬಹುದಾದ ದುರ್ಘಟನೆಗೆ ಎದೆಗುಂದಬೇಡಿ. ಧೈರ್ಯವಾಗಿ ಎದುರಿಸಿ. ಇದು ನಾನು ನನ್ನ ವೃತ್ತಿ ಜೀವನದಲ್ಲಿ ಕಾಣುತ್ತಿರುವ ಮೊದಲ ಲೇಆಫ್ ಅಲ್ಲ, ಐದನೆಯದು! ಬಹುಶಃ ಕಡೆಯದು. ಆದರೂ, ಇದು ನನ್ನನ್ನು ಮುಟ್ಟದಂತೆ ಮಾಡಪ್ಪ ಎಂದು ದೇವರನ್ನು ಬೇಡಿಕೊಳ್ಳುತ್ತಲೇ ಇದ್ದೇನೆ. ಏಕೆ ಗೊತ್ತೇ, ನನ್ನ ವೃತ್ತಿ ಜೀವನವನ್ನು ಈ ರೀತಿ ಲೇಆಫ್‌ನಲ್ಲಿ ಮುಕ್ತಾಯ ಮಾಡುವುದು ನನಗೆ ಇಷ್ಟವಿಲ್ಲ. ಪೋಸ್ಟ್‌ಆಫೀಸಿನಲ್ಲಿ ಕೆಲಸ ಮಾಡುತ್ತಿದ್ದ ನನ್ನ ತಂದೆಯವರು ನಿವೃತ್ತಿಯಾದಾಗ, ನಾನಾಗ ಹನ್ನೆರಡು ವರ್ಷದ ಹುಡುಗ, ಮಿಸಿಸಿಪ್ಪಿಯ ಆ ಚಿಕ್ಕ ಊರಿನಲ್ಲಿ ಮೇಯರ್ ಸೇರಿದಂತೆ ಊರಿಗೆ ಊರೇ ಅಂದು ಪೋಸ್ಟ್‌ಆಫೀಸಿಗೆ ಬಂದು ಅವರನ್ನು ಬೀಳ್ಕೊಟ್ಟ ಗಳಿಗೆ ಐವತ್ತು ವರ್ಷಗಳ ನಂತರವೂ ನನ್ನ ಕಣ್ಣಿಗೆ ಕಟ್ಟುವಂತಿದೆ. ಆ ತರಹದ ಬೀಳ್ಕೊಡುಗೆ ಬೇಕು ನನಗೆ!

ನನಗೆ ಗೊತ್ತು ಇದು ಪೋಸ್ಟ್ ಆಫೀಸ್ ಅಲ್ಲ, ಸಾಫ್ಟ್‌ವೇರ್ ಕಂಪನಿ. ರಿಟೈರ್ ಆಗುವ ಮಂದಿಗೆ ಮೇಯರ್ ಬಂದು ಹೂಗುಚ್ಛವನ್ನು ಕೊಡುವುದಿಲ್ಲ. ಆದರೂ, ಲೇಆಫ್‌ನ ಕೊಲೆಯಲ್ಲಿ ನನ್ನ ವೃತ್ತಿ ಅಂತ್ಯಗೊಳ್ಳುವುದನ್ನು ಏಕೋ ನೋಡಲಾಗುತ್ತಿಲ್ಲ. 'ನಿನ್ನಿಂದ ನಮಗೆ ಭಾರವಾಗಿದೆ. ನಡಿ ಹೊರಕ್ಕೆ' ಎಂದು ದಬ್ಬಿಸಿಕೊಂಡು ಹೋಗುವುದನ್ನು ಸಹಿಸಲಿಕ್ಕೇ ಆಗುತ್ತಿಲ್ಲ." ಜೆಫ್ ಮಿಲ್ಲರ್‌ರ ಧ್ವನಿ ದುಃಖದಿಂದ ಭಾರವಾಗಿ ನಡುಗುತ್ತಿತ್ತು. "ಮನೆಯ ಸಾಲ ತೀರಿದೆ. ಸೋಷಿಯಲ್ ಸೆಕ್ಯುರಿಟಿಯಿಂದ ಮೆಡಿಕೇರ್ ಸಿಗುತ್ತದೆ. ಇಳಿವಯಸ್ಸಿಗೆ ಸಂಬಂಧಿಸಿದಂತೆ ಸಣ್ಣ ಪುಟ್ಟ ಆರೋಗ್ಯದ ತೊಂದರೆಗಳನ್ನು ಬಿಟ್ಟರೆ ನನಗೆ ಮತ್ತು ನನ್ನ ಹೆಂಡತಿಗೆ ಯಾವ ಕಾಡುವಂತಹ ಸಮಸ್ಯೆಗಳಿಲ್ಲ. ಮಗಳು ತನ್ನ ಸಂಸಾರದೊಂದಿಗೆ ಇಲ್ಲೇ ಹತ್ತಿರದಲ್ಲೇ ಇದ್ದಾಳೆ. ಮುದ್ದು ಮಾಡಲು ಇಬ್ಬರು ತುಂಟ ಮೊಮ್ಮಕ್ಕಳಿದ್ದಾರೆ. ನನಗೆ ಇನ್ನೇನೂ ಬೇಡ ಆದರೆ ಗೌರವಯುತವಾದ ಬೀಳ್ಕೊಡುಗೆ ಬೇಕು."

ದಪ್ಪ ಕನ್ನಡಕದೊಳಗಿನ ಬಿಳಿಯ ಹುಬ್ಬುಗಳು ನೀರಿನಿಂದಾಚೆಗೆ ಬಿದ್ದ ಮೀನಿನಂತೆ ಪತರಗುಟ್ಟುತ್ತಿದ್ದವು. ಆ ಹವಾನಿಯಂತ್ರಿತ ಕೋಣೆಯಲ್ಲೂ ಅವರ ಹಣೆಯ ಮೇಲೆ ಗಾಜಿನ ಮಣಿಗಳಂತೆ ಬೆವರ ಹನಿಗಳು ಮೂಡಿದ್ದವು. ಅಷ್ಟು ದಿನಗಳ ತಮ್ಮ ವೃತ್ತಿಜೀವನವನ್ನು ಒಂದು ಕೋಲಿನ ತುದಿಯಲ್ಲಿ ಹಿಡಿದು – ದಯವಿಟ್ಟು ಇದನ್ನು ಕೆಡವಿ ಮಣ್ಣು ಮಾಡಬೇಡಿ. ನನ್ನ ಒಂದೇ ಒಂದು ಬೇಡಿಕೆ ಎಂದರೆ ಸುಖಾಂತ್ಯ – ಎಂದು ಆ ಮುದುಕರು ದೀನರಾಗಿ ಕೇಳಿಕೊಳ್ಳುತ್ತಿದ್ದರು.

ಕಾನ್ಫರೆನ್ಸ್ ರೂಮಿನ ಹೊರಗೆ ಕಲರವ ಪ್ರಾರಂಭವಾಗಿತ್ತು. "ನಿನ್ನ ಪರ್ಸನಲ್ ಐಟಮ್‌ಗಳನ್ನು ಮನೆಗೆ ತೆಗೆದುಕೊಂಡು ಹೋಗಲು ರಟ್ಟಿನ ಡಬ್ಬಗಳ ವ್ಯವಸ್ಥೆಯಾಗಿದೆ. ತಡಿ." ಯಾರದ್ದೋ ಕೂಗು. ಮತ್ಯಾರೋ ಬಿಕ್ಕುವ ಧ್ವನಿ. "ಅದು ಕ್ಯಾಥಿಯ ಅಳು." ಎಂದಳು ಮೆಲಿಂದಾ. ನಿಧಾನವಾಗಿ ಕ್ಯಾಥಿಯ ಅಳು ಕ್ಷೀಣವಾಯಿತು. ಒಂದೇ ತರಹದ ರಟ್ಟಿನ ಡಬ್ಬಗಳಲ್ಲಿ ಪುಸ್ತಕ ಪೇಪರುಗಳನ್ನು ತುಂಬಿಕೊಂಡು ನಾಲ್ಕೈದು ಜನರು ತಲೆತಗ್ಗಿಸಿ ಹೊರಗೆ ನಡೆಯುತ್ತಿದ್ದರು. ನೆಟ್‌ವರ್ಕ್ ಅಡ್ಮಿನಿಷ್ಟ್ರೇಷನ್‌ನಲ್ಲಿದ್ದ ಚಂದ್ರಕಾಂತ ನಾಯರ್ ನಿಧಾನದ ಹೆಜ್ಜೆಗಳಿಂದ ಹೊರಗೆ ಹೋಗುತ್ತಿದ್ದವನು ಕಾನ್ಫರೆನ್ಸ್ ರೂಮಿನ ಗಾಜಿನ ಗೋಡೆಯಾಚೆಯಿಂದ ಕಿರುಗಣ್ಣಿನಲ್ಲಿ ನನ್ನೆಡೆಗೆ ನೋಡಿ ನೋವಿನ ನಗೆಯನ್ನು ಬೀರಿ ವಿದಾಯದ ರೀತಿಯಲ್ಲಿ ಕೈಯಾಡಿಸಿದ. ನಾನೂ ಅವನೆಡೆಗೆ ಕೈಬೀಸಿದೆ.

"ಇವೆಲ್ಲದಕ್ಕೂ ಆ ಕ್ಯಾರೋಲಿನಳೇ ಕಾರಣ!" ಎಂದ ಆಂಜನೇಯಲು ಸಿಟ್ಟಿನಿಂದ.

"ಸಾವಧಾನ ಆಂಜನೇಯಲು. ಹಾಗೆ ಇನ್ನೊಬ್ಬರನ್ನು ದೂರಬಾರದು. ನಿಮ್ಮಿಂದ ಈ ಮಾತನ್ನು ನಾನು ಅನೇಕ ಬಾರಿ ಕೇಳಿದ್ದೇನೆ. ಗಿವ್ ಅಪ್ ದ ಗೋಸ್ಟ್." ಎಂದರು ಜೆಫ್ ಮಿಲ್ಲರ್ ಸಂಯಮದ ಧ್ವನಿಯಲ್ಲಿ.

"ಹಾಗೇಕೆ ಹೇಳಬಾರದು ಎನ್ನುತ್ತೀರಿ? ನಿಮ್ಮ ವಿಷಯವನ್ನೇ ತೆಗೆದುಕೊಳ್ಳಿ.

ನೆಮ್ಮದಿಯಿಂದ ರಿಟೈರ್ ಆಗುತ್ತೇನೆ ಎನ್ನುವ ನಿಮ್ಮ ಕನಸಿಗೆ ಚ್ಯುತಿ ಬಂದಿದ್ದರೆ ಅದಕ್ಕೆ ಅವಳಲ್ಲದೆ ಇನ್ಯಾರು ಕಾರಣ? ಜೆನ್‌ಸನ್ ಗ್ರೀನ್ ಎನರ್ಜಿ ಎನ್ನುವ ಫೇಕ್ ಕಂಪನಿಯೊಂದಿಗೆ ಸೇರಿ ನಮ್ಮ ವ್ಯವಹಾರವನ್ನೇ ಅಡವಿಟ್ಟಳಲ್ಲ ಅದಕ್ಕೆ ಅವಳ ಸ್ವಾರ್ಥವಲ್ಲದೆ ಇನ್ನೇನು ಕಾರಣವಿತ್ತು? ಚೆನ್ನಾಗಿ ಹಣ ಮಾಡಿಕೊಂಡಳು, ಹೋದಳು. ನಾವಿಲ್ಲಿ ಕಾನ್ಫರೆನ್ಸ್ ರೂಮಿನಲ್ಲಿ ಅಳುತ್ತಾ ಕುಳಿತಿದ್ದೇವೆ." ಎಂದ ಆಂಜನೇಯಲು ಆವೇಗದಲ್ಲಿ.

"ಆಂಜನೇಯಲು, ಒಂದು ಪ್ರಶ್ನೆಯನ್ನು ಕೇಳುತ್ತೇನೆ ಬೇಜಾರು ಮಾಡಿಕೊಳ್ಳಬೇಡಿ. ಜೆನ್‌ಸನ್ ಎನರ್ಜಿಯ ಜೊತೆಯಲ್ಲಿ ವ್ಯವಹಾರ ಕುದುರಿ ಕಂಪನಿಗೆ ದಂಡಿಯಾಗಿ ಹಣ ಹರಿದು ಬರುವಾಗ ನಮಗೆಲ್ಲಾ ಒಳ್ಳೆಯ ಬೋನಸ್ ಕೊಟ್ಟರಲ್ಲ ಆಗ ಅದನ್ನು ಸ್ವೀಕರಿಸಿದಿರೋ ಅಥವಾ ನಿರಾಕರಿಸಿದಿರೋ?" ಎಂದರು ಜೆಫ್ ಮಿಲ್ಲರ್ ತಮ್ಮ ದಪ್ಪ ಕನ್ನಡಕದೊಳಗಿಂದ ಆಂಜನೇಯಲುವನ್ನೇ ನೇರವಾಗಿ ನೋಡುತ್ತಾ.

"ಹಾಗಲ್ಲ ನಾನು ಹೇಳುವುದು..." ಆಂಜನೇಯಲು ತಡವರಿಸಿದ.

"ನಿಮ್ಮನ್ನು ಗಿಲ್ಟಿ ಫೀಲಿಂಗ್‌ನಲ್ಲಿ ಸಿಕ್ಕಿಸಲು ನಾನು ಕೇಳಲಿಲ್ಲ. ನೀವು ಬೋನಸ್ ತೆಗೆದುಕೊಂಡಿರೋ ಇಲ್ಲವೋ ಎನ್ನುವುದು ಮುಖ್ಯವಲ್ಲ ನನಗೆ. ನಾನಂತೂ ಬೋನಸ್ ಹಣವನ್ನು ಸಂತೋಷವಾಗಿ ಖರ್ಚು ಮಾಡಿದೆ. ನನ್ನ ಹೆಂಡತಿಗೊಂದು ವಜ್ರದ ಉಂಗುರವನ್ನು ಕೊಡಿಸಿದೆ. ನಾನು ಹೇಳುವುದು ಏನೆಂದರೆ ಇವತ್ತಿನ ನಮ್ಮೆಲ್ಲಾ ಸಮಸ್ಯೆಗಳಿಗೆ ಆಕೆಯೊಬ್ಬಳನ್ನೇ ದೂರುವುದರಲ್ಲಿ ಅರ್ಥವಿಲ್ಲ. ಜೆನ್‌ಸನ್ ಎನರ್ಜಿ ಪ್ರಾಜೆಕ್ಟ್‌ಗಳಲ್ಲಿ ಕೆಲಸ ಮಾಡುವ ಎಲ್ಲರನ್ನೂ ಕರೆಸಿ ಆಕೆ ಮುಕ್ತವಾಗಿ ನಿಮ್ಮ ಅಭಿಪ್ರಾಯ ಗಳನ್ನು ತಿಳಿಸಿ ಎಂದಿದ್ದಳಲ್ಲ ಆಗಲಾದರೂ ಮುಂದಿನ ಭವಿಷ್ಯವನ್ನು ಕಾಣಬಲ್ಲ ಜಾಣರು ಬಾಯಿ ಬಿಡಬಹುದಿತ್ತು. ನಮ್ಮ ಅಭಿಪ್ರಾಯಗಳನ್ನು ಆಲೋಚಿಸದೆಯೇ ತೆಗೆದು ಹಾಕುವ ಒರಟು ಹೆಂಗಸಾಗಿ ಏನೂ ಆಕೆ ಇರಲಿಲ್ಲ. ಆದರೆ ಅಂದು ನಮಗೆಲ್ಲಾ ಕ್ಯಾರೋಲಿನ್ ತರುವ ಪ್ರತಿಯೊಂದೂ ಬೇಕಿತ್ತು. ಐದಂಕಿಯ ಬೋನಸ್ ಬೇಕಿತ್ತು. ಸಂಬಳದಲ್ಲಿ ಭಡ್ತಿ ಬೇಕಿತ್ತು. ನರಳುತ್ತಿದ್ದ ನಮ್ಮ ಪ್ರತಿಸ್ಪರ್ಧಿಗಳೆದುರು ನಮ್ಮ ಸಂಪತ್ತನ್ನು ಮೆರೆಸುವ ಹೆಮ್ಮೆ ಬೇಕಿತ್ತು. ಜೆನ್‌ಸನ್‌ನ ಹಣ ನಮ್ಮ ಕಣ್ಣುಗಳನ್ನು ಕಟ್ಟಿತ್ತು. ಆಕೆಗೂ ಅದೇ ಆಯಿತು ಬಿಡಿ, ಪಾಪ. ನಮ್ಮ ನಿಮ್ಮಂತೆಯೇ ಯಾವುದೋ ಕನಸಿನ ಬೆನ್ನು ಹತ್ತಿ ಹೋದವಳು. ಕ್ಷಮಿಸಿ ಬಿಡಿ ಆಕೆಯನ್ನು." ಎಂದರು.

ಆಂಜನೇಯಲು ಸುಮ್ಮನೆ ತಲೆ ತಗ್ಗಿಸಿ ಕುಳಿತ. ಜೆಫ್ ಮಿಲ್ಲರರ ದೃಢವಾದ ಮಾತುಗಳು ಕೋಣೆಯ ದುಗುಡವನ್ನು ಸ್ವಲ್ಪ ಹಗುರ ಮಾಡಿದವು.

"ಒಂದು ಮಾತು ಸ್ನೇಹಿತರೇ. ಇಂದು ನಿಮ್ಮ ಕೆಲಸ ಹೋದರೆ ಅದನ್ನು ಗೌರವದಿಂದಲೇ ಸ್ವೀಕರಿಸಿ. ಹೋದರೆ ನಿಮ್ಮ ಕೆಲಸವಷ್ಟೇ ಹೋದೀತು, ಅದೂ ನಿಮ್ಮ ತಪ್ಪಿನಿಂದಲ್ಲ. ಭೂಕಂಪನವಾಗಿ ಮನೆ ಉದುರಿ ಬೀಳುವುದಿಲ್ಲವೇ ಹಾಗೆ. ಆ್ಯಕ್ಟ್ ಆಫ್ ಗಾಡ್ ಎಂದುಕೊಳ್ಳಿ. ಅದಕ್ಕಾಗಿ ದುಃಖವಾಗುತ್ತದೆ ನಿಜ ಆದರೆ ಆ ದುಃಖದಲ್ಲಿ

ಕೆಲಸದ ಜೊತೆಗೆ ಆತ್ಮಗೌರವವನ್ನೂ ಕಳೆದುಕೊಳ್ಳಬೇಡಿ. ನಾವಾಗಿಯೇ ಏನನ್ನು ಕೊಡುವುದಿಲ್ಲವೋ ಅದನ್ನು ಕಳೆದುಕೊಳ್ಳುವುದೂ ಇಲ್ಲ ಎನ್ನುವ ಗಾಂಧಿಯವರ ಮಾತನ್ನು ನೆನಪಿಡಿ. ಹೋಗಬಹುದಾದ ಕೆಲಸಕ್ಕಾಗಿ ಹಾಗೂ ಮರೆಯಾಗಬಹುದಾದ ನಾವಿಲ್ಲಿ ಕಳೆದ ಸುಖದ ದಿನಗಳಿಗಾಗಿ ಕಣ್ಣೀರಿಡಿ ಆದರೆ ಕ್ರೋಧದಿಂದ ರೋದಿಸಬೇಡಿ. ಜೀವನದೊಂದಿಗಿನ ಪ್ರತಿ ಮುಖಾಮುಖಿಯೂ ಸುಖ ಮತ್ತು ದುಃಖಗಳ ಎರಡು ಮುಖಗಳನ್ನು ಹೊತ್ತಿರುತ್ತದೆ ಎನ್ನುವುದನ್ನು ಮರೆಯಬೇಡಿ. ಹಾಗಾಗಿ, ಪ್ರವಾಹದ ವಿರುದ್ಧ ಈಜಿ ಹಣ್ಣಾಗುವುದಕ್ಕಿಂತ ಬಂದದ್ದನ್ನು ಬಂದಂತೆಯೇ ಸ್ವೀಕರಿಸಿ ಪ್ರವಾಹದ ದಿಕ್ಕಿನಲ್ಲೇ ತೇಲುತ್ತಾ ಹೋಗುವುದು ಹಿತಕರ.

ನನ್ನ ಮೊದಲ ಲೇಆಫ್ ಆದಾಗ ಎರಡುವರ್ಷಗಳ ಕಾಲ ನಿರುದ್ಯೋಗಿಯಾಗಿ ಮನೆಯಲ್ಲಿದ್ದೆ. ಆಗಲೇ ಮಗಳು ಜೆನಿಫರ್ ಹುಟ್ಟಿದ್ದು. ಎರಡು ವರ್ಷಗಳ ಕಾಲ ನಾನು ಅವಳೊಂದಿಗೆ ಮನೆಯಲ್ಲಿ ಕಳೆದದ್ದು – ಅವಳ ಡಯಾಪರ್ ಬದಲಿಸಿದ್ದು – ಅವಳಿಗೆ ಊಟ ಮಾಡಿಸಿದ್ದು – ಮಧ್ಯಾಹ್ನದ ಬೇಸರವನ್ನು ಕಳೆಯಲು ಅವಳನ್ನು ಎತ್ತಿಕೊಂಡು ಶಾಪಿಂಗ್ ಮಾಲುಗಳಲ್ಲಿ ಅಲೆದಾಡಿದ್ದು – ಪಾರ್ಕುಗಳಲ್ಲಿ ಆಟವಾಡಿಸಿದ್ದು – ಫ್ಲೂ ಬಂದಾಗ ಅರ್ಜೆಂಟ್ ಕೇರಿನಲ್ಲಿ ಡಾಕ್ಟರನ್ನು ಕಾಯುತ್ತ ಅವಳನ್ನು ಎದೆಗೆ ಒತ್ತಿಕೊಂಡು ಗಂಟೆಗಟ್ಟಲೆ ಕೂತಿದ್ದು ಎಲ್ಲವೂ ಎಂತಹಾ ಮಧುರಾನುಭವ ಗೊತ್ತೇ? ನನ್ನ ಮತ್ತು ಜೆನ್ನಿಯ ನಡುವೆ ಎಂತಹ ಭಾವನಾತ್ಮಕ ಸಂಬಂಧವನ್ನು ಆ ಎರಡು ವರ್ಷಗಳು ಮೂಡಿಸಿದವು ಗೊತ್ತೇ? ಇಂದಿಗೂ, ಮದುವೆಯಾಗಿ ತನ್ನದೇ ಸಂಸಾರವಿದ್ದು ನಮ್ಮಿಂದ ಬೇರೆ ಇದ್ದರೂ ಕೊನೆಪಕ್ಷ ಎರಡು ದಿನಗಳಿಗೊಮ್ಮೆ ನನ್ನನ್ನು ನೋಡದಿದ್ದರೆ ನನ್ನ ಮಾತುಗಳನ್ನು ಕೇಳದಿದ್ದರೆ ಅವಳಿಗೆ ಎಂತಹ ನೋವಾಗುತ್ತದೆ ಗೊತ್ತೇ? ನನಗೂ ಹಾಗೆಯೇ. ಮಗಳು ಎಂದರೆ ನನ್ನ ಪ್ರಾಣ. ಒಂದು ಲೇಆಫ್ ನನಗೆ ಎಷ್ಟೆಲ್ಲಾ ಒಳ್ಳೆಯದು ಮಾಡಿತು ನೋಡಿ."

ಜೆಫ್ ಮಿಲ್ಲರ್ ಆ ಮಾತುಗಳನ್ನಾಡಿ ಕಾನ್ಫರೆನ್ಸ್ ರೂಮಿನ ಮೂಲೆಯಲ್ಲಿದ್ದ ವಾಟರ್ ಕೂಲರ್‌ನಿಂದ ತಣ್ಣೀರನ್ನು ಬಗ್ಗಿಸಿಕೊಂಡು ಸಾವಕಾಶವಾಗಿ ಕುಡಿದರು. ಅವರ ಮಾತುಗಳು ಕಾಡು ಬೆಂಕಿಯ ಮೇಲೆ ಬೀಸುವ ಸಮುದ್ರದ ಗಾಳಿಯಂತೆ ಮೆಲಿಂದಳ ಮೇಲೆ ಪರಿಣಾಮ ಬೀರಿ ಆಕೆಯನ್ನು ತುಸು ಸಮಾಧಾನಿಸಿರುವುದು ಅವಳ ಮುಖ ಚಹರೆಯಿಂದಲೇ ವ್ಯಕ್ತವಾಗುತ್ತಿತ್ತು.

ಅದೇ ಸಮಯಕ್ಕೆ ವೈಸ್ ಪ್ರೆಸಿಡೆಂಟ್ ಡೆರಿಕ್ ಬಾಗಿಲ ಬಳಿ ಕಾಣಿಸಿಕೊಂಡ. ಗಾಜಿನ ಬಾಗಿಲನ್ನು ತಟ್ಟುವುದೋ ಬೇಡವೋ ಎನ್ನುವ ಅನುಮಾನದಲ್ಲಿ ಒಮ್ಮೆ ನಿಂತವನು ನಂತರ ಎಡಗೈಯ ಬೆರಳುಗಳನ್ನು ಮಡಿಸಿ ಮೆಲ್ಲನೆ ಶಬ್ದಮಾಡಿ ಬಾಗಿಲನ್ನು ತುಸು ಸರಿಸಿ ಮುಖವನ್ನು ಮಾತ್ರ ಒಳ ತೂರಿಸಿ ನಮ್ಮೆಡೆಗೆ ಬಲವಂತದ ನಗೆಯನ್ನು ನಕ್ಕ. ಅವನು ಬಾಗಿದ ರೀತಿಗೆ ಅವನ ಕೆಂಪು ಟೈ ಕೂಡ ಬಾಗಿ ಗಾಜಿನ ಬಾಗಿಲಿಗೆ ಹೊಡೆದು ಎರಡು ಬಾರಿ ಆವರ್ತಿಸಿತು. "ಫ್ರಾಂಕೋ ಮತ್ತು ಅವನ

ಟೀಮು ಇಲ್ಲಿದೆ! ನಾನು ನಿಮ್ಮನ್ನು ನಿಮ್ಮ ಡೆಸ್ಕ್‌ಗಳಲ್ಲಿ ಹುಡುಕಿದೆ." ಎಂದವನು "ಅದೇನು ತೊಂದರೆಯಿಲ್ಲ." ಎಂದು ತಾನೇ ಸಮಜಾಯಿಸಿಕೊಂಡು ವಾಟರ್ ಕೂಲರಿನ ಹತ್ತಿರ ನೀರು ಕುಡಿಯುತ್ತಿದ್ದ ಜೆಫ್ ಮಿಲ್ಲರ್‌ರ ಕಡೆಗೆ ನೋಡುತ್ತಾ "ಜೆಫ್ ಮಿಲ್ಲರ್, ನಿಮ್ಮೊಂದಿಗೆ ಮಾತನಾಡುವುದಿದೆ. ದಯವಿಟ್ಟು ನನ್ನ ಕೋಣೆಗೆ ಬರುವಿರಾ?" ಎಂದು ಕಣ್ಣು ಕೂಡಿಸದೆ ಮಾತನಾಡಿ ಅವರ ಉತ್ತರಕ್ಕೂ ಕಾಯದೆ ಕಾನ್ಫರೆನ್ಸ್ ರೂಮಿನ ಬಾಗಿಲನ್ನು ಮುಚ್ಚಿ ವೇಗವಾಗಿ ತನ್ನ ಕೋಣೆಗೆ ಹೋಗಿಬಿಟ್ಟ.

ಜೆಫ್ ಮಿಲ್ಲರ್ ನಮ್ಮೆಡೆಗೆ ನೋಡುತ್ತ "ಸ್ನೇಹಿತರೇ, ಬರುತ್ತೇನೆ. ಇಷ್ಟು ದಿನ ಈ ಮುದುಕನಿಗೆ ಪ್ರೀತಿ ಮತ್ತು ಸ್ನೇಹವನ್ನು ತೋರಿದ್ದಕ್ಕೆ ವಂದನೆಗಳು. ನಿಮಗೆಲ್ಲಾ ಜೀವನದಲ್ಲಿ ಶುಭವಾಗಲಿ." ಎಂದವರು ಮೆಲ್ಲನೆ ಹೆಜ್ಜೆ ಹಾಕುತ್ತ ಕಾನ್ಫರೆನ್ಸ್ ಕೋಣೆಯ ಬಾಗಿಲನ್ನು ತೆರೆದುಕೊಂಡು ಡೆರಿಕ್‌ನ ಕೋಣೆಯತ್ತ ನಡೆದರು. ಡೆರಿಕ್‌ನ ಕೋಣೆಯ ಕದ ತೆರೆದದ್ದು ಆನಂತರ ಅದು ಮುಚ್ಚಿಕೊಂಡದ್ದು ನಮಗೆ ಸ್ಪಷ್ಟವಾಗಿ ಕೇಳಿಸಿತು. ಮೆಲಿಂದಾಳ ಕಣ್ಣುಗಳು ಒದ್ದೆಯಾದವು.

"ಡೆರಿಕ್ ಯಾರುಯಾರಿಗೆ ಟ್ರಿಗರ್ ಎಳೆಯುತ್ತಾನೋ ದೇವರಿಗೇ ಗೊತ್ತು. ರಷ್ಯನ್ ರ್‍ಯೂಲೆಟ್ ಆಟ ಕೇಳಿದ್ದೀರಾ? ಟೇಬಲ್ಲಿನ ಸುತ್ತಲೂ ಕುಳಿತವರು ತಲೆಗೆ ಪಿಸ್ತೂಲ್ ಹಿಡಿದು ಟ್ರಿಗರ್ ಎಳೆದುಕೊಳ್ಳಬೇಕು. ಪಿಸ್ತೂಲಿನ ಸಿಲಿಂಡರಿನಲ್ಲಿ ಒಂದೇ ಒಂದು ಗುಂಡು ಇರುತ್ತದೆ. ಎಷ್ಟೇ ಪ್ರಾಬಬಿಲಿಟಿಯ ಪಂಡಿತನಾದರೂ ಯಾರ ತಲೆ ಒಡೆಯುತ್ತದೆ ಎನ್ನುವುದು ಗೊತ್ತಾಗುವುದಿಲ್ಲ. ಮೆಲಿಂದಾ ಹಣೆಗೆ ನೇರವಾಗಿಟ್ಟುಕೊಂಡು ಟ್ರಿಗರ್ ಎಳೆದಳು ಬರೀ ಟಕ್ ಎಂದಿತು, ಗುಂಡು ಸಿಡಿಯಲಿಲ್ಲ. ಶ್ರೀ ತನ್ನ ತಲೆಗೆ ಗುರಿ ಇಟ್ಟುಕೊಂಡು ಟ್ರಿಗರ್ ಎಳೆದ. ಮತ್ತೆ ಬರೀ ಟಕ್ ಎಂದಿತು. ಅದೇ ಆಂಜನೇಯಲು ಟ್ರಿಗರ್ ಎಳೆದೊಡನೆಯೇ 'ಢಮಾರ್!!'. ಆಂಜನೇಯಲು ಚೂರುಚೂರು. ರಷ್ಯನ್ ರ್‍ಯೂಲೆಟ್‌ಗೂ ಡೆರಿಕ್ ರ್‍ಯೂಲೆಟ್‌ಗೂ ಒಂದೇ ವ್ಯತ್ಯಾಸವೆಂದರೆ ರಷ್ಯನ್ ರ್‍ಯೂಲೆಟ್‌ನಲ್ಲಿ ನಾವೇ ಟ್ರಿಗರ್ ಎಳೆದುಕೊಳ್ಳಬೇಕು ಡೆರಿಕ್ ರ್‍ಯೂಲೆಟ್‌ನಲ್ಲಿ ಡೆರಿಕ್‌ನೇ ಆ ಕಷ್ಟ ತೆಗೆದುಕೊಳ್ಳುತ್ತಾನೆ." ಎಂದು ಫ್ರಾಂಕೋ ಜೋರಾಗಿ ನಕ್ಕ.

ಫ್ರಾಂಕೋಗೆ ತಿಳಿಯಿತೋ ಇಲ್ಲವೋ ಆದರೆ ಅವನ ರಷ್ಯನ್ ರ್‍ಯೂಲೆಟ್ ಜೋಕು ಆ ಸನ್ನಿವೇಶಕ್ಕೆ ವಿಕೃತವಾಗಿತ್ತು. ಮೆಲಿಂದಾಳ ಮುಖ ನೋವಿನಿಂದ ಕಿವುಚಿಕೊಂಡಿತು. "ಫ್ರಾಂಕೋ, ಪ್ಲೀಸ್ ಸ್ಟಾಪ್ ಇಟ್. ತೀರಾ ವಿಕೃತವಾದ ಮಾತಿದು. ನಿನ್ನ ಜೋಕಿನಿಂದಾಗಿ ನನ್ನ ವಾಂತಿ ಬೇನೆ ಮತ್ತೆ ಮರುಕಳಿಸುತ್ತಿದೆ." ಎಂದಳು.

ಆಂಜನೇಯಲುವಿನ ಮುಖ ಕೆಂಪಾಗಿತ್ತು. "ಮೆಲಿಂದಾಳಿಗೆ ಸಿಡಿಯದ ಶ್ರೀಕಾಂತನಿಗೆ ಸಿಡಿಯದ ನಿನ್ನ ಬುಲೆಟ್ ನನ್ನ ಬುರುಡೆಯನ್ನು ಏಕೆ ಚೂರುಚೂರು ಮಾಡಿತು? ಈ ಲೇಆಫ್‌ಗಿಂತಲೂ ಹೆಚ್ಚಾಗಿ ನನ್ನಲ್ಲಿ ಇನ್ನೊಂದು ನೋವಿದೆ. ನಮ್ಮಲ್ಲಿ ಕೆಲವರು ತಮ್ಮ ಉನ್ನತಿಗಾಗಿ ನಮ್ಮ ಮೇಲೆಲ್ಲಾ ಸುಳ್ಳು ಆಪಾದನೆಗಳನ್ನು ತಪ್ಪು

ಕಲ್ಪನೆಗಳನ್ನು ಮ್ಯಾನೆಜ್‌ಮೆಂಟಿಗೆ ಬಿತ್ತಿದ್ದಾರೆ. ನಮ್ಮೊಂದಿಗೆ ಕೆಲಸ ಮಾಡುತ್ತ ಆದರೆ ನಮ್ಮನ್ನೇ ಮೆಟ್ಟಿಲುಗಳನ್ನಾಗಿ ಉಪಯೋಗಿಸಿಕೊಳ್ಳುತ್ತ ತಾವು ಮೇಲೇರಲು ಹೊಂಚು ಹಾಕುತ್ತಿದ್ದಾರೆ. ಇದು ರಷ್ಯನ್ ರ್‍ಯೂಲೆಟ್ ಆಟವಲ್ಲ, ಪಿಸ್ತೂಲಿನ ಸಿಲಿಂಡರಿನ ಯಾವ ರಂಧ್ರದಲ್ಲಿ ಗುಂಡು ಅಡಗಿದೆ ಎಂದು ಕೆಲವು ಕುತಂತ್ರಿಗಳಿಗೆ ಗೊತ್ತು ಯಾರ ತಲೆ ಢಮಾರ್ ಆಗುತ್ತದೆ ಎಂದೂ ಅವರಿಗೆ ಗೊತ್ತು! ನಮ್ಮೊಂದಿಗಿದ್ದು ನಮ್ಮಂತೆಯೇ ಆಡುತ್ತಿದ್ದರೂ ಅವರು ಡೆರಿಕ್‌ನ ಏಜೆಂಟರು."

ಆಂಜನೇಯಲು ಮಾತನಾಡಿದ ರಭಸಕ್ಕೆ ಮತ್ತು ತೋಳು ಮುದುರಿದ ಭರಕ್ಕೆ ಫ್ರಾಂಕೋನ ಮೇಲೆ ಪ್ರಹಾರವನ್ನೇ ಮಾಡಿಬಿಡಬಹುದು ಎಂದು ಹೆದರಿದೆ. ಮೆಲಿಂದಾಳೂ ಬೆಚ್ಚಿಬಿದ್ದಳು. "ಸ್ಟಾಪ್ ದಿಸ್ ನಾನ್‌ಸೆನ್ಸ್!" ಎಂದು ಕೀರಲು ಧ್ವನಿಯಲ್ಲಿ ಕೂಗಿದಳು. "ಜೊತೆಯಲ್ಲಿದ್ದರೆ ಮಾನಸಿಕವಾಗಿ ಧೈರ್ಯ ಸಿಗಬಹುದು ಎನ್ನುವ ಕಾರಣಕ್ಕಾಗಿ ಇಲ್ಲಿಗೆ ಬಂದರೆ ನೀವುಗಳು ವಿಕಾರವಾಗಿ ವರ್ತಿಸುತ್ತಿದ್ದೀರಿ."

ಫ್ರಾಂಕೋ ಮೆಲುದನಿಯಲ್ಲಿ ಹೇಳಿದ "ದಯವಿಟ್ಟು ನನ್ನನ್ನು ಕ್ಷಮಿಸಿ. ಖಂಡಿತ ವಾಗಿಯೂ ನಾನು ನಿಮ್ಮನ್ನು ನಗಿಸಲು ಜೋಕ್ ಎಂದು ಹೇಳಿದ್ದು ಅದು. ಈ ಪರಿಸ್ಥಿತಿಯಲ್ಲಿ ಅದು ಅಷ್ಟು ವಿಲಕ್ಷಣವಾಗುತ್ತದೆ ಎಂದು ತಿಳಿಯದೇ ಹೋಯಿತು. ಆಂಜನೇಯಲು, ರಷ್ಯನ್ ರ್‍ಯೂಲೆಟ್‌ನ ಆಟವನ್ನು ವಿವರಿಸುವ ಭರದಲ್ಲಿ ಸುಮ್ಮನೆ ನಿನ್ನ ಹೆಸರನ್ನು ಎತ್ತಿಕೊಂಡೆ. ನಿನಗೆ ನೋವು ಮಾಡುವ ಉದ್ದೇಶವಿರಲಿಲ್ಲ ನನಗೆ. ದಯವಿಟ್ಟು ತಪ್ಪು ತಿಳಿಯಬೇಡ." ಎಂದು ಮಾತು ನಿಲ್ಲಿಸಿ ಸುಮ್ಮನೆ ಕುಳಿತವನು ಮತ್ತೆ ಆಂಜನೇಯಲುನೆಡೆಗೆ ನೋಡುತ್ತ "ಹ್ಞಾಂ. ಇನ್ನೊಂದು ವಿಷಯ. ನಾನು ಯಾರ ಏಜೆಂಟನೂ ಅಲ್ಲ. ಯಾರ ಏಜೆಂಟನಾಗಲೂ ನಾನು ಅರ್ಹನಲ್ಲ." ಎಂದು ನಕ್ಕ.

ಆಂಜನೇಯಲು ಕೈಗಳಿಂದ ಮುಖವನ್ನು ಮುಚ್ಚಿಕೊಂಡು ಹಣೆಯನ್ನು ಟೇಬಲ್ಲಿಗೆ ಊರಿ ಮಲಗಿಬಿಟ್ಟ. ಕೆಲವು ಕ್ಷಣಗಳ ಅಸಹನೀಯ ಮೌನ ಕೋಣೆಯನ್ನು ತುಂಬಿ ಕೊಂಡಿತು. ಶಬ್ದವಿದ್ದರೂ ಅಸಹನೀಯತೆ ಮೌನವಿದ್ದರೂ ಅಸಹನೀಯತೆ! ಆಂಜನೇಯಲು ಅಳುತ್ತಿರಬಹುದು ಎನ್ನುವ ಅನುಮಾನ ನನಗಾಯಿತು. ಮೆಲ್ಲನೆ ಅವನ ಭುಜಗಳನ್ನು ತಟ್ಟುತ್ತ "ಆಂಜನೇಯಲು" ಎಂದೆ. ನಿಧಾನವಾಗಿ ತಲೆ ಎತ್ತಿದ. ಅವನ ಕಣ್ಣುಗಳು ಕೆಂಪಾಗಿದ್ದವು.

"ವೀಸಾದಲ್ಲಿದ್ದವರ ಕೆಲಸದ ಸಂಕಟ ಅದನ್ನು ಅನುಭವಿಸಿದವರನ್ನು ಬಿಟ್ಟು ಬೇರೆಯವರಿಗೆ ಅರ್ಥವಾಗುವುದಿಲ್ಲ." ಎಂದ.

"ಅದು ಖಂಡಿತಾ ಹೌದು." ಎಂದಳು ಮೆಲಿಂದಾ ಅವನನ್ನು ಸಮಾಧಾನ ಮಾಡುವ ಮುಖಭಾವದಲ್ಲಿ.

"ಈ ಲೇಆಫ್ ಒಂದು ವರ್ಷ ಬಿಟ್ಟು ಬಂದಿದ್ದರೆ ನಾನು ಜಾಸ್ತಿ ತಲೆ ಕೆಡಿಸಿಕೊಳ್ಳುತ್ತಿರಲಿಲ್ಲ. ಈಗ ನೋಡಿ! ನನ್ನ ಕೆಲಸ ಹೋದರೆ ನನ್ನ ಗ್ರೀನ್‌ಕಾರ್ಡ್

ಹೊಂದುವ ಪ್ರಯತ್ನಗಳು ನೀರಿನಲ್ಲಿ ಕೊಚ್ಚಿಕೊಂಡು ಹೋಗುತ್ತವೆ. ಈಗಿನ ಜಾಬ್ ಮಾರ್ಕೆಟ್‌ನಲ್ಲಿ ಗ್ರೀನ್‌ಕಾರ್ಡ್ ಇಲ್ಲದೆ ಕೆಲಸ ಕೊಡುವವರು ಯಾರು? ನನ್ನ ಕೆಲಸ ಹೋದರೆ ಅದರ ಜೊತೆಗೇ ನನ್ನ ವೀಸಾ ಕೂಡಾ ಹೋಗುತ್ತದೆ. ನನ್ನನ್ನು ಲೇಆಫ್ ಮಾಡಿದ ಸಂಗತಿಯನ್ನು ಈ ಕಂಪನಿ ನ್ಯಾಚುರಲೈಜೇಷನ್ ಡಿಪಾರ್ಟ್‌ಮೆಂಟಿಗೆ ತಿಳಿಸಿಬಿಟ್ಟರೆ, ತಿಳಿಸಿಬಿಟ್ಟರೆ ಏನು ತಿಳಿಸಲೇಬೇಕು ಕಾನೂನಿನ ಪ್ರಕಾರ, ನಾನು ಹತ್ತು ದಿನಗಳಲ್ಲಿ ಈ ದೇಶವನ್ನು ಖಾಲಿ ಮಾಡಿ ನನ್ನ ದೇಶಕ್ಕೆ ಹೊರಟುಹೋಗಬೇಕು ಇಲ್ಲದಿದ್ದರೆ ಈ ದೇಶದಲ್ಲಿ ಕಾನೂನುಬಾಹಿರವಾಗಿ ನೆಲೆಸಿದವನಾಗುತ್ತೇನೆ. ಈ ದೇಶದಲ್ಲಿ ಮನೆ ಕೊಂಡಿದ್ದೇನೆ ಅದನ್ನು ಮಾರಲಾದರೂ ಸಮಯ ಬೇಡವೇ? ಶಾಲೆ ಓದುತ್ತಿರುವ ಮಗಳನ್ನು ಎತ್ತಿಕೊಂಡು ರಾತ್ರೋರಾತ್ರಿ ಪೋಲೀಸರಿಂದ ತಪ್ಪಿಸಿಕೊಂಡು ಓಡುವ ಕಳ್ಳನಂತೆ ದೇಶವನ್ನು ಬಿಡಲಾಗುತ್ತದೆಯೇ? ಕೆಲಸ ಕಳೆದುಕೊಳ್ಳುವುದು ಎಂತಹ ಅಪರಾಧವಾಗುತ್ತದೆ ನೋಡಿ, ಅದೂ ನಮ್ಮ ತಪ್ಪಿಲ್ಲದೆ!" ಎಂದ ಆಂಜನೇಯಲು ದುಃಖದಿಂದ.

ಅವನನ್ನು ಸಮಾಧಾನ ಮಾಡುವ ಉದ್ದೇಶದಿಂದ ಹೇಳಿದೆ – "ಅದೇಕೆ ಆಂಜನೇಯಲು ಅಷ್ಟೊಂದು ಬೇಸರ ಪಡುತ್ತೀ? ನಿನ್ನ ಹೆಂಡತಿ ಕೆಲಸ ಮಾಡುತ್ತಾರಲ್ಲಾ?"

"ಚೆನ್ನಾಗಿದೆ ಕಣಯ್ಯ ನೀನು ಹೇಳುವುದು! ಹೆಂಡತಿಯ ಡಿಪೆಂಡೆಂಟ್ ಎಂದು ವೀಸಾ ಬದಲಿಸಿಕೊಂಡು ಮನೆಯಲ್ಲಿ ಅಡುಗೆ ಮಾಡಿಕೊಂಡು ಇರಲೇ? ಕೂಸಿನ ಪೂಪೂ ಚಡ್ಡಿಯನ್ನು ಬದಲಿಸುತ್ತ ಮನೆಯಲ್ಲಿರಲು ಜೆಫ್ ಮಿಲ್ಲರ್‌ನಿಗೆ ಸಾಧ್ಯವಾಗಬಹುದು ಆದರೆ ಭಾರತೀಯ ಗಂಡಸಾದ ನನಗೆ ಸಾಧ್ಯವೇ ಅದು?"

ಆಂಜನೇಯಲುನ ಮಾತಿಗೆ ಮೆಲಿಂದಾ ಮುಖ ತಿರುಚಿಕೊಂಡಳು.

"ನಿನ್ನ ಹೆಂಡತಿಯೂ ಇದೇ ಮಾತನಾಡಿ ಡೆಪೆಂಡೆಂಟ್ ವೀಸಾದಲ್ಲಿ ಅಮೆರಿಕಕ್ಕೆ ಬರಲಾರೆ ಎಂದಿದ್ದರೆ ನೀನು ಇಲ್ಲಿಗೆ ಹೇಗೆ ಬರುತ್ತಿದ್ದೆ ನಿನ್ನ ಸಂಸಾರದೊಂದಿಗೆ? ಭಾರತೀಯ ಗಂಡಸು ಎಂದು ಅಷ್ಟೊಂದು ಹೆಮ್ಮೆಯುಳ್ಳವನು ನಿನ್ನ ದೇಶಕ್ಕೇ ವಾಪಸ್ಸು ಹೋಗಿ ನಿನ್ನಂತಹ ಹೆಮ್ಮೆಯ ಗಂಡಸರೊಂದಿಗೇ ಇದ್ದು ಬಿಡಬೇಕು." ಎಂದಳು ಕಠಿಣ ಸ್ವರದಲ್ಲಿ.

"ವಾಪಸ್ಸೇ? ಹೇಗೆ? ಕೆಲಸ ಕಳೆದುಕೊಂಡು? ಅಲ್ಲಿನ ಸ್ನೇಹಿತರ ಮುಂದೆ ಸಂಬಂಧಿಗಳ ಮುಂದೆ ನಗೆಪಾಟಲಾಗುವುದಿಲ್ಲವೇ ನಾನು? ನನಗೆ ಗೊತ್ತು ನನ್ನ ಮಾತುಗಳು ನಿಮ್ಮಲ್ಲಿ ಅಸಹ್ಯವನ್ನು ತರುತ್ತಿವೆ; ನನ್ನನ್ನು ಕ್ರಿಮಿಯಂತೆ ನೋಡುವಂತೆ ಮಾಡುತ್ತಿವೆ. ಆದರೆ ಏನು ಮಾಡಲಿ? ದುರಾದೃಷ್ಟದಿಂದ ಅವೇ ನನ್ನ ಸಮಸ್ಯೆಗಳು. ಹಾಗಾಗಿಯೇ ನಾನು ಹೇಳಿದ್ದು ವೀಸಾದವರ ಸಮಸ್ಯೆಗಳು ಅನುಭವಿಸಿದವರನ್ನು ಬಿಟ್ಟರೆ ಬೇರೆಯವರಿಗೆ ಅರ್ಥವಾಗುವುದಿಲ್ಲ ಎಂದು." ಎಂದ ಬೇಸರದಲ್ಲಿ.

ಡೆರಿಕ್‌ನ ಕೋಣೆಯ ಬಾಗಿಲು ತೆರೆದ ಶಬ್ದವಾಯಿತು. ಜೆಫ್ ಮಿಲ್ಲರ್ ತಮ್ಮ

ಡೆಸ್ಕಿಗೆ ಹೋಗುತ್ತಿದ್ದರು. ಮತ್ತೆ ಕೆಲವು ನಿಮಿಷಗಳಲ್ಲಿ ರಟ್ಟಿನ ಡಬ್ಬದ ಭರ್ತಿ ತಮ್ಮ ವೈಯಕ್ತಿಕ ಸಾಮಗ್ರಿಗಳನ್ನು ಹೊತ್ತು ಭಾರದ ಹೆಜ್ಜೆಗಳಿಂದ ಹೊರಗೆ ನಡೆಯುತ್ತಿದ್ದರು. ಅವರ ಡೆಸ್ಕಿನ ಗೋಡೆಯ ಮೇಲೆ ತೂಗು ಹಾಕಲ್ಪಟ್ಟಿದ್ದ ಅವರ ಮಗಳ ಕಾಲೇಜು ಗ್ರಾಜುಯೇಷನ್ನಿನ ಫೋಟೊ ಅವರು ಭುಜದ ಮೇಲೆ ಹೊತ್ತಿದ್ದ ಡಬ್ಬದ ಎತ್ತರದಲ್ಲಿ ಹುದುಗಿಕೊಂಡು ಅವರ ನಡುಗೆಯ ಅಲುಗಿಗೆ ಹುಡುಗಿಯ ಮುಖವನ್ನಷ್ಟೇ ಪಾರ್ಶ್ವವಾಗಿ ಹೊರಕ್ಕೆ ಚೆಲ್ಲುತ್ತಿತ್ತು. ಕಾನ್ಫರೆನ್ಸ್ ರೂಮನ್ನು ದಾಟುವಾಗ ನಮ್ಮೆಡೆಗೆ ನೋಡಿ ಮತ್ತೆ ನಿಂತು ಜೇಬಿನಿಂದ ಕನ್ನಡಕವನ್ನು ಹಾಕಿಕೊಳ್ಳುತ್ತ ನಮ್ಮೆಡೆಗೆ ಮುಗುಳುನಕ್ಕು ನಿಧಾನವಾಗಿ ಮುಂದೆ ಹೆಜ್ಜೆ ಹಾಕಿದರು. “ಎಷ್ಟು ಸಮತೂಕದ ವ್ಯಕ್ತಿ.” ಎಂದಳು ಮೆಲಿಂದಾ ಗಾಜಿನ ಗೋಡೆಯ ಪ್ರತಿಫಲನದ ನಡುವೆ ನಿರ್ಗಮಿಸುತ್ತಿದ್ದ ಜೆಫ್ ಮಿಲ್ಲರ್‌ರನ್ನು ನೋಡುತ್ತಾ. “ಇನ್ನೊಂದು ವಾರದ ನನ್ನ ಸರ್ಜರಿಯ ಹೊತ್ತಿಗೆ ಇವರ ಸಮಚಿತ್ತವೇ ನನ್ನಲ್ಲೂ ಇದ್ದರೆ ಜೀವನ ಎಷ್ಟು ಶಾಂತವಾಗಿರುತ್ತದೆ.” ಎಂದಳು ತನ್ನೊಂದಿಗೇ ಮಾತನಾಡಿಕೊಳ್ಳುವಂತೆ.

“ಸರ್ಜರಿಯೇ?” ಎಂದೆ ಆಶ್ಚರ್ಯದಿಂದ.

ಮೆಲಿಂದಾ ಒಮ್ಮೆ ನಿಟ್ಟುಸಿರುಬಿಟ್ಟಳು. “ಇಲ್ಲಿ ಎಲ್ಲರೂ ಗಂಡಸರೇ ಇದ್ದೀರಿ. ಹೇಳಲು ಮುಜುಗರವಾಗುತ್ತದೆ...”

“ಹೇಳಬೇಡಿ ಪರವಾಗಿಲ್ಲ. ಅನವಶ್ಯಕವಾದ ಕುತೂಹಲವನ್ನು ತೋರಿಬಿಟ್ಟೆ ನಾನು.”

“ಹಾಗೇನಿಲ್ಲ. ನೀವೆಲ್ಲರೂ ವಯಸ್ಸಿನಲ್ಲಿ ನನ್ನ ಕೊನೆಯ ತಮ್ಮನಷ್ಟಿದ್ದೀರಿ. ಹೇಳಲು ಏನು ತೊಂದರೆ?” ಎಂದವಳು ತನ್ನ ಬ್ಯಾಗಿನಿಂದ ಸಣ್ಣ ದುಂಡನೆಯ ಕನ್ನಡಿಯನ್ನು ತೆಗೆದು ಕಾಂಪ್ಯಾಕ್ಟ್ ಪೌಡರನ್ನು ಕೆನ್ನೆಯ ಮೇಲೆ ಸವರಿಕೊಳ್ಳುತ್ತ ನಿಧಾನವಾಗಿ ಮಾತನಾಡಿದಳು.

“ಬ್ರೆಸ್ಟ್ ಕ್ಯಾನ್ಸರ್. ಸ್ಟೇಜ್ ಫೋರ್.”

ನಾವು ಮೂವರೂ ಆಕೆಯೆಡೆಗೆ ನೋಡಿದೆವು. ನಮ್ಮೊಂದಿಗೆ ದೃಷ್ಟಿಕೂಡಿಸುವುದನ್ನು ತಪ್ಪಿಸಿಕೊಳ್ಳಲೆಂದೇ ಆಕೆ ಕನ್ನಡಿ ಹಿಡಿದು ಮುಖಕ್ಕೆ ಪೌಡರ್ ಹಚ್ಚಿಕೊಳ್ಳುವ ಚಟುವಟಿಕೆಯಲ್ಲಿ ತೊಡಗಿರುವುದು ಸ್ಪಷ್ಟವಾಗಿತ್ತು.

“ಮುಂದಿನ ಶುಕ್ರವಾರ ನನಗೆ ಸರ್ಜರಿ ಇದೆ. ನನ್ನ ಎಡ ಸ್ತನ ಶಾಶ್ವತವಾಗಿ ನನ್ನಿಂದ ದೂರ ಹೋಗುತ್ತದೆ. ಆದರೆ ಅದಕ್ಕಿಂತ ಒಂದು ವಾರ ಮುಂಚೆಯೇ ನನ್ನ ಕೆಲಸ ನನ್ನಿಂದ ದೂರ ಹೋಗಲು ಹವಣಿಸುತ್ತಿದೆ. ನನ್ನ ಸ್ತನಕ್ಕೂ ನನ್ನ ಕೆಲಸಕ್ಕೂ ಸ್ಪರ್ಧೆಬಿದ್ದಂತಿದೆ.” ಎಂದಳು ವಿಷಾದದ ನಗೆಯೊಂದಿಗೆ.

“ಹಾಗೇಕೆ ಹೇಳುತ್ತೀ? ಒಳ್ಳೆಯದನ್ನೇ ಯೋಚಿಸು. ಇಂದು ನಿನ್ನ ಕೆಲಸ ಉಳಿಯಲಿ ಮುಂದಿನ ಶುಕ್ರವಾರ ನಿನ್ನ ಕ್ಯಾನ್ಸರ್ ಅಳಿಯಲಿ.” ಎಂದ ಆಂಜನೇಯಲು.

“ಹೌದು. ಒಳ್ಳೆಯದನ್ನು ಯೋಚಿಸಿಯೇ ಜೀವ ಹಿಡಿದಿದ್ದೇನೆ.” ಎಂದಳು

ಮೆಲಿಂದಾ ಭಾರವಾದ ಧ್ವನಿಯಲ್ಲಿ.

ಬಾಗಿಲ ಬಳಿಯಲ್ಲಿ ಡೆರಿಕ್ ಕಾಣಿಸಿಕೊಂಡ. ಎಡಗೈನ ಬೆರಳುಗಳನ್ನು ಮಡಿಸಿ ಗಾಜಿನ ಬಾಗಿಲ ಮೇಲೆ ಎರಡು ಬಾರಿ ತಟ್ಟಿ ಮುಂದಕ್ಕೆ ತಳ್ಳಿ ಬಾಗಿದಂತೆ ನಿಂತ. ನಮ್ಮೆಲ್ಲರ ಮುಖ ನೋಡಿ ಮತ್ತೆ ಅದೇ ರೀತಿಯಲ್ಲಿ ಬಲವಂತದ ನಗೆ ನಕ್ಕ. ಪ್ರತಿಯೊಬ್ಬರೊಂದಿಗೂ ಕಣ್ಣು ಕಣ್ಣು ಕೂಡಿಸಿ ಅಳೆಯುವವನಂತೆ ನೋಡಿ ಕೊನೆಗೆ ಆಂಜನೇಯಲುವಿನತ್ತ ದೃಷ್ಟಿಯನ್ನು ನೇರವಾಗಿ ಊರಿದ. ಅವನ ಕೆಂಪು ಟೈ ಗಾಜಿನ ಬಾಗಿಲಿಗೆ ಹೊಡೆದುಕೊಳ್ಳುತ್ತಿತ್ತು.

"ಆಂಜನೇಯಲು ಅಕ್ಕಿನೆಪಲ್ಲಿ, ನಿನ್ನೊಂದಿಗೆ ಮಾತನಾಡುವುದಿದೆ. ದಯವಿಟ್ಟು ನನ್ನ ಕೋಣೆಗೆ ಬರುತ್ತೀಯಾ?"

ರಷ್ಯನ್ ರ್‍ಯೂಲೆಟ್‌ನ ಗುಂಡು ಢಮಾರ್ ಎಂದು ಸಿಡಿಯಿತು. ಆಂಜನೇಯಲು ಬಾಡಿದ ಮುಖದೊಂದಿಗೆ ಸಾವಧಾನವಾಗಿ ಎದ್ದು ಯಾರೆಡೆಗೂ ನೋಡದೆಯೆ ತಲೆತಗ್ಗಿಸಿ ಡೆರಿಕ್‌ನನ್ನು ಹಿಂಬಾಲಿಸುತ್ತ ಅವನ ಕೋಣೆಗೆ ಹೋದ. ಡೆರಿಕ್‌ನ ಕೋಣೆಯ ಕದ ಮುಚ್ಚಿದ ಸದ್ದು ಮತ್ತೆ ನಮ್ಮ ಕಿವಿಯನ್ನು ತುಂಬಿತು.

"ಓ ದೇವರೇ." ಎಂದಳು ಮೆಲಿಂದಾ. "ಒಳ್ಳೆಯದನ್ನು ಯೋಚಿಸಿಯೇ ಜೀವ ಹಿಡಿದಿದ್ದೇನೆ. ಆದರೆ ಒಳ್ಳೆಯ ಯೋಚನೆಗಳು ಎಷ್ಟು ವಿರಳ ಈ ಬದುಕಿನಲ್ಲಿ." ಆಂಜನೇಯಲು ಕುಳಿತಿದ್ದ ಆದರೆ ಈಗ ಖಾಲಿಯಾದ ಕುರ್ಚಿಯನ್ನೇ ನೋಡುತ್ತಿದ್ದಳು, ಸೋತ ಭಾವದಲ್ಲಿ. "ಇಲ್ಲದಿದ್ದರೆ ಹೇಳಿ, ಯಾಕಿಷ್ಟು ನೋವು? ಸ್ತನವನ್ನು ಕಳೆದುಕೊಳ್ಳುವುದು ಎಂದರೆ ಹೆಣ್ತನವನ್ನು ಕಳೆದುಕೊಳ್ಳುವುದು ಎಂದಂತೆ. ನಿಮಗೆ ಅದೆಷ್ಟರಮಟ್ಟಿಗೆ ಆ ದುಃಖ ಅರ್ಥವಾಗುತ್ತದೋ ಗೊತ್ತಿಲ್ಲ. ಆದರೆ ಆ ನೋವು ನನ್ನನ್ನು ಹಗಲು ರಾತ್ರಿ ಹಿಂಡಿಹಿಪ್ಪೆ ಮಾಡಿದೆ. ಈಗ ಕೆಲಸ ಗಾಳಿಗೆ ಹಿಡಿದ ದೀಪದಂತೆ ಮಿಣುಗುಟ್ಟುತ್ತಿದೆ." ಎಂದು ಕನ್ನಡಿಯನ್ನು ಟೇಬಲ್ಲಿನ ಮೇಲಿಟ್ಟು ತನ್ನ ಬ್ಯಾಗಿನಿಂದ ಒಂದು ಕ್ಲೀನೆಕ್ಸ್ ತೆಗೆದು ಕಣ್ಣುಗಳಿಗೆ ಒತ್ತಿಕೊಂಡಳು.

"ಎಷ್ಟು ಧೈರ್ಯ ತಂದುಕೊಳ್ಳುವುದು? ಎಷ್ಟು ಆಶಾವಾದದಲ್ಲಿ ಬದುಕುವುದು? ಆಶಾವಾದ ಎನ್ನುವುದು ನನ್ನ ಸೋಲುಗಳಿಗೆ ಕೊಡುವ ನಾಜೂಕಿನ ಹೆಸರಾಗಿಬಿಟ್ಟಿದೆ. ನನ್ನ ಕೆಲಸ ಹೋದರೆ ನನ್ನ ಹೆಲ್ತ್ ಇನ್ಸುರೆನ್ಸ್ ಹೋಗುವುದಿಲ್ಲವೇ? ಸರ್ಜರಿಯ ಖರ್ಚನ್ನು ಭರಿಸುವವರು ಯಾರು? ಆಸ್ಪತ್ರೆಗೆ ಹಣ ಎಲ್ಲಿಂದ ಒದಗಿಸಲಿ? ನನ್ನ ಉದ್ಯೋಗದ ಅಗತ್ಯ ಎಷ್ಟಿದೆ ಗೊತ್ತೇ ಮನೆಯಲ್ಲಿ? ನನ್ನ ಗಂಡ ಸಂಸಾರವನ್ನು ತ್ಯಜಿಸಿ ಓಡಿ ಹೋಗಿ ಹತ್ತು ವರ್ಷಗಳ ಮೇಲಾದವು. ಅವನೆಲ್ಲಿದ್ದಾನೋ, ಬದುಕಿದ್ದಾನೋ ಇಲ್ಲವೋ, ದೇವರಿಗೇ ಗೊತ್ತು. ಕಾಲೇಜು ಓದುತ್ತಿರುವ ಹುಡುಗನಿಗೆ ಹುಟ್ಟಿನಿಂದಲೇ ಕಾಲುಗಳಲ್ಲಿ ಬಲವಿಲ್ಲದೆ ವ್ಹೀಲ್‌ಚೇರಿನಲ್ಲಿ ಕೂರುತ್ತಾನೆ. ಹೇಗೆ ನಡೆಸಲಿ ಸಂಸಾರವನ್ನು? ಇರುವ ಕೆಲಸ ಹೋದರೆ ನನಗೆ ಬೇರೆ ಕೆಲಸ ಕೊಡುವವರು ಯಾರು? ಐವತ್ತು ದಾಟಿದ ಮತ್ತು ಕ್ಯಾನ್ಸರ್‌ನಿಂದ ನರಳುವ ಹೆಣ್ಣಿನಲ್ಲಿ ಮತ್ಯಾವ ಶಕ್ತಿ ತುಂಬಿರುತ್ತದೆ

ಧೈರ್ಯ ತಂದುಕೊಳ್ಳಲು? ಎಷ್ಟೇ ಸಮಾಧಾನ ಮಾಡಿಕೊಂಡರೂ ಮನಸ್ಸು ರೋದಿಸುತ್ತಲೇ ಇದೆ. ಆಪರೇಷನ್ ಥಿಯೇಟರಿನಲ್ಲಿ ನನ್ನ ಸ್ತನದ ಜೊತೆಗೇ ನನ್ನ ಜೀವವೂ ಹೋಗಬಾರದೇ ಎಂದು ಬೇಡಿಕೊಳ್ಳುವಂತಾಗಿದೆ." ಬಿಕ್ಕಿಬಿಕ್ಕಿ ಅಳುತ್ತಿದ್ದಳು.

ಫ್ರಾಂಕೋ ಎದ್ದು ಮೆಲಿಂದಳ ಪಕ್ಕ ಕುಳಿತು ಆಕೆಯ ತಲೆ ಸವರಿದ. ನಾನು ವಾಟರ್ ಕೂಲರಿನಿಂದ ಒಂದು ಲೋಟ ತಣ್ಣೀರನ್ನು ತುಂಬಿಸಿ ಆಕೆಯ ಮುಂದಿಟ್ಟೆ. ಕಣ್ಣುಗಳನ್ನು ಒರೆಸಿಕೊಂಡು ನೀರನ್ನು ಕುಡಿದಳು.

"ಜೀವನ ಏಕಿಷ್ಟು ಸಂಕೀರ್ಣವಾಗಬೇಕು? ನೂರು ಕಷ್ಟಗಳನ್ನು ಅನುಭವಿಸಿಯೂ ಒಂದು ಸಣ್ಣ ಸುಖ ಕಾಣದಿದ್ದರೆ ಅಂತಹ ಜೀವನವನ್ನು ಮುಂದುವರೆಸುವುದರಲ್ಲಿ ಯಾವ ಅರ್ಥವಿದೆ?" ಎಂದಳು ಸಂಕಟದಿಂದ.

"ಅರ್ಥವಿದೆ ಮೆಲಿಂದಾ. ಅರ್ಥವಿರಲೇಬೇಕು." ಎಂದ ಫ್ರಾಂಕೋ. "ತಮ್ಮಿಂದ ಎಲ್ಲವನ್ನೂ ಕಿತ್ತುಕೊಂಡ ಹಿಟ್ಲರ್‌ನ ಕ್ಯಾಂಪಿನಿಂದಲೇ ಜೀವನಾಸಕ್ತಿಯನ್ನು ಉಳಿಸಿಕೊಂಡು ನನ್ನ ಅಪ್ಪ ಅಮ್ಮ ಸಂಸಾರ ನಡೆಸಿ ಜಯಿಸಿದರು ಎಂದರೆ ನೀನು ಈ ಕೇವಲ ಲೇಆಫ್‌ಗೆ ಹೆದರಬೇಕಿಲ್ಲ. ಈ ಆಧುನಿಕ ಯುಗದಲ್ಲಿ ನಿನ್ನ ಬ್ರೆಸ್ಟ್ ಕ್ಯಾನ್ಸರ್‌ಗೆ ಬೆಚ್ಚಿಬೀಳಬೇಕಿಲ್ಲ. ನೀನು ಧೈರ್ಯವಾಗಿದ್ದರೆ ನಿನ್ನ ವ್ಹೀಲ್‌ಚೇರ್ ಮಗನೂ ತನ್ನ ಕಾಲಮೇಲೆ ತಾನೇ ನಿಲ್ಲುತ್ತಾನೆ. ಯೋಚಿಸಬೇಡ." ಎಂದ. "ಕೆಲವು ನಿಮಿಷಗಳ ಹಿಂದೆ ನಿನ್ನ ಪಕ್ಕದಲ್ಲಿಯೇ ಕುಳಿತು ಜೆಫ್ ಮಿಲ್ಲರ್ ಹೇಳಿದಂತೆ ಲೇಆಫ್ ಕೆಲಸವನ್ನಷ್ಟೇ ಕಿತ್ತುಕೊಳ್ಳುತ್ತದೆ ನಿನ್ನ ಸ್ಥೈರ್ಯವನ್ನಲ್ಲ, ನಿನ್ನ ಜೀವನಾಸಕ್ತಿಯನ್ನಲ್ಲ."

ಡೆರಿಕ್‌ನ ಕೋಣೆಯ ಬಾಗಿಲು ತೆರೆದ ಶಬ್ದವಾಯಿತು. ಆಂಜನೇಯಲು ಕಣ್ಣು ಒರೆಸಿಕೊಳ್ಳುತ್ತಾ ತನ್ನ ಡೆಸ್ಕಿಗೆ ಓಡಿದ. ಮುಂದಿನ ಕ್ಷಣದಲ್ಲಿ ಹೊರಗೆ ಓಡಿದ. ತನ್ನ ಪರ್ಸನಲ್ ಐಟಮ್‌ಗಳನ್ನೂ ತೆಗೆದುಕೊಂಡು ಹೋಗದೆ ಬರಿಗೈನಲ್ಲಿ ಓಡುತ್ತಿದ್ದ. ಕಾನ್ಫರೆನ್ಸ್ ರೂಮನ್ನು ದಾಟುವಾಗ ನಮ್ಮೆಡೆಗೆ ನೋಡಲಿಲ್ಲ. ಅವನ ತಗ್ಗಿಸಿದ ಮುಖದಿಂದ ಕಣ್ಣೀರು ಉದುರುತ್ತಿತ್ತು. ವೇಗವಾಗಿ ಓಡಿದವನು ಎಲಿವೇಟರನ್ನೂ ತೆಗೆದುಕೊಳ್ಳದೆ ದಢದಢನೆ ಮೆಟ್ಟಿಲುಗಳನ್ನು ಇಳಿಯುತ್ತ ಹೊರಗೆ ಓಡಿದ.

"ಡೆರಿಕ್ ಯಾವ ಕ್ಷಣದಲ್ಲಾದರೂ ಮತ್ತೆ ಬರಬಹುದು." ಎಂದಳು ಮೆಲಿಂದಾ. "ನಿಮ್ಮಿಬ್ಬರ ಮುಖದಲ್ಲಿ ಅಷ್ಟೇನೂ ಗಾಬರಿ ಆತಂಕಗಳನ್ನು ನಾನು ಕಾಣುತ್ತಿಲ್ಲ. ನಿಮ್ಮ ಲೇಆಫ್ ಆಗುವುದಿಲ್ಲ ಎಂದು ಏನಾದರೂ ವಿಷಯ ತಿಳಿದಿದೆಯೇನು?" ಎಂದಳು ಮಾತನಾಡುತ್ತ ತನ್ನ ಆತಂಕವನ್ನು ಕಡಿಮೆ ಮಾಡಿಕೊಳ್ಳುವ ಉದ್ದೇಶದಿಂದಲೇ.

ನಾನು ಬರಿದೇ ನಕ್ಕೆ. ಫ್ರಾಂಕೋ "ನೋಡು, ನೀನೀಗ ಆಂಜನೇಯಲು ತರಹವೇ ನಮ್ಮನ್ನು ಸೀಕ್ರೆಟ್ ಏಜೆಂಟ್ಸ್ ಎನ್ನುತ್ತಿದ್ದೀಯ... ಆದರೆ ನಯವಾಗಿ." ಎಂದು ನಕ್ಕು "ವಿಷಯ ತಿಳಿದಿಲ್ಲ ಆದರೆ ಲೇಆಫ್‌ನ ಬಗ್ಗೆ ನನ್ನಲ್ಲಿ ಆತಂಕವಿಲ್ಲ."

"ಅದು ಹೇಗೆ?"

"ಏಕೆಂದರೆ ಈ ತಿಂಗಳು ನಾನಾಗಿಯೇ ಕೆಲಸ ಬಿಡುವವನಿದ್ದೆ." ಎಂದ ಫ್ರಾಂಕೋ.

"ನಿಜವೇ?" ಎಂದಳು ಮೆಲಿಂದಾ ಆಶ್ಚರ್ಯದಿಂದ. ನನಗೂ ಆಶ್ಚರ್ಯವಾಗಿತ್ತು.

"ನಾನಾಗಿಯೇ ಬಿಡುವುದಕ್ಕಿಂತ ಕಂಪನಿಯೇ ನನ್ನನ್ನು ಬಿಡಿಸುವುದು ಒಳ್ಳೆಯದಲ್ಲವೇ? ಕೊನೆಯ ಪಕ್ಷ ಒಂದಿಷ್ಟು ಪರಿಹಾರದ ಹಣವಾದರೂ ಸಿಗುತ್ತದೆ. ಜೆಫ್ ಮಿಲ್ಲರ್‌ರವರಂತೆ ನನಗೇನೂ ಸೇಫ್ ಎಕ್ಸಿಟ್‌ನ ಕನಸಿಲ್ಲ." ಎಂದು ನಕ್ಕ.

"ಇರುವ ಕೆಲಸವನ್ನು ಬಿಟ್ಟು ಏನು ಮಾಡಬೇಕೆಂದುಕೊಂಡಿರುವೆ ಎಂದು ಕೇಳಬಹುದೇ?"

"ನಾನು ಹೇಳಿದರೆ ನೀವು ನಂಬುವುದಿಲ್ಲ. ಹಾಲಿವುಡ್‌ನ ಕ್ಯಾಮರಾಮನ್‌ನ ಅಸಿಸ್ಟೆಂಟ್‌ಗೆ ಅಸಿಸ್ಟೆಂಟ್ ಆಗಿ ಹೋಗುತ್ತಿದ್ದೇನೆ."

ನಾನು ಮತ್ತು ಮೆಲಿಂದಾ ಜೋರಾಗಿ ನಕ್ಕೆವು. "ತಮಾಷೆ ಮಾಡುತ್ತಿಲ್ಲ ತಾನೇ?"

"ಇಲ್ಲಪ್ಪಾ. ನಿಜವಾಗಲೂ."

"ಎಂಬಿಎ ಮಾಡಿ ಪ್ರಾಜಕ್ಟ್ ಮ್ಯಾನೇಜರ್ ಆಗಿರುವ ನೀನು ಹಾಲಿವುಡ್‌ನ ಕ್ಯಾಮರಾಮನ್ ಆಗುವ – ಸಾರಿ – ಕ್ಯಾಮರಾಮನ್‌ನ ಅಸಿಸ್ಟೆಂಟ್‌ಗೆ ಅಸಿಸ್ಟೆಂಟ್ ಆಗುವ ಯೋಚನೆ ಹೇಗೆ ಬಂತು?"

"ಹೇಳಲು ಹೊರಟರೆ ಅದೊಂದು ದೊಡ್ಡ ಕಥೆ. ಚಿಕ್ಕದಾಗಿ ಹೇಳಬೇಕೆಂದರೆ ನನ್ನ ಸ್ನೇಹಿತನೊಬ್ಬ, ಗ್ಯಾರಿ ಹಿಕ್‌ಮನ್ ಎಂದು ಆತನ ಹೆಸರು, ಹಾಲಿವುಡ್‌ನಲ್ಲಿ ಕೆಲಸ ಮಾಡುತ್ತಾನೆ ಸಿನಿಮೆಟಾಗ್ರಾಫರ್ ಆಗಿ. ಗ್ಯಾರಿ ಇತ್ತೀಚೆಗೆ ನನಗೆ ಬಹಳ ಹತ್ತಿರವಾದ ಸ್ನೇಹಿತ. ಅವನೊಂದಿಗೆ ಒಮ್ಮೆ ಒಂದು ಸಿನಿಮಾ ಸೆಟ್‌ಗೆ ಹೋದಾಗ ನನ್ನ ಸ್ನೇಹಿತನ ಕೆಲಸ ನನಗೆ ಇಷ್ಟವಾಯಿತು. ಬಹಳ ಕ್ರಿಯೇಟಿವ್ ಆಗಿ ಕಂಡಿತು. ನಿಮ್ಮ ಪ್ರೊಡಕ್ಷನ್ ಮ್ಯಾನೇಜರ್‌ನೊಂದಿಗೆ ಮಾತನಾಡಿ ನನ್ನನ್ನೂ ಕೆಲಸಕ್ಕೆ ಸೇರಿಸಿಕೊಳ್ಳಲು ಹೇಳು ಎಂದು ಅವನಿಗೆ ದುಂಬಾಲು ಬಿದ್ದೆ. ಅವನು ಅವರನ್ನು ಕೇಳಿಯೇಬಿಟ್ಟ, ಅವರು ಒಪ್ಪಿದರು ಮತ್ತು ನಾನು ಸೇರಿಕೊಳ್ಳುತ್ತಿದ್ದೇನೆ." ಎಂದು ಫ್ರಾಂಕೋ ಮಾತು ನಿಲ್ಲಿಸಿ ನಮ್ಮಿಬ್ಬರೆಡೆಗೆ ನೋಡುತ್ತ ನಕ್ಕ.

"ಅಷ್ಟು ಸುಲಭವಾಗಿ?"

"ಅಷ್ಟು ಸುಲಭವಾಗಿ."

"ಸಂಬಳ, ಬೆನೆಫ಼ಿಟ್‌ಗಳು, ಹೆಲ್ತ್ ಇನ್ಶುರೆನ್ಸ್...." ಮೆಲಿಂದಾ ಆಶ್ಚರ್ಯದಿಂದ ಬಾಯಿ ಬಿಟ್ಟಳು.

"ಮೊದಲ ಕೆಲವು ತಿಂಗಳು ಏನಾದರೂ ಸಂಬಳ ಕೊಡುತ್ತಾರೆಯೇ ಎನ್ನುವುದು ಅನುಮಾನ. ಹೆಲ್ತ್ ಇನ್ಶುರೆನ್ಸ್ ಇಲ್ಲ. ಆದರೆ ಲಾಸ್ ಏಂಜಲಿಸ್ ಕೌಂಟಿ ಹಾಸ್ಪಿಟಲ್ ಇದೆಯಲ್ಲಾ? ಅಲ್ಲಿ ಯಾವ ಇನ್ಶುರೆನ್ಸೂ ಬೇಕಾಗಿಲ್ಲ. ಟ್ರಕ್ ಡ್ರೈವರ್ ಆಗಿದ್ದು ದೇಹಸ್ಥಿತಿಯಿಂದ ಕೆಲಸ ಕಳೆದುಕೊಂಡು ಕೊನೆಗಾಲದ ಹೊತ್ತಿಗೆ ಹೆಲ್ತ್ ಇನ್ಶೂರೆನ್ಸೂ ಇಲ್ಲದೆ ನನ್ನ ತಂದೆ ಹೋಗುತ್ತಿದ್ದುದು ಅದೇ ಆಸ್ಪತ್ರೆಗೆ ಮತ್ತು ಸತ್ತದ್ದೂ ಅಲ್ಲಿಯೇ. ಮನೆ ಮಠ ಇಲ್ಲದವರು ಹೋಗುವುದು ಅಲ್ಲಿಗೇನೇ. ನಾನೂ ಅಲ್ಲಿಗೆ

ಹೋದರಾಯಿತು, ಅದಕ್ಕೇನಂತೇ."

"ನೀನು ಹೇಳುತ್ತಿರುವುದೆಲ್ಲಾ ಖಂಡಿತಕ್ಕೂ ನಿಜವೇ? ಈಗ ನಾವಿಲ್ಲಿ ಕುಳಿತಿರುವ ಪರಿಸ್ಥಿತಿಯನ್ನು ತಿಳಿ ಮಾಡಲು ಸುಮ್ಮನೆ ತಮಾಷೆಗೆ ಮಾತನಾಡುತ್ತಿಲ್ಲ ತಾನೇ?" ಮೆಲಿಂದಾ ವಿಸ್ಮಯದಿಂದ ಕೇಳಿದಳು.

"ನೂರು ಪರ್ಸೆಂಟ್ ನಿಜ." ಫ್ರಾಂಕೋ ದೃಢವಾಗಿ ಹೇಳಿದ.

"ಮತ್ತೆ, ನಿನ್ನ ಸಂಸಾರದ ಕಥೆ? ಇದಕ್ಕೆ ಅವರ ಒಪ್ಪಿಗೆ ಇದೆಯೇ?"

"ಯಾರಿದ್ದಾರೆ ನನಗೆ? ಹೆಂಡತಿ ನನ್ನಿಂದ ಬೇರೆಯಾಗಲು ವಿಚ್ಛೇದನಕ್ಕೆ ಅರ್ಜಿ ಹಾಕಿದ್ದಾಳೆ. ಈಗಾಗಲೇ ಬೇರೆ ಬೇರೆ ಬದುಕುತ್ತಿದ್ದೇವೆ. ಅವಳು ಮಾಲಿಬುದಲ್ಲಿನ ಒಂದಿಂಚು ಜಾಗ ಬಿಡದಂತೆ ಸಾಮಾನು ತುಂಬಿಕೊಂಡ ಹೊಸಮನೆಯಲ್ಲಿ. ನಾನು ಸಿಟಿಯ ಒಳಗೆ ನನ್ನ ಅಪ್ಪ ಅಮ್ಮನ ಒಂದಿಂಚೂ ಬಿಡದಂತೆ ಧೂಳು ತುಂಬಿಕೊಂಡ ಅಪಾರ್ಟ್‌ಮೆಂಟಿನಲ್ಲಿ. ಮಕ್ಕಳಿಲ್ಲ. ಒಡಹುಟ್ಟಿದವರಿಲ್ಲ. ಅಪ್ಪ ಅಮ್ಮ ಈ ಪ್ರಪಂಚವನ್ನು ಬಿಟ್ಟು ಐದಾರು ವರ್ಷಗಳಾದವು. ಇನ್ನು ಯಾರನ್ನು ಕೇಳಬೇಕು ನಾನು?"

ಡೆರಿಕ್ ತನ್ನ ಕೋಣೆಯಿಂದ ಹೊರಗೆ ಬಂದ. ನಮ್ಮ ರೂಮಿನ ಹತ್ತಿರ ಬಂದು ನಿಂತವನು ಮತ್ತೇನನ್ನೋ ನೆನಪು ಮಾಡಿಕೊಂಡವನಂತೆ ತನ್ನ ಟೈಯನ್ನು ಸರಿ ಮಾಡಿಕೊಳ್ಳುತ್ತ ವಾಪಸ್ಸು ತನ್ನ ಕೋಣೆಗೆ ಹಿಂತಿರುಗಿದ.

"ಗನ್ ತರುವುದನ್ನು ಮರೆತಿದ್ದ ಎನ್ನಿಸುತ್ತದೆ." ಎಂದು ಹಾಸ್ಯ ಮಾಡಿದ ಫ್ರಾಂಕೋ. ಫ್ರಾಂಕೋನ ಈ ಸಲದ ಜೋಕಿಗೆ ಮೆಲಿಂದಾ ಕೂಡಾ ನಕ್ಕಳು. ಡೆರಿಕ್ ಮತ್ತೆ ಬಂದ. ಮತ್ತದೇ ರೀತಿಯಲ್ಲಿ ಎಡಗೈನ ಬೆರಳುಗಳನ್ನು ಮಡಿಸಿ ಕಾನ್ಫರೆನ್ಸ್ ರೂಮಿನ ಬಾಗಿಲು ಬಡಿದು ಬಾಗಿಲನ್ನು ಮುಂದಕ್ಕೆ ತಳ್ಳಿ ಮುಖವನ್ನು ಒಳಗೆ ತೂರಿಸಿ ಬಗ್ಗಿ ನಿಂತ. ಅವನ ಟೈ ಮತ್ತೆ ತನ್ನ ನಿಯತಕ್ರಮದಂತೆ ಹಿಂದೆ ಮುಂದೆ ಜೋಲಾಡುತ್ತ ಗಾಜಿನ ಬಾಗಿಲಿಗೆ ಬಡಿದುಕೊಳ್ಳತೊಡಗಿತು. ಮತ್ತೆ ತನ್ನ ಯಾಂತ್ರಿಕ ನಗುವನ್ನು ಹರಡಿ ಪ್ರತಿಯೊಬ್ಬರೊಂದಿಗೂ ದೃಷ್ಟಿ ಕೂಡಿಸತೊಡಗಿದ. ಮೆಲಿಂದಾ, ಫ್ರಾಂಕೋ, ನಾನು, ಮೆಲಿಂದಾ, ಫ್ರಾಂಕೋ, ನಾನು, ಮೆಲಿಂದಾ, ಫ್ರಾಂಕೋ... ಅವನ ದೃಷ್ಟಿ ಫ್ರಾಂಕೋನ ಮೇಲೆ ಚಿರವಾಯಿತು.

"ಫ್ರಾಂಕೋ ರಬ್ಬೆನೋ, ನಿನ್ನೊಂದಿಗೆ ಮಾತನಾಡುವುದಿದೆ. ದಯವಿಟ್ಟು ನನ್ನ ಕೋಣೆಗೆ ಬರುತ್ತೀಯಾ?" ಎಂದವನು ದಢಕ್ಕನೆ ಗಾಜಿನ ಬಾಗಿಲನ್ನು ಎಳೆದು ಮುಚ್ಚಿ ತನ್ನ ಕೋಣೆಗೆ ಹೊರಟುಹೋದ.

ಫ್ರಾಂಕೋ ನಗುತ್ತಲೇ ಎದ್ದ. "ನನ್ನ ಪರಿಹಾರದ ಚೆಕ್ ಎಷ್ಟು ದಪ್ಪವಾಗಿರಬಹುದು ಎನ್ನುವುದೊಂದೇ ನನಗೆ ಕುತೂಹಲದ ವಿಷಯ." ಎಂದು ಬಾಗಿಲತನಕ ಹೋದವನು ನನ್ನೆಡೆಗೆ ತಿರುಗಿ "ಆಮೇಲೆ ನಿನ್ನೊಂದಿಗೆ ಫೋನಿನಲ್ಲಿ ಮಾತನಾಡುತ್ತೇನೆ." ಎಂದು ಹೇಳಿ ಮುಂದೆ ಹೆಜ್ಜೆ ಹಾಕಿದ. ಡೆರಿಕ್‌ನ ಕೋಣೆಯ

ಬಾಗಿಲು ತೆಗೆದ ಮತ್ತು ಹಾಕಿಕೊಂಡ ಶಬ್ದವಾಯಿತು.

"ಸದ್ಯ! ಮುಗಿದು ಹೋಗುತ್ತಿದೆ." ಎಂದಳು ಮೆಲಿಂದಾ. "ಆಶ್ಚರ್ಯವೆನ್ನುವಂತೆ, ನನ್ನನ್ನು ಡೆರಿಕ್ ಕರೆಯುವ ಸಮಯ ಹತ್ತಿರ ಬಂದಂತೆಲ್ಲಾ ನನ್ನ ಆತಂಕ ಕೂಡ ಕಡಿಮೆಯಾಗುತ್ತಿದೆ. ಬೆಳಗ್ಗೆ ಆದಂತೆ ಈಗ ವಾಂತಿ ಬರುವ ಸೆನ್ಸೇಷನ್ ಇಲ್ಲ. ಮನಸ್ಸು ಕೂಡ ಶಾಂತವಾಗಿದೆ."

ನಾನು ಎದ್ದು ವಾಟರ್ ಕೂಲರಿನಿಂದ ನೀರು ಕುಡಿದು ಬಂದೆ. "ನನಗೆ ಎಂತಹಾ ಹಸಿವಾಗುತ್ತಿದೆ ಎಂದರೆ ಡೆರಿಕ್ ಒಮ್ಮೆ ಮಾತನಾಡಿಸುವ ನಾಟಕ ಮುಗಿಸಿ ಹೊರಗೆ ಕಳುಹಿಸಿದರೆ ಒಂದು ದೊಡ್ಡ ತಟ್ಟೆಯ ಪಿಟ್ಜಾವನ್ನು ಒಬ್ಬನೇ ಗಬಗಬನೆ ತಿಂದು ಮುಗಿಸುತ್ತೇನೆ." ಎಂದೆ.

ಮೆಲಿಂದಾ ನಕ್ಕು "ಶ್ರೀಕಾಂತ್, ನಿನ್ನಲ್ಲಿ ನಾನು ಆತಂಕವನ್ನೇನೂ ಕಾಣುತ್ತಿಲ್ಲ. ಆಂಜನೇಯಲುಗಾದಂತೆ ನಿನಗೆ ಈ ಲೇಆಫ್ ವೀಸಾದ ಸಮಸ್ಯೆಯನ್ನು ತರುವುದಿಲ್ಲವೇ?" ಎಂದಳು.

"ಸಮಸ್ಯೆ ಎನ್ನುವ ದೃಷ್ಟಿಯಲ್ಲಿ ನೋಡಿದರೆ ನನ್ನ ಪರಿಸ್ಥಿತಿ ಆಂಜನೇಯಲುನ ಪರಿಸ್ಥಿತಿಗಿಂತಲೂ ಕೆಟ್ಟದ್ದು. ನನ್ನ ಹೆಂಡತಿ ಕೆಲಸ ಮಾಡುತ್ತಿಲ್ಲ. ಇದೀಗ ತಾನೇ ಓದು ಮುಗಿಸಿದ್ದಾಳೆ, ಅದೂ ಸೈಕಾಲಜಿಯಲ್ಲಿ. ನಾನು ಈ ಕೆಲಸ ಕಳೆದುಕೊಂಡರೆ ನನ್ನೂರಿಗೆ ವಾಪಸ್ಸು ಏರೋಪ್ಲೇನ್ ಹತ್ತುವುದಬಿಟ್ಟು ಬೇರೆ ದಾರಿಯಿಲ್ಲ. ಆಂಜನೇಯಲುನಂತೆಯೇ ನನ್ನ ಬಳಿಯೂ ಗ್ರೀನ್‌ಕಾರ್ಡ್ ಇಲ್ಲ."

"ಮತ್ತೆ, ಅದು ಹೇಗೆ ಇಷ್ಟು ತಣ್ಣಗಿದ್ದೀಯಾ? ಯೋಗಾ ಮಾಡುತ್ತೀಯೇನು?"

"ಇಲ್ಲ. ವಾರ್ ರಿಪೋರ್ಟರ್ ಆಗಿ ಅಫಘಾನಿಸ್ತಾನಕ್ಕೆ ಹೋದ ಒಬ್ಬ ಹುಡುಗ ನನ್ನ ಈ ಧೈರ್ಯಕ್ಕೆ ಕಾರಣ. ನನ್ನ ಒಬ್ಬ ಶ್ರೀಲಂಕಾ ಮೂಲದ ಸ್ನೇಹಿತರ ಮಗ ಅವನು. ಹುಡುಗ ಇಲ್ಲಿ ಜರ್ನಲಿಸಂ ಓದಿ ಯುನೈಟೆಡ್ ಮೀಡಿಯಾಕ್ಕೆ ಕೆಲಸ ಮಾಡಲು ಅಫಘಾನಿಸ್ತಾನಕ್ಕೆ ಹೋಗಿದ್ದಾನೆ. ಹದಿಹರೆಯವನ್ನು ಇದೀಗ ತಾನೇ ದಾಟಿರುವ ಅವನಲ್ಲಿ ಕಂಡ ಸ್ಥೈರ್ಯ, ಕನಸನ್ನು ಬೆನ್ನಟ್ಟಿ ಹೋಗಬೇಕೆನ್ನುವ ಕೆಚ್ಚು, ಲೋಕದಿಂದ ಬೇರೆಯಾಗಿದ್ದರೂ ಸರಿ ಆದರೆ ಹೃದಯಕ್ಕೆ ಹತ್ತಿರವಾಗಿರಬೇಕೆಂಬ ಅವನ ನಿಲುವು, ಅವನ ಕಣ್ಣುಗಳಲ್ಲಿ ತುಂಬಿದ್ದ ಅಗಾಧ ಆತ್ಮವಿಶ್ವಾಸ ಇವೆಲ್ಲಾ ನನ್ನ ಮೇಲೆ ಎಂತಹ ಪರಿಣಾಮವನ್ನು ಬೀರಿತು ಎಂದರೆ ಮೂಲಭೂತವಾಗಿ ನನ್ನ ಯೋಚನೆಯ ಲಹರಿಯನ್ನೇ ಬದಲಿಸಿಬಿಟ್ಟಿತು. ಇಷ್ಟು ವಿಶಾಲ ಲೋಕವಿರುವಾಗ ನಾವೊಂದು ನೀರಿನ ಗುಳ್ಳೆಯೊಳಗೆ ಬದುಕು ಸವೆಸಬೇಕೇ? ದಿನಬೆಳಗಾದರೆ ಆ ಗುಳ್ಳೆ ಒಡೆಯುತ್ತದೆಂಬ ಅಂಜಿಕೆಯಲ್ಲಿ ಕಾಲ ಹಾಕಬೇಕೇ? ಯಾವ ಕಾರಣಕ್ಕಾಗಿ ಪರಿಮಿತಿಯ ಜೀವನ ಸಾಗಿಸಬೇಕು? ಯಾವ ಕಾರಣಕ್ಕಾಗಿ ಉದ್ಯೋಗವೆನ್ನುವುದು ಮುಸ್ಸಂಜೆಯ ನೆರಳಿನಂತೆ ನಮಗಿಂತಲೂ ಉದ್ದವಾಗಿ ಬೆಳೆಯಬೇಕು? ಆ ಹುಡುಗನ ಮಾತುಗಳು ನನ್ನಲ್ಲಿ ಬಹಳಷ್ಟು ಬದಲಾವಣೆಗಳನ್ನು ತಂದುಬಿಟ್ಟವು. ನಿಜ

ಹೇಳಬೇಕೆಂದರೆ ಆ ಹುಡುಗನ ತಂದೆ ನನ್ನನ್ನು ಅವನ ಬಳಿ ಕಳುಹಿಸಿದ್ದು ಆ ಹುಡುಗನ ಮನಃಪರಿವರ್ತನೆಗಾಗಿ. ಆದರೆ ಕಡೆಯಲ್ಲಿ ಆದದ್ದು ನನ್ನ ಮನಃಪರಿವರ್ತನೆ! ಆ ಹುಡುಗ ನಾನು ಆವರೆಗೂ ಕಟ್ಟಿಕೊಂಡಿದ್ದ ಬೇಲಿಗಳನ್ನೆಲ್ಲಾ ಕೆಡವಿ ಜಗತ್ತು ಎಷ್ಟು ವಿಶಾಲವಾಗಿದೆ ನೋಡು ಎಂದು ತೋರಿಸಿಕೊಟ್ಟ. ನಮ್ಮ ಮೂಲ ಅಗತ್ಯಗಳ ತೃಪ್ತಿಗಾಗಿ ಸೃಷ್ಟಿಯಾಗಿರಬಹುದಾದ ಉದ್ಯೋಗವೆನ್ನುವುದು ತಾನೇ ಒಂದು ಪ್ರಪಂಚವೆನ್ನುವಂತಹ ಒಂದು ಭ್ರಾಮಕ ಲೋಕವನ್ನು ಹೇಗೆ ನಮ್ಮ ಸುತ್ತ ಹೆಣೆದು ನಮ್ಮನ್ನು ಶಾಶ್ವತವಾಗಿ ಬಂಧಿಸಿ ಬಿಡುತ್ತದೆ ಮತ್ತು ಅದನ್ನು ಮೀರುವುದು ಹೇಗೆ, ಜಾಬ್ ಸೆಕ್ಯುರಿಟಿ ಎನ್ನುವುದು ಹೇಗೆ ಓವರ್‌ರೇಟೆಡ್ ಕಾನ್ಸೆಪ್ಟ್ ಎನ್ನುವುದನ್ನು ನನ್ನಂತಹ ದಡ್ಡನಿಗೂ ಅರ್ಥವಾಗಿಸುವಂತೆ ತಾನೇ ಉದಾಹರಣೆಯಾದ. ಲೇಆಫ್‌ನ ಭಯ ಉದ್ಯೋಗ ನಮ್ಮ ಸುತ್ತ ಕಟ್ಟಿರುವ ಗಾಳಿಗುಳ್ಳೆಗೆ ಸೇರಿದ್ದು. ಗುಳ್ಳೆಯನ್ನು ಒಡೆದು ಹೊರಗೆ ಬಂದಿರುವ ನನ್ನನ್ನು ಅದಕ್ಕೆ ಮುಟ್ಟಲಾಗುತ್ತಿಲ್ಲ. ಆಶ್ಚರ್ಯ ಎನ್ನಿಸುವಷ್ಟರ ಮಟ್ಟಿಗೆ ನನ್ನ ಮನಸ್ಸು ಇಂದು ನಿರಾಳವಾಗಿದೆ." ಎಂದೆ. ಯಾವುದೇ ರೀತಿಯಲ್ಲಿಯೂ ಮೆಲಿಂದಾಳನ್ನು ಇಂಪ್ರೆಸ್ ಮಾಡಲು ನಾನು ಆ ಮಾತುಗಳನ್ನಾಡಿರಲಿಲ್ಲ. ಆ ಮಾತುಗಳು ನನ್ನ ಅಂತರಂಗದಿಂದ ಬಂದಿದ್ದವು.

"ಇಂಟೆರೆಸ್ಟಿಂಗ್!" ಎಂದಳು ಮೆಲಿಂದಾ ಆಶ್ಚರ್ಯದ ಧ್ವನಿಯಲ್ಲಿ. "ನಿನ್ನ ಆ ಭಾವಗಳೇ ಇರಬೇಕು ನನ್ನನ್ನೂ ಶಾಂತಗೊಳಿಸುತ್ತಿವೆ."

"ನನ್ನವಲ್ಲ. ಆ ಹುಡುಗನದು." ಎಂದೆ.

ಮೆಲಿಂದಾ ನಕ್ಕಳು. "ಒಬ್ಬರ ಸ್ಥಿತಿ ಮತ್ತೊಬ್ಬರ ಮೇಲೆ ಹೇಗೆ ಪ್ರಭಾವ ಬೀರುತ್ತದೆ ನೋಡು. ಜೆಫ್ ಮಿಲ್ಲರ್‌ರ ಮಾತುಗಳು ಫ಼ಿಲಾಸಫ಼ಿಕಲ್ ಆಗಿ ನನಗೆ ಸಾಂತ್ವನವನ್ನು ಕೊಟ್ಟಿದ್ದವು. ಫ್ರಾಂಕೋ ಮಾತನಾಡುತ್ತಿದ್ದರೆ ಇಷ್ಟೆಯೇ ಈ ಕೆಲಸ, ಸಂಬಳವಿಲ್ಲದ ಕ್ಯಾಮರಾಮನ್ ಆಗಿ ಒಬ್ಬ ಪ್ರಾಜೆಕ್ಟ್ ಮ್ಯಾನೇಜರ್ ಹೋಗಲು ತಯಾರಿರಬೇಕಾದರೆ ನಾನೇಕೆ ಅಳುತ್ತ ಕೂರಬೇಕು ಎನ್ನುವ ಧೈರ್ಯವನ್ನು ಕೊಟ್ಟಿತು. ಆಂಜನೇಯಲು ಮಾತ್ರ ವೀಸಾ – ಭಾರತೀಯ ಗಂಡಸು – ಕಸಿನ್ಸ್ ಎದುರು ನಗೆಪಾಟಲು – ಎಂದೆಲ್ಲಾ ಹೇಳಿ ತಾನೂ ಭೀತಗೊಂಡು ನನ್ನನ್ನೂ ಹೆದರಿಸಿಬಿಟ್ಟ. ಈಗ ನೀನು ಮತ್ತು ನಿನ್ನ ಶ್ರೀಲಂಕಾ ಹುಡುಗ ನಾನಿರುವುದು ಈ ವಿಶಾಲ ಪ್ರಪಂಚದಲ್ಲಲ್ಲ ಬದಲಾಗಿ ಒಂದು ಸಣ್ಣ ಸೋಪ್ ಬಬ್ಬಲ್‌ನಲ್ಲಿ ಎಂದು ಖಾತರಿ ಪಡಿಸಿದಿರಿ. ಮನಸ್ಸು ಈ ಸ್ಥಿತಿಗೆ ಬಂದ ಮೇಲೆ ಲೇಆಫ್ ಎದುರಿಸುವುದು ಎಷ್ಟು ಸುಲಭ ನೋಡು!" ಎಂದಳು ಭಾವುಕಳಾಗಿ.

ಡೆರಿಕ್‌ನ ಕೋಣೆಯ ಬಾಗಿಲನ್ನು ರಭಸದಲ್ಲಿ ತೆರೆದ ಸದ್ದಾಯಿತು. ಫ್ರಾಂಕೋ ಬಿರಬಿರನೆ ಹೊರಗೆ ನಡೆದ. ಅವನ ಮುಖದಲ್ಲಿ ಕೋಪ ಹೊತ್ತಿ ಉರಿಯುತ್ತಿತ್ತು. ಕಣ್ಣುಗಳು ಕೆಂಪಾಗಿದ್ದವು. ಇಲ್ಲಿಂದ ನಗುನಗುತ್ತಲೇ ಹೋದವನು ಅಲ್ಲೇಕೆ ಇಷ್ಟು ಕೋಪಗೊಂಡಿದ್ದಾನೆ ಎಂದು ನನಗೆ ಆಶ್ಚರ್ಯವಾಯಿತು. ಜೋರು ಹೆಜ್ಜೆ

ಹಾಕಿದವನು ತನ್ನ ಡೆಸ್ಕಿನಲ್ಲಿದ್ದ ಒಂದೆರಡು ಪುಸ್ತಕಗಳನ್ನು ಕೈನಲ್ಲಿ ಹಿಡಿದವನು ಮತ್ತದೇ ವೇಗದಲ್ಲಿ ಹೊರಗೆ ನಡೆದುಬಿಟ್ಟ. ಕಾನ್ಫರೆನ್ಸ್ ರೂಮನ್ನು ದಾಟುವಾಗ ನಮ್ಮೆಡೆಗೆ ನೋಡಲೂ ಇಲ್ಲ.

ನಾನು ಮತ್ತು ಮೆಲಿಂದಾ ಮೌನದಲ್ಲಿ ಕುಳಿತೆವು. ಯಾವ ಕ್ಷಣಕ್ಕಾದರೂ ಡೆರಿಕ್‌ನ ಕೋಣೆಯ ಬಾಗಿಲು ತೆಗೆದ ಸದ್ದು ಕೇಳಬಹುದಿತ್ತು. ಯಾವ ಕ್ಷಣಕ್ಕಾದರೂ ಡೆರಿಕ್ ತನ್ನ ಮಡಿಸಿದ ಬೆರಳುಗಳಿಂದ ಕಾನ್ಫರೆನ್ಸ್ ರೂಮಿನ ಬಾಗಿಲು ತಟ್ಟಬಹುದಿತ್ತು. ಯಾವ ಕ್ಷಣಕ್ಕಾದರೂ ಅವನ ಬಾಗಿದೆದೆಯಿಂದ ಓಲಾಡುವ ಕೆಂಪು ಟೈ ರೋಷಗೊಂಡ ಸರ್ಪದಂತೆ ಗಾಜಿನ ಬಾಗಿಲನ್ನು ಕಚ್ಚಲು ಹೋಗಬಹುದಿತ್ತು.

ಈವರೆಗೂ ನಾನು ಗಮನಿಸದಿದ್ದ ಗಡಿಯಾರ ನನ್ನ ಕುರ್ಚಿಯ ಹಿಂದಿನ ಬಿಳಿಯ ಬೋರ್ಡಿನ ಗೋಡೆಯನ್ನು ತಾರಸಿಗೆ ಸೇರಿಸುವಲ್ಲಿ ಅಂಟಿಕೊಂಡು ಟಕ್ ಟಕ್ ಎಂದು ಗಣನೆ ಮಾಡುತ್ತಿತ್ತು. ನಾನು ಮತ್ತು ಮೆಲಿಂದಾ ಕಾಯುತ್ತಿದ್ದೆವು. ಇನ್ನು ಇದು ಹೆಚ್ಚು ಹೊತ್ತಿನ ಮಾತಲ್ಲ ಎನ್ನುವುದು ಸ್ಪಷ್ಟವಾಗಿತ್ತು. ಗಾಜಿನ ಗೋಡೆಯಾಚೆಯ ಹಾಲ್‌ವೇ ನಿರ್ಜನವಾಗಿತ್ತು. ರಟ್ಟಿನ ಡಬ್ಬಗಳನ್ನು ಹೊತ್ತು ಆಗೊಮ್ಮೆ ಈಗೊಮ್ಮೆ ಭಾರದ ಮುಖದಲ್ಲಿ ಹೋಗುತ್ತಿದ್ದವರ ದೃಶ್ಯ ಹೆಚ್ಚು ಕಡಿಮೆ ನಿಂತು ಹೋಗಿತ್ತು. ದಿನ ಮುಗಿಯುತ್ತ ಬಂದಿತ್ತು.

ಡೆರಿಕ್‌ನ ಕೋಣೆಯ ಬಾಗಿಲು ತೆರೆದ ಸದ್ದಾಯಿತು. ಕೇಳುತ್ತದೋ ಇಲ್ಲವೋ ಎನ್ನುವಂತೆ ಯಾವುದೋ ಗ್ರಹ ನಕ್ಷತ್ರದಿಂದ ಜಾರಿ ಬಂದ ಆ ದುರ್ಬಲ ಶಬ್ದಕ್ಕೆ ಬಾಗಿಲು ಹಾಕಿದ ಕಾನ್ಫರೆನ್ಸ್ ರೂಮಿನ ಒಳಗಿದ್ದೂ ಮೆಲಿಂದಾ ಬೆಚ್ಚಿಬಿದ್ದಳು. ಅವಳ ಕೈನಲ್ಲಿದ್ದ ಪೆನ್ನು ದಢಕ್ಕನೆ ಕೈಜಾರಿ ಬಿತ್ತು.

ಮಡಿಸಿದ ಬೆರಳುಗಳು ಮತ್ತೆ ಬಾಗಿಲು ತಟ್ಟಿದವು. ಮತ್ತದೇ ಕೃತಕ ನಗು ಬಾಗಿಲ ಕಡೆಯಿಂದ ಬಂದು ರೂಮಿನ ಸುತ್ತಾ ಗಿರಕಿ ಹೊಡೆದು ವಾಪಸ್ಸು ಬಂದಲ್ಲಿಗೇ ಹೋಯಿತು. ಮತ್ತದೇ ಭಂಗಿಯಲ್ಲಿ ಕೆಂಪು ಟೈಯನ್ನು ಓಲಾಡಿಸುತ್ತ ನಿಂತು ನಮ್ಮಿಬ್ಬರೆಡೆಗೆ ದೃಷ್ಟಿಸಿದ. ಮೆಲಿಂದಾ, ನಾನು, ಮೆಲಿಂದಾ, ನಾನು... ಡೆರಿಕ್ ಕಣ್ಣು ಕೂಡಿಸುವಂತೆ ದೃಷ್ಟಿ ಹಾಯಿಸಿದರೂ ನಿಜದಲ್ಲಿ ಅವನು ನಮ್ಮ ಕಣ್ಣುಗಳೊಡನೆ ದೃಷ್ಟಿ ಕೂಡಿಸುವುದೇ ಇಲ್ಲ ಬದಲಾಗಿ ನಮ್ಮ ಹಣೆಯನ್ನೋ, ಮೂಗಿನ ತುದಿಯನ್ನೋ ಅಥವಾ ಗಲ್ಲದ ಮೇಲಿನ ಮಚ್ಚೆಯನ್ನೋ ನೋಡುತ್ತಿರುತ್ತಾನೆ! ರಷ್ಯನ್ ರ್‍ಯೂಲೆಟ್ ಶೇಕಡಾ ಐವತ್ತರ ಪ್ರಾಬಬಿಲಿಟಿಗೆ ಬಂದಿತ್ತು. ಯಾವ ಕ್ಷಣಕ್ಕಾದರೂ ಢಮಾರ್ ಎನ್ನುವ ಶಬ್ದ. ನಾನು ಕಾದೆ.

"ಸೋಮವಾರ ನಿಮ್ಮೊಂದಿಗೆ ಹೊಸ ಜವಾಬ್ದಾರಿಗಳ ಬಗ್ಗೆ ಮಾತನಾಡುವುದಿದೆ." ಎಂದವನು ನಮ್ಮ ಉತ್ತರಕ್ಕೆ ಕಾಯದೆ ವಾಪಸ್ಸು ಹೊರಟು ಹೋದ. ಬಾಗಿಲು ಪೂರ್ತಿ ಮುಚ್ಚಿಕೊಳ್ಳುವ ಮುನ್ನ "ಹ್ಯಾವ್ ಎ ನೈಸ್ ವೀಕ್‌ಎಂಡ್" ಎಂದ.

ಡೆರಿಕ್‌ನ ಕೋಣೆಯ ಬಾಗಿಲು ಮುಚ್ಚಿಕೊಂಡ ಸದ್ದಾಯಿತು. ನಾನು ಮೆಲಿಂದಾಳೆಡೆಗೆ ನೋಡಿದೆ. ಅವಳ ಮುಖದಲ್ಲಿ ಕಣ್ಣೀರು ಹರಿಯುತ್ತಿತ್ತು. "ದೇವರು ನನ್ನನ್ನು ಎಂತಹ ಕಷ್ಟದ ಕಾಲದಲ್ಲಿ ರಕ್ಷಿಸಿದ." ಎಂದು ಬಿಕ್ಕಿದಳು.

ಮೆಲಿಂದಾ ತನ್ನ ಬ್ಯಾಗನ್ನು ಭುಜಕ್ಕೆ ಏರಿಸುತ್ತ "ಇಲ್ಲಿ ಇನ್ನೊಂದು ನಿಮಿಷವೂ ಕೂರುವುದು ಬೇಡ. ನಡಿ, ಹೊರಗೆ ಹೋಗೋಣ." ಎಂದಳು.

"ನೀನು ಹೋಗಿರು ಮೆಲಿಂದಾ. ಇನ್ನು ಹತ್ತು ನಿಮಿಷ ಬಿಟ್ಟು ಬರುತ್ತೇನೆ." ಎಂದೆ. ಆಫ್ಟರ್ ಎ ಸ್ಟಾರ್ಮ್ ಕಮ್ಸ್ ಎ ಕಾಮ್. ಜಾಸ್ತಿ ಹೊತ್ತು ಇರಬೇಡ ಡೆರಿಕ್ ಮತ್ತೆ ಸ್ಟಾರ್ಮ್ ತಂದಾನು ಎಂದು ನಕ್ಕು ಮೆಲಿಂದಾ ಹೊರಟುಹೋದಳು.

ಕೋಣೆಯಲ್ಲಿ ಒಬ್ಬನೇ ಕುಳಿತಾಗ ಗಡಿಯಾರದ ಬಡಿತ ಕರ್ಕಶ ಎನ್ನಿಸುವಷ್ಟು ಜೋರಾಗಿತ್ತು. ಮನಸ್ಸು ಖಾಲಿ ಖಾಲಿಯಾಗಿತ್ತು. ಎಲ್ಲವೂ ಮುಗಿದಂತೆ. ಝಗಮಗಿಸುವ ಅರಮನೆಯ ಬೆಳಕನ್ನು ಯಾರೋ ಒಂದೇ ಒಂದು ವೈರನ್ನು ತುಂಡರಿಸುವ ಮೂಲಕ ಅಂಧಕಾರಕ್ಕೆ ದೂಡಿದಂತೆ.

ಎಷ್ಟು ಹೊತ್ತು ಹಾಗೆ ಕುಳಿತಿದ್ದನೋ ಗೊತ್ತಿಲ್ಲ. ಕಾನ್ಫರೆನ್ಸ್ ರೂಮಿನೊಳಗೆ ಕತ್ತಲಾಗುತ್ತಿತ್ತು. ಮೆಲ್ಲನೆದ್ದು ಹೊರಗೆ ಬಂದೆ. ಮೆಟ್ಟಿಲುಗಳನ್ನಿಳಿದು ಕಟ್ಟಡದಿಂದ ಹೊರಗೆ ಬಂದು ನಿಂತರೆ ದೀಪಗಳಿನ್ನೂ ಹೊತ್ತಿರದ ಆಫೀಸಿನೆದುರಿನ ಕೊಳ ಕತ್ತಲನ್ನು ಹೊತ್ತು ಕಪ್ಪು ನೀರಾಗಿತ್ತು. ಪಾರ್ಕಿಂಗ್ ಲಾಟಿನ ಮುಂದೆ ನಿಂತೆ. ವಿರಳವಾಗಿ ಅಲ್ಲೊಂದು ಇಲ್ಲೊಂದು ನಿಂತಿದ್ದ ಕಾರುಗಳನ್ನು ಬಿಟ್ಟರೆ ಆ ವಿಶಾಲ ಪಾರ್ಕಿಂಗ್ ಬರೀ ಗೆರೆಗಳನ್ನು ಹೊತ್ತು ನೀರಸವಾಗಿ, ಸತ್ತು ಮಲಗಿದ ಚಿರತೆಯಂತೆ ಕಾಣುತ್ತಿತ್ತು. ಪ್ರತಿ ಪಾರ್ಕಿಂಗ್ ಮಾರ್ಕಿಗೂ ಒಂದೊಂದು ಅಡಿಗಲ್ಲು, ಗೋರಿಗಳಂತೆ.

ದುಃಖ ಉಮ್ಮಳಿಸಿ ಬಂತು. ಹೊಟ್ಟೆಯಲ್ಲಿರಲಾರದ ಮತ್ತು ಹೊರಬರಲಾರದ ದುಃಖ. ನಿಸ್ತೇಜನಾಗಿ ಕುಸಿದು ಬೀಳುವಂತಾಯಿತು. ಪಕ್ಕದ ದೀಪದ ಕಂಬಕ್ಕೆ ಒರಗಿ ನಿಂತೆ.

"ನಾನು ಮೊದಲ ಬಾರಿಗೆ ನನ್ನ ಸಹೋದ್ಯೋಗಿಗಳನ್ನು ಲೇಆಫ್ ಮಾಡಿದಾಗ ನನಗೂ ಹೀಗೆಯೇ ಕುಸಿದು ಬೀಳುವಂತಾಗಿತ್ತು." ಎಂದ ಡೆರಿಕ್ ಹಿಂದಿನಿಂದ. "ಹದಿನೈದು ವರ್ಷಗಳ ಹಿಂದೆ." ಧ್ವನಿ ನನ್ನ ಬೆನ್ನಿಗೆ ತಾಗುವಷ್ಟು ಹತ್ತಿರ ಬಂದಿತ್ತು. "ಆದರೀಗ ಲೇಆಫ್‌ನ್ನು ವ್ಯವಹಾರದ ಒಂದು ಭಾಗವಾಗಿ ತೆಗೆದುಕೊಂಡು ಎಮೋಷನ್‌ಗಳಿಂದ ಬೇರ್ಪಡಿಸಿಕೊಳ್ಳುವ ಶಕ್ತಿ ಬಂದಿದೆ."

ನನ್ನ ಪಕ್ಕಕ್ಕೆ ಬಂದು ನಿಂತ. ಡೆರಿಕ್‌ನ ಮೀಸೆರಹಿತ ದುಂಡನೆಯ ಮುಖದಲ್ಲಿ ಜೀವಕಳೆಯೇ ನನಗೆ ಕಾಣಿಸಲಿಲ್ಲ. ಅಮೃತಶಿಲೆಯ ಪ್ರತಿಮೆಯ ಮುಖದಂತೆ ಎಲ್ಲವೂ ಇದೆ ಅಲ್ಲಿ– ಜೀವವೊಂದನ್ನು ಬಿಟ್ಟು!

"ಶ್ರೀಕಾಂತ್, ನಿಮ್ಮ ನೋವು ನನಗೆ ಅರ್ಥವಾಗುತ್ತದೆ. ಒಂದು ಸ್ಥಿತಿಯಿಂದ ಇನ್ನೊಂದು ಸ್ಥಿತಿಗೆ ದಿಢೀರನೆ ಬದಲಾಗುವುದು ಯಾವತ್ತೂ ಯಾತನಾಮಯವೇ,

ಬ್ಯುಸಿನೆಸ್‌ಗಾಗಲಿ ಅಥವಾ ವ್ಯಕ್ತಿಗಾಗಲಿ. ಆದರೇನು ಮಾಡುತ್ತೀರಿ, ಇವೆಲ್ಲಾ ಅನಿವಾರ್ಯ. ಇನ್ ಬ್ಯುಸಿನೆಸ್ ದ ಓನ್ಲೀ ಕಾನ್‌ಸ್ಟಾಂಟ್ ಈಸ್ ಚೇಂಜ್! ಬದಲಾವಣೆಯ ಅಲೆಗಳಿಗೆ ನಾವು ಒಗ್ಗಿಕೊಳ್ಳದೇ ಹೋದರೆ ಅವು ನಮ್ಮನ್ನು ಕೊಚ್ಚಿಕೊಂಡು ಹೋಗಿ ಮುಳುಗಿಸಿ ಬಿಡುತ್ತವೆ."

ನನ್ನನ್ನು ದಾಟಿ ಹೆಜ್ಜೆ ಹಾಕಿದವನು ತಿರುಗಿ ನೋಡದೇ ಹೇಳಿದ.

"ವೀಕ್‌ಎಂಡಿನಲ್ಲಿ ಚೆನ್ನಾಗಿ ರೆಸ್ಟ್ ತೆಗೆದುಕೊಳ್ಳಿ. ಯಾವುದಾದರೂ ಒಳ್ಳೆಯ ಫೀಲ್ ಗುಡ್ ಸಿನಿಮಾ ನೋಡಿ. ನೀವಿನ್ನೂ ಮದುವೆ ಆಗಿಲ್ಲ ಅಲ್ಲವೇ? ಲಾಸ್ ವೇಗಸ್‌ಗೆ ಹೋಗಿ ಬನ್ನಿ. ಮನಸ್ಸು ಮತ್ತೆ ಅರಳುತ್ತದೆ." ಎಂದು ತುಂಟತನದಲ್ಲಿ ನಕ್ಕು ಮುಂದೆ ಹೋಗಿ ತನ್ನ ಮರ್ಸಿಡಿಸ್ ಬೆನ್ಜ್‌ನ ಟ್ರಂಕಿನೊಳಗೆ ಬ್ರೀಫ್‌ಕೇಸಿಟ್ಟು ಕಾರ್ ಸ್ಟಾರ್ಟ್ ಮಾಡಿ ಹೊರಟವನು ನಾನು ನಿಂತಲ್ಲಿಯೇ ನಿಂತಿರುವುದನ್ನು ತನ್ನ ಕಾರಿನ ಕನ್ನಡಿಯಲ್ಲಿ ಗಮನಿಸಿ ಕಾರನ್ನು ರಿವರ್ಸ್ ತಂದು ನನ್ನ ಪಕ್ಕದಲ್ಲಿ ನಿಲ್ಲಿಸಿಕೊಂಡು ಕಿಟಕಿಯ ಗಾಜನ್ನು ಕೆಳಕ್ಕೆ ಸರಿಸಿದ.

"ಶ್ರೀಕಾಂತ್, ಮನೆಗೆ ಹೋಗಿ."

"ಹೋಗುತ್ತೇನೆ."

"ಮನೆಗೆ ರೈಡ್ ಕೊಡಲೇನು?"

"ಬೇಡ. ನಾನೇ ಹೋಗುತ್ತೇನೆ."

"ನಿಮ್ಮ ಬಗ್ಗೆ ಮ್ಯಾನೇಜ್‌ಮೆಂಟ್ ಬಹಳ ಒಳ್ಳೆಯ ಅಭಿಪ್ರಾಯವನ್ನು ಹೊಂದಿದೆ. ನಿಮ್ಮನ್ನು ಇವತ್ತು ಲಿಸ್ಟ್‌ಗೆ ಸೇರಿಸಬಾರದು ಎಂದು ಖುದ್ದು ಟಾಪ್ ಮ್ಯಾನೇಜ್‌ಮೆಂಟಿನಿಂದ ಸೂಚನೆ ಬಂದಿತ್ತು. ಅಭಿನಂದನೆಗಳು."

ನಾನು ಮೌನವಾಗಿದ್ದೆ.

"ಈ ಲೇಆಫ್‌ನಲ್ಲಿ ನಿಮ್ಮ ಪ್ರಾಜಕ್ಟಿನಿಂದ ಸರ್‌ವೈವ್ ಆದವರು ನೀವೊಬ್ಬರೇ."

"ಇಲ್ಲ. ಮೆಲಿಂಡಾ ಕೂಡ ಇದ್ದಾಳೆ."

"ಅದು ಬೇರೇ ಕಥೆ." ನಮ್ಮೆದುರಿನ ಪಾರ್ಕಿಂಗ್ ಲಾಟಿನ ಖಾಲಿತನವನ್ನು ಕಣ್ಣಿಗೆ ತುಂಬಿಕೊಳ್ಳುತ್ತ ಹೇಳಿದ. "ಅವಳು ಬ್ರೆಸ್ಟ್ ಕ್ಯಾನ್ಸರ್‌ನಿಂದ ನರಳುತ್ತಿದ್ದಾಳೆ. ಅಮೆರಿಕನ್ ಡಿಸೆಬಿಲಿಟಿ ಆ್ಯಕ್ಟ್ ಪ್ರಕಾರ ಆಕೆಯನ್ನು ಈಗ ಕೆಲಸದಿಂದ ಕಿತ್ತು ಹಾಕುವಂತಿಲ್ಲ. ಈ ಲೇಆಫ್‌ನ ಸುಳಿವರಿತು ಅವಳಾಗಲೇ ಒಬ್ಬ ಎಂಪ್ಲಾಯ್‌ಮೆಂಟ್ ಲೇಬರ್ ಲಾಯರ್‌ನನ್ನು ಹಿಡಿದಿದ್ದಾಳೆ. ಆಕೆಯನ್ನೇನಾದರೂ ಕೆಲಸದಿಂದ ಕಿತ್ತು ಹಾಕಿದರೆ ಕಂಪನಿಯ ಮೇಲೆ ನಾಲ್ಕು ಮಿಲಿಯನ್‌ಗಳ ದಾವಾ ಹೂಡುತ್ತೇವೆ ಎಂದು ಆ ಲಾಯರ್ ಕಂಪನಿಗೆ ನೋಟಿಸ್ ಕೊಟ್ಟಿದ್ದಾನೆ. ಹಾಗಾಗಿ ಕಂಪನಿ ಅವಳನ್ನು ಸದ್ಯಕ್ಕೆ ಇಟ್ಟುಕೊಂಡಿದೆ. ಈ ಮಾತುಗಳು ನಿಮ್ಮಲ್ಲಿಯೇ ಇರಲಿ."

ಎಂದು ಕಾರನ್ನು ಮುಂದಕ್ಕೆ ತಿರುಗಿಸಿದವನು ಕಿಟಕಿಯ ಗಾಜನ್ನು ಮೇಲೆ ಎತ್ತುತ್ತಾ "ನೋಡಿ, ವ್ಯವಹಾರದ ಈ ಸೂಕ್ಷ್ಮ ವಿಚಾರಗಳನ್ನು ನಾನು ನಿಮ್ಮೊಂದಿಗೆ

ಹಂಚಿಕೊಳ್ಳುವಷ್ಟು ನೀವಾಗಲೇ ನನ್ನ ವಿಶ್ವಾಸವನ್ನು ಗಳಿಸಿದ್ದೀರಿ! ಮುಂದಿನ ಪ್ರಾಜಕ್ಟ್‌ಗಳ ವಿಷಯದಲ್ಲಿ ನಾನು ಮಾತನಾಡುವುದು ನಿಮ್ಮೊಂದಿಗೆ ಮಾತ್ರಾ. ಒಂದು ನೆನಪಿಡಿ, ನಿಮಗೆ ಈ ಕಂಪನಿಯಲ್ಲಿ ಒಳ್ಳೆಯ ಭವಿಷ್ಯವಿದೆ."

ನಾನು ನೋಡುತ್ತಿದ್ದಂತೆಯೇ ಮರ್ಸಿಡಿಸ್ ಕಾರು ಭರ್ರನೆ ಓಡಿ ಬಯಲಾಗಿ ಹಾಳು ಸುರಿಯುತ್ತಿದ್ದ ಪಾರ್ಕಿಂಗ್ ಲಾಟನ್ನು ವೇಗವಾಗಿ ದಾಟಿ ರಸ್ತೆಯ ಟ್ರಾಫ಼ಿಕ್‌ನೊಂದಿಗೆ ಒಂದಾಗಿ ಮರೆಯಾಗಿ ಹೋಯಿತು.

ಅಧ್ಯಾಯ 15

"ವೃತ್ತದೊಳಗೊಂದು ವೃತ್ತದಂತೆ ನಮ್ಮ ರಚನೆ. ಕಾನ್‌ಸೆಂಟ್ರಿಕ್ ಸರ್ಕಲ್ಸ್. ಗ್ರಹ ಉಪಗ್ರಹಗಳ ಕಕ್ಷೆಗಳಂತೆ ಈ ಎರಡು ವೃತ್ತಗಳು ಪ್ರತಿಯೊಬ್ಬ ಮನುಷ್ಯನನ್ನೂ ಸುತ್ತುವರೆದಿರುತ್ತವೆ. ಒಳಗೊಂದು ಸಣ್ಣ ವೃತ್ತ ಹೊರಗೊಂದು ದೊಡ್ಡದು. ಪ್ರಪಂಚ ಮುಟ್ಟುವುದು ನಮ್ಮ ಈ ಹೊರಗಿನ ವೃತ್ತವನ್ನು. ಈ ಹೊರಗಿನ ವೃತ್ತದ ಅಂಚು ನಯವಾದಷ್ಟೂ ಪ್ರಪಂಚ ಖುಷಿಪಡುತ್ತದೆ, ಹಿತವಾಗಿ ನಿನ್ನೊಂದಿಗೆ ಮುಖಾಮುಖಿಯಾಗುತ್ತದೆ. ವೃತ್ತದ ಅಂಚೇನಾದರೂ ಒರಟಾಗಿದ್ದರೆ ಪ್ರಪಂಚವೂ ನಿನ್ನೊಂದಿಗೆ ಒರಟಾಗಲು ನೋಡುತ್ತದೆ. ಒರಟು ಒರಟಿನ ಘರ್ಷಣೆಯಲ್ಲಿ ಬೆಂಕಿಯ ಕಿಡಿಗಳೇಳುತ್ತವೆ. ಆಫೀಸಿನ ಬಾಸಿನೊಂದಿಗೆ ಆಗಿರಬಹುದು, ಸ್ನೇಹಿತರೊಂದಿಗೆ ಆಗಿರಬಹುದು ಕೊನೆಗೆ ಮನೆಯಲ್ಲಿ ಹೆಂಡತಿಯೊಂದಿಗೂ ಕೂಡ. ಹಾಗಾಗಿ, ನನ್ನಂತಹ ಯಾವ ಮನಃಶಾಸ್ತ್ರಜ್ಞನ ಬಳಿ ಹೋದರೂ ಈ ಹೊರಗಿನ ವೃತ್ತವನ್ನು ರಿಪೇರಿ ಮಾಡುವುದು ಹೇಗೆ ಎಂದು ನೋಡುತ್ತೇವೆ. ವಿಶ್ವದ ಜನಸಂಖ್ಯೆಗಿಂತಲೂ ಹೆಚ್ಚಾಗಿರುವ ಸೆಲ್ಫ್ ಹೆಲ್ಪ್ ಪುಸ್ತಕಗಳೂ ಇದನ್ನೇ ಮಾಡಲು ನೋಡುತ್ತವೆ. ಈ ಪ್ರಪಂಚಕ್ಕೆ ನಿನ್ನನ್ನು ಬೆಸೆಯುವುದು ಹೇಗೆ ಎಂದು.

ಆದರೆ ನೋಡು, ಈ ಒಳಗಿನ ವೃತ್ತವಿದೆಯಲ್ಲ, ಸಣ್ಣದು, ಅದರೊಳಗೆ ನೀನು ತುಂಬಿರುತ್ತೀಯ. ಅದರೊಳಗೆ ನಿನ್ನಾತ್ಮ ತುಂಬಿರುತ್ತದೆ. ಅದರೊಳಗೆ ನಿನ್ನ ಸ್ವಪ್ನಗಳು ತುಂಬಿರುತ್ತವೆ. ಈ ವೃತ್ತ ಎಂತಹ ಗೌಪ್ಯದಲ್ಲಿರುತ್ತದೆ ಎಂದರೆ ಅದಕ್ಕೆ ನೀನೊಬ್ಬನನ್ನು ಬಿಟ್ಟು ಇನ್ಯಾರೊಂದಿಗೂ ಸಂಪರ್ಕವಿಲ್ಲ. ನಿನ್ನೊಬ್ಬನೊಂದಿಗೆ ಮಾತ್ರ ಮಾತನಾಡಲು ಸಾಧ್ಯ ಅದಕ್ಕೆ. ನಿನ್ನೊಬ್ಬನಿಗೆ ಮಾತ್ರ ಅದರ ಭಾಷೆ ಅರ್ಥವಾಗಲು ಸಾಧ್ಯ. ಎಷ್ಟೇ ಆ್ಯಂಪ್ಲಿಫೈರ್‌ಗಳನ್ನು ಹಾಕಿ ಮೈಕ್ರೋಫೋನ್‌ಗಳನ್ನು ಹಿಡಿದರೂ ನಿನ್ನೊಬ್ಬನನ್ನು ಬಿಟ್ಟು ಮತ್ಯಾರಿಗೂ ಈ ಒಳ ವೃತ್ತದ ಪಿಸುಮಾತುಗಳು ಕೇಳಿಸದು. ನೀವು ಭಾರತೀಯರು ಇದನ್ನೇ ಅಂತರಾತ್ಮ ಎನ್ನುತ್ತೀರಿ ಎಂದು ನನಗೆ ಗೊತ್ತು.

ಈಗ ಹೇಳು. ನಿನ್ನ ಒಳವೃತ್ತವನ್ನು ನೋಡಲಾಗದ, ಅದರ ಮಾತುಗಳನ್ನು ಕೇಳಲಾಗದ, ನಡುವಿನ ನಿರ್ವಾತವನ್ನು ದಾಟಿ ಅಲ್ಲಿಗೆ ನನ್ನ ಶಬ್ದಗಳನ್ನು ಮುಟ್ಟಿಸಲಾಗದ ನಾನು ನಿನ್ನ ಅಂತರಾತ್ಮದ ಪ್ರಶ್ನೆಗಳನ್ನು ಉತ್ತರಿಸಲಾದರೂ ಹೇಗೆ ಸಾಧ್ಯ? ನಿನ್ನ ಸ್ವಪ್ನಗಳನ್ನು ಕಲ್ಪಿಸಿಕೊಳ್ಳಲೂ ಸಾಧ್ಯವಾಗದ ನನಗೆ ಅವುಗಳನ್ನು ಅರ್ಥೈಸಲಾದರೂ ಹೇಗೆ ಸಾಧ್ಯ?

ನಿನಗೊಂದು ಸೂತ್ರವನ್ನು ಮಾತ್ರ ಕೊಡಬಲ್ಲೆ ನಾನು. ಅದೆಂದರೆ, ಈ ಒಳಗಿನ ವೃತ್ತದ ಮಾತುಗಳು ಯಾವತ್ತೂ ಸರಿ. ಕಳೆದುಹೋದ ತಮ್ಮನನ್ನು ಹುಡುಕು ಎಂದು ನಿನ್ನ ಅಂತರಾತ್ಮವು ಹೇಳುತ್ತಿದ್ದರೆ ಹುಡುಕು ಅದಕ್ಕೇನಂತೆ!" ಎಂದರು ಹ್ಯಾಪಿ. ಹ್ಯಾಪಿ ಮೈಕಲ್. ಮೈಕಲ್ ಹ್ಯಾಪಿ ಫರ್ಗ್ಯೂಸನ್. ಎಂಪ್ಲಾಯೀ ಮೆಂಟಲ್ ಹೆಲ್ತ್ ಅಸಿಸ್ಟನ್ಸ್ ಕೌನ್ಸಿಲರ್.

▸▸

ನಾನು ಹ್ಯಾಪಿ ಮೈಕಲ್‌ರನ್ನು ಭೇಟಿಯಾದದ್ದು ಯಾವ ಆಕಸ್ಮಿಕವಲ್ಲ. ಅಪಾಯಿಂಟ್‌ಮೆಂಟಿನೊಂದಿಗೆ ನಡೆಯುವ ಪೂರ್ವನಿರ್ಧಾರಿತ ಭೇಟಿ.

ಇನ್ಫೋವಾಯೆಜ್‌ನಲ್ಲಿ ಸಾಮೂಹಿಕ ಲೇಆಫ್ ನಡೆದ ದಿನ ನಾನು ಭೂಮಿಗೆ ಇಳಿದು ಹೋಗಿದ್ದೆ. ಕೆಲಸ ಕಳೆದುಕೊಳ್ಳುವ ಭಯ ನನ್ನನ್ನು ಕಾಡಿರಲಿಲ್ಲ. ಮೆಲಿಂದಾಳಿಗೆ ನಾನು ಹೇಳಿದಂತೆ ಆ ಭಯದಿಂದ ಹೊರಬರುವ ಶಕ್ತಿಯನ್ನು ನಾನು ಗಳಿಸಿಕೊಂಡಿದ್ದೆ. ಆದರೆ ಇಡೀ ಪ್ರಾಜೆಕ್ಟ್ ತಂಡ ಕೆಲಸ ಕಳೆದುಕೊಂಡು ನಾನೊಬ್ಬನೇ ಉಳಿದದ್ದು ನನ್ನನ್ನು ಹಿಂಡಿ ಹಾಕುವ ಸತ್ಯವಾಗಿತ್ತು. ಅದಕ್ಕೆ ಬರೆ ಎಳೆದಂತೆ ಡೆರಿಕ್‌ನ ಮಾತು 'ಹೈಯರ್ ಮ್ಯಾನೇಜ್‌ಮೆಂಟ್ ಖುದ್ದು ನಿಗಾ ವಹಿಸಿ ನಿನ್ನನ್ನು ಕೆಲಸದಲ್ಲಿ ಉಳಿಸಿಕೊಳ್ಳುತ್ತಿದೆ' ಕಾದ ಪಾದರಸದಂತೆ ನನ್ನ ಎದೆಯನ್ನು ಸುಡುತ್ತಿತ್ತು. ಯಾರು ಈ ಹೈಯರ್ ಮ್ಯಾನೇಜ್‌ಮೆಂಟ್? ಯಾರು ನನ್ನನ್ನು ಉಳಿಸಲು ವಶೀಲಿ ಮಾಡಿದವರು? ಭೂಷಣ ರಾವ್ ಅಲ್ಲದೆ ಮತ್ಯಾರು ಆಗಿರಲು ಸಾಧ್ಯ? ಭೂಷಣ ರಾವ್ ಏಕೆ ನನ್ನ ಲೇಆಫನ್ನು ತಪ್ಪಿಸಬೇಕು? ಅವನು ನಿಜಕ್ಕೂ ನನ್ನ ಚಿಕ್ಕಪ್ಪನೇ? ನನ್ನ ಮನಸ್ಸಿನ ಭ್ರಮೆ ಎಂದು ಕೊಡವಿಕೊಂಡದ್ದು ಭ್ರಮೆಯಲ್ಲದೆ ನಿಜವೇ? ಅವನು ಚಿಕ್ಕಪ್ಪನೆಂದು ಇಟ್ಟುಕೊಂಡರೂ, ಅದು ನನಗೆ ಗೊತ್ತಿದೆಯೇ ಹೊರತು ಅವನಿಗಲ್ಲ ಅಲ್ಲವೇ? ಅವನಿಗೂ ನಾನು ಯಾರು ಎಂದು ಗೊತ್ತೋ? ಇಲ್ಲದಿದ್ದರೆ ನನ್ನನ್ನಷ್ಟೇ ಏಕೆ ಉಳಿಸಿದ? ನನ್ನಷ್ಟೇ ಕೆಲಸ ಮಾಡಿರಬಹುದಾದ ನನಗಿಂತಲೂ ಅರ್ಹನಾಗಿದ್ದ ಫ್ರಾಂಕೋ ಏಕೆ ಕೆಲಸ ಕಳೆದುಕೊಂಡ?

ಯಾವುದೋ 'ಕಾಣದ ಕೈ' ನನ್ನನ್ನು ಮೇಲೆ ತರುವ ಭರದಲ್ಲಿ ಫ್ರಾಂಕೋಗೆ ಅನ್ಯಾಯ ಮಾಡಿತೇ? ಈ ಕೆಲಸ ಇದ್ದರೆಷ್ಟು ಹೋದರೆಷ್ಟು ಎಂದು ಡೆರಿಕ್‌ನ ಕೋಣೆಗೆ

ಹೋದ ಫ್ರಾಂಕೋ ಆ ರೀತಿಯಲ್ಲಿ ಸಿಟ್ಟಿನಿಂದ ಸ್ಫೋಟಿಸುತ್ತ ಏಕೆ ಹೊರಗೆ ಬಂದ? ಹೊರಗೆ ಹೊರಟವನು ಕಾನ್ಫರೆನ್ಸ್ ರೂಮಿನಲ್ಲಿ ಕುಳಿತಿದ್ದ ನನ್ನೆಡೆಗೆ ಕಣ್ಣೆತ್ತಿಯೂ ನೋಡಲಿಲ್ಲ, ಏಕೆ? ಡೆರಿಕ್ ಫ್ರಾಂಕೋನೊಂದಿಗೆ ಏನು ಹೇಳಿರಬಹುದು?

"ನೀನು ಈ ಉದ್ಯೋಗಕ್ಕೆ ಅರ್ಹನಲ್ಲ ಹಾಗಾಗಿ ನಿನ್ನ ಜವಾಬ್ದಾರಿಗಳನ್ನು ಶ್ರೀಕಾಂತ್ ನಿರ್ವಹಿಸುತ್ತಾನೆ."

"ಕಂಪನಿಯ ಉನ್ನತಾಧಿಕಾರಿಗಳು ಶ್ರೀಕಾಂತನನ್ನು ಬಯಸುತ್ತಾರೆ, ನಿನ್ನನ್ನಲ್ಲ."

"ನಮ್ಮ ಚೀಫ್ ಟೆಕ್ನಾಲಜಿ ಆಫೀಸರ್ ಭೂಷಣ ರಾವ್ ಮಾತನಾಡಿ ಶ್ರೀಕಾಂತ್ ಇರಲಿ ನೀನು ಬೇಡ ಎಂದರೆ ಅದನ್ನು ಪ್ರಶ್ನಿಸಲು ನೀನು ಯಾರು?"

"ಈ ಕಂಪನಿಯಲ್ಲಿ ಶ್ರೀಕಾಂತನಿಗೆ ಭವಿಷ್ಯವಿದೆ ನಿನಗಲ್ಲ. ನಡಿಯಾಚೆಗೆ."

ನನ್ನಿಂದ ಕೃಷ್ಣನಿಗೆ ಆದ ಅನ್ಯಾಯ ಇಂದು ನನ್ನಿಂದ ಫ್ರಾಂಕೋಗೂ ಆಯಿತೇ? ಮ್ಯಾನೆಜ್‌ಮೆಂಟನ್ನು ಬುಟ್ಟಿಗೆ ಹಾಕಿಕೊಂಡು ನಾನು ಕುತಂತ್ರ ನಡೆಸಿರಬಹುದು ಎಂದು ಫ್ರಾಂಕೋ ಭಾವಿಸಿದನೇ?

ಮನೆಗೆ ಬಂದು ಸೋಫಾದ ಮೇಲೆ ಕುಸಿದು ಕುಳಿತಾಗ ಅಳು ಉಮ್ಮಳಿಸಿ ಬಂತು. ಎಷ್ಟೇ ತಡೆಯಹೋದರೂ ಕಟ್ಟೆಯೊಡೆದ ಕೆರೆಯಂತೆ ನನ್ನ ದುಃಖ ಅಳುವಾಗಿ ಹರಿಯಿತು. ವಾಣಿ ಗಾಬರಿಯಾದಳು. ಹತ್ತಿರ ಕುಳಿತು ಅವಳು ಎಷ್ಟೇ ಸಮಾಧಾನದ ಮಾತುಗಳನ್ನು ಹೇಳಿದರೂ ನನಗೆ ಎಷ್ಟೋ ಹೊತ್ತಿನತನಕ ಮಾತನಾಡಲೇ ಆಗಲಿಲ್ಲ. ವಾಣಿ ನನ್ನನ್ನು ತಬ್ಬಿ ಮೌನವಾಗಿ ಕುಳಿತುಬಿಟ್ಟಳು. ಕೋಣೆಯಲ್ಲಿ ಕತ್ತಲು ತುಂಬಿತ್ತು. ಎಷ್ಟೋ ಹೊತ್ತಿನ ಬಳಿಕ ಕಂಪನಿಯಲ್ಲಿ ನಡೆದ ಲೇಆಫ್ ಬಗ್ಗೆ ತಿಳಿಸಿದಾಗ ಅವಳಿಗೂ ವೇದನೆಯಾಯಿತು.

"ಶ್ರೀ, ಸಮಾಧಾನ ಮಾಡಿಕೋ. ಮಾಸ್ ಲೇಆಫ್‌ಗಳಲ್ಲಿ ಸರ್ವೈವ್ ಆದವರಿಗೆ ಈ ನೋವಿನ ಭಾವನೆಗಳು ಸಹಜ." ಎಂದಳು. "ಇದಕ್ಕೆ ಸರ್ವೈವರ್ ಸಿಂಡ್ರೋಮ್ ಎನ್ನುತ್ತಾರೆ."

ಫ್ರಾಂಕೋ ಯುದ್ಧದಲ್ಲಿ ಬದುಕುಳಿದ ತನ್ನ ಅಪ್ಪ ಅಮ್ಮನ ಬಗ್ಗೆ ಹೇಳುವಾಗ ಕೂಡ ಇದೇ 'ಸರ್ವೈವರ್ ಸಿಂಡ್ರೋಮ್' ಎಂದು ಬಳಸಿದ್ದು ಜ್ಞಾಪಕಕ್ಕೆ ಬಂತು. ಅದನ್ನು ವಾಣಿಗೆ ಹೇಳಿದಾಗ ಅವಳು "ಹೌದು. ಮೂಲತಃ ಇದು ಯುದ್ಧಕ್ಕೆ ಸಂಬಂಧಪಟ್ಟಿದ್ದು. ಜೊತೆಗಾರರು ಸತ್ತು ತಾವೊಬ್ಬರೇ ಉಳಿಯುವ ಸೈನಿಕರಲ್ಲಿ ಇದು ಸಾಮಾನ್ಯವಂತೆ. ನನ್ನಿಂದಾಗಿ ಅಥವಾ ನನಗೋಸ್ಕರ ಹತ್ತಿರದವರು ಪ್ರಾಣಕೊಟ್ಟರು ಎನ್ನುವ ಗಿಲ್ಟಿ ಫೀಲಿಂಗ್. ಈ ಆಧುನಿಕ ಬದುಕಿನಲ್ಲಿ ಲೇಆಫ್‌ಗಳೂ ಯುದ್ಧಗಳೇ. ಯುದ್ಧದಲ್ಲಿ ಉಳಿದ ಸೈನಿಕರಂತೆಯೇ ಲೇಆಫ್‌ನಲ್ಲಿ ಉಳಿದ ನೌಕರರೂ 'ನನ್ನಿಂದಲೇ ಇವೆಲ್ಲಾ ಆಯಿತು' ಎನ್ನುವಂತಹ ಭಾವನೆಯನ್ನು ಬೆಳೆಸಿಕೊಂಡು ಬಿಡುತ್ತಾರೆ. ಈ ನೋವು ತಾತ್ಕಾಲಿಕ. ಇದರಲ್ಲಿ ನಿನ್ನದು ಯಾವ ತಪ್ಪೂ ಇಲ್ಲ. ಚಿಂತಿಸಬೇಡ." ಎಂದಳು.

ವಾಣಿಯ ಮಾತುಗಳು ನನ್ನಲ್ಲಿ ಎಷ್ಟೋ ಸಮಾಧಾನವನ್ನು ತಂದಿತ್ತು.

ಹಿಂದೆಂದೋ ಕಂಡಿದ್ದ ಬಣ್ಣಗಳ ಎರಚಾಟದ ಕನಸು ಅಂದು ರಾತ್ರಿ ಮತ್ತೆ ಕಾಣಿಸಿತು. ಕೈಯಲ್ಲೊಂದು ಬಣ್ಣದ ಕಾರಂಜಿ ಹಿಡಿದು ನನ್ನೆಲ್ಲಾ ಶಕ್ತಿಯನ್ನು ಮೀರಿ ಸಿಂಪಡಿಸುತ್ತಿದ್ದೆ. ಆವತ್ತು ಕಂಡ ಕನಸಿನಂತೆಯೇ ಕೃಷ್ಣ ಮೈಮೇಲೆ ಬೀಳುತ್ತಿದ್ದ ಬಣ್ಣದ ರಭಸಕ್ಕೆ ಕೈಗಳಿಂದ ಮುಖ ಮುಚ್ಚಿಕೊಂಡು ತಪ್ಪಿಸಿಕೊಳ್ಳಲು ನೋಡುತ್ತಿದ್ದ. ಒಮ್ಮೆ ಕೃಷ್ಣನ ಮುಖವಾಗಿ ಕಂಡರೆ ಮತ್ತೊಮ್ಮೆ ಫ್ರಾಂಕೋನ ಮುಖದಂತೆ. ಯಾವುದೋ ಹೊಡೆದಾಟದ ದೃಶ್ಯದಂತೆ ಆಕ್ರಂದನ ಮತ್ತು ಚೀರುವ ಸದ್ದು. ಬೆಚ್ಚಿ ಎದ್ದು ಕುಳಿತೆ. ಜೋರಾಗಿ ಚೀರಿರಲೂಬಹುದು.

ವಾಣಿಯೂ ನನ್ನೊಂದಿಗೆ ಎದ್ದು ಕುಳಿತಳು. ಅಡುಗೆಮನೆಗೆ ಹೋಗಿ ನೀರು ತಂದು ಕೊಟ್ಟಳು. "ಕೆಟ್ಟ ಕನಸು ಬಿತ್ತೇನು?" ಎಂದಳು. ಎದುರು ಗೋಡೆಯ ಮೇಲಿನ ಡಿಜಿಟಲ್ ಗಡಿಯಾರ ಎರಡು ಗಂಟೆ ನಲ್ವತ್ತು ನಿಮಿಷಗಳನ್ನು ತೋರಿಸುತ್ತಿತ್ತು.

"ವಾಣಿ, ಈ ಲೇಆಫನ್ನೂ ಮೀರಿದ್ದು ನನ್ನ ಮನಸ್ಸಿನಲ್ಲಿ ನಡೆಯುತ್ತಿದೆ." ಎಂದೆ. ಇಬ್ಬರೂ ತಲೆದಿಂಬಿನೆಡೆಯ ಗೋಡೆಗೆ ಒರಗಿ ಕುಳಿತೆವು. ಒಮ್ಮೊಮ್ಮೆ ವ್ಯಕ್ತವಾಗಿ ಮತ್ತೊಮ್ಮೆ ತೆರೆಮರೆಯಲ್ಲಿ ಅವ್ಯಕ್ತವಾಗಿ ದಿನಕ್ಕೊಂದು ಹೊಸ ಸ್ವರೂಪದಲ್ಲಿ ಮೂಡಿ ಕಾಡುತ್ತಿದ್ದ ನನ್ನ ಭ್ರಮೆಗಳನ್ನು ವಾಣಿಯೊಂದಿಗೆ ಹಂಚಿಕೊಳ್ಳಲು ಅನೇಕ ಬಾರಿ ಯೋಚಿಸಿದ್ದೆ. ಆದರೆ ಹಿಡಿಯಲಾಗದಂತೆ ದಿನಕ್ಕೊಂದು ರೂಪತಾಳಿ ಬರುತ್ತಿದ್ದ ಆ ಭ್ರಮೆಗಳನ್ನು ಯಾವ ರೀತಿಯಲ್ಲೂ ಮತ್ತೊಬ್ಬರಿಗೆ ಅರ್ಥವಾಗುವಂತೆ ವ್ಯಕ್ತಪಡಿಸಲಾಗದೆ ನರಳಿ ಹೇಳಿಕೊಳ್ಳುವ ಪ್ರಯತ್ನಗಳನ್ನು ಕೈಬಿಟ್ಟಿದ್ದೆ. ಯಾವ ರೂಪದಲ್ಲಿಯಾದರೂ ಸರಿ ವಾಣಿಯೊಂದಿಗೆ ಇದನ್ನು ಮಾತನಾಡಿದರೆ ಮನಸ್ಸು ಹಗುರವಾಗಬಹುದೇನೋ ಎನ್ನುವ ಆಲೋಚನೆಗಳು ಬಹಳ ದಿನಗಳಿಂದ ಬರುತ್ತಿದ್ದವು. ಆದರೆ ನನ್ನನ್ನು ಕಾಡುತ್ತಿದ್ದ ಈ ಭ್ರಮೆಗಳು ತೀರಾ ತುಂತುರು ತುಂತುರಾಗಿ ಯಾವುದು ನಿಜ ಯಾವುದು ಸುಳ್ಳು ಯಾವುದು ಕೃಷ್ಣನಿಗೆ ಸೇರಿದ್ದು ಯಾವುದು ಫ್ರಾಂಕೋನದು ಎನ್ನುವ ಗೊಂದಲದ ಗೂಡಾಗಿ ಹೇಳಲಾಗದೆ ಅಸಹಾಯಕವಾಗಿದ್ದೆ.

ಜೇಡರ ಹುಳುವೊಂದು ತನ್ನ ಎಂಟೂ ಕಾಲುಗಳನ್ನು ಎಳೆ ಎಳೆಯ ಮೇಲೆ ಹರಡಿಕೊಂಡು ಬಲೆಯಲ್ಲೆಲ್ಲಾ ಓಡಾಡಿದಂತೆ ನಾನು ಗೋಡೆಗೆ ಒರಗಿ ಹಾಸಿಗೆಯ ಮೇಲೆ ಕುಳಿತಂತೆಯೇ ಕಣ್ಣುಮುಚ್ಚಿ ಮಾತನಾಡಿದೆ. ಕೃಷ್ಣನೊಂದಿಗೆ ಊರ ಹೊಳೆಯಲ್ಲಿ ಈಜು ಹೊಡೆದದ್ದು, ಇಬ್ಬರೂ ಕೈಕೈ ಹಿಡಿದು ನೀರಿನಾಳದಲ್ಲಿ ಮುಳುಗುಹಾಕಿ ತಲೆಯ ಮೇಲೆ ಹರಿಯುವ ಝರಿಯಲ್ಲಿ ಚದುರುವ ಸೂರ್ಯನನ್ನು ನೋಡಿದ್ದು, ನಾನು ಬೇಲೂರಿನ ಹೈಸ್ಕೂಲಿಗೆ ಹೋಗುತ್ತಿದ್ದ ದಿನಗಳಲ್ಲಿ ನನ್ನ ಸವೆದು ಹೋದ ಕ್ಯಾನ್‌ವಾಸ್ ಷೂಗಳನ್ನು ಕೃಷ್ಣನಿಗೆ ಕೊಟ್ಟಾಗ ಲೇಸುಗಳನ್ನು ಕಟ್ಟಲುಬಾರದೆ ಅವುಗಳನ್ನು ಕಿತ್ತು ಎಸೆದು ಹಾಗೆಯೇ ಷೂ ಹಾಕಿಕೊಂಡು ಅವನು ಊರತುಂಬಾ

ಓಡಾಡಿದ್ದು, ಪ್ರಕಾಶನ ಮನೆಯ ಹಿತ್ತಲಲ್ಲಿ ಸೀಬೇಹಣ್ಣನ್ನು ಕೀಳಲು ಹೋಗಿ ಜಾರಿ ಕೆಳಗೆ ಬಿದ್ದವನು ನೇರವಾಗಿ ಕೆಳಗಿನ ಸೆಗಣಿಯ ತೊಪ್ಪೆಯ ಮೇಲೆ ಬಿದ್ದು ಅಳುತ್ತಾ ಬಂದವನನ್ನು ಸಮಾಧಾನ ಮಾಡಿ ನಾನೇ ಸ್ನಾನ ಮಾಡಿಸಿದ್ದು, ಪ್ರತಿರಾತ್ರಿ ಅವನಿಗೊಂದು ಕಥೆ ಹೇಳುತ್ತಿದ್ದುದು – ಎಲ್ಲಾ ನನ್ನ ಊಹೆಯ ಕಥೆಗಳು – ಆದರೆ ಪ್ರತಿಕಥೆಗೂ ಕೃಷ್ಣನ ಮುಖ ಅರಳಿ ಕಣ್ಣುಗಳಲ್ಲಿ ಅಚ್ಚರಿ ತುಂಬಿಕೊಂಡು 'ಇಷ್ಟೊಂದು ಕಥೆಗಳನ್ನ ಎಲ್ಲಿ ಓದಿದೆ ನೀನು? ಅಟ್ಟದ ಮೇಲಿರುವ ದಪ್ಪದಪ್ಪನೆ ರಾಮಾಯಣ ಮಹಾಭಾರತ ಪುಸ್ತಕಗಳಲ್ಲಿ ಇವೇ ಕಥೆಗಳು ತುಂಬಿರುತ್ತಾ?', ದೇವರಾಯನಗಡಿಯ ಜಾತ್ರೆಯಲ್ಲಿ ಕೈಕೈ ಹಿಡಿದು ಓಡಾಡುತ್ತಿದ್ದ ನಮ್ಮಿಬ್ಬರಿಗೆ ಸಿಕ್ಕ ಚಂದ್ರೇಗೌಡರು "ಎಂತಾದ್ರೋ ಹುಡುಗ್ರಾ, ಏನೇನ್ ಮಾಡುದ್ರೋ ಜಾತ್ರೇಲೀ." ಎಂದು ಕೆಂಪುಬಣ್ಣದ ಸಕ್ಕರೆಯ ಮಿಠಾಯಿಯನ್ನು ಕೊಡಿಸಿದ್ದಾಗ ತುಂಬಿದ ರಸ್ತೆಯಲ್ಲಿ ನುಗ್ಗಿಬಂದ ಗೂಳಿಗೆ ಜನ ಗಾಬರಿಯಾಗಿ ಮೈಮೇಲೆ ಬಿದ್ದಾಗ ಕೃಷ್ಣನ ಕೆಂಪು ಮಿಠಾಯಿ ರಸ್ತೆಯ ಕೊಚ್ಚೆಗೆ ಬಿದ್ದು ಅದರ ಮೇಲೊಬ್ಬ ಹೆಜ್ಜೆಯನ್ನೂ ಊರಿ ಸಮಾಧಿ ಮಾಡಿದಾಗ ಕಣ್ಣೀರು ಸುರಿಸುತ್ತಿದ್ದವನಿಗೆ ನನ್ನ ಮಿಠಾಯಿಯನ್ನು ಕೊಟ್ಟು ನಗಿಸಿದ್ದು, ದೇವರಾಯನಗಡಿಯ ಟೆಂಟಿಗೆ ಶಂಕರ್–ಗುರು ಸಿನಿಮಾ ಬಂದಾಗ ಗೇಟ್‌ಕೀಪರ್ ಆಗಿದ್ದ ಸಿದ್ದರಾಜು – ನನ್ನೊಂದಿಗೆ ಹೈಸ್ಕೂಲು ಓದಲು ಪ್ರಾರಂಭಿಸಿದವ ಆದರೆ ಒಂದೇ ವರ್ಷಕ್ಕೆ ಶಾಲೆ ಬಿಟ್ಟು ಟೆಂಟ್‌ನಲ್ಲಿ ಗೇಟ್ ಕೀಪರ್ ಆದವನು – ಸಿನಿಮಾ ಶುರುವಾದ ಮೇಲೆ ನಮ್ಮಿಬ್ಬರನ್ನು ಗುಟ್ಟಾಗಿ ಕರೆದು 'ಯಾರ್ಗೂ ಕಾಣ್ದಂಗ್ ಮುಂದ್ಕೆ ಹೋಗ್ ಕೂತ್ಕಳ್ಳಿ. ನೆಲದ ಸೀಟ್ ಮ್ಯಾಗಷ್ಟೇ! ಕುರ್ಚಿ ಮ್ಯಾಲೆ ಕೂತೀರ ಮತ್ತೇ. ಏನಾರ ಸಿಕ್ಕ್‌ಬಿದ್ರೆ ಬಿಲ್‌ಕುಲ್ ನನ್ನೆಸ್ರು ಏಳ್‌ಬಾರ್ದು.' ಎಂದು ಒಳಗೆ ಬಿಟ್ಟಾಗ ಸಿನಿಮಾ ನೋಡುವ ಸಂತೋಷ ಮತ್ತು ಉದ್ವೇಗದಲ್ಲಿ ಕೃಷ್ಣ ಸಿನಿಮಾ ಮುಗಿಯುವವರೆಗೂ ನನ್ನ ಕೈಗಳನ್ನು ಬಿಗಿಯಾಗಿ ಹಿಡಿದದ್ದು...

ಇನ್ನೂ ನೂರಾರು ಚಿತ್ರಗಳು. ನನ್ನ ಮನಸ್ಸಿನ ತುಂಬೆಲ್ಲಾ ಮಳೆಯ ಹನಿಗಳಂತೆ ಚದುರಿದ್ದ ಚಿತ್ರಗಳು. ನಾನು ಹೇಳಿಯೇ ಹೇಳಿದೆ. ನನ್ನ ಎದೆಗೆ ತಲೆಯೂರಿ ವಾಣಿ ಕೇಳಿಯೇ ಕೇಳಿದಳು. ಕೃಷ್ಣ ಕಳೆದುಹೋದ ಮೇಲೆ ನಾನು ಬೆಂಗಳೂರಿನಲ್ಲಿ ಅವನನ್ನು ಹುಡುಕುತ್ತಿದ್ದ ಬಗೆಯನ್ನು ಹೇಳಿದೆ. ಸಿಯಾಟಲ್‌ನ ಹೋಟೆಲ್‌ನ ಬಾರಿನಲ್ಲಿ ಕುಳಿತು ಫ್ರಾಂಕೋನ ಅನಾಥ ಅನುಭವಗಳನ್ನು ಕೇಳಿದಾಗ ನನಗೆ ಅವನಲ್ಲಿ ಕೃಷ್ಣ ಕಂಡಿದ್ದನ್ನು ಹೇಳುವಾಗ ನನ್ನ ಧ್ವನಿ ನಡುಗುತ್ತಿತ್ತು. ಕೃಷ್ಣನ ಮತ್ತು ಫ್ರಾಂಕೋನ ಕಥೆಯನ್ನು ಹೇಳುವಷ್ಟು ಸುಲಭವಾಗಿ ಭೂಷಣ ರಾವ್ ಏಕೆ ನನ್ನ ತಂದೆಯಂತೆ ಅಥವಾ ನಾನು ಈವರೆಗೂ ಕಂಡೇ ಇರದ ಚಿಕ್ಕಪ್ಪನಂತೆ ಕಂಡ ಎನ್ನುವುದನ್ನು ಹೇಳುವಾಗ ನನ್ನ ಮನಸ್ಸಿನ ಚಿತ್ರಗಳನ್ನು ಪ್ರತಿನಿಧಿಸುವಂತಹ ಪದಗಳು ಕಾಣದೆ ಪರದಾಡಿದೆ. ಆದರೆ ವಾಣಿ ಅರ್ಥ ಮಾಡಿಕೊಂಡಳು. ಇದಕ್ಕಿಂತಲೂ ಸ್ಪಷ್ಟವಾಗಿ ಹೇಳಲು ಸಾಧ್ಯವಿಲ್ಲ ಎಂದಳು.

ನಾವು ಮತ್ತೆ ಮಲಗಿದಾಗ ಸಮಯ ನಾಲ್ಕು ಮುಕ್ಕಾಲಾಗಿತ್ತು. ವಾಣಿಯೊಂದಿಗೆ ಎಲ್ಲವನ್ನೂ ಹೇಳಿಕೊಂಡ ಮೇಲೆ ನನ್ನ ಮನಸ್ಸು ಎಷ್ಟೋ ಹಗುರವಾಗಿತ್ತು. ವಾಣಿ ನನ್ನನ್ನು ಗಟ್ಟಿಯಾಗಿ ತಬ್ಬಿದ್ದಳು. ನನಗೆ ಮಲಗಿದೊಡನೆಯೇ ನಿದ್ರೆ ಹತ್ತಿತು. ಯಾವ ಕನಸುಗಳಿಲ್ಲದ ಆಳವಾದ ನಿದ್ರೆ. ನನಗೆ ಎಚ್ಚರವಾದಾಗ ಬೆಳಗ್ಗೆ ಹನ್ನೊಂದು ಗಂಟೆ ದಾಟಿತ್ತು. ವಾಣಿ ಆಗಲೇ ಸ್ನಾನ ಮುಗಿಸಿ ತಿಂಡಿಗೆ ಉಪ್ಪಿಟ್ಟನ್ನು ಮಾಡಿ ನಾನು ಏಳುವುದನ್ನೇ ಕಾಯುತ್ತಿದ್ದಳು.

ಆ ಶನಿವಾರ ಮತ್ತು ಭಾನುವಾರ ಅದೆಷ್ಟೋ ಬಾರಿ ಫ್ರಾಂಕೋಗೆ ಫೋನ್ ಮಾಡಿ ಮಾತನಾಡಲು ನೋಡಿದೆ. ಬರೀ ರಿಂಗ್ ಆಗುತ್ತಿತ್ತೇ ಹೊರತು ಒಂದು ಬಾರಿಯೂ ಅವನು ಫೋನ್ ಎತ್ತಲಿಲ್ಲ. ಅವನಿಗೆ ಸಂದೇಶವನ್ನು ಬಿಡಲಾಗದಂತೆ ಅವನ ಮೆಸೇಜ್ ಬಾಕ್ಸ್ ಭರ್ತಿಯಾಗಿತ್ತು.

"ಶ್ರೀ, ನಿನ್ನ ಎಚ್‌ಆರ್ ಡಿಪಾರ್ಟ್‌ಮೆಂಟಿನೊಂದಿಗೆ ಮಾತನಾಡು. ಇಂತಹ ಮಾಸ್ ಲೇಆಫ್‌ನ ಸಂದರ್ಭದಲ್ಲಿ ಮೆಂಟಲ್ ಹೆಲ್ತ್ ಕೌನ್ಸಿಲರ್‌ಗಳನ್ನು ನೇಮಿಸಿ ಕೊಂಡಿರಬೇಕು ಅವರು. ವೃತ್ತಿಪರ ಮನಃಶಾಸ್ತ್ರಜ್ಞರೊಡನೆ ಮಾತನಾಡಿದರೆ ನಿನಗೆ ಎಷ್ಟೋ ಸಮಾಧಾನ ಸಿಗಬಹುದು." ಎಂದಳು ವಾಣಿ.

⏩

"ನಾನು ಹ್ಯಾಪಿ." ಎಂದು ಪರಿಚಯಿಸಿಕೊಂಡರು ಆ ಮುದುಕರು. ಮೀಸೆ ಬಿಡುವುದೇ ಅಪರೂಪವಾಗಿರುವ ಅಮೆರಿಕನ್ ಸಮಾಜದಲ್ಲಿ ಬಿಳಿಯ ಪೊಗದಸ್ತು ಮೀಸೆ ಅವರಿಗೆ.

"ಹ್ಯಾಪಿ?" ಎಂದೆ ಆಶ್ಚರ್ಯದಿಂದ.

"ಹೌದು. ಹ್ಯಾಪಿ. ನನ್ನೆಲ್ಲಾ ಸ್ನೇಹಿತರು ಕರೆಯುವುದು ಹ್ಯಾಪಿ ಎಂದೇ. ನನ್ನ ಆಫೀಸ್ ಅಸಿಸ್ಟೆಂಟ್ ಮಾತ್ರ ಹ್ಯಾಪಿ ಮೈಕಲ್ ಎನ್ನುತ್ತಾಳೆ ಗೌರವ ಕೊಡಬೇಕು ಎನ್ನುವ ಕಾರಣಕ್ಕಾಗಿ. ಆದರೆ ಮಿಸ್ಟರ್ ಫರ್ಗ್ಯೂಸನ್ ಎನ್ನುವವರು ಮಾತ್ರಾ ಟೆಲೆ-ಮಾರ್ಕೆಟಿಂಗ್‌ಗಾಗಿ ಕಾಲ್ ಮಾಡುವವರು." ಎಂದು ನಕ್ಕರು. "ಅದ್ಯಾವ ಗಳಿಗೆಯಲ್ಲಿ ಹ್ಯಾಪಿ ಎನ್ನುವ ಹೆಸರು ಅಂಟಿಕೊಂಡಿತೋ, ನನಗೆ ಸಿಟ್ಟೇ ಬರುವುದಿಲ್ಲ."

ಅನಹೇಮ್‌ನ ಡಿಸ್ನೀಲ್ಯಾಂಡ್‌ನ ಸಮೀಪದಲ್ಲೇ ಹಾರ್ಬರ್ ಬುಲೆವರ್ಡಿನಲ್ಲಿ ಇವರ ಆಫೀಸು. ವಿಶಾಲವಾದ ಆಫೀಸಿನ ಮೂಲೆಯೊಂದರಲ್ಲಿ ಕಿಟಕಿಯ ಪಕ್ಕ ಒಂದು ಸಣ್ಣ ಟೇಬಲ್ಲು. ಟೇಬಲ್ಲಿನ ಎದುರುಬದುರು ಎರಡು ಕುರ್ಚಿಗಳು. ಎದುರು ಕುಳಿತಿರುವ ಹ್ಯಾಪಿಯವರಿಗೆ ಎಲ್ಲಿ ನನ್ನ ಕಾಲುಗಳು ತಾಗುತ್ತವೋ ಎಂದು ಮುಜುಗುರವಾಗುವಷ್ಟು ಹತ್ತಿರ ಆ ಎದುರುಬದುರಿನ ಕುರ್ಚಿಗಳು. ನನ್ನ ಎಚ್‌ಆರ್ ಡಿಪಾರ್ಟ್‌ಮೆಂಟ್ ತೋರಿಸಿದ ಕೌನ್ಸಿಲರ್ ಇವರು. ಮನಃಶಾಸ್ತ್ರಜ್ಞರು.

"ಅಪರೂಪವೇನಲ್ಲ." ಎಂದರು. "ಉದ್ಯೋಗವೆನ್ನುವುದು ನಮ್ಮ ವ್ಯಕ್ತಿತ್ವದ ಭಾಗವೇ ಆಗಿರುತ್ತದೆ. ಗೊತ್ತಿದ್ದೋ ಗೊತ್ತಿಲ್ಲದೆಯೋ ನಮ್ಮ ಬದುಕಿನ ಪ್ರತಿ ಕವಲುದಾರಿ ಗಳನ್ನೂ ಉದ್ಯೋಗವೆನ್ನುವ ಸುರಂಗದೊಳಗೆ ಹಾದುಹೋಗುವಂತೆಯೇ ಬೆಸೆದಿರುತ್ತೇವೆ. ನಿಮ್ಮಂತೆ ತಂತ್ರಜ್ಞಾನ ಕ್ಷೇತ್ರದಲ್ಲಿಲ್ಲದ ನಾವಾದರೂ ಕೊನೆಪಕ್ಷ ಸಂಜೆ ಬೇಗ ಮನೆಗೆ ಹೋಗಿ ಒಂದು ಪೆಗ್ ಸ್ಕಾಚ್ ಸುರಿದುಕೊಂಡು ದಿನದ ತಲೆನೋವನ್ನು ಮರೆಯುವ ಜನ. ಆದರೆ ನೀವು ಹೈಟೆಕ್ ಇಂಡಸ್ಟ್ರಿಯವರು ದಿನ-ರಾತ್ರಿಗಳನ್ನು ಉದ್ಯೋಗಕ್ಕಾಗಿ ಮೀಸಲಾಗಿಟ್ಟಿರುತ್ತೀರಾ. ಭಾರತದ್ದು, ಚೈನಾದ್ದು, ಯೂರೋಪಿನದ್ದು ಅಂತ ಯಾವ ಯಾವುದೋ ಟೈಂಝೋನ್‌ಗಳಲ್ಲಿ ಕೆಲಸ ಮಾಡುತ್ತೀರ. ಹೀಗಿರುವಾಗ, ಬದುಕಿಗಾಗಿ ಉದ್ಯೋಗವಾಗದೆ ಉದ್ಯೋಗಕ್ಕಾಗಿ ಬದುಕಾಗಿರುತ್ತದೆ. ಉದ್ಯೋಗಕ್ಕಾಗುವ ಎಂತಹ ಸಣ್ಣ ಆಘಾತವೂ ಸಮುದ್ರದಲ್ಲಿ ಏಳುವ ಸುನಾಮಿಯಂತಾಗುತ್ತದೆ. ಈ ಮಾಸ್ ಲೇಆಫ್‌ಗಳಲ್ಲಿ ಕೆಲಸ ಕಳೆದುಕೊಂಡವರಿಗೂ ಸುನಾಮಿ ತಪ್ಪಿದ್ದಲ್ಲ ಕೆಲಸ ಉಳಿಸಿಕೊಂಡವರಿಗೂ ಸುನಾಮಿ ತಪ್ಪಿದ್ದಲ್ಲ." ಎಂದರು.

ನಾನು ಹ್ಯಾಪಿಯವರನ್ನು ಭೇಟಿಯಾದದ್ದು ಒಟ್ಟು ಎಂಟು ದಿನ. ದಿನಕ್ಕೆ ಒಂದು ಗಂಟೆಯಂತೆ. ಆಫೀಸು ಮುಗಿಸಿ ಮನೆಯನ್ನು ತಲುಪುವ ಹೊತ್ತಿನಲ್ಲಿ ನಮ್ಮ ಭೇಟಿ.

ನನ್ನ ಸಮಸ್ಯೆ ಉದ್ಯೋಗವನ್ನು ಮೀರಿದ್ದು ಎಂದಾಗ ಆಸಕ್ತಿಯಿಂದ ಕಣ್ಣುಗಳನ್ನು ಅರಳಿಸಿ "ಐ ಸೀ" ಎಂದರು.

ನನಗೆ ಅನ್ನಿಸಿದ ಪ್ರತಿಯೊಂದನ್ನೂ ಅವರೊಂದಿಗೆ ಹೇಳಿಕೊಂಡೆ. ನಾನು ಅವರನ್ನು ಭೇಟಿಯಾದ ಆ ಎಂಟು ದಿನಗಳಲ್ಲಿ ಮೊದಲ ಮೂರು ದಿನಗಳು ಬರೀ ನಾನೊಬ್ಬನೇ ಮಾತನಾಡಿದೆ. ಹ್ಯಾಪಿ ಸುಮ್ಮನೆ ಕೇಳುತ್ತಿದ್ದರು. ಆಸಕ್ತಿಯಿಂದ ಕೇಳುತ್ತಿದ್ದರು. ನೋಟ್ಸ್ ಮಾಡಿಕೊಳ್ಳುವುದಾಗಲಿ ರೆಕಾರ್ಡ್ ಮಾಡಿಕೊಳ್ಳುವುದಾಗಲಿ ಏನೂ ಇಲ್ಲ. ಸುಮ್ಮನೆ ನನ್ನ ಮುಖವನ್ನೇ ನೋಡುತ್ತ ಕುಳಿತುಬಿಡುತ್ತಿದ್ದರು. ಒಮ್ಮೆ ವಾಣಿಯೊಂದಿಗೆ ಇದನ್ನೇ ಮಾತನಾಡಿದ್ದರಿಂದ ಹ್ಯಾಪಿಯೊಂದಿಗೆ ಸರಾಗವಾಗಿ ಹೇಳುತ್ತಿದ್ದೆ. ನನ್ನ ಬಾಲ್ಯ, ಕಾಲೇಜು ದಿನಗಳು, ವಾಣಿಯನ್ನು ಭೇಟಿಯಾದ ರೀತಿ, ಬೆಂಗಳೂರಿನ ನನ್ನ ದಿನಗಳು ಎಲ್ಲವನ್ನೂ ಹೇಳುವಂತೆ ಕೇಳಿಕೊಂಡರು. ನಾನು ಮಾತನಾಡಿಯೇ ಮಾತನಾಡಿದೆ. ಕೃಷ್ಣ, ಅಪ್ಪ, ಫ್ರಾಂಕೋ, ಭೂಷಣ ರಾವ್ ಎಲ್ಲರೂ ನನ್ನ ಮಾತಿನಲ್ಲಿ ಬಂದರು. ಮಾತನಾಡುವುದೇ ಒಂದು ರೀತಿಯಲ್ಲಿ ನಿರಾಳವಾಗಿತ್ತು. ಕಟ್ಟಿದ ನೀರನ್ನು ಒಮ್ಮೆಗೇ ಹರಿಯಲು ಬಿಟ್ಟಂತೆ.

"ಶ್ರೀಕಾಂತ್, ನೀವು ಪ್ರತಿಭಾವಂತರಲ್ಲ ಎಂದು ಯಾವತ್ತಾದರೂ ನಿಮಗನ್ನಿಸಿದೆಯೇ?"

"ಇಲ್ಲ."

"ನೀವು ಶ್ರಮಜೀವಿಗಳಲ್ಲ ಎಂದು ಯಾವತ್ತಾದರೂ ನಿಮಗೆ ಅನ್ನಿಸಿದೆಯೇ?"

"ಇಲ್ಲ."

"ಹಾಗಾದರೆ ಮತ್ತೇಕೆ ನೀವು ನಿಮ್ಮ ಕೆಲಸವನ್ನು ಉಳಿಸಿಕೊಂಡದ್ದಕ್ಕೆ ಅಪರಾಧಿಭಾವವನ್ನು ಬೆಳೆಸಿಕೊಳ್ಳಬೇಕು?" ಎಂದು ಕೇಳಿದರು.

"ಹಾಗಲ್ಲ. ನನ್ನ ಇಂಜಿನಿಯರಿಂಗ್ ಕ್ಷೇತ್ರದಲ್ಲಿ ನಾನು ಪ್ರತಿಭಾವಂತನೆಂದು ನನಗೆ ಗೊತ್ತಿದೆ. ಶ್ರಮ ಪಡುವವನು ಕೂಡ. ಆದರೆ ನನಗಿಂತಲೂ ಪ್ರತಿಭಾವಂತರು ಮತ್ತು ಶ್ರಮಜೀವಿಗಳ ಕೆಲಸಕ್ಕೆ ಚ್ಯುತಿ ಬಂದರೂ ನಾನು ಮಾತ್ರ ಉಳಿದದ್ದು..."

ನನ್ನ ಮಾತನ್ನು ಪೂರ್ತಿ ಮಾಡದಂತೆ ಕೈ ಅಡ್ಡ ಹಿಡಿದರು.

"ನಿಮಗಿಂತಲೂ ಪ್ರತಿಭಾವಂತರು ಕೆಲಸ ಕಳೆದುಕೊಂಡರು ಎಂದು ಹೇಗೆ ನಿರ್ಧಾರಕ್ಕೆ ಬಂದಿರಿ?"

"ಅದು ನನಗೆ ಗೊತ್ತು."

"ಅದನ್ನು ನಿರ್ಧರಿಸುವವರು ನೀವಲ್ಲ."

"ಅದನ್ನು ನಿರ್ಧರಿಸುವವನು ನಾನಲ್ಲ ಎಂದು ನನಗೆ ಗೊತ್ತು. ಆದರೆ ನನಗಿಂತಲೂ ಬುದ್ಧಿವಂತರು ಮತ್ತು ನನಗಿಂತಲೂ ಹೆಚ್ಚಾಗಿ ಕಂಪನಿಯ ಏಳಿಗೆಯನ್ನು ಸಾಧಿಸಬಲ್ಲವರು ಲೇಆಫ್‌ನಲ್ಲಿದ್ದರು ಎಂದು ನನಗೆ ಗೊತ್ತು." ಎಂದೆ.

"ಅದನ್ನು ನಿರ್ಧರಿಸುವವರು ನೀವಲ್ಲ ಎಂದೆನಲ್ಲ! ನಿಮಗಿಂತಲೂ ಹೆಚ್ಚಾಗಿ ಕಂಪನಿಯ ಏಳಿಗೆಯನ್ನು ಸಾಧಿಸಬಲ್ಲವರು ಎಂದು ನೀವು ಹೇಳುವುದು ಫ್ರಾಂಕೋ ರಬ್ಬೆನೋನನ್ನು ಮನಸ್ಸಿನಲ್ಲಿಟ್ಟುಕೊಂಡು ಅಲ್ಲವೇ?" ಎಂದರು ನೇರವಾಗಿ ನನ್ನನ್ನೇ ನೋಡುತ್ತಾ.

ಸುಮ್ಮನೆ ತಲೆತಗ್ಗಿಸಿದೆ.

"ಶ್ರೀಕಾಂತ್, ನಿಮಗೆ ನಾನು ಈ ವಿಷಯವನ್ನು ಹೇಳಬಾರದು. ಆದರೆ ನಿಮಗೆ ಸಹಾಯ ಮಾಡಲು ಹೇಳಲೇಬೇಕಾಗಿದೆ. ನಾನು ನಿಮ್ಮ ಕಂಪನಿಯಲ್ಲಿ ನಿಮ್ಮ ಮತ್ತು ಫ್ರಾಂಕೋನ ಎಚ್‌ಆರ್ ರೆಕಾರ್ಡ್‌ಗಳನ್ನು ಪರಿಶೀಲಿಸಿದೆ. ಫ್ರಾಂಕೋ ಕೆಲಸ ಕಳೆದುಕೊಂಡ ಕಾರಣಗಳೇ ಬೇರೆ. ಆ ಕಾರಣಗಳನ್ನು ಗೌಪ್ಯತೆಯ ದೃಷ್ಟಿಯಿಂದ ನಾನು ನಿಮಗೆ ಹೇಳುವಂತಿಲ್ಲ. ಆದರೆ ಒಂದು ಸ್ಪಷ್ಟತೆಯನ್ನು ನಿಮಗೆ ನೀಡಲು ಬಯಸುತ್ತೇನೆ. ಫ್ರಾಂಕೋನ ಪ್ರತಿಭೆಯ ವಿಷಯದಲ್ಲಿ ನಿಮ್ಮ ದೃಷ್ಟಿಗೂ ನಿಮ್ಮ ಕಂಪನಿಯ ಉನ್ನತಾಧಿಕಾರಿಗಳ ದೃಷ್ಟಿಗೂ ಬಹಳ ಅಂತರವಿದೆ. ಪ್ರತಿಭೆ ಎನ್ನುವುದೇ ನೋಡುವ ದೃಷ್ಟಿಯ ಮೇಲಿನ ಸಬ್ಜೆಕ್ಟಿವ್ ಅಲ್ಲವೇ? ಒಂದು ವಿಷಯವನ್ನು ನಾನು ನಿಮಗೆ ತಿಳಿಸಲೇಬೇಕು. ನಿಮ್ಮ ರೆಕಾರ್ಡ್‌ಗಳ ಮೇಲೆ ನಿಮ್ಮ ಬೆಂಗಳೂರಿನ ಕೆಲಸದ ದಿನಗಳಿಂದಲೂ ಐದು ಸ್ಟಾರಿನ ಮಾರ್ಕುಗಳಿವೆ. ನಿಮ್ಮೊಂದಿಗೆ ಕೆಲಸ ಮಾಡಿದ ಪ್ರತಿಯೊಬ್ಬ ಮ್ಯಾನೇಜರ್ ಕೂಡ ನಿಮ್ಮನ್ನು ಬಹಳ ಪ್ರತಿಭಾವಂತ ಎಂದು ಶಿಫಾರಸು ಬರೆದಿದ್ದಾರೆ. ನಿಮ್ಮ ದಾಖಲೆಗಳನ್ನು ನೋಡಿದರೆ ನಿಮ್ಮ ಪ್ರತಿಭೆಯಿಂದ, ಶ್ರಮದಿಂದ, ವಿದ್ಯಾಭ್ಯಾಸದಿಂದ, ಜನರೊಂದಿಗೆ ಬೆರೆತುಹೋಗುವಂತಹ ಸರಳ ವ್ಯಕ್ತಿತ್ವದಿಂದ ನೀವು ಮುಂದೆ ಬಂದಿದ್ದೀರಿ. ಪ್ರತಿಭೆ ದೇವರ ಕೊಡುಗೆ. ನಿಮ್ಮ ಉದ್ಯೋಗದಲ್ಲಿ

ಅದು ನಿಮಗೆ ಒಲಿದಿದೆ. ಹಾಗಾಗಿ ನೀವು ಲೇಆಫ್‌ನಲ್ಲಿ ಉಳಿದಿರಿ. ಅದಕ್ಕೆ ಯಾರ ವಶೀಲಿಯೂ ನಡೆದಿಲ್ಲ ಮತ್ತು ನಡೆಯುವ ಅವಶ್ಯಕತೆ ಇಲ್ಲ. ನಿಮ್ಮ ಬಗೆಗಿನ ನಿಮ್ಮ ಅನುಮಾನಗಳನ್ನು ತಲೆಯಿಂದ ಕಿತ್ತುಹಾಕಿ.

ತಮ್ಮನನ್ನು ಹುಡುಕುವ ನಿರಂತರ ಕಾಯಕದಲ್ಲಿ ತೊಡಗಿರುವ ನಿಮ್ಮ ಮನಸ್ಸು ಫ್ರಾಂಕೋನಲ್ಲಿ ತಮ್ಮನನ್ನು ಕಂಡು ಸಮಾಧಾನ ಹೊಂದಿತು. ಅದೇನು ಕೆಟ್ಟದ್ದಲ್ಲ. ಆದರೆ ಅದರ ಪರಿಣಾಮವಾಗಿ ಫ್ರಾಂಕೋನನ್ನು ಉಳಿಸಲು ನಿಮ್ಮ ಪ್ರತಿಭೆಯನ್ನು ಕುಗ್ಗಿಸಲು ನೋಡುತ್ತಿದ್ದೀರಿ. ಏಕೆಂದರೆ ತಮ್ಮನನ್ನು ಕಳೆದುಕೊಂಡದ್ದು ನೀವು ಅವನಿಗಿಂತಲೂ ಬುದ್ಧಿವಂತನಾಗಿದ್ದುದಕ್ಕೆ ಎಂದು ನಿಮ್ಮ ಮನಸ್ಸು ನಂಬಿದೆ. ನಿಮ್ಮ ಪ್ರತಿಭೆ ಯನ್ನು, ಬುದ್ಧಿವಂತಿಕೆಯನ್ನು ತಿರಸ್ಕರಿಸಿದರೆ ಫ್ರಾಂಕೋ ಉಳಿಯುತ್ತಾನೆ, ಕೃಷ್ಣನನ್ನು ಕಳೆದುಕೊಂಡಂತೆ ಫ್ರಾಂಕೋನನ್ನು ಕಳೆದುಕೊಳ್ಳಬಾರದು ಎನ್ನುವ ಭ್ರಮೆ ನಿಮ್ಮಲ್ಲಿ ಸ್ಥಾಪಿತವಾಗಿದೆ.

ಶ್ರೀಕಾಂತ್, ಬೇರೆಯವರ ಕ್ರಿಯೆಗಳಿಗೆ, ಮಿತಿಗಳಿಗೆ, ಹೋರಾಟಗಳಿಗೆ ನಾವು ಹೊಣೆಯಲ್ಲ. ಬೇರೆಯವರ ಕ್ರಿಯೆಗಳಿಗೆ ನಮ್ಮನ್ನು ಹೊಣೆಯಾಗಿಸಿಕೊಳ್ಳುವುದರಿಂದ ನಾವೇ ಪ್ರಪಂಚದ ಕೇಂದ್ರ ಎನ್ನುವ ಭ್ರಮೆಗೆ ಬಿದ್ದುಬಿಡುತ್ತೇವೆ. ಯಾರೂ ನಮಗೆ ಸೇರಿದವರಲ್ಲ ಮತ್ತು ಯಾರ ಜೀವನದ ಮೇಲೆಯೂ ನಮಗೆ ಹತೋಟಿ ಇಲ್ಲ. ನಮ್ಮ ಮಕ್ಕಳ ಮೇಲೂ ಕೂಡ. ನಿಮ್ಮ ಮಕ್ಕಳು ನಿಮ್ಮಿಂದ ಬಂದವರಾದರೂ ಅವರು ನಿಮಗೆ ಸೇರಿದವರಲ್ಲ ಎನ್ನುತ್ತಾನೆ ಖಲೀಲ್ ಗಿಬ್ರಾನ್. ಒಳಗೊಂದು ವೃತ್ತ ಮತ್ತು ಹೊರಗೊಂದು ವೃತ್ತದ ಬಗ್ಗೆ ನಿನ್ನೆ ನಿಮ್ಮಲ್ಲಿ ಹೇಳಿದೆನಲ್ಲ ಹಾಗೆ ನಾವು ಪ್ರತಿಯೊಬ್ಬರೂ. ನಿಮ್ಮ ಒಳವೃತ್ತದಲ್ಲಿ ದಟ್ಟ ಅರಣ್ಯವಿದ್ದರೆ ನಿಮ್ಮ ಮಗಳ ಒಳವೃತ್ತದಲ್ಲಿ ಬೆಟ್ಟಗುಡ್ಡಗಳ ದೊಡ್ಡ ಲ್ಯಾಂಡ್‌ಸ್ಕೇಪ್ ಇರುತ್ತದೆ. ನಿಮ್ಮ ಪಯಣ ಬೇರೆ, ಅವಳ ಪಯಣ ಬೇರೆ. ನಿಮ್ಮ ಕನಸುಗಳು ಬೇರೆ, ಅವಳ ಕನಸುಗಳು ಬೇರೆ. ಪ್ರಪಂಚ ವೈವಿಧ್ಯತೆಗಳ ಸಾಗರ. ಇಬ್ಬರು ವ್ಯಕ್ತಿಗಳು ಎಂದರೆ ಒಂದಕ್ಕೊಂದು ಜ್ಯಾಮಿತಿಯಲ್ಲಿ ಕೂಡುವ ಜಿಗ್‌ಸಾ ಪಝಲ್‌ಗಳಲ್ಲ. ಬೇರೆಯಾಗಿರುವುದೇ ಇಲ್ಲಿಯ ಗುಣಧರ್ಮ. ನಿಮ್ಮ ಎಡಮನೆಯಲ್ಲೊಬ್ಬ ಪ್ರೇಮಿ ಇದ್ದರೆ ಬಲಮನೆಯಲ್ಲೊಬ್ಬನಿಗೆ ವೈರಾಗ್ಯ ಅಂಕುರಿಸಿರುತ್ತದೆ. ಅಷ್ಟು ಮುಕ್ತ ಈ ಪ್ರಪಂಚ. ಹಾಗಿರುವಾಗ ನೀವು ನಿಮ್ಮನ್ನೇ ಕುಗ್ಗಿಸಿಕೊಂಡು ಮತ್ತೊಬ್ಬರನ್ನು ನಿಮಗಿಂತಲೂ ಎತ್ತರದವರು ಎಂದು ಸಾಧಿಸಲು ಹೊರಟಿದ್ದೀರಲ್ಲ, ಅದಕ್ಕೇನು ಹೇಳುವುದು?

ಶ್ರೀಕಾಂತ್, ಅನಾವಶ್ಯಕ ತರ್ಕಗಳಲ್ಲಿ ನಿಮ್ಮನ್ನು ನೀವೇ ಸಿಕ್ಕಿಸಿಕೊಂಡು ನೋವನ್ನು ಅನುಭವಿಸಬೇಡಿ. ನಿಮ್ಮ ಒಳಮನಸ್ಸಿನ ಮಾತುಗಳನ್ನು ಕೇಳಿ. ಅಂತರಾತ್ಮ ಯಾವಾಗಲೂ ಸತ್ಯವನ್ನೇ ಹೇಳುತ್ತದೆ. ನಿಮಗೇನು ಬೇಕೆಂದು ನಿಮ್ಮ ಅಂತರಾತ್ಮಕ್ಕಷ್ಟೇ ಗೊತ್ತಿರುತ್ತದೆ. ಕಳೆದುಹೋದ ನಿನ್ನ ತಮ್ಮನನ್ನು ಹುಡುಕಿಕೋ ಎಂದು ನಿಮ್ಮ ಆತ್ಮ ಪಿಸುಗುಟ್ಟಿದರೆ ಆ ಕಾಯಕಕ್ಕಾಗಿ ನಿಮ್ಮ ಜೀವನವನ್ನು

ತೊಡಗಿಸುವುದರಲ್ಲಿ ಯಾವ ತಪ್ಪೂ ಇಲ್ಲ. ನಿಮ್ಮ ಮನಸ್ಸಿಗೆ ವಿರುದ್ಧವಾಗಿ ಬೇರೆ ಏನನ್ನೋ ಏಕೆ ಮಾಡಬೇಕು ನೀವು? ಪ್ರಪಂಚ ಏನೇ ಹೇಳಲಿ ನಮ್ಮ ಬದುಕು ನಮಗೆ ಸಾರ್ಥಕವೆನ್ನಿಸುವುದು ನಮ್ಮ ಕನಸುಗಳಂತೆ ನಾವು ಬದುಕಿದಾಗ. ನಿಮ್ಮ ಕನಸುಗಳನ್ನು 'ಸಿಲ್ಲಿ' ಎನ್ನುತ್ತದೆ ಪ್ರಪಂಚ. ಏಕೆಂದರೆ ತನಗರ್ಥವಾಗದ್ದೆಲ್ಲಾ ಸಿಲ್ಲಿಯೇ ಅದಕ್ಕೆ. ಸೈಕಲ್ಲಿನಲ್ಲಿ ಪ್ರಪಂಚ ಸುತ್ತಬೇಕು ಎಂದು ಹೊರಡುವ ಧೀರರಿಲ್ಲವೇ? ಸೈಕಲ್ಲಿನಲ್ಲಿ ಏಕೆ ಸುತ್ತಬೇಕು ಎನ್ನುತ್ತದೆ ಪ್ರಪಂಚ – ಬಸ್ಸು ನಿಲ್ಲಿಸುವುದಿಲ್ಲ ಎನ್ನುತ್ತದೆಯೇ, ಟ್ರೈನು ಹತ್ತಿಸಿಕೊಳ್ಳುವುದಿಲ್ಲ ಎನ್ನುತ್ತದೆಯೇ, ಸೈಕಲ್ಲಿನಲ್ಲಿ ಏಕೆ ವರ್ಷಗಟ್ಟಲೆ ಪ್ರಪಂಚವನ್ನು ಸುತ್ತಬೇಕು? ಬಸ್ಸು ಟ್ರೈನುಗಳ ಲಾಜಿಕ್ಕೇ ಅಲ್ಲಿ ಅನ್ವಯವಾಗುವುದಿಲ್ಲ. ಏಕೆಂದರೆ ಅವರು ತುಳಿಯಲು ಹೊರಟಿರುವುದು ಟಾರು ರಸ್ತೆಯನ್ನಲ್ಲ ಬದಲಿಗೆ ತಮ್ಮ ಕನಸಿನರಸ್ತೆಯನ್ನು ಎನ್ನುವುದು ಪ್ರಪಂಚಕ್ಕೆ ಅರ್ಥವಾಗುವುದಿಲ್ಲ. ಪ್ರಪಂಚದ ಯಾರ್ಡ್‌ಸ್ಟಿಕ್‌ಗಳಲ್ಲಿ ಕನಸುಗಳನ್ನು ಅಳೆಯಲಾಗುವುದಿಲ್ಲ; ಪ್ರಪಂಚಕ್ಕೆ ಹೊಂದಿ ಬಾಳುವುದನ್ನು ಒಳಮನಸ್ಸಿಗೆ ಕಲಿಸಲಾಗುವುದಿಲ್ಲ. ಅವುಗಳನ್ನು ಅವುಗಳ ಪಾಡಿಗೆ ಬಿಟ್ಟುಬಿಡಿ. ಒಳಮನಸ್ಸಿನ ಪಿಸುಮಾತುಗಳನ್ನು ಕೇಳಿ. ನಿಮ್ಮ ತಮ್ಮ ಕೂಡ ನೆಲೆಸಿರುತ್ತಾನೆ ಅಲ್ಲಿ, ಅವನೊಂದಿಗೂ ಮಾತನಾಡಬಹುದು.

ನಿಮಗೆ ಹೇಳಲು ನನ್ನಲ್ಲಿ ಮತ್ತೇನೂ ಉಳಿದಿಲ್ಲ." ಎಂದರು.

ನಾನು ಸಮ್ಮೋಹನಕ್ಕೆ ಒಳಗಾದವನಂತೆ ಹ್ಯಾಪಿಯವರ ಮಾತುಗಳನ್ನು ಕೇಳುತ್ತಿದ್ದೆ. ಅವರ ಮಾತುಗಳು ನೇರವಾಗಿ ನನ್ನ ಎದೆಯನ್ನು ತಟ್ಟುತ್ತಿದ್ದವು. ಮತ್ತೆ ಯಾವ ಪ್ರಶ್ನೆಗಳನ್ನೂ ಕೇಳುವ ಅಗತ್ಯ ನನ್ನಲ್ಲಿ ಉಳಿದಿರಲಿಲ್ಲ.

ಹ್ಯಾಪಿಯವರೇ ಮಾತು ಮುಂದುವರೆಸಿದರು. "ಮಾತನಾಡಬೇಕು ನೀವು. ಈಗ ನನ್ನೊಂದಿಗಲ್ಲ, ನಿಮ್ಮ ಹತ್ತಿರದವರೊಂದಿಗೆ. ಮನಸ್ಸು ಹಗುರವಾಗುವುದೇ ಹಾಗೆ. ಒಳಮನಸ್ಸು ಬಾಯಿಬಿಡುವುದೇ ಪ್ರೀತಿಯ ಸನ್ನಿವೇಶಗಳಲ್ಲಿ. ಒಳಗೂ ಹೊರಗೂ ಸೇತುವೆ ಕಟ್ಟಬಲ್ಲ ಶಕ್ತಿ ಇರುವುದು ಪ್ರೀತಿಗೆ ಮಾತ್ರವೇ. ನಿಮ್ಮ ಪತ್ನಿಯೊಂದಿಗೆ ಎಲ್ಲಾದರೂ ಪ್ರವಾಸಕ್ಕೆ ಹೋಗಿಬನ್ನಿ. ಲೇಕ್‌ಟಾಹೋನಲ್ಲಿಯೋ, ಯೊಸಿಮಿಟಿ ಯಲ್ಲಿಯೋ, ನಯಾಗರದಲ್ಲಿಯೋ, ಎಲ್ಲೋಸ್ಟೋನ್ ನ್ಯಾಷನಲ್ ಪಾರ್ಕ್‌ನಲ್ಲಿಯೋ ಕೆಲವುದಿನಗಳನ್ನು ಕಳೆದುಬನ್ನಿ. ವರ್ತಮಾನದಲ್ಲಿ ಜೀವಿಸಿ, ಭೂತಕಾಲದಲ್ಲಲ್ಲ. ನಿಮಗೆ ರಜದ ಅಗತ್ಯವಿದೆ ಎಂದು ನಾನು ಬೇಕಾದರೆ ನಿಮ್ಮ ಕಂಪನಿಗೆ ಸಲಹೆ ನೀಡುತ್ತೇನೆ." ಎಂದರು.

ಹ್ಯಾಪಿಯವರಿಗೆ ವಂದನೆಗಳನ್ನು ತಿಳಿಸಿ ಬಾಗಿಲತನಕ ಹೋದವನನ್ನು ಅವರು ಮತ್ತೆ ಕರೆದರು.

"ನಿಮ್ಮ ತಮ್ಮನನ್ನು ಹುಡುಕುವ ನಿಮ್ಮ ಪ್ರಯತ್ನಗಳು ಒಂದು ರೀತಿಯಲ್ಲಿ ನನ್ನವೂ ಕೂಡ. ಏಕೆಂದರೆ ನಾನೂ ನನ್ನ ತಂಗಿಯನ್ನು ಹುಡುಕುತ್ತಿದ್ದೇನೆ."

ಆಶ್ಚರ್ಯದಿಂದ ಅವರ ಮುಖ ನೋಡಿದೆ. ಕಿಟಕಿಯ ಪಕ್ಕದಲ್ಲಿದ್ದ ಕಾರ್ನರ್ ಸ್ಟಾಂಡಿನಿಂದ ಒಂದು ಫೋಟೋವನ್ನು ಕೈಯಲ್ಲಿ ಹಿಡಿದು ನನಗೆ ತೋರಿಸಿದರು. ಇಂದು ಸಿಕ್ಕ ಯಾವತ್ತಿನದೋ ಹಳೆಯ ವರ್ತಮಾನ ಪತ್ರಿಕೆಯ ಚಿತ್ರದಂತೆ ಫೋಟೊ ಮಾಸಿತ್ತು. ಕಪ್ಪುಬಿಳುಪಿನ ಆ ಚಿತ್ರದಲ್ಲಿ ಒಬ್ಬ ಹುಡುಗ ಮತ್ತು ಹುಡುಗಿ ಕೈಕೈ ಹಿಡಿದು ನಿಂತಿದ್ದಾರೆ ಎಂದು ಹೇಳಬಹುದಿತ್ತೇ ಹೊರತು ಮುಖಗಳನ್ನು ಗುರುತಿಸುವಷ್ಟು ಸ್ಪಷ್ಟತೆಯೇ ಇರಲಿಲ್ಲ. ಹತ್ತೋ ಹದಿನೈದೋ ವರ್ಷದ ಹುಡುಗನಿರಬಹುದು ಮತ್ತು ಅವನ ಕೈ ಹಿಡಿದು ನಿಂತ ಹುಡುಗಿಗೆ ಸುಮಾರು ಏಳೆಂಟು ವರ್ಷಗಳಿರಬಹುದು.

"ನಾನು ಮತ್ತು ನನ್ನ ತಂಗಿ ಅದು. ಐವತ್ತೇಳು ವರ್ಷಗಳ ಹಿಂದಿನ ಚಿತ್ರವದು." ಎಂದರು. ಫೋಟೋವನ್ನು ಮುಖದ ಹತ್ತಿರ ಹಿಡಿದು ತಂಗಿಗೆ ಮುತ್ತುಕೊಟ್ಟರು.

"ಮನೆಯ ಸ್ವಿಮ್ಮಿಂಗ್ ಪೂಲ್‌ನಲ್ಲಿ ಸತ್ತಳು. ಮೂರ್ಛೆರೋಗವಿತ್ತು ಅವಳಿಗೆ. ಹಾಗಾಗಿ ಅವಳು ಈಜುಕೊಳದಲ್ಲಿರುವಾಗ ಎಲ್ಲೂ ದೂರಕ್ಕೆ ಹೋಗಬೇಡ ಎಂದು ನಮ್ಮಮ್ಮ ನನಗೆ ತಾಕೀತುಮಾಡಿದ್ದಳು. ನನಗೆ ಹನ್ನೆರಡು ವರ್ಷ ಮತ್ತು ನನ್ನ ತಂಗಿಗೆ ಎಂಟು ವರ್ಷ. ಅಮ್ಮ ಅಷ್ಟು ಹೇಳಿದ್ದರೂ ದೂರಕ್ಕೆ ಹೋದೆ. ಎಲ್ಲಿಗೆ ಹೋಗಿದ್ದೆನೋ ದೇವರಿಗೇ ಗೊತ್ತು. ಅಷ್ಟೇ! ಆ ಐದೇ ನಿಮಿಷಗಳಲ್ಲಿ ನಾನು ನನ್ನ ತಂಗಿಯನ್ನು ಕಳೆದುಕೊಂಡೆ." ಆ ಅರೆಮರೆಯ ಕಪ್ಪುಬಿಳುಪಿನ ಫೋಟೋದಲ್ಲಿನ ತಂಗಿಯ ಚಿತ್ರವನ್ನು ಮುಖದ ಹತ್ತಿರವಿಟ್ಟುಕೊಂಡು ನೋಡುತ್ತಿದ್ದರು. "ನಿಮ್ಮಂತೆಯೇ ಮನಸ್ಸಿನ ಮಹಾಸಂಗ್ರಾಮದಲ್ಲಿ ಅನೇಕ ದಶಕಗಳನ್ನೇ ಕಳೆದೆ ನಾನು. ಪ್ರತಿದಿನ ಈ ಫೋಟೋದ ಮುಂದೆ ನಿಂತು ನನ್ನ ತಂಗಿಯೊಂದಿಗೆ ಮಾತನಾಡುತ್ತಿದ್ದೆ. ಪ್ರತಿದಿನ ಕಣ್ಣೀರು ಸುರಿಸುತ್ತಿದ್ದೆ. ಎಷ್ಟೋ ವರ್ಷಗಳ ಮೇಲೆ ಮನಸ್ಸಿನೊಂದಿಗೆ ರಾಜಿ ಮಾಡಿಕೊಂಡೆ. ಈಗ ನನಗೆ ನನ್ನ ತಂಗಿಯ ಮಾತುಗಳು ಕೇಳುತ್ತವೆ. ರೂಮಿನ ಬೆಳಕನ್ನೆಲ್ಲ ನಂದಿಸಿ ಕಣ್ಣುಮುಚ್ಚಿ ಈಸಿಚೇರಿನಲ್ಲಿ ಧ್ಯಾನಸ್ಥನಾದರೆ ಸತ್ತ ಅವಳ ಮತ್ತು ಬದುಕಿರುವ ನನ್ನ ಹೃದಯಗಳ ನಡುವೆ ಸೇತುವೆಯೊಂದು ನಿರ್ಮಾಣವಾಗುತ್ತದೆ. ಮಂಜು ಮುಸುಕಿದ ಹಾದಿಯೊಂದು ನನಗೆ ಅಸ್ಪಷ್ಟವಾಗಿ ತೆರೆದುಕೊಳ್ಳುತ್ತದೆ. ಆ ಸೇತುವೆಯ ಮೇಲೆ ನಿಧಾನವಾಗಿ ಹೆಜ್ಜೆ ಹಾಕುತ್ತೇನೆ. ತಂಗಿಯನ್ನು ಮುಟ್ಟಿ ವಾಪಸ್ಸು ಬರುತ್ತೇನೆ." ಎಂದವರು ಸರಸರನೆ ಫೋಟೋಫ್ರೇಮನ್ನು ಬಿಚ್ಚಿ ಆ ಮಾಸಿದ ಚಿತ್ರವನ್ನು ತಮ್ಮ ಟೇಬಲ್ಲಿನ ಮೇಲಿದ್ದ ಡೈರಿಯಲ್ಲಿಟ್ಟು ಖಾಲಿ ಫ್ರೇಮನ್ನು ನನ್ನ ಕೈನಲ್ಲಿಟ್ಟರು. "ಇದರಲ್ಲಿ ನಿಮ್ಮ ತಮ್ಮನ ಚಿತ್ರವನ್ನು ಹಾಕಿಕೊಳ್ಳಿ. ಇದು ನಿಮಗೆ ನನ್ನ ಉಡುಗೊರೆ."

ನಾನು ಸಂಕೋಚಕ್ಕೆ ಬಿದ್ದೆ. "ಎಷ್ಟೋ ದಿನಗಳಿಂದ ನಿಮ್ಮ ತಂಗಿಯ ಫೋಟೋವನ್ನು ಅದರಲ್ಲಿ ಹಾಕಿಕೊಂಡಿದ್ದಿರಿ. ಅನ್ಯಾಯವಾಗಿ ಅದನ್ನು ತೆಗೆದು ಬಿಟ್ಟಿರಲ್ಲ..." ಎಂದೆ.

"ಪರವಾಗಿಲ್ಲ. ನನ್ನ ಬಳಿ ಇರುವ ಬೇರೆ ಫ್ರೇಮಿಗೆ ತಂಗಿಯ ಫೋಟೋವನ್ನು ಹಾಕುತ್ತೇನೆ."

ನಾನು ಮತ್ತೂ ಸಂಕೋಚದಲ್ಲಿಯೇ "ನನ್ನ ತಮ್ಮನ ಫೋಟೋ ಇಲ್ಲ ನನ್ನ ಬಳಿ..." ಎಂದೆ.

"ಯಾವ ವಯಸ್ಸಿನ ಚಿತ್ರವೂ ಇಲ್ಲವೇ?"

"ಇಲ್ಲ."

"ಐ.ಸೀ. ಅವನ ಚಿತ್ರ ನಿಮ್ಮ ಮನಸ್ಸಿನಲ್ಲಿ ಮಾತ್ರ ಉಳಿದಿದೆ ಹಾಗಾದರೆ." ಎಂದವರು "ಒಂದು ಕೆಲಸ ಮಾಡಿ. ಅವನ ಚಿತ್ರವನ್ನು ನೀವೇ ಕೈನಲ್ಲಿ ಬರೆದು ಈ ಫ್ರೇಮಿಗೆ ಹಾಕಿಕೊಂಡು ಬಿಡಿ."

ನಾನು ನಕ್ಕೆ. "ನನಗೆ ಚಿತ್ರ ಬರೆಯುವ ಕಲೆಯೇ ಇಲ್ಲ. ನಾನು ಬರೆದರೆ ಅದು ಕೃಷ್ಣ ಎಂದು ಯಾರಿಗೂ ಗೊತ್ತಾಗುವುದಿಲ್ಲ."

"ಯಾರಿಗೆ ಏಕೆ ಗೊತ್ತಾಗಬೇಕು?"

ಸಿಲ್ವರ್ ಬಣ್ಣದ ಫೋಟೋಫ್ರೇಮನ್ನು ನನ್ನ ಬ್ಯಾಗಿನಲ್ಲಿಟ್ಟು ಮುಂದೆ ಅಡಿ ಇಟ್ಟೆ. ಕಿಟಕಿಯ ಬಳಿ ನಿಂತಿದ್ದ ಹ್ಯಾಪಿ ನನ್ನ ನಿರ್ಗಮನವನ್ನೇ ದೃಷ್ಟಿಸುತ್ತಿರುವುದು ಸ್ಪಷ್ಟವಾಗಿ ಅರಿವಿಗೆ ಬರುತ್ತಿತ್ತು.

ಅಧ್ಯಾಯ 16

"ಹೇ, ನೋಡಲ್ಲಿ!" ಎಂದಳು ವಾಣಿ ಆಕಾಶದಿಂದ ಬೀಳುತ್ತಿದ್ದ ಉಲ್ಕೆಯೊಂದರೆಡೆಗೆ ಕೈ ತೋರಿಸುತ್ತಾ. ಸ್ಥಿರ ನಕ್ಷತ್ರಗಳ ನಡುವೆ ಜಾರಿದ ಆ ಬೆಳಕಿನ ತುಂಡು ಅಂಬೆಗಾಲಿಡಲು ಕಲಿತ ಮಗುವಿನಂತೆ ಉಲ್ಲಾಸದಲ್ಲಿ ಚಲಿಸಿ ಕ್ಷಣಾರ್ಧದಲ್ಲಿ ಮರೆಯಾಯಿತು. ಮತ್ತೆ ನಮ್ಮ ಕಣ್ಣಪೂರ ಕೋಟಿ ಅಚಲಿತ ನಕ್ಷತ್ರಗಳ ದಟ್ಟ ಆಕಾಶ. "ನೋಡಿದೆಯೋ ಇಲ್ಲವೋ?" ಕಾಡಿನ ಹುಲ್ಲಿನ ಹಾಸಿಗೆಯ ಮೇಲೆ ಅಂಗಾತ ಮಲಗಿದಂತೆಯೇ ಕೇಳಿದಳು. ಮತ್ತೊಂದು ನಕ್ಷತ್ರ ಜಾರಿ ನಮ್ಮೆಡೆಗೆ ಬರಬಹುದೆಂಬ ಆಸೆ ಅವಳ ನೋಟದಲ್ಲಿತ್ತು. "ನೋಡಿದೆ" ಎಂದೆ. ಮರ್ಸೆಡ್ ನದಿಯ ಜುಳುಜುಳು ಹರಿವು ಪಕ್ಕದಲ್ಲೇ, ಮಲಗಿದ್ದ ನನ್ನ ಭುಜಗಳನ್ನು ಸವರಿ ಹೋಗುವಷ್ಟು ಪಕ್ಕದಲ್ಲೇ!

ಉತ್ತರ ಕ್ಯಾಲಿಫೋರ್ನಿಯಾದಲ್ಲಿರುವ ಯೊಸಿಮಿಟಿ ಎನ್ನುವ ಪ್ರಕೃತಿಯ ಸ್ವರ್ಗದಲ್ಲಿ ನಾನು ಮತ್ತು ವಾಣಿ ಕಳೆದದ್ದು ಹನ್ನೆರಡು ದಿನಗಳು. ಮರದ ಹಲಗೆಗಳಲ್ಲಿ ಕಟ್ಟಿದ ಕ್ಯಾಬಿನ್‌ನೊಂದರಲ್ಲಿ ನಮ್ಮ ವಾಸ. ಪ್ರೊಪೇನ್ ಗ್ಯಾಸ್‌ನ ಸಣ್ಣ ಒಲೆಯಲ್ಲಿ ಬಯಲಿನಲ್ಲಿ ಅಡುಗೆ. ದಿನಪೂರ್ತಿ ಜಲಪಾತ ಮತ್ತು ರಾತ್ರಿ ಪೂರ್ತಿ ಆಕಾಶ.

ಎಲ್ಲೆಲ್ಲೂ ಜಲಧಾರೆಯೇ. ಸೂರ್ಯನನ್ನು ತಬ್ಬುವಂತೆ ಎತ್ತರವಾಗಿ ಬೆಳೆಯುವ ರೆಡ್‌ವುಡ್ ಮರಗಳು. ಹಾವಿನಂತೆ ಬಳಸಿ ಭೂಮಿಯನ್ನು ತಬ್ಬುವ ಮರ್ಸೆಡ್ ನದಿ. ಬೆಟ್ಟದಷ್ಟೆತ್ತರಕ್ಕೆ ತಲೆ ಎತ್ತಿ ನಿಂತ ಹೆಬ್ಬಂಡೆಗಳು – ಅದರಲ್ಲೂ ಅರ್ಧವರ್ತುಲದ ಹಾಫ್ ಡೋಮ್. ವಿಧವಿಧದ ಕಾಡು ಹೂವುಗಳು. ಮೂರು ಬಿಳಿಯ ಪಟಲಗಳ ಮಾಯಿಪೊಸಾ ಲಿಲಿಯನ್ನು ಹಿಡಿದು ಹಣೆಯ ಮೇಲಿಟ್ಟುಕೊಳ್ಳುತ್ತ ವಾಣಿ "ಎಷ್ಟು ಚೆಂದ ಅಲ್ವಾ ಈ ಹೂವು? ನಮ್ಮೂರಿನ ಕರ್ಣಕುಂಡಲದ ಥರ ಇದೆ." ಎಂದಳು. ವಾಣಿಯ ಹಣೆಯನ್ನೇರಿದ ಪುಷ್ಪ ತನ್ನ ಬಿಳಿಯ ಪಕಳೆಗಳನ್ನು ಗಾಳಿಗೆ ಅದುರಿಸುತ್ತ ಅವಳ ಹಣೆಯ ಮೇಲಿನಿಂದ ಹಾರಿಹೋಗದಂತೆ ಕಷ್ಟಪಟ್ಟು ಕೂತಿತ್ತು. ವಾಣಿಗೆ ಹೂವು ಇಷ್ಟವಾದಂತೆ ಹೂವಿಗೂ ವಾಣಿಯ ಹಣೆ ಇಷ್ಟವಾಗಿರಬಹುದು.

ಒಂದೆರಡಲ್ಲ, ನಾನು ಮತ್ತು ವಾಣಿ ಇಬ್ಬರನ್ನೂ ಮುಚ್ಚಿ ಹಾಕುವಷ್ಟು ಲಿಲಿಗಳು ಅಲ್ಲಿ ಅರಳಿ ನಗುತ್ತಿದ್ದವು. ನಾಟಕದಲ್ಲಿ ಪರದೆ ಬದಲಿಸಿದಂತೆ ಹಗಲಿನ ಬೆಚ್ಚನೆಯ ಶುಭ್ರ ನೀಲಿ ಗಗನಕ್ಕೆ ಚಳಿಯ ನಕ್ಷತ್ರದ ರಾತ್ರಿಗಳು. ಶುದ್ಧ ಗಾಳಿ, ಶುದ್ಧ ನೀರು, ಹಕ್ಕಿಗಳ ಕಲರವ ಎಲ್ಲೆಲ್ಲೂ.

ಹ್ಯಾಪಿ ಹೇಳಿದಂತೆ, ನನ್ನ ಆ ತಳಮಳದ ದಿನಗಳಲ್ಲಿ ನನ್ನಿಂದ ನಿನ್ನೆಗಳನ್ನು ಮರೆಸಿ ಮೂಟೆಯಂತೆ ಹೇರಿಕೊಂಡಿದ್ದ ಭಾರವನ್ನು ಇಳಿಸಿ ಮತ್ತೆ ನನ್ನನ್ನು ಆಕಾಶಕ್ಕೆ ಹಾರಿಬಿಡುವ ನೆಲೆ ಬೇಕಿತ್ತು. ನನ್ನನ್ನು ಮತ್ತು ವಾಣಿಯನ್ನು ಮುಸುಕಿನೊಳಗಿನ ಕತ್ತಲೆಯ ಪ್ರಪಂಚದಲ್ಲಿ ಬಂಧಿಸಿ ಒಬ್ಬರೊಳಗೊಬ್ಬರು ಒಂದಾಗುವಂತೆ, ಒಂದೇ ಕನಸನ್ನು ಹಂಚಿಕೊಳ್ಳುವಷ್ಟು ಬಿಗಿಯಾಗಿ ತಬ್ಬುವಂತೆ ಮಾಡಬಲ್ಲ ಸೆಲೆಯೊಂದು ಬೇಕಿತ್ತು. ಯೊಸಿಮಿಟಿ ಎನ್ನುವ ಆ ಪ್ರದೇಶ ತನ್ನ ಸೌಂದರ್ಯದ ಮಾಂತ್ರಿಕತೆಯಿಂದ ಅವೆಲ್ಲವನ್ನೂ ಮಾಡುವ ಆಸೆಯನ್ನು ನಮ್ಮಲ್ಲಿ ಹುಟ್ಟಿಸಿತ್ತು.

ಆ ಹನ್ನೆರಡು ದಿನ–ರಾತ್ರಿಗಳಲ್ಲಿ ನಾನು ವಾಣಿಯನ್ನು ಕಂಡುಕೊಂಡೆ. ಒಂದರ್ಥ ದಲ್ಲಿ, ವಾಣಿಯ ಮೂಲಕ ನನ್ನನ್ನು ನಾನೇ ಅರಿತುಕೊಂಡೆ. ಆ ಹನ್ನೆರಡು ದಿನಗಳಲ್ಲಿ ನಾವಿಬ್ಬರು ಅದೆಷ್ಟು ಮಾತನಾಡಿದೆವೆಂದರೆ ಮದುವೆಯಾದ ನಂತರದ ಏಳುವರ್ಷಗಳಲ್ಲಿ ಆಡಿದ್ದನ್ನು ಒಟ್ಟಿಗೇ ಸೇರಿಸಿದರೂ ಅಷ್ಟು ಮಾತಾಗಲಿಕ್ಕಿಲ್ಲ; ಅಷ್ಟೊಂದು. ತಾನು ಓದಿದ್ದ ಎಷ್ಟೊಂದು ಕಥೆಗಳನ್ನು ವಾಣಿ ನನಗೆ ಹೇಳಿದಳು! 'ಲೈಫ್ ಆಫ್ ಪೈ' ಎನ್ನುವ ಕಥೆಯಲ್ಲಿ ಪೈ ಪಟೇಲ್ ಎನ್ನುವ ಹದಿನಾಲ್ಕು ವರ್ಷಗಳ ಹುಡುಗ ತನ್ನ ಕುಟುಂಬ ಮತ್ತು ತಂದೆಯ ಸರ್ಕಸ್ ಪ್ರಾಣಿಗಳೊಂದಿಗೆ ಹಡಗಿನಲ್ಲಿ ಕೆನಡಾಕ್ಕೆ ಹೊರಡುತ್ತಾನೆ. ಹಡಗು ಸಮುದ್ರದ ಮಧ್ಯದಲ್ಲಿ ಅಪಘಾತವಾಗಿ ಮುಳುಗಿ ಕುಟುಂಬದ ಎಲ್ಲರೂ ಸತ್ತು ಪೈ ಪಟೇಲ್ ಮಾತ್ರ ಉಳಿದು ಒಂದು ದೋಣಿಯಲ್ಲಿ ತೇಲುತ್ತಾನೆ. ಆ ಸಣ್ಣ ದೋಣಿಯಲ್ಲಿ ಅವನೊಂದಿಗೆ ಮತ್ತ್ಯಾರಿದ್ದರೆಂದರೆ ಒಂದು ಬೆಂಗಾಲದ ಹುಲಿ! ಪೈ ಪಟೇಲ್ ಮತ್ತು ಹುಲಿ ಒಬ್ಬರಿಗೊಬ್ಬರು ಆಸರೆಯಾಗಿ ಆ ಸಣ್ಣದೋಣಿಯಲ್ಲಿ ಇನ್ನೂರ ಇಪ್ಪತ್ತೇಳು ದಿನಗಳು ತೇಲುತ್ತಾರೆ! ಆ ಕಥೆಯನ್ನು ಹೇಳುವಾಗ ವಾಣಿಯ ಕಣ್ಣುಗಳು ಮೇಲಿನ ತಾರೆಗಳಷ್ಟೇ ಉಜ್ವಲವಾಗಿದ್ದವು.

ನಾವು ಉಳಿದುಕೊಂಡಿದ್ದ ಕಾಡಿನ ಮಧ್ಯೆಯ ಆ ಮರದ ಕ್ಯಾಬಿನ್, ಬಿಳಿಯ ಚಾದರದ ತೆಳ್ಳನೆಯ ಹಾಸಿಗೆಯನ್ನು ಹೊತ್ತ ಮರದ ಮಂಚ, ಕೋಣೆಯ ಮಂದ ಬೆಳಕನ್ನು ಪ್ರತಿಫಲಿಸುವ ದುಂಡನೆಯ ನಿಲುವುಗನ್ನಡಿ, ನಡೆದಾಡಿದಾಗ ಶಬ್ದ ಮಾಡುವ ಮರದ ಹಲಗೆಗಳ ನೆಲ, ದಟ್ಟ ಪೈನ್ ಮರಗಳ ನಡುವೆ ಅರ್ಧಗೋಳಾಕಾರದ ಬಂಡೆಯನ್ನು ತೋರಿಸುವ ಮತ್ತು ಈ ಕ್ಯಾಬಿನ್‌ನ ಹೊರಗೂ ಜಗತ್ತಿದೆ ಎಂದು ಜ್ಞಾಪಿಸುವ ಎರಡು ಅಡಿಯೂ ಉದ್ದಗಲವಿಲ್ಲದ ಸಣ್ಣ ಕಿಟಕಿ – ಪೂರ್ವದಿಕ್ಕಿನ ಕಿಟಕಿ, ಎಲ್ಲ ನಮಗೋಸ್ಕರವೇ ಆ ಕಾಡಿನ ಮಧ್ಯೆ ಜೊತೆಯಾದಂತಿತ್ತು. ಬೆಳದಿಂಗಳು ಮಂದವಾಗುತ್ತಲೆ ಆ ಸಣ್ಣ ಕಿಟಕಿಯಿಂದ ಮೂಡಿಬರುತ್ತಿದ್ದ ಬೆಳಗಿನ ಉಷೆ ಇನ್ನೂ

ಅರಳದ ಹೂವಿನ ಮೊಗ್ಗಿನಂತೆ ದಿನವನ್ನು ಎದೆಯಲ್ಲಿ ಹಗುರವಾಗಿ ಹಿಡಿದು ನಮಗಾಗಿ ಕಾಯುತ್ತಿತ್ತು.

ಕ್ಯಾಬಿನ್‌ನ ಕಿಟಕಿಯಲ್ಲಿ ಕಾಣುತ್ತಿದ್ದ ಅರ್ಧಗೋಳಾಕಾರದ ಬಂಡೆಯನ್ನು ಬೆಳಗಿನ ಹಿಮದಲ್ಲಿ ಏರಿದೆವು. ಮಧ್ಯಾಹ್ನದ ಬಿಸಿಲಿಗೆ ನದಿಯ ಕೊರಕಲಿನ ಗವಿಯಲ್ಲಿ ನೀರಿನ ಶಬ್ದವನ್ನು ಕೇಳುತ್ತ ಮೈಮರೆತು ಮಲಗಿದೆವು. 'ಯೊಸಿಮಿಟಿಯ ಜಲಪಾತದ ನೀರಿನ ತುಂತುರಿನಲ್ಲಿ ಚಂದ್ರನ ಬೆಳಕಿನಲ್ಲಿ ಕಾಮನಬಿಲ್ಲು ಮೂಡುತ್ತದೆ' ಎಂದು ಎಂದೋ ನ್ಯೂಸ್‌ಪೇಪರಿನಲ್ಲಿ ಓದಿದ್ದನ್ನು ನೆನಪಿಸಿಕೊಂಡಂತೆಯೇ ಜಲಪಾತದ ಕೆಳಗಿನ ಸೇತುವೆಯ ಹತ್ತಿರ ಚಳಿಗೆ ಮುದುಡಿ 'ಮೂನ್‌ಬೋ'ಗಾಗಿ ಮಧ್ಯರಾತ್ರಿಯ ತನಕ ಕುಳಿತಿದ್ದೆವು. "ಜಲಪಾತದ ನೀರಿನಲ್ಲಿ ಚಂದ್ರನ ಕಾಮನಬಿಲ್ಲನ್ನು ನೋಡಲೆಂದೇ ಮೂಲನಿವಾಸಿಗಳ ದೇವತೆಗಳು ಮಾನವವೇಷಧಾರಿಗಳಾಗಿ ಬಂದು ಸುತ್ತಲಿನ ಬೆಟ್ಟಗಳಲ್ಲಿ ಅಡಗಿ ಕುಳಿತಿರುತ್ತಿದ್ದರಂತೆ." ಎಂದಳು ವಾಣಿ.

"ನನ್ನ ನಿನ್ನಂತೆ." ಎಂದೆ. ನಕ್ಕಳು. ಚಂದ್ರನ ಕಾಮನಬಿಲ್ಲನ್ನು ನಮ್ಮೆಡೆಗೆ ತನ್ನ ಸೆರಗಿನಲ್ಲಿ ಚಿಮುಕಿಸುತ್ತ ಧುಮ್ಮಿಕ್ಕುತ್ತಲೇ ಇತ್ತು ಜಲಪಾತ.

ಮಧ್ಯರಾತ್ರಿ ಕಳೆಯುವ ತನಕ ಕ್ಯಾಬಿನ್‌ನ ಹೊರಗಿನ ಫೈರ್‌ಪ್ಲೇಸ್‌ನಲ್ಲಿ ಬೆಂಕಿಯ ಮುಂದೆ ಚಳಿಕಾಯಿಸುತ್ತ ಕುಳಿತುಕೊಳ್ಳುತ್ತಿದ್ದೆವು. ಬಣ್ಣದ ಜ್ವಾಲೆಯ ಮುಂದೆ ತಬ್ಬಿಕುಳಿತು ಮಾತನಾಡುತ್ತಿದ್ದೆವು. ತಮ್ಮ ದಿವ್ಯ ನಿಶ್ಯಬ್ದದಲ್ಲಿ ಸುತ್ತಲಿನ ಮರಗಳು ನಮ್ಮ ಮಾತುಗಳನ್ನು ಕೇಳುತ್ತಿದ್ದವು. ಆಗೊಂದು ಈಗೊಂದು ಅಳಿಲುಗಳು ಕುತೂಹಲದಿಂದ ಸರಿಯುತ್ತಿದ್ದವು ನಮ್ಮ ಬಳಿ ನಮ್ಮ ತಟ್ಟೆಯಲ್ಲಿ ಉಳಿದಿರಬಹುದಾದ ಅನ್ನದ ಅಗುಳಿನ ಆಸೆಗಾಗಿ. ನದಿಯ ಹರಿವಿನ ಶಬ್ದ ಉರಿವ ಜ್ವಾಲೆಯ ಚಟಪಟದ ನಡುವೆಯೂ ಸ್ಪಷ್ಟವಾಗಿ ಕೇಳುತ್ತಿತ್ತು. ಬೆಟ್ಟಗಳು ಕತ್ತಲೆಯ ನೆರಳನ್ನು ಹೊತ್ತು ನಿಗೂಢವಾಗುತ್ತಿದ್ದವು. ಆಕಾಶಕ್ಕೆ ಮುಖಮಾಡಿ ಹುಲ್ಲಿನ ಮೇಲೆ ಮಲಗುತ್ತಿದ್ದೆವು. ಆಕಾಶದಲ್ಲಿ ಜಾಗವಿಲ್ಲದಂತೆ ತಾರೆಗಳ ನೂಕುನುಗ್ಗಲು. ಅಷ್ಟೊಂದು ನಕ್ಷತ್ರಗಳನ್ನು ನಾನೆಂದೂ ಕಂಡಿರಲಿಲ್ಲ, ಗೊಲ್ಲರಹಳ್ಳಿಯ ವೀರಭದ್ರನ ಗುಡಿಯ ಕಟ್ಟೆಯ ಮೇಲೆ ಮಲಗಿದಾಗಲೂ ಕೂಡ. ಆಗಲೇ, ನಕ್ಷತ್ರ ಲೋಕದಿಂದ ಪತ್ರವೊಂದು ಬಂದಂತೆ ಆಕಾಶದಿಂದ ಆ ಉಲ್ಕೆಯು ಉದುರಿದ್ದು. ಕಕ್ಷೆ ತಪ್ಪಿದ ಆ ಉಲ್ಕೆಯನ್ನು ಶಾಶ್ವತವಾಗಿ ಹಿಡಿದಿಟ್ಟುಕೊಳ್ಳಲು ರೆಪ್ಪೆಗಳನ್ನು ನಾನು ಮುಚ್ಚಿದ್ದು.

ಪ್ರಪಂಚದ ಯಾವ ನಿಯಮವೂ ಸೋಕದ ಮಕ್ಕಳಂತೆ ಆ ದಿನಗಳನ್ನು ಕಳೆದೆವು. ಬೆಳಗೋ, ಮಧ್ಯಾಹ್ನವೋ, ಸಂಜೆಯೋ ಸಮಯವನ್ನು ಪಾಲಿಸುವ ಯಾವ ಕಟ್ಟೂ ನಮಗಿರಲಿಲ್ಲ. ಹಿಮದ ರಾಶಿಯ ಬಯಲಿನಲ್ಲಿ ನಿಂತಂತೆ ಸಮಯ ದಿಕ್ಕು ದಾರಿಗಳನ್ನು ಕಳೆದುಕೊಂಡಿತ್ತು. ಬೆಟ್ಟದ ಕೆಳಗಿನ ಅಂಕುಡೊಂಕಿನ ರಸ್ತೆಯನ್ನು ಸಂಪೂರ್ಣವಾಗಿ ಮರೆ ಮಾಡುವ ದಟ್ಟ ಮಂಜಿನಷ್ಟು ಆ ಕ್ಷಣಗಳು ನಿಗೂಢವಾಗಿದ್ದವು. ಕಾಗದದ ದೋಣಿ ಮಾಡಿ ನದಿಯಲ್ಲಿ ತೇಲಿಬಿಟ್ಟೆವು. ಬೆಟ್ಟದ ಕಡೆಗೆ ಮುಖ ಮಾಡಿ ಹೆಸರು

ಕೂಗುತ್ತ ಪ್ರತಿಧ್ವನಿಯನ್ನು ಕೇಳಿದೆವು. ಬಂಡೆಯ ಮೇಲೆ ಕುಳಿತು ಸೂರ್ಯಾಸ್ತವನ್ನು ನೋಡಿದೆವು. ಕೆಂಪನೆಯ ಆಕಾಶದಲ್ಲಿ ಹಕ್ಕಿಗಳನ್ನು ಗುರುತಿಸಲು ನೋಡಿದೆವು. ಗುರುತುಸಿಗದಾಗ ಅವುಗಳನ್ನು ಎಣಿಸಿದೆವು. ಕತ್ತಲಲ್ಲಿ ಮರಗಳ ಮೇಲೆ ಟಾರ್ಚ್ ಬೆಳಕು ಬಿಟ್ಟರೆ ಗಾಬರಿಗೆ ಬಿದ್ದು ಅಡಗಿಕೊಳ್ಳುವ ಅಳಿಲುಗಳನ್ನು ಹುಡುಕಿದೆವು. ಪೈನ್‌ಮರದ ಕೋನುಗಳನ್ನು ಆಯ್ದು ಹಿಪ್ಪೆ ಮಾಡಿ ಕ್ಯಾಂಪ್‌ಫೈರ್‌ಗೆ ಹಾಕಿ ಎತ್ತರದ ಜ್ವಾಲೆ ಬರಿಸಿ ಚಳಿ ಕಾಯಿಸಿಕೊಂಡೆವು. ಬೆಂಕಿಯ ಸುತ್ತ ಚಪ್ಪಾಳೆ ತಟ್ಟುತ್ತ ಕುಣಿದು ಹಾಡು ಹೇಳಿದೆವು. ಅಂತ್ಯಾಕ್ಷರಿ ಆಡಿದೆವು. ಮತ್ತೆ ಮತ್ತೆ ಅಂಗಾತ ಮಲಗಿ ನಕ್ಷತ್ರಗಳಿಗೆ ಮುಖಾಮುಖಿಯಾದೆವು.

ಒಂದು ರಾತ್ರಿ ಅನಿರೀಕ್ಷಿತವಾಗಿ ಮಳೆ ಸುರಿಯಿತು. ವಸಂತದ ಮಳೆ ಅದು. ಸಮಯ ಮಧ್ಯರಾತ್ರಿಯನ್ನು ಸಮೀಪಿಸಿತ್ತು. ಬಿದ್ದ ಮಳೆ ಕ್ಯಾಂಪ್‌ಫೈರನ್ನು ನಂದಿಸಿತು. ಕ್ಯಾಬಿನ್‌ನ ಒಳಹೋಗಲು ಹೊರಟವಳ ಕೈ ಹಿಡಿದು ಜಗ್ಗಿದೆ. ನನಗೆ ಒಳಹೋಗಿ ಸೇರಿಕೊಳ್ಳುವ ಮನಸ್ಸಿರಲಿಲ್ಲ. ಇಬ್ಬರೂ ಮಳೆಯಲ್ಲಿ ಕಾಡಿನಲ್ಲಿ ಓಡಿದೆವು. ಮರಗಳ ಮೇಲೆ ಸುರಿವ ಧಾರೆಗೆ ನಮ್ಮ ಕೇಕೆಯೂ ಸೇರಿ ಆಹ್ಲಾದಕರವಾಗಿತ್ತು. ನದಿಯೆಡೆಗೆ ಓಡಿದೆವು. ಮಳೆಯ ಹನಿಗಳು ನದಿಯ ಮೇಲೆ ಹೇಗೆ ಉದುರುತ್ತವೆ ಎಂದು ನೋಡುವ ಕುತೂಹಲವಿತ್ತು. ಹರಿವ ನದಿ ರಾತ್ರಿಯ ವರ್ಷಧಾರೆಗೆ ನಿಸ್ಸಂಕೋಚವಾಗಿ ಮೈಚಾಚಿ ಮಲಗಿತ್ತು. ನಾನು ನದಿಯ ನೀರಿಗೆ ಇಳಿದೇ ಬಿಟ್ಟೆ. ಹಿಮಗಟ್ಟುವಷ್ಟು ನೀರು ತಣ್ಣಗಿತ್ತು. ಬಾ ಎಂದು ಕರೆದರೆ ದಂಡೆಯ ಮೇಲೆ ಮುದುಡಿನಿಂತು ತುಂಟತನದಲ್ಲಿ ತಲೆಯನ್ನಾಡಿಸಿದಳು. ಕೈ ಹಿಡಿದು ಎಳೆದು ಅವಳನ್ನು ನೀರಿಗೆ ಬೀಳಿಸಿದೆ. ಮಂಜು ಕೊರೆಯುವ ನೀರು ಕಾಲು, ತೊಡೆ, ಸೊಂಟ, ಎದೆಯನ್ನೆಲ್ಲಾ ಗಟ್ಟಿ ತಬ್ಬಿ ಮರಗಟ್ಟಿಸಿಬಿಟ್ಟಿತು. ಹಲ್ಲುಗಳು ಅದುರುವ ಆ ಮಂಜುಗಟ್ಟುವ ಚಳಿಯಲ್ಲೂ ಮನಸಾರೆ ನಕ್ಕೆವು. ಸುತ್ತಲಿನ ಜಲರಾಶಿಗೆ ಆರದ ಕಾವು ಎದೆಯಲ್ಲಿತ್ತು.

ವಾಪಸ್ಸು ಕೋಣೆಗೆ ಬಂದು ಬಟ್ಟೆ ಬದಲಿಸುವ ಹೊತ್ತಿಗೆ ಒಂದು ಗಂಟೆ ದಾಟಿತ್ತು. ಹಾಸಿಗೆಯಲ್ಲಿ ಮಲಗಿದಂತೆಯೇ ಆ ಸಣ್ಣ ಕಿಟಕಿಯಿಂದ ಮಳೆಯ ಹನಿಗಳು ಉದುರುವುದು ಕಾಣುತ್ತಿತ್ತು. ಕಿಟಕಿಯಾಚೆಯ ಮರಗಳು ಗಾಳಿಗೆ ಹೊಯ್ದಾಡುತ್ತಿದ್ದವು. ಕ್ಯಾಬಿನ್‌ನ ಮರದ ಮೇಲ್ಛಾವಣಿಯ ಮೇಲೆ ಉದುರುವ ಮಳೆ ಗಾನದ ಲಹರಿಯನ್ನು ತಂದಿತ್ತು.

"ವಾಣಿ"

"ಏನು?"

"ಡ್ಯಾನ್ಸ್ ಮಾಡೋಣ."

ವಾಣಿ ಜೋರಾಗಿ ನಕ್ಕಳು. ಸೂರಿನ ಮೇಲಿನ ಮಳೆಯ ಗುನುಗಿಗೆ ಅವಳ ನಗುವೂ ಸೇರಿ ಆಹ್ಲಾದಕರ ಸಂಗೀತವಾಯಿತು. "ಕೊರೆಯುವ ನೀರಿನಲ್ಲಿ ಬೀಳಿಸಿ ಡಾನ್ಸ್ ಮಾಡಿಸಿದೆಯಲ್ಲ, ಮತ್ತಿನ್ನೇನು ಬೇಕು ನಿನಗೆ?"

"ಈಗ ಇಲ್ಲಿ ಮಾಡೋಣ."

"ಇಲ್ಲೇ?"

"ಇಲ್ಲೇ. ಈ ಕ್ಯಾಬಿನ್‌ನಲ್ಲೇ." ಎಂದೆ. "ಬರೀ ಮೈನಲ್ಲಿ."

"ಥೂ! ಪೋಲಿ. ಹೋಗಾಚೆಗೆ." ವಾಣಿ ನನ್ನನ್ನು ಮಂಚದಿಂದ ಕೆಳಕ್ಕೆ ದೂಡಿದಳು.

ಮುಂದಿನ ಕ್ಷಣದಲ್ಲಿ ಮಳೆಯ ರಾಗಕ್ಕೆ ನಾವಿಬ್ಬರು ಹೆಜ್ಜೆ ಹಾಕುತ್ತಿದ್ದೆವು. ಕಿಟಕಿ ಯಾಚೆಯಿಂದ ಮೋಡ ಕೊರೆದು ಬೀಳುತ್ತಿದ್ದ ತೆಳ್ಳನೆಯ ಬೆಳದಿಂಗಳು ಬಿಟ್ಟರೆ ಬರೀ ಕತ್ತಲೆ. ಎದೆಯ ಬಯಕೆಯ ಬೆಳಕಷ್ಟೇ ಅಲ್ಲಿ. ನಾನು ವಾಣಿಯೆಡೆಗೆ ನೋಡಿದೆ. ನನಗೆ ಪೂರ್ತಿ ಬೇರೆಯಾಗಿ ಕಂಡಳು. ಅವಳ ಚಂಚಲ ಕಣ್ಣುಗಳು, ಗಲ್ಲ, ಕುತ್ತಿಗೆ, ಸ್ತನಗಳು, ಹೊಟ್ಟೆ, ತೊಡೆ. ಕಣ್ಣುತುಂಬುವಂತೆ ನೋಡಿದೆ.

ವಾಣಿ ನಾಚಿಕೆಯಿಂದ ನಸುನಕ್ಕು "ಇವತ್ತೇ ಮೊದಲು ನನ್ನನ್ನು ನೋಡುತ್ತಿರುವ ಹಾಗೆ ನೋಡುತ್ತಿದ್ದೀಯ." ಎಂದಳು.

"ಇವತ್ತು ಹೊಸ ರೀತಿಯಲ್ಲಿ ಕಾಣುತ್ತಿದ್ದೀಯ."

"ಹೊಸ ರೀತಿಯಲ್ಲಿ ಕಾಣುತ್ತಿರುವುದು ನಾನಲ್ಲ, ನಿನ್ನ ಮನಸ್ಸು." ಎಂದಳು.

ವಾಣಿಯ ಸೊಂಟವನ್ನು ಬಳಸಿ ನನ್ನೆಡೆಗೆ ಎಳೆದುಕೊಂಡೆ. ವಾಣಿಯ ಬಿಸಿಯುಸಿರು ನನ್ನ ಎದೆಯನ್ನು ಚುಂಬಿಸುತ್ತಿತ್ತು. ನಾವಿಬ್ಬರು ಮತ್ತಿನಲ್ಲಿ ಹೆಜ್ಜೆ ಹಾಕುವಾಗ ಮಳೆ ಮಾತ್ರ ನಿರಂತರವಾಗಿ ಸುರಿಯುತ್ತಿತ್ತು. ಎಷ್ಟು ಹೊತ್ತು ಹಾಗಿದ್ದೆವೋ ಇಬ್ಬರಿಗೂ ತಿಳಿಯದು.

"ಕಿಟಕಿಯ ಹತ್ತಿರ ಯಾರೋ ಇದ್ದಾರೆ." ಎಂದಳು ಗಾಬರಿಯಿಂದ, ನನ್ನ ಬೆನ್ನಿನ ಹಿಂದೆ ಅಡಗಿಕೊಳ್ಳುತ್ತಾ.

"ಗಾಳಿಗೆ ಹೊಯ್ದಾಡುವ ಪೈನ್ ಮರದ ಕೊಂಬೆ." ಎಂದೆ.

"ಅಲ್ಲ. ಇನ್ಯಾರೋ ಇದ್ದಾರೆ."

ಕಿಟಕಿಯ ಹತ್ತಿರ ಹೋಗಿ ನೋಡಿ ನಗುತ್ತ ವಾಣಿಯನ್ನು ಹತ್ತಿರ ಎಳೆದೆ. ಕಪ್ಪು ಕರಡಿಯ ಮರಿಯೊಂದು ಕಸದ ಡಬ್ಬಿಯನ್ನು ಎಳೆಯಲು ನೋಡುತ್ತಿತ್ತು. ಕಷ್ಟಪಡುತ್ತಿತ್ತು. ನಮ್ಮಿಬ್ಬರೆಡೆಗೆ ನೋಡಿ ಬೆಚ್ಚಿ ನಿಂತು ಆಮೇಲೆ ಓಡಿ ಹೋಯಿತು. ವಾಣಿ ಮತ್ತೆ ನನ್ನ ಬೆನ್ನ ಹಿಂದೆ ಅವಿತುಕೊಂಡು ಕಿಟಕಿಯ ಪರದೆಯನ್ನು ಎಳೆದಳು.

"ಏಕೆ? ಕರಡಿ ನಿನ್ನ ಚೆಲುವನ್ನು ನೋಡುತ್ತದೆ ಎಂದು ನಾಚಿಕೆಯೇ?" ಕೀಟಲೆ ಮಾಡಿದೆ.

"ನಿನ್ನಷ್ಟು ಮಾನಗೆಟ್ಟಿಲ್ಲ ನಾನಿನ್ನೂ." ಎಂದು ನಕ್ಕಳು. ನಾವು ಮತ್ತೆ ಹಾಸಿಗೆ ಸೇರಿದಾಗ ಮೂರುಗಂಟೆಯ ಸಮಯ. ನನ್ನ ತೋಳಿನ ಮೇಲೆ ತಲೆಯೂರಿ ವಾಣಿ ನಿದ್ರೆ ಮಾಡಿದಳು. ಅವಳ ಮುಖವನ್ನೇ ನೋಡಿದೆ. ಆ ಕತ್ತಲೆಯಲ್ಲಿ ಅರಳಿದ ಗುಲಾಬಿಯಷ್ಟು ಸುಂದರವಾಗಿ ಕಂಡಳು. ಅವಳ ಉಸಿರಾಟದ ಒಂದೇ ಹದದಿಂದ

ಅವಳಿಗೆ ನಿದ್ರೆ ಹತ್ತಿರುವುದು ತಿಳಿಯುತ್ತಿತ್ತು. ನನ್ನ ಮನಸ್ಸು ನಿದ್ರೆ ಮತ್ತು ಪ್ರಜ್ಞೆಯ ಮಧ್ಯೆ ಹೊರಳಾಡುತ್ತಿತ್ತು. ರಾತ್ರಿ ಮುಟ್ಟಿಬಂದ ನದಿಯಲ್ಲಿ ತೇಲುವ ದೋಣಿಯೊಂದರಲ್ಲಿ ನಾನು ಮತ್ತು ವಾಣಿ ತಬ್ಬಿ ಮಲಗಿದಂತೆ. ನದಿ ಒಂದೇ ಲಹರಿಯಲ್ಲಿ ಓಡುತ್ತ ದೋಣಿಯನ್ನು ಹಿತವಾಗಿ ತೇಲಿಸುತ್ತಿತ್ತು.

"ಶ್ರೀ, ಏಳು." ಎಂದಳು ವಾಣಿ. ಎರಡೋ ಮೂರೋ ಬಾರಿ ಕೂಗಿರಬೇಕು ಅವಳು. ನನಗೆ ಕಣ್ಣು ಬಿಡಲಾಗದಷ್ಟು ನಿದ್ರೆ.

"ಏನೂ" ಎಂದೆ ಕಣ್ಣು ತೆರೆಯದೆಲೇ, ಕನಸಿನಲ್ಲಿ ಮಾತನಾಡಿದಂತೆ.

"ಶ್ರೀ, ನಾವು ವಾಪಸ್ಸು ಭಾರತಕ್ಕೆ ಹೊರಟು ಹೋಗೋಣ."

"ಈಗಲೇ?"

"ಈ ಕ್ಷಣವೇ ಅಲ್ಲ." ವಾಣಿ ಕಿಲಕಿಲನೆ ನಕ್ಕಳು. "ವಾಪಸ್ಸು ಹೊಗೋಣ."

"ಇನ್ನೂ ಬೆಳಗಾದಂತೆಯೇ ಇಲ್ಲ. ಮಲಗು ಈಗ." ಎಂದೆ. ನನಗೆ ಮಾತನಾಡಲಿಕ್ಕೂ ಆಗದಷ್ಟು ನಿದ್ದೆ ಎಳೆಯುತ್ತಿತ್ತು.

ವಾಣಿ ಸ್ವಲ್ಪ ಹೊತ್ತು ಮೌನದಲ್ಲಿದ್ದಳು.

"ನಾವು ಊರಿಗೆ ವಾಪಸ್ಸು ಹೋದರೆ ನಮಗೆ ಮಕ್ಕಳಾಗುತ್ತದಂತೆ." ಎಂದಳು ಮೆಲ್ಲಗೆ.

"ಯಾವ ದೇವದೂತರು ಹೇಳಿದರು?"

"ಸುಜಾತಾಳ ಅಮ್ಮ."

ನಾನು ನಿದ್ದೆಯಲ್ಲೂ ಜೋರಾಗಿ ನಕ್ಕೆ. "ಅವರಿಗೆ ಹೇಗೆ ತಿಳಿಯಿತು ಈ ಬ್ರಹ್ಮಸತ್ಯ?"

"ಗೊತ್ತಿಲ್ಲ." ಎಂದವಳು ನನ್ನ ಎದೆಯ ಮೇಲೆ ತನ್ನ ಎದೆಯನ್ನು ಊರಿ ಮುಖವನ್ನು ಹತ್ತಿರ ತಂದು ಮೀಸೆಯನ್ನು ಜೋರಾಗಿ ಎಳೆದಳು. "ಕಣ್ಣು ಬಿಡು ನೀನು."

ಕಣ್ಣುಬಿಟ್ಟೆ, ನನ್ನ ಕಣ್ಣುಗಳ ತುಂಬಾ ವಾಣಿಯ ಕಣ್ಣುಗಳು ತುಂಬಿಕೊಂಡವು.

"ನೀನು ನಂಬುತ್ತೀಯಾ ಇದನ್ನು?" ಎಂದೆ.

ಒಂದು ಕ್ಷಣವೂ ತಡ ಮಾಡದೆ ಹ್ಞೂ ಎಂದಳು. "ನೀನು?"

ಮಳೆಯ ಶಬ್ದ ಕಡಿಮೆಯಾಗಿತ್ತು. ಗಾಳಿಗೆ ಕಿಟಕಿಯಾಚೆಯ ಮರ ಹೊಯ್ದಾಡುತ್ತಿರುವುದು ಬಿಳಿಯ ಲೇಸಿನ ಕರ್ಟನ್ನಿನ ಅರೆಮರೆಯಲ್ಲೂ ಕಾಣುತ್ತಿತ್ತು.

"ಶ್ರೀ, ನೀನು ನಂಬುತ್ತೀಯಾ?" ವಾಣಿ ಮತ್ತೆ ಕೇಳಿದಳು.

ಎಲ್ಲೋ ದೂರದಲ್ಲಿ ಹಕ್ಕಿಯೊಂದರ ಕೂಗು ಕೇಳಿದಂತಾಯಿತು. ಯಾವುದೋ ಮರದ ಮರೆಯಲ್ಲಿ ಎಲೆಗಳ ನಡುವಿನ ಪೊಟರೆಯಲ್ಲಿ ಅಡಗಿ ಕುಳಿತಿರಬಹುದಾದ ಹಕ್ಕಿ. ಬೆಳಗಿನ ಹೊಂಬೆಳಕನ್ನು ಕಾಯುತ್ತಿರುವ ಹಕ್ಕಿ. ಸಮಯವಿನ್ನೂ ಐದು ಗಂಟೆಯೂ ಆಗಿರಲಿಕ್ಕಿಲ್ಲ.

“ಶ್ರೀ, ಹೇಳು, ಯಾಕಿಷ್ಟು ತಡ. ನೀನು ನಂಬುತ್ತೀಯಾ ಇದನ್ನು?” ವಾಣಿಯ ತುಟಿಗಳು ನನ್ನ ಗಡ್ಡದ ಕೆನ್ನೆಯನ್ನು ಊರಿದ್ದವು.

“ನಂಬುತ್ತೇನೆ.” ಎಂದೆ.

ಅಧ್ಯಾಯ 17

ಯೊಸಿಮಿಟಿಯಿಂದ ವಾಪಸ್ಸು ಬಂದ ಮೇಲೆ ಅಶೋಕರ ಕೋರಿಕೆಯ ಮೇರೆಗೆ ವಾಣಿ ಅವರ ಆಫೀಸಿನ ಕೆಲಸದಲ್ಲಿ ನೆರವಾಗತೊಡಗಿದಳು. ಅವಳ ಕಾಲೇಜಿನ ಕೋರ್ಸು ಮುಗಿದಿದ್ದರಿಂದ ಅವಳ ಕೈನಲ್ಲಿ ಚೆನ್ನಾಗಿ ಸಮಯವಿತ್ತು. ಅಶೋಕ್ ನೆಗೋಷಿಯೇಟರ್ ಆಗಿದ್ದ ಲಾಸ್ ಏಂಜಲಿಸ್‌ನ ಟ್ರಕ್ ಡ್ರೈವರ್‌ಗಳ ಯೂನಿಯನ್ ಮತ್ತು ಟ್ರಕ್ ಮಾಲಿಕರ ಗಿಲ್ಡ್‌ನ ನಡುವಿನ ಒಪ್ಪಂದಗಳು ಅಂದುಕೊಂಡದ್ದಕ್ಕಿಂತಲೂ ಕ್ಲಿಷ್ಟದ ಹಾದಿಯನ್ನು ಹಿಡಿದು ಎರಡೂ ಕಡೆಯವರನ್ನು ಒಪ್ಪಿಸುವ ಹರಸಾಹಸದಲ್ಲಿ ಅವರು ನಿರತರಾಗಿದ್ದರು. ಮಾಲಿಕರ ಸಂಘವನ್ನು ಒಪ್ಪಿಸುವಲ್ಲಿ ಅವರು ಯಶಸ್ವಿಯಾಗಿದ್ದರೂ ಡ್ರೈವರ್‌ಗಳ ಯೂನಿಯನ್ ತನ್ನ ಎಲ್ಲಾ ಬೇಡಿಕೆಗಳು ಈಡೇರುವವರೆಗೆ ಒಪ್ಪಂದಕ್ಕೆ ಸಹಿಹಾಕಲು ನಿರಾಕರಿಸಿತ್ತು. ಕೊನೆಯಲ್ಲಿ ನಿರ್ವಾಹವಿಲ್ಲದೆ, ಮಾಲಿಕರ ಸಂಘ, ಡ್ರೈವರುಗಳ ಯೂನಿಯನ್ನಿನ ಪದಾಧಿಕಾರಿಗಳು ಮತ್ತು ಭಾಗವಹಿಸಲು ಇಚ್ಛಿಸುವ ಡ್ರೈವರುಗಳು ಎಲ್ಲರನ್ನೂ ಸೇರಿಸಿ ಟೌನ್‌ಹಾಲ್ ಶೈಲಿಯ ಮೀಟಿಂಗನ್ನು ಕರೆದು ಅಲ್ಲಿ ಮುಕ್ತವಾಗಿ ಚರ್ಚಿಸಿ ಒಪ್ಪಂದಕ್ಕೆ ಬರುವುದೆಂದು ನಿರ್ಧರಿಸಲಾಯಿತು. ಹಾಗಾಗಿ ವಾಣಿ, ಟೌನ್‌ಹಾಲ್ ಮೀಟಿಂಗಿಗೆ ಅಶೋಕರಿಗೆ ಬೇಕಾದ ಕಾಗದ ಪತ್ರಗಳನ್ನು ಹಾಗೂ ಒಪ್ಪಂದದ ಕರಡುಪ್ರತಿಗಳನ್ನು ಕಂಪ್ಯೂಟರ್‌ನಲ್ಲಿ ಟೈಪ್ ಮಾಡಿಕೊಡುವುದು, ಅವರು ಬಯಸುವ ರೆಫರೆನ್ಸ್ ಪುಸ್ತಕಗಳನ್ನು ಪಬ್ಲಿಕ್ ಲೈಬ್ರರಿಯಿಂದಲೋ ಅಥವಾ ಯೂನಿವರ್ಸಿಟಿ ಲೈಬ್ರರಿಯಿಂದಲೋ ತಂದು ಒದಗಿಸಿಕೊಡುವುದು, ಅಂಕಿಅಂಶಗಳನ್ನು ಸಂಗ್ರಹಿಸಿಕೊಡುವುದು ಹೀಗೆ ಹಲವಾರು ರೀತಿಯಲ್ಲಿ ಅಶೋಕರಿಗೆ ನೆರವಾಗುತ್ತಿದ್ದಳು.

ಸುಜಾತಾರ ಆರೋಗ್ಯ ಸೂಕ್ಷ್ಮದಲ್ಲಿತ್ತು. ವಯಸ್ಸು ನಲ್ವತ್ತನ್ನು ಮೀರಿದ ನಂತರ ಧರಿಸಿದ ಗರ್ಭವಾದುದರಿಂದ ಹೆಚ್ಚಿನ ಕಾಳಜಿಯನ್ನು ವಹಿಸುವಂತೆ ಅವರ ಡಾಕ್ಟರರು

ಸೂಚಿಸಿದ್ದರು. ವಾಂತಿ ಮತ್ತು ತಲೆ ತಿರುಗಿನಂತಹ ಸಂಕಟಗಳು ನಿಂತಿದ್ದವಾದರೂ ನಿಶ್ಯಕ್ತಿ ಅವರನ್ನು ಕಾಡುತ್ತಿತ್ತು. ರಾತ್ರಿ ನಿದ್ರೆಯ ತೊಂದರೆಯಾಗಿತ್ತು. ಕಾಲುಗಳು ಊದಿಕೊಂಡು ನಡೆಯಲಾಗದಷ್ಟು ನೋವಾಗುತ್ತಿತ್ತು. ಸಣ್ಣಪುಟ್ಟ ಕೆಲಸಗಳಿಗೂ ವಿಪರೀತ ಆಯಾಸಗೊಳ್ಳುತ್ತಿದ್ದರು. ಚಿಕ್ಕವಯಸ್ಸಿನಲ್ಲಿ ತುತ್ತಾದ ಪೋಲಿಯೋದಿಂದಾಗಿ ಅವರ ಕಾಲಿನ ಸ್ನಾಯುಗಳು ದುರ್ಬಲಗೊಂಡಿದ್ದರಿಂದ ಈಗ ಗರ್ಭವತಿಯಾಗಿ ನಡೆಯುವಾಗ ದೇಹದ ಸಮತೋಲನವನ್ನು ಕಾಪಾಡಿಕೊಳ್ಳುವುದು ಅವರಿಗೆ ಬಹಳ ಕಷ್ಟವಾಗಿತ್ತು. ವಾಣಿ ನನಗೆ ತಿಳಿಸಿದಂತೆ, ಅವರಿಗೆ ಗರ್ಭಿಣಿಯರ ಸ್ತ್ರೀಸಹಜ ತೊಂದರೆಗಳು ಮತ್ತು ಇರುಸುಮುರುಸುಗಳು ಸಾಮಾನ್ಯಕ್ಕಿಂತ ಹೆಚ್ಚಿನ ಪ್ರಮಾಣದಲ್ಲಿ ಕಾಡುತ್ತಿದ್ದವು. ತಂದೆ ತಾಯಿ ಊರಿನಿಂದ ಬಂದದ್ದು ಅವರಿಗೆ ಮನೆಯೊಳಗಿನ ಕೆಲಸಗಳಿಗೆ ಹೆಚ್ಚಿನ ಸಹಾಯವಾಗುತ್ತಿತ್ತಾದರೂ ಮನೆ ಹೊರಗಿನ ಕೆಲಸಗಳಿಗೆ – ವಿಶೇಷವಾಗಿ ಮೃಣಾಲಿನಿಯನ್ನು ಮ್ಯೂಸಿಕ್ ಕ್ಲಾಸಿಗೆ, ಭರತನಾಟ್ಯಕ್ಕೆ, ಸ್ವಿಮ್ಮಿಂಗ್ ಕ್ಲಾಸುಗಳಿಗೆ ಎಂದೆಲ್ಲ ಕರೆದುಕೊಂಡು ಹೋಗುವಲ್ಲಿ ತುಂಬಾ ಆಯಾಸಗೊಳ್ಳುತ್ತಿದ್ದರು. ವಾಣಿ ತನ್ನ ಕೈಲಾದಷ್ಟು ಕೆಲಸಗಳನ್ನು ಮಾಡಿಕೊಡುತ್ತಿದ್ದಳು. ಮೃಣಾಲಿನಿಯನ್ನು ನಮ್ಮ ಮನೆಗೆ ಕರೆದುಕೊಂಡು ಬಂದು ಶಾಲೆಯ ಹೋಂವರ್ಕ್‌ಗೆ ಸಹಾಯ ಮಾಡುತ್ತಿದ್ದಳು. ಪ್ರತಿ ಗುರುವಾರ ಸಂಜೆಯ ಸ್ವಿಮ್ಮಿಂಗ್ ಶಾಲೆಗೆ ಮೃಣಾಲಿನಿಯನ್ನು ನಾನು ಕರೆದುಕೊಂಡು ಹೋಗುತ್ತಿದ್ದೆ.

ಚೆನ್ನಬಸಪ್ಪ ಮತ್ತು ಪಾರ್ವತಮ್ಮನವರು ಬೆಳಗಿನ ತಿಂಡಿಯ ನಂತರ ಒಂದು ರೌಂಡ್ ವಾಕ್ ಹೋಗಿ ಬರುವುದು ಬಿಟ್ಟರೆ ಮನೆಯಲ್ಲೇ ಇರುತ್ತಿದ್ದರು. ಪಾರ್ವತಮ್ಮನವರಿಗೆ ಒಳಗಿನ ಕೆಲಸಗಳು ಇರುತ್ತಿದ್ದುದರಿಂದ ಸಮಯ ಸರಿಯುತ್ತಿತ್ತು. ಆದರೆ, ಚೆನ್ನಬಸಪ್ಪನವರಿಗೆ ಕಾಲ ಕಳೆಯುವುದು ಬಹಳ ಕಷ್ಟವಾಗಿತ್ತು. ಅಮೆರಿಕದ ಟಿವಿ ಕಾರ್ಯಕ್ರಮಗಳು ಅವರಿಗೆ ಇಷ್ಟವಾಗುತ್ತಿರಲಿಲ್ಲ. ಟಿವಿಯ ಮಾತುಗಳು ಅವರಿಗೆ ಅರ್ಥವಾಗುತ್ತಿರಲಿಲ್ಲ. ಇಂಗ್ಲಿಷ್ ದಿನಪತ್ರಿಕೆಯನ್ನು ಓದಲಾಗುತ್ತಿರಲಿಲ್ಲ. "ಇಲ್ಲೇನ್ರೀ, ನ್ಯೂಸ್‌ಪೇಪರ್ರು ಅಂದ್ರೆ ಒಂದು ಕೇಜಿ ಇರುತ್ತೆ! ಯಾರಾದ್ರೂ ಓದ್ತಾರಾ ಅಷ್ಟುನ್ನೂ?" ಎನ್ನುತ್ತಿದ್ದರು ಆಶ್ಚರ್ಯದಲ್ಲಿ. ಕಂಪ್ಯೂಟರ್‌ನಲ್ಲಿ ಅವರಿಗೆ ಕನ್ನಡ ಪತ್ರಿಕೆಗಳನ್ನು ಓದಿಸಲು ಹೋಗಿ ಸುಜಾತ ಕೈಚೆಲ್ಲಿದ್ದರು. "ಇಷ್ಟ್ ಸಣ್‌ಪರ್ದೆ ಮೇಲೆ ಅಷ್ಟ್ ದೊಡ್ಡ್ ನ್ಯೂಸ್‌ಪೇಪರ್ನ ಹ್ಯಾಂಗೆ ಓದುದೇ ತಾಯಿ?" ಎಂದು ಚೆನ್ನಬಸಪ್ಪನವರು ಕಂಪ್ಯೂಟರಿನ ಚೇರಿನಿಂದ ಎದ್ದು ಹೊರಗಿನ ಈಸೀಚೇರ್ ಮೇಲೆ ಕುಳಿತುಕೊಳ್ಳುತ್ತಿದ್ದರು. ಯಾವಾಗಲಾದರೂ ಸಮಯ ಸಿಕ್ಕಾಗ ವಾಣಿಯೇ ಅವರಿಗೆ ಕಂಪ್ಯೂಟರ್‌ನಲ್ಲಿ ಕನ್ನಡ ದಿನಪತ್ರಿಕೆಗಳನ್ನು ಓದುತ್ತಿದ್ದಳು.

ತಮ್ಮ ತಂದೆ ತಾಯಿಗೆ ಲಾಸ್ ಏಂಜಲಿಸ್‌ನ ಸುತ್ತಮುತ್ತಲಿನ ಆಕರ್ಷಣೆಗಳನ್ನು ತೋರಿಸಿಕೊಂಡು ಬರಲಾಗುತ್ತದೆಯೇ ಎಂದು ಸುಜಾತ ವಾಣಿಯನ್ನು ಕೇಳಿದರು. ನಾವು ಸಂತೋಷದಿಂದಲೇ ಒಪ್ಪಿಕೊಂಡೆವು. ಪ್ರತಿ ವೀಕೆಂಡಿಗೂ ಒಂದೊಂದು

ಜಾಗದಂತೆ ಡಿಸ್ನಿಲ್ಯಾಂಡ್, ಯೂನಿವರ್ಸಲ್ ಸ್ಟೂಡಿಯೋಸ್, ಹಾಲಿವುಡ್, ಸ್ಯಾನ್ ಡಿಯಾಗೋದ ಝೂ, ಸೀವರ್ಲ್ಡ್ ಮುಂತಾದ ಜಾಗಗಳಿಗೆ ಓಡಾಡಿದೆವು. ಬಿಳಿಯ ದೋತರ, ಬಿಳಿಯ ಜುಬ್ಬ, ಹಣೆಯ ಭರ್ತಿ ವಿಭೂತಿಯ ಚೆನ್ನಬಸಪ್ಪನವರನ್ನು ಡಿಸ್ನಿಲ್ಯಾಂಡಿನ ಸಾಲಿನಲ್ಲಿ ನಿಂತಿದ್ದ ಕೆಲವು ಮಕ್ಕಳು ಆಶ್ಚರ್ಯದಿಂದ ನೋಡುತ್ತ "ಇದು ಯಾವ ಕಡೆಯ ಟ್ರೆಡಿಷನಲ್ ಡ್ರೆಸ್?" ಎಂದು ನಮ್ಮನ್ನು ಕೇಳಿ ತಿಳಿದುಕೊಂಡರು. ಪಾರ್ವತಮ್ಮನವರ ಸೀರೆ ಅಮೆರಿಕಕ್ಕೆ ಪರಿಚಯ ಆದರೆ ಅದೇ ಮಾತನ್ನು ಚೆನ್ನಬಸಪ್ಪ ನವರ ಧೋತಿಗೆ ಹೇಳಲು ಸಾಧ್ಯವಿರಲಿಲ್ಲ. "ಅವುಕ್ಕೆ ನಮ್ಮ ಬಟ್ಟೆ ಆಶ್ಚರ್ಯದ್ದ್ವಾದ್ರೆ ನನಗೆ ಅವುಗಳ ತಲೆಕೂದ್ಲು ದೊಡ್ಡ್ ಆಶ್ಚರ್ಯ ಕಂಣ್ರೀ. ಒಳ್ಳೇ, ಚಿನ್ನದ ಎಳೆಗಳ ಹಾಗೆ ಕಾಣುತ್ತೆ ಅಲ್ವಾ?" ಎಂದರು ಪಾರ್ವತಮ್ಮ ಮಕ್ಕಳನ್ನೇ ನೋಡುತ್ತಾ. ಹಾಲಿವುಡ್‌ನಲ್ಲಿ, ಆಸ್ಕರ್ ಪ್ರಶಸ್ತಿ ಸಮಾರಂಭ ನಡೆಯುವ ಕೊಡ್ಯಾಕ್ ಥಿಯೇಟರಿನ ಶ್ರೀಮಂತಿಕೆಗೆ ದಂಪತಿಗಳು ಬೆರಗಾದರು. ಹಾಲಿವುಡ್‌ನ ವಾಕ್ ಆಫ್ ಫೇಮ್‌ನಲ್ಲಿ ಪ್ರಸಿದ್ಧ ನಟರು ನಟಿಯರು ಮತ್ತು ಇತರ ಕಲಾವಿದರ ಹೆಸರಿನಲ್ಲಿ ರಸ್ತೆಯ ಮೇಲೆ ನಕ್ಷತ್ರಗಳನ್ನು ಕೆತ್ತಿರುವುದನ್ನು ತೋರಿಸಿದಾಗ ಪಾರ್ವತಮ್ಮನವರು "ಗೋಕುಲಾಷ್ಟಮಿ ದಿನ ಅಯ್ಯಂಗಾರ್‍ರ ಮನೆಯಲ್ಲಿ ಕೃಷ್ಣನ ಹೆಜ್ಜೆ ಬರಿತಾರಲ್ಲ ಹಾಗೆ." ಎಂದು ನಕ್ಕರು. "ತುಳಿಬ್ಯಾಡ್ವೇ ಮತ್ತೇ. ಹಾಲಿವುಡ್ ದೇವ್ರು ಶಾಪಕೊಟ್ಟಾನೂ." ಎಂದು ಚೆನ್ನಬಸಪ್ಪನವರು ಹೆಂಡತಿಗೆ ಕೀಟಲೆ ಮಾಡುತ್ತಿದ್ದರು. ಅವರೊಂದಿಗೆ ನಿಧಾನದ ಗತಿಯಲ್ಲಿ ಲಾಸ್ ಏಂಜಲಿಸನ್ನು ತಿರುಗುತ್ತ ಹೊಟ್ಟೆ ಹಸಿದಾಗ ಯಾವುದಾದರೂ ಪಾರ್ಕಿನ ಹಸುರಿನಲ್ಲಿ ಕುಳಿತು ಬುತ್ತಿ ಬಿಚ್ಚಿ ಪಲ್ಯದೊಂದಿಗೆ ಚಪಾತಿಯನ್ನು ತಿನ್ನುವುದು ನಮಗೆ ಆಹ್ಲಾದಕರ ವಾಗಿತ್ತು.

ಫೋನ್ ರಿಂಗಾದಾಗ ನಾನು ಮತ್ತು ವಾಣಿ ಸುಜಾತಾಳ ತಂದೆ ತಾಯಿಯರನ್ನು ಅವರ ಮನೆಗೆ ಬಿಟ್ಟು ನಮ್ಮ ಮನೆಗೆ ಹಿಂತಿರುಗುತ್ತಿದ್ದೆವು. ಫೋನು ಸಮಿಂದರ ನಂಬರನ್ನು ತೋರಿಸುತ್ತಿತ್ತು.

"ಹಲೋ ಸಮಿಂದರೇ, ಹೇಗಿದ್ದೀರಾ?" ಎಂದು ಕೇಳಿದೆ. ಕಾರನ್ನು ಗರಾಜಿನಲ್ಲಿ ನಿಲ್ಲಿಸಿ ಮನೆಯೊಳಗೆ ಬರುವವರಿದ್ದೆವು. ಸಂಜೆ ಆರುಗಂಟೆಯ ಸಮಯ.

"ಸಾರಿ. ನಾನು ಸಮಿಂದ ಮಧುರಸಿಂಘೆಯವರಲ್ಲ. ನನ್ನ ಹೆಸರು ದಮಯಂತಿ ಗುಣರತ್ನೆ. ಹಷಿನಿ ಮಧುರಸಿಂಘೆಯವರ ಸ್ನೇಹಿತೆ." ಎಂದ ಹೆಣ್ಣಿನ ಧ್ವನಿ ಮುಂದುವರೆದು "ನೀವು ಸಮಿಂದರೊಂದಿಗೆ ಆಫೀಸಿನಲ್ಲಿ ಕೆಲಸ ಮಾಡುವವರೇ?"

"ಅಲ್ಲ. ನಾನು ಸಮಿಂದ ಮಧುರಸಿಂಘೆಯವರ ಫೋಟೋಗ್ರಫಿ ಕ್ಲಬ್‌ನ ಸ್ನೇಹಿತ. ಹೇಳಿ ಏನು ವಿಷಯ?"

"ಸಮಿಂದರಿಗೆ ಹೃದಯಾಘಾತವಾಗಿದೆ. ಹಷಿನಿಯವರೂ ಅಸ್ವಸ್ಥರಾಗಿದ್ದಾರೆ. ಇಬ್ಬರೂ ಆಸ್ಪತ್ರೆಯಲ್ಲಿದ್ದಾರೆ. ಈ ವಿಷಯವನ್ನು ಅವರ ಸ್ನೇಹಿತರಿಗೆ – ಮುಖ್ಯವಾಗಿ ಅವರ ಸಹದ್ಯೋಗಿಗಳಿಗೆ – ತಿಳಿಸಬೇಕಿತ್ತು. ಅವರ ಸೆಲ್ ಫೋನಿನಿಂದ ಇತ್ತೀಚೆಗೆ

ಅವರು ಫ್ರೀಕ್ವೆಂಟ್ ಆಗಿ ಡಯಲ್ ಮಾಡಿದ ಸಂಖ್ಯೆಗಳನ್ನು ಹುಡುಕಿ ಕರೆ ಮಾಡುತ್ತಿದ್ದೇನೆ." ಎಂದರು.

"ಸಮಿಂದರಿಗೆ ಹೃದಯಾಘಾತವೇ? ಯಾವಾಗ?" ನಾನು ಗಾಬರಿಯಲ್ಲಿ ಕೇಳಿದ್ದು ಮನೆಯ ಬಾಗಿಲು ತೆರೆದು ಒಳಗೆ ಹೋಗುತ್ತಿದ್ದ ವಾಣಿಗೂ ಕೇಳಿ ಹತ್ತಿರ ಬಂದು ಏನು ಎನ್ನುವಂತೆ ಹುಬ್ಬುಗಳನ್ನು ಮೇಲೆತ್ತಿ ನನ್ನೆಡೆಗೆ ನೋಡಿದಳು.

"ಇಂದು ಬೆಳಗ್ಗೆ. ಅಫಘಾನಿಸ್ತಾನದಲ್ಲಿ ಮಹಿಂದ ಮೃತನಾಗಿದ್ದಾನೆ. ಆ ಸುದ್ದಿಯನ್ನು ಇಂದು ಬೆಳಗ್ಗೆ ಕೇಳುತ್ತಿದ್ದಂತೆಯೇ ಸಮಿಂದರಿಗೆ ಪ್ರಜ್ಞೆ ತಪ್ಪಿದೆ. ಹಷಿನಿ ಎಮರ್‌ಜೆನ್ಸಿ ನಂಬರ್ ನೈನ್-ವನ್-ವನ್ ಕರೆ ಮಾಡಿ ಆ್ಯಂಬುಲೆನ್ಸ್ ಕರೆಸಿ ಆಸ್ಪತ್ರೆಗೆ ಕರೆದುಕೊಂಡು ಹೋಗಿದ್ದಾಳೆ. ಇಂದು ಮಧ್ಯಾಹ್ನ ಹಷಿನಿಯೂ ಅಸ್ವಸ್ಥಳಾಗಿ ಕುಸಿದು ಬಿದ್ದಳು." ಎಂದರು ದಮಯಂತಿ ದುಗುಡದ ಧ್ವನಿಯಲ್ಲಿ.

"ನಾನೀಗಲೇ ಬರುತ್ತೇನೆ. ಯಾವ ಆಸ್ಪತ್ರೆ?"

"ಸೆರಿಟೋಸ್‌ನ ಲ ಪಾಲ್ಮ ಹಾಸ್ಪಿಟಲ್."

ಟೆಲಿಫೋನ್ ಸಂಭಾಷಣೆಯನ್ನು ಮುಗಿಸಿ ನಾನು ಕೇಳಿದ ಮಹಿಂದನ ಸಾವಿನ ಸಂಗತಿಯನ್ನು ವಾಣಿಗೆ ತಿಳಿಸಿದಾಗ ಅವಳ ಮುಖದಲ್ಲಿ ಗಾಬರಿ ಮತ್ತು ದುಃಖ ತುಂಬಿಕೊಂಡಿತ್ತು.

ಕಾರು ವೇಗವಾಗಿ ಓಡುತ್ತಿತ್ತು. ಭಾನುವಾರವಾದ್ದರಿಂದ ಫ್ರೀವೇಗಳ ಮೇಲೆ ಹೆಚ್ಚಿನ ಟ್ರಾಫ಼ಿಕ್ ಇರಲಿಲ್ಲ. ಏನೂ ಮಾತನಾಡಲು ತಿಳಿಯದೆ ಇಬ್ಬರೂ ಮೌನದಲ್ಲಿದ್ದೆವು. ಮಹಿಂದನ ಸಾವು ಸಮಿಂದ ಮತ್ತು ಹಷಿನಿಯವರಿಗೆ ಎಂತಹ ಆಘಾತವನ್ನು ತಂದಿರಬಹುದು ಎನ್ನುವುದನ್ನು ಊಹಿಸಬಲ್ಲೆವಾಗಿದ್ದೆವು.

ಇಟ್ಟಿಗೆಯ ಬಣ್ಣದ ಆಸ್ಪತ್ರೆಯನ್ನು ತಲುಪಿದಾಗ ಲಾಬಿಯ ಆವರಣ ನಿರ್ಜನ ವಾಗಿತ್ತು. ಫ್ರಂಟ್‌ಡೆಸ್ಕ್‌ನಲ್ಲಿ ವಿಚಾರಿಸೋಣವೆಂದರೆ ಅಲ್ಲೂ ಯಾರೂ ಇರಲಿಲ್ಲ. ಎಲ್ಲಿ ಹೋಗಬೇಕೆಂದು ತಿಳಿಯದೆ ಐದಾರು ನಿಮಿಷಗಳು ಅಲ್ಲಿಯೇ ನಿಂತೆವು. ಒಳಗಿನ ಬಾಗಿಲಿನಿಂದ ಬಂದು ಫ್ರಂಟ್‌ಡೆಸ್ಕಿನಲ್ಲಿ ಕಾಣಿಸಿಕೊಂಡ ಹೆಂಗಸು ನಮ್ಮೆಡೆಗೆ ನೋಡಿ ಕರೆಗಂಟೆಯ ಗುಂಡಿಯನ್ನು ತೋರಿಸಿ 'ಸಂಜೆಯ ಮೇಲೆ ಇಲ್ಲಿ ಫ್ರಂಟ್‌ಡೆಸ್ಕ್‌ನಲ್ಲಿ ಕುಳಿತಿರುವುದಿಲ್ಲ. ನಮಗೆ ಒಳಗೆ ಕೆಲಸವಿರುತ್ತದೆ. ನೀವು ಈ ಬೆಲ್‌ನ ಗುಂಡಿಯನ್ನು ಒತ್ತಿದ್ದರೆ ಮೊದಲೇ ಬರುತ್ತಿದ್ದೆ.' ಎಂದು ಸಮಜಾಯಿಷಿಯನ್ನು ನೀಡಿದಳು. ಅವಳ ಸಮಜಾಯಿಷಿಯನ್ನು ಕೇಳುವ ವ್ಯವಧಾನವಿರಲಿಲ್ಲ ನಮಗೆ.

"ಎರಡನೇ ಫ್ಲೋರಿನ ವೈಟಿಂಗ್ ರೂಮಿಗೆ ಹೋಗಿ. ಮಧುರಸಿಂಘೆ ದಂಪತಿ ಸಂಬಂಧಪಟ್ಟವರನ್ನು ವೈಟಿಂಗ್ ರೂಮಿಗೇ ಕಳುಹಿಸುತ್ತೇನೆ." ಎಂದಳು.

ವೈಟಿಂಗ್ ರೂಮು ಟಿವಿ, ರೆಫ್ರಿಜರೇಟರ್, ಕಾಫಿ ಮೇಕರ್‌ಗಳ ಸುಸಜ್ಜಿತ ಕೋಣೆಯಾಗಿತ್ತು. ಇಬ್ಬರು ಮಕ್ಕಳು ಗಂಭೀರವಾಗಿ ಕುಳಿತು ಟಿವಿಯಲ್ಲಿ ಕಾರ್ಟೂನು ಸಿನೆಮಾ ನೋಡುತ್ತಿದ್ದರು. ಆ ಮಕ್ಕಳ ತಾಯಿ ಇರಬೇಕು, ವುಮನ್ಸ್ ಹೆಲ್ತ್

ಮ್ಯಾಗಜೈನನ್ನು ತಿರುವಿಹಾಕುತ್ತ ಯಾರನ್ನೋ ನಿರೀಕ್ಷಿಸುವವಳಂತೆ ಅಸಹನೆಯಿಂದ ಬಾಗಿಲಿನೆಡೆಗೆ ನೋಡುತ್ತಿದ್ದಳು.

ಸ್ವಲ್ಪ ಹೊತ್ತಿನ ನಿರೀಕ್ಷೆಯ ನಂತರ ಬಾಗಿಲಿನೆಡೆಯಿಂದ ಒಬ್ಬ ತೆಳ್ಳನೆಯ ಕಪ್ಪು ಬಣ್ಣದ ಹೆಂಗಸು ನಮ್ಮೆಡೆಗೆ ಬಂದರು. "ನೀವು ಶ್ರೀಕಾಂತ್ ರಾವ್ ಇರಬೇಕು."

"ಹೌದು."

"ನಾನು ದಮಯಂತಿ ಗುಣರತ್ನೆ. ಮಧುರಸಿಂಘೆಯವರ ಮನೆಯ ಹತ್ತಿರವೇ ಇದ್ದೇನೆ. ಹಷಿನಿಯ ಆಪ್ತ ಗೆಳತಿ ನಾನು. ಆಕೆಯ ಕಸಿನ್ ಕೂಡ. ನಾನೇ ನಿಮಗೆ ಫೋನ್ ಮಾಡಿದ್ದು." ಎಂದರು. ನೋಡಲು ಅವರು ಹಷಿನಿಯಂತೆಯೇ ಇದ್ದರು. ಆದರೆ ಹಷಿನಿಗಿಂತ ಚಿಕ್ಕವರು.

"ನೋಡಬಹುದೇ ಅವರಿಬ್ಬರನ್ನೂ?" ಎಂದು ಕೇಳಿದೆ.

"ಸಮಿಂದರಿಗೆ ಇನ್ನೂ ಪ್ರಜ್ಞೆ ಬಂದಿಲ್ಲ. ಅವರಿನ್ನೂ ಐಸಿಯುನಲ್ಲಿದ್ದಾರೆ. ಹಷಿನಿ ಚೇತರಿಸಿಕೊಳ್ಳುತ್ತಿದ್ದಾಳೆ. ಅವಳನ್ನು ನೋಡಬಹುದು." ಎಂದರು.

"ಹೇಗಾಯಿತು ಇದೆಲ್ಲಾ?" ಎಂದು ಕೇಳಿದೆ.

"ಹಷಿನಿಯನ್ನು ಮಾತನಾಡಿಸಿ ಮತ್ತೆ ಇಲ್ಲಿಗೆ ಬರೋಣ. ನಾನು ಎಲ್ಲವನ್ನೂ ಹೇಳುತ್ತೇನೆ." ಎಂದು ನಮ್ಮಿಬ್ಬರನ್ನು ಹಷಿನಿಯವರಿದ್ದ ವಾರ್ಡಿಗೆ ಕರೆದುಕೊಂಡು ಹೋದರು. ಕೋಣೆಯ ಮೂಲೆಯಲ್ಲಿ ಮಂದ ಬೆಳಕಿನ ಹಳದಿಬಣ್ಣದ ದೀಪವೊಂದು ಉರಿಯುತ್ತಿತ್ತು. ಹಷಿನಿಯವರ ತಲೆಯ ಹತ್ತಿರ ನಿಂತಿದ್ದ ನೀಲಿ ಬಣ್ಣದ ಸಮವಸ್ತ್ರದ ನರ್ಸ್ ನಮ್ಮನ್ನು ನೋಡಿ ಸಣ್ಣನಗೆಯನ್ನು ನಕ್ಕು "ಈಗ ತಾನೇ ನಿದ್ರೆ ಮಾಡಿದರು." ಎಂದಳು. "ನಿದ್ರೆಯ ಅರಿವಳಿಕೆಯನ್ನು ಕೊಟ್ಟ ಮೇಲೆ ನಿದ್ರೆ ಮಾಡಿದ್ದಾರೆ. ದಯವಿಟ್ಟು ಇಲ್ಲಿ ಸದ್ದು ಮಾಡಬೇಡಿ."

ಹಷಿನಿಯವರ ಬತ್ತಿದ ಮುಖವನ್ನು ನೋಡಿದೆ. ನನಗರಿವಿಲ್ಲದಂತೆ ಕಣ್ಣುಗಳು ತುಂಬಿ ಬಂದವು. ನಾವು ಮೂವರು ಸುಮಾರು ಹತ್ತು ನಿಮಿಷ ಅಲ್ಲಿ ಮೌನದಲ್ಲಿ ಕುಳಿತಿದ್ದೆವು. ದಮಯಂತಿಯವರು ಎದ್ದು ನಮ್ಮ ಬಳಿ ಬಂದು ಪಿಸುಮಾತಿನಲ್ಲಿ "ವೈಟಿಂಗ್ ರೂಮಿಗೆ ಹೋಗೋಣವೇ?" ಎಂದು ಕೇಳಿದರು.

ವೈಟಿಂಗ್ ರೂಮಿನಲ್ಲಿ ಕಾರ್ಟೂನು ನೋಡುತ್ತಿದ್ದ ಮಕ್ಕಳು ಮತ್ತು ಯಾರನ್ನೋ ಕಾಯುತ್ತಿದ್ದ ಮಕ್ಕಳ ತಾಯಿ ಹೊರಟು ಹೋಗಿದ್ದರು. ಟಿವಿ ಮಾತ್ರ ಕಾರ್ಟೂನು ಸಿನಿಮಾವನ್ನು ತೋರಿಸುತ್ತಲೇ ಇತ್ತು. ಟಿವಿಯನ್ನು ಆರಿಸಿ ದಮಯಂತಿಯವರು ಪ್ಲಾಸ್ಟಿಕ್ ಕುರ್ಚಿಯನ್ನು ಹತ್ತಿರ ಎಳೆದುಕೊಳ್ಳುತ್ತ ನಾನು ಮತ್ತು ವಾಣಿಗೆ ಮುಖಾಮುಖಿಯಾಗಿ ಕುಳಿತುಕೊಂಡರು.

"ಮಹಿಂದ ಅಫಘಾನಿಸ್ತಾನದಲ್ಲಿ ಮೃತನಾಗಿ ಒಂದು ವಾರದ ಮೇಲಾಯಿತಂತೆ." ಎಂದರು.

"ಹೇಗಾಯಿತು?" ದುಗುಡದಲ್ಲಿ ಕೇಳಿದೆ.

“ವಿವರಗಳಿನ್ನೂ ಸ್ಪಷ್ಟವಾಗಿ ತಿಳಿದಿಲ್ಲ. ಬೆಳಗ್ಗೆ ವಾಷಿಂಗ್‌ಟನ್‌ನ ಪೆಂಟಗನ್ ಮಿಲಿಟರಿ ಆಫೀಸಿನಿಂದ ಫೋನ್ ಬಂದು ಮಹಿಂದ ತೀರಿಕೊಂಡ ವಿಚಾರವನ್ನು ತಿಳಿಸುತ್ತಲೇ ಸಮಿಂದರು ರೋದಿಸುತ್ತ ಕುಸಿದುಬಿದ್ದರಂತೆ. ಅವರ ರೋದನದಿಂದಲೇ ಹಷಿನಿಗೆ ಮಹಿಂದನ ಮೃತ್ಯುವಿನ ಸಮಾಚಾರ ತಿಳಿದದ್ದು. ಆಮೇಲೆ ಸಮಿಂದರು ಪ್ರಜ್ಞೆ ಕಳೆದುಕೊಂಡಿದ್ದಾರೆ. ಆ ದುಃಖದಲ್ಲೂ ಹಷಿನಿ ಪರಿಸ್ಥಿತಿಯನ್ನು ಚೆನ್ನಾಗಿ ನಿಭಾಯಿಸಿದ್ದಾಳೆ. ನೈನ್-ವನ್-ವನ್ ಕಾಲ್ ಮಾಡಿ ಪ್ಯಾರಾಮೆಡಿಕ್ಸ್ ಮತ್ತು ಆ್ಯಂಬುಲೆನ್ಸ್ ಕರೆಸಿದ್ದಾಳೆ. ನನಗೂ ಬರಲು ಫೋನ್ ಮಾಡಿದ್ದಾಳೆ. ನಾನು ಅವರ ಮನೆಗೆ ಹೋಗುವ ವೇಳೆಗೆ ಆ್ಯಂಬುಲೆನ್ಸ್ ಬಂದಾಗಿತ್ತು. ನಾನು ಹಷಿನಿಯೊಂದಿಗೇ ಆಸ್ಪತ್ರೆಗೆ ಬಂದೆ. ಬೆಳಗಿನಿಂದಲೂ ಸಮಿಂದರನ್ನು ಐಸಿಯುನಲ್ಲಿಯೇ ಇಟ್ಟಿದ್ದಾರೆ. ಅಕ್ಯೂಟ್ ಹಾರ್ಟ್ ಅಟ್ಯಾಕ್ ಇರಬಹುದಾ ಎಂದು ಡಾಕ್ಟರರು ಅನುಮಾನ ಪಟ್ಟಿದ್ದಾರೆ. ಸಮಿಂದರನ್ನು ಎಮರ್ಜೆನ್ಸಿ ರೂಮಿಗೆ ಕರೆದುಕೊಂಡು ಹೋಗುವಾಗ ಹಷಿನಿ ಪ್ರಜ್ಞೆತಪ್ಪಿ ಕುಸಿದುಬಿದ್ದಳು. ಅವಳನ್ನೂ ಚಿಕಿತ್ಸೆಗಾಗಿ ಸೇರಿಸಿಕೊಂಡರು. ಅವಳಿಗೆ ಪ್ರಜ್ಞೆ ಬರುತ್ತಿದೆ ಆದರೆ ಸಹಿಸಿಕೊಳ್ಳಲಾಗದ ದುಃಖದಿಂದಾಗಿ ಮತ್ತೆ ಮತ್ತೆ ಪ್ರಜ್ಞೆಯನ್ನು ಕಳೆದುಕೊಳ್ಳುತ್ತಿದ್ದಾಳೆ.” ಎಂದು ದಮಯಂತಿ ಕಣ್ಣೊರೆಸಿಕೊಂಡರು.

ಆಸ್ಪತ್ರೆಯಿಂದ ಹೊರಬಂದಾಗ ನಮ್ಮ ಎದೆ ಭಾರವಾಗಿತ್ತು. ಮನೆ ಸೇರಿದಾಗ ರಾತ್ರಿ ಹತ್ತು ಗಂಟೆ ದಾಟಿತ್ತು. ಇಬ್ಬರಿಗೂ ಊಟ ಮಾಡುವ ಮನಸ್ಸಿರಲಿಲ್ಲ. ಹಾಗೆಯೇ ಮಲಗಿಬಿಟ್ಟೆವು. ಇಡೀ ರಾತ್ರಿ ನನಗೆ ನಿದ್ದೆ ಬರಲಿಲ್ಲ.

⏩

ಸಮಿಂದರು ಮಾತನಾಡುವಷ್ಟು ಚೇತರಿಸಿಕೊಳ್ಳಲು ಒಂದು ವಾರದ ಮೇಲೆ ಬೇಕಾಯಿತು. ಅವರಿಗಾದದ್ದು ಹೃದಯಾಘಾತವಲ್ಲವಂತೆ. ಸ್ಟ್ರೆಸ್ ಕಾರ್ಡಿಯೋಮಯೋಪಥಿ ಅಥವಾ ಬ್ರೋಕನ್ ಹಾರ್ಟ್ ಸಿಂಡ್ರೋಮ್ ಎಂದು ಕರೆಯುವ ಹೃದಯ ದೌರ್ಬಲ್ಯ. ತೀರಾ ಭಾವೋದ್ರೇಕವಾದಾಗ, ಅದರಲ್ಲೂ ಅತಿ ಸಮೀಪದವರನ್ನು ಕಳೆದುಕೊಂಡಾಗ ಆಗುವ ದಿಢೀರ್ ಹಾರ್ಮೋನು ಬದಲಾವಣೆಯಿಂದ ತತ್ತರಿಸುವ ಹೃದಯದ ಒಂದು ಸ್ಥಿತಿ. ಹಾರ್ಟ್ ಅಟ್ಯಾಕ್‌ನಂತೆ ಕಂಡರೂ ಇದು ಅಪರೂಪಕ್ಕೆ ಪ್ರಾಣಾಂತಿಕವಂತೆ. ಸಮಿಂದರು ಒಂದು ವಾರದಲ್ಲಿ ಮನೆಗೆ ಹೋಗುವಷ್ಟು ಚೇತರಿಸಿಕೊಂಡರೂ ತೀರಾ ನಿತ್ರಾಣರಾಗಿದ್ದರು. ಹಾಸಿಗೆಯಿಂದ ಎದ್ದು ಬಾತ್‌ರೂಮಿಗೆ ಹೋಗಲೂ ಮತ್ತೊಬ್ಬರ ಸಹಾಯ ಬೇಕಾಗುವಂತಹ ನಿಶ್ಶಕ್ತಿ.

ಅವರು ಆಸ್ಪತ್ರೆಯಲ್ಲಿದ್ದಾಗ ನಾನು ಮತ್ತು ವಾಣಿ ಹೆಚ್ಚು ಕಡಿಮೆ ಪ್ರತಿದಿನ ಅಲ್ಲಿಗೆ ಹೋಗಿ ಅವರನ್ನು ಮಾತನಾಡಿಸಿ ಬರುತ್ತಿದ್ದೆವು. ನಮ್ಮ ಕೈಲಾದಷ್ಟು ಸಹಾಯವನ್ನು ಮಾಡಲು ನೋಡುತ್ತಿದ್ದೆವು. ಹಷಿನಿಯವರನ್ನು ಮನೆಗೆ ಕರೆದುಕೊಂಡು ಹೋಗುವ

ಅಥವಾ ಮನೆಯಿಂದ ಕರೆದುಕೊಂಡು ಬರುವ, ಅಗತ್ಯದ ಸಾಮಾನು ಸರಂಜಾಮುಗಳನ್ನು ತಂದು ಕೊಡುವ ಸಣ್ಣಪುಟ್ಟ ಕೆಲಸಗಳು. ಆಸ್ಪತ್ರೆಯ ಕೋಣೆಯನ್ನು ಸಮೀಪಿಸಿದಂತೆಲ್ಲ ನನ್ನಲ್ಲಿ ಆವೇಗಗಳು ಮೂಡುತ್ತಿದ್ದವು. ಆಸ್ಪತ್ರೆಯ ಕೋಣೆಯನ್ನು ಪ್ರವೇಶಿಸಿ ಮಂದ ಬೆಳಕಿನಲ್ಲಿ ಅವರೆದುರು ನಿಂತು ಅವರ ಕಣ್ಣಲ್ಲಿ ಕಣ್ಣಿಟ್ಟು ನೋಡುವುದು ನನಗೆ ಅಸಾಧ್ಯವಾಗಿತ್ತು. ಮಹಿಂದನನ್ನು ಅಫಘಾನಿಸ್ತಾನಕ್ಕೆ ಹೋಗದಿರುವಂತೆ ಒಪ್ಪಿಸುವಲ್ಲಿ ವಿಫಲನಾದ ನಾನು ಅವನ ಸಾವಿಗೆ ಕಾರಣನಾದೆನೇನೋ ಎನ್ನುವ ವಿಷಾದ ಮತ್ತು ತಪ್ಪಿತಸ್ಥ ಭಾವನೆ ನನ್ನನ್ನು ಹಿಂಡುತ್ತಿತ್ತು.

ಸಮಿಂದ ಮತ್ತು ಹಷಿನಿಯವರು ಆಸ್ಪತ್ರೆಯಿಂದ ಮನೆಗೆ ವಾಪಸ್ಸು ಬರುವ ವೇಳೆಗೆ ಕ್ರಮೇಣವಾಗಿ ಮಹಿಂದನ ಸಾವಿನ ಬಗ್ಗೆ ಹೆಚ್ಚಿನ ವಿವರಗಳು ಬರತೊಡಗಿದವು. ಮಧುರಸಿಂಘೆ ದಂಪತಿಗೆ ಸಾಂತ್ವನವನ್ನು ಹೇಳಲು ಮಿಲಿಟರಿ ಅಕಾಡೆಮಿಯಿಂದ ನಿಯುಕ್ತರಾಗಿ ಸ್ಯಾನ್ ಡಿಯಾಗೋದ ಮರೈನ್ ಕಾರ್ಪ್ಸ್‌ನಿಂದ ಬಂದಿದ್ದ ಶಾನ್ ಫ್ಲಾನಗನ್ ಎನ್ನುವ ಆಫೀಸರ್ ತಮ್ಮ ಮಿಲಿಟರಿ ಸಮವಸ್ತ್ರದಲ್ಲಿ ಇವರ ಮನೆಗೆ ಬಂದು ಸಮಾಧಾನದ ಮಾತುಗಳನ್ನಾಡಿ ಮಹಿಂದನ ಸಾವಿನ ಬಗ್ಗೆ ಹೆಚ್ಚಿನ ವಿವರಗಳನ್ನು ನೀಡಿ, ಅಫಘಾನಿಸ್ತಾನದಿಂದ ಮೃತದೇಹವನ್ನು ಅಮೆರಿಕಕ್ಕೆ ತರಿಸುತ್ತಿರುವ ಬಗ್ಗೆ ಮಾಹಿತಿಯನ್ನು ನೀಡಿ, ಅಂತ್ಯಸಂಸ್ಕಾರಕ್ಕೆ ಬೇಕಾದ ಸಕಲ ಏರ್ಪಾಟುಗಳಿಗೆ ಮಿಲಿಟರಿ ಅಕಾಡೆಮಿ ಸಹಾಯ ಮಾಡುವುದಾಗಿ ಹೇಳಿ ಹೋಗಿದ್ದರು. "ಯುದ್ಧ ಸಂಬಂಧದಲ್ಲಿ ಜೀವ ಕೊಟ್ಟ ಪ್ರತಿಯೊಬ್ಬರೂ ಸೈನಿಕರೇ ನಮಗೆ. ಮಹಿಂದ ಮಧುರ ಸಿಂಘೆಯ ತ್ಯಾಗವನ್ನು ಇಡೀ ದೇಶವೇ ಗೌರವಿಸುತ್ತದೆ." ಎಂದರು.

ಪಾಕಿಸ್ತಾನ ಮತ್ತು ಅಫಘಾನಿಸ್ತಾನದ ಗಡಿಯಲ್ಲಂತೆ ಮಹಿಂದನ ಮೃತ್ಯುವಾದದ್ದು. ಭಾರತ ಮತ್ತು ಶ್ರೀಲಂಕಾಗಳಿಗೆ ಹದಿನೈದು ದಿನಗಳ ಪ್ರವಾಸ ಹೋಗಿಬಂದ ಮಹಿಂದ ಪಾಕಿಸ್ತಾನದ ಗಡಿಯ ಕ್ವೆಟ್ಟಾ ಎನ್ನುವ ಊರಿನಲ್ಲಿ ಮತ್ತೊಬ್ಬ ಪತ್ರಕರ್ತರೊಂದಿಗೆ ಸೇರಿ – ಅವರು ಬ್ರಿಟಿಷ್ ಪತ್ರಕರ್ತರಂತೆ – ಪಾಕಿಸ್ತಾನಿ ಡ್ರೈವರ್‌ನೊಂದಿಗೆ ಟೊಯೋಟಾ ಲ್ಯಾಂಡ್ ಕ್ರೂಸರ್‌ನಲ್ಲಿ ಅಫಘಾನಿಸ್ತಾನದ ಗಡಿಯನ್ನು ಪ್ರವೇಶಿಸುವಾಗ ತಾಲಿಬಾನ್ ಯೋಧರು ಇವರನ್ನು ಅಪಹರಿಸಿದರಂತೆ. ಅಪಹರಣದ ನಂತರ ಅವರನ್ನು ಬಂಧಿಗಳಾಗಿಟ್ಟುಕೊಂಡಿದ್ದು ಎರಡೇ ದಿನಗಳಂತೆ. ಅಮೆರಿಕ ಮತ್ತು ಬ್ರಿಟಿಷ್ ಸೈನ್ಯಾಧಿಕಾರಿಗಳ ಆಗ್ರಹದ ಮೇರೆಗೆ ಪಾಕಿಸ್ತಾನಿ ಸೈನ್ಯವು ಕ್ವೆಟ್ಟಾದಲ್ಲಿ ಅಪಹರಣದ ಸುಳಿವುಗಳೊಂದಿಗೆ ದಾಳಿ ಮಾಡಿದಾಗ ಅಪಹರಣಕಾರರು ಓಡಿ ಹೋಗುವ ಮುನ್ನ ಮಹಿಂದ, ಅವನ ಜೊತೆಗಿದ್ದ ಬಿಬಿಸಿಯ ಪತ್ರಕರ್ತ ಮತ್ತು ಪಾಕಿಸ್ತಾನಿ ಡ್ರೈವರ್ ಎಲ್ಲರನ್ನೂ ಕೊಂದು ಅವರನ್ನು ಅಪಹರಿಸಿ ಇಟ್ಟಿದ್ದ ಮುರುಕಲು ಮನೆಯಲ್ಲೇ ದೇಹಗಳನ್ನು ಬಿಟ್ಟು ಹೋಗಿದ್ದಾರೆ. 'ಶವದ ಪೆಟ್ಟಿಗೆ ಬರುತ್ತದೆ. ಆದರೆ ದೇಹ ಮಾತ್ರ ನೋಡುವ ಸ್ಥಿತಿಯಲ್ಲಿ ಇಲ್ಲದಿರಬಹುದು.' ಎನ್ನುವ ಸೂಕ್ಷ್ಮ ಸಂದೇಶವನ್ನು ಪೆಂಟಗನ್‌ನ ಮಿಲಿಟರಿ ವಕ್ತಾರರು ಸಮಿಂದರಿಗೆ ತಿಳಿಸಿದ್ದರು.

ಸಮಿಂದ ಮತ್ತು ಹಷಿನಿ ಆಸ್ಪತ್ರೆಯಿಂದ ಮನೆಗೆ ಬಂದ ಮೇಲೆ ಅವರನ್ನು ನೋಡಲು ಆಗಾಗ ಹೋಗಿ ಬರುತ್ತಿದ್ದೆನಾದರೂ ಸಮಿಂದರನ್ನು ಎದುರಿಸಿ ಕಣ್ಣಲ್ಲಿ ಕಣ್ಣಿಟ್ಟು ಈ ವಿಷಯವನ್ನು ಚರ್ಚಿಸುವುದು ನನಗೆ ಸುಲಭವಾಗಿರಲಿಲ್ಲ. 'ಇನ್ನೂ ಸ್ವಲ್ಪ ದಿನ ಅವರು ಹೆಚ್ಚಿನ ಸ್ಟ್ರೆಸ್‌ಗೆ ಒಳಪಡದಂತೆ ನೋಡಿಕೊಳ್ಳಿ' ಎಂದು ಡಾಕ್ಟರರು ಹಷಿನಿಯವರಿಗೆ ತಿಳಿಸಿದ್ದರಿಂದ ಸಮಿಂದರೊಂದಿಗೆ ಹೆಚ್ಚಿನ ಮಾತುಕತೆಗೆ ನಾನು ಇಳಿಯುತ್ತಲೇ ಇರಲಿಲ್ಲ. ಅವರು ಮಲಗಿದ್ದಲ್ಲೆಯೇ ನನ್ನ ಕೈ ಹಿಡಿದು ಕಣ್ಣಲ್ಲಿ ನೀರು ತುಂಬಿಕೊಂಡು ಮಾತನಾಡುವ ಪ್ರಯತ್ನಗಳನ್ನು ಮಾಡುತ್ತಿದ್ದಂತೆಯೇ ನಾನು ತಪ್ಪಿಸಿಕೊಂಡು ಹೊರಗೆ ಬಂದು ಬಿಡುತ್ತಿದ್ದೆ. ಮತ್ತೆಲ್ಲಿ ಅವರ ಹೃದಯದ ಒತ್ತಡವನ್ನು ಮರುಕಳಿಸುವಂತೆ ಮಾಡುತ್ತೇನೋ ಎನ್ನುವ ಆತಂಕದ ಜೊತೆಗೇ ಮಹಿಂದನ ಸಾವಿಗೆ ನಾನೂ ಕಾರಣನಾದೆ ಎನ್ನುವ ತಪ್ಪಿತಸ್ಥ ಭಾವನೆ ನನ್ನಲ್ಲಿ ದಟ್ಟವಾಗಿ ಅವರನ್ನು ಎದುರಿಸದಂತೆ ಮಾಡಿತ್ತು.

"ಶ್ರೀಕಾಂತ್, ಕುಳಿತುಕೊಳ್ಳಿ." ಎಂದರು ಸಮಿಂದ. ನನ್ನ ಕೈಗಳನ್ನು ಬಲವಾಗಿ ಹಿಡಿದಿದ್ದರು. ಗಡ್ಡ ತುಂಬಿದ ಮುಖದಲ್ಲಿ ಕಣ್ಣುಗಳು ಬತ್ತಿ ಒಳಹೋಗಿದ್ದವು. ನಿಶ್ಶಕ್ತಿಯಿಂದ ಅವರ ದೇಹ ಬಳಲಿತ್ತು. ಮಾತುಗಳಲ್ಲಿ ಆಯಾಸ ತುಂಬಿತ್ತು. ಕ್ಯಾಮರಾ ಕ್ಲಬ್‌ನಲ್ಲಿ ಅಷ್ಟು ಸಕ್ರಿಯವಾಗಿ ಓಡಾಡಿಕೊಂಡಿದ್ದ ಮನುಷ್ಯ ಇವರೇನಾ ಎಂದು ಆಶ್ಚರ್ಯಪಡುವಷ್ಟು ಇಳಿದು ಹೋಗಿದ್ದರು.

"ನನಗೇನೂ ಆಗುವುದಿಲ್ಲ. ಕುಳಿತುಕೊಳ್ಳಿ. ಆಗಲು ಇನ್ನೇನು ಉಳಿದಿದೆ?" ಎಂದರು.

ಮೌನದಲ್ಲಿ ಅವರ ಪಕ್ಕ ಕುಳಿತೆ. ಸಮಿಂದರ ಕೈಯ ಕಾವು ನನ್ನ ಅಂಗೈಯನ್ನು ಬೆಚ್ಚಗೆ ಮಾಡಿತ್ತು. ತೆರೆದ ಗಾಜಿನ ಕಿಟಕಿಗಳಿಂದ ಮಂದ ಬೆಳಕು ಕೋಣೆಯನ್ನು ತುಂಬಿತ್ತು. ಯಾವ ಕ್ಷಣದಲ್ಲಾದರೂ ಮಳೆಯಾಗುವಂತೆ ಮೋಡ ಕಟ್ಟಿತ್ತು.

"ಮಹಿಂದನನ್ನು ಕಳೆದುಕೊಂಡದ್ದಕ್ಕೆ ನಿಮಗೂ ಎಷ್ಟು ದುಃಖವಾಗಿದೆ ಎಂದು ನಾನು ಬಲ್ಲೆ. ದಯವಿಟ್ಟು ನನ್ನ ಪಕ್ಕದಲ್ಲಿ ಸ್ವಲ್ಪ ಹೊತ್ತು ಕುಳಿತುಕೊಳ್ಳಿ. ಮಾತನಾಡದಿದ್ದರೂ ಪರವಾಗಿಲ್ಲ." ಎಂದರು ನನ್ನ ಮುಖವನ್ನು ದೈನ್ಯದಲ್ಲಿ ನೋಡುತ್ತಾ.

"ಮಹಿಂದನ ಸಾವಿಗೆ ನಾನೂ ಕಾರಣನಾಗಿಬಿಟ್ಟೆ ಎನ್ನುವ ನೋವು ನನಗೆ ಚಿತ್ರಹಿಂಸೆಯನ್ನು ನೀಡುತ್ತಿದೆ. ಅವನನ್ನು ಒಪ್ಪಿಸಲು ನೀವು ನನ್ನನ್ನು ಕಳುಹಿಸಿದಾಗ ನಾನು ತೀರಾ ದುರ್ಬಲನಾಗಿಬಿಟ್ಟೆ, ಮಾತೇ ನನ್ನ ದೌರ್ಬಲ್ಯ. ಅದೇ ದೌರ್ಬಲ್ಯಕ್ಕೆ ಮಹಿಂದನನ್ನು ಬಲಿಕೊಟ್ಟಂತಾಯಿತು..."

ನಾನು ಮಾತು ಮುಂದುವರೆಸದಂತೆ ಸಮಿಂದರು ಕೈ ಅಡ್ಡ ಬೀಸಿದರು.

"ಏನೇನೋ ಯೋಚನೆಗಳನ್ನು ತಲೆಯಲ್ಲಿ ಇಟ್ಟುಕೊಳ್ಳಬೇಡಿ. ಇದು ಯಾರ ತಪ್ಪೂ ಅಲ್ಲ. ಪ್ರಪಂಚ ನಡೆಯುವ ರೀತಿಯೇ ಹೀಗೆ."

"ಹಾಗಲ್ಲ. ನೀವಂದು ನನ್ನನ್ನು ಕೇಳಿದಾಗ ನಾನು ಆಗುವುದಿಲ್ಲ ಎಂದಿದ್ದರೆ ನೀವು ಬೇರೆಯವರ ಸಹಾಯವನ್ನು ಪಡೆದು ಅವನನ್ನು ಇಲ್ಲಿಯೇ ಉಳಿಸಿಕೊಳ್ಳುತ್ತಿದ್ದಿರೋ ಏನೋ. ಆ ದುಃಖ ನನಗೆ." ಎಂದೆ ಮೆಲು ದನಿಯಲ್ಲಿ.

"ಬಿಡಿ ಬಿಡಿ. ಆ ಯೋಚನೆಗಳನ್ನು ತಲೆಯಿಂದ ಕೊಡವಿಬಿಡಿ. ಅವನ ತಂದೆಯಾಗಿ ನಾನೇ ಅವನನ್ನು ಅಫಘಾನಿಸ್ತಾನಕ್ಕೆ ಕಳುಹಿಸಿದ್ದಕ್ಕೆ ಮರುಗುತ್ತಿಲ್ಲ. ಇನ್ನು ನೀವು ಈ ತರಹದ ಪಶ್ಚಾತ್ತಾಪಗಳನ್ನು ಮನಸ್ಸಿನಲ್ಲಿಟ್ಟುಕೊಳ್ಳಬಾರದು." ಎಂದರು.

ನಾನು ಆಶ್ಚರ್ಯದಿಂದ ಅವರ ಮುಖವನ್ನು ನೋಡಿದೆ. ನನ್ನ ಅಚ್ಚರಿಯನ್ನು ಅರ್ಥ ಮಾಡಿಕೊಂಡವರಂತೆ ತುಸು ತಲೆಯನ್ನು ಮೇಲೆತ್ತಿ ತಮ್ಮ ಬಲಗೈನಿಂದ ದಿಂಬಿನ ಕೆಳಗೆ ಹುಡುಕಿ ಒಂದು ನೀಲಿ ಬೈಂಡಿನ ಪುಸ್ತಕವನ್ನು ಹೊರಗೆ ತೆಗೆದರು.

"ಇದು ಮಹಿಂದನ ಜರ್ನಲ್. ಕಳೆದ ನಾಲ್ಕು ತಿಂಗಳು ಅವನು ಬರೆದುಕೊಂಡ ದಿನಚರಿ. ಮಿಲಿಟರಿಯವರು ತಂದು ಕೊಟ್ಟ ಅವನ ವಸ್ತುಗಳಲ್ಲಿ ಇದಿತ್ತು. ಮನೆಗೆ ತೆಗೆದುಕೊಂಡು ಹೋಗಿ ನಿಧಾನವಾಗಿ ಓದಿ. ಓದಲು ಯೋಗ್ಯವಾದದ್ದು ಎಂದಷ್ಟೇ ಹೇಳಬಲ್ಲೆ. ಅವನ ಈ ಬರಹಗಳನ್ನು ಓದಿದ ಮೇಲೆ ಅವನನ್ನು ಅಲ್ಲಿಗೆ ಕಳುಹಿಸಿ ತಪ್ಪು ಮಾಡಿಬಿಟ್ಟೆವು ಎನ್ನುವ ನೋವಿನ ಭಾವನೆಗಳು ಖಂಡಿತವಾಗಿ ನಿಮ್ಮಿಂದ ದೂರವಾಗುತ್ತವೆ." ಎಂದು ಹೇಳಿ ಆ ಪುಸ್ತಕವನ್ನು ನನ್ನ ಕೈನಲ್ಲಿಟ್ಟರು.

"ಮಹಿಂದ ಖಾಸಗಿಯಾಗಿ ಬರೆದುಕೊಂಡಿರುವುದು. ಇದನ್ನು ನಾನು ಓದುವುದು ನಿಮಗೆ ಮುಜುಗರವಾಗುವುದಿಲ್ಲವೇ?" ಎಂದೆ ಅಳುಕಿನ ಸ್ವರದಲ್ಲಿ.

"ಖಾಸಗಿ ಏನು ಬಂತು? ಮನೆಯವರ ವಿಷಯಗಳನ್ನು ಬರೆದೇ ಇಲ್ಲ ಅವನು ಬರೀ ಬುದ್ಧನ ವಿಚಾರವಾಗಿ ಬರೆದಿದ್ದಾನೆ. ಬುದ್ಧ ಯಾರಿಗೆ ಖಾಸಗಿ?" ಎಂದು ನಕ್ಕರು. "ಆದರೆ ಜೋಪಾನ. ಆ ಪುಸ್ತಕದಲ್ಲಿಯೇ ನನ್ನ ಅಳಿದುಳಿದ ಜೀವವಿದೆ." ಎಂದರು.

▸▸

ನನ್ನ ಓದುವ ಮೇಜಿನ ಮೇಲಿನ ನೀಲಿ ಬೈಂಡಿನ ಪುಸ್ತಕ ಅನೇಕ ರಹಸ್ಯಗಳನ್ನು ಹೊತ್ತು ಕುಳಿತಿತ್ತು. ವಿಭಿನ್ನ ಬದುಕನ್ನು ಬಯಸಿದ್ದ ಒಬ್ಬ ಮನುಷ್ಯನ ಆಲೋಚನೆಗಳ ಸಂಗ್ರಹವದು ಎಂದು ಯೋಚಿಸಿದಂತೆಲ್ಲ ಆ ಪುಸ್ತಕದ ಬಗ್ಗೆ ಗೌರವದ ಜೊತೆಗೆ ನಿಗೂಢ ಭಯವೂ ನನ್ನನ್ನು ಆಕ್ರಮಿಸಿಕೊಳ್ಳುತ್ತಿತ್ತು. ಮನೆಗೆ ಬಂದೊಡನೆ ತೆಳು ಪ್ಲಾಸ್ಟಿಕ್ ಬ್ಯಾಗಿನಿಂದ ತೆಗೆದು ಆ ಪುಸ್ತಕವನ್ನು ಓದುವ ಟೇಬಲ್ಲಿನ ಮೇಲಿಡುವಾಗ ಕೂಡ ರ್‍ಯಾಂಡಮ್ ಆಗಿ ಪುಟಗಳೆಡೆಗೆ ಕೈಯಾಡಿಸುವ ಧೈರ್ಯ ಬರಲಿಲ್ಲ. ಹಾಗೆ ಅನಿರೀಕ್ಷಿತ ಪುಟಗಳನ್ನು ತಿರುಗಿಸಿ ಸಾಹಿತ್ಯವನ್ನು ಆಸ್ವಾದಿಸುವ ಪರಿಗೆ ಇದು ಸಾಹಿತ್ಯ ಪುಸ್ತಕವಲ್ಲ. ಕಣ್ಣಲ್ಲಿ ನೀರು ತುಂಬಿಕೊಂಡ ತಂದೆಯೊಬ್ಬ 'ನನ್ನ ಮಗನ ಸಾವಿನ

ಮುಂಚಿನ ದಾಖಲೆಗಳು ಇವು' ಎಂದು ಅಪರೂಪದ ಸಂವೇದನೆಯಲ್ಲಿ ಕೊಟ್ಟ ಮತ್ತೊಬ್ಬ ಮನುಷ್ಯನ ದಿನಚರಿ!

ಮಹಿಂದನ ಡೈರಿಯನ್ನು ಮನೆಗೆ ತಂದ ಮರುದಿನ ಬೆಳಗ್ಗೆ ನಾಲ್ಕಕ್ಕೇ ಎದ್ದು ಓದಲೆಂದು ತೆರೆದರೆ ನಾನು ನಿರಕ್ಷರಿಯೇನೋ ಎಂದು ಅನುಮಾನ ಬರುವ ರೀತಿಯಲ್ಲಿ ಅರ್ಥವಾಗದ ಮೋಡಿ ಅಕ್ಷರಗಳು. ಗೀಚಿದಂತೆ ಸಾಲುಗಳು. ಎಲ್ಲೋ ಉದ್ದಗೆರೆ ಮತ್ತೆಲ್ಲೋ ಅಡ್ಡಗೆರೆ ಮಾರ್ಜಿನ್‌ನ ಭರ್ತಿ ತುಂಬಿಹೋದ ಟಿಪ್ಪಣಿಗಳು. ಮಹಿಂದ ತನಗೋಸ್ಕರ ಮಾತ್ರ ಬರೆದುಕೊಂಡದ್ದು ಅದು ಎನ್ನುವುದು ನಿರ್ವಿವಾದಿತವಾಗಿ ಅರಿವಾಗತೊಡಗಿತು. ಕೊನೆಯ ಕೆಲವು ಪುಟಗಳನ್ನು ಬಿಟ್ಟರೆ ಆ ಇನ್ನೂರು ಪುಟಗಳ ಪುಸ್ತಕ ಮಹಿಂದನ ಕೈ ಬರಹದಿಂದ ತುಂಬಿ ಹೋಗಿತ್ತು. ಆದರೆ ನಾನು ಪೂರ್ತಿ ಓದಲಾಗದ ಬರಹ. ಪುರಾತನ ಶಿಲಾಶಾಸನವನ್ನು ಓದಲು ಪ್ರಯತ್ನಿಸಿದಂತೆ ಎಷ್ಟೇ ಕಷ್ಟಪಟ್ಟರೂ ಅಲ್ಲಿ ಇಲ್ಲಿ ಎಂದು ತುಂಡುಬರಹಗಳಷ್ಟೇ ನನಗೆ ಅರ್ಥವಾಗುತ್ತಿದ್ದವು. ಕೆಲವು ಪದಗಳು, ವಾಕ್ಯಗಳು ಮತ್ತು ಕ್ಲುಪ್ತರೂಪಗಳನ್ನು ನನಗೆ ಓದಲಾದರೂ, ಅವುಗಳ ಪರಿಭಾಷೆ ಮತ್ತು ಸೂಚ್ಯಾರ್ಥಗಳ ಕುರುಹು ಇಲ್ಲದೆ ಅವುಗಳು ದಕ್ಕದಾಗಿ ಹತಾಶನಾದೆ.

ಕೆಲವು ಪುಟಗಳಿಗೆ ದಿನಾಂಕವನ್ನು ಬರೆದಿದ್ದ. ಕೆಲವು ಪುಟಗಳಿಗೆ ಅಫಘಾನಿಸ್ತಾನ ದಲ್ಲಿ ಎಷ್ಟನೇ ದಿನ ಎಂದು ಬರೆದಿದ್ದ, ಕೆಲವು ಕಡೆ ಊರು ಬರೆದಿದ್ದ. ಬಹಳಷ್ಟು ಪುಟಗಳಿಗೆ ದಿನಾಂಕ ಊರು ಸಮಯ ಏನೂ ಇಲ್ಲ. ಕೆಲವು ಪುಟಗಳಲ್ಲಿ ಮುದ್ರಿತವಾದ ಪುಟ ಸಂಖ್ಯೆಯನ್ನು ಬಿಟ್ಟರೆ ಮತ್ತೇನನ್ನೂ ನನಗೆ ಓದಲಾಗಲಿಲ್ಲ.

—

ಮೊದಲ ಪುಟದಲ್ಲಿ ನನಗೆ ಓದಲಾದ ತುಣುಕು ಬರಹಗಳು:

ನಾನೇಕೆ ಈ ದಿನಚರಿಯನ್ನು ಬರೆಯಬೇಕು ಎಂದರೆ:

– ನನ್ನ ಈ ಪಯಣದ ದಿಕ್ಕನ್ನು ಹುಡುಕಿಕೊಳ್ಳಲು

– ಜರ್ನಲಿಸಂ ನನ್ನನ್ನು ಸಂಪೂರ್ಣವಾಗಿ ಕಬಳಿಸದಂತೆ ತಡೆಯಲು

ಸಿಲ್ಲಿ! ದಿನಚರಿಯನ್ನು ಬರೆಯಲು ಕಾರಣ ಹುಡುಕಬೇಕೇ? ಬರೆಯುವ ಹುಚ್ಚಿದೆ ಬರೆಯುತ್ತಿದ್ದೇನೆ. ಅಷ್ಟೇ! 'ಜರ್ನಲಿಸಂ ಕಬಳಿಸದಂತೆ...' ಎಂದರೆ ಏನು? ಅದು ನನ್ನ ಹುಡುಕಿಕೊಂಡು ಬರಲಿಲ್ಲ ನಾನೇ ಅದನ್ನು ಹುಡುಕಿಕೊಂಡು ಬಂದದ್ದಲ್ಲವೇ, ಈ ಅಫಘಾನಿಸ್ತಾನದ ಯುದ್ಧದಂತೆ! ಬರೆಯಬೇಕು ಬರೆಯುತ್ತೇನೆ, ಅದಕ್ಕೆ ಕಾರಣ ಏಕೆ? ಕಾರಣ ಕೊಡುವುದು ಮತ್ತೊಬ್ಬರೊಡನೆ ಸಮಜಾಯಿಷಿಗೆ. ದಿನಚರಿ ಮತ್ತೊಬ್ಬರಿಗಾಗಿ ಅಲ್ಲ.

—

ಇಪ್ಪತ್ತೈದನೇ ಪುಟದಲ್ಲಿ –

ಈ ಘಳಿಗೆಯಲ್ಲಿ ನಾನು ಕುಳಿತಿರುವ ಈ ಕರೆಂಟು ಹೋದ ಕೋಣೆಯಲ್ಲಿ,

ಯಾರೋ ಹಚ್ಚಿಹೋದ ಹೊಗೆಯುಗುಳುವ ಸೀಮೆಎಣ್ಣೆ ದೀಪದ ಬೆಳಕಿನಲ್ಲಿ ಬರೆಯಲು ಕುಳಿತಾಗ ಈ ಯುದ್ಧ, ಅದು ಸೃಷ್ಟಿಸಿರುವ ಪರಿಸ್ಥಿತಿಗಳು, ಅದನ್ನು ವ್ಯವಹಾರ ಮಾಡಿಕೊಂಡಿರುವ ನನ್ನಂತಹ ಪತ್ರಕರ್ತರು ಎಲ್ಲವೂ ತಮಾಷೆಯಾಗಿ ಕಾಣುತ್ತದೆ. ಒಂದು ಬಗೆಯ ಕ್ರೂರ ಹಾಸ್ಯ. ಹಿಂಸೆಯ ನಿರೀಕ್ಷೆಯಲ್ಲಿ ಕಾದು ಕುಳಿತಿದ್ದೇವೆ ವರದಿಯನ್ನು ಬರೆಯಲು. ಇದಕ್ಕಿಂತಲೂ ಕ್ರೌರ್ಯ ಮತ್ತೊಂದಿದೆಯೇ?

—

ಮೂವತ್ತೆರಡನೇ ಪುಟದಲ್ಲಿ –

ನಾವು ಜರ್ನಲಿಸ್ಟರು ಈ ಯುದ್ಧಪ್ರದೇಶದಲ್ಲಿ ಏನು ಮಾಡುತ್ತಿದ್ದೇವೆ?

ಅರೆಬೆಂದ ದೇಹಗಳ ಫೋಟೊ ತೆಗೆಯುತ್ತಿದ್ದೇವೆ! ಮರಣವನ್ನು ಖಯಾಲಿನಿಂದ ದಾಖಲಿಸುತ್ತಿದ್ದೇವೆ! ನಾನಿಲ್ಲಿ ಭೇಟಿ ಮಾಡಿದ ಲಾಸ್ ಏಂಜಲಿಸ್ ಟೈಮ್ಸ್‌ನ ಪೌಲ್ ವ್ಯಾಟ್ಸನ್‌ನ ಪ್ರಕಾರ 'ಸತ್ತವರ ಆತ್ಮಗಳನ್ನು ಕದಿಯುತ್ತಿದ್ದೇವೆ.'

—

ಐವತ್ತೊಂದನೇ ಪುಟದಲ್ಲಿ –

ಪೌಲ್ ವ್ಯಾಟ್ಸನ್‌ನನ್ನು ಭೇಟಿಯಾದದ್ದು ನನ್ನ ಒಂದು ಸುಯೋಗ. ವಾರ್ ಜರ್ನಲಿಸಂನಲ್ಲಿ ಆಸಕ್ತಿಯಿರುವವರಿಗೆಲ್ಲಾ ಪೌಲ್ ವ್ಯಾಟ್ಸನ್ನನ ಬಗ್ಗೆ ತಿಳಿದೇ ಇರುತ್ತದೆ. ಮೇಲಾಗಿ, ವ್ಯಾಟ್ಸನ್ ಕೆಲಸ ಮಾಡುವ ಲಾಸ್ ಏಂಜಲಿಸ್ ಟೈಮ್ಸ್ ನಾನು ಹಲವಾರು ವರ್ಷಗಳಿಂದ ಓದುವ ಪತ್ರಿಕೆಯಾದ್ದರಿಂದ ವ್ಯಾಟ್ಸನ್ನನ ಅನೇಕ ಲೇಖನಗಳನ್ನು ಓದಿದ್ದೇನೆ ಮತ್ತು ಅವನ ಯುದ್ಧ ಪ್ರದೇಶಗಳ ಚಿತ್ರಗಳನ್ನು ನೋಡಿದ್ದೇನೆ. ಈ ಅಫಘಾನಿಸ್ತಾನದ ಪ್ರವಾಸ ನನಗೆ ಕೊಟ್ಟ ದೊಡ್ಡ ಉಡುಗೊರೆ ಎಂದರೆ ಪೌಲ್ ವ್ಯಾಟ್ಸನ್‌ನ ಹತ್ತಿರದ ಪರಿಚಯ. ಹುಟ್ಟಿನಿಂದಲೇ ಒಂದು ಕೈಯನ್ನು ಕಳೆದುಕೊಂಡವ ಈತ. ಐ ವಾಸ್ ಎ ಬಾರ್ನ್ ರೆಬೆಲ್ ವಿಥ್ ಒನ್ ಹ್ಯಾಂಡ್ ಎಂದು ಹೇಳಿಕೊಳ್ಳುವ ಕೆಚ್ಚುಗಾರ. ಅಂಗವಿಕಲನೆಂದು ಹೀಗಳೆದ ಪ್ರಪಂಚದ ಮೇಲೆ ಸೇಡು ತೀರಿಸಿಕೊಳ್ಳುವವನಂತೆ ಒಂದೇ ಕೈನಲ್ಲಿ ಕ್ಯಾಮರಾ ಮತ್ತು ಪೆನ್ನನ್ನು ಹಿಡಿದು ಯುದ್ಧಭೂಮಿಯಿಂದ ಯುದ್ಧ ಭೂಮಿಗೆ ತಿರುಗುತ್ತ ವರದಿಗಾರನಾದವ. ಟ್ರೆಂಚ್‌ಗಳಲ್ಲಿ ಅಡಗಿ ಕುಳಿತು ಕೆಲವೇ ಅಡಿಗಳ ದೂರದಲ್ಲಿ ಸಿಡಿಯುವ ಬಾಂಬುಗಳ ಚಿತ್ರ ತೆಗೆದವ. ಸತ್ತವರ ಮಧ್ಯೆ ಜೀವಂತವಾಗಿ ಓಡಾಡಿದವ. ಪುಲಿಟ್ಜರ್ ಪ್ರಶಸ್ತಿಯನ್ನೂ ಪಡೆದವ.

ಆದರೆ ಇಂದು ಪೌಲ್ ವ್ಯಾಟ್ಸನ್ ಅಳುತ್ತಾನೆ! ಅವನ ಚಿತ್ರಗಳಲ್ಲಿ ಸತ್ತವರು ಪಿಶಾಚಿಗಳಾಗಿ ಅವನನ್ನು ಕಾಡುತ್ತಿದ್ದಾರಂತೆ! ಒಮ್ಮೆ ಸೋಮಾಲಿಯಾದಲ್ಲಿ ಅಮೆರಿಕನ್ ಹೆಲಿಕಾಪ್ಟರನ್ನು ಬಂಡಾಯ ಯೋಧರು ಹೊಡೆದುರುಳಿಸಿ ಉರುಳಿಬಿದ್ದ ಅಮೆರಿಕನ್ ಯೋಧನ ಶವಕ್ಕೆ ಹಗ್ಗ ಕಟ್ಟಿ ಆಕ್ರೋಶದಲ್ಲಿ ಊರ ತುಂಬಾ ಎಳೆದಾಡುತ್ತ, ಒದೆಯುತ್ತ, ಉಗುಳುತ್ತ, ವಿವಸ್ತ್ರಗೊಳಿಸಿ ಅವಮಾನ ಮಾಡುತ್ತ ಉನ್ಮತ್ತರಾಗಿರುವಾಗ

ಅದೆಷ್ಟು ಅಪಾಯವೆಂದು ಗೊತ್ತಿದ್ದರೂ ಪೌಲ್ ವ್ಯಾಟ್ಸನ್ ಅವರುಗಳ ಮಧ್ಯೆ ನುಸುಳಿಹೋಗಿ ಆ ದೃಶ್ಯದ ಫೋಟೊ ತೆಗೆದ. ಆಗ ಆಗಿದ್ದು ಇದು. ಆ ಹೆಣವು ಅವನಿಗೆ ಪಿಸುಗುಟ್ಟಿತಂತೆ – 'ನನ್ನ ಚಿತ್ರಕ್ಕಾಗಿಯೇ ನೀನು ಇಲ್ಲಿಗೆ ಬಂದೆಯಾ? ತೆಗಿ, ತೆಗಿ. ಚೆನ್ನಾಗಿ ತೆಗಿ! ನೋಡು, ಕಣ್ಣರಳಿಸಿ ನಿನ್ನ ಝೂಮ್ ಲೆನ್ಸ್‌ನಲ್ಲಿ ನೋಡು. ಹರಿದು ಛಿದ್ರವಾದ ಈ ದೇಹವನ್ನು ಅನೇಕ ಕೋನಗಳಲ್ಲಿ ತೆಗಿ. ಕತ್ತಿಯ ಹೊಡೆತಕ್ಕೆ ತುಂಡಾಗಿರುವ ನನ್ನ ಮರ್ಮಾಂಗವು ನಿನ್ನ ಫೋಟೊ ಫ್ರೇಮಿನ ಮಧ್ಯಕ್ಕೆ ಬರುವಂತೆ ತೆಗಿ. ನೀಚ! ನೀನು ಮಾಡುತ್ತಿರುವ ಈ ಬರ್ಬರ ಕೃತ್ಯಕ್ಕೆ ಈ ಜನ್ಮದಲ್ಲಿ ನಿನ್ನನ್ನು ಬಿಡಲಾರೆ!'. ಅಂದಿನಿಂದಲೂ ಆ ಅಮೆರಿಕನ್ ಸಿಪಾಯಿಯ ಭೂತ ಪೌಲ್ ವ್ಯಾಟ್ಸನ್ನನ ಹೆಗಲನ್ನೇರಿ ಕುಳಿತಿದೆ. ಅದೂ ಸದಾಕಾಲ. ವಿಪರ್ಯಾಸವೆಂದರೆ, ಯಾವ ಚಿತ್ರವನ್ನು ತೆಗೆದದ್ದಕ್ಕೆ ಪೌಲ್ ವ್ಯಾಟ್ಸನ್ ನಿರಂತರವಾಗಿ ಪಶ್ಚಾತ್ತಾಪಪಡುತ್ತಿದ್ದಾನೋ ಅದೇ ಚಿತ್ರಕ್ಕಾಗಿ ಅವನಿಗೆ ಪುಲಿಟ್ಜರ್ ಪ್ರಶಸ್ತಿ ಬಂದದ್ದು!

—

ಅರವತ್ತೆರಡನೇ ಪುಟದಲ್ಲಿ –

ಪ್ರತಿದಿನ ಹೊತ್ತು ಕಂತಿದ ಮೇಲೆ ಪತ್ರಿಕೆಗಳಿಗಾಗಿ ಮಿಲಿಟರಿ ನಡೆಸುವ ಅಪ್‌ಡೇಟ್ ಕಾರ್ಯಕ್ರಮದಲ್ಲಿ ಸಮಯ ಸಾಧಿಸಿ ಪೌಲ್ ವ್ಯಾಟ್ಸನ್‌ನ ಪಕ್ಕ ನಿಲ್ಲಲು ನೋಡುತ್ತೇನೆ. ಮೊನ್ನೆ, ಇಂತಹ ಒಂದು ಸಂದರ್ಭದಲ್ಲಿ ಪೌಲ್ ವ್ಯಾಟ್ಸನ್ ನನ್ನ ಕಿವಿಯಲ್ಲಿ ಪಿಸುಗುಟ್ಟಿದ – "ಹೋಗು, ಬೇರೇ ಉದ್ಯೋಗವನ್ನು ಹುಡುಕಿಕೋ. ಸತ್ತವರ ಚಿತ್ರವನ್ನು ತೆಗೆಯುವುದು ಎಂದರೆ ಅವರ ಆತ್ಮಗಳನ್ನು ಕದ್ದಂತೆ. ಯುದ್ಧಗಳಲ್ಲಿ ಬಂದೂಕು ಹಿಡಿದವರು ಹಣ ಹೆಣ್ಣುಗಳನ್ನು ಲೂಟಿ ಮಾಡಿದಂತೆ ನಾವು ಕ್ಯಾಮರಾ ಹಿಡಿದವರು ಆತ್ಮಗಳನ್ನು ಲೂಟಿ ಮಾಡುತ್ತೇವೆ! ನಿನ್ನ ಭವಿಷ್ಯವನ್ನು ನೋಡಬೇಕೆಂದರೆ ನನ್ನನ್ನು ನೋಡು. ನನ್ನ ಕಣ್ಣುಗಳನ್ನು ನೋಡು. ನೋಡು, ಹೇಗೆ ಅಳುತ್ತಿದ್ದೇನೆ! ಯೋಧರಂತೆಯೇ ನಾವೂ ದುಃಸ್ವಪ್ನಗಳನ್ನು ಕಾಣುತ್ತೇವೆ. ಯೋಧರಂತೆಯೇ ನಾವೂ ಬದುಕಿ ವಾಪಸ್ಸು ಹೋದರೆ ನಾನಾ ರೀತಿಯ ಮಾನಸಿಕ ಖಾಯಿಲೆಗಳಿಂದ ನರಳುತ್ತೇವೆ. ಯೋಧರಂತೆಯೇ ನಾವೂ ನಮ್ಮ ಪ್ರೀತಿಪಾತ್ರರನ್ನು ಸದಾ ದುಃಖದಲ್ಲಿಟ್ಟಿರುತ್ತೇವೆ. ನೀನಿನ್ನೂ ಚಿಕ್ಕವನು. ಬೇರೆ ಬದುಕನ್ನು ಹುಡುಕಿಕೋ."

—

ಎಂಬತ್ತೊಂದನೇ ಪುಟದಲ್ಲಿ –

ಯುದ್ಧದ ವರದಿ ಎನ್ನುವುದು, ಬಾಂಬಿಗೆ ಸಿಕ್ಕಿ ಚೂರುಚೂರಾದವರ ರಕ್ತಸಿಕ್ತ ಮುಖಗಳನ್ನು ಅತ್ಯಾಧುನಿಕ ಕ್ಯಾಮರಾಗಳಲ್ಲಿ ಚಿತ್ರಿಸುವ ನನ್ನಂತಹ ವರದಿಗಾರನ ಖಯಾಲಿ ಮಾತ್ರವಲ್ಲ. ಬದಲಾಗಿ, ದೊಡ್ಡ ಮೀಡಿಯಾ ಹೌಸ್‌ಗಳ ಟ್ವೆಂಟಿಫೋರ್ ಬೈ ಸೆವೆನ್ ನ್ಯೂಸ್ ಟೆಲಿಕಾಸ್ಟ್ ಸ್ಪರ್ಧೆಗಳಿಗೆ ಉರುವಲುಗಳು. ಸಿಎನ್‌ಎನ್ ಮತ್ತು ಫಾಕ್ಸ್ ನ್ಯೂಸ್ ಯುದ್ಧದ ಸುದ್ದಿಯನ್ನು ಮೊದಲು ಪ್ರಕಟಿಸಲು ಕಚ್ಚಾಡುವ ಪರಿಯೇ

ಅಸಹ್ಯ ಬರಿಸುತ್ತದೆ! ಕಣ್ಣು ಕಳೆದುಕೊಂಡ, ಮೂಗು ಮುರಿದುಕೊಂಡ, ರಕ್ತವನ್ನು ಹೆಪ್ಪುಗಟ್ಟಿಸಿಕೊಂಡ ಮುಖಗಳಿಗಾಗಿ ಕಿತ್ತಾಟವೋ ಕಿತ್ತಾಟ. ಹುಲಿ ಉಳಿಸಿಹೋದ ಬೇಟೆಗೆ ನರಿಗಳು ಕಿತ್ತಾಡಿದಂತೆ. ನಾವು ಪತ್ರಕರ್ತರು ಯುದ್ಧವನ್ನು ವರದಿ ಮಾಡುತ್ತಲೇ ಇರಬೇಕು. ಫುಟ್‌ಬಾಲ್ ಪಂದ್ಯಾವಳಿಯನ್ನು ಪ್ರಸಾರ ಮಾಡಿದಂತೆ ಈ ಮೀಡಿಯಾ ಹೌಸ್‌ಗಳು ಯುದ್ಧವನ್ನು ನೇರ ಪ್ರಸಾರ ಮಾಡುತ್ತಿರಬೇಕು. ಎಂಟಿವಿಯನ್ನೋ, ಹೂ ವಾಂಟ್ಸ್ ಟು ಬಿ ಎ ಮಿಲಿಯನೈರ್ ಕಾರ್ಯಕ್ರಮವನ್ನೋ ನೋಡಿ ಬೇಸರಗೊಂಡ ಜನ ತಮ್ಮ ಲೆದರ್ ಸೋಫಾದಲ್ಲಿ ಕುಳಿತಿರುವಂತೆಯೇ, ಕುಳಿತಲ್ಲಿಯೇ ಹ್ಯಾಂಬರ್ಗರನ್ನು ತಿನ್ನುತ್ತಿರುವಂತೆಯೇ, ಅರವತ್ತೈದು ಇಂಚಿನ ಫ್ಲಾಟ್ ಸ್ಕ್ರೀನಿನ ಪ್ಲಾಸ್ಮಾ ಟಿವಿಯಲ್ಲಿ ಯುದ್ಧದ ನೇರ ಪ್ರಸಾರದ ಥ್ರಿಲ್ಲನ್ನು ಅನುಭವಿಸಬೇಕು!

ಇದು ಯುದ್ಧದ ವರದಿಗಾರನ ಕೆಲಸ! ಸುದ್ದಿ ಇಲ್ಲದಿದ್ದರೆ ಸುದ್ದಿಯನ್ನು ತಯಾರಿಸ ಬೇಕು. ಈ ಯುದ್ಧಗಳು ಬರೀ ಯುದ್ಧಗಳಲ್ಲ ಇವು ಮ್ಯಾನುಫ್ಯಾಕ್ಚರ್ಡ್ ವಾರ್ಸ್!

—

ಎಂಬತ್ತೊಂಭತ್ತನೇ ಪುಟದಲ್ಲಿ –

ತನ್ನ ಅಂಗವಿಕಲತೆಯೊಂದಿಗೆ ಪೌಲ್ ವ್ಯಾಟ್ಸನ್ ಕೆಲಸ ಮಾಡುವ ಪರಿಯನ್ನು ನೋಡಬೇಕು! ಒಂದೇ ಕೈನಲ್ಲಿ ಕ್ಯಾಮರಾವನ್ನು ಸಿದ್ಧ ಮಾಡಿಕೊಳ್ಳುವ ಪರಿ, ಒಂದೇ ಕೈನಲ್ಲಿ ನೋಟ್‌ಬುಕ್ ಮತ್ತು ಪೆನ್ನನ್ನು ಎಳೆದುಕೊಂಡು ಬರೆದುಕೊಳ್ಳುವ ಪರಿ. ಅವನ ವೇಗ! ಯಾರೋ ಕೇಳಿದರು ಇಂದು – 'ಇನ್ನೊಂದು ಕೈ ಇಲ್ಲದಿರುವುದು ನಿನಗೆ ಏನನ್ನೋ ಕಳೆದುಕೊಂಡಿದ್ದೇನೆ ಎನ್ನುವ ಭಾವನೆಯನ್ನು ತಂದಿಲ್ಲವೇ?'. ಅವನು ನಕ್ಕು ಹೇಳಿದ – 'ಯಾವುದನ್ನು ನೀನು ಹುಟ್ಟಿನಿಂದಲೇ ಪಡೆದಿಲ್ಲವೋ ಅದನ್ನು ನೀನು ಕಳೆದುಕೊಳ್ಳುವುದೂ ಇಲ್ಲ.'

ಇಲ್ಲಿ ಈ ಯುದ್ಧಗಳಲ್ಲಿನ ಹಿಂಸೆಯನ್ನು ಕಂಡಾಗ ನನಗೆ ಪೌಲ್ ವ್ಯಾಟ್ಸನ್ನನ ಮಾತುಗಳು ಎಷ್ಟೊಂದು ಸರಿ ಎನ್ನಿಸುತ್ತದೆ. ಶಾಂತಿ ಕಲ್ಪನೆ ಇಲ್ಲದ ಅಂಗವಿಕಲರು ನಾವು.

—

ತೊಂಬತ್ತೆಂಟನೇ ಪುಟದಲ್ಲಿ –

ಯುದ್ಧದಲ್ಲಿ ಎಲ್ಲರೂ ಸೋಲುತ್ತಾರೆ. ನನಗಂತೂ ಇಲ್ಲಿ ಬರೀ ಸೋಲಿನ ಮುಖಗಳೇ ಕಾಣುತ್ತಿವೆ. ಜೀವದ ಎಣೆಯಿಲ್ಲದೆ ಹೋರಾಡುವ ಯೋಧರು, ಅವರ ಜನರಲ್‌ಗಳು, ಅವರೊಡನೆ ಯುದ್ಧ ಮಾಡುತ್ತಿರುವ ಉದ್ದನೆಯ ಗಡ್ಡದ ತಾಲಿಬಾನ್‌ಗಳು, ಹಿಂಸೆಯಿಂದ ಪ್ರಪಂಚದಲ್ಲಿ ಇಸ್ಲಾಂ ಧರ್ಮವನ್ನು ಸ್ಥಾಪಿಸುತ್ತೇನೆ ಎಂದು ನಂಬಿರುವ ಒಸಾಮ ಬಿನ್ ಲ್ಯಾಡನ್ ಎನ್ನುವ ಮೂರ್ಖ, ಅವನ ಅನುಯಾಯಿಗಳು, ಕೊನೆಯಲ್ಲಿ – ಸತ್ತವರ ಆತ್ಮಗಳನ್ನು ಕದಿಯಲು ಬಂದಿರುವ

ನಾವು – ಅಕ್ಷರ ಬುಲೆಟ್ಟುಗಳ ವೀರರು – ಎಲ್ಲರೂ – ಎಲ್ಲರೂ ಸೋತಿದ್ದೇವೆ. ಎಲ್ಲಿ ಗೆಲುವಿನ ಸುಳಿವೇ ಇಲ್ಲವೋ ಆ ಗೆಲುವಿನ ಮೇಲೆ ಎಲ್ಲರೂ ಹಕ್ಕು ಸಾಧಿಸಲು ನೋಡುತ್ತಿದ್ದೇವೆ. ಗೆಲುವಿನ ಕಲ್ಪನೆಯೂ ಬಾರದಿದ್ದಾಗ ಯುದ್ಧ ಬರೀ ಹಿಂಸೆಯ, ಮಾತಿನ ಬಡಾಯಿಯ 'ಪ್ರೊಪಗೆಂಡಾ ವಾರ್' ಆಗುತ್ತದೆ. ಯುದ್ಧವನ್ನು ಗೆಲ್ಲಲಾಗದು ಎನ್ನುವ ಸತ್ಯ ಮಾತ್ರ ಸೂರ್ಯನ ಪ್ರಕಾಶದಷ್ಟು ಸ್ಪಷ್ಟವಾಗಿ ಕಣ್ಣು ಕುಕ್ಕುತ್ತಿರುತ್ತದೆ.

—

ನೂರಏಳನೇ ಪುಟದಲ್ಲಿ –

ಜೀವದ ಬೆಲೆಯ ಅರಿವಿರುವವರಿಗೆ ಮಾತ್ರ ಸಾವಿನ ಯೋಗ್ಯತೆಯೂ ತಿಳಿದಿರುತ್ತದೆ. ಹೊಟ್ಟೆಗೆ ಬಾಂಬು ಕಟ್ಟಿಕೊಂಡು ಬೀಳುವ ಆತ್ಮಹತ್ಯಾದಳದ ಭಯೋತ್ಪಾದಕನಿಗಲ್ಲ. ಬ್ಲ್ಯಾಕ್ ಹಾಕ್ ಹೆಲಿಕಾಪ್ಟರಿನಲ್ಲಿ ಕುಳಿತು ಮಿನಿಟಿಗೆ ನಾಲ್ಕು ಸಾವಿರ ಬುಲೆಟ್ ಸುರಿಸುವ ಶ್ರೀಮಂತ ರಾಷ್ಟ್ರದ ಯೋಧನಿಗೂ ಅಲ್ಲ. ಹಿಂಸೆಗೆ ಪ್ರತಿಹಿಂಸೆ ಯಾವ ಶಾಂತಿಯನ್ನು ತಂದೀತು? ಸೊನ್ನೆಯನ್ನು ಸೊನ್ನೆಯಿಂದ ಭಾಗಿಸಿದಂತೆ! ಎಂದು ಕಲಿಯುತ್ತೇವೋ ನಾವು? ಇನ್ನೆಷ್ಟು ಬುದ್ಧರು ಹುಟ್ಟಿಬರಬೇಕೋ?

ಬುದ್ಧ ಎಂದಾಗ ನೆನಪಾದದ್ದು– ಪ್ರತಿದಿನ ಸಿಗುವ ಇಟಲಿಯ ಪತ್ರಕರ್ತರು ಬೊಮ್ಯಾನ್ ಕಣಿವೆಗೆ ಹೊರಟಿದ್ದಾರಂತೆ. ವಿಶ್ವಸಂಸ್ಥೆಯ ಯುನೆಸ್ಕೋ ಅಂಗಸಂಸ್ಥೆ ಬೊಮ್ಯಾನ್‌ನ ಬುದ್ಧನನ್ನು ಪುನರ್‌ಸೃಷ್ಟಿಸಲು ಪ್ರಾಜಕ್ಟ್ ಒಂದನ್ನು ಹಮ್ಮಿಕೊಂಡಿರುವುದರ ಬಗೆಗೆ ತಮ್ಮ ದೇಶದ ಪತ್ರಿಕೆಗೆ ವರದಿ ಮಾಡಬೇಕಂತೆ. ತಾಲಿಬಾನ್‌ಗಳು ಅಧಿಕಾರದಲ್ಲಿದ್ದಾಗ ಈ ಸಾವಿರ ಅಡಿಯ ಬುದ್ಧನ ಪ್ರತಿಮೆಗೆ ಇಂಚಿಂಚಿಗೂ ಬಾಂಬು ಕಟ್ಟಿ ಸಿಡಿಸಿದರಲ್ಲ ಅದನ್ನು ಯುನೆಸ್ಕೋ ಅದು ಹೇಗೆ ಪುನರ್‌ಸೃಷ್ಟಿ ಮಾಡುತ್ತದೆ? ಪುನಃಸೃಷ್ಟಿಯ ಯೋಚನೆಯೇ ಆಶ್ಚರ್ಯವನ್ನು ತರಿಸುತ್ತದೆ! ನಾನೂ ಅವರೊಂದಿಗೆ ಹೋಗಿ ಬಂದರೆ ಹೇಗೆ? ನಾಳೆ ಅವರನ್ನು ಮತ್ತು ಯುನೈಟೆಡ್ ಮೀಡಿಯಾವನ್ನು ವಿಚಾರಿಸಬೇಕು.

—

ನೂರಹತ್ತನೇ ಪುಟದಲ್ಲಿ –

ಆ ಬೆಟ್ಟದಿಂದ ಪ್ರತಿಮೆಯನ್ನು ಕಳೆದಿರುವುದು ದೇಹದಿಂದ ಹೃದಯವನ್ನು ಕಿತ್ತಂತಿದೆ.

—

ನೂರಹನ್ನೊಂದನೇ ಪುಟದಲ್ಲಿ –

ವಜ್ರಸೂತ್ರದಲ್ಲಿ ಬುದ್ಧನ ಪೂರ್ವಾವತಾರವಾದ ಶಾಖ್ಯಮುನಿಗಳ ಕಥೆ ಬರುತ್ತದಲ್ಲ ಅದು ಈ ಬೊಮ್ಯಾನ್ ಬುದ್ಧನೆದುರು ಪದೇಪದೇ ನೆನಪಿಗೆ ಬರುತ್ತದೆ. ಪರ್ವತದ ಗುಹೆಯೊಂದರಲ್ಲಿ ತಪಸ್ಸಿಗೆ ಕುಳಿತ ಶಾಖ್ಯಮುನಿಯ ಸಂಯಮವನ್ನು ಪರೀಕ್ಷಿಸಲು ಕಳಿಂಗ ರಾಜ ಮುನಿಯ ಒಂದೊಂದೇ ಅಂಗಗಳನ್ನು ವಿಚ್ಛೇದಿಸುತ್ತ

ಹೋಗುತ್ತಾನೆ. ಎಡಗೈ, ಬಲಗೈ, ಎಡಗಾಲು, ಬಲಗಾಲು... ಒಂದೊಂದು ಅಂಗವನ್ನು ಕತ್ತರಿಸಿದಾಗಲೂ 'ನಿನಗೆ ಈಗ ಕೋಪ ಬಂತೇ? ನಿನಗೆ ಈಗ ಕೋಪ ಬಂತೇ?' ಎಂದು ಕೇಳುತ್ತಿರುತ್ತಾನೆ. ಆದರೆ ಶಾಖ್ಯಮುನಿಗೆ ಕೋಪವೇ ಬರುವುದಿಲ್ಲ. ಒಂದೊಂದೇ ಅಂಗಗಳು ಕಳಿಂಗರಾಜನ ಖಡ್ಗಕ್ಕೆ ಸಿಕ್ಕಿ ತುಂಡಾಗುತ್ತಿದ್ದರೂ ಶಾಖ್ಯಮುನಿ ಅದೇ ಶಾಂತರೂಪನಾಗಿ ಮುಗುಳು ನಗುತ್ತಿರುತ್ತಾನೆ.

ಆ ಶಾಖ್ಯಮುನಿಯ ರೂಪ ಈ ಬೊಮ್ಯನ್ ಬುದ್ಧ. ತಾಲಿಬಾನ್ ಡೈನಮೈಟ್‌ಗಳು ಕೈ, ಕಾಲು, ತಲೆಯನ್ನೆಲ್ಲಾ ಸಿಡಿಸುವಾಗ ಈ ಶಾಖ್ಯಮುನಿಗೆ ಕೋಪವೇ ಬಂದಿರಲಿಕ್ಕಿಲ್ಲ. ಅದು ಶಾಂತಿ! ಆ ಶಾಂತಿಯ ಕಲ್ಪನೆಯೂ ನಮಗಿಲ್ಲ! ಆ ಶಾಂತಿಯನ್ನು ಕಳೆದು ಕೊಂಡಿರುವ ಜ್ಞಾನವೂ ನಮಗೆ ಇಲ್ಲ. ಪೌಲ್ ವ್ಯಾಟ್ಸನ್ ತನ್ನ ಒಂದು ಕೈನ ಅಂಗವಿಕಲತೆಯ ಬಗ್ಗೆ ಹೇಳಿದಂತೆ! you don't miss what you don't know!

—

ನೂರಹನ್ನೆರಡನೇ ಪುಟದಲ್ಲಿ –

ಸಂಜೆಯ ಮಬ್ಬಿನಲ್ಲಿ ನಾನು ಅಲ್ಲಿ ಓಡಾಡುತ್ತಿರುವಾಗ ನನಗೊಂದು ಕಲ್ಲು ಸಿಕ್ಕಿತು. ಒಂದು ಟೆನ್ನಿಸ್ ಬಾಲ್‌ನ ಗಾತ್ರದಷ್ಟು, ಒಂದು ಭಾಗದ ಕೆತ್ತನೆ ಮತ್ತು ಹಿಂಭಾಗದ ಒರಟು ಹೊರಮೈಯಿಂದ ಅದು ಬುದ್ಧನ ಪ್ರತಿಮೆಯಿಂದ ಸಿಡಿದಿರುವುದು ಎನ್ನುವುದರಲ್ಲಿ ನನಗೆ ಯಾವ ಅನುಮಾನವೂ ಇಲ್ಲ. ಇಟಾಲಿಯನ್ ಪತ್ರಕರ್ತ ಮಿತ್ರರಿಗೆ ತೋರಿಸಿದಾಗ ಅವರು ಅದನ್ನು ಸೂಕ್ಷ್ಮವಾಗಿ ನೋಡಿ ಕೇಶದಂತಹ ಕೆತ್ತನೆಯಿಂದಾಗಿ ಅದು ಬುದ್ಧನ ಶಿರಭಾಗದ್ದಿರಬಹುದು ಎನ್ನುವ ಊಹೆಯನ್ನು ಮಾಡಿದರು. 'ಇದರಲ್ಲಿ ಆಶ್ಚರ್ಯವಿಲ್ಲ. ಪ್ರತಿಮೆಯ ಭಾಗಗಳು ಯುನೆಸ್ಕೋದ ಕೆಲಸಗಾರರಿಗೆ ಸಿಗುತ್ತಿರುವುದೂ ಈ ರೂಪದಲ್ಲಿಯೇನೇ. ಪ್ರತಿಮೆಯಿದ್ದ ಜಾಗದಿಂದ ಒಂದೂವರೆ ಕಿಲೋಮೀಟರಿನ ತನಕ ಚೂರುಗಳು ಬಿದ್ದಿವೆಯಂತೆ' ಎಂದರು. ಇಂತಹ ತುಂಡುಗಳನ್ನು ಸೇರಿಸಿ ಬುದ್ಧನ ಪುನಃಸೃಷ್ಟಿ ಮಾಡಲು ಹೊರಟಿರುವ ಉತ್ಸಾಹಿಗಳಿಗೆ ಕೊಡೋಣವೆಂದು ಹುಡುಕಿದರೆ ಆ ಘಳಿಗೆಯಲ್ಲಿ ನನಗೆ ಯಾರೂ ಸಿಗಲಿಲ್ಲ. ಬುದ್ಧನ ಚೂರು ಇನ್ನೂ ನನ್ನ ಬಳಿ ಇದೆ.

—

ನೂರಹದಿನೆಂಟನೇ ಪುಟದಲ್ಲಿ –

ಬುದ್ಧನ ಆ ಚೂರನ್ನು ಕೈನಲ್ಲಿ ಗಟ್ಟಿ ಹಿಡಿದು ಕಣ್ಣು ಮುಚ್ಚಿದಾಗ ನನ್ನ ಮನಸ್ಸಿನೊಳಗೊಂದು ಮಿಂಚೊಂದು ಸುಳಿದಂತಾಯಿತು. ಒಂದು ವಿಶಿಷ್ಟವಾದ ಅನುಭೂತಿ.

—

ನೂರಮೂವತ್ತೊಂದನೇ ಪುಟದಲ್ಲಿ –

ಜರ್ನಲಿಸಂ ನನ್ನನ್ನು ಇಲ್ಲಿಗೆ ಕರೆತಂದಿದ್ದಾದರೂ ಮೂಲ ಪ್ರಚೋದನೆ ಮಾತ್ರ

ಯಾವುದೋ ಬೇರೆಯ ರೂಪದ್ದು ಎಂದು ಈಗ ನಿಚ್ಚಳವಾಗುತ್ತಿದೆ. ನ್ಯೂಯಾರ್ಕ್ ಟೈಮ್ಸ್, ವಾಷಿಂಗ್‌ಟನ್ ಪೋಸ್ಟ್, ಲಾಸ್ ಏಂಜಲಿಸ್ ಟೈಮ್ಸ್, ಬಿಬಿಸಿ ಮುಂತಾದ ಮಾಧ್ಯಮಗಳ ಪ್ರತಿನಿಧಿಗಳ ಜೊತೆ ಬೆರೆತಾಗಲೆಲ್ಲಾ ಪದೇಪದೇ ನಾನು ಬೇರೆ ಎನ್ನಿಸುತ್ತಿದೆ. ಯುದ್ಧ, ಭಯ, ಸಾವುನೋವುಗಳು, ಬಂದೂಕಿನಿಂದ ಸಿಡಿಯುವ ಗೋಲಿ, ಕೊನೆಗೆ ಹೋದವಾರ ಕಂಡ ಹದಿನಾಲ್ಕು ವರ್ಷದ ಹುಡುಗಿಯ ಆತ್ಮಹತ್ಯಾ ಸ್ಫೋಟ ನನ್ನಲ್ಲಿ ವರದಿಗಳಾಗುವ ಮುಂಚೆ ಕವಿತೆಗಳಾಗುತ್ತಿವೆ. ಬುದ್ಧಿ ಕೆಣಕುವ ಬದಲಾಗಿ ಹೃದಯ ಕಲಕುತ್ತಿವೆ. ಸ್ಫೋಟದ ಸುದ್ದಿಯನ್ನು ಹೇಳುವ ವರದಿಗಾರನಾಗದೆ ಹರಿದ ರಕ್ತದ ಮಾತುಗಳನ್ನು ಅರಸುವ ಕವಿಯಾಗುತ್ತಿದ್ದೇನೆ. ನನ್ನ ಜೀವಂತಿಕೆ ಇರುವುದು ವರದಿಗಳಲ್ಲಿ ಅಲ್ಲ ಕವಿತೆಗಳಲ್ಲಿ ಎಂದು ನನ್ನ ಮನಸ್ಸು ಆಕಾಶ ಮುಟ್ಟುವಷ್ಟು ಜೋರಿನಲ್ಲಿ ಕೂಗುತ್ತಿದೆ.

ಜರ್ನಲಿಸಂ ಈಗ ತೀರಾ ಶುಷ್ಕವೆನ್ನಿಸುತ್ತಿದೆ.

—

ನೂರನಲ್ವತ್ತೆರಡನೇ ಪುಟದಲ್ಲಿ –

ಪ್ರವಾಸದ ಮೇಲೆ ಶ್ರೀಲಂಕಾಕ್ಕೆ ಬಂದಿದ್ದೇನೆ.

ಊರಿಗೆ ಹೋಗಿಬರಲು ಮೂರುವಾರಗಳ ಸಂಬಳಸಹಿತ ರಜವನ್ನು ಕೊಟ್ಟಾಗ ನನ್ನ ಉಳಿದ ಮಿತ್ರರು ಕಾತರದಲ್ಲಿ ಅಮೆರಿಕಕ್ಕೆ ವಿಮಾನವೇರಿದರು. ನಾನು ಇಲ್ಲಿಯೇ ಉಳಿದೆ. ಅಮ್ಮ ಮತ್ತು ಅಪ್ಪನನ್ನು ನೋಡುವ ಅವಕಾಶದಿಂದ ವಂಚಿತನಾದುದಕ್ಕೆ ಮನಸ್ಸು ದುಃಖಪಡುತ್ತಿದ್ದರೂ ಕೆಲವು ಕಾರಣಗಳಿಂದ ನಾನು ರಜಕ್ಕೆ ಮನೆಗೆ ಹೋಗಲಿಲ್ಲ. ಪತ್ರಕರ್ತನಾಗಿ ಇದೇ ನನ್ನ ಕೊನೆಯ ಪ್ರವಾಸ ಎಂದು ನನಗೆ ಖಚಿತವಾಗಿ ಬಿಟ್ಟಿದೆ. ಮತ್ತೆ, ರಜೆಯ ಮೇಲೆ ವಾಪಸ್ಸು ಬಂದು ಪ್ರೀತಿಪಾತ್ರರ ಮುಖಗಳನ್ನು ನೋಡಿದ ಮೇಲೆ ತಿರುಗಿ ಇಲ್ಲಿಗೆ ಬರಲಾರೆ ಎನ್ನುವ ಅನುಮಾನ ಬಲವಾಗಿ ಕಾಡಿದ್ದರಿಂದ ನಾನು ಇಲ್ಲಿಯೇ ಉಳಿದೆ. ಉಳಿಯಲಿಲ್ಲ, ಪ್ರವಾಸ ಮಾಡುತ್ತಿದ್ದೇನೆ. ಶ್ರೀಲಂಕಾ ಮತ್ತು ಭಾರತದ ಪ್ರವಾಸದ ಯೋಜನೆಯಲ್ಲಿ ಇಲ್ಲಿಗೆ ಬಂದಿದ್ದೇನೆ.

—

ನೂರನಲ್ವತ್ತನಾಲ್ಕನೇ ಪುಟದಲ್ಲಿ –

ಶ್ರೀಲಂಕಾ ನಾನು ನೋಡದ ಪ್ರದೇಶವಲ್ಲ. ಚಿಕ್ಕಂದಿನಿಂದಲೂ ನಾನು ಕಂಡದ್ದು. ಆದರೂ, ಏಕೆ ಇಲ್ಲಿಗೆ ಬರಬೇಕೆಂಬ ಅಪೇಕ್ಷೆ ನನ್ನಲ್ಲಿ ಉತ್ಕಟವಾಗಿ ಮೂಡಿಬಂದಿತು ಎಂದು ಯೋಚಿಸಿದರೆ ಆಶ್ಚರ್ಯವಾಗುತ್ತದೆ.

ರಬ್ಬರಿನ ಚಪ್ಪಲಿಯನ್ನು ಮೆಟ್ಟಿಕೊಂಡು ತೆಳ್ಳಗಿನ ಬಿಳಿಯ ಅಂಗಿಯಲ್ಲಿ ಬೆವರುತ್ತ ರಸ್ತೆಯಲ್ಲಿ ನಡೆಯುತ್ತಿದ್ದರೆ ಯಾರು ಹೇಳಬಲ್ಲರು ನಾನು ಶ್ರೀಲಂಕಾದಲ್ಲಿ ಹುಟ್ಟಿ ಬಾಳಿದ ಮನುಷ್ಯನಲ್ಲ ಎಂದು! ಸುತ್ತಮುತ್ತಲಿನವರು ನನ್ನಂತೆಯೇ ಇದ್ದಾರೆ, ನಾನು

ಅವರ ಪಡಿಯಚ್ಚು!

—

ನೂರಐವತ್ತೆರಡನೇ ಪುಟದಲ್ಲಿ –

ಈ ಜಿಗುಟು ಮಳೆಯ ನೆಲ, ಸುತ್ತು ಸಮುದ್ರದ ನೀಲಿಯ ನಡುವೆ ಹಚ್ಚ ಹಸಿರನ್ನು ಹೊತ್ತ ದ್ವೀಪ, ಬುದ್ಧನ ದೇಗುಲದ ಓಂಕಾರವನ್ನು ಝೇಂಕರಿಸುವ ಗಾಳಿ, ದೇವಾಲಯದ ಪಗೋಡದಲ್ಲಿ ಹೊಳೆಯುವ ಸಾಲುದೀಪಗಳು, ಕಷಾಯವಸ್ತ್ರದಲ್ಲಿ ತಪಸ್ಸಿಗೆ ಕುಳಿತ ಬುದ್ಧಯೋಗಿಗಳು... ಎಲ್ಲವೂ, ಎಷ್ಟೋ ದಿನಗಳಿಂದ ನನ್ನ ಆಗಮನವನ್ನೇ ಕಾದಂತೆ ನನ್ನ ಕಿವಿಯಲ್ಲಿ ಒಟ್ಟಿಗೇ ಮಾತನಾಡಿದವು. ಯಾವುದೋ ಗುಟ್ಟನ್ನು ನನಗೆ ಹೇಳಲು ಎಲ್ಲವೂ ಕಾತರವಾಗಿದ್ದವು. ನಾನು ಮುಟ್ಟಿದ ಪ್ರತಿ ಶಿಲೆಯಲ್ಲೂ, ಬೆಟ್ಟದ ಪ್ರತಿ ಬಂಡೆಯಲ್ಲೂ, ಮುಖಕ್ಕೆ ಸಿಂಪಡಿಸಿಕೊಂಡ ಪ್ರತಿ ನದಿ ಸರೋವರ ಸಮುದ್ರಗಳಲ್ಲೂ, ಕಣ್ಣು ತುಂಬಿದ ಪ್ರತಿ ಸೂರ್ಯೋದಯ ಮತ್ತು ಸೂರ್ಯಾಸ್ತಗಳಲ್ಲೂ ಈವರೆಗೂ ಕೇಳಿರದ ಹಿತವಾದ ಸಂಗೀತವಿತ್ತು. ನಾನು ಮಾತ್ರ ಕೇಳಬಹುದಾದ, ನನ್ನೆದೆಯನ್ನು ಮಾತ್ರ ಮುಟ್ಟುವಂತಹ, ನನಗೊಬ್ಬನಿಗೆ ಮಾತ್ರ ಮೀಸಲಾದ ಸಂಗೀತ.

ಇಷ್ಟಾದರೂ, ಈ ಪ್ರದೇಶವೂ ಯುದ್ಧಗಳಿಂದ ತತ್ತರಿಸುತ್ತಿದೆ ಎನ್ನುವುದನ್ನು ಮರೆಯಲಾಗದು. ಯುದ್ಧಕ್ಕೂ ಬುದ್ಧನಿಗೂ ಜನಗಳ ವರ್ತನೆಯಲ್ಲಿ ಸಂಬಂಧವೇ ಇಲ್ಲ! ಹಾಗಾಗಿಯೇ, ಅಪ್ಪನ ಫೋಟೋದ ಯೋಧನಿಗೆ ಬಂದೂಕು ಹಿಡಿದಂತೆಯೇ ನಿರ್ಯೋಚನೆಯಿಂದ ಬುದ್ಧಚರಿತೆಯನ್ನು ಓದಲಾಯಿತೇನೋ!

—

ನೂರೈವತ್ತನಾಲ್ಕನೇ ಪುಟದಲ್ಲಿ –

ಒಂದು ರಾತ್ರಿ ಪೂರಾ ಸಮುದ್ರದ ದಂಡೆಯ ಮೇಲೆ ಕುಳಿತಿದ್ದೆ, ಅಲೆಗಳ ರಾಗವನ್ನು ಕೇಳುತ್ತಾ. ಒಂದು ರಾತ್ರಿ ಧೋ ಎಂದು ಸುರಿಯುವ ಮಳೆಗೆ ಕಾಡು ಪ್ರತಿರಾಗವನ್ನು ಹಾಡುವುದನ್ನು ಕೇಳಲು ಮರ ಒಂದರ ಕೆಳಗೆ ಕುಳಿತು ಕಿವಿಗೊಟ್ಟವನ ಕನಸು ಕರಗಿದ್ದು ಬೆಳಕಿನ ಕಿರಣಗಳು ಎಲೆಕೊಂಬೆಗಳನ್ನು ಹಾದು ಕಣ್ಣನ್ನು ಮುತ್ತಿಕ್ಕಿದಾಗ. ಮೊದಲ ಬಾರಿಗೆ ನಾನು ಈ ನೆಲದವನೇ ಆಗಿದ್ದೆ. ನಿಂತ ನೆಲದಿಂದ ಬಳ್ಳಿಯೊಂದು ಹಬ್ಬಿ ನನ್ನ ಪಾದಗಳನ್ನು ಚುಂಬಿಸಿ ತೊಡೆ ಸೊಂಟಗಳನ್ನು ಬಳಸಿ ಎದೆಯ ತನಕ ಹಬ್ಬಿನಿಂತು ಬಂಧಿಸಿತ್ತು. ಎಂತಹಾ ಬಂಧನ! ಈ ಮಣ್ಣಿನೊಳಗೆ ಒಂದು ಕಣವಾಗಿ ಹೋದ ಬಂಧನ. ನನ್ನನ್ನು ಆವರಿಸಿರುವ ಈ ಸೊಂಪಾದ ಮರದ ಲಕ್ಷ ಎಲೆಗಳಲ್ಲಿ ನಾನೂ ಒಂದು ಎಲೆಯಾಗಿ ತಾಯಿಯಂತಿರುವ ಈ ವೃಕ್ಷಕ್ಕೆ ತೊಟ್ಟನ್ನು ಅಂಟಿಸಿಕೊಂಡು ಹಾಲನ್ನು ಹೀರುವ ಬಂಧನ!

—

ನೂರಐವತ್ತೊಂಬತ್ತರ ಪುಟದಲ್ಲಿ –

ನಾನು ಕಲಿತ ಯಾವ ಭಾಷೆ ಮತ್ತು ಪದಗಳು ಉಪಯೋಗಕ್ಕೆ ಬಾರವು ಇಲ್ಲಿ. ಬೇರೆಯೇ ಮಾತುಗಳು ಬೇಕು, ಬೇರೆಯೇ ಶಬ್ದಗಳು ಬೇಕು, ಬೇರೆಯೇ ವ್ಯಾಕರಣವು ಬೇಕು. ಈ ಕ್ಷಣಕ್ಕೆ, ಅಕ್ಷರಾಭ್ಯಾಸವನ್ನು ಪ್ರಾರಂಭಿಸಿದ ಮಗುವಿನಂತಾಗಿದ್ದೇನೆ. ಹಿಂದೆ ಕಲಿತದ್ದೆಲ್ಲಾ ಕಳೆದು ಜೋಳಿಗೆ ಬರಿದಾದಾಗ ಮಾತ್ರ ಈ ಭಾಷೆ ಹುಟ್ಟುತ್ತದೆ. ಮಾತನಾಡಲಷ್ಟೇ ಅಲ್ಲ, ಕೇಳಲೂ ಕಲಿಸುತ್ತದೆ. ಆಗ, ಉದುರುವ ಹಣ್ಣೆಲೆ ಬರೀ ಶಬ್ದ ಮಾಡುವುದಿಲ್ಲ ಬದಲಾಗಿ ಪಿಸುಮಾತುಗಳನ್ನು ಉಲಿಯುತ್ತದೆ. ಮಳೆಯ ಹನಿಗಳು ಬರೀ ರಾಚುವುದಿಲ್ಲ ಬದಲಾಗಿ ಸಂಭ್ರಮದ ಹಾಡಾಗುತ್ತವೆ. ಯೋಗಿಯೊಬ್ಬ 'ಬುದ್ಧಂ ಶರಣಂ' ಎಂದದ್ದು ಶಬ್ದದಲೆಗಳನ್ನು ಮೀರಿದ ತರಂಗಗಳಾಗಿ ಒಳಗಿವಿಯನ್ನು ಮುಟ್ಟುತ್ತದೆ. ಒಮ್ಮೆ ಈ ಭಾಷೆ ಸಿದ್ಧಿಸಿದ ಮೇಲೆ ಹಿಂತಿರುಗುವ ಪ್ರಶ್ನೆಯೇ ಇಲ್ಲ. ಭಾಷೆಯ ನಿರ್ವಾಣವಿದು.

ನನ್ನೊಳಗಿನ ಕವಿ ಮಾತ್ರ ಅರ್ಥ ಮಾಡಿಕೊಳ್ಳುವಂತಹದ್ದು.

—

ನೂರಅರವತ್ತೆರಡನೇ ಪುಟದಲ್ಲಿ –

ಈ ಮಣ್ಣನ್ನು ಸ್ಪರ್ಶಿಸಿದೊಡನೆಯೇ ನನ್ನ ಮೈ ಝುಂ ಎಂದಿತು!

ಅಂತಹ ಶಕ್ತಿ ಇದೆ ಈ ಮಣ್ಣಿಗೆ. ಈ ಮಣ್ಣಿನಲ್ಲಿ ಅಲ್ಲದೇ ಮತ್ತೆಲ್ಲಿ ತಾನೇ ಬುದ್ಧ ಹುಟ್ಟಲು ಸಾಧ್ಯ?

ಭಾರತ!

—

ನೂರಅರವತ್ತಾರನೇ ಪುಟದಲ್ಲಿ –

ಭಾರತದ ಬಗ್ಗೆ ಎಷ್ಟೋ ಬರೆಯುವುದಿದೆ. ಅಫಘಾನಿಸ್ತಾನಕ್ಕೆ ವಾಪಸ್ಸು ಹೋದೊಡನೆಯೇ ಬರೆಯಬೇಕು.

ಎಷ್ಟೊಂದು ವಿಷಯಗಳು –

ಬುದ್ಧನ ಜಾಡನ್ನು ಹಿಡಿದು ಓಡಾಡಿದ ಅನುಭವ –

ಮಹಾಬಲೇಶ್ವರದ ಹತ್ತಿರದ ಕಾಡಿನಲ್ಲಿ ರಾತ್ರಿ ನನ್ನ ಪುಟ್ಟ ಟೆಂಟಿನಲ್ಲಿ ಮಲಗಿದ್ದಾಗ ಅನುಭವವಾದ ಶಾಂತಿ –

ಬೆಟ್ಟದ ಕಲ್ಲಿನ ಮೇಲೆ ನಾನು ಧ್ಯಾನಸ್ಥನಾಗಿದ್ದಾಗ ಆ ಮನುಷ್ಯ – ಅಂಗಿ ತೊಡದೆ ಬರೀ ಮೋಟು ಲುಂಗಿಯಲ್ಲಿದ್ದ ಮನುಷ್ಯ – ನನ್ನ ಮುಂದೆ ಬಾಳೇಹಣ್ಣಿನ ಚಿಪ್ಪನ್ನು ಇಟ್ಟಿದ್ದು –

ಚಿಂದಿಬಟ್ಟೆಯ ಇಬ್ಬರು (ತಂದೆ – ಮಗ ಇರಬಹುದು ಎನ್ನುವುದು ನನ್ನ ಕಲ್ಪನೆ) ನನ್ನೊಡನೆ ಸಂಜ್ಞೆಯ ಭಾಷೆಯಲ್ಲಿ ಮಾತನಾಡಿದ್ದು –

ಬೆಟ್ಟದ ಮೇಲಿನ ದೇವಾಲಯದಲ್ಲಿ ಮಂಗಳಾರತಿ ತೆಗೆದುಕೊಂಡದ್ದು –

ಎಷ್ಟೊಂದು ಅನುಭವಗಳು!

—

ನೂರಎಪ್ಪತ್ತನೇ ಪುಟದಲ್ಲಿ -

ನಾಳೆ ಅಫಘಾನಿಸ್ತಾನಕ್ಕೆ ವಾಪಸ್ಸು ಹೋಗಬೇಕು. ಮತ್ತೆ ವರದಿಗಾರನಾಗುವ ಬಗೆಯನ್ನು ನೆನೆದರೆ ಮನಸ್ಸು ಮುದುಡುತ್ತದೆ. ಒಪ್ಪಿಕೊಂಡದ್ದಕ್ಕೆ ನನ್ನ ಈ ಸಲದ ಜವಾಬ್ದಾರಿಯನ್ನು ಮುಗಿಸುತ್ತೇನೆ.

ನನ್ನ ದಾರಿ ಸ್ಪಷ್ಟವಾಗಿದೆ. ನನ್ನೆದೆಯೊಳಗೆ ಅಡಗಿರುವವನು ಕವಿ, ವರದಿಗಾರನಲ್ಲ.

—

ನೂರಎಪ್ಪತ್ತೆರಡನೇ ಪುಟದಲ್ಲಿ -

ಪಾಕಿಸ್ತಾನ (ಭಾರತದಿಂದ ಅಫಘಾನಿಸ್ತಾನದ ಹಾದಿಯಲ್ಲಿ),

ಅಫಘಾನಿಸ್ತಾನವನ್ನು ತಲುಪಿದೊಡನೆಯೇ ಒಂದು ಮುಖ್ಯವಾದ ಕೆಲಸ ಬಾಕಿ ಇದೆ. ನನ್ನಲ್ಲಿರುವ ಬುದ್ಧನ ಶಿಲೆಯನ್ನು ಪ್ರತಿಮೆಯ ಪುನಃನಿರ್ಮಾಣ ಕಾರ್ಯದಲ್ಲಿ ತೊಡಗಿರುವವರಿಗೆ ತಲುಪಿಸಬೇಕಾಗಿದೆ.

ಅಧ್ಯಾಯ 18

“ಯೋಚಿಸಿ ನೋಡಿ.” ಎಂದರು ಅಶೋಕ್. “ಸುಮ್ಮನೆ ಹೋಗಿಬಿಡಬೇಕು ಎಂದು ವಾಪಸ್ಸು ಹೊರಟುಹೋಗಲು ಅದೇನು ಮಕ್ಕಳಾಟವೇ? ನಿನ್ನ ಕೆಲಸದ ಕಥೆ ಏನು? ಕೆರಿಯರ್ ಹಾಳಾಗುವುದಿಲ್ಲವೇ? ವಾಣಿ ಇಲ್ಲಿ ಓದಿದ್ದಕ್ಕೆ ಕೆಲಸ ಮಾಡ ಬೇಡವೇ? ಅಷ್ಟಕ್ಕೂ, ಎಷ್ಟು ಮಹಾ ಅಂತ ಹಣ ಮಾಡಿಕೊಂಡಿರಬಹುದು ನೀವು? ಬೆಂಗಳೂರಿನಲ್ಲಿ ಕೋಟಿ ರುಪಾಯಿಗಳ ಆಸ್ತಿ ಇರುವವರು ವಾಪಸ್ಸು ಹೋಗುತ್ತಾರೆ. ಇಲ್ಲಿ ಕೋಟಿ ಕೋಟಿ ದುಡಿದುಕೊಂಡವರು ವಾಪಸ್ಸು ಹೋಗುತ್ತಾರೆ. ನಿಮ್ಮದೇನು? ಈಗ ತಾನೇ ಬಂದಂತಿದ್ದೀರ. ಗ್ರೀನ್‌ಕಾರ್ಡ್ ಕೂಡ ಪೂರ್ತಿ ಆಗಿಲ್ಲ. ವಾಪಸ್ಸೇಕೆ ಹೋಗಬೇಕು ಎಂದು ನಿಮಗೇ ಸ್ಪಷ್ಟವಾಗಿಲ್ಲದಿರುವಾಗ ಹೋಗಿ ಏನು ಮಾಡುತ್ತೀರಾ? ಇಲ್ಲಿ ಮನೆ ಕೊಂಡುಕೊಳ್ಳಿ. ಮಕ್ಕಳಾಗಲಿ. ಮುಂದೆ ನೋಡುವಿರಂತೆ. ಇಂತಹ ವಿಷಯಗಳಲ್ಲಿ ಹಾಗೆಲ್ಲ ಎಮೋಷನಲ್ ಆಗಿ ಡಿಸಿಷನ್‌ಗಳನ್ನು ತೆಗೆದುಕೊಳ್ಳಬಾರದು.” ಎಂದರು.

ಹೋದರೆ ಅಲ್ಲಿ ಜೀವನ ಭದ್ರವಾಗಿರಬೇಕು; ಮತ್ತೆ ದುಡಿಯುವ ಗೋಜಿಗೇ ಹೋಗಬಾರದು. ಅಶೋಕ್ ತಮ್ಮ ಟಯೋಟ ಸಿಯಾನ್ನ ವ್ಯಾನನ್ನು ಡ್ರೈವ್ ಮಾಡುತ್ತ ಮಾತನಾಡುತ್ತಿದ್ದರು. ಅವರ ಪಕ್ಕದ ಸೀಟಿನಲ್ಲಿ ನಾನು ಕುಳಿತಿದ್ದೆ. ಹಿಂದಿನ ಸೀಟಿನಲ್ಲಿ ವಾಣಿ ಮತ್ತು ಸುಜಾತ ಕುಳಿತಿದ್ದರು. ಕಾರು ನಗರದ ವಿಲ್‌ಷೈರ್ ಬುಲವರ್ಡ್‌ನಲ್ಲಿರುವ ಕಮ್ಯುನಿಟಿ ಸ್ಟ್ರಾಟಜಿ ಸೆಂಟರಿನೆಡೆಗೆ ಓಡುತ್ತಿತ್ತು. ಶನಿವಾರವಾದ್ದರಿಂದ ಹೆಚ್ಚು ದಟ್ಟಣೆಯಿಲ್ಲದ ಟ್ರಾಫಿಕ್‌ನಿಂದಾಗಿ ವೇಗವಾಗಿ ಹೋಗುತ್ತಿದ್ದೆವು. ಅಶೋಕ್ ಆರ್ಬಿಟ್ರೇಟರ್ ಆದ ಟ್ರಕ್ ಮಾಲಿಕರ ಸಂಘ ಮತ್ತು ಡ್ರೈವರ್‌ಗಳ ಯೂನಿಯನ್‌ನ ನಡುವಿನ ಒಪ್ಪಂದಕ್ಕಾಗಿ ಕರೆದ ಮೀಟಿಂಗ್‌ಗಾಗಿ ನಾವು ಹೋಗುತ್ತಿದ್ದೆವು.

ಅಶೋಕರಲ್ಲಿ ಟೆನ್ಷನ್ ಎದ್ದು ಕಾಣುತ್ತಿತ್ತು. ಅವರ ವೃತ್ತಿ ಜೀವನದ ಬಹಳ ಮುಖ್ಯವಾದ ದಿನ ಇದಾಗಿತ್ತು. ಲೇಬರ್ ಆರ್ಬಿಟ್ರೇಟರ್ ಆಗಿ ಕಾರ್ಮಿಕ

ವ್ಯಾಜ್ಯಗಳನ್ನು ಬಗೆಹರಿಸುವ ಮಧ್ಯವರ್ತಿಯ ಕೆಲಸ ಅವರ ವೃತ್ತಿ ಜೀವನಕ್ಕೆ ಹೊಸನೀರನ್ನು ಹರಿಸುವಂತೆ ಕಾಣುತ್ತಿತ್ತು. ಅದೆಷ್ಟೋ ದಿನಗಳಿಂದ ಅವರು ಈ ದಿನಕ್ಕಾಗಿ ಸಿದ್ಧತೆ ನಡೆಸಿದ್ದರು. ಈ ಒಂದು ವಾರದಲ್ಲಿಯಂತೂ ನಿರಂತರವಾಗಿ ಮೀಟಿಂಗ್‌ಗಳು, ಫೋನ್‌ಕಾಲ್‌ಗಳು, ಲೇಬರ್ ಲಾ ರೆಫರೆನ್ಸ್ ಪುಸ್ತಕಗಳ ನಡುವೆ ಮುಳುಗಿ ಹೋಗಿದ್ದರು. ಮಧ್ಯವರ್ತಿಗಳಾದ ಇವರ ಲಾ ಫರ್ಮ್, ಮಾಲಿಕರಗಿಲ್ಡ್‌ನ ಪದಾಧಿಕಾರಿಗಳು, ಡ್ರೈವರುಗಳ ಯೂನಿಯನ್‌ನ ಮುಖ್ಯರು, ಎರಡೂ ಕಡೆಯ ಲಾಯರುಗಳು, ಹಿಂದೆ ಇಂತಹ ವ್ಯಾಜ್ಯಗಳನ್ನು ಬಗೆ ಹರಿಸಿದ್ದ ಅವರ ಕಂಪನಿಯ ಸಹೋದ್ಯೋಗಿಗಳು ಹೀಗೆ ಎಲ್ಲರೊಂದಿಗೆ ನಿರಂತರವಾಗಿ ಚರ್ಚಿಸುತ್ತ ಒಪ್ಪಂದದ ರೂಪುರೇಷೆಗಳನ್ನು ಅಣಿಗೊಳಿಸಿಕೊಳ್ಳುತ್ತಿದ್ದರು. ಶುಕ್ರವಾರ ಮಧ್ಯರಾತ್ರಿಯತನಕ ವಾಣಿ ಅವರೊಂದಿಗೆ ಕುಳಿತು ಒಪ್ಪಂದದ ಕರಡುಪ್ರತಿಗಳನ್ನು ತಿದ್ದಿ ಸಿದ್ಧ ಮಾಡಿಕೊಟ್ಟಿದ್ದಳು.

ಅಶೋಕರ ವಿನಂತಿಯ ಮೇರೆಗೆ ವಾಣಿ ಮತ್ತು ನಾನು ಅವರ ಸಹಾಯಕ್ಕಾಗಿ ಆ ಮೀಟಿಂಗಿಗೆ ಹೊರಡಬೇಕಾಯಿತು. ಲೇಬರ್ ಲಾ-ಗಳ ಬಗ್ಗೆ ಕಾರ್ಮಿಕ ಯೂನಿಯನ್‌ಗಳ ಬಗ್ಗೆ ಏನೂ ಗೊತ್ತಿಲ್ಲದ ನಾನು ಅಶೋಕ್ ಪ್ರಿಂಟ್ ಮಾಡಿಸಿದ್ದ ನೂರಾರು ಪ್ರತಿಗಳ ಕರಡು ಒಪ್ಪಂದವನ್ನು ಮತ್ತು ಅವರ ರೆಫರೆನ್ಸ್ ಪುಸ್ತಕಗಳನ್ನು ಹೊರುವ ಸಹಾಯಕನಾಗಿ ಹೊರಡಬೇಕಾಯಿತು! ನನ್ನ ಸಾಫ್ಟ್‌ವೇರ್ ಇಂಡಸ್ಟ್ರಿಯ ಪುಸ್ತಕಗಳಂತಲ್ಲ ಈ ಕಾನೂನು ಪುಸ್ತಕಗಳು. ಹೊರಲು ಹೇಸರಗತ್ತೆಗಳೇ ಬೇಕು.

ಅಲ್ಲಿಗೆ ಬರಲು ಸುಜಾತ ಹಿಂದುಮುಂದು ನೋಡಿದರು. 'ಬಂದು ನಾನೇನು ಮಾಡಲಿ? ಮೇಲಾಗಿ ನನ್ನ ಈ ಪರಿಸ್ಥಿತಿಯಲ್ಲಿ ಅಲ್ಲಿಗೆ ಬಂದರೆ ಹತ್ತು ನಿಮಿಷಕ್ಕೊಮ್ಮೆ ಬಾತ್‌ರೂಮನ್ನು ಹುಡುಕಿಕೊಂಡು ಓಡಾಡುವುದೇ ಆಗುತ್ತದೆ ನನಗೆ. ನೀವು ಹೋಗಿ ಬನ್ನಿ' ಎಂದರು. ಸೂಟು ಮತ್ತು ಟೈನಲ್ಲಿ ಮಿಂಚುತ್ತಿದ್ದ ಅಶೋಕ್ "ಮದುವೆ ರಿಸೆಪ್ಷನ್ನಿಗೆ ಗಂಡೊಬ್ಬನೇ ಹೋಗಲು ಆಗುತ್ತದೆಯೇನೇ ಪೆದ್ದು ಹುಡುಗಿ." ಎಂದು ಹಾಸ್ಯ ಮಾಡಿ ಬಲವಂತದಲ್ಲಿ ಸುಜಾತರನ್ನು ಹೊರಡಿಸಿಬಿಟ್ಟರು. ಚೆನ್ನಬಸಪ್ಪ ಮತ್ತು ಪಾರ್ವತಮ್ಮನವರು ಮೃಣಾಲಿನಿಯೊಂದಿಗೆ ಮನೆಯಲ್ಲೇ ಉಳಿದರು.

ಕನ್ವೆನ್ಷನ್ ಸೆಂಟರಿನ ಪಾರ್ಕಿಂಗ್‌ನಲ್ಲಿ ಅಶೋಕರ ಪರಿಚಿತರೊಬ್ಬರು ಇವರಿಗಾಗಿ ಕಾಯುತ್ತಿದ್ದರು. ಅಶೋಕ್ ಅವರನ್ನು ರೊಲ್ಯಾಂಡೊ ರ್‍ಯಾಮಿರೇಜ್ ಎಂದು ನಮಗೆ ಪರಿಚಯ ಮಾಡಿಕೊಟ್ಟರು. ಮಾಲಿಕರ ಗಿಲ್ಡ್‌ನ ಕಾರ್ಯದರ್ಶಿಗಳು ಅವರು. "ನಿಮ್ಮೊಡನೆ ಖುದ್ದು ಮಾತನಾಡಬೇಕಿತ್ತು. ಹಾಗಾಗಿ ಇಲ್ಲಿ ಪಾರ್ಕಿಂಗ್‌ನಲ್ಲಿ ಕಾಯುತ್ತಿದ್ದೆ." ಎಂದರು ರೊಲ್ಯಾಂಡೊ. "ಹೇಳಿ" ಎಂದು ಅಶೋಕ್ ಅವರೆಡೆಗೆ ನೋಡಿದಾಗ ಆತ ಅನುಮಾನದಲ್ಲಿ ನಮ್ಮೆಡೆಗೆ ನೋಡಿದ. ಅದನ್ನು ಅರಿತುಕೊಂಡಂತೆ ನಾವು ಅವರಿಬ್ಬರನ್ನು ಬಿಟ್ಟು ಮುಂದೆ ಹೆಜ್ಜೆ ಹಾಕಲು ಹೊರಟಾಗ ಅಶೋಕರೇ ತಡೆದು "ಪರವಾಗಿಲ್ಲ, ಮಾತನಾಡಿ. ಅವರೆಲ್ಲ ನನ್ನ ಕುಟುಂಬದವರು." ಎಂದರು.

ರೊಲ್ಯಾಂಡೊ ಪಿಸುಮಾತಿನಲ್ಲಿ "ನೀವು ಬಹಳ ಎಚ್ಚರಿಕೆಯಿಂದ ಇವತ್ತಿನ ಮೀಟಿಂಗನ್ನು ನಿಭಾಯಿಸಬೇಕು. ಎರಡೂ ಕಡೆಯ ಅನೇಕರಿಗೆ ಈ ಆರ್ಬಿಟ್ರೇಷನ್ ಇಷ್ಟವಿಲ್ಲ. ಅದರಲ್ಲೂ, ಯೂನಿಯನ್‌ನಲ್ಲಿ ಬಹಳಷ್ಟು ಮಂದಿ – ಅವರ ಸೆಕ್ರೆಟರಿಯನ್ನೂ ಸೇರಿಸಿ – ಈ ಒಪ್ಪಂದವನ್ನು ಹೇಗೆ ಮುರಿಯುವುದು ಎಂದೇ ಯೋಚಿಸುತ್ತಿದ್ದಾರೆ." ಎಂದರು.

"ಹೌದು. ಆ ಕಾರಣಕ್ಕೇ ಎಲ್ಲಾ ಮಾತುಕತೆಗಳು ಮುರಿದುಬಿದ್ದು ಈ ಟೌನ್‌ಹಾಲ್ ಮೀಟಿಂಗ್‌ನ ತನಕ ಇದು ಬಂದು ಕೂತಿದೆ." ಎಂದರು ಅಶೋಕ್ ಅದೇನೂ ಹೊಸ ವಿಷಯವಲ್ಲ ಎನ್ನುವಂತೆ.

"ಸ್ವಲ್ಪ ಎಚ್ಚರಿಕೆಯಿಂದಿರಿ. ಇವತ್ತಿನ ಮೀಟಿಂಗಿಗೆ ಡ್ರೈವರುಗಳ ಯೂನಿಯನ್ ವಿಪರೀತ ಜನರನ್ನು ಸೇರಿಸುತ್ತಿದೆಯಂತೆ."

ಅಶೋಕ್ ಮಾತನಾಡದೆ ರೊಲ್ಯಾಂಡೊರ ಮುಖ ನೋಡಿದರು. ರೊಲ್ಯಾಂಡೊ ಪಿಸುಮಾತಿನಲ್ಲಿ ಮುಂದುವರೆಸಿ "ಎಲ್ಲರೂ ಡ್ರೈವರುಗಳಲ್ಲ ಎಂದು ಕೇಳಿದೆ."

"ಏನು ಹಾಗೆಂದರೆ?"

"ಇದನ್ನು ನಾನು ನಿಮಗೆ ಈ ರೀತಿಯಲ್ಲಿ ಬಿಡಿಸಿ ಹೇಳಬಾರದು. ಯೂನಿಯನ್ ರೂಪದಲ್ಲಿ ಲಾಸ್ ಏಂಜಲಿಸ್‌ನ ಸ್ಟ್ರೀಟ್ ಗ್ಯಾಂಗುಗಳು ಬಂದು ಕುಳಿತಿವೆ. ಬಹಳ ಎಚ್ಚರಿಕೆಯಿಂದ ಇರಿ. ಗಲಾಟೆ ಮಾಡಲೆಂದೇ ಜನ ಬಂದಂತಿದೆ. ಇದು ಡ್ರೈವರುಗಳ ಯೂನಿಯನ್ನಿಗೂ ಮಾಲಿಕರ ಗಿಲ್ಡ್‌ಗೂ ನಡುವಿನ ವಿವಾದಕ್ಕಿಂತಲೂ ಹೆಚ್ಚಾಗಿ ಯೂನಿಯನ್ನಿನ ಎರಡು ಗುಂಪುಗಳ ನಡುವಿನ ದ್ವೇಷವಾಗಿದೆ. ಒಪ್ಪಂದವನ್ನು ತರಲು ತೀರಾ ಹಠ ಮಾಡಬೇಡಿ. ವಿವಾದ ಕೋರ್ಟಿಗೆ ಹೋಗುವುದಾದರೆ ಹೋಗಲಿ ಬಿಡಿ." ಎಂದರು.

ಅಶೋಕ್ ಒಮ್ಮೆ ಸೂಕ್ಷ್ಮ ದೃಷ್ಟಿಯಿಂದ ಸುತ್ತಮುತ್ತ ನೋಡಿ "ನೋಡಿ, ನೀವು ಮಾಲಿಕರ ಸಂಘದವರು. ಮಾಲಿಕರ ಸಂಘದ ಕಾರ್ಯದರ್ಶಿಗಳು. ನಾನು ಆರ್ಬಿಟ್ರೇಟರ್. ನ್ಯೂಟ್ರಲ್ ಆಗಿ ಇರಬೇಕಾದವನು. ಹೀಗೆ ನಿಮ್ಮೊಂದಿಗೆ ಪಾರ್ಕಿಂಗ್ ಲಾಟಿನಲ್ಲಿ ಮಾತನಾಡುತ್ತ ನಿಲ್ಲುವುದು ಸೂಕ್ತವಲ್ಲ." ಎಂದರು ಸಂಕೋಚದಲ್ಲಿ. ರೊಲ್ಯಾಂಡೊ ತ್ವರಿತಗತಿಯಲ್ಲಿ ಹೆಜ್ಜೆ ಹಾಕುತ್ತ ನಮ್ಮಿಂದ ಮುಂದೆ ನಡೆದು ಕನ್ವೆನ್ಷನ್ ಸೆಂಟರಿನ ಬಾಗಿಲ ಕಡೆಗೆ ನಡೆಯುತ್ತ ಕಾರುಗಳ ನಡುವೆ ಮರೆಯಾದರು.

ರೊಲ್ಯಾಂಡೊನ ಮಾತುಗಳಿಗೆ ಅಶೋಕ್ ವಿಚಲಿತಗೊಂಡರೂ ಅದನ್ನು ತೋರಿಸಿಕೊಳ್ಳದಂತೆ ಗಂಭೀರವಾಗಿ ನಡೆಯುತ್ತಿದ್ದರು. ಸುಜಾತ ಮಾತ್ರ ಗಾಬರಿಯ ಧ್ವನಿಯಲ್ಲಿ "ಏನ್ರೀ ಅವನು ಹೇಳುತ್ತಿದ್ದುದು?" ಎಂದು ಕೇಳಿದರು.

ಅಶೋಕ್ ಸಂಯಮದಲ್ಲಿಯೇ "ಈ ಯೂನಿಯನ್ ಸಂಬಂಧದ ಗಲಾಟೆಗಳೇ ಹೀಗೆ. ಶಿಷ್ಟಾಚಾರ ಕಡಿಮೆ. ಈ ಯೂನಿಯನ್‌ಗಳಿಗೆ ಸಾವಿರ ಕೊಂಡಿಗಳಿರುತ್ತವೆ. ಲೀಗಲ್, ಇಲ್ಲೀಗಲ್, ಪೊಲಿಟಿಕಲ್, ಅಂಡರ್‌ವರ್ಲ್ಡ್ ಗ್ಯಾಂಗ್ಸ್ ಅಂತೆಲ್ಲಾ. ಹೀಗೆಲ್ಲಾ

ಮಾಡಿಕೊಂಡೇ ಅಮೆರಿಕದಲ್ಲಿ ಯೂನಿಯನ್ನುಗಳು ನಾಶವಾಗಿ ಹೋದದ್ದು. ಇವತ್ತು ಅಮೆರಿಕದಲ್ಲಿ ಖಾಸಗಿ ಉದ್ಯೋಗವಲಯದಲ್ಲಿ ಶೇಕಡಾ ಏಳಕ್ಕಿಂತಲೂ ಕಡಿಮೆ ಕಾರ್ಮಿಕರು ಸಂಘಟಿತರಾಗಿದ್ದಾರೆ. ಸಂಘಟಿತರಾದವರೂ ಈ ತರಹ ಯಾವುದೋ ಹಿಕ್‌ಮತ್ತುಗಳಿಗೆ ಬಲಿಯಾಗುತ್ತಾರೆ. ಇವರ ವ್ಯಾಜ್ಯಗಳು ಕೋರ್ಟಿಗೆ ಹೋದರೆ ಸೋಲಾಗುವುದು ಯೂನಿಯನ್ನಿಗೇನೇ. ಅಮೆರಿಕದ ಕೋರ್ಟುಗಳು ಯಾವತ್ತೂ ಮಾಲಿಕರ ಕಡೆಗೆ. ಹಾಗಾಗಿ, ಕೋರ್ಟಿಗೆ ಹೋಗದೇನೇ ನಮ್ಮಂತಹ ಮಧ್ಯವರ್ತಿಗಳಿಂದ ವಿವಾದಗಳನ್ನು ಬಗೆಹರಿಸಿಕೊಳ್ಳುವುದು ಯೂನಿಯನ್‌ಗೆ ಕ್ಷೇಮ. ಆದರೆ ಅಷ್ಟು ಸಣ್ಣ ಸಂದೇಶವನ್ನು ಅವರ ಪೆದ್ದು ತಲೆಗಳಿಗೆ ತಲುಪಿಸಲಾಗುತ್ತಿಲ್ಲ. ಮಾಲಿಕರ ಸಂಘ ಈ ತರಹದ ಸನ್ನಿವೇಶಗಳನ್ನು ಉಪಯೋಗಿಸಿಕೊಳ್ಳುತ್ತದೆ. ನೋಡು, ಈಗ ನನ್ನೊಂದಿಗೆ ಮಾತನಾಡಿದ ಮನುಷ್ಯ, ಅವನು ಮಾಲಿಕರ ಗಿಲ್ಡ್‌ನ ಕಾರ್ಯದರ್ಶಿ, ಹೇಗೆ ನಯವಾಗಿ ಕಿವಿಯಲ್ಲಿ ಪಿಸುಗುಟ್ಟಿ ವಿವಾದವನ್ನು ಬಗೆಹರಿಸಬೇಡಿ ಅದು ಕೋರ್ಟಿಗೇ ಹೋಗಲಿ ಎಂದು ನನಗೇ ಉಪದೇಶ ಮಾಡಿ ಹೋದ!" ಎಂದವರು ಏದುಸಿರು ಬಿಡುತ್ತಿದ್ದ ಸುಜಾತನೆಡೆಗೆ ನೋಡಿ "ನಿನಗೆ ನಮ್ಮೊಂದಿಗೆ ವೇಗವಾಗಿ ನಡೆಯಲಾಗುತ್ತಿಲ್ಲ. ನಿಧಾನವಾಗಿಯೇ ಹೋಗೋಣ. ಏನೂ ಅವಾಂತರವಿಲ್ಲ." ಎಂದು ಆಕೆಯ ಕೈ ಹಿಡಿದರು.

ನನ್ನನ್ನು ಮತ್ತು ವಾಣಿಯನ್ನು ಉದ್ದೇಶಿಸುವಂತೆ ಮತ್ತೆ ಯೂನಿಯನ್‌ನ ವ್ಯಾಜ್ಯದ ವಿಷಯವನ್ನು ಮುಂದುವರೆಸಿದರು. "ಯೂನಿಯನ್ ಕೇಳುವ ರೇಟನ್ನು ಕೊಡಲು ಮಾಲಿಕರ ಗಿಲ್ಡ್ ಒಪ್ಪಿಕೊಂಡಿದೆ, ಆದರೆ ಒಂದು ಶರತ್ತನ್ನು ಹಾಕಿದೆ. ಡ್ರೈವರುಗಳ ಸ್ಟೇಟಸ್ ಲೀಗಲ್ ಆಗಿರಬೇಕು ಎಂದು. ಅದರರ್ಥ ಡ್ರೈವರುಗಳು ಅಮೆರಿಕದ ಪ್ರಜೆಗಳಾಗಿರಬೇಕು ಅಥವಾ ಇಲ್ಲಿ ಕೆಲಸ ಮಾಡಲು ಲೀಗಲ್ ಆಗಿ ವರ್ಕ್ ಪರ್ಮಿಟ್ ಹೊಂದಿರಬೇಕು. ಡ್ರೈವರುಗಳ ಯೂನಿಯನ್ನಿನಲ್ಲಿರುವ ಕೆಲವು ಸದಸ್ಯರು ಬರೀ ಡ್ರೈವರುಗಳಷ್ಟೇ ಅಲ್ಲ ಡ್ರೈವರುಗಳನ್ನು ಸಪ್ಲೈ ಮಾಡುವ ಏಜನ್ಸಿಗಳನ್ನು ನಿರ್ವಹಿಸುವವರೂ ಕೂಡ. ಕೆಲವರು ಅಂತಹ ಏಜನ್ಸಿಗಳ ಮಾಲಿಕರು ಕೂಡಾ. ಅವರು ಲೀಗಲ್ ಆಗಿ ತಮ್ಮ ಹೆಸರಿನಲ್ಲಿ ಟ್ರಕ್ ಸಾಗಾಣಿಕೆಯ ಕಾಂಟ್ರಾಕ್ಟ್ ಪಡೆದರೂ ಕೊನೆಯಲ್ಲಿ ಇಲ್ಲೀಗಲ್ ಆಗಿ ಇಲ್ಲಿ ನೆಲೆಸಿರುವ ಮೆಕ್ಸಿಕನ್ನರನ್ನು ಡ್ರೈವರುಗಳಾಗಿ ಉಪಯೋಗಿಸಿಕೊಳ್ಳುತ್ತಾರೆ. ಅಮೆರಿಕನ್ ಪ್ರಜೆಗಳಾದ ಅಥವಾ ವರ್ಕ್ ಪರ್ಮಿಟ್ ಇರುವ ಲೀಗಲ್ ಡ್ರೈವರುಗಳಿಗೆ ಕೊಡುವ ಸಂಬಳಕ್ಕೆ ಹೋಲಿಸಿದರೆ ಗಡಿಯ ಗೋಡೆ ಹಾರಿ ಈ ದೇಶದೊಳಗೆ ನುಸುಳಿಕೊಂಡ ಡ್ರೈವರುಗಳಿಗೆ ಕೊಡುವ ಸಂಬಳ ತೀರಾ ಕಡಿಮೆ. ಒಂದು ರುಪಾಯಿ ಕೊಡುವ ಕಡೆ ಹತ್ತು ಪೈಸೆ ಕೊಟ್ಟಂತೆ. ಕಾನೂನಿನ ಪ್ರಕಾರ ಅವರು ಹಾಗೆ ಮಾಡುವಂತೆಯೇ ಇಲ್ಲ. ಕಾನೂನು ಪ್ರಕಾರ ಈ ಇಲ್ಲೀಗಲ್ ಇಮಿಗ್ರಂಟ್‌ಗಳಿಗೆ ಕೆಲಸ ಕೊಡುವಂತೆಯೇ ಇಲ್ಲ. ಕೆಲಸ ಏನು ಬಂತು, ಅವರು ಈ ದೇಶದಲ್ಲಿಯೇ ಇರುವಂತಿಲ್ಲ. ಆದರೆ ಈ ಡ್ರೈವರುಗಳ ಏಜನ್ಸಿ

ನಡೆಸುವವರು ಈ ದಂಧೆಯಲ್ಲಿ ಬಹಳ ಹಣ ಮಾಡಿಕೊಳ್ಳುತ್ತಾರೆ. ಇದರಿಂದಾಗಿ ಅನೇಕ ಸಮಸ್ಯೆಗಳು ಸೃಷ್ಟಿಯಾಗಿವೆ. ಲೀಗಲ್ ಆಗಿ ಇಲ್ಲಿರುವ ಡ್ರೈವರುಗಳಿಗೆ ಕೆಲಸ ಸಿಗುತ್ತಿಲ್ಲ. ಸಿಕ್ಕರೂ, ಅವರು ರೇಟಿಗಾಗಿ ಈ ವಲಸೆಗಾರರ ಜೊತೆ ಸ್ಪರ್ಧಿಸಬೇಕು. ಸಾಗಾಣಿಕೆಯ ಸಮಯದಲ್ಲಿ ಟ್ರಕ್‌ನ ಅಪಘಾತವಾದರೆ ಈ ಅನಧಿಕೃತ ವಲಸೆಗಾರ ಡ್ರೈವರುಗಳು ಆ ಸ್ಥಳದಿಂದ ಓಡಿ ಹೋಗಿಬಿಡುತ್ತಾರೆ. ಅನೇಕ ಬಾರಿ ಈ ಡ್ರೈವರುಗಳೇ ಟ್ರಕ್ಕುಗಳನ್ನು ಲೂಟಿ ಮಾಡಿ ಮೆಕ್ಸಿಕೋಕ್ಕೆ ಓಡಿಹೋದದ್ದಿದೆ. ಈ ಇಲ್ಲೀಗಲ್ ಇಮಿಗ್ರಂಟುಗಳನ್ನು ಉಪಯೋಗಿಸಿಕೊಳ್ಳದಿದ್ದರೇನೇ ಎಲ್ಲರಿಗೂ ಒಳ್ಳೆಯದು. ಮಾಲಿಕರ ಸಂಘ ಈ ವಿಷಯದಲ್ಲಿ ಕಠಿಣವಾಗಿ ವರ್ತಿಸಲು ನಿರ್ಧರಿಸಿದೆ. ಒಮ್ಮೆ ಸಾಗಾಣಿಕೆಯ ಕಾಂಟ್ರಾಕ್ಟ್ ಕೊಟ್ಟ ಮೇಲೆ ಆ ಟ್ರಕ್ಕನ್ನು ಓಡಿಸುವ ಡ್ರೈವರ್ ಕಾಂಟ್ರಕ್ಟ್‌ನಲ್ಲಿ ನಮೂದಾಗಿರುವ ಡ್ರೈವರ್ ಅಲ್ಲ ಎಂದು ಏನಾದರೂ ತಿಳಿದರೆ ಅಂತಹ ಕಾಂಟ್ರಾಕ್ಟನ್ನು ವಜಾ ಮಾಡಿ ನಷ್ಟದ ಪರಿಹಾರ ಪಡೆಯುವ, ಅಂತಹ ಏಜನ್ಸಿಗಳನ್ನು ಕಾನೂನು ಪ್ರಕಾರ ಶಿಕ್ಷಿಸುವ ಮತ್ತು ಅಂತಹ ಏಜನ್ಸಿಗಳನ್ನು ಬ್ಲಾಕ್‌ಲಿಸ್ಟ್ ಮಾಡಿಕೊಂಡು ಮುಂದೆ ಲಾಸ್ ಏಂಜಲಿಸ್ ಏರಿಯಾದಲ್ಲೇ ಅವರಿಗೆ ಸಾಗಾಣಿಕೆಯ ಕಾಂಟ್ರಾಕ್ಟ್ ಸಿಗದಂತೆ ನೋಡಿಕೊಳ್ಳುವ ಕಂಡೀಷನ್ನುಗಳನ್ನು ಮಾಲಿಕರ ಸಂಘ ಹಾಕುತ್ತಿದೆ. ಡ್ರೈವರುಗಳ ಯೂನಿಯನ್ನಿನ ಕೆಲವರಿಗೆ ಅದು ನುಂಗಲಾರದ ತುತ್ತಾಗಿದೆ.

ಈ ಲೀಗಲ್ ಇಲ್ಲೀಗಲ್ ವಿಷಯದಲ್ಲಿ ಡ್ರೈವರುಗಳ ಯೂನಿಯನ್ ಒಡೆದು ಹೋಗಿದೆ. ಇಲ್ಲೀಗಲ್ ಡ್ರೈವರುಗಳಲ್ಲಿ ಬಹುಪಾಲು ಮೆಕ್ಸಿಕನ್ನರೇ ಆಗಿರುವುದರಿಂದ ಸ್ಪಾನಿಷ್ ಮಾತನಾಡುವ ಡ್ರೈವರುಗಳು ಒಂದು ಕಡೆ, ಉಳಿದ ಡ್ರೈವರುಗಳು ಇನ್ನೊಂದು ಕಡೆ. ಈ ಉಳಿದ ಡ್ರೈವರುಗಳಲ್ಲಿ ಅಮೆರಿಕನ್ ಬಿಳಿಯ, ಕರಿಯ ಮತ್ತು ಚೈನೀಸ್ ಜನ ಹೆಚ್ಚಾಗಿದ್ದಾರೆ. ಮೆಕ್ಸಿಕನ್ ಡ್ರೈವರುಗಳಿಗೆ ಮಾಲಿಕರ ಸಂಘದ ಷರತ್ತು ಸುತಾರಾಂ ಇಷ್ಟವಿಲ್ಲ. ಉಳಿದ ಡ್ರೈವರುಗಳಿಗೆ ಆ ಷರತ್ತಲ್ಲದೆ ಬೇರೆ ಏನೂ ಬೇಕಾಗಿಲ್ಲ. ಎರಡೂ ಗುಂಪುಗಳು ಲಾಸ್ ಏಂಜಲಿಸ್‌ನ ಭೂಗತ ಜಗತ್ತಿನೊಂದಿಗೆ ಸಂಪರ್ಕಗಳನ್ನಿಟ್ಟುಕೊಂಡಿವೆ. ಈ ವಿವಾದದಲ್ಲಿ ಯಾರೂ ಸಭ್ಯರಿಲ್ಲ. ಮಾಲಿಕರು, ಸ್ಪಾನಿಷ್ ಮಾತನಾಡುವ ಡ್ರೈವರುಗಳ ಗುಂಪು, ಇಂಗ್ಲಿಷ್ ಮಾತನಾಡುವ ಡ್ರೈವರುಗಳು, ಕುತಂತ್ರಿಯಾದ ಅವರ ಯೂನಿಯನ್ ಸೆಕ್ರೆಟರಿ ... ಯಾರಿಗೆ ಯಾರೂ! ಒಪ್ಪಂದ ಮಾಡಿಸಿ ಒಪ್ಪಂದ ಮಾಡಿಸಿ ಎಂದು ಕೇಳಿಕೊಳ್ಳುವ ಇವರಲ್ಲಿ ಯಾರಿಗೆ ನಿಜಕ್ಕೂ ಒಪ್ಪಂದ ಬೇಕಿದೆ ಎನ್ನುವುದೇ ಸ್ಪಷ್ಟವಿಲ್ಲ." ಎಂದರು.

ಅಶೋಕರ ಮಾತು ಮತ್ತು ನಡಿಗೆಯಲ್ಲಿ ಅವರ ಟೆನ್ಷನ್ ಎದ್ದು ಕಾಣುತ್ತಿತ್ತು. ಆವೇಗದಿಂದ ಕನ್ವೆನ್ಷನ್ ಸೆಂಟರಿನ ಕಡೆಗೆ ಬಿರಬಿರನೆ ಹೆಜ್ಜೆ ಹಾಕುತ್ತಿದ್ದವರು ಪುನಃ ಜ್ಞಾಪಿಸಿಕೊಂಡಂತೆ ತಿರುಗಿ ನೋಡಿ ಸುಜಾತ ತುಂಬು ಹೊಟ್ಟೆಯನ್ನು ಹೊತ್ತು ಕಾಲೆಳೆದು ಹಾಕುತ್ತ ನಿಧಾನವಾಗಿ ಬರುತ್ತಿರುವುದನ್ನು ಗಮನಿಸಿ ಮತ್ತೆ ಕಾಯುತ್ತಿದ್ದರು.

ಅವರ ಉದ್ವೇಗವನ್ನು ಗಮನಿಸಿ ಸುಜಾತ "ಧೈರ್ಯವಾಗಿರಿ. ಚೆನ್ನಾಗಿ ನಿಭಾಯಿಸಬಲ್ಲಿರಿ." ಎಂದರು. ಅಶೋಕ್ ಸುಮ್ಮನೆ ನಕ್ಕರು. "ಮೊದಲು ನನ್ನ ಕಂಪನಿ ನನ್ನನ್ನು ಈ ವಿವಾದಕ್ಕೆ ನೇಮಿಸಿದಾಗ ಸೀನಿಯರ್ ನೆಗೋಷಿಯೇಟರ್ ಎಂದು ಈ ಜವಾಬ್ದಾರಿ ಕೊಡುತ್ತಿದ್ದಾರೆ ಎಂದು ಹೆಮ್ಮೆಯಾಗಿತ್ತು. ನನಗೆ ಈಗ ಅರ್ಥವಾಗುತ್ತಿದೆ; ಈ ವಿವಾದಕ್ಕೆ ನನ್ನನ್ನು ನೇಮಿಸುವ ಮುಖ್ಯ ಕಾರಣ ಒಂದು ರೀತಿಯಲ್ಲಿ ಜನಾಂಗದ ಲೆಕ್ಕಾಚಾರ. ರೇಸ್ ಬೇಸ್ಡ್ ಕ್ಯಾಲ್ಕುಲೇಷನ್ಸ್! ಹಿಂದೆ ನಾವು ನಡೆಸಿದ ಬೇರೆ ಬೇರೆ ಯೂನಿಯನ್‌ಗಳಿಗೆ ಸಂಬಂಧಿಸಿದ ಆರ್ಬಿಟ್ರೇಷನ್‌ಗಳೆಲ್ಲವೂ ಕಳಂಕಮಯವಾಗಿವೆ! ಸರಕಾರದ ಲೇಬರ್ ಡಿಪಾರ್ಟ್‌ಮೆಂಟಿಗೆ ನಮ್ಮ ಮೇಲೆ ಕಣ್ಣಿದೆ. ಈ ಯೂನಿಯನ್‌ನ ವ್ಯಾಜ್ಯದ ವಿಷಯದಲ್ಲಿ ತಾನು ಪಕ್ಷಪಾತಿಯಲ್ಲ ಎಂದು ತೋರಿಸಿಕೊಳ್ಳಲು ನಮ್ಮ ಲಾ ಫರ್ಮ್‌ಗೆ ಒಬ್ಬ ಬಿಳಿಯನಲ್ಲದ, ಕರಿಯನಲ್ಲದ, ಹಿಸ್ಪಾನಿಕ್ ಲ್ಯಾಟಿನೋ ಅಲ್ಲದ ಮನುಷ್ಯ ಬೇಕಿತ್ತು. ನಾನು ಸಿಕ್ಕಿದೆ! ಈ ಕೇಸನ್ನು ನನಗೆ ಕೊಡಲಿಕ್ಕಾಗಿಯೇ ಮತ್ತು ಈ ವಿವಾದಕ್ಕೆ ಸಂಬಂಧಿಸಿದ ಎಲ್ಲ ಗುಂಪುಗಳಿಗೆ ನಾನು ಬರೀ ನೆಗೋಷಿಯೇಟರ್ ಅಲ್ಲ ಸೀನಿಯರ್ ನೆಗೋಷಿಯೇಟರ್ ಎಂದು ತೋರಿಸಲಿಕ್ಕಾಗಿಯೇ ನನಗೆ ಪ್ರಮೋಷನ್ ಕೊಟ್ಟರು." ಎಂದು ವಿಷಾದದಲ್ಲಿ ನಕ್ಕರು.

ಕನ್ವೆನ್ಷನ್ ಹಾಲನ್ನು ಪ್ರವೇಶಿಸುತ್ತಿದ್ದಂತೆಯೇ ಅವಾಕ್ಕಾಗಿ ನಿಂತುಬಿಟ್ಟೆವು. ಸಭಾಭವನ ಕಿಕ್ಕಿರಿಯುವಂತೆ ತುಂಬಿತ್ತು. ಕುರ್ಚಿಗಳೆಲ್ಲ ಭರ್ತಿಯಾಗಿ ಹಾಲ್‌ವೇಗಳಲ್ಲಿ ಕಿಟಕಿಗೆ ಒರಗಿ, ಹಿಂಭಾಗದ ಗೋಡೆಗೆ ಒರಗಿ ಜನ ನಿಂತಿದ್ದರು. ಮುಂದೆ ಹೋಗಲು ತಿಳಿಯದೆ ತಬ್ಬಿಬ್ಬಾಗಿ ಅಲ್ಲೇ ಬಾಗಿಲ ಬಳಿಯೇ ನಿಂತೆವು. ಅಶೋಕರ ಲಾ ಫರ್ಮ್‌ನಿಂದ ಬಂದಿದ್ದ ಇಬ್ಬರು ಸಹೋದ್ಯೋಗಿಗಳು ಅವರನ್ನು ಭೇಟಿಯಾಗಿ ಅಶೋಕರನ್ನು ವೇದಿಕೆಯೆಡೆಗೆ ಕರೆದುಕೊಂಡು ಹೋದರು. ಬಾಗಿಲ ಬಳಿಯಲ್ಲೇ ನಿಂತಿದ್ದ ನಮ್ಮೆಡೆಗೆ ಹಿಂದಿನಿಂದ ಬಂದ ದಪ್ಪ ಮೀಸೆಯ ವ್ಯಕ್ತಿಯೊಬ್ಬ ಸ್ಪಾನಿಷ್‌ನಲ್ಲಿ ಏನೋ ಕೂಗಿದ. ಅರ್ಥವಾಗದೆ ಹಿಂದೆ ತಿರುಗಿ ಅವನೆಡೆಗೆ ನೋಡಿದೆ. ಮತ್ತೆ ಸ್ಪಾನಿಷ್‌ನಲ್ಲಿ ಕೂಗಿದವನು ನನಗೆ ಅರ್ಥವಾಗಲಿಲ್ಲ ಎಂದು ಅರಿತುಕೊಂಡು ದಪ್ಪ ಗಂಟಲಿನಲ್ಲಿ ಇಂಗ್ಲಿಷಿನಲ್ಲಿ ಬಾಗಿಲಿಗೆ ಅಡ್ಡ ನಿಲ್ಲಬೇಡಿ ಮುಂದೆ ಹೋಗಿ ಎಂದು ಜೋರು ಮಾಡಿದಂತೆ ಹೇಳಿದ.

ವೇದಿಕೆಯ ಮೇಲೆ ಅಶೋಕರನ್ನು ಬಿಟ್ಟು ಒಟ್ಟು ಆರು ಜನರು ಕುಳಿತಿದ್ದರು. ಮಾಲಿಕರ ಸಂಘದ ಮೂವರು ಲಾಯರುಗಳು ಮತ್ತು ಡ್ರೈವರುಗಳ ಯೂನಿಯನ್‌ನ ಇಬ್ಬರು ಲಾಯರುಗಳ ಜೊತೆಗೆ ಡ್ರೈವರುಗಳ ಯೂನಿಯನ್‌ನ ಸೆಕ್ರೆಟರಿ ಕುಳಿತಿದ್ದರು. ಮಧ್ಯದಲ್ಲಿ ಒಂದು ಕುರ್ಚಿಯನ್ನು ಅಶೋಕರಿಗಾಗಿ ಹಾಕಲಾಗಿತ್ತು.

ಗರ್ಭಿಣಿ ಸುಜಾತ ನಿಲ್ಲಲಾರದೆ ಚಡಪಡಿಸುತ್ತಿದ್ದರು. ಅವರಿಗೆ ಕುಳಿತುಕೊಳ್ಳಲು ಒಂದು ಕುರ್ಚಿಯನ್ನು ಹೊಂದಿಸೋಣವೆಂದು ನೋಡಿದೆ. ಕಿಕ್ಕಿರಿದ ಆ ಜನ ಸಾಂದ್ರತೆಯ ಮುಂದೆ ಕುರ್ಚಿ ಸಿಗುವ ಸಾಧ್ಯತೆಯೇ ಇರಲಿಲ್ಲ. ಸುಜಾತ

ನಿಂತು ಕಷ್ಟಪಡುತ್ತಿರುವುದನ್ನು ಕಂಡು ವೇದಿಕೆಯ ಮೇಲಿದ್ದ ಅಶೋಕ್ ಕೂಡ ಚಡಪಡಿಸುತ್ತಿದ್ದರು. ಇಲ್ಲಿಗೇಕೆ ಬಂದಳು ಇವಳು ಎನ್ನುವಂತೆ ಅನೇಕರು ಸುಜಾತರೆಡೆಗೆ ದೃಷ್ಟಿ ಹಾಯಿಸಿದರೂ ಆಸನವನ್ನು ಬಿಟ್ಟುಕೊಡುವ ಕರುಣೆಯನ್ನು ತೋರಲಿಲ್ಲ. ಆ ಸಭಾಂಗಣದಲ್ಲಿದ್ದ ಇಬ್ಬರೇ ಹೆಂಗಸರು ಎಂದರೆ ಸುಜಾತ ಮತ್ತು ವಾಣಿ! ಕರಾರಿನ ಕರಡು ಪ್ರತಿಗಳನ್ನು ನಾನು ವೇದಿಕೆಯ ಮೇಲೆ ಕೊಂಡೊಯ್ದು ಅಶೋಕರ ಕುರ್ಚಿಯ ಪಕ್ಕದಲ್ಲಿ ಜೋಡಿಸಿಟ್ಟು ಬಂದೆ.

ಇಡೀ ಸಭೆ ಗುಜುಗುಜು ಮಾತಿನ ಶಬ್ದದಿಂದ ತುಂಬಿತ್ತು. ಸಭೆಯಿಂದ ಏನೋ ಮಹತ್ವದ ನಿರೀಕ್ಷೆಯಲ್ಲಿ ಜನರಿದ್ದಂತಿತ್ತು. ಇದು ಮಹತ್ವದ ಸಭೆ ಎಂದು ಅಶೋಕ್ ಅನೇಕ ಬಾರಿ ನಮ್ಮೊಡನೆ ಹೇಳಿದ್ದರೂ ಇಷ್ಟು ಜನರನ್ನು ಮುಟ್ಟುವಂಥದ್ದು ಎಂದು ನಾನು ಊಹೆಯನ್ನು ಮಾಡಿರಲಿಲ್ಲ. ಅಶೋಕ್ ಎದ್ದು ನಿಂತು ಮೈಕನ್ನು ಹಿಡಿದು ತಮ್ಮ ಪರಿಚಯವನ್ನು ಮಾಡಿಕೊಂಡು ವೇದಿಕೆಯ ಮೇಲಿದ್ದ ಉಳಿದವರೂ ತಮ್ಮ ಪರಿಚಯವನ್ನು ತಾವೇ ಸಭೆಗೆ ಮಾಡಿಕೊಡುವಂತೆ ವಿನಂತಿಸಿಕೊಂಡರು. ಮಾಲಿಕರ ಗಿಲ್ಡ್‌ನ ಅಟಾರ್ನಿಗಳು ಒಬ್ಬೊಬ್ಬರಾಗಿ ತಮ್ಮ ಪರಿಚಯವನ್ನು ಮಾಡಿಕೊಂಡ ನಂತರ ಡ್ರೈವರುಗಳ ಯೂನಿಯನ್‌ನ ಅಟಾರ್ನಿಗಳು ತಮ್ಮ ಪರಿಚಯ ಮಾಡಿಕೊಡುವಾಗ ಹಾಲಿನಲ್ಲಿ ಚಪ್ಪಾಳೆ ಗದ್ದಲ ಮತ್ತು ಶಿಳ್ಳೆಗಳು ತುಂಬಿಹೋದವು. ಅದರಲ್ಲೂ, ಕೊನೆಯಲ್ಲಿ ಯೂನಿಯನ್‌ನ ಸೆಕ್ರೆಟರಿ 'ನಾನು ಪೆಡ್ರೊ ಆರ್ಟಿಝ್. ಡ್ರೈವರ್ಸ್ ಯೂನಿಯನ್‌ನ ಸೆಕ್ರೆಟರಿ.' ಎಂದು ಪರಿಚಯ ಹೇಳಿದಾಗ ಸಭೆಯಲ್ಲಿ ಗದ್ದಲ ಮತ್ತೂ ಜೋರಾಯಿತು. 'ಪೆಡ್ರೊ ಆರ್ಟಿಝ್ ವೇದಿಕೆಯ ಮೇಲಿದ್ದರೆ ರಾನ್ ಗೆಸ್ಪರ್‌ನ್ನೂ ಅಲ್ಲಿಯೇ ಕೂರಿಸಿ. ಪೆಡ್ರೋಗೇಕೆ ಸ್ಪೆಷಲ್ ಸ್ಟೇಟಸ್?' ಯಾರೋ ಜೋರಾಗಿ ಕೂಗಿದರು. ಪೆಡ್ರೋ ತನ್ನ ಪರಿಚಯವನ್ನಷ್ಟೇ ಮಾಡಿಕೊಡಲಿಲ್ಲ ಬದಲಾಗಿ ಸ್ಪಾನಿಷ್‌ನಲ್ಲಿ ಸಣ್ಣ ಭಾಷಣವನ್ನೇ ಬಿಗಿದ. ಕಾರ್ಮಿಕ ನಾಯಕರು ಮುಷ್ಕರಕ್ಕೆ ಮುನ್ನ ಮಾತನಾಡುವಂತೆ ಜೋರು ದನಿಯಲ್ಲಿ ಮಾತನಾಡಿ ಎರಡೂ ಕೈಗಳನ್ನು ಮೇಲೆತ್ತಿ ಮುಷ್ಟಿಬಿಗಿದು ಹೋರಾಟದ ಸಂಕೇತದಂತೆ ತೋರಿಸಿದ.

"ನಿನ್ನ ಮಾತುಗಳು ನಮಗೆ ಬೇಕಿಲ್ಲ!" ಒಬ್ಬ ಸದರನ್ ಅಕ್ಸೆಂಟಿನಲ್ಲಿ ಜೋರಾಗಿ ಕೂಗಿದ. ಕೂಗಿದವನೆಡೆಗೆ ನೋಡಿದೆ. 'ಪ್ರೌಡ್ ಟು ಬಿ ಆ್ಯನ್ ಅಮೆರಿಕನ್' ಟಿ–ಶರ್ಟ್ ತೊಟ್ಟು ಕೌ–ಬಾಯ್ ಹ್ಯಾಟ್ ಹಾಕಿಕೊಂಡಿದ್ದವ. ವಿಪರೀತ ಗಾತ್ರದವನು. ಆವೇಶದಿಂದ ಎದ್ದುನಿಂತು "ಅವನನ್ನು ಮೊದಲು ವೇದಿಕೆಯಿಂದ ಇಳಿಸಿ. ಗೋಡೆ ಹಾರಿ ಈ ದೇಶಕ್ಕೆ ಬಂದ ನಾಯಿಯಿಂದ ಎಷ್ಟು ಬೊಗಳಿಕೆಯನ್ನು ಕೇಳುತ್ತೀರೋ?"

ಸಭೆಯಲ್ಲಿ ಕೂಗಾಟ ಜೋರಾಯಿತು. ಜನ ಒಟ್ಟೊಟ್ಟಿಗೇ ಮಾತನಾಡಲಾರಂಭಿಸಿದರು. ವೇದಿಕೆಯ ಮೇಲಿದ್ದ ಪೆಡ್ರೊ ಆರ್ಟಿಝ್‌ನ ಮುಖ ಕೋಪದಿಂದ ಕೆಂಪಗಾಯಿತು. ಒಮ್ಮೆ ಬಲ ಮುಷ್ಟಿಯಿಂದ ಟೇಬಲ್ಲನ್ನು ಜೋರಾಗಿ ಗುದ್ದಿ "ಯೊ, ಮದರ್ ...! ಕೇಳು. ಬಾಯಿ ಮುಚ್ಚಿಕೊಂಡು ನನ್ನ ಮಾತುಗಳನ್ನು

ಕೇಳು. ಹಂದಿಯ ಥರ ಊದಿದ್ದೀಯಾ ಆದರೆ ಬುದ್ಧಿಯಿಲ್ಲ ನಿನಗೆ. ಯಾವನು ಗೋಡೆ ಹಾರಿಬಂದವನು? ನಿನ್ನಪ್ಪನಿರಬೇಕು. ನಾನು ನಿನಗಿಂತಲೂ ಜಾಸ್ತಿ ಅಮೆರಿಕನ್! ಸಾಯುವತನಕ ನೆನಪಿನಲ್ಲಿ ಇಟ್ಟುಕೋ!" ಅಶೋಕ್ ಮುಂದೆ ಬಂದು ಅವನಿಂದ ಬಲವಂತವಾಗಿ ಮೈಕನ್ನು ಪಡೆದು ಆಫ್ ಮಾಡಿದರು.

ಮಾಲಿಕರ ಸಂಘದ ಲಾಯರುಗಳು ತಮ್ಮತಮ್ಮಲ್ಲಿಯೇ ಏನನ್ನೋ ಮಾತನಾಡಿಕೊಂಡವರು ನಂತರ ಅಶೋಕ್‌ಗೆ ಏನನ್ನೋ ಹೇಳಿದರು. ಅಶೋಕ್ ಯೂನಿಯನ್‌ನ ಲಾಯರುಗಳೊಂದಿಗೆ ಮತ್ತು ವೇದಿಕೆಯ ಮೇಲಿದ್ದ ಯೂನಿಯನ್ ಸೆಕ್ರೆಟರಿಯೊಂದಿಗೆ ಚರ್ಚಿಸುವಾಗ ಅವರು ಒಪ್ಪದೆ ತಲೆಯಾಡಿಸುತ್ತಿದ್ದುದು ಕಾಣಿಸುತ್ತಿತ್ತು.

ಅಶೋಕ್ ಮೈಕನ್ನು ಹಿಡಿದು "ವೇದಿಕೆಯ ಮೇಲೆ ಆರ್ಬಿಟ್ರೇಟರ್ ಆದ ನನ್ನೊಂದಿಗೆ ಮಾಲಿಕರ ಸಂಘದ ಮತ್ತು ಯೂನಿಯನ್‌ನ ಅಟಾರ್ನಿಗಳು ಮಾತ್ರ ಇರಬೇಕು. ಡ್ರೈವರುಗಳ ಯೂನಿಯನ್‌ನ ಸೆಕ್ರೆಟರಿ ಪೆಡ್ರೊ ಆರ್ಟಿಝ್ ವೇದಿಕೆಯ ಮೇಲಿರುವಂತಿಲ್ಲ. ಮಾಲಿಕರ ಸಂಘದ ಅಟಾರ್ನಿಗಳು ಇದಕ್ಕೆ ಆಕ್ಷೇಪಣೆ ಎತ್ತಿದ್ದಾರೆ. ಆರ್ಬಿಟ್ರೇಷನ್ ನಿಯಮಗಳ ಪ್ರಕಾರ ಅವರ ಆಕ್ಷೇಪಣೆಯನ್ನು ನಾನು ಎತ್ತಿಹಿಡಿಯಬೇಕಾಗಿದೆ. ಹಾಗಾಗಿ ನಾನು ಪೆಡ್ರೊ ಆರ್ಟಿಝ್ ಅವರನ್ನು ವೇದಿಕೆಯಿಂದ ನಿರ್ಗಮಿಸುವಂತೆ ಕೋರುತ್ತೇನೆ." ಎಂದರು.

ಸಭೆಯ ಒಂದು ಭಾಗ ಚಪ್ಪಾಳೆ ತಟ್ಟಿದರೆ ಮತ್ತೊಂದು ಭಾಗ ಗದ್ದಲವನ್ನು ಮಾಡಿತು. 'ಪೆಡ್ರೋ ವೇದಿಕೆಯ ಮೇಲೇ ಇರಬೇಕು' ಎಂದು ಒಬ್ಬ ಕೂಗಿದರೆ 'ಈ ಸಭೆಯಿಂದಲೇ ಒದ್ದು ಓಡಿಸಿ ಅವನನ್ನು' ಎಂದು ವಿರುದ್ಧ ದಿಕ್ಕಿನಿಂದ ಇನ್ನೊಬ್ಬ ಕೂಗಿದ.

ಒಬ್ಬ ಉದ್ದನೆಯ ಮನುಷ್ಯ ಎದ್ದುನಿಂತು "ಮೆಕ್ಸಿಕನ್ ಮೂಲದ ಡ್ರೈವರುಗಳನ್ನು ಪ್ರತಿನಿಧಿಸುವ ಪೆಡ್ರೊ ಆರ್ಟಿಝ್ ವೇದಿಕೆಯ ಮೇಲಿರುವುದಾದರೆ ಅಮೆರಿಕನ್ ಡ್ರೈವರು ಗಳನ್ನು ಪ್ರತಿನಿಧಿಸುವ ರಾನ್ ಗೆಸ್ಟರ್ ಕೂಡ ವೇದಿಕೆಯ ಮೇಲಿರಲಿ." ಎಂದು ಹೇಳಿ ಕುಳಿತುಕೊಂಡ.

"ಪೆಡ್ರೊ ಆರ್ಟಿಝ್‌ನನ್ನು ಏನೆಂದು ತಿಳಿದೆ? ಅವನು ನಮ್ಮ ಇಡೀ ಯೂನಿಯನ್‌ನ ಚುನಾಯಿತ ಕಾರ್ಯದರ್ಶಿ. ರಾನ್ ಗೆಸ್ಟರ್ ಯಾರವನು? ಮೊನ್ನೆ ಮೊನ್ನೆ ಸದಸ್ಯನಾದವನು. ಈ ವಿವಾದಕ್ಕಾಗಿಯೇ ಯೂನಿಯನ್ ಸೇರಿದವನು!"

"ಪೆಡ್ರೊ ಆರ್ಟಿಝ್‌ನನ್ನು ನಾವು ಒಪ್ಪಿಲ್ಲ. ಅವನು ಬರೀ ಗೋಡೆ ಹಾರಿಬಂದವರಿಗೆ ಕಾರ್ಯದರ್ಶಿ."

"ಪೆಡ್ರೋ ಇಡೀ ಯೂನಿಯನ್ನಿಗೇ ಪ್ರತಿನಿಧಿ."

"ನಾವು ಒಪ್ಪಲಾರೆವು."

"ಒಪ್ಪಿ ಎಂದು ಕೇಳಿಕೊಂಡವರ್‍ಯಾರು? ಒಪ್ಪದಿದ್ದರೆ ನಡಿಯಿರಿ ಆಚೆಗೆ!" ಬಾಗಿಲ

ಬಳಿ ನಿಂತಿದ್ದ ದಪ್ಪ ಮೀಸೆಯ ವ್ಯಕ್ತಿ ಕೂಗಿದ.

ಹಿಂದಿನ ಸಾಲಿನಲ್ಲಿದ್ದ ದಪ್ಪನೆಯ ವ್ಯಕ್ತಿ ತೋಳು ಮುದುರಿಕೊಂಡು ಎದ್ದೇಬಿಟ್ಟ. "ನಾವು ಹೊರಗೆ ಹೋಗಬೇಕೇ? ಸೂಳೇಮಗನೇ ಜಾಸ್ತಿ ಮಾತನಾಡಿದರೆ ಈ ದೇಶದಿಂದಲೇ ನಿನ್ನನ್ನು ಓಡಿಸುತ್ತೇವೆ. ನಾವು ಇಲ್ಲಿಯೇ ಹುಟ್ಟಿ ಬೆಳೆದವರು. ಇದು ನಮ್ಮ ನೆಲ. ತಿರುಬೋಕಿಗಳಾಗಿ ಬಂದವರು ನೀವು! ನೀವು ತೊಲಗಿ ಇಲ್ಲಿಂದ!"

'ರಾನ್ ನೀನೂ ವೇದಿಕೆಗೆ ಹೋಗು' ಎಂದು ಕೆಲವರು ಕೂಗಿದರು. ಬಿಳಿಯ ಟಿ–ಶರ್ಟಿನಲ್ಲಿದ ಒಬ್ಬ ತೆಳ್ಳನೆಯ ಮತ್ತು ಉದ್ದ ಮನುಷ್ಯ ನಿಧಾನವಾಗಿ ಹೆಜ್ಜೆ ಹಾಕುತ್ತ ವೇದಿಕೆಯ ಕಡೆಗೆ ಹೊರಟ. ವೇದಿಕೆಗೆ ಹತ್ತಲು ಇದ್ದ ನಾಲ್ಕು ಮೆಟ್ಟಿಲುಗಳಲ್ಲಿ ಅವನು ಎರಡನೇ ಮೆಟ್ಟಿಲಲ್ಲಿರುವಾಗಲೇ ಅಶೋಕ್ ಮುಂದೆ ಬಂದು ಅವನನ್ನು ತಡೆದು ವೇದಿಕೆಗೆ ಬರದಂತೆ ಬೇಡಿಕೊಂಡರು. ಅವನು ಅಲ್ಲಿಯೇ ನಿಂತ.

ಅಶೋಕ್ ಮೈಕಿನಲ್ಲಿ "ನೋಡಿ, ನಮ್ಮ ಕಾಯಿದೆಯ ಪ್ರಕಾರ ಎರಡೂ ಕಡೆಯ ಅಟಾರ್ನಿಗಳು ಮತ್ತು ಮಧ್ಯವರ್ತಿಗಳಾಗಿ ಬಂದವರನ್ನು ಬಿಟ್ಟರೆ ಉಳಿದವರು ವೇದಿಕೆಯ ಮೇಲಿರುವಂತಿಲ್ಲ. ಒಪ್ಪಂದದ ಕರಡು ಪ್ರತಿಯನ್ನು ಓದಿದ ಮೇಲೆ ಯೂನಿಯನ್‌ನ ಲಾಯರುಗಳು ಅವರೊಂದಿಗೆ ಚರ್ಚಿಸಿಯೇ ಚರ್ಚಿಸುತ್ತಾರೆ. ಅಂತಿಮ ಒಪ್ಪಂದದಲ್ಲಿ ಅವರ ಮತ್ತು ನಿಮ್ಮೆಲ್ಲರ ಪಾಲು ಇದ್ದೇ ಇರುತ್ತದೆ. ಆದರೆ ಈಗ ಅವರು ಯಾರೂ ವೇದಿಕೆಯ ಮೇಲೆ ಕೂರುವಂತಿಲ್ಲ. ಈಗಾಗಲೇ ವೇದಿಕೆಯ ಮೇಲಿರುವ ಪೆಡ್ರೊ ಆರ್ಟಿಝ್ ಮತ್ತು ವೇದಿಕೆಗೆ ಬರಲು ಪ್ರಯತ್ನಿಸುತ್ತಿರುವ ಮತ್ತೊಬ್ಬ ಮಹನೀಯರು ದಯವಿಟ್ಟು ಕೆಳಗೆ ಇಳಿದು ಹೋಗಬೇಕು." ಎಂದರು.

"ಯಾರೋ ನೀನು! ಮಾಲಿಕರ ಗಿಲ್ಡ್‌ನ ಕಡೆಯವನೇ?" ಯಾರೋ ಕೂಗಿದರು.

"ಅಲ್ಲ. ನಾನು ಮಧ್ಯವರ್ತಿ. ಎರಡೂ ಪಾರ್ಟಿಗಳು ಅಂತಿಮ ಒಪ್ಪಂದಕ್ಕೆ ಬರುವಂತೆ ಮಾಡಲು ನೇಮಕವಾಗಿರುವ ನೆಗೋಷಿಯೇಟರ್. ಲಿಂಡಾ ಯಂಗ್ ಲಾ ಫರ್ಮ್‌ನವನು."

ಸಭೆಯಲ್ಲಿ ಗದ್ದಲ. ಪೆಡ್ರೊ ಆರ್ಟಿಝ್ ಅಲ್ಲಾಡದಂತೆ ತನ್ನ ಜಾಗದಲ್ಲೇ ಕುಳಿತಿದ್ದು ಅಶೋಕರನ್ನು ನೇರವಾಗಿ ನೋಡುತ್ತಿದ್ದ. ಅಶೋಕ್ ಅಸಹಾಯಕರಾಗಿ ಅವನೆಡೆಗೆ ನೋಡುತ್ತಾ ಕೆಳಗೆ ಇಳಿದು ಹೋಗುವಂತೆ ಮತ್ತೆ ಕೇಳಿಕೊಂಡರು.

"ನಿನ್ನ ಪೂರ್ತಿ ಹೆಸರೇನು?" ನಮ್ಮನ್ನು ಬಾಗಿಲಬಳಿ ನಿಲ್ಲಬೇಡಿ ಎಂದು ಸ್ಪಾನಿಷ್‌ನಲ್ಲಿ ಬೈಯ್ದಿದ್ದ ದಪ್ಪ ಮೀಸೆಯ ವ್ಯಕ್ತಿ ಕೂಗಿದ. ಹೆಸರಿನಿಂದ ಅಶೋಕ್‌ರ ಜನಾಂಗವನ್ನು ತಿಳಿಯುವ ಹುನ್ನಾರವೆನ್ನುವುದು ಅವನ ಪ್ರಶ್ನೆಯಲ್ಲಿ ಸ್ಪಷ್ಟವಿತ್ತು.

"ಅಶೋಕ ಮರುಳಸಿದ್ದನಮಠ."

"ಏನಂದೆ ನಿನ್ನ ಲಾಸ್ಟ್ ನೇಮ್? ಮತ್ತೊಮ್ಮೆ ಹೇಳು..." ಯಾರೋ ಕೂಗಿದರು. ಸಭೆ ಜೋರಾಗಿ ನಕ್ಕಿತು. ಪೆಡ್ರೊ ಆರ್ಟಿಝ್ ವೇದಿಕೆಯ ಮೇಲೇ ನಕ್ಕ. ಅಶೋಕ್ ಬೆವತುಹೋದರು.

"ಮರುಳಸಿದ್ದನಮಠ."

"ಎಲ್ಲಿಯವನು?"

ಅಶೋಕ್ ಆ ಪ್ರಶ್ನೆಯನ್ನು ಕೇಳದವರಂತೆ ಮಾಡಿ "ಈ ಸಭೆಯನ್ನು ಮುಂದುವರೆಸಬೇಕೆಂದರೆ ಪೆಡ್ರೊ ಆರ್ಟಿಜ್ ಅವರು ಕೆಳಗೆ ಇಳಿದು ಹೋಗಲೇಬೇಕು. ಅವರು ಕೆಳಗೆ ಇಳಿಯದಿದ್ದರೆ ನಾವು ಮುಂದಿನ ಕ್ರಮವನ್ನು ತೆಗೆದುಕೊಳ್ಳಬೇಕಾಗುತ್ತದೆ. ಈ ಸಭೆಯನ್ನೇ ಮುಕ್ತಾಯಗೊಳಿಸಬಹುದು." ಎಂದರು.

"ಸ್ಪಾನಿಷ್‌ನಲ್ಲಿ ಮಾತನಾಡು." ಯಾರೋ ಜೋರಾಗಿ ಕೂಗಿದರು.

ಸ್ಪಾನಿಷ್‌ನಲ್ಲಿ ಮಾತನಾಡು! ಮೂರ್‍ನಾಲ್ಕು ಜನರು ಆ ಕೂಗಿಗೆ ಬೆಂಬಲವಾಗಿ ಕೂಗಿದರು.

"ಸ್ಪಾನಿಷ್ ಭಿಕ್ಷುಕರ ಭಾಷೆ. ಅವರು ಇಂಗ್ಲೀಷ್‌ನಲ್ಲಿಯೇ ಮಾತನಾಡಲಿ."

"ಇಲ್ಲ. ನನಗೆ ಸ್ಪಾನಿಷ್ ಬರುವುದಿಲ್ಲ." ಎಂದರು ಅಶೋಕ್ ದೈನ್ಯಭಾವದಲ್ಲಿ.

"ಸ್ಪಾನಿಷ್ ಬರುವುದಿಲ್ಲವೇ? ಈ ಚೈನೀಸ್‌ನನ್ನು ಇಲ್ಲಿ ತಂದವರು ಯಾರು? ನಮ್ಮ ಭಾಷೆಯೇ ಬಾರದು ಇವನಿಗೆ! ಇವನೇನು ಒಳ್ಳೆಯ ರೇಟನ್ನು ಕೊಡಿಸಿಯಾನು?" ಒಬ್ಬ ಕೂಗಿದ.

"ಇಲ್ಲಿ ಸೇರಿರುವ ಡ್ರೈವರುಗಳಿಗೆ ಅರ್ಥವಾಗುವುದು ಸ್ಪಾನಿಷ್ ಒಂದೇ. ಅವರಿಗೆ ಅರ್ಥವಾಗಬೇಕೆಂದರೆ ನೀನು ಸ್ಪಾನಿಷ್‌ನಲ್ಲಿ ಮಾತನಾಡಲೇಬೇಕು."

"ಅವರು ಮಾತನಾಡುತ್ತಿರುವುದು ಸರಿಯಾಗಿಯೇ ಇದೆ. ಇಂಗ್ಲಿಷ್ ಬಾರದವರು ಈ ದೇಶದಲ್ಲೇನು ಮಾಡುತ್ತಿದ್ದಾರೆ? ಇಂಗ್ಲಿಷ್ ಬಾರದವರು ಗೋಡೆ ಹಾರಿ ವಾಪಸ್ಸು ಹೋಗಲಿ. ಯಾವ ಕಾರಣಕ್ಕೂ ನೆಗೋಷಿಯೇಟರ್ ಸ್ಪಾನಿಷ್ ಮಾತನಾಡಬಾರದು." ಒಬ್ಬ ಕರಿಯ ಡ್ರೈವರ್ ಕೂಗಿದ.

ಅಶೋಕ್ ಬೆವತುಹೋದರು. "ನನಗೆ ಸ್ಪಾನಿಷ್ ಬರುವುದಿಲ್ಲ. ಸ್ಪಾನಿಷ್ ಬೇಕೇ ಬೇಕು ಎನ್ನುವುದಾದರೆ ನಿಮ್ಮಲ್ಲಿಯೇ ಯಾರಾದರೂ ನನಗೆ ಭಾಷಾಂತರಕಾರರಾಗಿ ಸಹಾಯ ಮಾಡಬೇಕಾಗುತ್ತದೆ."

"ಇಲ್ಲಿ ಯಾರೂ ನಿನಗೆ ಸಹಾಯ ಮಾಡುವುದಿಲ್ಲ. ನಾವೇಕೆ ನಿನಗೆ ಸಹಾಯ ಮಾಡಬೇಕು?"

ಸಭೆ ಮತ್ತೆ ಹೋ ಎಂದು ಶಬ್ದದಿಂದ ತುಂಬಿಹೋಯಿತು.

ಅಶೋಕ್ ನಿರುಪಾಯರಾಗಿ ನಿಂತರು. ಇಡೀ ಸಭೆಯೇ ಕ್ರೋಧವನ್ನು ಕಕ್ಕಲು ರೂಪಿತಗೊಂಡಂತೆ ಕಂಡಿತು. ಕ್ರೌರ್ಯ ಪ್ರದರ್ಶನಕ್ಕಾಗಿಯೇ ಕರೆದ ಸಭೆ.

ಸುಜಾತ ನಿಲ್ಲಲಾರದೆ ಬಹಳ ಕಷ್ಟಪಡುತ್ತಿದ್ದರು. ಸಭೆಯ ಗಲಭೆ, ಹೇರಳವಾಗಿ ಹರಿದಾಡುತ್ತಿದ್ದ ಅಶ್ಲೀಲ ಶಬ್ದಗಳು, ಅನೇಕರು ಅಶೋಕರನ್ನು ಮೂದಲಿಸುತ್ತಿದ್ದುದು ಅವರಿಗೆ ಗಾಬರಿಯನ್ನು ತಂದಿತ್ತು. ವಾಣಿ ಕೂಡ ಬಹಳ ಹೆದರಿದ್ದಳು. ಕೊನೆಗೆ ವಾಣಿ ಸುಜಾತಾಳನ್ನು ಕರೆದುಕೊಂಡು ಕನ್ವೆನ್ಷನ್ ಹಾಲಿನ ಆಚೆಗೆ ಹೋದಳು.

ಬಾಗಿಲ ಎದುರಿನಲ್ಲಿ ಹಾಕಿದ್ದ ಕಲ್ಲು ಬೆಂಚಿನ ಮೇಲೆ ಇಬ್ಬರೂ ಕುಳಿತುಕೊಂಡರು. ಅಲ್ಲಿ ಕುಳಿತಲ್ಲಿಗೆ ಅವರಿಗೆ ಸಭೆಯ ಮಾತುಗಳು ಕೇಳುತ್ತಿದ್ದವು.

ಪಾರ್ಕಿಂಗ್‌ನಲ್ಲಿ ಸಿಕ್ಕಿದ್ದ ಮಾಲಿಕರ ಗಿಲ್ಡ್‌ನ ಕಾರ್ಯದರ್ಶಿ ರೊಲ್ಯಾಂಡೊ ರ‍್ಯಾಮಿರೇಝ್ ವೇದಿಕೆಯ ಮೇಲೆ ಬಂದು ಅಶೋಕರ ಭಾಷಾಂತರಗಾರರಾಗಿ ನಿಂತು ಅಶೋಕರಿಂದ ಮೈಕನ್ನು ಪಡೆದು ಸ್ಪಾನಿಷ್ ಭಾಷೆಯಲ್ಲಿ ಮಾತನಾಡಿ ಸಭಿಕರನ್ನು ಉದ್ದೇಶಿಸಿ ಸಹಕರಿಸುವಂತೆ ಬೇಡಿಕೊಂಡರು. ಅಶೋಕ್ ಹೇಗೆ ಎರಡೂ ಕಡೆಗೆ ಸೇರದೆ ಮಧ್ಯವರ್ತಿಗಳಾಗುತ್ತಾರೆ ಮತ್ತು ಕರಾರನ್ನು ತಲುಪಲು ಮಧ್ಯವರ್ತಿಗಳ ಅವಶ್ಯಕತೆ ಹೇಗಿದೆ ಎನ್ನುವುದನ್ನು ಅವರು ವಿವರಿಸುತ್ತಿದ್ದುದು ಅಲ್ಪಸ್ವಲ್ಪವಾಗಿ ನನಗೆ ಅರ್ಥವಾಗುತ್ತಿತ್ತು. ರೊಲ್ಯಾಂಡೊ ರ‍್ಯಾಮಿರೇಝ್ ಮಾತನಾಡುವಾಗ ಅಶೋಕ್ ಮಾಲಿಕರ ಗಿಲ್ಡ್‌ನ ಮತ್ತು ಯೂನಿಯನ್‌ನ ಲಾಯರುಗಳನ್ನು ವೇದಿಕೆಯ ಒಂದು ಭಾಗದಲ್ಲಿ ಒಟ್ಟು ಸೇರಿಸಿ ಚರ್ಚಿಸುತ್ತಿದ್ದರು. ಕೆಲವು ನಿಮಿಷಗಳ ನಂತರ ಯೂನಿಯನ್‌ನ ಲಾಯರುಗಳು ತಾವು ಕುಳಿತಿದ್ದಲ್ಲಿಗೆ ವಾಪಸ್ಸು ಬಂದು ಕಲ್ಲಿನಂತೆ ಕುಳಿತಿದ್ದ ಪೆಡ್ರೋ ಆರ್ಟಿಝ್‌ನೊಂದಿಗೆ ಸಮಾಲೋಚಿಸಿದರು. ಕೊನೆಗೆ ಪೆಡ್ರೋ ಅಸಮಾಧಾನದಿಂದಲೇ ಒಪ್ಪಿಕೊಂಡು ವೇದಿಕೆಯಿಂದ ಕೆಳಗೆ ಇಳಿಯಲು ನಡೆಯತೊಡಗಿದ. ಸಭೆಯಲ್ಲಿ ಜೋರಾಗಿ ಗದ್ದಲ ಪ್ರಾರಂಭವಾಯಿತು. "ಪೆಡ್ರೋ ಅಲ್ಲಿಯೇ ಇರಬೇಕು" ಯಾರೋ ಕೂಗಿದರು. "ಓಡಿಸಿ ಅವನನ್ನು" "ಅಲ್ಲಿಯೇ ಇರಬೇಕು" "ಓಡಿಸಿ ಅವನನ್ನು". ಪೆಡ್ರೋ ವೇದಿಕೆಯಿಂದ ಇಳಿಯಲು ಮೆಟ್ಟಿಲುಗಳನ್ನು ತೆಗೆದುಕೊಳ್ಳುವ ಮುನ್ನ ಕೈಗಳನ್ನು ಮೇಲೆತ್ತಿ ಮುಷ್ಟಿಯನ್ನು ಬಿಗಿದು ಚಪ್ಪಾಳೆಯನ್ನು ಗಿಟ್ಟಿಸಿಕೊಂಡು ಬೆರಳುಗಳಲ್ಲಿ ವಿಜಯದ ಸಂಕೇತವನ್ನು ಮಾಡುತ್ತ ತೀರಾ ನಿಧಾನ ಗತಿಯಲ್ಲಿ ನಡೆಯುತ್ತ ಕೆಳಗೆ ಇಳಿದ. ಅವನು ಮೆಟ್ಟಿಲುಗಳನ್ನು ಇಳಿಯುವಾಗ ಅಲ್ಲಿ ನಿಂತಿದ್ದ ರಾನ್ ಗೆಸ್ಟರ್‌ನೊಂದಿಗೆ ಕೆಲವು ಸಿಟ್ಟಿನ ಮಾತುಗಳನ್ನು ಬದಲಿಸಿಕೊಂಡ. ಅವನು ಕೆಳಗೆ ಬರುತ್ತಿದ್ದಂತೆಯೇ ಮುಂದಿನ ಸಾಲಿನಲ್ಲಿದ್ದವನೊಬ್ಬ ಅವನಿಗೆ ಗೌರವದಿಂದ ಕುರ್ಚಿ ಬಿಟ್ಟುಕೊಟ್ಟ. ರಾನ್ ಗೆಸ್ಟರ್ ಕೂಡ ವಿಜಯದ ನಗೆಯನ್ನು ಸೂಸುತ್ತ ತನ್ನ ಗುಂಪಿನೆಡೆಗೆ ಹೋದ.

ಅಶೋಕ್ ವಾಪಸ್ಸು ಮೈಕನ್ನು ತೆಗೆದುಕೊಳ್ಳುತ್ತಿದ್ದಂತೆಯೇ ಸಭೆ ಮತ್ತೆ ಹೋ ಎಂದು ಕೂಗಿತಾದರೂ ಅಶೋಕ್ ಅದನ್ನು ನಿರ್ಲಕ್ಷಿಸಿ ಕರಾರಿನ ಮುಖ್ಯಾಂಶಗಳನ್ನು ಓದತೊಡಗಿದರು.

"ಡ್ರೈವರುಗಳ ಯೂನಿಯನ್‌ನ ಬೇಡಿಕೆಯನ್ನು ಮಾಲಿಕರ ಸಂಘದೊಂದಿಗೆ ಚರ್ಚಿಸಲಾಗಿದೆ. ಮಾಲಿಕರ ಸಂಘ ಯೂನಿಯನ್‌ನ ಮುಖ್ಯ ಬೇಡಿಕೆಯಾದ ಮೈಲಿಗೆ ನಲವತ್ತೆಂಟು ಸೆಂಟಿನ ವಿಷಯದಲ್ಲಿ ನಲ್ವತ್ತೇಳು ಸೆಂಟಿಗೆ ಒಪ್ಪಿಕೊಂಡಿದೆ. ಇದು ಈಗ ಕೊಡುತ್ತಿರುವ ನಲವತ್ತೆರಡು ಸೆಂಟಿನಿಂದ ಐದು ಸೆಂಟುಗಳ ಹೆಚ್ಚಳವಾಯಿತು. ಆದರೆ, ಈ ಒಪ್ಪಿಗೆಯ ಜೊತೆಯಲ್ಲಿ ಮಾಲಿಕರ ಸಂಘ ಒಂದು ಶರತ್ತನ್ನು ವಿಧಿಸುತ್ತಿದೆ. ಆ

ಶರತ್ತೆಂದರೆ, ಟ್ರಕ್ಕನ್ನು ಬಾಡಿಗೆಗೆ ತೆಗೆದುಕೊಳ್ಳುವ ಏಜನ್ಸಿ ಯಾವುದೇ ರೀತಿಯಲ್ಲೂ ಇಲ್ಲೀಗಲ್ ಇಮಿಗ್ರಂಟ್‌ಗಳೊಂದಿಗೆ ಸಂಬಂಧವನ್ನು ಹೊಂದಿರಬಾರದು. ಟ್ರಕ್ಕುಗಳನ್ನು ಅನಧಿಕೃತ ವಲಸೆಗಾರರು ಡ್ರೈವ್ ಮಾಡಿರುವ ಅಥವಾ ಚಾಲಕನ ಸಹಾಯಕರಾಗಿ ಕೆಲಸ ಮಾಡಿರುವ ಘಟನೆಗಳೇನಾದರೂ ವರದಿಯಾದರೆ - ಪೋಲೀಸರ ಮುಖಾಂತರವಾಗಿಯಾದರೂ ಅಥವಾ ಬೇರೆ ಮೂಲದಿಂದಾದರೂ - ಅಂತಹ ಏಜನ್ಸಿಯೊಂದಿಗೆ ಸಂಪೂರ್ಣವಾಗಿ ವ್ಯವಹಾರವನ್ನು ನಿಲ್ಲಿಸುವ ಮತ್ತು ಸರಕಾರದ ಇಮಿಗ್ರೇಷನ್ ಸರ್ವೀಸಸ್ ಇಲಾಖೆಗೆ ರಿಪೋರ್ಟು ಮಾಡಿ ತನಿಖೆಗೆ ಸಹಕರಿಸಿ ಏಜನ್ಸಿಯ ಮೇಲೆ ಕಾನೂನು ಕ್ರಮ ಕೈಗೊಳ್ಳುವ ಹಕ್ಕನ್ನು ಮಾಲಿಕರ ಸಂಘ ಇಟ್ಟುಕೊಂಡಿರುತ್ತದೆ."

ಅಶೋಕರ ಮುಂದಿನ ಮಾತುಗಳು ಕೇಳದಂತೆ ಸಭೆಯಲ್ಲಿ ಗಲಾಟೆ ಪ್ರಾರಂಭವಾಯಿತು. ಕೆಲವರು ಎದ್ದುನಿಂತು ಒಟ್ಟಿಗೇ ಮಾತನಾಡಲಾರಂಭಿಸಿದರು. ಸಭೆ ಗದ್ದಲ ಮಯವಾಯಿತು. "ಇದು ಅನ್ಯಾಯ. ನೀವು ನಮ್ಮ ಅನ್ನವನ್ನು ಕದಿಯುತ್ತಿದ್ದೀರಾ!"

"ನಾನಿಲ್ಲಿ ಕರಾರುಗಳನ್ನು ಓದುತ್ತಿರುವ ಅರ್ಥ ನೀವು ಈ ಕೂಡಲೇ ಒಪ್ಪಿಕೊಳ್ಳಬೇಕೆಂದಲ್ಲ. ವೇದಿಕೆಯ ಮೇಲಿರುವ ನಿಮ್ಮ ಲಾಯರುಗಳು ನಿಮ್ಮೊಂದಿಗೆ ಚರ್ಚಿಸುತ್ತಾರೆ." ಎಂದು ಅಶೋಕ್ ಬೇಡಿಕೊಳ್ಳುತ್ತಿದ್ದರೂ ಅವರ ಮಾತುಗಳು ಜನರ ಕಿವಿಯನ್ನು ಮುಟ್ಟಿದಂತೆ ಕಾಣಲಿಲ್ಲ. ಅಶೋಕ್ ಮತ್ತೆ ರೊಲ್ಯಾಂಡೊ ರ್‍ಯಾಮಿರೇಜ್‌ರನ್ನು ಕರೆದು ಸ್ಪಾನಿಷ್‌ನಲ್ಲಿ ಆ ಮಾತುಗಳನ್ನು ಹೇಳುವಂತೆ ಕೇಳಿಕೊಂಡರು. ರೊಲ್ಯಾಂಡೊ ವೇದಿಕೆಗೆ ಬಂದು ಮಾತನಾಡುವಾಗ ಪರಿಸ್ಥಿತಿ ಅದೇ ರೀತಿಯಲ್ಲಿ ಮುಂದುವರೆದಿತ್ತು. ಸಭೆ ಘೋಷಣೆಗಳನ್ನು ಕೂಗಲು ಪ್ರಾರಂಭಿಸಿತು. ಸ್ಪಾನಿಷ್‌ನ ಆ ಘೋಷಣೆಗಳಾವುವೂ ನನಗೆ ಅರ್ಥವಾಗಲಿಲ್ಲ. ಜನರು ಆಕ್ರೋಶಪಡುತ್ತಿದ್ದುದು ಮಾತ್ರ ಸ್ಪಷ್ಟವಿತ್ತು.

ಡ್ರೈವರುಗಳ ಯೂನಿಯನ್‌ನ ಎರಡು ಗುಂಪುಗಳ ನಡುವೆ ಮಾತಿನ ಘರ್ಷಣೆ ಆರಂಭವಾಯಿತು. ಯಾರಿಗೆ ಯಾರ ಮಾತೂ ಅರ್ಥವಾಗದ ರೀತಿಯಲ್ಲಿ ಗದ್ದಲ ನಡೆದಿತ್ತು. ತುಣುಕು ಅಶ್ಲೀಲ ಪದಗಳನ್ನು ಬಿಟ್ಟರೆ ಆ ಸಂಭಾಷಣೆಗಳಲ್ಲಿ ಮತ್ತೇನನ್ನಾದರೂ ಗ್ರಹಿಸುವುದು ನನಗೆ ಸಾಧ್ಯವಾಗಲಿಲ್ಲ. ಮಾತುಗಳು ಇಂಗ್ಲಿಷ್ ಮತ್ತು ಸ್ಪಾನಿಷ್‌ನ ಬಗ್ಗಡವಾಗಿತ್ತು.

ಹಳದಿ ಟೀಶರ್ಟ್ ಮತ್ತು ಕೊಳಕಲು ಜೀನ್ಸ್ ಪ್ಯಾಂಟಿನಲ್ಲಿದ್ದ ದಢೂತಿ ವ್ಯಕ್ತಿಯೊಬ್ಬ ವೇದಿಕೆಯ ಮೇಲೆ ನುಗ್ಗಿಬಂದ. ಅವನ ತಲೆಗೂದಲು ಕೆದರಿಹೋಗಿತ್ತು. ಕಣ್ಣುಗಳು ಕೆಂಪಾಗಿದ್ದವು. ರೊಲ್ಯಾಂಡೊ ರ್‍ಯಾಮಿರೇಜ್‌ನನ್ನು ತಳ್ಳಿ ಮೈಕನ್ನು ಕಿತ್ತುಕೊಂಡು ಜೋರಾಗಿ ಕರ್ಕಶದ ಧ್ವನಿಯಲ್ಲಿ ಮಾತನಾಡಲಾರಂಭಿಸಿದ.

"ನಮ್ಮನ್ನು ಏನು ತಿಳಿದಿರೋ ತಾಯಿಗಂಡ ಸೂಳೇಮಕ್ಕಳಾ! ನೀವು ಹೇಳಿದಂತೆ

ಗೋಣು ಆಡಿಸಲು ಲೀಗಲ್ ಸ್ಟೇಟಸ್ ಇಲ್ಲದೆ ಇಲ್ಲಿರುವವರು ನಿಮ್ಮ ಹಾದರಕ್ಕೆ ಹುಟ್ಟಿದವರು ಎಂದು ತಿಳಿದಿರಾ? ಮೆಕ್ಸಿಕನ್ನರು ಎಂದರೆ ನಿಮ್ಮ ಅಡುಗೆಗೆ ಸತ್ತು ಮಲಗಿದ ಕೋಳಿಮರಿಗಳೇ? ನಮ್ಮನ್ನೂ ನಮ್ಮ ಸಂಸಾರವನ್ನೂ ಉಪವಾಸ ಕೆಡವಿ ತಮಾಷೆ ನೋಡಬೇಕೆಂದಿರುವಿರಾ?" ದಪ್ಪ ಧ್ವನಿಯಲ್ಲಿ ಇಂಗ್ಲೀಷ್‌ನಲ್ಲಿ ಪ್ರಾರಂಭಿಸಿದವನು ಸ್ಪಾನಿಷ್‌ನಲ್ಲಿ ಮುಂದುವರೆಸಿಬಿಟ್ಟ. ಅವನ ಜೋರಿಗೆ ಮತ್ತು ಸಿಟ್ಟಿನ ಮಾತುಗಳಿಗೆ ಸಭೆ ಸ್ತಬ್ಧವಾಯಿತು. ಅಶೋಕ್ ಸಾವರಿಕೊಂಡು ಅವನ ಬಳಿಬಂದು ಮೈಕನ್ನು ಕೊಡುವಂತೆ ವಿನಂತಿಸಿಕೊಂಡರು. ಅವನು ಅವರನ್ನೊಮ್ಮೆ ಕೆಂಪುಕಣ್ಣುಗಳಲ್ಲಿ ನೋಡಿ "ನಾವು ಮೆಕ್ಸಿಕನ್ ವಲಸೆಗಾರರನ್ನು ಹಾಸ್ಯ ಮಾಡಲೆಂದೇ ಈ ಜೋಕರ್‌ನನ್ನು ಬಿಟ್ಟಿದ್ದಾರೆ." ಎಂದವನು ಅಶೋಕರ ಕುತ್ತಿಗೆಯನ್ನು ಹಿಡಿದು ಜೋರಾಗಿ ತಳ್ಳಿಬಿಟ್ಟ. ಅವನು ತಳ್ಳಿದ ರಭಸಕ್ಕೆ ಅಶೋಕ್ ಆಯತಪ್ಪಿ ಮಾಲಿಕರ ಸಂಘದ ಲಾಯರುಗಳು ಕುಳಿತಿದ್ದ ಕುರ್ಚಿಯ ಮುಂದಿನ ಟೇಬಲ್ಲಿಗೆ ತಲೆಯನ್ನು ಹೊಡೆಸಿಕೊಂಡು ಕೆಳಗೆ ಉರುಳಿದರು. ವೇದಿಕೆಯ ಮೇಲಿದ್ದ ಲಾಯರುಗಳೆಲ್ಲ ಕೆಳಗೆ ಓಡಿದರು. ನಾನು ಗಾಬರಿಗೊಂಡು ಅಶೋಕ್‌ಗೆ ಸಹಾಯ ಮಾಡಲು ವೇದಿಕೆಯ ಕಡೆಗೆ ಹೆಜ್ಜೆ ಹಾಕತೊಡಗಿದೆ.

ಆ ಹಳದಿ ಶರ್ಟಿನ ಕೆಂಪುಕಣ್ಣಿನ ಮನುಷ್ಯ ಹೊಲಸು ಮಾತುಗಳಲ್ಲಿ ಬೈಯುತ್ತ "ಇದು ಬರೀ ಟ್ರಕ್ ಡ್ರೈವರುಗಳ ವಿರುದ್ಧದ ಇವರ ಯುದ್ಧವಲ್ಲ ಬದಲಾಗಿ ಎಲ್ಲಾ ಲ್ಯಾಟಿನೋಗಳ ವಿರುದ್ಧದ ಯುದ್ಧ. ನಮ್ಮನ್ನು ಇಲ್ಲೀಗಲ್ ಇಮಿಗ್ರಂಟ್ಸ್ ಅನ್ನುವ ಪ್ರತಿಯೊಬ್ಬ ತಾಯಿಗಂಡಂದಿರೂ ಸಾರಿರುವ ಯುದ್ಧ. ಧೈರ್ಯವಿದ್ದರೆ ಎದುರು ಬನ್ನಿರೊ ಸೂಳೇಮಕ್ಕಳಾ! ಒಬ್ಬೊಬ್ಬರನ್ನೂ ಸುಟ್ಟುಬಿಡುತ್ತೇನೆ." ಎಂದು ತನ್ನ ಉದ್ದನೆಯ ಟೀಶರ್ಟನ್ನು ಮೇಲೆತ್ತಿ ಸೊಂಟಕ್ಕೆ ಕೈಹಾಕಿ ಪಿಸ್ತೂಲನ್ನು ಹೊರಕ್ಕೆ ತೆಗೆದು ಮೇಲೆತ್ತಿ ಹಿಡಿದು ಅವನ ವಿರೋಧಿ ಗುಂಪು ಕುಳಿತಿದ್ದ ಭಾಗದೆಡೆಗೆ ಗುರಿಯಿಟ್ಟು ನಿಂತ. ಜನರು ಗಾಬರಿಯಿಂದ ಚೀರಿಕೊಂಡು ಬಾಗಿಲಿನತ್ತ ಓಡತೊಡಗಿದರು. ಮುಂದಿನ ಸಾಲುಗಳಿಂದ ಹಿಂಭಾಗದ ಬಾಗಿಲಿಗೆ ನುಗ್ಗಿಬಂದ ಜನರು ನಾನು ಮುಂದೆ ಹೋಗದಂತೆ ತಡೆದು ಬಾಗಿಲಕಡೆಗೆ ತಳ್ಳಿದರು. ನಾನು ನಿರ್ವಾಹವಿಲ್ಲದೆ ಬಾಗಿಲ ಕಡೆಗೇ ಹೋಗಬೇಕಾಯಿತು. ವಾಣಿ ಮತ್ತು ಸುಜಾತ ಬಾಗಿಲಿನ ಬಳಿಯೇ ಕುಳಿತಿದ್ದುದು ನನಗೆ ಆತಂಕವಾಗಿತ್ತು.

ಅದೇ ವೇಳೆಗೆ ಗುಂಡಿನ ಶಬ್ದದಿಂದ ಗಾಬರಿಗೊಂಡ ಸುಜಾತ ಏದುಸಿರಿನಲ್ಲಿ ಬಾಗಿಲಬಳಿಗೆ ಬಂದರು. ಅವರು ಬರುವುದಕ್ಕೂ ಜನ ದಿಕ್ಕುಗೆಟ್ಟವರಂತೆ ಬಾಗಿಲಿನಾಚೆಗೆ ನುಗ್ಗುವುದಕ್ಕೂ ಸರಿಹೋಯಿತು! ಬೆದರಿ ಓಡುತ್ತಿದ್ದ ಜನರು ಸುಜಾತನನ್ನು ನೂಕಿಬಿಟ್ಟರು. ಸುಜಾತ ಉರುಳಿಬಿದ್ದು ವಾಣಿ ಕುಳಿತಿದ್ದ ಬೆಂಚಿನ ಅಂಚಿಗೆ ತಲೆ ಹೊಡೆದುಕೊಂಡು ಜೋರಾಗಿ ಚೀರುತ್ತ ಕುಸಿದುಬಿದ್ದರು. ಆ ದೃಶ್ಯದಿಂದ ಕಂಗಾಲಾಗಿ ವಾಣಿ ಜೋರಾಗಿ ಚೀರಿಕೊಂಡಳು. ಅವರಿಬ್ಬರ ಕೂಗು

ನನಗೆ ಕೇಳಿ ತಲೆ ಸುತ್ತಿಬಂದಂತಾಯಿತು. ಜನರ ನುಗ್ಗಾಟದಲ್ಲಿ ಉಸಿರಾಡಲೂ ಗಾಳಿ ಇಲ್ಲದಂತಾಯಿತು. ಹಾಗೆ ತಳ್ಳಾಡುತ್ತಲೇ ಬಾಗಿಲಬಳಿಗೆ ಬಂದಾಗ ಕಂಡ ದೃಶ್ಯ ಭೀಕರವಾಗಿತ್ತು. ಸುಜಾತನ ತಲೆಯಿಂದ ರಕ್ತ ಸುರಿಯುತ್ತಿತ್ತು. ಅವರಿಗೆ ಪ್ರಜ್ಞೆ ಇತ್ತೊಇಲ್ಲವೋ ಹೇಳಲಾಗದಂತಿತ್ತು. ನುಗ್ಗುತ್ತಿದ್ದ ಜನರು ಸುಜಾತನ ಮೇಲೆ ಕಾಲಿಡದಂತೆ ತಡೆಯಲು ವಾಣಿ ನುಗ್ಗುವ ಜನಕ್ಕೆ ತನ್ನ ಬೆನ್ನು ಕೊಟ್ಟುಕೊಂಡು ಅವರನ್ನು ಬಳಸಿದಂತೆ ಕೈಗಳನ್ನು ಅಡ್ಡ ಹಿಡಿದು ಕುಳಿತಿದ್ದಳು. ಓಡುವ ಜನರ ತುಳಿತಕ್ಕೆ ಅವಳ ಕೈಬೆರಳುಗಳಿಂದ ರಕ್ತ ಸುರಿಯುತ್ತಿತ್ತು. ವಾಣಿ ನೋವು ಮತ್ತು ಗಾಬರಿಯಿಂದ ಅಳುತ್ತಿದ್ದಳು. ಅವಳ ಟೀ ಶರ್ಟಿನ ಹಿಂಭಾಗ ಹರಿದುಹೋಗಿ ಬೆನ್ನಿನಿಂದಲೂ ರಕ್ತ ಸುರಿಯುತ್ತಿತ್ತು. ಅಲ್ಲಿಗೆ ತಲುಪಿದೊಡನೆಯೇ ನಾನೂ ವಾಣಿಯಂತೆ ಕೈಗಳೆರಡನ್ನೂ ಅಡ್ಡ ಹಿಡಿದು ಜನ ಸುಜಾತನ ಹೊಟ್ಟೆಯ ಮೇಲೆ ಕಾಲಿಡದಂತೆ ಬಗ್ಗಿಕುಳಿತುಬಿಟ್ಟೆ. ಬೂಡ್ಸಿನ ಕಾಲುಗಳು ನನ್ನ ಮುಂಗೈಯನ್ನು ತುಳಿದಾಗ ಚರ್ಮ ಕಿತ್ತು ರಕ್ತ ಸುರಿಯುತ್ತ ವಿಪರೀತ ನೋವಾಗುತ್ತಿತ್ತು.

ಅಶೋಕ್ ಆತಂಕದಿಂದ ನಾವಿರುವಲ್ಲಿಗೆ ಬರುವ ಹೊತ್ತಿಗೆ ನುಗ್ಗಾಟವು ಕಡಿಮೆಯಾಗಿತ್ತು. ಟೇಬಲ್ಲಿಗೆ ಹೊಡೆದುಕೊಂಡು ಹಣೆಗಾದ ಪೆಟ್ಟಿನಿಂದಾಗಿ ಅಶೋಕರ ಮುಖದ ತುಂಬೆಲ್ಲ ರಕ್ತ ಹರಿಯುತ್ತಿತ್ತು.

ಅಲ್ಲಿ ನಮ್ಮ ಪರಿಸ್ಥಿತಿಯನ್ನು ಕಂಡು ಅದರಲ್ಲೂ ಸುಜಾತಾಳನ್ನು ಕಂಡು ಅಶೋಕ್ ಹೌಹಾರಿ ಹೋದರು. ರಕ್ತಸಿಕ್ತವಾದ ಸುಜಾತಾಳ ತಲೆಯನ್ನು ತಮ್ಮ ತೊಡೆಯ ಮೇಲಿಟ್ಟುಕೊಂಡು ಮಾತನಾಡಿಸತೊಡಗಿದರು. ಕಣ್ಣುಗಳು ತೇಲುಮೇಲಾಗಿದ್ದರೂ ಸುಜಾತಾಳಿಗೆ ಪ್ರಜ್ಞೆ ಹೋಗಿರಲಿಲ್ಲ. ಆದರೆ ಅವರ ನೋವಿನ ನರಳಿಕೆಯಲ್ಲಿ ಮಾತುಗಳು ಸ್ಪಷ್ಟವಾಗಿ ಅರ್ಥವಾಗುತ್ತಿರಲಿಲ್ಲ.

ಆ ವೇಳೆಗಾಗಲೇ ಕಾನ್ಫರೆನ್ಸ್ ಸೆಂಟರಿನವರು ಪೊಲೀಸರನ್ನು ಕರೆಸಿದ್ದರು. ಗಲಾಟೆ ಪ್ರಾರಂಭವಾಗುವ ಲಕ್ಷಣಗಳನ್ನು ಅರಿತು ಅವರು ಮೊದಲೇ ಫೋನ್ ಮಾಡಿದಂತೆ ಕಂಡಿತ್ತು. ಗಾಯಗೊಂಡ ನಮ್ಮೆಲ್ಲರನ್ನೂ ಆ್ಯಂಬುಲೆನ್ಸ್‌ನಲ್ಲಿ ಯುಸಿಎಲ್ಎ ಆಸ್ಪತ್ರೆಗೆ ಕರೆದುಕೊಂಡು ಹೋಗಲಾಯಿತು.

ಆಸ್ಪತ್ರೆಯನ್ನು ಸೇರುವ ಹೊತ್ತಿಗೆ ಸುಜಾತ ಬಹಳ ಆಯಾಸಗೊಂಡಿದ್ದರು. ಅವರನ್ನು ತಕ್ಷಣವೇ ತುರ್ತುಚಿಕಿತ್ಸೆಗೆ ಸೇರಿಸಿಕೊಳ್ಳಲಾಯಿತು. ಅಶೋಕ್‌ಗೆ, ವಾಣಿಗೆ ಮತ್ತು ನನಗೂ ಕೂಡ ತುರ್ತಾಗಿ ಚಿಕಿತ್ಸೆಯನ್ನು ನೀಡಲಾಯಿತು. ಸುಜಾತಾಳನ್ನು ಬಿಟ್ಟರೆ ನಮಗ್ಯಾರಿಗೂ ಅಂತಹ ಗಂಭೀರವಾದ ಗಾಯಗಳಾಗಿರಲಿಲ್ಲ. ಒಂದೆರಡು ಗಂಟೆಗಳಲ್ಲಿ ಸುಜಾತ ಕೂಡ ಚೇತರಿಸಿಕೊಂಡರು. ಆಸ್ಪತ್ರೆಯಿಂದ ಹೊರಗೆ ಬಂದು ಟ್ಯಾಕ್ಸಿಯನ್ನು ಕರೆದು ಮನೆಗೆ ಹೊರಡುವಾಗ ಮುಂದಿನ ಸೀಟಿನಲ್ಲಿದ್ದ ನಾನು ಒಮ್ಮೆ ತಿರುಗಿ ನೋಡಿದಾಗ ಅಶೋಕ್ ಮುಖ ಮುಚ್ಚಿಕೊಂಡು ಅಳುತ್ತಿದ್ದುದು ಕಾಣಿಸಿತು.

ಅಧ್ಯಾಯ 19

ನಗರದಿಂದ ಪಶ್ಚಿಮದೆಡೆಗೆ ಸಮುದ್ರದ ತೀರಕ್ಕೆ ಹತ್ತಿರವಿರುವ ಯೂನಿವರ್ಸಿಟಿ ಆಫ್ ಕ್ಯಾಲಿಫೋರ್ನಿಯಾ ಲಾಸ್ ಏಂಜಲಿಸ್ ಮೆಡಿಕಲ್ ಸೆಂಟರಿನಲ್ಲಿ ಸುರಿದ ಕಣ್ಣೀರಿನ ಜೊತೆಗೇ ಅಶೋಕರ ಮನೆಯ ನಗುವೂ ಜಾರಿ ಹೋದಂತ್ತಿತ್ತು. ದೈಹಿಕ ಗಾಯಗಳು ಮಾರಣಾಂತಿಕವಲ್ಲದೆ ಚಿಕ್ಕವಾಗಿದ್ದರೂ ಸಂದರ್ಭ ಅನಿರೀಕ್ಷಿತವಾಗಿ ತಂದ ಕ್ರೌರ್ಯ ಆ ಸಂಸಾರವನ್ನು ನಲುಗಿಸಿತ್ತು. ಮಗಳ ಆರೈಕೆಗೆಂದು ಸಂಭ್ರಮದಿಂದ ಊರಿನಿಂದ ಬಂದಿದ್ದ ಹಿರಿಯರೂ ಆ ಅಸಹಜ ಸನ್ನಿವೇಶದ ನೋವನ್ನು ಮೂಕವಾಗಿ ಅನುಭವಿಸುತ್ತಿದ್ದರು. ಚಿಕ್ಕ ಹುಡುಗಿ ಮೃಣಾಲಿನಿ ಕೂಡ ಮಂಕಾಗಿದ್ದಳು.

ಅಶೋಕ್ ಪೂರಾ ಕುಗ್ಗಿ ಹೋಗಿದ್ದರು. ನಾವೆಷ್ಟೇ ಪ್ರಯತ್ನಪಟ್ಟರೂ ನಮ್ಮ ಸಮಾಧಾನದ ಮಾತುಗಳಿಗೆ ಸಿಗದಾದರು. ನಮ್ಮ ಮಾತುಗಳ ನಡುವೆಯೇ ಸುಮ್ಮನೆ ಮೌನವಾಗಿ ತಲೆಯ ಮೇಲೆ ಕೈಹೊತ್ತು ಕುಳಿತುಬಿಡುತ್ತಿದ್ದರು ಅಥವಾ ತಮ್ಮ ಕೋಣೆಗೆ ಹೋಗಿ ಬಾಗಿಲು ಹಾಕಿಕೊಂಡು ಬಿಡುತ್ತಿದ್ದರು. ಸಂಭವಿಸಿ ಹೋದ ಆ ದುರ್ಘಟನೆ ಪೋಲೀಸು ವಿಚಾರಣೆಯಲ್ಲಿತ್ತು. ಗ್ಯಾಂಗುಗಳ ಹಸ್ತಕ್ಷೇಪವಿರುವ ಮತ್ತು ಅನಧಿಕೃತ ವಲಸೆಗಾರರಿಗೆ ಸಂಬಂಧಿಸಿದ ಇಂತಹ ವಿವಾದಗಳಲ್ಲಿ ಹೆಚ್ಚಿನ ಮುಂಜಾಗ್ರತೆಯನ್ನು ವಹಿಸಬೇಕಿತ್ತು ಎನ್ನುವ ದೂಷಣೆಗೆ ಅವರು ಒಳಗಾಗಿದ್ದರು. ಅವರು ಕೆಲಸ ಮಾಡುವ ಲಾ ಫರ್ಮ್ ಕೂಡ ಅವರ ಮೇಲೆ ಕಠಿಣ ಕ್ರಮವನ್ನು ಕೈಗೊಳ್ಳುವ ಸೂಚನೆಯನ್ನು ನೀಡಿತ್ತು. ಕಂಪನಿಯ ಸೂಚನೆ ಮತ್ತು ಪೋಲೀಸು ವಿಚಾರಣೆಗಿಂತಲೂ ಹೆಚ್ಚಾಗಿ ಅವರನ್ನು ಎದೆಗುಂದಿಸಿದ್ದು ಸುಜಾತಾಳ ಪರಿಸ್ಥಿತಿ. ಮೊದಲೇ ಸೂಕ್ಷ್ಮ ಆರೋಗ್ಯದ ಸುಜಾತಾಳನ್ನು ದುಡುಕಿನಿಂದ ಅಪಾಯಕ್ಕೆ ತಳ್ಳಿದೆ ಎನ್ನುವ ದುಃಖ ಅವರಿಗೆ ಅರಗಿಸಿಕೊಳ್ಳಲಾಗದಂತಿತ್ತು.

ನಾವು ವಾಪಸ್ಸು ಭಾರತಕ್ಕೆ ಹೊರಡುವ ಸಿದ್ಧತೆಗಳನ್ನು ಪ್ರಾರಂಭಿಸಿದ್ದೆವು. ನಮ್ಮ ಪ್ರಯಾಣದ ಟಿಕೇಟುಗಳನ್ನು ಬುಕ್ ಮಾಡಿದ್ದೆವು. ಇನ್ನೊಂದು ತಿಂಗಳಲ್ಲಿ ಮನೆಯನ್ನು ಖಾಲಿ ಮಾಡುವುದಾಗಿ ನ್ಯೂಯಾರ್ಕಿನಲ್ಲಿರುವ ನಮ್ಮ ಮನೆಯ ಮಾಲಿಕರಿಗೆ ಇ-ಮೈಲ್ ಬರೆದಿದ್ದೆ. ಅವನು ಅದಕ್ಕೆ ಉತ್ತರ ಬರೆದು ಇನ್ನೊಂದು ತಿಂಗಳಲ್ಲಿ ಅವನಾಗಲಿ ಅಥವಾ ಅವನ ಹೆಂಡತಿಯಾಗಲಿ ಕ್ಯಾಲಿಫೋರ್ನಿಯಾದ ಕಡೆಗೆ ಬರುವ ಸಾಧ್ಯತೆ ಇಲ್ಲದಿರುವುದರಿಂದ ಮನೆಯ ಕೀಗಳನ್ನು ಎದುರುಮನೆಯ ಮಿಸೆಸ್ ಹ್ಯಾನ್‌ಕುಕ್‌ಳಿಗೆ ಕೊಡಬೇಕೆಂದೂ ಆಕೆ ಮನೆಯನ್ನು ಪರಿಶೀಲಿಸಿದ ಮೇಲೆ ಡಿಪಾಸಿಟ್ ಹಣದ ಚೆಕ್ಕನ್ನು ವಾಪಸ್ಸು ನೀಡುವುದಾಗಿಯೂ ಬರೆದಿದ್ದ. ಕಾರನ್ನು ಮಾರಲು ಜಾಹಿರಾತನ್ನು ಹಾಕಿದ್ದೇ ತಡ ಅನೇಕರು ಬಂದು ಕಾರನ್ನು ನೋಡಿ, ಕೆಲವರು ಓಡಿಸಿ, ಮಾತನಾಡಿ ಹೋದರು. ಆಗಿನ್ನೂ ಭಾರತದಿಂದ ಬಂದಿದ್ದ ಒಂದು ಜೋಡಿ, ಗುಜರಾತಿನವರಂತೆ, ಕಾರನ್ನು ನೋಡಲು ಬಂದು ಗರಾಜಿನಲ್ಲಿ ವಿನೀತರಾಗಿ ನಿಂತಾಗ ನನಗೆ ಆಂಜನೇಯಲುನ ಜೊತೆಯಲ್ಲಿ ನಾನು ಮತ್ತು ವಾಣಿ ಇದೇ ತರಹ ಕಾರನ್ನು ಕೊಳ್ಳುವ ಸಲುವಾಗಿ ಓಡಾಡುತ್ತಿದ್ದುದು ನೆನಪಾಯಿತು. ಆ ಹುಡುಗ ಕಾರನ್ನು ಒಂದು ಬಾರಿಯೂ ಪರಿಶೀಲಿಸಿ ನೋಡದೆಯೇ "ಸರ್, ದಯವಿಟ್ಟು ಸಹಾಯ ಮಾಡಿ. ಈ ಕಾರನ್ನು ನಮಗೇ ಮಾರಿ. ದೂರದಿಂದ ನಡೆದು ಬಂದಿದ್ದೇವೆ. ಈ ಊರಿನಲ್ಲಿ ಪರಿಚಯದವರೇ ಇಲ್ಲ ನಮಗೆ. ಬೇರೆ ಕಾರುಗಳನ್ನು ನೋಡಲು ನಮ್ಮನ್ನು ಕರೆದುಕೊಂಡು ಹೋಗಲೂ ಯಾರಿಲ್ಲ." ಎಂದು ದೈನ್ಯದ ಸ್ವರದಲ್ಲಿ ಹೇಳುತ್ತ ಕೈಕುಲುಕಿದ. "ನನ್ನ ಭಾರತೀಯ ಕನ್ಸಲ್ಟಿಂಗ್ ಕಂಪನಿ ಕೊಡುವ ಕಾರಿನ ಸಾಲ ನೀವು ಈ ಕಾರಿಗೆ ಅಪೇಕ್ಷಿಸುವ ಹಣಕ್ಕಿಂತಾ ಸಾವಿರ ಡಾಲರುಗಳು ಕಡಿಮೆಯಾಗುತ್ತದೆ. ಪ್ಲೀಜ಼್, ಅಷ್ಟಕ್ಕೇ ಒಪ್ಪಿಕೊಳ್ಳಿ. ಸೇರಿಸಿ ಕೊಡಲು ನನ್ನ ಬಳಿ ಬೇರೆ ಹಣವೂ ಇಲ್ಲ." ಎಂದ. ಗಂಡ ಹೆಂಡತಿ ಇಬ್ಬರೂ ತವಕದಿಂದ ನನ್ನ ಮುಖ ನೋಡುತ್ತ ಉತ್ತರವನ್ನು ಕಾಯುತ್ತಿದ್ದರು. ನಾನು ಮತ್ತೇನೂ ಯೋಚಿಸದೆ ಈ ಕಾರನ್ನು ನಿಮಗೇ ಮಾರುತ್ತೇನೆ ಎಂದೆ. ಅವರಿಗಾದ ಸಂತೋಷ ಅವರ ಅರಳಿದ ಮುಖದಲ್ಲಿ ಗೋಚರವಾಗುತ್ತಿತ್ತು. ಹುಡುಗ ಅನೇಕ ಬಾರಿ 'ಥ್ಯಾಂಕ್ಯೂ ಸರ್' ಎಂದ. ಇನ್ನು ಹದಿನೈದು ದಿನಗಳ ನಂತರ ಬಂದು ಕಾರನ್ನು ತೆಗೆದುಕೋ ಎಂದೆ. 'ನನ್ನ ಕಂಪನಿಯಿಂದ ಕಾರಿನ ಸಾಲದ ಹಣ ಬರಲೂ ಅಷ್ಟೇ ಸಮಯವಾಗುತ್ತದೆ. ತೊಂದರೆ ಇಲ್ಲ' ಎಂದು ಹೇಳಿ ಅವರಿಬ್ಬರು ಹೊರಟು ಹೋದರು.

ಆಂಜನೇಯಲುನ ನೆನಪಾದಂತೆಯೇ ಅವನನ್ನು ನೋಡಲು ಹೋಗಬೇಕೆನ್ನಿಸಿತು. ಅವನನ್ನು ಕಂಡು ಬಹಳ ದಿನಗಳಾಗಿದ್ದವು. ಕಂಪನಿಯ ಲೇಆಫ್‌ನ ನಂತರ ನಾವು ಮತ್ತೆ ಭೇಟಿಯೇ ಆಗಿರಲಿಲ್ಲ. ಅವನ ಮನೆಗೆ ಫೋನ್ ಮಾಡಲು ನೋಡಿದರೆ ಅವನ ಮನೆಯ ಫೋನ್ ಸರ್ವೀಸ್‌ನಲ್ಲಿ ಇದ್ದಂತಿರಲಿಲ್ಲ.

ಆಂಜನೇಯಲು ಇಲ್ಲಿಯೇ ಇದ್ದಾನೋ ಅಥವಾ ಊರು ಬಿಟ್ಟನೋ ಎಂದು ಆಶ್ಚರ್ಯವಾಯಿತು. ಒಂದೇ ರಸ್ತೆಯಾಚೆಯ ಅವನನ್ನು ಅವನ ಕಷ್ಟದ ಸಮಯದಲ್ಲಿ ಈವರೆಗೂ ನೋಡದೇ ಹೋದದ್ದಕ್ಕೆ ನನಗೇ ನಾಚಿಕೆಯಾಯಿತು. ನಾನು ನಡೆಯುತ್ತ ಹೋಗಿ ಕದ ತಟ್ಟಿದಾಗ ಅವನೇ ಬಾಗಿಲು ತೆಗೆದವನು ಆಶ್ಚರ್ಯದಿಂದ 'ಶ್ರೀಕಾಂತ್, ನೀವು! ಒಳಗೆ ಬನ್ನಿ.' ಎಂದು ಆತ್ಮೀಯತೆಯಿಂದ ಕರೆದ. ಅವನ ಮನೆಯ ಲಿವಿಂಗ್ ರೂಮಿನಲ್ಲಿ ಕುಳಿತೆವು. ಅವನ ಪತ್ನಿ ಸುಮತಿ ಕೂಡ ಮನೆಯಲ್ಲಿದ್ದರು. ವಾಣಿ ಏಕೆ ಬರಲಿಲ್ಲ ಎಂದು ವಿಚಾರಿಸುತ್ತ ಅವರು ಟೀ ಮಾಡಿ ತಂದು ನಮ್ಮ ಮುಂದಿಟ್ಟರು.

ಆಂಜನೇಯಲು ಬಹಳ ಬಾಡಿ ಹೋಗಿದ್ದ. "ಹೇಗಿದ್ದೀರಾ?" ಎಂದು ಕೇಳಿದೆ.

ಅದಕ್ಕವನು ವಿಷಾದದಿಂದ ನಕ್ಕು "ಇನ್ನೂ ದೇಶ ಬಿಟ್ಟು ಓಡಿ ಹೋಗಿಲ್ಲ." ಎಂದ.

"ಎಲ್ಲಾದರೂ ಕೆಲಸ ಸಿಗುವಂತಿದೆಯೇ?"

"ಇಲ್ಲ." ಎಂದ ತಲೆತಗ್ಗಿಸಿ. "ಶ್ರೀ, ಈ ಎಕನಾಮಿಕ್ ಡಿಪ್ರೆಷನ್ ಕಾಲದಲ್ಲಿ ವೀಸಾದಲ್ಲಿದ್ದುಕೊಂಡು ಕೆಲಸ ಹುಡುಕುವ ಪಾಡು ಯಾರಿಗೂ ಬೇಡ. ಕೆಲಸಕ್ಕೆ ಅಪ್ಲೈ ಮಾಡಿದ ತಕ್ಷಣ ಆ ಕಡೆಯಿಂದ ಫೋನ್ ಬರುತ್ತದೆ. ನನ್ನ ಕೆಲಸದ ಅನುಭವದ ಬಗ್ಗೆ ನಾನು ನಿರ್ವಹಿಸಿದ ಪ್ರಾಜಕ್ಟ್‌ಗಳ ಬಗ್ಗೆ ಉತ್ಸಾಹದಲ್ಲಿ ಕೇಳಿಕೊಳ್ಳುತ್ತಾರೆ. ಆದರೆ ನಾನು ಇಲ್ಲಿನ ಸಿಟಿಜ಼ನ್ ಅಲ್ಲ ಅಥವಾ ಗ್ರೀನ್‌ಕಾರ್ಡಿನಲ್ಲಿ ಇರುವವನೂ ಅಲ್ಲ ನನ್ನನ್ನು ಕೆಲಸಕ್ಕೆ ಸೇರಿಸಿಕೊಳ್ಳಲು ವೀಸಾ ಮಾಡಿಸಬೇಕು ಎಂದು ಗೊತ್ತಾದ ಕೂಡಲೇ ಅವರ ಉತ್ಸಾಹ ಜರ‍್ರನೆ ಇಳಿದುಹೋಗುತ್ತದೆ."

"ಹಾಗಾದರೆ ಆಂಜನೇಯಲು, ಮುಂದೇನು ಮಾಡಬೇಕೆಂದಿರುವಿರಿ?"

"ಅದೇ ತೋಚದಾಗಿದೆ." ಎನ್ನುತ್ತ ಎದ್ದು ನಿಂತವನು, ತಿನ್ನಲು ಏನಾದರೂ ತರುತ್ತೇನೆ ಎಂದು ಅಡುಗೆಮನೆಯ ಕಡೆ ಹೋಗಿ ಎರಡು ಪ್ಲೇಟುಗಳಲ್ಲಿ ಚೂಡವಲಕ್ಕಿ ಮತ್ತು ಕ್ರೀಮ್ ಬಿಸ್ಕತ್ತುಗಳನ್ನು ತಂದು ನಮ್ಮ ಮುಂದಿನ ಟೀ ಟೇಬಲ್ಲಿನ ಮೇಲಿಟ್ಟು ತನ್ನ ಮುಷ್ಟಿ ಭರ್ತಿ ಚೂಡವಲಕ್ಕಿಯನ್ನು ಹಿಡಿದು ಮತ್ತೆ ಕುಳಿತುಕೊಂಡ.

"ಏನು ಮಾಡಬೇಕೆಂದೇ ತೋಚುತ್ತಿಲ್ಲ. ಸುಮತಿಯ ಕಂಪನಿಯ ಪರಿಸ್ಥಿತಿ ಕೂಡ ಚೆನ್ನಾಗಿಲ್ಲ. ಯಾವ ದಿನಕ್ಕಾದರೂ ಅವಳ ಕಂಪನಿ ಮುಚ್ಚಿ ಹೋಗಬಹುದು. ಮುಳುಗುವವರು ಹುಲ್ಲುಕಡ್ಡಿ ಹಿಡಿದಂತೆ ಅವಳ ಕೆಲಸವನ್ನು ಹಿಡಿದಿದ್ದೇವೆ. ಅದೂ ಮುಳುಗಿಹೋದರೆ ಇನ್ನೇನು ಉಳಿಯಿತು? ಗಂಟು ಮೂಟೆ ಕಟ್ಟುವುದೇ." ಎಂದ.

ಅವನ ಅಸಹಾಯಕತೆಯನ್ನು ಕಂಡು ನನ್ನ ಮನಸ್ಸು ಮುದುಡಿಹೋಯಿತು. ಬಂದ ಹೊಸದರಲ್ಲಿ ಅಪರಿಚಿತವಾಗಿದ್ದ ಈ ಊರಿನಲ್ಲಿ ನನಗೆ ಕಾಲೂರಲು ನೆರವು ನೀಡಿದ ಮನುಷ್ಯನಿಗೆ ನಾನು ಯಾವ ರೀತಿಯಲ್ಲೂ ಅವನ ಕಷ್ಟಕಾಲದಲ್ಲಿ ಸಹಾಯ ಮಾಡಲಾಗುತ್ತಿಲ್ಲ ಎನ್ನುವ ಕೊರಗು ಕಾಡಿತು.

"ಸಂಬಳದ ವಿಷಯದಲ್ಲಿ ಸ್ವಲ್ಪ ಕಾಂಪ್ರಮೈಸ್ ಮಾಡಿಕೊಂಡರೆ ಹೇಗೆ?" ಎಂದೆ.

"ಮಾಡಿಕೊಳ್ಳದೆ ಏನು, ಮಾಡಿಕೊಂಡಾಗಿದೆ. ನನಗೆ ಇನ್ಫೋವಾಯೆಜ್‌ನಲ್ಲಿ ಸಿಗುತ್ತಿದ್ದ ಸಂಬಳದಲ್ಲಿ ಅರ್ಧದಷ್ಟು ಸಿಕ್ಕರೂ ನಾನು ಆ ಕೆಲಸವನ್ನು ತೆಗೆದುಕೊಳ್ಳುತ್ತೇನೆ. ಮನೆಯ ಖರ್ಚುವೆಚ್ಚಗಳನ್ನು ಬಹಳಷ್ಟು ಕಡಿಮೆ ಮಾಡಿದ್ದೇವೆ. ಕೇಬಲ್ ಟಿವಿ ಇಲ್ಲ, ಮನೆಯ ಫೋನ್ ಇಲ್ಲ, ರೆಸ್ಟೋರೆಂಟಿಗೆ ಹೋಗಿ ಊಟ ಮಾಡಿ ಎಷ್ಟು ದಿನಗಳಾದವೋ? ಮಗಳನ್ನು ಡಾನ್ಸ್ ಕ್ಲಾಸಿನಿಂದ ಕೂಡ ಬಿಡಿಸಿದ್ದೇವೆ." ಎಂದ.

ನನಗೇನು ಹೇಳಬೇಕೆಂದು ತೋಚದಾಯಿತು. ಕೆಲವು ನಿಮಿಷಗಳು ಮೌನದಲ್ಲಿ ಕುಳಿತುಬಿಟ್ಟೆವು.

"ಬಿಡಿ ನನ್ನ ವಿಷಯ. ಬಗೆಹರಿಯದ ಗೋಳು ಅದು. ನಿಮ್ಮ ಬಗ್ಗೆ ಏನೋ ಹೊಸದನ್ನು ಕೇಳಿದೆ. ಭಾರತಕ್ಕೆ ವಾಪಸ್ಸು ಹೊರಟಿದ್ದೀರಂತೆ. ಫಾರ್ ಗುಡ್?"

"ಹೌದು."

"ಸುಮತಿಗೆ ವಾಣಿ ಸಿಕ್ಕವರು ಈ ವಿಷಯ ಹೇಳಿದರಂತೆ. ಅದೇನು ದಿಢೀರ್ ಎಂದು?"

"..."

"ಅದೇನು ದಿಢೀರ್ ಎಂದು?" ಅವನ ಪ್ರಶ್ನೆ ನನ್ನನ್ನು ತಲುಪಲಿಲ್ಲ ಎಂದು ಬಗೆದು ಮತ್ತೊಮ್ಮೆ ಕೇಳಿದ.

"ನಿಜ ಹೇಳಬೇಕೆಂದರೆ ಇಂತಹ ಕಾರಣಕ್ಕೆ ಎಂದು ಹೇಳಲಾಗುತ್ತಿಲ್ಲ. ಇಬ್ಬರಿಗೂ ವಾಪಸ್ಸು ಹೋಗಬೇಕೆನ್ನಿಸಿತು."

"ಕೆಲಸ?"

"ಗೊತ್ತಿಲ್ಲ ಆಂಜನೇಯಲು."

"ಏನ್ರೀ. ಹೀಗೆ ಮಾತನಾಡುತ್ತೀರ. ಏಕೆ ಹೋಗುತ್ತೀರ ಎಂದು ಗೊತ್ತಿಲ್ಲ ಏನು ಮಾಡುತ್ತೀರ ಎಂದು ಗೊತ್ತಿಲ್ಲ. ನನಗೆ ಹೇಳಲು ಇಷ್ಟವಿಲ್ಲದೆ ಹೀಗೆ ಹೇಳುತ್ತಿದ್ದೀರೋ?"

"ಇಲ್ಲ. ನಿಜವಾಗಿಯೂ ಗೊತ್ತಿಲ್ಲ."

"ಐಟಿ ಫೀಲ್ಡ್‌ನಲ್ಲಿಯೇ ಇರುತ್ತೀರೋ ಬೇರೆ ಮಾಡುತ್ತೀರೋ?"

"ಯೋಚಿಸಿಲ್ಲ."

"ನೀವು ಐಐಟಿಯಲ್ಲಿ ಅಲ್ಲವೇ ಓದಿದ್ದು?"

"ಹೌದು."

"ಕೆರಿಯರನ್ನು ಏಕೆ ಹಾಳು ಮಾಡಿಕೊಳ್ಳುತ್ತೀರೀ? ಇಂಡಿಯಾಕ್ಕೆ ವಾಪಸ್ಸು ಹೋಗುವುದೇ ಆದರೆ ಇನ್ಫೋವಾಯೆಜ್‌ನಿಂದಲೇ ಹೋಗಿ. ಡೆರಿಕ್‌ನೊಂದಿಗೆ ಮಾತನಾಡಿ. ಬೆಂಗಳೂರಿಗೆ ಟ್ರಾನ್ಸ್‌ಫರ್ ಮಾಡು ಎಂದು ಕೇಳಿ. ಹೇಗಿದ್ದರೂ ನಿಮ್ಮನ್ನು ಕಂಡರೆ ಬಹಳ ಇಷ್ಟ ಅವನಿಗೆ. ಪ್ರಪಂಚವನ್ನೇ ಲೇಆಫ್ ಮಾಡಿದರೂ ನಿಮ್ಮನ್ನು ಮಾತ್ರ ಹೇಗೆ ಉಳಿಸಿಕೊಂಡ ನೋಡಿ. ಕಬ್ಬಿಣ ಕಾದಿದ್ದಾಗಲೇ ಬಡಿಯಬೇಕು.

ಬೆಂಗಳೂರಿನ ಆಫೀಸಿಗೆ ಡೈರೆಕ್ಟರ್ ಆಗಿ ಪ್ರಮೋಷನ್‌ನೊಂದಿಗೆ ಟ್ರಾನ್ಸ್‌ಫರ್ ಮಾಡು ಇಲ್ಲದಿದ್ದರೆ ಕಂಪನಿಯನ್ನೇ ಬಿಡುತ್ತೇನೆ ಎಂದು ಹೆದರಿಸಿ."

"..."

"ಬಿಡುತ್ತೇನೆ ಎಂದು ಡೆರಿಕ್‌ಗೆ ನೀವು ಹೇಳಿಯಾಗಿದೆ ಅಲ್ಲವೇ?"

"ಆಗಿದೆ."

"ನಿಮ್ಮನ್ನು ಇಲ್ಲಿಯೇ ಉಳಿಸಿಕೊಳ್ಳಲು ನೋಡಲಿಲ್ಲವೇ ಅವನು? ಸಂಬಳವನ್ನು ಹೆಚ್ಚು ಮಾಡುವ ಆಮಿಷವನ್ನು ತೋರಿಸಲಿಲ್ಲವೇ?"

"ತೋರಿಸಿದ."

"ನೀವು ಒಪ್ಪಲಿಲ್ಲ ಅಲ್ಲವೇ?"

"ಹೌದು."

"ವಿಚಿತ್ರ ನೀವು! ಕೈಗೆ ಬಂದಂತಹ ಅವಕಾಶಗಳನ್ನು ಅದೇಕೆ ಹಾಗೆ ತಿರಸ್ಕರಿಸುತ್ತೀರೋ ಗೊತ್ತಿಲ್ಲ. ಹಿಂದೆಯೂ ಹಾಗೆಯೇ. ನೀವು ಮಾಡಿದ ಕೆಲಸಗಳನ್ನೆಲ್ಲಾ ನನ್ನದು ಎಂದು ಆ ತಲೆಹಿಡುಕ ಫ್ರಾಂಕೋ ಹೇಳಿಕೊಂಡು ತಿರುಗಾಡುತ್ತಿದ್ದರೂ ನೀವು ಸುಮ್ಮನಿರುತ್ತಿದ್ದಿರಿ. ಹೋಗಲಿ, ಯಾವ ಕಾರಣಕ್ಕೆ ವಾಪಸ್ಸು ಹೋಗುತ್ತಿದ್ದೀರಿ?"

ಚಕ್ರವೊಂದು ತಿರುಗಿದಂತೆ ಮಾತು ಪುನಃ ಅದೇ ಬಿಂದುವಿಗೇ ವಾಪಸ್ಸು ಬಂತು.

"ನಿಜವಾಗಿಯೂ ಗೊತ್ತಿಲ್ಲ ಆಂಜನೇಯಲು. ವಾಪಸ್ಸು ಹೋಗುವುದರಿಂದ ಯಾವುದೋ ಮಹತ್ವದ ಬದಲಾವಣೆಯಾಗುತ್ತದೆ ನನ್ನ ಜೀವನದಲ್ಲಿ ಎಂದು ನನ್ನ ಮನಸ್ಸು ನಂಬುತ್ತಿದೆ. ಅದರ ಹಿಂದೆ ಹೊರಟಿದ್ದೇನೆ." ಮಹಿಂದನ ಮಾತುಗಳು ನನ್ನ ಬಾಯಲ್ಲಿ ಉರುಳಿದವು.

ಆಂಜನೇಯಲು ಕಿರುನಗೆಯೊಂದನ್ನು ನಕ್ಕ. ಏನೋ ಹೇಳಲು ಹೊರಟವನು ಸುಮ್ಮನಾದ. ಏನು ಎನ್ನುವಂತೆ ನಾನು ಅವನ ಮುಖವನ್ನು ನೋಡಿದೆ. 'ಏನಿಲ್ಲ ಬಿಡಿ' ಎಂದ.

"ಹೇಳಿ ಪರವಾಗಿಲ್ಲ."

ಆಂಜನೇಯಲು ಅದೇ ಕಿರುನಗೆಯೊಂದಿಗೆ ಹೇಳಿದ – "ನಿಮ್ಮನ್ನು ನೋಡಿದರೆ ನನಗನ್ನಿಸುತ್ತದೆ; ಇಲ್ಲಿ ಸರ್ವೈವ್ ಆಗಲು ಬರೀ ಜಾಬ್ ಸ್ಕಿಲ್‌ಗಳಷ್ಟೇ ಇದ್ದರೆ ಸಾಲದು."

"ನಾನಿಲ್ಲಿ ಸರ್ವೈವ್ ಆಗಲಿಲ್ಲ ಎಂದು ಹೇಳುತ್ತಿದ್ದೀರೇನು?"

"ಬಿಡಿ. ಸುಮ್ಮನೆ ಲೈಟಾಗಿ ಹೇಳಿದೆ."

"ನಾನೂ ಲೈಟಾಗಿಯೇ ತೆಗೆದುಕೊಳ್ಳುತ್ತಿದ್ದೇನೆ. ಹೇಳಿ ಪರವಾಗಿಲ್ಲ."

"ಬಿಡಿ ಬಿಡಿ. ಆ ವಿಷಯ."

ಆಂಜನೇಯಲುಗೆ ವಿದಾಯ ಹೇಳಿ ಬಾಗಿಲನ್ನು ದಾಟಿ ಚಪ್ಪಲಿ ಮೆಟ್ಟುವಾಗ ನನ್ನ ಹಿಂದೆಯೇ ಬಂದ ಆಂಜನೇಯಲು ಪಿಸುಮಾತು ಎನ್ನಿಸುವಷ್ಟು ಮೆಲುದನಿಯಲ್ಲಿ

ಕೇಳಿದ – "ಶ್ರೀ, ನನಗೊಂದು ಸಹಾಯ ಮಾಡಲಾಗುತ್ತದೆಯೇ?"

"ಹೇಳಿ." ಎಂದೆ ಉತ್ಸಾಹದಲ್ಲಿ. ಆಂಜನೇಯಲುವಿಗೆ ಸಹಾಯ ಮಾಡುವ ಅವಕಾಶ ಸಿಗುತ್ತಿರುವುದಕ್ಕೆ ನನಗೆ ಸಂತೋಷವಾಗಿತ್ತು.

ಆಂಜನೇಯಲು ಅದೇ ಮೆಲ್ಲನೆಯ ಧ್ವನಿಯಲ್ಲಿ ನನ್ನೆಡೆಗೆ ಬಾಗಿ "ಹೇಗಿದ್ದರೂ ನೀವು ಬಿಡುತ್ತಿದ್ದೀರಿ. ಡೆರಿಕ್‌ನೊಂದಿಗೆ ಒಂದು ಮಾತು ಹೇಳಲಾಗುತ್ತದಾ?"

"ಏನೆಂದು?"

"ನಿಮ್ಮ ಜಾಗಕ್ಕೆ ನನ್ನನ್ನು ತೆಗೆದುಕೊಳ್ಳುವಂತೆ."

ನನಗೆ ಏನೂ ಹೇಳಲು ತೋಚದಾಯಿತು. ಆಂಜನೇಯಲು ಮಾಡುತ್ತಿದ್ದ ಕೆಲಸಗಳು ಮತ್ತು ನಾನು ಮಾಡುತ್ತಿದ್ದ ಕೆಲಸಗಳು ಬೇರೆ ಬೇರೆ. ಹಾಗಾಗಿ, ಒಂದೇ ಕಂಪನಿಯಲ್ಲಿ ಕೆಲಸ ಮಾಡುತ್ತಿದ್ದರೂ ನಮ್ಮಿಬ್ಬರ ವೃತ್ತಿಯ ಅನುಭವಗಳು ಒಂದೇ ತರಹದ್ದಲ್ಲ. ಮೇಲಾಗಿ, ಡೆರಿಕ್‌ನಂತಹ ವ್ಯಾವಹಾರಿಕ ಮನುಷ್ಯನೊಡನೆ ಇಂತಹ ಸಹಾಯಗಳನ್ನು ಕೇಳಲು ಸಾಧ್ಯವೇ?

ಆಂಜನೇಯಲು ಮುಂದುವರೆದು "ಡೆರಿಕ್ ಬಯಸಿದರೆ, ನಿಮ್ಮ ಸಂಬಳದ ಅರ್ಧಕ್ಕೆ ಕೆಲಸ ಮಾಡಲು ತಯಾರಿದ್ದೇನೆ." ಎಂದ.

ಕಂಪನಿಗೆ ಆಗಲೇ ರಾಜಿನಾಮೆಯನ್ನು ಕೊಟ್ಟಿರುವ ನಾನು ಡೆರಿಕ್‌ನೊಂದಿಗೆ ಈ ಮಾತುಗಳನ್ನು ಆಡಲು ಸಾಧ್ಯವಿಲ್ಲ, ಹಾಗೆ ಆಡಿದರೂ ಡೆರಿಕ್ ಅದನ್ನು ಪರಿಗಣಿಸುವವನಲ್ಲ ಎಂದು ಆಂಜನೇಯಲುಗೆ ತಿಳಿಸುವುದಾದರೂ ಹೇಗೆ? ನನಗೆ ಸಹಾಯ ಮಾಡಲು ಇಷ್ಟವಿಲ್ಲ ಎಂದು ತಿಳಿಯುತ್ತಾನೆ!

"ಟ್ರೈನಿಂಗ್ ತೆಗೆದುಕೊಂಡರೆ ಮತ್ತು ಹಗಲು ರಾತ್ರಿ ಶ್ರಮವಿಟ್ಟು ಕೆಲಸ ಮಾಡಿದರೆ ನಿಮ್ಮ ಮಟ್ಟದಲ್ಲೇ ಆ ಕೆಲಸವನ್ನು ನಿರ್ವಹಿಸಬಲ್ಲೆ." ನನ್ನನ್ನು ಒಪ್ಪಿಸುವವನಂತೆ ಆಂಜನೇಯಲು ಹೇಳಿದ.

ನಾನು ಹೇಳಿದೆ – "ಆಂಜನೇಯಲು, ಡೆರಿಕ್‌ನೊಂದಿಗೆ ಈ ವಿಷಯವನ್ನು ಮಾತನಾಡುವುದು ನನಗೆ ಸಾಧ್ಯವಿಲ್ಲ. ನಾನೀಗಾಗಲೇ ನನ್ನ ಕೆಲಸಕ್ಕೆ ರಾಜಿನಾಮೆಯನ್ನು ನೀಡಿಯಾಗಿದೆ. ನಾನೀಗ ನೋಟಿಸ್ ಪೀರಿಯಡ್ಡಿನಲ್ಲಿದ್ದೇನೆ. ನನ್ನ ಜಾಗವನ್ನು ಭರ್ತಿ ಮಾಡಲು ಅವನಾಗಲೇ ಹುಡುಕಾಟವನ್ನು ಆರಂಭಿಸಿದ್ದಾನೆ. ನಾನು ನಿಮ್ಮ ಹೆಸರನ್ನು ಈಗ ಪ್ರಸ್ತಾಪಿಸುವುದು ಸರಿಯಾಗಲಾರದು."

ಆಂಜನೇಯಲುನ ಮುಖ ಬಾಡಿತು.

"ಹೋಗಲಿ ಬಿಡಿ. ನಿಮ್ಮ ಮೇಲೆ ಅವನಿಗೆ ವಿಶೇಷ ಪ್ರೀತಿ! ಹಾಗಾಗಿ ಕೇಳಿದೆ." ಎಂದ.

▸▸

ಆಂಜನೇಯಲುನ ಮನೆಯಿಂದ ವಾಪಸ್ಸು ಬಂದಾಗ ನನ್ನ ಮನಸ್ಸು ಮುದುಡಿ ಹೋಗಿತ್ತು. ಸುಮ್ಮನೆ ಟಿವಿ ನೋಡುತ್ತ ಕುಳಿತುಬಿಟ್ಟೆ. ವಾಣಿಯೂ ನನ್ನ ಜೊತೆ ಸೋಫಾದಲ್ಲಿ ಕುಳಿತಿದ್ದಳಾದರೂ ಯಾವುದೋ ಪುಸ್ತಕ ಓದುವುದರಲ್ಲಿ ಮಗ್ನಳಾಗಿದ್ದಳು. ಕಣ್ಣುಗಳು ಬಾಸ್ಕೆಟ್‌ಬಾಲ್ ಆಟ ನೋಡುತ್ತಿದ್ದರೂ ಮನಸ್ಸು ಮಾತ್ರ ಎಲ್ಲೋ ಜಾರಿತ್ತು. ಆಂಜನೇಯಲುನ ಮಾತುಗಳೇ ನನ್ನ ತಲೆಯಲ್ಲಿ ಓಡುತ್ತಿತ್ತು. ಅಂದು ಅವನ ಲೇಆಫ್‌ನ ದಿನ ಕಾನ್ಫರೆನ್ಸ್ ರೂಮಿನಲ್ಲಿ ಕುಳಿತು 'ಹುಳುವಂತೆ ಕಾಣುತ್ತೀರಿ ನನ್ನ! ನನ್ನ ಸಮಸ್ಯೆಗಳು ನಿಮಗ್ಯಾರಿಗೂ ಅರ್ಥವಾಗದು' ಎಂದು ಅವನು ಹೇಳಿದ್ದು ಅವನ ಅಂತರಂಗದಿಂದ ಬಂದ ಮಾತುಗಳು ಎನ್ನಿಸಿ ಅವನ ಸಮಸ್ಯೆಗಳು ಅರ್ಥವಾಗದ ಜನರ ಗುಂಪಿಗೆ ನಾನೂ ಸೇರಿ ಹೋದೆ ಎಂದು ದುಃಖವಾಯಿತು. ಆಂಜನೇಯಲುನೊಂದಿಗೆ ಮಾತನಾಡಿ ಬಂದ ಮೇಲೆ ಫ್ರಾಂಕೋ ನೆನಪಾಗತೊಡಗಿದ ಮತ್ತು ಅವನ ಜೊತೆಗೆ ಮಾತನಾಡಬೇಕೆನ್ನಿಸಿತು. ಅವನು ಫೋನ್ ಎತ್ತಬಹುದು ಎನ್ನುವ ಯಾವ ನಂಬಿಕೆಯು ಇಲ್ಲದಿದ್ದರೂ ಸುಮ್ಮನೆ ಡಯಲ್ ಮಾಡಿದೆ. ಮೂರ್ನಾಲ್ಕು ಬಾರಿ ರಿಂಗ್ ಆದಮೇಲೆ ಅವನು ಕಾಲ್ ರಿಸೀವ್ ಮಾಡಲಾರ ಎಂದೆನ್ನಿಸುತ್ತಿರುವ ಹೊತ್ತಿಗೇ ಫೋನ್ ಎತ್ತಿದ. 'ಹಲೋ?' – ಅದು ಫ್ರಾಂಕೋನ ಧ್ವನಿಯಾಗಿರಲಿಲ್ಲ. ಬಾವಿಯಿಂದ ಮಾತು ಬಂದಂತೆ ಯಾರದೋ ಆಳದ ಗಡಸು ಧ್ವನಿ.

"ಸಾರಿ. ರಾಂಗ್ ನಂಬರಿಗೆ ಮಾಡಿಬಿಟ್ಟೆ ಎನ್ನಿಸುತ್ತದೆ." ಎಂದು ಇನ್ನೇನು ಫೋನ್ ಇಡುವವನಿದ್ದೆ ಅಷ್ಟರಲ್ಲಿ ಆ ವ್ಯಕ್ತಿ "ಯಾರು ಬೇಕಿತ್ತು ನಿನಗೆ? ಫ್ರಾಂಕೋ ರಬ್ಬೆನೋ?"

"ಹೌದು."

"ಲೈನಿನಲ್ಲಿರು. ಕರೆಯುತ್ತೇನೆ."

ಮತ್ತೊಂದು ನಿಮಿಷದಲ್ಲಿ ಫ್ರಾಂಕೋ ಲೈನಿಗೆ ಬಂದಿದ್ದ.

"ಹೇಗಿದ್ದೀಯಾ ಫ್ರಾಂಕೋ?" ಎಂದು ಕೇಳಿದೆ.

"ಶ್ರೀ!" ಫ್ರಾಂಕೋನ ಧ್ವನಿಯಲ್ಲಿ ಸಂತೋಷ ಚಿಮ್ಮಿತು. "ಎಷ್ಟೊಂದು ದಿನಗಳಾದವು ನಿನ್ನೊಂದಿಗೆ ಮಾತನಾಡಿ!" ಎಂದ.

"ಹೇಗಿದ್ದೀಯಾ ಫ್ರಾಂಕೋ?"

"ಇದ್ದೀನಿ ಒಂದು ಥರ. ಹೇಗೆ ಎಂದು ಹೇಳುವುದು? ಈ ಕೆಲವು ತಿಂಗಳುಗಳಲ್ಲಿ ಬಹಳಷ್ಟು ಬದಲಾವಣೆಗಳಾದವು ನನ್ನ ಜೀವನದಲ್ಲಿ. ಎಲ್ಲವನ್ನೂ ಹೇಳುತ್ತೇನೆ. ಒಮ್ಮೆ ಭೇಟಿಯಾಗಬೇಕು ನಾವು. ನೀನು ಹೇಗಿದ್ದೀಯಾ?"

"ಚೆನ್ನಾಗಿದ್ದೇನೆ. ವಾಪಸ್ಸು ಇಂಡಿಯಾಕ್ಕೆ ಹೊರಟಿದ್ದೇನೆ."

"ರಜಕ್ಕೋ ಅಥವಾ ಪರ್ಮನೆಂಟ್ ಆಗೋ?"

"ವಾಪಸ್ಸು ಅಲ್ಲಿಯೇ ನೆಲೆಸುವ ಉದ್ದೇಶದಿಂದ."

"ಯಾವಾಗ ಹೊರಟಿದ್ದೀಯಾ?"
"ಇನ್ನೆರಡು ವಾರಗಳಲ್ಲಿ."
ಫ್ರಾಂಕೋ ಕೆಲವು ಕ್ಷಣಗಳು ಮೌನವಾದ. ನಂತರ "ಶ್ರೀ, ನಾಳೆ ಸಿಗುತ್ತೀಯಾ?"
"ಆಯಿತು. ಎಲ್ಲಿ ಸಿಗೋಣ?"
"ಮುಲ್‌ಹಾಲೆಂಡ್ ಡ್ರೈವ್."
"ಎಲ್ಲಿ?"
"ಮುಲ್‌ಹಾಲೆಂಡ್ ಡ್ರೈವ್. ಫೋರ್‌ಟೀನ್ತ್ ಸ್ಟ್ರೀಟಿನ ನನ್ನ ಮನೆಯ ಹತ್ತಿರ ಬಾ. ಅಲ್ಲಿಂದ ಜೊತೆಯಾಗಿ ಹೋಗೋಣ. ನಿನ್ನ ಕ್ಯಾಮರಾ ತರುವುದನ್ನು ಮರೆಯಬೇಡ." ಎಂದ.

⏩

ಹಾಲಿವುಡ್ ಫ್ರೀವೇಯ ಟ್ರಾಫ಼ಿಕ್ಕನ್ನು ದಾಟಿಕೊಂಡು ಮುಲ್‌ಹಾಲೆಂಡ್ ರಸ್ತೆಯನ್ನು ಪ್ರವೇಶಿಸಿದರೆ ಜಾತ್ರೆಯಿಂದ ಜಾರಿ ಸೌಂಡ್‌ಪ್ರೂಫ್ ಕೋಣೆಯನ್ನು ಹೊಕ್ಕಂತಾಗುತ್ತದೆ. ಅನೇಕ ತಿರುವುಗಳ, ಕ್ಷಣ ಕ್ಷಣಕ್ಕೂ ಬದಲಾಗುವ, ನಿಶ್ಶಬ್ದವನ್ನು ಹೊತ್ತ ಬೆಟ್ಟದ ರಸ್ತೆಯದು. ಒಮ್ಮೆ ಬಂಗಲೆಗಳ ನಡುವೆ ಹಾಯುವ ರಾಜರಸ್ತೆಯಾದರೆ ಮತ್ತೊಂದು ನಿಮಿಷದಲ್ಲಿ ಕಾಡುರಸ್ತೆಯಾಗಿ ಧೂಳನ್ನು ಎಬ್ಬಿಸುತ್ತ ನಿರ್ಜನವಾಗುವ ಪರಿಯದು. ಇದ್ದಕ್ಕಿದ್ದಂತಲೇ ಬಯಲು. ಇದ್ದಕ್ಕಿದ್ದಂತಲೇ ಹುಲ್ಲುಗಾವಲು. ಇದ್ದಕ್ಕಿದ್ದಂತಲೇ ಹಸಿರು ಮರಗಳ ತೋಪು. ಕಾರು ತಿರುವುಗಳನ್ನು ಬಳಸುತ್ತ ಬೆಟ್ಟವನ್ನೇರಿದಂತೆಲ್ಲ ದೂರದಲ್ಲಿ ಮಿನುಗುವ ನಗರದ ದೀಪಗಳು.

"ನಮ್ಮ ಹಾಲಿವುಡ್ ಬರಹಗಾರ ಡೇವಿಡ್ ಥಾಮ್ಸನ್ ಈ ಮುಲ್‌ಹಾಲೆಂಡ್ ಡ್ರೈವನ್ನು ಮರ್ಲಿನ್ ಮನ್ರೊಳಿಗೆ ಹೋಲಿಸುತ್ತಾನೆ. ಅವಳಂತೆಯೇ ಗ್ಲಾಮರಸ್ ಇದು." ಫ್ರಾಂಕೋ ಕಾರು ಡ್ರೈವ್ ಮಾಡುತ್ತಲೇ ಹೇಳಿದ. ಫ್ರಾಂಕೋ ಹೊಸ ಅವತಾರದಲ್ಲಿದ್ದ. ಬಹಳ ಬದಲಾಗಿದ್ದ. ತಲೆಯನ್ನು ನುಣ್ಣಗೆ ಬೋಳಿಸಿಕೊಂಡಿದ್ದ. ಕೆಂಚು ಕೂದಲಿನ ಫ್ರೆಂಚ್ ಗಡ್ಡವನ್ನು ಬಿಟ್ಟಿದ್ದ. ಬಲಗಿವಿಗೆ ರಿಂಗ್ ಹಾಕಿದ್ದ. ಎಡ ತೋಳಿನಿಂದ ಮುಂಗೈನವರೆಗೆ ಹಚ್ಚೆ ಹಾಕಿಸಿಕೊಂಡಿದ್ದ.

"ಮರ್ಲಿನ್ ಮನ್ರೊಳಂತೆಯೇ ಮತ್ತಿನಲ್ಲಿ ನೋಡುವ ದೃಷ್ಟಿಯಿದೆ ಈ ರಸ್ತೆಗೆ. ಅವಳಂತೆಯೇ ಸೆಕ್ಸಿ ಇದು. ನೋಡು, ಬೇಗ ನಿನ್ನ ಬಲಭಾಗಕ್ಕೆ ನೋಡು. ಹಾಲಿವುಡ್ ಹೇಗೆ ಕಾಣುತ್ತದೆ ಈ ರಸ್ತೆಯಿಂದ! ಮರ್ಲಿನ್ ಮನ್ರೊಳಂತೆಯೇ ಹಾಲಿವುಡ್‌ಗೆ ಅಂಟಿಕೊಂಡಂತೆಯೇ ಬೇರೆಯಾಗಲು ನೋಡುತ್ತದೆ. ಬೇರೆಯಾದಂತೆಯೇ ಮತ್ತೆ ಬಂದು ಅಂಟಿಕೊಳ್ಳುತ್ತದೆ ಈ ರಸ್ತೆ. ಈ ತಿರುವುಗಳನ್ನು ನೋಡು! ಮರ್ಲಿನ್ ಮನ್ರೊಳ ಹೊಟ್ಟೆಯಿಂದ ಎದೆಗೆ ಹರಿದಂತೆ ಎಂತಹ ನಿಗೂಢ ಲೋಕಕ್ಕೆ ಕೊಂಡೊಯ್ದುಬಿಡುತ್ತವೆ!

ಅವಳೇ ಈ ರಸ್ತೆ. ಥಾಮ್ಸನ್ ಈ ರಸ್ತೆಗೂ ಅವಳಿಗೂ ಹೋಲಿಕೆ ಕೊಟ್ಟ ಮೇಲೆ ನನಗೆ ಮರ್ಲಿನ್ ಮನ್ರೋಳ ಚಿತ್ರ ನೋಡಿದರೆ ಮುಲ್‌ಹಾಲೆಂಡ್ ಡ್ರೈವ್‌ನಲ್ಲಿ ಕಾರು ಓಡಿಸಿದಂತಾಗುತ್ತದೆ ಮತ್ತು ಮುಲ್‌ಹಾಲೆಂಡ್ ಡ್ರೈವ್‌ನಲ್ಲಿ ಕಾರು ಓಡಿಸಿದರೆ ಮರ್ಲಿನ್ ಮನ್ರೋಳನ್ನು ತಬ್ಬಿದಂತಾಗುತ್ತದೆ. ಹಾಗಾಗಿಯೇ ಈ ರಸ್ತೆಯಲ್ಲಿ ಮನೆ ಮಾಡಿಕೊಳ್ಳಲು ಹಾಲಿವುಡ್‌ನ ದೊಡ್ಡ ಕುಳಗಳ ನಡುವೆ ಪೈಪೋಟಿಯೋ ಪೈಪೋಟಿ. ಮರ್ಲಿನ್ ಮನ್ರೋಳ ಎದೆಯ ಮೇಲೆ ಬದುಕುವುದು ಯಾರಿಗೆ ಬೇಡ?" ಫ್ರಾಂಕೋ ನಕ್ಕ.

ತಿರುವುಗಳು. ಮುಂದೇನಿರಬಹುದು ಎನ್ನುವ ಕುತೂಹಲವನ್ನು ಕೆರಳಿಸಿ ಹೋಗುವ ತಿರುವುಗಳು. ರೋಲರ್-ಕೋಸ್ಟರ್‌ನಂತೆ ಕಚಗುಳಿ ಇಡಲೆಂದೇ ನಿಗೂಢವಾಗುವ ತಿರುವುಗಳು. ಮರ್ಲಿನ್ ಮನ್ರೋಳ ಎದೆಯೆಡೆಗೆ ಕೊಂಡೊಯ್ಯುವ ತಿರುವುಗಳು.

ತನ್ನ ಕಡೆಯ ಕಿಟಕಿ ತೆಗೆದು ಕಾರಿನ ಗವಸಿನಿಂದ ಸಿಗರೇಟಿನ ಪ್ಯಾಕನ್ನು ತೆಗೆಯುತ್ತ ಒಂದು ಕೈನಲ್ಲಿ ಸ್ಟೀರಿಂಗ್ ವ್ಹೀಲನ್ನು ಹಿಡಿದಂತೆಯೇ ಮತ್ತೊಂದರಲ್ಲಿ ಸಿಗರೇಟನ್ನು ಬಿಡಿಸಿಕೊಳ್ಳುತ್ತ ರಸ್ತೆ ನೋಡುತ್ತಲೇ ಕೇಳಿದ – "ನಾನು ಸ್ಮೋಕ್ ಮಾಡಿದರೆ ಬೇಸರವಿಲ್ಲ ತಾನೇ?". ತೊಂದರೆಯಿಲ್ಲ ಎಂದು ನನ್ನ ಕಡೆಯ ಕಿಟಕಿಯನ್ನು ತೆರೆದೆ. ತಣ್ಣನೆಯ ಗಾಳಿ ಕಾರಿನಲ್ಲಿ ತುಂಬಿಕೊಂಡಿತು. ಮರುಕ್ಷಣದಲ್ಲಿ ಗಾಳಿಗೆ ಬೆರೆತಂತೆ ಮರ್ಲ್‌ಬರೊ ಸಿಗರೇಟಿನ ಹೊಗೆ!

"ಅದೆಷ್ಟು ಬಾರಿ ಬಂದಿದ್ದೇನೋ ಈ ರಸ್ತೆಗೆ. ನಾನು ಬೆಳೆದದ್ದೇ ಈ ಊರಿನಲ್ಲಿ. ಊರು ನನ್ನನ್ನು ಕಬಳಿಸಿದಂತೆಲ್ಲ ಇಲ್ಲಿ ಬಂದು ನಿಲ್ಲುತ್ತಿದ್ದೆ. ಈ ಬೆಟ್ಟದಿಂದ ಕಾಣುವ ನಗರ ಒಮ್ಮೊಮ್ಮೆ ನನಗೆ ಕೋಟಿ ದೀಪಗಳನ್ನು ಪೋಣಿಸಿಕೊಂಡ ರಾಕ್ಷಸನಂತೆ ಕಂಡರೆ ಮತ್ತೊಮ್ಮೆ ಸೇದಲು ಸಿದ್ಧವಾಗಿರುವ ಮಾರಿವ್ಹಾನಾ ಪಾಟಿನಂತೆ ಕಾಣುತ್ತಿತ್ತು. ಡ್ರಗ್‌ನಷ್ಟೇ ಭ್ರಮಾಲೋಕವನ್ನು ಸೃಷ್ಟಿಸಿಕೊಡುವ ಊರು ಇದು. ನಿಜ ಪ್ರಪಂಚದಿಂದ ನೂರು ಅಡಿ ಮೇಲೆ ಬದುಕಲು ಬಿಡುವ ಊರು. ಈ ಭ್ರಮೆಯ ಫ್ಯಾಕ್ಟರಿಗೆ ಉರುವಲು ಆಗಿ ಪ್ರಪಂಚದ ಮೂಲೆ ಮೂಲೆಗಳಿಂದ ಜನ ಬಂದು ಬೀಳುತ್ತಿದ್ದಾರೆ. ನನ್ನ ಅಪ್ಪ ಅಮ್ಮನಂತೆ ಮನೆ ಮಠ ಕಳೆದುಕೊಂಡು, ಗಡಿ ಹಾರಿಯೋ ಅಥವಾ ಸುರಂಗ ತೋಡಿಕೊಂಡೋ ಮೆಕ್ಸಿಕೋದಿಂದ, ಅಥವಾ ನಿನ್ನಂತೆ ವೀಸಾ ಹಿಡಿದು ಭಾರತದಿಂದ, ಚೀನಾದಿಂದ, ರಷ್ಯಾದಿಂದ, ವಿಯಾಟ್ನಾಂನಿಂದ ಹೀಗೆ ಕಾರ್ಖಾನೆಗೆ ಬಂದು ಬೀಳುವ ಅದಿರಿನ ತುಂಡುಗಳಂತೆ ಜನ ಈ ನಗರಕ್ಕೆ ಬಂದು ಬೀಳುತ್ತಾರೆ. ಸತ್ತು ನಲವತ್ತೈದು ವರ್ಷಗಳಾದರೂ ಮರ್ಲಿನ್ ಮನ್ರೊ ಮಾತ್ರ ಕಣ್ಣುಗಳನ್ನು ಅರೆ ನಿಮೀಲಿಸಿ, ಸೆಕ್ಸಿಯಾಗಿ ಮಲಗಿ, ಅರೆಮರೆಯಾಗಿ ಕಾಣುವ ತನ್ನ ಎದೆಯಿಂದಲೇ, ಹಾಲಿನಂತಹ ಬಿಳಿಯ ತೊಡೆಗಳಿಂದಲೇ ಸೂಜಿಗಲ್ಲಿನಂತೆ ಜನರನ್ನು ಆಕರ್ಷಿಸುತ್ತಾಳೆ. ಅವಳ ದೇಹದ ಮೇಲೆ ಬದುಕನ್ನು ಹುಡುಕಿಕೊಂಡು ಭ್ರಮೆಯಿಂದ ಭ್ರಮೆಗೆ

ನಾವು ಹಾರುತ್ತಲೇ ಇರುತ್ತೇವೆ! ಬದುಕು ಸಿಗದಿದ್ದರೂ ಕೊನೆಯಲ್ಲಿ ಹಾಲಿವುಡ್‌ನ ಸಿನಿಮಾಗಳು ಸಿಗುತ್ತವೆ." ಎಂದು ಕಿಟಕಿಯಾಚೆಗೆ ಕೈಚಾಚಿ ಅಳಿದುಳಿದ ಸಿಗರೇಟನ್ನು ಹೊರಗೆ ಎಸೆದ.

"ಬರೀ ಈ ನಗರ ಒಂದೇ ಆ ರೀತಿಯಲ್ಲ ಫ್ರಾಂಕೋ. ಎಲ್ಲಿದ್ದರೂ ಆಧುನಿಕ ಬದುಕೇ ಹಾಗೆ." ಎಂದೆ.

"ಅದು ನಿಜವೇ." ಎಂದ.

ಫ್ರಾಂಕೋನ ಕಾರು ಜೋರಾಗಿ ಶಬ್ದ ಮಾಡುತ್ತ ಶ್ರಮದಿಂದ ಬೆಟ್ಟದ ಮೇಲಕ್ಕೆ ಏರುತ್ತಿತ್ತು. ಮೇಲೇರಿದಂತೆಲ್ಲ ಕಿಟಕಿಯ ಭರ್ತಿ ನಗರದ ದೀಪಗಳು ತುಂಬಿ ಹೋಗುತ್ತಿದ್ದವು. ಸ್ಯಾನ್ ಫರ್ನಾಂಡೋ ಕಣಿವೆಯ ಮಿನುಗು ದೀಪಗಳು, ಎತ್ತರದ ಕಟ್ಟಡಗಳ ನಿಯಾನ್ ಬಣ್ಣಗಳು, ರಸ್ತೆಗಳ, ಮನೆಗಳ, ಸ್ವಿಮ್ಮಿಂಗ್ ಪೂಲುಗಳ, ಪಾರ್ಕುಗಳ ರಂಗಿನ ದೀಪಗಳು.

"ಭಾರತಕ್ಕೆ ವಾಪಸ್ಸು ಹೋಗಿ ಏನು ಮಾಡಬೇಕೆಂದಿರುವೆ?" ಎಂದು ಕೇಳಿದ.

"ಇನ್ನೂ ಗೊತ್ತಿಲ್ಲ."

"ಮನಸ್ಸಿಗೆ ಸಂತೃಪ್ತಿಯನ್ನು ಕೊಡುವ ಏನನ್ನಾದರೂ... ಏನನ್ನಾದರೂ ಘನವಾದುದನ್ನು ಮಾಡು."

"ಸಮಸ್ಯೆ ಎಂದರೆ ನಾವು ಮಾಡುತ್ತಿರುವುದು ಘನವಾದುದೇ ಅಥವಾ ಜೊಳ್ಳೇ ಎನ್ನುವುದು ನಮಗೆ ಕೊನೆಯತನಕ ತಿಳಿಯುವುದಿಲ್ಲ."

"ಅದು ನಿಜ. ನಾವು ಮಾಡಿದ ಜೆನ್‌ಸನ್ ಗ್ರೀನ್ ಎನರ್ಜಿಯ ಪ್ರಾಜಕ್ಟ್‌ಗಳಂತೆ." ಇಬ್ಬರೂ ಜೋರಾಗಿ ನಕ್ಕೆವು.

ಮುಲ್‌ಹಾಲೆಂಡ್ ಡ್ರೈವಿನ ಎತ್ತರವನ್ನು ತಲುಪಿದಾಗ ಕಂಡ ದೃಶ್ಯ ಅದ್ಭುತವಾಗಿತ್ತು. ಇಡೀ ಲಾಸ್ ಏಂಜಲಿಸ್ ನಗರ ಬೆಳಕಿನ ಸಾಮ್ರಾಜ್ಯವಾಗಿ ಕಣ್ಣಿಗೆ ಕಾಣುವಷ್ಟು ದೂರ ಹರಡಿ ನಿಂತಿತ್ತು. ಕಾರನ್ನು ನಿಲ್ಲಿಸಿ ಇಳಿದು ಪ್ರವಾಸಿಗರಿಗಾಗಿ ನಿರ್ಮಿಸಿದ್ದ ವೃತ್ತಾಕಾರದ ಚಪ್ಪರದಡಿ ನಿಂತೆವು. ನನ್ನ ಕ್ಯಾಮರಾವನ್ನು ಟ್ರೈಪಾಡಿನ ಮೇಲೆ ನಿಲ್ಲಿಸಿ ನಗರದ ಫೋಟೊ ತೆಗೆಯಲು ನೋಡಿದೆ. ಆ ಬೆಳಕಿನ ರಾಶಿ ಅಂಡರ್ ಎಕ್ಸ್‌ಪೋಸ್ ಆಗಿಯೋ ಓವರ್ ಎಕ್ಸ್‌ಪೋಸ್ ಆಗಿಯೋ ಬರತೊಡಗಿತು. ಫ್ರಾಂಕೋ ಬಂದು ಸಹಾಯ ಮಾಡಿದ. ಅವನು ಹೇಳಿದ ಸೆಟ್ಟಿಂಗ್‌ನಲ್ಲಿ ಫೋಟೊ ಚೆನ್ನಾಗಿ ಬಂತು. "ಕೆಲಸ ಕಳೆದುಕೊಂಡ ಮೇಲೆ ಹಾಲಿವುಡ್‌ನಲ್ಲಿ ಕಲಿತದ್ದು ಇದನ್ನೇ." ಎಂದು ನಕ್ಕ.

"ಲೇಆಫ್‌ನ ನಂತರ ಎಷ್ಟೋ ಬಾರಿ ನಿನ್ನನ್ನು ಸಂಪರ್ಕಿಸಲು ನೋಡಿದೆ. ನೀನು ಫೋನ್ ಕರೆಗಳಿಗೆ ಉತ್ತರಿಸಲೇ ಇಲ್ಲ."

"ಸ್ವಲ್ಪ ದಿನ ಯಾವ ಸಂಪರ್ಕವೂ ಇಲ್ಲದೆಯೇ ಇರಬೇಕೆಂದೆನಿಸಿತ್ತು."

"ನನ್ನ ಮೇಲೆ ಬೇಸರಗೊಂಡಿದ್ದೀಯೇನೋ ಎಂದುಕೊಂಡೆ."

"ನಿನ್ನ ಮೇಲೇ? ನಿನ್ನ ಮೇಲೆ ನನಗೇಕೆ ಬೇಸರ?"

"ಮತ್ತೆ, ಅಂದು ಕಾನ್ಫರೆನ್ಸ್ ರೂಮಿನಲ್ಲಿ ಕುಳಿತಾಗ ಅಲ್ಲಿಂದ ನಿರ್ಗಮಿಸುವ ಮುನ್ನ ಆರಾಮವಾಗಿ ಸಂದರ್ಭವನ್ನು ಎದುರಿಸುತ್ತಿದ್ದವನು ಡೆರಿಕ್‌ನ ಕೋಣೆಯಿಂದ ಬಂದವನೇ ಬಿರುಗಾಳಿಯಂತೆ ಹೊರಟುಹೋದೆ. ಆಮೇಲೆ ಫೋನ್ ಮಾಡುತ್ತೇನೆ ಎಂದವನು ಅದೆಷ್ಟು ಬಾರಿ ನಾನೇ ಫೋನ್ ಮಾಡಿದರೂ ನೀನು ರಿಸೀವ್ ಮಾಡಲೇ ಇಲ್ಲ." ಎಂದೆ.

ಪ್ರವಾಸಿಗರಿಗಾಗಿ ಮಾಡಿದ್ದ ಚಾವಡಿಯ ಕಟ್ಟೆಯ ಮೇಲೆ ಕಾಲು ಚಾಚಿ ಮಲಗಿದವನು ನನ್ನೆಡೆಗೆ ನೋಡದೆಯೇ ಮೆಲು ಸ್ವರದಲ್ಲಿ ಉತ್ತರಿಸಿದ.

"ಛೇ. ಅದು ನಿನ್ನ ಮೇಲಿನ ಕೋಪವಲ್ಲ. ಡೆರಿಕ್‌ನ ಮೇಲಿನದು."

"ನೀನಾಗಿಯೇ ಕೆಲಸವನ್ನು ಬಿಡುವವನಿದ್ದಿಯಲ್ಲ! ಲೇಆಫ್ ಅನುಕೂಲವೇ ಆಯಿತು ಪರಿಹಾರದ ಹಣ ಸಿಗುತ್ತದೆ ಎಂದು ಒಳಗೆ ಹೋದೆಯಲ್ಲ! ಅಷ್ಟು ಬೇಸರದಲ್ಲಿ ಹೊರಗೆ ಹೋಗುವಂಥದ್ದು ಏನು ನಡೆಯಿತು?"

ಫ್ರಾಂಕೋ ಒಂದು ನಿಮಿಷ ಉತ್ತರಿಸಲಿಲ್ಲ. ಕೇಳಬಾರದಾಗಿತ್ತು ಎಂದು ನನಗೆ ಕೇಳಿದ ಮೇಲೆ ಅನ್ನಿಸತೊಡಗಿತು. ನಗರದ ಬೆಳಕನ್ನು ನೋಡುವ ನೆಪದಲ್ಲಿ ನಾಲ್ಕು ಹೆಜ್ಜೆ ದೂರ ಹೋಗಿ ನಿಂತೆ.

"ಅವನು ಗ್ಯಾರಿಯ ವಿಷಯ ಎತ್ತಿದ." ಆ ಬೆಟ್ಟದ ಮೇಲಿನ ಗಾಳಿಯಲ್ಲಿ ಫ್ರಾಂಕೋನ ಮಾತುಗಳು ಪಿಸುಗುಟ್ಟಿದಂತೆ ಕೇಳಿತು.

"ಯಾರು ಗ್ಯಾರಿ?"

"ನೀನು ಫೋನ್ ಮಾಡಿದಾಗ ಮೊದಲು ಮಾತನಾಡಿದನಲ್ಲ ಅವನು."

"ಯಾರವನು?"

"ನನಗೆ ಹಾಲಿವುಡ್‌ನಲ್ಲಿ ಕೆಲಸ ಕೊಡಿಸಿದವನು."

"ಡೆರಿಕ್ ಅವನ ವಿಷಯವನ್ನು ಮಾತನಾಡಿದರೆ ನಿನಗೇಕೆ ಕೋಪ ಬರಬೇಕು?"

ಆಕಾಶ ನೋಡುತ್ತ ಮಲಗಿದ್ದವನು ಕಟ್ಟೆಯ ಗೋಡೆಗೆ ಅರ್ಧ ಒರಗಿದಂತೆ ಕುಳಿತುಕೊಂಡ.

"ಈ ವಿಷಯವನ್ನು ನಾವು ಮಾತನಾಡಲೇಬೇಕೇನು?" ದೂರದ ಮೌಂಟ್ ಲೀಯಲ್ಲಿ ದೊಡ್ಡ ಅಕ್ಷರಗಳಲ್ಲಿ ಕಂಗೊಳಿಸುವ 'ಹಾಲಿವುಡ್' ಎನ್ನುವ ಬರಹ ಒಮ್ಮೆ ಮಿನುಗಿದ್ದರಿಂದ ಇಬ್ಬರ ನೋಟವೂ ಅತ್ತ ಹರಿಯಿತು.

ನಗರವನ್ನು ಸೀಳಿದಂತೆ ಹೋಗುವ ಫ್ರೀವೇಗಳಲ್ಲಿ ವಾಹನಗಳ ಬೆಳಕು ನದಿಯ ಪ್ರವಾಹದಂತೆ ಹರಿಯುತ್ತಿತ್ತು.

ಮಾತು ಬದಲಿಸಲು "ಗ್ರಿಫ಼ಿತ್ ಅಬ್ಸರ್‌ವೇಟರಿ ಎಲ್ಲಿ ಬರುತ್ತದೆ ಎಂದು ಹುಡುಕುತ್ತಿದ್ದೇನೆ." ಎಂದೆ. ಫ್ರಾಂಕೋ ಕುಳಿತಲ್ಲಿಂದ ಎದ್ದು ಬಂದು ನನ್ನ ಪಕ್ಕದಲ್ಲಿ ನಿಂತು ಎಡಭಾಗವನ್ನು ಬೊಟ್ಟು ಮಾಡಿ ತೋರಿಸುತ್ತ 'ಅಲ್ಲಿ' ಎಂದ. ಮಾತು

ಬದಲಾಗಿದ್ದು ಹಿತಕರವಾಗಿತ್ತು. 'ಅಲ್ಲಿ ನೀಲಿ ಬೆಳಕಿನಲ್ಲಿ ಕಾಣುವುದೇ ಸ್ಟಾಪಲ್ಸ್ ಸೆಂಟರ್', 'ನೋಡು, ಅಲ್ಲಿ ನಗರದ ಮಧ್ಯಭಾಗದಲ್ಲಿ ಕ್ಯಾಪಿಟೋಲ್ ರೆಕಾರ್ಡ್ಸ್', 'ಏರ್‌ಪೋರ್ಟ್ ನೋಡು ಅಲ್ಲಿ ನಗರದ ಹಿಂಭಾಗದಲ್ಲಿ' ಲಾಸ್ ಏಂಜಲಿಸ್‌ನ ಇನ್ನೂ ಅನೇಕ ಲ್ಯಾಂಡ್‌ಮಾರ್ಕ್‌ಗಳನ್ನು ಗುರುತಿಸುತ್ತ ಹೋದೆವು.

"ನಾನು ನಿನ್ನೊಂದಿಗೆ ಮಾತನಾಡಲೇಬೇಕು. ಐ ಹ್ಯಾವ್ ಟು ಬೇರ್ ಮೈ ಸೌಲ್ ಟು ಯು." ಎಂದವನು ಮೆಲ್ಲನೆ "ನಾನು ಗ್ಯಾರಿಯೊಂದಿಗೆ ಬದುಕುತ್ತಿದ್ದೇನೆ." ಎಂದ ಎಲ್ಲೋ ದೃಷ್ಟಿಯನ್ನು ನೆಟ್ಟು. ಬದಲಾದ ಮಾತುಗಳ ನಡುವೆ ಅವನ ಪದಗಳು ತೇಲಿಬಂದವು. ನಗರವನ್ನು ಭೇದಿಸುವ ಬೆಳಕಿನ ರಸ್ತೆಗಳಿಂದ ನಾನು ದೃಷ್ಟಿಯನ್ನು ತೆಗೆಯಲೇ ಇಲ್ಲ.

"ನಾನು ಯಾರೊಂದಿಗಾದರೂ ಇರುತ್ತೇನೆ ಅದನ್ನು ಪ್ರಶ್ನಿಸಲು ಆ ಡೆರಿಕ್ ಯಾರು? ಅದಕ್ಕೂ ನನ್ನ ಕೆಲಸಕ್ಕೂ ಏನು ಸಂಬಂಧ? ಸಂಬಳ ಕೊಡಲು ಹಣವಿಲ್ಲದೆ ಕಂಪನಿ ದಿವಾಳಿ ಎದ್ದು ನೌಕರರನ್ನು ಲೇಆಫ್ ಮಾಡುತ್ತಿದ್ದರೂ ಇವನು ಮಾತ್ರ ನನ್ನೊಡನೆ ನಿನ್ನ ನಡತೆಯ ಕಾರಣದಿಂದ ಕೆಲಸ ಕಳೆದುಕೊಳ್ಳುತ್ತಿದ್ದೀಯಾ ಎಂದ. ನಾನು ಹೇಗಾದರೂ ಬದುಕುತ್ತೇನೆ, ಯಾರೊಂದಿಗಾದರೂ ಬದುಕುತ್ತೇನೆ ಅದನ್ನು ಕಟ್ಟಿಕೊಂಡು ಅವನಿಗೆ ಏನಾಗಬೇಕಾಗಿದೆ?" ಫ್ರಾಂಕೋ ಕೋಪದಿಂದ ಉರಿಯುತ್ತಿದ್ದ.

"ವಿಚಿತ್ರ! ಅವನಿಗೆ ಹೇಗೆ ತಿಳಿಯಿತು ನಿನ್ನ ಈ ಜೀವನದ ವಿಷಯ?"

"ಅವನ ತಂಗಿಯಿಂದ. ಅವನ ತಂಗಿ ಯಾವುದೋ ಕಾಲದಲ್ಲಿ ಗ್ಯಾರಿಯ ಗರ್ಲ್‌ಫ್ರೆಂಡ್ ಆಗಿದ್ದಳಂತೆ."

"ನಿನ್ನ ವೈಯಕ್ತಿಕ ಜೀವನವನ್ನು ಪರಿಗಣಿಸಿ ನಿನ್ನನ್ನು ಕೆಲಸದಿಂದ ತೆಗೆಯುವುದು ಅಪರಾಧವಾಗುತ್ತದೆ, ಅಲ್ಲವೇ? ಕೋರ್ಟಿಗೆ ಹೋಗುವ ಯೋಚನೆಗಳು ಬರಲಿಲ್ಲವೇ ನಿನಗೆ?"

"ಒಮ್ಮೆ ಆ ದಿಕ್ಕಿನಲ್ಲಿ ಯೋಚಿಸಿದೆ. ಗ್ಯಾರಿಯೂ ನೀನು ಹೇಳಿದ ಮಾತುಗಳನ್ನೇ ಹೇಳಿದ. ನನಗೆ ನ್ಯಾಯ ಅನ್ಯಾಯಗಳ ಯಾವ ಗೋಜಲುಗಳನ್ನು ಬಿಡಿಸುವ ಮನಸ್ಸಿಲ್ಲ. ರೈಟ್ಸ್, ಗೇರೈಟ್ಸ್ ಇವುಗಳ ಮೇಲೆ ಆಸಕ್ತಿಯೇ ಇಲ್ಲ. ಕಂಪನಿಯನ್ನು ಕೋರ್ಟಿಗೆ ಎಳೆದು ಅವರಿಂದ ಹಣ ಕೀಳುವ ಯಾವ ಉತ್ಸಾಹವೂ ಬರಲಿಲ್ಲ. ಅವನೂ ಬೈಯ್ದ, ನಾನೂ ಬೈಯ್ದೆ. ಎರಡು ನಾಯಿಗಳು ರಸ್ತೆಯಲ್ಲಿ ಎದುರು ಬದುರು ನಿಂತು ಬೊಗುಳುತ್ತವಲ್ಲ, ಹಾಗೆ. ಮ್ಯಾನೆಜ್‌ಮೆಂಟ್ ತಯಾರಿಸಿದ ಲೇಆಫ್‌ನ ಮೂಲ ಪಟ್ಟಿಯಲ್ಲಿ ನನ್ನ ಹೆಸರಿತ್ತೋ ಇಲ್ಲವೋ ಗೊತ್ತಿಲ್ಲ. ಡೆರಿಕ್ ತಾನೇ ಸೇರಿಸಿದ್ದರೂ ಸೇರಿಸಿರಬಹುದು. ಆ ಅಧಿಕಾರವಿದೆ ಅವನಿಗೆ. ಅಧಿಕಾರವನ್ನು ದುರುಪಯೋಗಪಡಿಸಿಕೊಳ್ಳುವ ಕೆಟ್ಟಬುದ್ಧಿಯೂ ಇದೆ. ಹಾಳಾಗಿ ಹೋಗಲಿ ಬಿಡು. ಪ್ರವಾಹದಲ್ಲಿ ಮುಂದಕ್ಕೆ ತೇಲುತ್ತಿರಬೇಕು; ಹಿಂದೆ ತಿರುಗಿ ನೋಡಲು ಹೋದಷ್ಟೂ ನೋವೇ." ಎಂದ.

"ಹಾಗಾದರೆ ನೀನು ನಿನ್ನ ಹೆಂಡತಿ ಲೀಸಾಳೊಂದಿಗೆ ಮಾಲಿಬುನ ಮನೆಯಲ್ಲಿ ಬದುಕುತ್ತಿಲ್ಲವೇ?"

"ಮಾಲಿಬು ಮನೆಯಲ್ಲಿ ಬದುಕುವುದೇನು ಬಂತು, ಅಲ್ಲಿ ನಿಲ್ಲಲೂ ಆಗದಷ್ಟು ವಸ್ತುಗಳನ್ನು ಲೀಸಾ ತುಂಬಿಸಿಕೊಂಡಿದ್ದಾಳೆ." ಎಂದು ನಕ್ಕ. "ಆರು ತಿಂಗಳ ಮೇಲಾಯಿತು ನಾನು ಮತ್ತು ಲೀಸಾ ಬೇರೆ ಬದುಕಲು ತೊಡಗಿ. ಅವಳು ಮಾಲಿಬು ದಲ್ಲಿನ ತನ್ನ ಸ್ಟಫ್ಡ್ ಮನೆಯಲ್ಲಿ. ನಾನು ಗ್ಯಾರಿಯೊಂದಿಗೆ ಫೋರ್ಟೀನ್ತ್ ಸ್ಟ್ರೀಟಿನ ಹಾಳುಬಿದ್ದಿದ್ದ ನನ್ನ ಅಪ್ಪ ಅಮ್ಮನ ಅಪಾರ್ಟ್‌ಮೆಂಟಿನಲ್ಲಿ. ವಿಚ್ಛೇದನವನ್ನು ಬಯಸಿ ಕೋರ್ಟಿಗೆ ಹೋಗಿದ್ದಾಳೆ. ಯಾವ ಕ್ಷಣಕ್ಕಾದರೂ ನಾವು ಅಧಿಕೃತವಾಗಿ ಬೇರೆಯಾಗಬಹುದು."

ಫ್ರಾಂಕೋ ಸಿಗರೇಟು ಹಚ್ಚಿಕೊಂಡ. ಸಂಜೆಯ ಬೆಳಕು ಪೂರ್ತಿ ಕರಗಿ ಕತ್ತಲು ಆವರಿಸಿಕೊಂಡಿತ್ತು. ದೂರದಲ್ಲಿ ನಿಂತಿದ್ದ ಅವನು ಸ್ಪಷ್ಟವಾಗಿ ಕಾಣದೆ ಬರೀ ಸಿಗರೇಟಿನ ಕಿಡಿ ಮಾತ್ರ ಫಳಕ್ಕನೆ ಹೊಳೆಯುತ್ತಿತ್ತು. ನಾನು ಮತ್ತು ಫ್ರಾಂಕೋನನ್ನು ಬಿಟ್ಟರೆ ಇಡೀ ಆ ಬೆಟ್ಟದಲ್ಲಿ ಮತ್ಯಾರೂ ಇಲ್ಲವೇನೋ ಎನ್ನುವಷ್ಟು ನಿರ್ಜನವಾಗಿತ್ತು. ನಾನು ಸುತ್ತಮುತ್ತ ನೋಡುತ್ತಿರುವುದನ್ನು ಗಮನಿಸಿ "ಕ್ರೈಮ್ ರೇಟ್ ವಿಪರೀತವಿರುವ ಇಂತಹ ಪ್ರದೇಶಗಳಲ್ಲಿ ನಮ್ಮಂತಹ ತಲೆ ಕೆಟ್ಟವರು ಮಾತ್ರ ಇಷ್ಟು ಹೊತ್ತಿನ ಮೇಲೆ ಇರುವವರು." ಎಂದ. ಇಬ್ಬರೂ ವಾಪಸ್ಸು ಇಳಿಯುವ ಮಾತನಾಡಲಿಲ್ಲ. ಫ್ರಾಂಕೋ ತನ್ನ ಸಿಗರೇಟನ್ನು ಕೊಡವಿದವನು ಪ್ರವಾಸಿಗರ ಕಟ್ಟೆಯ ಮೇಲೆ ಹೋಗಿ ಮತ್ತೆ ಮಲಗಿದ.

"ಪ್ರವಾಹದಲ್ಲಿ ಮುಂದೆ ತೇಲುತ್ತಿರಬೇಕು ತಿರುಗಿ ನೋಡದಂತೆ! ಆದರೆ ಅದು ಎಷ್ಟು ಕಷ್ಟ ನೋಡು. ದಟ್ಟ ಕತ್ತಲೆಯಲ್ಲಿ ತೇಲುತ್ತಿರುತ್ತೇವೆ. ತಿರುಗಿ ನೋಡಿದರೂ ಅಷ್ಟೆ ಮುಂದೆ ನೋಡಿದರೂ ಅಷ್ಟೇ. ಕಾಣುವುದೇನು ಬಂತು? ತೇಲುತ್ತ ತೇಲುತ್ತ ಯಾವುದೋ ಬಂಡೆಗೆ ಅಪ್ಪಳಿಸಿದಾಗಲೇ ತೇಲುತ್ತಿದ್ದುದರ ಅರಿವಾಗುವುದು. ಯಾವುದೋ ದ್ವೀಪವನ್ನು ಹುಡುಕುತ್ತ ಯಾವುದೋ ಬಂಡೆಗೆ ಅಪ್ಪಳಿಸುತ್ತೇವೆ. ನನ್ನ ಪುಟ್ಟನೆಯ ದೋಣಿ ಅಪ್ಪಳಿಸಲು ಹೊರಟಿರುವ ಮೂರನೆಯ ಬಂಡೆ ಗ್ಯಾರಿ. ಕಾಲೇಜಿನ ದಿನಗಳಲ್ಲಿ ಎಲಿಝಾಳನ್ನು ಪ್ರೀತಿಸಿದೆ. ಮದುವೆಯಾಗದಿದ್ದರೂ ಬಹಳ ದಿನ ಜೊತೆಯಲ್ಲಿ ಇದ್ದೆವು. ಹದಿನೈದು ವರ್ಷ ವಯಸ್ಸಿನ ಒಬ್ಬ ಮಗಳ ತಂದೆ ನಾನು ಎನ್ನುವುದು ಗೊತ್ತಿತ್ತೇನು ನಿನಗೆ? ನನ್ನ ಮತ್ತು ಎಲಿಝಾಳ ಮಗಳು. ಎಲಿಝಾಳ ಜೀವನ ನನ್ನದರ ತದ್ರೂಪು. ಅವಳು ಪರಿಚಯವಾಗಿದ್ದೇ ಇಟಾಲಿಯನ್ ಜ್ಯೂಗಳ ಸಮಾವೇಶವೊಂದರಲ್ಲಿ. ಸಮಾನ ದುಃಖ ನಮ್ಮಿಬ್ಬರನ್ನು ಒಂದು ಮಾಡಿತ್ತು. ಆದರೆ ದುಃಖಕ್ಕೆ ಸಂಬಂಧಗಳನ್ನು ರೂಪಿಸುವ ಶಕ್ತಿ ಇರುತ್ತದೆಯೇ ಹೊರತು ಹಿಡಿದಿಡುವ ಶಕ್ತಿಯಲ್ಲ. ಸ್ವಲ್ಪದಿನಕ್ಕೇ ನಾನು ಮತ್ತು ಎಲಿಝಾ ಆಯಸ್ಕಾಂತದ ಒಂದೇ ಧ್ರುವಗಳಂತೆ ವಿಕರ್ಷಿಸಲಾರಂಭಿಸಿದೆವು. ಇಬ್ಬರೂ ಒಂದೇ ರೀತಿಯ ಬೇರೆ ಬೇರೆ ದನಿಗಳಾದವಷ್ಟೇ

ಹೊರತು ಒಬ್ಬರ ದನಿಗೆ ಮತ್ತೊಬ್ಬರು ಮರುದನಿಯಾಗಲಿಲ್ಲ. ಆಮೇಲೆ ನನಗೆ ಸಿಕ್ಕವಳು ಲೀಸಾ. ಎಲಿಜಬೆತ್‌ಗೆ ಹೋಲಿಸಿದರೆ ಇವಳು ವಿರುದ್ಧ ಧ್ರುವ ಎನ್ನುವ ಒಂದೇ ಕಾರಣಕ್ಕೆ ಅವಳ ಹಿಂದೆ ಓಡಿದೆ. ಅವಳ ಹಠದ ಮೇಲೆ ಮದುವೆಯೂ ಆದೆವು. ಆಮೇಲೆ ನಿಧಾನವಾಗಿ ತಿಳಿಯಿತು ಅವಳು ವಿಪರೀತ ವಿರುದ್ಧ ಧ್ರುವವೆಂದು. ದನಿಯ ಹುಟ್ಟಡಗಿಸುವ ಮರುದನಿ. ನಮ್ಮಿಬ್ಬರ ನಡುವಿನ ಅನುಬಂಧ ದಿನದಿನಕ್ಕೂ ಸೊರಗುತ್ತ ಕೊನೆಕೊನೆಗೆ ಇಲ್ಲವೇಇಲ್ಲವಾಯಿತು. ಇದರ ಜೊತೆಗೆ ಲೀಸಾಳಿಗೆ ಕೊಳ್ಳುವ ರೋಗ ಅಂಟಿಕೊಂಡಿತು. ಕಂಪಲ್ಸಿವ್ ಶಾಪಿಂಗ್ ಡಿಸ್‌ಆರ್ಡರ್. ಆನಿಯೋಮ್ಯಾನಿಯಾ ಎನ್ನುತ್ತಾರಲ್ಲ, ಅದು. ಲೀಸಾಳೊಂದಿಗೆ ನಾನು ಬದುಕಿದ್ದ ಮಾಲಿಬುನ ಮನೆಯೊಳಗೆ ಕಾಲಿಡಲೇ ಭಯವಾಗುತ್ತದೆ, ಅಷ್ಟೊಂದು ವಸ್ತುಗಳು! ಪ್ರತಿಯೊಂದು ವಸ್ತುವೂ ಅವಳ ಡಿಸಾರ್ಡರನ್ನು ಕೂಗಿಕೂಗಿ ಹೇಳುವ ಜೊತೆಯಲ್ಲೇ ನಾವು ಅವಳಿಗೆ ಮಾತ್ರ ಸೇರಿದ್ದು ಎಂದು ಸ್ಪಷ್ಟವಾಗಿ ನನ್ನನ್ನು ನಿರಾಕರಿಸುತ್ತವೆ. ಲೀಸಾ ಮಾತ್ರ ಬೇರೆ ಕಥೆ ಹೇಳುತ್ತಾಳೆ. ನಾನು ತೋರದ ಪ್ರೀತಿಯನ್ನು ಅವಳು ಆ ರೂಪದಲ್ಲಿ ಕಂಡುಕೊಳ್ಳುತ್ತಾಳಂತೆ! ಬರುಬರುತ್ತ ನಾನು ಮನೆಯ ಹತ್ತು ಸಾವಿರ ವಸ್ತುಗಳ ನಡುವೆ ಅನಾಥನಾಗಿಬಿಟ್ಟೆ. ನಾವಿಬ್ಬರು ಬಯಸಿ ಕೊಂಡಿದ್ದ ಮಾಲಿಬುನ ಮನೆ ನನಗೆ ಪಂಜರವಾಯಿತು. ಮತ್ತೆ ನನ್ನ ದೋಣಿಯನ್ನು ಪ್ರವಾಹಕ್ಕೆ ಬಿಟ್ಟೆ. ಈಗ ನನ್ನ ದೋಣಿ ಗ್ಯಾರಿ ಹಿಕ್‌ಮನ್ ಎನ್ನುವ ಹೈಸ್ಕೂಲು ಸ್ನೇಹಿತನ ಬಂಡೆಗೆ ಬಡಿದು ನಿಂತಿದೆ."

ಫ್ರಾಂಕೋ ಕಲ್ಲುಬೆಂಚಿನ ಮೇಲೆ ಮಲಗಿಬಿಟ್ಟ. ಈರೀತಿ ಮಲಗಲೆಂದೇ ನಾನು ಇಲ್ಲಿಗೆ ಬರುವುದು. ನೀನೂ ಒಂದು ಬೆಂಚನ್ನು ಹಿಡಿದು ಮಲಗಿಕೋ. ಎಚ್ಚರವಾದ ಮೇಲೆ ವಾಪಸ್ಸು ಹೋಗೋಣ ಎಂದ.

ನಾನು ಅಲ್ಲಿಯೇ ಸುತ್ತಾಡುತ್ತ ಮೆಟ್ಟಿಲುಗಳನ್ನು ಇಳಿದೆ. ಲಾಸ್ ಏಂಜಲಿಸ್‌ನ ಬೆಳಕು ಕ್ಷಣಕ್ಷಣಕ್ಕು ಬೇರೆಯಾದಂತೆಯೇ ತೀವ್ರವಾದಂತೆ ಕಾಣುತ್ತಿತ್ತು. ಆಕಾಶ ಭರ್ತಿ ಮಿನುಗುವ ಚುಕ್ಕೆಗಳೊಂದಿಗೆ ಸ್ಪರ್ಧಿಸುವ ದೀಪಗಳು. ಮೌಂಟ್ ಲೀ ಮೇಲಿನ ಹಾಲಿವುಡ್ ಬರಹ ಬೆಳಕನ್ನು ಕಳೆದುಕೊಂಡು ಕಾಣುವುದೇ ಇಲ್ಲವೇನೋ ಎನ್ನುವಷ್ಟು ಅಸ್ಪಷ್ಟವಾಗಿತ್ತು. ಫ್ರಾಂಕೋನಂತೆಯೇ ಕೃಷ್ಣ ಕೂಡ ನನಗೆ ಸಿಕ್ಕಲಾರದಷ್ಟು ದೂರದಲ್ಲಿ ಕಳೆದು ಹೋಗಿರಬಹುದು ಎನ್ನಿಸಿತು. ಹುಡುಕುವುದರಲ್ಲಿ ಅರ್ಥವಿಲ್ಲ. ಯಾರನ್ನೂ ಹುಡುಕಲಾರೆವು. ಗ್ರಹ ಉಪಗ್ರಹಗಳಂತೆ ಬದಲಾಗದ ಕಕ್ಷೆಗಳಲ್ಲಿ ಸುತ್ತುವ ನಾವು ಮತ್ತೊಂದು ಕಕ್ಷೆಯ ಗ್ರಹವನ್ನು ಸಂಧಿಸಬಲ್ಲೆವೆ ಹೊರತು ಹುಡುಕಲಾರೆವು. ಹ್ಯಾಪಿ ಮೈಕಲ್ ಹೇಳುತ್ತಿದ್ದಂತೆ ಯಾರೂ ನಮಗೆ ಸೇರಿದವರಲ್ಲ. ಯಾರನ್ನಾದರೂ ಹುಡುಕಲು ಹೊರಟರೆ ನಮಗೆ ನಾವೇ ವೃತ್ತದ ಕೇಂದ್ರವೆನ್ನುವ ಭ್ರಮೆಯಲ್ಲಿ ಬೀಳುತ್ತೇವೆ. ಭಾರತಕ್ಕೆ ಹಿಂತಿರುಗಬೇಕು ನಿಜ, ಆದರೆ ಯಾರನ್ನೂ ಹುಡುಕಲಲ್ಲ. ಸಂಧಿಸಬೇಕು ಆದರೆ ಹುಡುಕಬಾರದು.

ಬೆಟ್ಟದ ಇಳಿಜಾರಿನ ಕೊರಕಲೊಂದರಲ್ಲಿ ಕುಳಿತು ನಿಶ್ಯಬ್ದದಲ್ಲಿ ನಗರವನ್ನು ನೋಡಿದೆ. ಸುಮಾರು ಒಂದು ಗಂಟೆಗೂ ಮೀರಿ ಹಾಗೆ ಕುಳಿತಿದ್ದೆ. ವಾಪಸ್ಸು ಮೇಲಕ್ಕೆ ಹತ್ತಿ ಬಂದು ಫ್ರಾಂಕೋನನ್ನು ಎಬ್ಬಿಸಿದೆ. ಅವನು ಗಾಢ ನಿದ್ರೆಯಲ್ಲಿದ್ದ. "ನಾನೀಗ ಡ್ರೈವ್ ಮಾಡಲಾರೆ." ಎಂದು ಮುದುಡಿ ಮಲಗಿದ. ಹೋಗೋಣ, ನಾನು ಮಾಡುತ್ತೇನೆ ಎಂದೆ. ಯಾವುದೋ ಕನಸಿನಂತೆ ಆ ಕತ್ತಲಲ್ಲಿ ಮುಲ್‌ಹಾಲೆಂಡ್ ಡ್ರೈವ್‌ನ್ನು ಇಳಿದೆವು. ಅಂಧಕಾರದಲ್ಲಿ ಮುಳುಗಿದ್ದ ತಿರುವುಗಳು ನಿದ್ರೆಯಲ್ಲಿ ಹೊರಳಿದಂತೆ ಮೈತಿರುವಿ ಕತ್ತಲನ್ನು ಸೀಳಿ ನುಗ್ಗುತ್ತಿದ್ದ ಕಾರಿಗೆ ದಾರಿ ಮಾಡಿಕೊಟ್ಟವು.

ಡ್ರೈವಿಂಗ್ ಮಾತ್ರ ರೋಚಕವಾಗಿತ್ತು. ಫ್ರಾಂಕೋನ ಮೈಂಟೆನೆನ್ಸ್ ಕಾಣದ ಕಾರು ತಿರುವುಗಳಲ್ಲಿ ಕ್ಕಿರ್ರೆಂದು ಕರ್ಕಶ ಶಬ್ದವನ್ನು ಮಾಡುತ್ತಿತ್ತು. ಬರುವಾಗ ಫ್ರಾಂಕೋ ಹೇಳಿದ್ದ ಈ ರಸ್ತೆಯ ಮತ್ತು ಮರ್ಲಿನ್ ಮನ್ರೊಳ ಹೋಲಿಕೆಯನ್ನು ನೆನೆದು ನಗುಬಂತು. ಫ್ರಾಂಕೋ ಪಕ್ಕದ ಸೀಟಿನಲ್ಲಿ ತೂಕಡಿಸುತ್ತಿದ್ದ. ಎಲ್ಲೋ ಕನಸಿನಲ್ಲಿ ಮಾತನಾಡಿದಂತೆ ಅಸ್ಪಷ್ಟವಾಗಿ 'ಎಲ್ಲಾ ಉರಿದು ಬೂದಿಯಾಗಲಿ' ಎಂದ.

ಅವನ ಗೊಣಗು ಮಾತು ಅಸ್ಪಷ್ಟವಾಗಿ ಕೇಳಿಸಿ 'ಏನಂದೆ?' ಎಂದು ಕೇಳಿದೆ. ಕಿಟಕಿಯ ಗಾಜಿಗೆ ತಲೆಯೊತ್ತಿ ಮಲಗಿದವನು ಮತ್ತೆ ಮಾತನಾಡಲಿಲ್ಲ.

ಅಧ್ಯಾಯ 20

"ಇಲ್ಲಿಯೇ ಹುಟ್ಟಿ ಬೆಳೆದಿರುವ ನನಗೆ ಗೊತ್ತಾಗದೇ? ಇದು ಸಾಂಟಾ ಆಣಾ ಗಾಳಿ ಎನ್ನುವುದರಲ್ಲಿ ಅನುಮಾನವೇ ಇಲ್ಲ!" ಎಂದಳು ಸೂಪರ್ ಮಾರ್ಕೆಟಿನ ಕೌಂಟರಿನಲ್ಲಿದ್ದ ಮಧ್ಯವಯಸ್ಸಿನ ಹೆಂಗಸು. "ಏರ್‌ಕಂಡೀಷನ್ಡ್ ಕೋಣೆಯಲ್ಲಿದ್ದರೆ ಏನು ತಿಳಿಯುತ್ತದೆ? ಹೊರಗೆ ಬಿಸಿಲಿಗೆ ಎರಡು ನಿಮಿಷ ನಿಂತುಕೋ ಸಾಕು. ಸೂಜಿಯಿಂದ ಚುಚ್ಚಿದಂತಾಗುತ್ತದೆ. ಇದು ಸಾಂಟಾ ಆಣಾವೇ! ನೋಡುತ್ತಿರು, ಊರು ಹೇಗೆ ಹೊತ್ತಿಕೊಂಡು ಉರಿಯುತ್ತದೆ ಎಂದು!"

ಲಾಸ್ ಏಂಜಲಿಸ್‌ನ ಸುತ್ತಮುತ್ತ ದಕ್ಷಿಣ ಕ್ಯಾಲಿಫೋರ್ನಿಯಾದಲ್ಲಿ ಬದುಕುವವರಿಗೆ ಸಾಂಟಾ ಆಣಾ ಗಾಳಿ ಚಿರಪರಿಚಿತ ಎಂದು ನನಗೆ ತಿಳಿದಿತ್ತು. 'ಸಾಂಟಾ ಆಣಾ ಬೀಸಿದರೆ ಲಾಸ್ ಏಂಜಲಿಸ್ ಹೊತ್ತಿ ಉರಿಯುತ್ತದೆ' ಎಂದು ಆಫೀಸಿನಲ್ಲಿಯೂ ಅನೇಕರು ಪದೇಪದೇ ಮಾತನಾಡುವುದನ್ನು ಕೇಳಿದ್ದೆ. ಪಶ್ಚಿಮಕ್ಕೆ ಸಮುದ್ರ ಮತ್ತು ಪೂರ್ವಕ್ಕೆ ಮರುಭೂಮಿ ಇರುವ ಈ ನಗರಕ್ಕೆ ಸಮುದ್ರದಿಂದ ನೆಲಕ್ಕೆ ಗಾಳಿ ಬೀಸಿದರೆ ತಂಪು ಮತ್ತು ವಿರುದ್ಧವಾಗಿ ಮರುಭೂಮಿಯ ಕಡೆಯಿಂದ ಸಮುದ್ರಕ್ಕೆ ಗಾಳಿ ಬೀಸಿದರೆ ಬೆಂಕಿ. ಸಾಂಟಾ ಆಣಾ ಎಂದು ಕರೆಸಿಕೊಳ್ಳುವ ಬಿರುಗಾಳಿ ತರುವ ಬೆಂಕಿ! ಸಾಂಟಾ ಆಣಾ ಬೆಂಕಿ! ಪೂರ್ವದ ಮೊಹಾವಿ ಮರುಭೂಮಿಯಿಂದ ಸುಳಿ ಸುಳಿಯಾಗಿ ಬೀಸುತ್ತ ಪಶ್ಚಿಮದ ಅಂಚಿನಲ್ಲಿ ಸಮುದ್ರದ ಮೇಲೆ ಕರಗಿ ಹೋಗುವ ನಡುವೆ ನಗರವನ್ನು ಬೇಯಿಸುತ್ತದೆ. ಮರುಭೂಮಿಯೇ ಮೈಮೇಲೆ ಬಿತ್ತೇನೋ ಎನ್ನುವಂತೆ ಧಗೆ, ಅಂಟು ಮೈ, ಸೆಕೆಯ ಸಂಕಟ. ಈ ಸಂಕಟದ ನಡುವೆಯೇ ಊರಸುತ್ತ ಹರಡಿ ಧಗಧಗಿಸುವ ಕಾಡುಬೆಂಕಿ.

"ನೀವೆಷ್ಟು ದಿನಗಳಿಂದ ಈ ಪ್ರದೇಶದಲ್ಲಿ ಇದ್ದೀರೋ ನನಗೆ ಗೊತ್ತಿಲ್ಲ. ಒಂದು ಮಾತು ಮಾತ್ರ ಬಹಳ ನಿಜ ಇಲ್ಲಿ. ಈ ಸಾಂಟಾ ಆಣಾ ತೀರಾ ದುಷ್ಟ. ಯಾರೋ ನೀಚ ರಾಕ್ಷಸನ ಕೈಗೆ ಉರಿವ ಪಂಜನ್ನು ಕೊಟ್ಟಂತೆ! ಅಂತಿಂತಹ ಬೆಂಕಿಯಲ್ಲ ಅದು

ಹಚ್ಚುವುದು. ಆಕಾಶ ಮುಟ್ಟುವಂತಹ ಜ್ವಾಲೆಗಳು. ನನ್ನ ಮನೆಯನ್ನು ಸುಟ್ಟಿದೆ ಇದು. ಸೆವೆಂಟೀಸ್‌ನಲ್ಲಿ ಅನಹೇಮ್ ಹಿಲ್ಸ್‌ನಲ್ಲಿದ್ದ ನಮ್ಮ ಮನೆ ನಮ್ಮ ಕಣ್ಣೆದುರೇ ಉರಿದು ಬೂದಿಯಾಗಿ ಹೋಯಿತು." ಎಂದಳು ಹಾಲಿನ ಕ್ಯಾನ್‌ಗಳನ್ನು ಸ್ಕ್ಯಾನ್ ಮಾಡುತ್ತಾ.

ಈ ಧಗೆ ಮತ್ತು ಸಂಕಟಗಳು ಪ್ರಾರಂಭವಾಗಿ ಎರಡು ದಿನಗಳಾಗಿದ್ದವು. ಈ ಸಂಕಟಕ್ಕೆ ನಿದ್ರೆ ಬಾರದೆ, ಬಂದರೂ ಪದೇಪದೇ ಎಚ್ಚರವಾಗಿ ರಾತ್ರಿ ಎಲ್ಲಾ ಹೊರಳಾಡಿದ್ದೆ. ಹಾಸಿಗೆಯಿಂದಲೇ ಶಾಖ ಬರುತ್ತಿದೆಯೇನೋ ಎನ್ನುವಂತೆ ಬೆನ್ನಿನಲ್ಲಿ ಉರಿ ಮತ್ತು ಬೆವರು ಬೊಕ್ಕೆಗಳು ಮೂಡುತ್ತಿದ್ದವು.

ಪ್ಲಾಸ್ಟಿಕ್ ಬ್ಯಾಗುಗಳಲ್ಲಿ ಪದಾರ್ಥಗಳನ್ನು ತುಂಬಿಸಿ ರಸೀದಿಯೊಂದಿಗೆ ನನ್ನ ಕೈಲಿಡುತ್ತ ಆ ಹೆಂಗಸು ಹೇಳಿದಳು – "ಎಚ್ಚರಿಕೆಯಿಂದ ಡ್ರೈವ್ ಮಾಡಿ. ಸಾಂಟಾ ಆಣಾ ಬಂದಾಗ ಮನುಷ್ಯನ ಬುದ್ಧಿ ಸ್ತಿಮಿತದಲ್ಲಿರುವುದಿಲ್ಲ ಎಂದು ನನ್ನಜ್ಜಿ ಯಾವಾಗಲೂ ಎಚ್ಚರಿಸುತ್ತಿದ್ದಳು."

ಸೆಕೆ, ಸಂಕಟಗಳನ್ನು ಬಿಟ್ಟರೆ ನನಗೆ ಪ್ರಪಂಚ ದಿನನಿತ್ಯದಂತೆಯೇ ಕಂಡಿತು. ಬುದ್ಧಿ ಸ್ತಿಮಿತ ಕಳೆದುಕೊಂಡ ಯಾವ ಡ್ರೈವರುಗಳೂ ಕಾಣಲಿಲ್ಲ. ರಸ್ತೆಯಲ್ಲಿ ಒಂದೇ ಒಂದು ಆಕ್ಸಿಡೆಂಟನ್ನು ನಾನು ನೋಡಲಿಲ್ಲ. ಹಳದಿ ಬಣ್ಣದ ಶಾಲೆಯ ಬಸ್ಸುಗಳು ಸಾಲಿನಲ್ಲಿ ಹೋಗುತ್ತಿರುವುದನ್ನು ನೋಡಿದರೆ ಏನೋ ಸಂಭವಿಸಬಹುದು ಎನ್ನುವ ಮುಂಜಾಗ್ರತೆಯಿಂದ ಮಕ್ಕಳನ್ನು ಶಾಲೆಯಿಂದ ಬೇಗ, ಮಧ್ಯಾಹ್ನದೊಳಗೇ, ಮನೆ ಸೇರಿಸುತ್ತಿರುವುದು ಕಾಣಿಸುತ್ತಿತ್ತು. ಮನೆಗೆ ಬಂದು ಸೂಪರ್ ಮಾರ್ಕೆಟ್ ಕೌಂಟರಿನ ಹೆಂಗಸಿನ 'ಸಾಂಟಾ ಆಣಾ ಮತ್ತು ಬುದ್ಧಿ ಸ್ತಿಮಿತ' ಥಿಯರಿಯನ್ನು ವಾಣಿಗೆ ಹೇಳಿದಾಗ ಅವಳ ಮುಖದಲ್ಲೂ ನಗು ಕಾಣಿಸಿತು.

ಸೆಲ್ ಫೋನಿನ ಅಡ್ರೆಸ್ ಬುಕ್ಕಿನಿಂದ ಒಂದೊಂದೇ ನಂಬರನ್ನು ಶೋಧಿಸುತ್ತ ಸ್ನೇಹಿತರಿಗೆ ವಿದಾಯ ಹೇಳುತ್ತಿದ್ದೆ. ಹೊರಡಲು ಇನ್ನು ಮೂರು ದಿನಗಳಷ್ಟೇ ಬಾಕಿ ಇತ್ತು. 'ಎಚ್' ಅಕ್ಷರದಲ್ಲಿ ಪಟ್ಟಿಯಾದ ನಂಬರುಗಳಲ್ಲಿ ಕೊನೆಯ ನಮೂದಾಗಿ ಹ್ಯಾಪಿ ಮೈಕಲ್‌ರ ಹೆಸರಿತ್ತು. ಮಾತಾಡೋಣವೋ ಬೇಡವೋ ಎಂದು ಒಂದು ಕ್ಷಣದ ಹೊಯ್ದಾಟವಾಯಿತು. ಹೊಯ್ದಾಟ ತೀರುವ ಮುನ್ನವೇ ಬೆರಳು ಹಸಿರು ಬಣ್ಣದ ಡಯಲ್ ಬಟನ್ನನ್ನು ಒತ್ತಿಯಾಗಿತ್ತು.

"ದಿಸ್ ಈಸ್ ಹ್ಯಾಪಿ."

"ಹ್ಯಾಪಿಯವರೇ, ನಾನು ಶ್ರೀಕಾಂತ್ ಮಾತನಾಡುತ್ತಿರುವುದು."

"ಯಾರು?"

"ಶ್ರೀಕಾಂತ್ ರಾವ್. ಇನ್ಫೋವಾಯೆಜ್ ಕಂಪನಿಯವನು. ಕಂಪನಿಯಲ್ಲಿ ಮಾಸ್ ಲೇಆಫ್ ಆದಾಗ ಕೌನ್ಸಿಲಿಂಗ್‌ಗಾಗಿ ನಿಮ್ಮ ಬಳಿ ಬಂದಿದ್ದೆನಲ್ಲ."

"ಓಹ್. ಶ್ರೀಕಾಂತ್. ಕಳೆದು ಹೋದ ತಮ್ಮನನ್ನು ಹುಡುಕುವ ಶ್ರೀಕಾಂತ್, ಅಲ್ಲವಾ? ಈಗ ನೆನಪಿಗೆ ಬಂತು. ಹೇಗಿದ್ದೀರಾ?"

"ಚೆನ್ನಾಗಿದ್ದೇನೆ. ಭಾರತಕ್ಕೆ ವಾಪಸ್ಸು ಹೊರಟಿದ್ದೇನೆ. ಹಾಗಾಗಿ ತಮಗೆ ವಿದಾಯ ಹೇಳೋಣವೆಂದು ಫೋನ್ ಮಾಡಿದೆ."

"ಸಾಂಟಾ ಆಣಾಕ್ಕೆ ಹೆದರಿ ಭಾರತಕ್ಕೆ ಹೊರಟುಬಿಟ್ಟಿರೇನು?" ಎಂದು ಜೋಕು ಮಾಡಿದರು. ನಂತರ ಮುಂದುವರೆದು "ಭಾರತದಲ್ಲಿ ಎಲ್ಲಿರುತ್ತೀರಿ? ನ್ಯೂ ಡೆಲ್ಲಿಗೆ ಹತ್ತಿರವೇ? ಮುಂದಿನ ತಿಂಗಳು ಒಂದು ಸೆಮಿನಾರ್‌ಗೋಸ್ಕರ ಅಲ್ಲಿಗೆ ಬರುತ್ತಿದ್ದೇನೆ." ಎಂದರು.

"ಇಲ್ಲ. ನನ್ನದು ದಕ್ಷಿಣ ಭಾರತ. ದೆಹಲಿಯಿಂದ ದೂರ. ಆದರೇನಂತೆ, ನಮ್ಮಲ್ಲಿಗೂ ಬನ್ನಿ." ಎಂದೆ.

"ಶ್ಯೂರ್, ಶ್ಯೂರ್." ಎಂದರು. "ಹಾಗಂದಂತೆ, ನಿಮ್ಮ ತಮ್ಮನ ಚಿತ್ರ ಬರೆದಿರಾ?"

ಒಂದು ಕ್ಷಣ ಏನು ಹೇಳಬೇಕೆಂದು ತೋಚದಾಯಿತು. "ಹ್ಞಾಂ... ಬರೆದೆ." ಸುಳ್ಳು ಹೇಳಿದೆ. ನನ್ನ ಧ್ವನಿ ನಡುಗಿತು.

"ನನಗೆ ಫ್ಯಾಕ್ಸ್ ಮಾಡಿ!"

ತಬ್ಬಿಬ್ಬಾಗಿಬಿಟ್ಟೆ, ಗಾಬರಿಯಲ್ಲಿ ಏನು ಮಾತನಾಡಬೇಕೆಂದು ತೋಚಲಿಲ್ಲ. ಹ್ಯಾಪಿ ಜೋರಾಗಿ ನಕ್ಕುಬಿಟ್ಟರು.

"ತಮಾಷೆಗೆ ಹೇಳಿದೆ ಶ್ರೀಕಾಂತ್." ಎಂದರು. "ಹೋಗಿಬನ್ನಿ. ಭಾರತದಲ್ಲಿ ನಿಮಗೆ ಒಳ್ಳೆಯದಾಗಲಿ. ನೆಮ್ಮದಿಯ ಜೀವನ ನಿಮ್ಮದಾಗಲಿ."

ನಾನೂ ಅವರಿಗೆ ಶುಭ ಕೋರಿ ಇನ್ನೇನು ಫೋನ್ ಇಡುವವನಿದ್ದೆ. ಆಗ "ಶ್ರೀಕಾಂತ್, ಇನ್ನೊಂದು ವಿಷಯ." ಎಂದರು.

"ಹೇಳಿ."

"ನಿಮಗೆ ಭೂಷಣ ರಾವ್ ಬಗ್ಗೆ ಹೆಚ್ಚಿನ ವಿವರಗಳು ಬೇಕಿತ್ತೇ?"

"ಏಕೆ?"

"ನೀವು ನನ್ನೊಂದಿಗೆ ಮಾತನಾಡುವಾಗ ಆತ ನಿಮ್ಮ ಕಳೆದು ಹೋದ ಚಿಕ್ಕಪ್ಪನಿರಬಹುದು ಎಂದಿರಿ. ಕೊನೆಯಲ್ಲಿ ನೀವೇ, ಅದು ವ್ಯಕ್ತಿಗಳನ್ನು ತೀರಾ ಹತ್ತಿರಕ್ಕೆ ಎಳೆದುಕೊಂಡು ನೋಡುವ ಮನಸ್ಸಿನ ಭ್ರಾಂತೋ ಅಥವಾ ನಿಜವೋ ತಿಳಿಯದಾಗಿದೆ ಎಂದಿದ್ದಿರಿ. ಪ್ರತಿ ಶನಿವಾರ ಅರ್ವೈನ್ ಗಾಲ್ಫ್ ಕ್ಲಬ್‌ನಲ್ಲಿ ಭೂಷಣ್ ನನಗೆ ಸಿಗುತ್ತಾನೆ. ಈಚೆಗೆ ಹತ್ತಿರದ ಸ್ನೇಹಿತನಾಗಿದ್ದಾನೆ ಕೂಡಾ. ಚಿಂತಿಸಬೇಡಿ, ನಿಮ್ಮ ವಿಷಯವನ್ನೇನೂ ನಾನು ಅವನೊಂದಿಗೆ ಮಾತನಾಡಿಲ್ಲ. ನಿಮ್ಮ ಒಪ್ಪಿಗೆ ಇಲ್ಲದೆ ಮಾತನಾಡುವುದೂ ಇಲ್ಲ. ಆದರೆ ನಿಮಗೆ ಭೂಷಣ ರಾವ್ ನಿಜವಾಗಿಯೂ ನಿಮ್ಮ ಸಂಬಂಧಿಯೇ ಎಂದು ತಿಳಿದುಕೊಳ್ಳುವ ಬಯಕೆ ಇದ್ದರೆ, ಯಾವುದಾದರೂ ರೀತಿಯಲ್ಲಿ ಅದು ನಿಮಗೆ ಮಾನಸಿಕ ನೆಮ್ಮದಿಯನ್ನು ಕೊಡುವುದಿದ್ದರೆ ನಾನು ಅವನ ಬಗೆಗಿನ ಕೆಲವು ವಿವರಗಳನ್ನು ಕೊಡಬಲ್ಲೆ. ಬೇಕೇ ಅದು?"

"ಬೇಡ ಹ್ಯಾಪಿಯವರೇ. ಆದರೆ ನಿಮ್ಮ ಕಳಕಳಿಗೆ ಧನ್ಯವಾದಗಳು."

ಏಕೆ ಬೇಡ ಎಂದು ಸಭ್ಯರಾದ ಹ್ಯಾಪಿಯವರು ಕೇಳಲಿಲ್ಲ. "ಸರಿ, ಸಂತೋಷ. ನಿಮಗೆ ಒಳ್ಳೆಯದಾಗಲಿ." ಎಂದು ಫೋನ್ ಇಟ್ಟರು.

ಸಂಜೆಯ ಹೊತ್ತಿಗೆ ಸುತ್ತಮುತ್ತಲ ಪ್ರದೇಶಗಳಲ್ಲಿ ಕಾಡು ಬೆಂಕಿ ಹೊತ್ತಿಕೊಂಡ ಸುದ್ದಿ ಬರತೊಡಗಿತು. ಲೋಕಲ್ ಚಾನಲ್‌ಗಳು ಚುನಾವಣೆಯ ಫಲಿತಾಂಶಗಳನ್ನು ಕೊಟ್ಟಂತೆ ಬೆಂಕಿಯ ಸುದ್ದಿಯನ್ನು ನಿರಂತರವಾಗಿ ಪ್ರಸಾರ ಮಾಡಲಾರಂಭಿಸಿದವು. ಸುತ್ತ ಮುತ್ತಲ ಅನೇಕ ಕಣಿವೆಗಳು ಹೊತ್ತಿ ಉರಿಯಲಾರಂಭಿಸಿದವು. ಸಾನ್ ಡಿಯಾಗೋ ಸುತ್ತಮುತ್ತ, ಡೆಲ್ ಮಾರ್ ಹೈಟ್ಸ್, ಕೊರೊನಡೋ ಹಿಲ್ಸ್, ಲೇಕ್ ಹಾಡ್ಜ್, ಸಾಂಟಾ ಬರ್ಬರಾ, ಸ್ಯಾನ್ ಗ್ಯಾಬ್ರಿಯಲ್ ಕಣಿವೆ ಪ್ರದೇಶಗಳು, ಮಾಲಿಬು, ಅಘೂಸಾ, ಅನಹೇಮ್ ಹಿಲ್ಸ್, ಟಸ್ಟಿನ್ ರ್‍ಯಾಂಚ್ ಪ್ರದೇಶಗಳಲ್ಲಿ ಬೆಂಕಿ ಹೊತ್ತಿ ದಹಿಸುತ್ತಿರುವ ವರದಿಗಳು ಟಿವಿ ಮತ್ತು ರೇಡಿಯೋಗಳಲ್ಲಿ ಮತ್ತೆ ಮತ್ತೆ ಪ್ರಸಾರಗೊಂಡವು. ಅಗ್ನಿಶಾಮಕ ದಳದ ಟ್ರಕ್ಕುಗಳು ಸೈರನ್ ಶಬ್ದ ಮಾಡುತ್ತ ದುಗುಡ ಮುಖದ ಸಿಬ್ಬಂದಿಗಳನ್ನು ಹೊತ್ತು ಊರತುಂಬಾ ವೇಗವಾಗಿ ಓಡಾಡಲಾರಂಭಿಸಿದವು.

ರಾತ್ರಿಯ ಹೊತ್ತಿಗೆ ನಗರ ತುರ್ತು ಪರಿಸ್ಥಿತಿಯಲ್ಲಿತ್ತು. ರಾಜಧಾನಿಯಿಂದ ಬಂದಿಳಿದ ರಾಜ್ಯದ ಗವರ್ನರ್ ಪರಿಸ್ಥಿತಿಯನ್ನು ನಿಭಾಯಿಸಲು ಎಲ್ಲಾ ಕ್ರಮಗಳನ್ನು ಕೈಗೊಳ್ಳುತ್ತಿರುವುದಾಗಿ ಭರವಸೆ ನೀಡುತ್ತಿದ್ದರು. ಅಕ್ಕಪಕ್ಕದ ರಾಜ್ಯಗಳಿಂದ ಅಗ್ನಿಶಾಮಕ ದಳದ ಸಿಬ್ಬಂದಿ ಮತ್ತು ಪರಿಕರಗಳು ಲಾಸ್ ಏಂಜಲಿಸ್‌ಗೆ ಬಂದಿಳಿದವು. ಬೆಂಕಿಯ ಜ್ವಾಲೆಗಳ ಮೇಲೆ ವಿಮಾನಗಳು ಮತ್ತು ಹೆಲಿಕಾಪ್ಟರುಗಳು ನಿರಂತರವಾಗಿ ಕೆಂಪುಬಣ್ಣದ ಅಗ್ನಿಶಮನ ರಾಸಾಯನಿಕಗಳನ್ನು ಧಾರೆ ಧಾರೆಯಾಗಿ ಸುರಿಯುವುದನ್ನು ಟಿವಿ ಚಾನಲ್‌ಗಳು ಅನೇಕ ಕೋನಗಳಿಂದ ತೋರಿಸುತ್ತಿದ್ದವು.

ರಾತ್ರಿ ಊಟದ ನಂತರ ಹಾಗೆಯೇ ಸುತ್ತಾಡಿ ಬರಲು ಹೊರಗೆ ಹೊರಟ ನಾವು ಅವಕ್ಕಾಗಿ ನಿಂತುಬಿಟ್ಟೆವು. ಹೋಮದ ಮನೆಯನ್ನು ಪ್ರವೇಶಿಸಿದಂತೆ ದಟ್ಟ ಹೊಗೆಯ ವಾಸನೆ ಗಾಳಿಯಲ್ಲಿ ತುಂಬಿತ್ತು. ಗಾಳಿಯಲ್ಲಿ ತೇಲಿ ಬರುತ್ತಿದ್ದ ಬಿಳಿಯ ಬೂದಿಯ ಪುಡಿ ಹಿಮದಂತೆ ನಮ್ಮ ಮೇಲೆ ಉದುರಿ ತಲೆಗೂದಲನ್ನು ಬೆಳ್ಳಗೆ ಅಲಂಕರಿಸುತ್ತಿತ್ತು. ಮೈ, ಮುಖ, ಕಣ್ಣುರೆಪ್ಪೆಯ ಮೇಲೆಲ್ಲಾ ಬೂದಿಯ ಬಿಳಿಯ ಧೂಳು. ಒಂದೈದು ನಿಮಿಷ ನಡೆಯುವ ಹೊತ್ತಿಗೆ ಕಣ್ಣುಗಳು ಭಗಭಗನೆ ಉರಿಯಲಾರಂಭಿಸಿದವು.

"ಹೇಗಿದೆ ನೋಡಿ ನಮ್ಮ ಲಾಸ್ ಏಂಜಲಿಸ್‌ನ ಇನ್ನೊಂದು ಮುಖ." ಜರ್ಮನ್ ಷೆಫರ್ಡ್ ನಾಯಿಯನ್ನು ಬಹಿರ್ದೆಶೆಗಾಗಿ ಹೊರಗೆ ತಿರುಗಾಡಿಸುತ್ತಿದ್ದ ಪಕ್ಕದ ಮನೆಯ ಮಿಲಿಟರಿ ಮುದುಕ ನಮ್ಮೆಡೆಗೆ ನೋಡಿ ಕೂಗಿದ. ಅವನ ಬಿಳೀ ಕೂದಲು ಮತ್ತು ಬಿಳೀ ಚರ್ಮದ ಮೇಲಿನ ಬಿಳಿಯ ಬೂದಿ ಅಸ್ಪಷ್ಟವಾಗಿ ಕಾಣುತ್ತಿದ್ದರೂ, ಅವನ ಕಪ್ಪು ನಾಯಿ ಅದನ್ನು ಸ್ಪಷ್ಟವಾಗಿ ಹೊತ್ತಿತ್ತು.

"ಯೋಚಿಸಬೇಡಿ. ಬೆಂಕಿ ಇಲ್ಲಿಯತನಕ ಬರಲಾರದು. ಧೂಳು ಮತ್ತು ಹೊಗೆಯ ಸಂಕಟ ಅಷ್ಟೇ ನಮಗೆ." ಅವನ ಹುಲಿಯಂತಹ ನಾಯಿ ಅವನನ್ನು

ಮುಂದೆ ಎಳೆಯುತ್ತಿತ್ತು.

"ಭಾರತದಲ್ಲೂ ಈ ತರಹ ಕಾಡುಬೆಂಕಿ ಹೊತ್ತಿಕೊಳ್ಳುತ್ತದಾ?" ಎಂದು ಕೇಳಿದ.

"ಹೊತ್ತಿಕೊಳ್ಳುತ್ತದೆ. ಆದರೆ ನಗರಗಳವರೆಗೆ ಬಂದದ್ದು ನನಗೆ ತಿಳಿದಿಲ್ಲ."

"ಅದೇ ನಮ್ಮ ಲಾಸ್ ಏಂಜಲಿಸ್‌ನ ವಿಶೇಷ. ಕೆಳಗೆ ಅರ್ಥ್‌ಕ್ವೇಕ್ ಮೇಲೆ ವೈಲ್ಡ್‌ಫೈರ್!" ಎಂದು ಮುಂದೆ ಹೋದವನು "ಈ ಹೊಗೆಯಲ್ಲಿ ಏಕೆ ಹೊರಗೆ ಓಡಾಡುತ್ತೀರಿ? ಆರೋಗ್ಯಕ್ಕೆ ಒಳ್ಳೆಯದಲ್ಲ. ಮತ್ತೊಂದು ವಿಷಯ. ಹೊಸಬರಾದ ನಿಮಗೆ ಗೊತ್ತಿರಲಿಕ್ಕಿಲ್ಲ ಪಾಪ. ಸಾಂಟಾ ಅಣಾ ಜನರ ಬುದ್ಧಿಯನ್ನು ಕೆಡಿಸುತ್ತದೆ. ಅವೈಜ್ಞಾನಿಕ ಎಂದು ಅನ್ನಿಸಿದರೂ ಇದು ಸತ್ಯ. ಸಣ್ಣಪುಟ್ಟದ್ದಕ್ಕೆ ಜನ ಹೊಡೆದಾಡಿ ಸತ್ತದ್ದಿದೆ. ಈ ಗಳಿಗೆಯಲ್ಲಿ ರಸ್ತೆಯಲ್ಲಿರಬೇಡಿ. ಮನೆಗೆ ಹೋಗಿ. " ಎಂದು ಮಾತು ಪೂರ್ತಿ ಮಾಡುವ ಮುನ್ನವೇ ನಾಯಿ ಎಳೆದುಕೊಂಡಲ್ಲಿಗೆ ಓಡಿದ.

ವಾಪಸ್ಸು ಮನೆಗೆ ಬಂದುಬಿಟ್ಟೆವು. ಟಿವಿಯಲ್ಲಿ ಪುನಃ ಪುನಃ ಅದೇ ಸುದ್ದಿಗಳು. ಅನೇಕ ಪ್ರದೇಶಗಳಿಂದ ನಿವಾಸಿಗಳನ್ನು ಖಾಲಿ ಮಾಡಿಸುತ್ತಿದ್ದರು. ಸ್ಕೂಲುಗಳು, ಚರ್ಚುಗಳು, ಸ್ಟೇಡಿಯಂ, ಸಿವಿಕ್ ಸೆಂಟರ್‌ಗಳು ಎಂದೆಲ್ಲಾ ತತ್ಕಾಲಿಕ ವಸತಿ ವ್ಯವಸ್ಥೆಯನ್ನು ನಗರದ ಆಡಳಿತ ಮತ್ತು ಸ್ವಯಂಸೇವಾ ಸಂಸ್ಥೆಗಳು ಮಾಡುತ್ತಿದ್ದವು. ಅಗ್ನಿಶಾಮಕ ದಳದವರು ವಿಶ್ರಾಂತಿ ಇಲ್ಲದಂತೆ ಕೆಲಸ ಮಾಡುತ್ತ ಬೆಂಕಿಯನ್ನು ನಂದಿಸಲು ಪ್ರಯತ್ನಿಸುತ್ತಿದ್ದರು. ನಾಗರಿಕರ ಸಾವು ಸಂಭವಿಸಿದ ಸುದ್ದಿಗಳು ಬರದಿದ್ದರೂ ಅಗ್ನಿಶಾಮಕ ದಳದ ಅನೇಕರು ಬೆಂಕಿಯನ್ನಾರಿಸುವ ಸಾಹಸದಲ್ಲಿ ಮೃತರಾಗಿದ್ದರು. ಮಾಲಿಬುದಲ್ಲಿಯೇ ಹನ್ನೆರಡು ಜನ ಸಿಬ್ಬಂದಿಗಳು ಅನಿರೀಕ್ಷಿತವಾಗಿ ಅತಿವೇಗದಲ್ಲಿ ಸುತ್ತುವರಿಯಲ್ಪಟ್ಟ ಬೆಂಕಿಯಿಂದಾಗಿ ತೀವ್ರವಾಗಿ ಗಾಯಗೊಂಡು ಆಸ್ಪತ್ರೆಯಲ್ಲಿ ನಿಧನರಾಗಿದ್ದರು.

ರಾತ್ರಿ ಮಾತ್ರ ನಮ್ಮ ಸಂಕಟವನ್ನು ಹೇಳತೀರದು. ಉಸಿರಾಡುವ ಗಾಳಿಯೇ ಬೆಂಕಿಯನ್ನು ಹೊತ್ತು ಬುಸುಗುಡುತ್ತಿತ್ತು. ಧಗೆಗೆ ಮೈಬಟ್ಟೆ ಒದ್ದೆಯಾಗುತ್ತಿತ್ತು. ಮನೆಯೊಳಗಿದ್ದರೆ ಈ ಸಂಕಟ ಹೊರಗೆ ಕಾಲಿಟ್ಟರೆ ಉದುರುವ ಬೂದಿ ಮತ್ತು ಹೊಗೆಯ ಕಣ್ಣುರಿ.

ಈ ಬೇಗೆಯನ್ನು ಎರಡು ದಿನ ರಾತ್ರಿ ಅನುಭವಿಸಿದೆವು. ಮೂರನೆಯ ದಿನದ ಹೊತ್ತಿಗೆ ಗಾಳಿ ನಿಧಾನವಾಗಿ ತಿಳಿಯಾಗತೊಡಗಿತು. ಆಕಾಶದಲ್ಲಿ ಮೋಡಕಟ್ಟಿ ಬಿಸಿಲಿನ ತೀಕ್ಷ್ಣತೆ ಸ್ವಲ್ಪಮಟ್ಟಿಗೆ ಕಡಿಮೆಯಾಯಿತು. ಹೊತ್ತಿ ಉರಿಯುತ್ತಿದ್ದ ಸುತ್ತಲಿನ ಕಣಿವೆಗಳ ಬೆಂಕಿ ಹತೋಟಿಗೆ ಬರುತ್ತಿರುವ ವಿಷಯವನ್ನು ನ್ಯೂಸ್ ಚಾನಲ್‌ಗಳು ಬಿತ್ತರಿಸಿದವು. ತತ್ಕಾಲಿಕ ವಸತಿಗಳಲ್ಲಿ ಶಾಲೆ ಚರ್ಚುಗಳಲ್ಲಿ ಆಶ್ರಯ ಪಡೆದಿದ್ದ ಸಂಸಾರಗಳು ವಾಪಸ್ಸು ತಮ್ಮ ತಮ್ಮ ಮನೆಗಳಿಗೆ ಹೋಗುತ್ತಿರುವ ಮತ್ತು ಮನೆಯ ಸ್ಥಿತಿಯನ್ನು ನೆನೆದು ದುಗುಡಗೊಳ್ಳುತ್ತಿರುವ ದೃಶ್ಯಗಳು ಮತ್ತು ಸಂದರ್ಶನಗಳು ಪದೇಪದೇ ಕಾಣಿಸಿಕೊಳ್ಳುತ್ತಿದ್ದವು. ಸುಟ್ಟು ಬೂದಿಯಾದ ಮನೆಗಳ ಮುಂದೆ

ಸಂಸಾರಗಳು ದುಃಖದಲ್ಲಿ ರೋದಿಸುತ್ತಿರುವ ದೃಶ್ಯಗಳು ಪ್ರಸಾರಗೊಳ್ಳುತ್ತಿದ್ದವು.

ದೇವಸ್ಥಾನಕ್ಕೆ ಹೋಗಿಬರೋಣ ಎಂದಳು ವಾಣಿ. ಮಾಲಿಬುದಲ್ಲಿನ ವೆಂಕಟೇಶ್ವರ ದೇವಸ್ಥಾನಕ್ಕೆ ಹೊರಟೆವು. ಅಗ್ನಿಶಾಮಕ ವಾಹನಗಳು ಹೈವೇಗಳ ಮೇಲೆ ಸೈರನ್‌ನೊಂದಿಗೆ ಓಡಾಡುತ್ತಲೇ ಇದ್ದವು. ತತ್ಕಾಲಿಕ ವಸತಿಯಿಂದ ಮನೆಗೆ ಹೋಗುವ ಜನರ ವಾಹನಗಳಿಂದಾಗಿ ಮತ್ತು ಫೈರ್ ಟ್ರಕ್ಕುಗಳಿಂದಾಗಿ ಟ್ರಾಫಿಕ್ಕು ತೀರಾ ನಿಧಾನವಾಗಿ ಚಲಿಸುತ್ತಿತ್ತು. ಮಾಲಿಬುದಲ್ಲಿನ ದೇವಸ್ಥಾನವನ್ನು ತಲುಪಲು ಬಹಳ ಸಮಯವೇ ಹಿಡಿಯಿತು.

"ನಿನ್ನ ಸ್ನೇಹಿತ ಫ್ರಾಂಕೋ ಇಲ್ಲೇ ಮಾಲಿಬುನಲ್ಲಿಯೇ ಅಲ್ಲವೇ ಇರುವುದು?" ವಾಣಿ ಕೇಳಿದಳು.

"ಈಗ ಅವನು ಇಲ್ಲಿಲ್ಲ. ಆದರೆ ಅವನ ಹೆಂಡತಿ ಇಲ್ಲೇ ಇದ್ದಾಳೆ."

"ಪಾಪ. ಈ ಬೆಂಕಿಯಿಂದ ಅವರಿಗೇನು ತೊಂದರೆಯಾಯಿತೋ!"

"ಆಕೆ ಮನೆಯಲ್ಲಿ ಅದೆಷ್ಟು ವಸ್ತುಗಳನ್ನು ಇಟ್ಟುಕೊಂಡಿದ್ದಾಳೆ ಎಂದರೆ ಅವಳ ಮನೆ ಹೊತ್ತಿಕೊಂಡರೆ ಒಂದು ವಾರ ಉರಿಯುತ್ತದೆ."

ದೇವಸ್ಥಾನದಲ್ಲಿ ಗಣಪತಿ ಪೂಜೆ ಮಾಡುವ ಕನ್ನಡ ಪುರೋಹಿತರು ನನ್ನೆಡೆಗೆ ಪರಿಚಯದ ನಗೆಯನ್ನು ಬೀರಿ "ಮೂರ್ದಿನ ಉರಿತಲ್ರೀ ಊರೂ ಒಂದೇ ಸಮ್ನೇ. ನಿಮ್ಮ ಸಕಲೇಶ್‌ಪುರ್ದಲ್ಲಿ ಕಂಡಿದ್ರೇನ್ರೀ ಈ ಥರದ್ ಬೆಂಕಿನಾ?" ಎಂದರು.

ನಾನು ನಕ್ಕು "ಇಲ್ಲ. ಈ ಥರ ಊರು ಸುಡು ಬೆಂಕಿನ ಕಂಡಿರಲಿಲ್ಲ." ಎಂದೆ.

ನಕ್ಷತ್ರ ಕೇಳಿ ಕುಂಕುಮಾರ್ಚನೆ ಮಾಡಿ ಬಂದು ತೀರ್ಥ ಕೊಡುತ್ತ "ಊರಿನ್ ಸುದ್ದಿ ಕೇಳುದ್ರಾ? ಪ್ರವಾಹ ಬಂದು ಊರಿಗ್ ಊರುಗಳೇ ಕೊಚ್ಕೊಂಡು ಹೋಗ್‌ತಿವೆಯಂತೆ. ಉತ್ತರ ಕರ್ನಾಟಕದಲ್ಲಿ ಪರಿಸ್ಥಿತಿ ತೀರಾ ಗಂಭೀರವಾಗಿದ್ಯಂತೆ. ನದಿಗಳೆಲ್ಲ ಅಪಾಯದ ಮಟ್ಟ ಮೀರಿ ಹರೀತಿವೆಯಂತೆ. ನಿಸರ್ಗದ್ ಲೀಲೆ ನೋಡಿ! ಇಲ್ಲಿ ಬೆಂಕಿ ಅಲ್ಲಿ ಮಳೆ!" ಎಂದರು.

ನಾನು ಗರಬಡಿದು ಹೋದೆ. ಯಗಚಿ ತುಂಬಿ ಹರಿದರೆ ದ್ವೀಪವಾಗಿರುವ ಊರಿನ ಕತೆ ಏನು? ಅಪ್ಪ ಯಾವ ಸಂಕಟದಲ್ಲಿದ್ದಾರೋ? ಕಣ್ಣುಕತ್ತಲೆ ಬಂದಂತಾಯಿತು. ದೇವಸ್ಥಾನದ ಅಂಗಳದ ಗೋಡೆಗೆ ಒರಗಿ ಕುಳಿತೆ. ವಾಣಿ ವೆಂಕಟೇಶ್ವರ ಗುಡಿಯ ಮುಂದೆ ಯಾರೊಂದಿಗೋ ಮಾತನಾಡುತ್ತಿದ್ದಳು. ಯಾರೋ ಪರಿಚಯದವರು ಆದರೆ ಪಕ್ಕನೆ ಗುರುತು ಸಿಗದೆ ಹೋಯಿತು. ಮಾತು ಮುಗಿಸಿ ನಾನು ಕುಳಿತಿರುವಲ್ಲಿಗೆ ಬಂದಳು.

"ಶ್ರೀ, ಈಗ ಅರ್ಪಿತಾ ಸಿಂಗ್ ಅವಳ ಗಂಡನ ಜೊತೆಯಲ್ಲಿ ಸಿಕ್ಕಿದ್ದಳು. ಒಂದು ಕೆಟ್ಟ ಸುದ್ದಿಯನ್ನು ತಿಳಿಸಿದಳು."

ಏನು ಎಂದು ಅವಳ ಮುಖ ನೋಡಿದೆ.

"ಕ್ರಿಸ್ ಬ್ರೆಂಟನ್ ಮಾಲಿಬು ಬೆಂಕಿಯನ್ನು ನಂದಿಸುವಾಗ ಮೃತನಾದನಂತೆ."

"ಯಾರು?" ಎಂದೆ. ಊರಿನ ಪ್ರವಾಹದ ಸುದ್ದಿ ನನ್ನನ್ನು ಮಂಕು ಮಾಡಿತ್ತು.

"ಕ್ರಿಸ್ ಬ್ರೆಂಟನ್. ಮರೆತು ಬಿಟ್ಟೆಯಾ? ಅಶೋಕರೊಂದಿಗೆ ನಮ್ಮ ಮನೆಯಲ್ಲಿ ಜಗಳ ಕಾದಿದ್ದನಲ್ಲ ಅವನು. ಪ್ಯಾಟ್ರೀಷಿಯಾಳ ಜೊತೆಯಲ್ಲಿ ಇರುತ್ತಿದ್ದನಲ್ಲ. ಲಾಸ್ ಏಂಜಲಿಸ್ ಫೈರ್ ಡಿಪಾರ್ಟ್‌ಮೆಂಟ್ ಸೇರಿದ್ದ. ಇಲ್ಲೇ ಮಾಲಿಬುನಲ್ಲಿ ಬೆಂಕಿ ಆವರಿಸಲ್ಪಟ್ಟು ಸತ್ತ ಹನ್ನೆರಡು ಅಗ್ನಿಶಾಮಕ ದಳದ ಸಿಬ್ಬಂದಿಗಳಲ್ಲಿ ಅವನೂ ಒಬ್ಬನಂತೆ. ಎಲ್.ಎ. ಟೈಮ್ಸ್‌ನಲ್ಲಿ ಅವನ ಫೋಟೊ ಬಂದಿದೆಯಂತೆ."

ದೇವಸ್ಥಾನದ ಆಚೆಯ ಬಳುಕುದಾರಿಯಲ್ಲಿ ಅಗ್ನಿಶಾಮಕದಳದ ಕೆಂಪು ಟ್ರಕ್ಕೊಂದು ಜೋರಾಗಿ ಶಬ್ದ ಮಾಡುತ್ತ ವೇಗವಾಗಿ ಹಾದುಹೋದದ್ದು ವೆಂಕಟೇಶ್ವರನ ಗುಡಿಯ ಅರ್ಚನೆಯ ಮಂತ್ರದೊಂದಿಗೆ ಬೆರೆಯಲಾಗದೆ ವಿಕಾರವಾಗಿ ಕೇಳಿತು.

ಅಧ್ಯಾಯ 21

ಕಾರನ್ನು ತೆಗೆದುಕೊಂಡು ಹೋಗಲು ಗುಜರಾತಿ ದಂಪತಿ ಬಂದರು. ತಮ್ಮ ಕಡೆಯ ಪುರೋಹಿತರೊಬ್ಬರಿಗೆ ಫೋನ್ ಮಾಡಿ ಒಳ್ಳೆಯ ಮುಹೂರ್ತವನ್ನು ತಿಳಿದುಕೊಂಡು ಬಂದರಂತೆ. ದೇಶ ದೇಶಗಳ ಶೃಂಗಸಭೆಯಲ್ಲಿ ಒಬ್ಬರಿಗೊಬ್ಬರು ತಲೆಬಾಗಿ ಗೌರವದಿಂದ ದಾಖಲೆಗಳನ್ನು ಕೈಕೈ ಬದಲಿಸಿಕೊಳ್ಳುವಂತೆ ಎರಡೂ ಕೈಗಳಲ್ಲಿ ಚೆಕ್ಕನ್ನು ಹಿಡಿದು ಭಕ್ತಿಭಾವಗಳಿಂದ ನನಗೆ ಅರ್ಪಿಸಿದ. ಕಾರು ಗರಾಜನ್ನು ಬಿಡುವುದರ ಜೊತೆಗೆ ಮನೆ ಪೂರ್ತಿ ಖಾಲಿ ಖಾಲಿಯಾಗಿ ಕಾಣತೊಡಗಿತು. ಟಿವಿ, ಸೋಫಾ, ಚೇರುಗಳು, ಕಾಫೀಟೇಬಲ್, ಕಂಪ್ಯೂಟರ್ ಟೇಬಲ್, ಹಾಸಿಗೆ, ಮಂಚ, ರೆಫ್ರಿಜೆರೇಟರ್, ಮೈಕ್ರೋವೇವ್, ಪಾತ್ರೆಗಳು ಮುಂತಾದವೆಲ್ಲವೂ ಕಾರು ಹೋಗುವ ಮೊದಲೇ ನಮ್ಮ ಮನೆಯಿಂದ ಹೊರಟುಹೋಗಿದ್ದವು. ಅನೇಕ ವಸ್ತುಗಳನ್ನು ಸಾಲ್ವೇಷನ್ ಆರ್ಮಿ ಎನ್ನುವ ಚಾರಿಟಬಲ್ ಸಂಸ್ಥೆಗೆ ದಾನ ಮಾಡಿದ್ದೆವು. ನಡುಮನೆಯಲ್ಲಿ ಗುಡ್ಡೆಯಾಗಿದ್ದ ವಸ್ತುಗಳಲ್ಲಿ ನಿಮಗೆ ಅನುಕೂಲವಾಗುವಂತಹದ್ದನ್ನು ಸಂಕೋಚವಿಲ್ಲದೆ ತೆಗೆದುಕೊಂಡು ಹೋಗಿ ಎಂದಾಗ ಗುಜರಾತಿ ಹುಡುಗಿ ಕೆಲವು ಡಬ್ಬಿಗಳು, ಇಕ್ಕಳ, ಸೌಟು ಮುಂತಾದ ಪರಿಕರಗಳು, ಎರಡು ಫೋಲ್ಡ್ ಮಾಡಬಲ್ಲ ಕುರ್ಚಿಗಳು, ವ್ಯಾಕ್ಯೂಂ ಕ್ಲೀನರ್, ಎರಡು ಸ್ಟ್ಯಾಂಡ್ ಲೈಟುಗಳು ಮುಂತಾದವನ್ನು ಆರಿಸಿಕೊಂಡು ಕಾರಿನಲ್ಲಿ ಪ್ಯಾಕ್ ಮಾಡಿಕೊಂಡಳು. ಅವರ ಕೈಗೆ ಕಾರಿನ ಕೀ ಕೊಡುವಾಗ ಒಮ್ಮೆ ಏನನ್ನೋ ಕಳೆದುಕೊಳ್ಳುತ್ತಿರುವ ಅನುಭವವಾಯಿತು. ಮನೆಯವರನ್ನು ದೂರಕ್ಕೆ ಕಳಿಸಿಕೊಡುವಂತಹ ನೋವು.

ಆ ಗುಜರಾತಿ ಹುಡುಗ ಕಾರಿನ ಕೀಯನ್ನು ನನಗೆ ವಾಪಸ್ಸು ಕೊಟ್ಟ, “ನೀವೇ ಡ್ರೈವ್ ಮಾಡಿ ಮನೆಯತನಕ ತಂದುಕೊಡಬೇಕು. ನನಗಿನ್ನೂ ಡ್ರೈವಿಂಗ್ ಬರುವುದಿಲ್ಲ.” ಅವನ ಮನೆ ಸುಮಾರು ನಾಲ್ಕು ಮೈಲುಗಳ ದೂರ. ವಾಪಸ್ಸು ಹೇಗೆ ಬರುವುದು ಎನ್ನುವ ಯೋಚನೆಯಾಯಿತು. ನನ್ನ ಬೈಸಿಕಲ್ಲನ್ನು ಹೊರಗೆ ತೆಗೆದು

ಏನಾದರೂ ಮಾಡಿ ಕಾರಿನಲ್ಲಿ ಹೊಂದಿಸಲು ನೋಡಿದೆವು. ಕಾರಿನ ಟ್ರಂಕಿನಲ್ಲಿ ಅದು ಕೂರಲಾರದೇ ಹೋಯಿತು. ಗುಜರಾತಿ ಹುಡುಗನೇ ಒಂದು ಪರಿಹಾರವನ್ನು ಹೇಳಿದ. "ನೀವು ಕಾರನ್ನು ಡ್ರೈವ್ ಮಾಡಿಕೊಂಡು ಬನ್ನಿ. ನಾನು ಬೈಸಿಕಲ್ ಓಡಿಸಿಕೊಂಡು ಬರುತ್ತೇನೆ." ಕಾರಿನ ಭರ್ತಿ ಸಾಮಾನುಗಳನ್ನು ತುಂಬಿಸಿಕೊಂಡು ಗುಜರಾತಿ ಹುಡುಗಿಯನ್ನು ಪಕ್ಕದಲ್ಲಿ ಕೂರಿಸಿಕೊಂಡು ನಾನು ಡ್ರೈವ್ ಮಾಡುವ ಮತ್ತು ಕಾರಿನ ಪಕ್ಕದಲ್ಲಿ ಅಭ್ಯಾಸ ತಪ್ಪಿದವನಂತೆ ಎಡಕ್ಕೊಮ್ಮೆ ಬಲಕ್ಕೊಮ್ಮೆ ವಾಲುತ್ತ ಆ ಹುಡುಗ ಬೈಸಿಕಲ್ ತುಳಿದುಕೊಂಡು ಬರುವ ದೃಶ್ಯಕ್ಕೆ ಕಾರನ್ನು ಕಳೆದುಕೊಳ್ಳುವ ಭಾವೋದ್ವೇಗದ ನಡುವೆಯೂ ವಾಣಿ ನಗುತ್ತಿರುವುದು ನನಗೆ ಕಾರಿನ ಕನ್ನಡಿಯಲ್ಲಿ ಕಾಣುತ್ತಿತ್ತು.

ಕಾರನ್ನು ಒಪ್ಪಿಸಿ ವಾಪಸ್ಸು ಹೊರಟಾಗ ಬೈಸಿಕಲ್ಲಿನಲ್ಲಿ ಆಫೀಸಿಗೆ ಹೋಗುತ್ತಿದ್ದ ದಿನಗಳು ನೆನಪಾದವು. ಬೈಸಿಕಲ್ ಹತ್ತದೆ ಬಹಳ ದಿನಗಳಾಗಿದ್ದವು. ತುಳಿಯುತ್ತ ತುಳಿಯುತ್ತ ಹಿಂದಿನಂತೆಯೇ ಉತ್ಸಾಹ ಪುಟಿಯಿತು. ನಿಧಾನಗತಿಯಲ್ಲಿ ಸಂಚರಿಸುವಾಗ ಸುತ್ತಮುತ್ತಲು ಸುಂದರವಾಗಿ ಕಾಣಲಾರಂಭಿಸಿತು. ರಸ್ತೆಯಲ್ಲಿ ಜನರ ಓಡಾಟ ಬಹಳ ಕಡಿಮೆಯಿತ್ತು. ಕಾಡುಬೆಂಕಿ ಹೆಚ್ಚು ಕಡಿಮೆ ಪೂರ್ತಿ ನಂದಿದೆಯೆಂದು ಬೆಳಗಿನ ಪತ್ರಿಕೆಯಲ್ಲಿ ಓದಿದ್ದರೂ ಗಾಳಿಯಲ್ಲಿ ಇನ್ನೂ ಸಣ್ಣದಾಗಿ ಹೊಗೆಯ ವಾಸನೆಯಿತ್ತು. ಬಿಳಿಯ ಬೂದಿ ತೇಲಿಬರುವುದು ಮಾತ್ರ ನಿಂತಿತ್ತು. ಕಾಲೇಜು ಪಾರ್ಕನ್ನು ದಾಟುವಾಗ ಹಸಿರು ಅಂಕಣ ನಿರ್ಜನವಾಗಿತ್ತು. ಪ್ರತಿ ಶನಿವಾರ ಮತ್ತು ಭಾನುವಾರ ಮಕ್ಕಳು ಅಲ್ಲಿ ಫುಟ್‌ಬಾಲ್, ಬೇಸ್‌ಬಾಲ್ ಪಂದ್ಯಗಳನ್ನು ಆಡುವ ಮತ್ತು ಅವರನ್ನು ಕೇಕೆ ಹಾಕಿ ಹುರಿದುಂಬಿಸುವ ಅಪ್ಪ-ಅಮ್ಮಂದಿರಿಲ್ಲದೆ ಬಯಲು ಬಿಕೋ ಎನ್ನುತ್ತಿತ್ತು. ಪಾರ್ಕಿನ ಸುತ್ತ ಎರಡು ಸುತ್ತು ಹಾಕಿ ಬಂದೆ. ಬೈಸಿಕಲ್‌ನ್ನು ಅಂಚಿನಲ್ಲೇ ಬಿಟ್ಟು ಬಯಲಿನ ಮಧ್ಯದ ತನಕ ನಡೆದು ಹೋಗಿ ಕೆಲಕಾಲ ಕುಳಿತೆ. ಆ ವಿಶಾಲ ಬಯಲಿನಲ್ಲಿ ಹಾಗೆ ಕುಳಿತದ್ದು ಏನೋ ಒಂದು ಥರ ಹಿತಕರವಾಗಿತ್ತು.

ಮನೆಗೆ ಬರುವ ವೇಳೆಗೆ ಮಧ್ಯಾಹ್ನವಾಗಿತ್ತು. ಮನೆಯ ಮುಂದೆ ಲೆಕ್ಸಸ್ ಕಾರು ನಿಂತಿರುವುದನ್ನು ನೋಡಿ ಸಮಿಂದರು ಬಂದಿರಬಹುದೆಂದು ಊಹಿಸಿದೆ. ಆಗಿನ್ನು ಬಂದಿದ್ದರೆಂದು ಕಾಣುತ್ತದೆ ವಾಣಿ ಒಳಗೆ ಕರೆಯುತ್ತಿದ್ದಳು. ಸಮಿಂದರ ಜೊತೆಗೆ ಹಷಿನಿಯವರೂ ಇದ್ದರು. ಅವರಿಬ್ಬರ ಆಗಮನ ಅನಿರೀಕ್ಷಿತವಾಗಿತ್ತು. "ಈ ರಸ್ತೆಯ ತಿರುವಿನಲ್ಲಿ ನೀವು ಬೈಸಿಕಲ್ ತುಳಿಯುತ್ತಿದ್ದುದನ್ನು ನೋಡಿದೆ. ನೀವು ತುಳಿಯುವ ವೇಗಕ್ಕೆ ಬೈಸಿಕಲ್ಲಿನಲ್ಲೇ ಇಂಡಿಯಾಕ್ಕೆ ಹೊರಟಿರೇನೋ ಎಂದು ಅನುಮಾನವಾಯಿತು." ಎಂದು ತಮಾಷೆ ಮಾಡಿದರು. ಅವರಿಬ್ಬರು ನಡುಮನೆಗೆ ಬಂದು ನಿಂತಾಗ ಇನ್ನೂ ಪ್ಯಾಕ್ ಆಗಬೇಕಿದ್ದ ಪದಾರ್ಥಗಳಿಂದ ಮನೆ ಅಸ್ತವ್ಯಸ್ತವಾಗಿತ್ತು. ಸೂಟ್‌ಕೇಸುಗಳು ಅಗಲವಾಗಿ ಬಾಯಿತೆರೆದುಕೊಂಡು ನದಿಯ ದಂಡೆಯ ಮೊಸಳೆಗಳಂತೆ ಮೈಚಾಚಿ ಮಲಗಿದ್ದವು. ಅವರಿಬ್ಬರನ್ನು ಕುಳ್ಳಿರಿಸಲೂ ಜಾಗವಿರಲಿಲ್ಲ. ನಮ್ಮ

ಪರದಾಟವನ್ನು ನೋಡಿ ಅವರೇ "ಪರವಾಗಿಲ್ಲ. ಯೋಚಿಸಬೇಡಿ. ಇಂದು ರಾತ್ರಿಗೆ ಖಾಲಿಯಾಗಬೇಕಿರುವ ಮನೆ ಇನ್ನಾವ ರೀತಿಯಲ್ಲಿರುತ್ತದೆ? ನಿಮ್ಮ ಪ್ಯಾಕಿಂಗನ್ನು ಮುಂದುವರೆಸಿ. ನೀವು ಹೊರಡುವ ಮುನ್ನ ಒಮ್ಮೆ ನಿಮ್ಮನ್ನು ನೋಡಬೇಕೆನ್ನಿಸಿತು ಬಂದೆವು." ಎನ್ನುತ್ತ ಬಾಗಿಲ ಬಳಿಯೇ ಜಾಗ ಮಾಡಿಕೊಂಡು ಗೋಡೆಗೆ ಒರಗಿ ನೆಲದ ಮೇಲೆ ಕುಳಿತರು.

ಸಮಿಂದರು ಈಗ ಸ್ವಲ್ಪ ಗೆಲುವಾದಂತೆ ಕಂಡಿತು. ಮೊದಲಿನಷ್ಟು ಚೈತನ್ಯವಿಲ್ಲದಿದ್ದರೂ ನಿಧಾನವಾಗಿ ನಡೆಯುತ್ತಿದ್ದರು. ದೊಗಲೆಯಾದ ತೆಳ್ಳನೆಯ ಬಿಳಿಯ ಟಿ-ಶರ್ಟ್ ಅವರನ್ನು ಮತ್ತೂ ಸಪೂರಗೊಳಿಸಿತ್ತು.

"ಆಫೀಸಿಗೆ ಹೋಗಲು ಪ್ರಾರಂಭಿಸಿದಿರಾ?" ನಾನು ಕೇಳಿದೆ.

"ನಾನು ಕೆಲಸ ಬಿಟ್ಟೆ ಶ್ರೀಕಾಂತ್. ರಿಟೈರ್‌ಮೆಂಟ್ ತೆಗೆದುಕೊಂಡುಬಿಟ್ಟೆ." ಎಂದರು ಉದ್ವೇಗರಹಿತರಾಗಿ.

ಆಶ್ಚರ್ಯದಿಂದ ಅವರೆಡೆಗೆ ನೋಡಿದೆ. ಎಪ್ಪತ್ತರ ತನಕವೂ ಸಾಮಾನ್ಯವಾಗಿ ಕೆಲಸ ಮಾಡುವ ಅಮೆರಿಕದಲ್ಲಿ ಇನ್ನೂ ಕೊನೆಯ ಪಕ್ಷ ಹತ್ತು ವರ್ಷಗಳಾದರೂ ಕೆಲಸ ಮಾಡಬಲ್ಲವರಾಗಿ ನನಗೆ ಅವರು ಕಾಣುತ್ತಿದ್ದರು.

ನನ್ನ ಆಶ್ಚರ್ಯವನ್ನು ಗಮನಿಸಿ ಅವರು ಹೇಳಿದರು "ಕೆಲಸ ಬಿಟ್ಟೆ. ಈಗ ದುಡಿದೇನು ಮಾಡಬೇಕಾಗಿದೆ ಎಂದು ಅನ್ನಿಸಿಬಿಟ್ಟಿತು. ಯಾರಿಗಾಗಿ ದುಡಿಯಲಿ? ಉದ್ಯೋಗದ ಉದ್ದೇಶವೇ ನನ್ನಲ್ಲಿ ಸತ್ತು ಹೋಯಿತು. ಹಷಿನಿಯ ಜೊತೆ ಮನೆಯಲ್ಲೇ ಕಳೆಯಲು ನಿವೃತ್ತಿ ತೆಗೆದುಕೊಂಡುಬಿಟ್ಟೆ." ಎಂದರು.

"ನೂರು ಪರ್ಸೆಂಟ್ ಸಮಯವನ್ನು ಫೋಟೋಗ್ರಫ್ಗಿಗೆ ಮೀಸಲಿಡಬಹುದು ಇನ್ನುಮೇಲೆ ಹಾಗಾದರೆ." ಎಂದು ಅವರೆಡೆಗೆ ಕಣ್ಣು ಮಿಟುಕಿಸಿದೆ.

"ಅದು ನೋಡು ಒಳ್ಳೆಯ ಐಡಿಯಾ." ಎಂದು ನಕ್ಕರು.

ಕೆಲ ನಿಮಿಷಗಳ ಮೌನದ ನಂತರ "ಬೇರೆಲ್ಲಾ ಕಾರಣಗಳು ಪಕ್ಕಕ್ಕಿರಲಿ. ಒಂದು ಮಹತ್ತರವಾದ ಕಾರ್ಯವನ್ನು ಮನಸ್ಸಿನಲ್ಲಿಟ್ಟುಕೊಂಡು ಕೆಲಸದಿಂದ ನಿವೃತ್ತಿಯನ್ನು ಪಡೆದೆ." ಎಂದರು.

"ಏನೆಂದು ಕೇಳಬಹುದೇ?"

"ನಿಮಗಲ್ಲದೆ ಮತ್ಯಾರಿಗೆ ಹೇಳಲಿ." ಎಂದವರು ಮೆಲ್ಲನೆಯ ಸ್ವರದಲ್ಲಿ ಕನಸಿನಲ್ಲಿ ಮಾತನಾಡುವವರಂತೆ ಹೇಳಿದರು – "ಒಂದು ಕಲ್ಲನ್ನು ಸ್ವಸ್ಥಾನಕ್ಕೆ ಸೇರಿಸಬೇಕಾಗಿದೆ."

"ಕಲ್ಲನ್ನೇ?" ಅವರ ಮಾತು ಇಂಗ್ಲಿಷ್‌ನ ಈಡಿಯಂನಂತೆ ಕೇಳಿ ಯಾವ ಅರ್ಥದ ಮಾತದು ಎಂದು ತಿಳಿಯದಾಯಿತು.

"ಹೌದು ಕಲ್ಲನ್ನು." ಎಂದರು. 'ಬುದ್ಧನ ಚೂರು. ಮಿಲಿಟರಿಯವರು ತಂದು ಕೊಟ್ಟ ಮಹಿಂದನ ಪೆಟ್ಟಿಗೆಯಲ್ಲಿ ಸಿಕ್ಕಿತು. ಬಾಮ್ಯಾನ್‌ಲ್ಲಿ ಸಿಕ್ಕಿತು ಎಂದು ಮಹಿಂದ ಅವನ ಜರ್ನಲ್‌ನಲ್ಲಿ ಬರೆದಿದ್ದಾನೆ ನೋಡಿ, ಅದು. ಬುದ್ಧನ ತಲೆಯ ಭಾಗದ್ದಿರಬೇಕು

ಎಂದು ಊಹಿಸಿ ಬರೆದಿದ್ದಾನೆ. ಯುನೆಸ್ಕೋದೊಂದಿಗೆ ಮಾತನಾಡಿದ್ದೇನೆ. ಭಯೋತ್ಪಾದಕರಿಂದ ಸಿಡಿದುಹೋದ ಬುದ್ಧನನ್ನು ಪುನರ್‌ನಿರ್ಮಿಸುವ ಕೆಲಸ ಬಹಳ ನಿಧಾನ ಗತಿಯಲ್ಲಿ ನಡೆಯುತ್ತಿದೆಯಾದರೂ ಸ್ಥಗಿತಗೊಂಡಿಲ್ಲ ಎಂದು ತಿಳಿಸಿದರು. ಒಂದೊಂದು ಕಲ್ಲನ್ನೂ ಹುಡುಕಿ ಕೂಡಿಸುತ್ತಾರಂತೆ! ನಾನು ಮತ್ತು ಹಷಿನಿ ಇಬ್ಬರೂ ಆ ಮರುನಿರ್ಮಾಣದಲ್ಲಿ ಸ್ವಯಂಸೇವಕರಾಗಿ ಕೆಲಸ ಮಾಡಲು ನಿರ್ಧರಿಸಿದ್ದೇವೆ. ನಮ್ಮ ಉಳಿತಾಯದ ಒಂದು ದೊಡ್ಡ ಪ್ರಮಾಣವನ್ನು ಈ ಮಹತ್ತರ ಕಾರ್ಯಕ್ಕೆ ಯುನೆಸ್ಕೋಗೆ ನೀಡಲು ಮಾತನಾಡಿದ್ದೇವೆ. ಯುನೆಸ್ಕೋ ಒಪ್ಪಿದೆ ಕೂಡ. ಇನ್ನೂ ನಮ್ಮ ಪ್ರಯಾಣದ ದಿನ ನಿಗದಿಯಾಗಿಲ್ಲ. ಯುನೆಸ್ಕೋದಿಂದ ಬರಬೇಕಾದ ಕೆಲವು ಕಾಗದ ಪತ್ರಗಳಿಗಾಗಿ ಕಾಯುತ್ತಿದ್ದೇವೆ. ಅದಾದೊಡನೆಯೇ ಅಫಘಾನಿಸ್ತಾನಕ್ಕೆ ಪ್ರಯಾಣ ಮಾಡುತ್ತೇವೆ. ಅಲ್ಲೆಷ್ಟು ದಿನಗಳಿರುತ್ತೇವೋ ಗೊತ್ತಿಲ್ಲ. ಯಾವ ರೀತಿಯಲ್ಲಿ ಪುನರ್ ನಿರ್ಮಾಣದ ಕೆಲಸದಲ್ಲಿ ಸಹಾಯಕರಾಗುತ್ತೇವೋ ಗೊತ್ತಿಲ್ಲ. ಬಹಳಷ್ಟು ಪ್ರಶ್ನೆಗಳಿಗೆ ಇನ್ನೂ ಉತ್ತರ ಗೊತ್ತಿಲ್ಲ. ಒಟ್ಟಿನಲ್ಲಿ, ಆ ಕೆಲಸ ಮುಗಿಯುವತನಕ ಅಲ್ಲಿಯೇ ಇರುತ್ತೇವೆ."

ಅವರ ದೃಢ ನಿಶ್ಚಯದ ಮಾತುಗಳನ್ನು ಕೇಳುತ್ತಿದ್ದರೆ ಮಹಿಂದನ ಮಾತುಗಳನ್ನೇ ಕೇಳಿದಂತಾಯಿತು. ಮಗ ತೋರಿದ ದಿಕ್ಕಿನಲ್ಲಿ ಹೊರಟ ಆ ದಂಪತಿ ನನಗೆ ಅಪರೂಪವಾಗಿ ಕಂಡರು.

"ಮಹಿಂದನ ಹಾದಿ." ಎಂದೆ ನಾನು.

"ಹೌದು. ಮಹಿಂದ ತೋರಿಸಿದ ಹಾದಿ." ಎಂದರು.

▸▸

"ಯಾರು ಎಷ್ಟೇ ಪ್ರಯತ್ನಪಟ್ಟರೂ ಬೆಂಕಿ ಆರಲಿಲ್ಲ. ಆರಿಸಲು ಹೋದವರೇ ಆರಿ ಹೋದರು. ಒಂದು ಸಣ್ಣ ಮಳೆ ಬೆಂಕಿಯನ್ನು ಹೇಗೆ ನಂದಿಸಿತು ನೋಡಿ!" ಎಂದ ಟ್ಯಾಕ್ಸಿ ಡ್ರೈವರ್. ಕ್ಯೂಬಾದಿಂದ ತಲೆ ಮರೆಸಿಕೊಂಡು ಬಂದು ಅಮೆರಿಕದಲ್ಲಿ ನೆಲೆಸಿದವನಂತೆ. ದಾರಿಯುದ್ದಕ್ಕೂ ಮಾತನಾಡುತ್ತಿದ್ದ. ಟ್ಯಾಕ್ಸಿ ಲಾಸ್ ಏಂಜಲಿಸ್ ಇಂಟರ್‌ನ್ಯಾಷನಲ್ ಏರ್‌ಪೋರ್ಟನ್ನು ಸಮೀಪಿಸುತ್ತಿತ್ತು. ಆಗಿನ್ನೂ ನಿಂತ ಮಳೆಯಿಂದಾಗಿ ರಸ್ತೆ ಹೊಳೆಯುವ ಕನ್ನಡಿಯಾಗಿತ್ತು. ಕಾರಿನ ಗಡಿಯಾರ ಹಸಿರು ಡಿಜಿಟಲ್ ಅಂಕಿಗಳಲ್ಲಿ ರಾತ್ರಿ ಒಂಬತ್ತು ಗಂಟೆಯನ್ನು ತೋರಿಸುತ್ತಿತ್ತು.

ಸೆಂಚುರಿ ಬೊಲವರ್ಡ್ ರಸ್ತೆಯಲ್ಲಿ ಕಾರು ವೇಗವಾಗಿ ಹರಿಯುವಾಗ ಅಕ್ಕಪಕ್ಕದ ಬಿಲ್‌ಬೋರ್ಡ್‌ಗಳು ಕ್ಷಣ ಮಾತ್ರ ದೃಷ್ಟಿಗೆ ಬಂದು ಅಷ್ಟೇ ವೇಗದಲ್ಲಿ ಮರೆಯಾಗುತ್ತಿದ್ದವು. ಸ್ಪರ್ಧೆಯಂತೆ ಸೆಲ್‌ಫೋನಿನ ಜಾಹಿರಾತುಗಳು, ಒಂದಾದ ಮೇಲೊಂದರಂತೆ ಹೋಟೆಲುಗಳು – ಹಿಲ್ಟನ್ ಲಾಸ್ ಏಂಜಲಿಸ್, ಹಯಟ್,

ಮ್ಯಾರಿಯಟ್, ರಿಜೆಂಟ್ ಬೆವರ್ಲಿ ವಿಲ್‌ಶೈರ್, ಫೋರ್ ಸೀಸನ್ಸ್ ಲಾಸ್ ಏಂಜಲಿಸ್, ಹಾಲಿಡೆ ಇನ್, ಕ್ರೌನ್ ಪ್ಲಾಝಾ... ಒಂದೊಂದು ಹೋಟೆಲ್ಲೂ ಬೆಳಕನ್ನು ಹೊದ್ದಂತೆ ಝಗಮಗಿಸುತ್ತಿದ್ದವು. ಏರ್‌ಪೋರ್ಟ್‌ಗೆ ಬಿಡಲು ಮತ್ತು ಅಲ್ಲಿಂದ ಹೊಸ ಗ್ರಾಹಕರನ್ನು ಕರೆದು ತರಲು ಪ್ರತಿಯೊಂದು ಹೋಟೆಲಿನಿಂದಲೂ ಸಾಲಿನಲ್ಲಿ ವ್ಯಾನುಗಳು ಮತ್ತು ಬಸ್ಸುಗಳು ಹೋಟೆಲಿನ ಗೇಟನ್ನು ದಾಟಿ ರಸ್ತೆಗಿಳಿಯಲು ಸಜ್ಜಾಗಿದ್ದವು. ಹಿಲ್ಟನ್‌ನ ಪಕ್ಕದಲ್ಲಿಯ ಎಲೆಕ್ಟ್ರಾನಿಕ್ ರೋಲಿಂಗ್ ಬಿಲ್‌ಬೋರ್ಡ್‌ನಲ್ಲಿ ಸಿನೆಮಾ ನಿರ್ದೇಶಕ ಫ್ರಾಂಕ್ ಜೆಫ್ಟಿರೆಲಿ ಸಿಗಾರ್ ಸೇದುತ್ತಾ ಎಡಗೈ ಚಾಚಿ ರೋಲೆಕ್ಸ್ ವಾಚ್ ತೋರಿಸುವ ಜಾಹಿರಾತು ನಾನು ನೋಡುತ್ತಿರುವಂತೆಯೇ ಪುಸ್ತಕದ ಹಾಳೆಯನ್ನು ತಿರುಗಿಸಿದಂತೆ ಬದಲಾಗಿ ಲಾಸ್ ವೇಗಸ್‌ನ ಎಂ.ಜಿ.ಎಂ ಗ್ರಾಂಡ್ ಹೋಟೆಲಿನ ಭವ್ಯ ಚಿತ್ರವಿರುವ ಜಾಹಿರಾತು ಮೂಡಲಾರಂಭಿಸಿತು. ಎಲ್ಲೆಲ್ಲೂ ಡಿಜಿಟಲ್ ಬಣ್ಣಗಳು.

"ಡೊಮೆಸ್ಟಿಕ್ಕೋ ಇಂಟರ್‌ನ್ಯಾಷನಲ್ಲೋ?"

ಲೇಕರ್ಸ್ ಆಟಗಾರರ ಹೆಸರನ್ನು ಹೊತ್ತ ಹಳದಿಬಣ್ಣದ ಟೀ ಶರ್ಟ್‌ನಲ್ಲಿನ ಏಳೆಂಟು ಹುಡುಗರ ಗುಂಪೊಂದು ಜೋರಾಗಿ ಮಾತನಾಡುತ್ತ ಮತ್ತು ಕೇಕೆ ಹಾಕುತ್ತ ಸಿಗ್ನಲೊಂದರ ಬಳಿ ನಿಂತಿತ್ತು. ಇಬ್ಬರು ಬಿಳಿಯ ಹುಡುಗರಾದರೆ ಉಳಿದವರೆಲ್ಲಾ ಕರಿಯರು. ಅವರಲ್ಲಿ ನಂಬರ್ ಇಪ್ಪತ್ತನಾಲ್ಕು ಕೋಬಿ ಬ್ರಯಂಟ್ ಎಂದು ಹೆಸರು ಹೊತ್ತ ಟೀಶರ್ಟ್‌ನ ದಢೂತಿ ಹುಡುಗನೊಬ್ಬ ವಾಕಿಂಗ್ ಸಿಗ್ನಲ್ ಬರುವ ಮುನ್ನವೇ ರಸ್ತೆ ದಾಟಲು ನೋಡುತ್ತಿದ್ದ ಮತ್ತು ಉಳಿದ ಹುಡುಗರನ್ನು ಅನುಸರಿಸುವಂತೆ ಪುಸಲಾಯಿಸುತ್ತಿದ್ದ. ವೇಗದ ನಿರ್ಜೀವ ಕಾರುಗಳಿಂದಲೇ ತುಂಬಿ ಹೋಗಿದ್ದ ಆ ರಸ್ತೆಯಲ್ಲಿ ಆ ಹುಡುಗರಿಂದ ಮಾತ್ರವೇ ಪ್ರಪಂಚ ಜೀವಂತವಾಗಿತ್ತು.

"ಡೊಮೆಸ್ಟಿಕ್ಕೋ ಇಂಟರ್‌ನ್ಯಾಷನಲ್ಲೋ?" ಕ್ಯೂಬಾ ಮೂಲದ ಡ್ರೈವರ್ ಈ ಸಲ ಹಿಂದೆ ತಿರುಗಿ ಕೇಳಿದ.

"ಇಂಟರ್‌ನ್ಯಾಷನಲ್."

ಬಳುಕು ಫ್ಲೈಓವರ್‌ಗಳನ್ನು ಹಿಡಿದು ಡಿಪಾರ್‌ಚರ್ ಬೋರ್ಡನ್ನು ಅನುಸರಿಸುತ್ತ ಕಾರು ಡಿಸ್ನಿಲ್ಯಾಂಡಿನ ರೈಡಿನಂತೆ ಏರ್‌ಪೋರ್ಟ್‌ನ್ನು ಹೊಕ್ಕಿತು.

ಏರ್‌ಲೈನುಗಳ ಕೌಂಟರುಗಳಲ್ಲಿ ಸಾಲು ಸಾಲು ಜನರು. ನಮ್ಮ ಲಗೇಜುಗಳನ್ನು ಒಪ್ಪಿಸಿ ಬೋರ್ಡಿಂಗ್ ಪಾಸ್ ಪಡೆದು ಬಂದ ಮೇಲೆ ಕೈ ಆರಾಮವಾಗಿತ್ತು. ಮಧ್ಯರಾತ್ರಿ ಹನ್ನೆರಡಕ್ಕೆ ನಮ್ಮ ವಿಮಾನ ಹೊರಡುವುದರಿಂದ ನಮಗಿನ್ನೂ ಎರಡು ಗಂಟೆಗಳ ಸಮಯವಿತ್ತು. ಅಲ್ಲಿಯೇ ಅಡ್ಡಾಡಿದೆವು.

"ಪ್ರಪಂಚದ ಪ್ರತಿ ಪ್ರದೇಶದಿಂದಲೂ ಒಂದಿಷ್ಟು ಜನರನ್ನು ತಂದು ಒಂದು ಜಾಗದಲ್ಲಿ ಹಾಕಿದರೆ ಅದು ಲಾಸ್ ಏಂಜಲಿಸ್ ಇಂಟರ್‌ನ್ಯಾಷನಲ್ ಏರ್‌ಪೋರ್ಟ್ ಆಗುತ್ತದೆ." ಎಂದಳು ವಾಣಿ ನಮ್ಮ ಸುತ್ತಮುತ್ತ ಗಡಿಬಿಡಿಯಲ್ಲಿ ಓಡಾಡುತ್ತಿದ್ದ ತರಾವರಿಯ ಜನರನ್ನು ಗಮನಿಸಿ.

ಬಗೆಬಗೆಯ ದೃಶ್ಯಗಳು. ಚೈನೀಸ್ ಸಂಸಾರವೊಂದು ಸೆಕ್ಯುರಿಟಿ ಗೇಟಿನ ಕಡೆಗೆ ಓಡುತ್ತಿತ್ತು. ಕೈನಲ್ಲಿ ಟಿಕೇಟು ಮತ್ತು ಕಂದುಬಣ್ಣದ ಪಾಸ್‌ಪೋರ್ಟ್‌ಗಳನ್ನು ಹಿಡಿದ ಗಂಡಸು ಓಡುತ್ತ ಓಡುತ್ತಲೇ ಮಕ್ಕಳಿಗೆ ಏನನ್ನೋ ಹೇಳುತ್ತಿದ್ದ. ಮಿಕಿ ಮೌಸ್ ಕ್ಯಾಪನ್ನು ತೊಟ್ಟಿದ್ದ ಚಿಕ್ಕ ಹುಡುಗಿಗೆ ಸುಮಾರು ಆರೇಳು ವರ್ಷಗಳಿರಬಹುದು. ಅಕ್ಕಂದಿರಷ್ಟು ವೇಗದಲ್ಲಿ ಓಡಲಾರದೆ ಕಷ್ಟಪಡುತ್ತಿದ್ದಳು. ಚೈನೀಸ್ ಸಂಸಾರ ಹಾದುಹೋದ ಸೆಕ್ಯುರಿಟಿ ಗೇಟಿನ ಮುಂದೆ ತರುಣ ತರುಣಿಯರಿಬ್ಬರು ತಬ್ಬಿನಿಂತು ಅಗಲಿಕೆಯ ನೋವನ್ನು ಅನುಭವಿಸುತ್ತಿದ್ದರು. ಹುಡುಗಿ ಹೊರಟಿದ್ದಳು ಹುಡುಗ ಉಳಿದುಕೊಳ್ಳುವವನಿದ್ದ ಎಂದು ಕಾಣುತ್ತದೆ.

ನಮ್ಮ ವಿಮಾನ ಭೋರ್ಗರೆಯುತ್ತ ಆಕಾಶಕ್ಕೆ ಹಾರಿದಾಗ ರಾತ್ರಿ ಹನ್ನೆರಡು ಕಾಲು. ವಿಮಾನದ ಕಿಟಕಿಯಿಂದ ಕಾಣುತ್ತಿದ್ದ ನಗರದ ದೀಪಗಳು ವಿಮಾನ ಮೇಲೇರಿದಂತೆಲ್ಲ ವಿಸ್ತಾರವಾಗುತ್ತ ಮಿನುಗುವ ಕೋಟಿ ದೀಪಗಳಾದವು. "ಕಾಡುಬೆಂಕಿ ಕಾಣುತ್ತದಾ?" ಎಂದು ವಾಣಿ ನನ್ನ ಭುಜದ ಮೇಲೆ ಗಲ್ಲವನ್ನು ಊರಿ ನನ್ನಂತೆಯೇ ಹೊರಗೆ ಕಿಟಕಿಯಾಚೆಗೆ ದೃಷ್ಟಿಯೂರಿದಳು. ನಮಗೆಲ್ಲೂ ಕಾಡುಬೆಂಕಿ ಕಾಣಲಿಲ್ಲ. ಎಲ್ಲಿಂದಲೋ ತೇಲಿಬಂದು ವಿಮಾನವನ್ನು ತಬ್ಬುವಂತೆ ಸುತ್ತ ಹರಡಿಕೊಂಡ ಮೋಡಗಳು ನಗರದ ಅಸಂಖ್ಯ ದೀಪಗಳನ್ನು ಅರೆಮರೆಗೊಳಿಸತೊಡಗಿದವು. ವಿಮಾನ ನಗರದಂಚನ್ನು ದಾಟಿ ಸಮುದ್ರದ ಮೇಲೆ ಹಾರಿದೊಡನೆಯೇ ನಗರದ ದೀಪಗಳು ಅದೃಶ್ಯವಾಗಿ ಗವ್ ಎನ್ನುವ ದಟ್ಟಕತ್ತಲೆಯು ವಿಮಾನದ ಪುಟ್ಟ ಕಿಟಕಿಯನ್ನು ಸಂಪೂರ್ಣವಾಗಿ ಆಕ್ರಮಿಸಿಕೊಂಡಿತು.

▸▸ ▸▸ ▸▸

ಓದಿ ಓದಿ ಮರುಳಾಗಿ!

ಛಂದ ಪುಸ್ತಕ ಬಹುಮಾನ

ಹೊಸ ಕತೆಗಾರರನ್ನು ಗುರುತಿಸುವ ಸಲುವಾಗಿ ನಮ್ಮ ಪ್ರಕಾಶನ ಸಂಸ್ಥೆಯು ಕಳೆದ ಹದಿಮೂರು ವರ್ಷಗಳಿಂದ ಕತೆಗಳ ಹಸ್ತಪ್ರತಿ ಸ್ಪರ್ಧೆಯನ್ನು ನಡೆಸುತ್ತಾ ಬಂದಿದೆ. ಈವರೆಗೆ ಒಂದೂ ಕಥಾಸಂಕಲನವನ್ನು ಪ್ರಕಟಿಸದವರು ಈ ಸ್ಪರ್ಧೆಯಲ್ಲಿ ಭಾಗವಹಿಸಬಹುದು. ಇತರ ಪ್ರಕಾರಗಳಲ್ಲಿ ಒಂದೆರಡು ಪುಸ್ತಕಗಳನ್ನು ಪ್ರಕಟ ಮಾಡಿದವರೂ ಇದರಲ್ಲಿ ಭಾಗವಹಿಸುವ ಅವಕಾಶವಿರುತ್ತದೆ. ಮೊದಲ ಸುತ್ತಿನ ಆಯ್ಕೆಯನ್ನು ಪ್ರಕಾಶನದ ಸದಸ್ಯರು ಮಾಡಿ, ಕೊನೆಯ ಆಯ್ಕೆಗಾಗಿ ಸುಮಾರು ಹತ್ತು ಹಸ್ತಪ್ರತಿಗಳನ್ನು ನಾಡಿನ ಹಿರಿಯ ಸಾಹಿತಿಗಳಿಗೆ ಒಪ್ಪಿಸುತ್ತಾರೆ. ಆಯ್ಕೆಯಾದ ಹಸ್ತಪ್ರತಿಯನ್ನು ಪುಸ್ತಕ ರೂಪದಲ್ಲಿ ಪ್ರಕಟಿಸಿ, ಪ್ರಶಸ್ತಿ ಪತ್ರ, ಫಲಕ ಹಾಗೂ ಮೂವತ್ತು ಸಾವಿರ ರೂಪಾಯಿ ಬಹುಮಾನವನ್ನು ನೀಡಲಾಗುತ್ತದೆ. ಈವರೆಗೂ ಈ ಪ್ರಶಸ್ತಿಯಲ್ಲಿ ಬಹುಮಾನ ಪಡೆದವರ ವಿವರಗಳ ಪಟ್ಟಿಯನ್ನು ಮುಂದಿನ ಪುಟದಲ್ಲಿ ನೀಡಿದ್ದೇವೆ.

ಇವರಲ್ಲಿ ಮೌನೇಶ ಬಡಿಗೇರ, ಶಾಂತಿ ಕೆ ಅಪ್ಪಣ್ಣ, ಪದ್ಮನಾಭ ಭಟ್ ಶೇವ್ಕಾರ ಮತ್ತು ಸ್ವಾಮಿ ಪೊನ್ನಾಚಿ ಅವರಿಗೆ ಕೇಂದ್ರ ಸಾಹಿತ್ಯ ಅಕಾಡೆಮಿಯ ಯುವ ಪುರಸ್ಕಾರ ದೊರೆತಿದೆ. ವಿನಯಾ, ಶಾಂತಿ ಕೆ ಅಪ್ಪಣ್ಣ ಮತ್ತು ಪದ್ಮನಾಭ ಭಟ್ ಶೇವ್ಕಾರರ ಪುಸ್ತಕಗಳಿಗೆ ಕರ್ನಾಟಕ ಸಾಹಿತ್ಯ ಅಕಾಡೆಮಿಯ ಪುಸ್ತಕ ಬಹುಮಾನ ಅಥವಾ ದತ್ತಿ ಬಹುಮಾನಗಳು ಸಂದಿವೆ. ಇನ್ನೂ ಹಲವಾರು ನಾಡಿನ ಪ್ರಮುಖ ಪ್ರಶಸ್ತಿ ಮತ್ತು ಬಹುಮಾನಗಳೂ ಈ ಕೃತಿಗಳಿಗೆ ಲಭ್ಯವಾಗಿವೆ.

ನೀವು ಈ ಸ್ಪರ್ಧೆಯಲ್ಲಿ ಭಾಗವಹಿಸಬೇಕೆ? ಹಾಗಿದ್ದರೆ ನಮ್ಮ ಮುಂದಿನ ವರ್ಷದ ಸ್ಪರ್ಧೆಯ ಆಹ್ವಾನವನ್ನು ಖ್ಯಾತ ಕನ್ನಡ ನಿಯತಕಾಲಿಕಗಳಲ್ಲಿ ಅಥವಾ ಸಾಮಾಜಿಕ ಜಾಲತಾಣಗಳಲ್ಲಿ ನಿರೀಕ್ಷಿಸಿರಿ. ಹೆಚ್ಚಿನ ವಿವರಗಳಿಗೆ 98444 22782 ಗೆ ಸಂದೇಶ ಕಳುಹಿಸಿರಿ.

ಓದಿ ಓದಿ ಮರುಳಾಗಿ!

ಛಂದ ಪುಸ್ತಕ ಬಹುಮಾನ ಪಡೆದ ಕೃತಿಗಳು

ಕತೆಗಾರರು	ಕಥಾಸಂಕಲನ	ತೀರ್ಪುಗಾರರು
ಸುನಂದಾ ಕಡಮೆ	ಪುಟ್ಟ ಪಾದದ ಗುರುತು	ಅಶೋಕ ಹೆಗಡೆ/ ಸುಮಂಗಲಾ
ಅಲಕ ತೀರ್ಥಹಳ್ಳಿ	ಈ ಕತೆಗಳ ಸಹವಾಸವೇ ಸಾಕು	ಕೇಶವ ಮಳಗಿ/ ಸುಮಂಗಲಾ
ಲೋಕೇಶ ಅಗಸನಕಟ್ಟೆ	ಹಟ್ಟಿಯೆಂಬ ಭೂಮಿಯ ತುಣುಕು	ಬೊಳುವಾರು
ವಿನಯಾ	ಊರ ಒಳಗಣ ಬಯಲು	ನೇಮಿಚಂದ್ರ
ಸಂದೀಪ ನಾಯಕ	ಗೋಡೆಗೆ ಬರೆದ ನವಿಲು	ಅಮರೇಶ ನುಗಡೋಣಿ
ಕಣಾದ ರಾಘವ	ಮೊದಲ ಮಳೆಯ ಮಣ್ಣು	ಕೆ. ಸತ್ಯನಾರಾಯಣ
ಬಸವಣ್ಣೆಪ್ಪಾ ಕಂಬಾರ	ಆಟಿಕೆ	ಕುಂ. ವೀರಭದ್ರಪ್ಪ
ಮೌನೇಶ ಬಡಿಗೇರ	ಮಾಯಾಕೋಲಾಹಲ	ಓ.ಎಲ್.ಎನ್. ಸ್ವಾಮಿ
ಪದ್ಮನಾಭ ಭಟ್	ಕೇಪಿನ ಡಬ್ಬಿ	ಎಂ. ಎಸ್. ಆಶಾದೇವಿ
ಶಾಂತಿ ಕೆ ಅಪ್ಪಣ್ಣ	ಮನಸು ಅಭಿಸಾರಿಕೆ	ಎಚ್.ಎಸ್.ಆರ್
ದಯಾನಂದ	ದೇವರು ಕಚ್ಚಿದ ಸೇಬು	ನಾ. ಡಿಸೋಜಾ
ಸ್ವಾಮಿ ಪೊನ್ನಾಚಿ	ಧೂಪದ ಮಕ್ಕಳು	ಎಂ. ಎಸ್. ಶ್ರೀರಾಮ್
ಶಶಿ ತರೀಕೆರೆ	ಡುಮಿಂಗ	ಲಲಿತಾ ಸಿದ್ಧಬಸವಯ್ಯ
ಛಾಯಾ ಭಟ್	ಬಯಲರಸಿ ಹೊರಟವಳು	ತಾರಿಣಿ ಶುಭದಾಯಿನಿ
ಕಾವ್ಯಾ ಕಡಮೆ	ಮಾಕೋನ ಏಕಾಂತ	ಟಿ.ಪಿ. ಅಶೋಕ

ಛಂದ ಪುಸ್ತಕ ಬಹುಮಾನ

ಪುಟ್ಟ ಪಾದದ ಗುರುತು - ಸುನಂದಾ ಪ್ರಕಾಶ ಕಡಮೆ - ₹ 120
ಈ ಕತೆಗಳ ಸಹವಾಸವೇ ಸಾಕು - ಅಲಕ ತೀರ್ಥಹಳ್ಳಿ - ₹ 60
ಹಟ್ಟಿಯೆಂಬ ಭೂಮಿಯ ತುಣುಕು - ಲೋಕೇಶ ಅಗಸನಕಟ್ಟೆ - ₹ 180
ಗೋಡೆಗೆ ಬರೆದ ನವಿಲು - ಸಂದೀಪ ನಾಯಕ - ₹ 60
ಮೊದಲ ಮಳೆಯ ಮಣ್ಣು - ಕಣಾದ ರಾಘವ - ₹ 140
ಆಟಿಕೆ - ಬಸವಣ್ಣೆಪ್ಪಾ ಕಂಬಾರ - ₹ 100
ಮಾಯಾಕೋಲಾಹಲ - ಮೌನೇಶ ಬಡಿಗೇರ - ₹ 165
ಕೇಪಿನ ಡಬ್ಬಿ - ಪದ್ಮನಾಭ ಭಟ್, ಶೇವ್ಕಾರ - ₹ 150
ಮನಸು ಅಭಿಸಾರಿಕೆ - ಶಾಂತಿ ಕೆ ಅಪ್ಪಣ್ಣ - ₹ 230
ದೇವರು ಕಚ್ಚಿದ ಸೇಬು - ದಯಾನಂದ - ₹ 140
ಧೂಪದ ಮಕ್ಕಳು - ಸ್ವಾಮಿ ಪೊನ್ನಾಚಿ - ₹ 130
ಡುಮಿಂಗ - ಶಶಿ ತರೀಕೆರೆ - ₹ 130
ಬಯಲರಸಿ ಹೊರಟವಳು - ಛಾಯಾ ಭಟ್ - ₹ 120
ಮಾಕೋನ ಏಕಾಂತ - ಕಾವ್ಯಾ ಕಡಮೆ - ₹ 130

ಕಥಾಸಂಕಲನ

ಶಕುಂತಳಾ - ಗುರುಪ್ರಸಾದ್ ಕಾಗಿನೆಲೆ - ₹ 80
ಜುಮುರು ಮಳೆ - ಸುಮಂಗಲಾ - ₹ 220
ಶಾಲಭಂಜಿಕೆ - ಡಾ. ಕೆ. ಎನ್. ಗಣೇಶಯ್ಯ - ₹ 180 (7ನೇ ಮುದ್ರಣ)
ಕಾರಂತಜ್ಜನಿಗೊಂದು ಪತ್ರ - ಸಚ್ಚಿದಾನಂದ ಹೆಗಡೆ - ₹ 150
ಹಕೂನ ಮಟಾಟ - ನಾಗರಾಜ ವಸ್ತಾರೆ - ₹ 80
ಕಾಲಿಟ್ಟಲ್ಲಿ ಕಾಲುದಾರಿ - ಸುಮಂಗಲಾ - ₹ 80
ಹುಲಿರಾಯ - ಕೀರ್ತಿರಾಜ್ - ₹ 80
ನಿರವಯವ - ನಾಗರಾಜ ವಸ್ತಾರೆ - ₹ 125
ಹನ್ನೊಂದನೇ ಅಡ್ಡರಸ್ತೆ - ಸುಮಂಗಲಾ - ₹ 170
ಗಾಳಿಗೆ ಮೆತ್ತಿದ ಬಣ್ಣ - ಕರ್ಕಿ ಕೃಷ್ಣಮೂರ್ತಿ - ₹ 180
ಕನ್ನಡಿ ಹರಳು - ಪದ್ಮನಾಭ ಭಟ್, ಶೇವ್ಕಾರ - ₹ 130
ಒಂದು ಚಿಟಿಕೆ ಮಣ್ಣು - ಲಕ್ಷ್ಮಣ ಬಾದಾಮಿ - ₹ 130
ಬಂಡಲ್ ಕತೆಗಳು - ಎಸ್ ಸುರೇಂದ್ರನಾಥ್ - ₹ 160
ದೇವರ ರಜಾ - ಗುರುಪ್ರಸಾದ್ ಕಾಗಿನೆಲೆ - ₹ 225 (2ನೇ ಮುದ್ರಣ)
ಕಟ್ಟು ಕತೆಗಳು - ಎಸ್ ಸುರೇಂದ್ರನಾಥ್ - ₹ 210
ಮಡಿಲು (ನೀಳ್ಗತೆ) - ನಾಗರಾಜ ವಸ್ತಾರೆ - ₹ 15
ತಿರಾಮಿಸು - ಶಶಿ ತರೀಕೆರೆ - ₹ 210
ತೊಟ್ಟು ಕ್ರಾಂತಿ - ಕಾವ್ಯಾ ಕಡಮೆ - ₹ 180

ಪ್ರಬಂಧ

ಪೂರ್ವ ಪಶ್ಚಿಮ - ಎಂ. ಆರ್. ದತ್ತಾತ್ರಿ - ₹ 80
ರಾಗಿಮುದ್ದೆ - ರಘುನಾಥ ಚ. ಹ. - ₹ 120
ಕುಟ್ಟವಲಕ್ಕಿ / ಗೊಜ್ಜವಲಕ್ಕಿ - ಪ್ರಶಾಂತ ಆಡೂರ - ₹ 170 / ₹ 170
ಕಿಲಿಮಂಜಾರೋ - ಪ್ರಶಾಂತ್ ಬೀಚಿ - ₹ 80
ಮಿಸಳ್ ಭಾಜಿ - ಭಾರತಿ ಬಿ ವಿ - ₹ 190
ನೀ ಮಾಯೆಯೊಳಗೋ... - ವಿಕ್ರಮ ಹತ್ವಾರ - ₹ 150
ಸಾವೆಂಬ ಲಹರಿ - ಗುರುಪ್ರಸಾದ ಕಾಗಿನೆಲೆ - ₹ 140
ವೈದ್ಯ, ಮತ್ತೊಬ್ಬ - ಗುರುಪ್ರಸಾದ ಕಾಗಿನೆಲೆ - ₹ 120
ಅಪ್ಪನ ರ್‍ಯಾಲೀಸ್ ಸೈಕಲ್ - ದರ್ಶನ್ ಜಯಣ್ಣ - ₹ 110
ಇಮೋಜಿ ಭಾಷೆ - ಕರ್ಕಿ ಕೃಷ್ಣಮೂರ್ತಿ - ₹ 150

ಅನುವಾದ

ದಿ ಚಾಯ್ಸ್ - ಈಡಿತ್ ಎವಾ ಎಗರ್ (ಜಯಶ್ರೀ ಭಟ್) - ₹ 280
ದೇಹವೇ ದೇಶ - ಗರಿಮಾ ಶ್ರೀವಾಸ್ತವ (ವಿಕ್ರಮ ವಿಸಾಜಿ) - ₹ 250
ಪರ್ಸೆಪೊಲಿಸ್- ಮಾರ್ಜಾನ್ ಸತ್ರಪಿ (ಪ್ರೀತಿ ನಾಗರಾಜ) - ₹ 395
ಗಾಳಿ ಪಳಗಿಸಿದ ಬಾಲಕ - ವಿಲಿಯಂ ಕಾಂಕ್ವಾಂಬಾ (ಕರುಣಾ ಬಿ ಎಸ್) - ₹ 180
ಅಮೋಸ್ ಫಾರ್ಚೂನ್ - ಎಲಿಝಬೆತ್ ಯೇಟ್ಸ್ (ಜಯಶ್ರೀ ಭಟ್) - ₹ 110
ನವ ಜೀವಗಳು - ವಿಲಿಯಂ ಡಾಲ್ರಿಂಪಲ್ (ನವೀನ ಗಂಗೋತ್ರಿ) - ₹ 250
ಮೈಕೆಲ್ ಕೆ - ಜೆ.ಎಂ. ಕುಟ್‌ಸೀ (ಸುನಿಲ್ ರಾವ್) - ₹ 170
ಲೇರಿಯೊಂಕ - ಹೆನ್ರಿ ಆರ್. ಓಲೆ ಕುಲೆಟ್ (ಪ್ರಶಾಂತ ಬೀಚಿ) - ₹ 140
ಅರೆಶತಮಾನದ ಮೌನ - ಯಾನ್ ರಫ್-ಓ'ಹರ್ನ್ (ಅರುಣ್) - ₹ 310
ಪರ್ವತದಲ್ಲಿ ಪವಾಡ - ನ್ಯಾಂಡೊ ಪರಾಡೊ (ಸಂಯುಕ್ತಾ ಪುಲಿಗಲ್) - ₹ 340
ಚಂದಿರ ಬೇಕೆಂದವನು - ಮಿಮಿ ಬೇರ್ಡ್ (ಪ್ರಜ್ಞಾ ಶಾಸ್ತ್ರಿ) - ₹ 180
ಬಂಡೂಲ - ವಿಕಿ ಕಾನ್‌ಸ್ಟಂಟೀನ್ ಕ್ರುಕ್ (ರಾಜ್ಯಶ್ರೀ ಕುಳಮರ್ವ) - ₹ 425
ರೆಬೆಲ್ ಸುಲ್ತಾನರು - ಮನು ಎಸ್ ಪಿಳ್ಳೈ (ಸಂಯುಕ್ತಾ ಪುಲಿಗಲ್) - ₹ 420
ಫಾಲೋಯಿಂಗ್ ಫಿಶ್ - ಸಮಂತ್ ಸುಬ್ರಮಣಿಯನ್ (ಸಹನಾ ಹೆಗಡೆ) - ₹ 280
ಜಗವ ಚುಂಬಿಸು - ಸುಬ್ರೊತೋ ಬಾಗ್ಚಿ (ವಂದನಾ ಪಿ ಸಿ) - ₹ 240
ಪರ್ದಾ ಅಂಡ್ ಪಾಲಿಗಮಿ - ಇಕ್ಬಾಲುನ್ನೀಸಾ ಹುಸೇನ್ (ದಾದಾಪೀರ್) - ₹ 380
ವಾಡಿವಾಸಲ್ - ಚಿ. ಸು. ಚೆಲ್ಲಪ್ಪ (ಸತ್ಯಕಿ) - ₹ 100
ನಾಲ್ಕನೇ ಎಕರೆ - ಶ್ರೀರಮಣ (ಅಜಯ್ ವರ್ಮಾ ಅಲ್ಲೂರಿ) - ₹ 100
ಮಾವೋನ ಕೊನೆಯ ನರ್ತಕ - ಲೀ ಶ್ವಿನ್‌ಶಿಂಗ್ (ಜಯಶ್ರೀ ಭಟ್) - ₹ 340
ಕೋಬಾಲ್ಟ್ ಬ್ಲೂ - ಸಚಿನ್ ಕುಂಡಲ್‌ಕರ್ (ಸಪ್ನಾ ಕಟ್ಟಿ) - ₹ 150
ವಿದ್ಯಾವಂತ ವೇಶ್ಯೆಯ ಆತ್ಮಕಥೆ - ಮಾನದಾ ದೇವಿ (ನಾಗ ಹುಬ್ಳಿ) - ₹ 240
ದಿ ಲೈಟ್‌ಹೌಸ್ ಫ್ಯಾಮಿಲಿ - ಫಿರಾತ್ ಸುನೇಲ್ (ಮಾಧುರಿ ಕುಲಕರ್ಣಿ) - ₹ 230

ನನ್ನ ತಂಗಿ ಈಡಾ - ಕಾರೊಲೀನ ವಾಲ್ (ಹರ್ಷ ರಘುರಾಮ್) - ₹ 260
ಸತ್ತವರ ಸೊಲ್ಲು - ಆಶುತೋಷ್ ಭಾರದ್ವಾಜ್ (ಕಾರ್ತಿಕ್ ಆರ್.) - ₹ 380

ವಸುಧೇಂದ್ರ

ಮನೀಷೆ - ಕತೆಗಳು - ₹ 120 (8ನೇ ಮುದ್ರಣ)
ಯುಗಾದಿ - ಕತೆಗಳು - ₹ 190 (9ನೇ ಮುದ್ರಣ)
ಚೇಳು - ಕತೆಗಳು - ₹ 120 (8ನೇ ಮುದ್ರಣ)
ಹಂಪಿ ಎಕ್ಸ್‌ಪ್ರೆಸ್ - ಕತೆಗಳು - ₹ 195 (9ನೇ ಮುದ್ರಣ)
ಮೋಹನಸ್ವಾಮಿ - ಕತೆಗಳು - ₹ 270 (7ನೇ ಮುದ್ರಣ)
ವಿಷಮ ಭಿನ್ನರಾಶಿ - ಕತೆಗಳು - ₹ 280 (4ನೇ ಮುದ್ರಣ)
ಕೋತಿಗಳು - ಪ್ರಬಂಧ - ₹ 120 (8ನೇ ಮುದ್ರಣ)
ನಮ್ಮಮ್ಮ ಅಂದ್ರೆ ನಂಗಿಷ್ಟ - ಪ್ರಬಂಧ - ₹ 100 (27ನೇ ಮುದ್ರಣ)
ರಕ್ಷಕ ಅನಾಥ - ಪ್ರಬಂಧ - ₹ 110 (5ನೇ ಮುದ್ರಣ)
ವರ್ಣಮಯ - ಪ್ರಬಂಧ - ₹ 225 (6ನೇ ಮುದ್ರಣ)
ಐದು ಪೈಸೆ ವರದಕ್ಷಿಣೆ - ಪ್ರಬಂಧ - ₹ 280 (5ನೇ ಮುದ್ರಣ)
ಹರಿಚಿತ್ತ ಸತ್ಯ - ಕಾದಂಬರಿ - ₹ 200 (6ನೇ ಮುದ್ರಣ)
ತೇಜೋ-ತುಂಗಭದ್ರಾ - ಕಾದಂಬರಿ - ಉತ್ತಮ/ಸಾದಾ (₹ 500/₹ 450) (16ನೇ ಮುದ್ರಣ)
ಮಿಥುನ - ಶ್ರೀರಮಣರ ಕತೆಗಳು - ₹ 135 (8ನೇ ಮುದ್ರಣ)
ಎವರೆಸ್ಟ್ - ಜಾನ್ ಕ್ರಾಕೌರ್ - ₹ 420 (4ನೇ ಮುದ್ರಣ)
ರೇಷ್ಮೆ ಬಟ್ಟೆ - ಕಾದಂಬರಿ - ₹ 450

ಕಾದಂಬರಿ

ಎನ್ನ ಭವದ ಕೇಡು - ಎಸ್ ಸುರೇಂದ್ರನಾಥ್ - ₹ 75
ನ್ಯಾಸ - ಹರೀಶ ಹಾಗಲವಾಡಿ - ₹ 250
ಗುಣ - ಗುರುಪ್ರಸಾದ್ ಕಾಗಿನೆಲೆ - ₹ 150
ದ್ವೀಪವ ಬಯಸಿ - ಎಂ. ಆರ್. ದತ್ತಾತ್ರಿ - ₹ 320
ತಾರಾಬಾಯಿಯ ಪತ್ರ - ದತ್ತಾತ್ರಿ ಎಂ ಆರ್ - ₹ 160
ಅಗೆದಷ್ಟೂ ನಕ್ಷತ್ರ - ಸುಮಂಗಲಾ - ₹ 230
ಪ್ರಿಯೇ ಚಾರುಶೀಲೆ - ನಾಗರಾಜ ವಸ್ತಾರೆ - ₹ 380
ಋಷ್ಯಶೃಂಗ - ಹರೀಶ ಹಾಗಲವಾಡಿ - ₹ 125
ಅಂತು - ಪ್ರಕಾಶ ನಾಯಕ್ - ₹ 200
ಚುಕ್ಕಿ ಬೆಳಕಿನ ಜಾಡು - ಕರ್ಕಿ ಕೃಷ್ಣಮೂರ್ತಿ - ₹ 200
ದೀಪವಿರದ ದಾರಿಯಲ್ಲಿ - ಸುಶಾಂತ್ ಕೋಟ್ಯಾನ್ - ₹ 160
ದಾರಿ - ಕುಸುಮಾ ಆಯರಹಳ್ಳಿ - ₹ 395
ಬರೀ ಎರಡು ರೆಕ್ಕೆ - ಸುನಂದಾ ಪ್ರಕಾಶ ಕಡಮೆ - ₹ 260

ಕವಿತೆ

ಮದ್ಯಸಾರ - ಅಪಾರ - ₹ 90
ಪೂರ್ಣನ ಗರಿಗಳು - ಪೂರ್ಣಪ್ರಜ್ಞ - ₹ 70
ಹಲೋ ಹಲೋ ಚಂದಮಾಮ - ರಾಧೇಶ ತೋಳ್ಪಾಡಿ - ₹ 50

ಪದಚರಿತೆ

ಸರಿಗನ್ನಡಂ ಗೆಲ್ಗೆ - ಅಪಾರ - ₹ 390

www.ingramcontent.com/pod-product-compliance
Lightning Source LLC
LaVergne TN
LVHW090312051026
849518LV00005B/1750

* 9 7 8 8 1 9 6 3 2 3 8 6 8 *